தேய்புரி பழங்கயிறு
(ஹரிலால் த/பெ மோகன்தாஸ் காந்தி)

தேய்புரி பழங்கயிறு

(ஹரிலால் த/பெ மோகன்தாஸ் காந்தி)

கலைச்செல்வி

எதிர் வெளியீடு

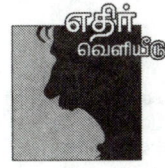

தேய்புரி பழங்கயிறு
(ஹரிலால் த/பெ மோகன்தாஸ் காந்தி)
கலைச்செல்வி

முதல் பதிப்பு: ஜனவரி 2023

எதிர் வெளியீடு,
96, நியூ ஸ்கீம் ரோடு, பொள்ளாச்சி - 642 002
தொலைபேசி: 98948 75084, 99425 11302

விலை: ரூ. 650

Theipuri Pazhangkayiru
(Harilal Tha/Pe Mohandas Gandhi)
Kalaiselvi

Copyright © Kalaiselvi

First Edition: January 2023

Published by
Ethir Veliyeedu, 96, New Scheme Road, Pollachi - 2
email: ethirveliyedu@gmail.com
www.ethirveliyeedu.com

ISBN: 978-93-90811-80-9
Cover Design: Santhosh Narayanan
Printed at Jothy Enterprises, Chennai.

All rights reserved. No part of this book may be reprinted or reproduced or utilised in any form or by any electronic, mechanical or other means, now known or hereafter invented, including Photocopying and recording, or in any information storage or retrieval system, without permission in writing from the Publisher.

ஹரிலால் மோகன்தாஸ் காந்திக்கு

தியாகத்தின் பாதை

- பாவண்ணன்

காந்தியடிகள் தென்னாப்பிரிக்காவிலிருந்து இந்தியாவுக்கு 09.01.1915 அன்று திரும்பி வந்தார். கோகலேயின் சொல்லை ஏற்று, இந்திய மக்களைப் புரிந்துகொள்வதற்காக இந்தியாவின் எல்லாப் பகுதிகளுக்கும் பயணம் செய்தார். பிறகு அவுரி விவசாயிகளின் கோரிக்கையை ஏற்று சம்ப்ராணுக்குச் சென்று போராட்டத்தைத் தொடங்கினார். அகிம்சை வழியிலான அவருடைய சத்தியாகிரகப் போராட்டத்தை ஒரு புதுமையான அணுகுமுறையாக நாடே உற்று நோக்கியது. மெல்ல மெல்ல அந்த அணுகுமுறைக்கு ஆதரவு பெருகியது.

எதிர்ப்பைக்கூட அமைதியான வழியில் வலிமையோடு முன்வைக்க முடியும் என்பதை அவர் ஒருங்கிணைத்த ஒத்துழையாமை இயக்கம் உலகுக்கு உணர்த்தியது. அவருடைய போராட்டமுறைக்கு நாடெங்கும் ஆதரவு பெருகியது. ஆதரவுக்கு இணையாக மக்களிடையில் அவருக்கு எதிர்ப்பும் இருந்தது. அவருடைய மதநல்லிணக்கப்பார்வையை மதத்துக்கு எதிரான ஒன்றாக குற்றம் சுமத்தும் சூழல் உருவானது. கடைசிக்கட்டத்தில் மதங்களின் அடிப்படையில் நாட்டைப் பிரிப்பது தவிர்க்க முடியாத ஒன்றாக மாறியபோது, மதக்கலவரங்கள் பெருகின.

பல ஆண்டு காலமாக கனவு கண்ட விடுதலை கண்ணுக்கெதிரில் நிஜமென 15.08.1947 அன்று நிகழ்ந்த தருணத்தில், அதைக் கொண்டாடும் மனநிலையில் காந்தியடிகள் இல்லை. கலவரங்களில் சிக்கி சின்னாபின்னமான பகுதிகளுக்குச் சென்று, அங்கு வாழும் மக்களிடையில் அமைதி திரும்புவதற்காகப் பாடுபட்டார். கெடுவாய்ப்பாக, ஓர் இடத்தில் அமைதி திரும்பியபோது இன்னொரு இடத்தில் கலவரம் வெடித்தது. அந்த இடத்தில் அலைந்து திரிந்து அமைதியை நிலை நாட்டியபோது மற்றொரு

இடத்தில் அமைதி குலைந்தது. இவ்வாறாக உடல்நலம் குன்றிய தன் இறுதிக் காலத்தில் அமைதியை நிலை நாட்ட காந்தியடிகள் அங்குமிங்கும் அலைந்து முயற்சி செய்தபடியே இருந்தார். 30.01.1948 அன்று பிரார்த்தனைக்கூடத்துக்கு நடந்து செல்லும் வழியில் இந்து மத ஆதரவாளன் ஒருவனுடைய துப்பாக்கிக் குண்டுக்கு காந்தியடிகள் பலியானார்.

காந்தியடிகளின் பொதுவாழ்க்கை என்பது முழுக்க முழுக்க வெவ்வேறு போராட்டங்கள் நிறைந்த ஒன்றாகும். அவருடைய தனிப்பட்ட குடும்ப வாழ்க்கையும் வேறொரு விதத்தில் போராட்டம் நிறைந்ததாக இருந்தது. காந்தியடிகள் தன்னைப் போலவே தன் மனைவியும் பிள்ளைகளும் எந்தப் பயனையும் எதிர்பார்க்காத தியாக வாழ்க்கையை வாழவேண்டும் என்று எதிர்பார்த்தார். அவருடைய விருப்பங்கள் அவருக்குப் பல கசப்பான அனுபவங்களையே அளித்தன. அந்தக் கசப்புகளையெல்லாம் விழுங்கியபடி, மீண்டும் மீண்டும் தான் விரும்பிய பாதையிலேயே அவர்களைச் செலுத்த விழைந்தார் அவர்.

தென்னாப்பிரிக்காவில் பீனிக்ஸ் ஆசிரமத்தில் தங்கியிருந்த ஆரம்ப காலத்தில் காந்தியடிகள் வகுத்த சில போராட்டங்களில் ஆர்வத்துடன் கலந்துகொண்டு அனைவரும் இளைய காந்தி என அழைக்கும் அளவுக்குத் தன்னைத் தகுதிப்படுத்திக்கொண்டிருந்தார் காந்தியடிகளின் மூத்த மகன் ஹரிலால். ஒரு தருணத்தில் வெளிநாட்டுக்குச் சென்று படிப்பதற்கான உதவித்தொகை அவருக்குக் கிடைக்கும் நிலையில் இருந்தது. ஆனால் தன் பிள்ளைகள் தியாகப்பாதையை ஏற்கவேண்டும் என விரும்பிய காந்தியடிகள் அந்த வாய்ப்பை இன்னொரு மாணவருக்கு அளித்துவிட்டார். அந்த ஏமாற்றம் ஹரிலாலின் மனத்தில் ஆறாத புண்ணாக அமைந்துவிட்டது. தந்தை தன்மீது எடுத்துக்கொண்ட உரிமையை அவர் தன் முன்னேற்றத்தைத் தடுத்து நிறுத்தும் நடவடிக்கையாகக் கருதி மனம் புழுங்கினார்.

அக்கணம் முதல் ஹரிலால் தன் தந்தையின் பாதையிலிருந்து விலகிச் செல்லத் தொடங்கினார். நாட்டில் வாழும் மற்றவர்களைப்போல தன் மனைவிக்காகவும் பிள்ளைகளுக்காகவும் பணமீட்டவும் வளமான வாழ்வை நடத்தவும் விரும்பினார் அவர். அதற்கு நல்லதொரு தொடக்கமாக அமைவதற்கான எல்லாச் சாத்தியங்களையும் கொண்ட வெளிநாட்டுப்படிப்பை தனக்குக் கிடைக்கவிடாமல் செய்த தந்தையிடமிருந்து விலகினார்.

அவருடன் முரண்பட்டு தனி ஆளாகத் தென்னாப்பிரிக்காவிலிருந்து வெளியேறி இந்தியாவுக்கு வந்தார். அன்று அவர் நெஞ்சில் விழுந்த ஒவ்வாமையின் விதை நாளுக்குநாள் வளர்ந்து ஒரு பெருமரமாவதை ஒருவராலும் தடுக்கமுடியவில்லை. பல சமயங்களில் அவராலேயே அதைத் தவிர்க்கமுடியவில்லை.

தந்தையோடு நெருங்கியிருக்கும் தருணங்களில் மனம் நெகிழ்ந்து மாற நினைப்பதும் விலகிச் சென்ற ஒரு சில நாட்களிலேயே பழைய ஒவ்வாமை விசை கொண்டு உயர்ந்தெழுவதும் ஹரிலாலின் வாழ்வில் மாறிமாறி நிகழ்ந்தபடியே இருந்தது. அவர் பணமீட்டுவதற்காக எடுத்த எல்லா முயற்சிகளும் தோல்வியிலேயே முடிவடைந்தன. ஒவ்வொரு முறையும் அவர் தோற்கும் தோறும் தந்தை மீதான ஒவ்வாமை இன்னும் இன்னுமென பல மடங்காகப் பெருகிக்கொண்டே சென்றது. அந்த ஒவ்வாமையைக் கரைத்து இல்லாமலாக்கி, அவரை மீண்டும் தன்னுடைய தியாகப்பாதையில் இணைத்துக்கொள்வதற்காக காந்தியடிகளும் மனம் தளராமல் முயற்சி செய்தபடியே இருந்தார். ஆயினும் அந்த மனப்போராட்டத்தில் அவர் தொடர்ந்து தோல்விகளையே சந்திக்க நேர்ந்தது. இருப்பினும் மகனை மீட்டெடுக்கும் முயற்சியைக் காந்தியடிகள் கடைசிக்கணம் வரைக்கும் கைவிடவில்லை. ஒருபுறம் சுதந்திரப் போராட்டமும் நல்லிணக்க வழியில் மக்களைத் திருப்பிவிட முயற்சி செய்யும் நம்பிக்கைப் போராட்டமும். இன்னொருபுறம் தன் மகனை தன் தியாகப்பாதைக்கு அழைத்து வரும் அகப்போராட்டம். இரு போராட்டங்களிலும் காந்தியடிகள் இறுதிக்கணம் வரைக்கும் களத்தில் நின்றிருந்தார். அவருடைய மகத்தான வாழ்க்கையில் இப்படி இரு பக்கங்கள்.

ஏறத்தாழ நாற்பதாண்டுகளாக நீடித்த இந்தத் தந்தை - மகன் முரண் உறவைப் புரிந்துகொள்வதற்கு ஏதுவாக கலைச்செல்வியின் புதிய நாவல் அமைந்திருக்கிறது. ஒருபுறம் அடுக்கடுக்கான சுதந்திரப்போராட்டச் செய்திகள் சார்ந்த சித்தரிப்புகள். இன்னொருபுறம் மகனை மீட்டெடுக்க விழையும் தந்தையின் மனப்போராட்டத்தையும் தோல்விகளால் துவள நேரும்போதெல்லாம் தந்தையிடம் மீண்டும் மீண்டும் ஒவ்வாமை கொள்ளும் மகனுடைய மனப்போராட்டத்தையும் சார்ந்த சித்தரிப்புகள். இருபுறச் சித்தரிப்புகளையும் செறிவாகத் தொகுத்து நாவலாக்கியிருக்கிறார் கலைச்செல்வி. கடந்த

நூற்றாண்டில் நடைபெற்ற நிகழ்ச்சிகளையெல்லாம் நிகழ்காலச் செய்திகளைப்போல ஆர்வமுடன் படிக்கத்தக்க வகையில் படைப்பூக்கம் மிகுந்த ஒரு மொழியில் முன்வைத்திருக்கிறார். அவருடைய உழைப்பும் கலையும் போற்றுதலுக்குரியவை.

இந்த நாவலை வாசித்த சமயத்தில் தற்செயலாக நான் நினைத்துக்கொண்ட சில செய்திகள் உண்டு. ஒருவகையில் அனைத்தும் தந்தை மகன் உறவுச் சிக்கல் சார்ந்தவை. காந்தியடிகள் - ஹரிலால் இடையிலான சிக்கல்களைப் புரிந்துகொள்ள அவை எனக்கு உதவின.

பல ஆண்டுகளுக்கு முன்பு பெங்களூரில் ஆர்தர் மில்லர் எழுதிய 'ஒரு விற்பனைப்பிரதிநிதியின் மரணம்' என்னும் ஆங்கில நாடகத்தைப் பார்த்தேன். மில்லர் நாற்பதுகளில் எழுதிய நாடகம். அந்த நாடகத்துக்காக அவருக்கு புலிட்சர் பரிசு கிடைத்தது. தந்தைக்கும் மகனுக்கும் இடையிலான உறவுச்சிக்கல்தான் அந்த நாடகத்தின் களம். இரு தரப்புகளுக்கும் உள்ள எதிர்பார்ப்புகளும் ஏமாற்றங்களும் ஒவ்வொரு காட்சியிலும் நிறைந்திருந்தன.

வில்லி லோமன் என்பவர் ஒரு விற்பனைப் பிரதிநிதி. வாழ்க்கையை எப்போதும் வெற்றி நிறைந்ததாக அமைத்துக் கொள்ளவேண்டும் என்பதை அடிப்படை நோக்கமாகக் கொண்டவர். வணிகத்தில் மேற்கொள்ள நேரும் தந்திரங்களையும் சமரசங்களையும் கூட, வெற்றிக்கான வழிகளாகவே அவர் மனம் கருதுகிறது. தன்னைப்போலவே தன் பிள்ளைகளும் வெற்றி ஈட்டுபவர்களாக விளங்கவேண்டும் என்று ஆசைப்படுகிறார். வெற்றி பெறும் விருப்பத்தோடு அவர்கள் வீட்டைவிட்டு வெளியேறி தமக்கு விருப்பமான துறையில் முயற்சி செய்கிறார்கள். ஆனால் வீட்டுக்குத் திரும்பும் ஒவ்வொரு முறையும் அவர்கள் தோல்விச் சுமையோடு திரும்பி வருகிறார்கள்.

மூத்த மகன் பள்ளியில் படிக்கும் காலத்தில் கால்பந்து விளையாட்டத்தில் ஆர்வம் கொண்டவனாக இருந்தான். எதிர்காலத்தில் மிகச்சிறந்த கால்பந்தாட்ட வீரனாக வரக்கூடும் என்று அனைவரும் கருதியிருந்தனர். கெடுவாய்ப்பாக, அவனால் பள்ளியிறுதித் தேர்வில் வெற்றி பெற முடியவில்லை. அதனால் பல்கலைக்கழகத்தில் நுழைய முடியவில்லை. வெற்றி வாய்ப்புள்ள வேறு துறைகளில் முயற்சி செய்யுமாறு பிறர் கூறும் ஆலோசனைகளை அவன் மனம் ஏற்றுக்கொள்ளவில்லை.

அதற்கு மாறாக, சொந்த முதலீட்டில் ஒரு தொழிலைத் தொடங்க நினைக்கிறான். அந்தப் பணத்தை தன் தந்தை கொடுத்துதவ வேண்டும் என்று அவன் எதிர்பார்க்கிறான். ஆனால் பணமீட்டும் முயற்சியில் தொடர்ந்து தோல்வியடையும் தந்தையால் அந்த உதவியைச் செய்ய முடியவில்லை. அவர் கடன் கேட்கச் சென்ற இடத்தில் கடன் கிடைக்கவில்லை. அதற்கிடையில் அவருடைய நிறுவனம் வயதை ஒரு காரணமாகச் சொல்லி, அதுவரை அவர் செய்து வந்த வேலையிலிருந்து நீக்கிவிடுகிறது. இருவருக்குமிடையில் ஒரு கசப்பு உருவாக இவையனைத்தும் காரணங்களாகின்றன.

வில்லி லோமனின் குடும்பம் அமைதியிழந்து தவிக்கிறது. ஒவ்வொருவரும் அடுத்தவர் மீது குற்றம் சுமத்தி பழித்துரைக்கிறார்கள். பேசிப்பேசி கசப்புகளைப் பெருக்கிக்கொள்கிறார்கள். ஒரு நாள் விவாதம் முற்றி, தம் தோல்விக்கு அடுத்தவரே காரணம் என குற்றம் சுமத்தி வசை மழை பொழிகிறார்கள். மனம் கலங்கிய தந்தை வருத்தத்துடன் வீட்டைவிட்டு வெளியேறுகிறார். வாகனத்தை எடுத்துக்கொண்டு சாலையில் செல்லும்போது, எதிர்பாராத விதமாக ஓர் எண்ணம் அவருடைய நெஞ்சில் எழுகிறது. விபத்தில் தாம் இறந்துபோனால், தன் பெயரிலுள்ள இன்சூரன்ஸ் தொகை தன் மகனுக்குக் கிடைக்கும் என்றும் அந்தத் தொகையை வைத்துக்கொண்டு தன் மகன் ஒரு தொழிலைத் தொடங்கி வெற்றி பெறலாம் என்றும் நினைக்கிறார். அடுத்த கணம் அவர் சென்ற வாகனம் விபத்தில் சிக்கிக்கொள்கிறது.

இந்த உலகத்தில் பிறந்த ஒவ்வொருவரும் வெற்றி பெற்றுத்தான் தன்னை நிறுவிக் கொள்ளவேண்டுமா என்பது ஒரு முக்கியமான கேள்வி. ஆனால் ஒவ்வொரு சந்திப்பையும் விற்பனைச் சாத்தியம் மூலமாக வெற்றிகரமானதாக மாற்றிப் பிழைப்பதையே வாழ்க்கையாகக் கொண்ட ஒரு விற்பனை பிரதிநிதி வாழ்க்கையையும் வெற்றி ஈட்டக்கூடிய ஒன்றாக அமைத்துக் கொள்ளவேண்டும் என்று நினைப்பதில் பிழை இல்லை. அவன் வாழ்ந்து அறிந்த பாதை அது. அந்தப் பாதையில் தன்னைப்போலவே தன் மகனும் நடந்து வெற்றியீட்டுவான் என எதிர்பார்க்கிறான். அந்த எதிர்பார்ப்பையும் பிழையெனச் சொல்லமுடியாது. அது நிறைவேறாத போது அவன் ஏமாற்றத்தில் அவன் மனம் குமையத் தொடங்குகிறது. மகனுக்கும் வெற்றி மீது ஆசை இருக்கிறது. ஆனால் அவனுக்கு அது எட்டாக்கனியாக இருக்கிறது. அவன் திட்டமிட்டிருக்கும் வணிகத்தைத் தொடங்க அவனுக்குப் பெரிய

முதலீடு தேவைப்படுகிறது. அதைத் திரட்டியெடுக்க இயலாதபோது அவனும் மனம் குமையத் தொடங்குகிறான். இருவரும் மன உளைச்சலில் சிக்கித் தவிக்கிறார்கள். இது துயரம் தரும் உண்மை. ஒவ்வொருவரும் விரும்பும் வாழ்க்கை ஒன்றாகவும் கிடைத்திருக்கும் வாழ்க்கை ஒன்றாகவும் உள்ளது. இந்த இடைவெளியைக் கடந்து செல்லும் வழியறியாமல் இருவருமே தவிக்கிறார்கள்.

இந்த நாடகத்தின் தொடர்ச்சியாக துர்க்கனேவ் என்னும் ரஷ்ய எழுத்தாளர் எழுதிய 'தந்தையும் தனயர்களும்' நாவலையும் நினைத்துக்கொண்டேன். தந்தை - மகன் உறவில் வெளிப்படும் எதிர்நிலை என்பது ஒருபோதும் மாற்றமடைவதில்லை என்னும் புள்ளிக்கு அந்த நாவல் கொடுக்கும் அழுத்தம் மிக முக்கியமானது. தந்தைக்கும் எழுதிய கடிதம் என்னும் காஃப்காவின் நெடுங்கதையையும் இந்த வரிசையில் வைக்கலாம் என்று தோன்றுகிறது. அச்சிறுகதையில் தன் தந்தை மீது அவர் சுமத்தும் குற்றச்சாட்டுகளுக்கு அளவே இல்லை. மறைந்த எழுத்தாளர் தவசி எழுதிய அப்பாவின் தண்டனைகள் என்னும் நாவலும் அதே அளவுக்கு அழுத்தமான சித்தரிப்புகளைக் கொண்டவை.

தந்தை - மகன் உறவு சார்ந்த முரண்கள், எதிர்பார்ப்புகள், ஏமாற்றங்கள், மோதல்கள் சார்ந்த சிந்தனைகள் நீண்ட காலமாக நெஞ்சில் அலைமோதியபடி இருந்தன. நான் உயர்நிலைப்பள்ளியில் படித்துக்கொண்டிருந்த காலத்தில் எங்கள் கணக்கு ஆசிரியர் நடத்திய பாடமொன்றின் வரிகள் தற்செயலாக ஒருநாள் என் மனத்தில் நிழலாடின. இரண்டு நேர்க்கோடுகள் சந்தித்துக் கொள்ளும்போது உருவாகும் கோணத்தை அளப்பது தொடர்பான பாடம் அது. கரும்பலகையில் வெவ்வேறு இடைவெளியில் கிடை மட்டமாவும் செங்குத்தாகவும் சாய்வாகவும் என பல நிலைகளில் ஏராளமான கோடுகளை வரைந்து, அவை சந்தித்துக்கொள்ளும் புள்ளியையும் சுட்டிக் காட்டினார் எங்கள் ஆசிரியர். ஆனால் ஒன்றுக்கொன்று இணையான நேர்க்கோடுகள் சற்றே இடைவெளி விட்டு பயணம் செய்யுமே தவிர, ஒருபோதும் அவை சந்தித்துக்கொள்வதே இல்லை. அதனால் அவற்றுக்கிடையே எந்தக் கோணமும் உருவாவதில்லை என்றார் அவர். அன்றைய பாடத்தின் அடிப்படைச் சூத்திரம் அது. ரயில் தண்டவாளங்கள் உருவாக அடிப்படையாக அமைந்த முக்கியமான சூத்திரம்.

ஒருகணம் நான் அந்த இணை கோடுகளைத் தந்தை மகன் உறவு நிலையைப் புரிந்துகொள்ள ஒரு வழியாக எடுத்துக்கொள்ளலாமா

என்று யோசித்துப் பார்த்தேன். அந்த ஒப்பீடே ஒரு கணம் திகைப்பூட்டுவதாக இருந்தது. முரண்பட்ட உறவுநிலையை எண்ணி கலக்கமடைகிறவர்களிடம் ஒரு தற்காலிக சமாதானமாக அந்த ஒப்பீட்டை முன்வைக்கலாமே தவிர, நிரந்தரமான ஒப்பீடாக ஒருபோதும் முன்வைக்க முடியாது என்று தோன்றியது. இன்று இல்லாவிட்டாலும் நாளை, நாளை இல்லாவிட்டாலும் நாளைக்கு மறுநாள் என என்றேனும் ஒரு நாள் இணைந்திருப்பதுதான் இரு தரப்பினருக்கும் உகந்த வழியாக இருக்குமே தவிர, இணையாமல் விலகிச் செல்வதில் பொருளில்லை என்று என் மரபு மனம் கருதியது.

நெருங்காமலேயே நீண்டு செல்லும் உறவு என்னும் கற்பனையே நிலைகுலைய வைப்பதாக இருந்தது. நான் அதுவரை பார்த்த பல குடும்பங்களில் நிலவும் தந்தை - மகன் உறவு நிலையின் தன்மையை ஒரு கணம் மனத்துக்குள் அசை போட்டுப் பார்த்தேன். பல இடங்களில் அந்த உறவுநிலை சீராகவே இருக்கிறது. சில இடங்களில் சற்றே ஏறுமாறாக இருக்கிறது. வெகுசில இடங்களில் மட்டுமே முற்றிலும் சீர்குலைந்திருக்கிறது. இறுதியில், ஒரு குடும்பத்தில் தந்தை - மகன் உறவு நெருங்கியிருப்பதும் விலகியிருப்பதும் சந்தர்ப்பம் சார்ந்த நிலைபாடுதானே தவிர, தீர்மானமான முடிவல்ல என்று நானாகவே ஒரு முடிவுக்கு வந்தேன். அந்த எண்ணம் எனக்குள் ஓரளவு நிம்மதியைக் கொடுத்தது.

தந்தை - மகன் உறவுச் சிக்கல் எந்தெந்த விதங்களிலெல்லாம் படைப்புலகில் முன்வைக்கப்பட்டிருக்கிறது என்பதை யோசிக்கும்போது இவையெல்லாம் நினைவுக்கு வந்தன. தமிழிலும் சரி, பிற மொழிகளிலும் சரி, இதுவரை எழுதப்பட்ட தந்தை மகன் உறவுச் சிக்கல் சார்ந்த படைப்புகள் பெரும்பாலும் மகனின் பொறுப்பின்மை அல்லது தந்தையின் பொறுப்பின்மை சார்ந்ததாகவும் மகனின் கசப்பு அல்லது தந்தையின் கசப்பு சார்ந்ததாகவும் இருப்பதை உணரலாம். தந்தை மகன் உறவுச் சிக்கலை ஆய்வு செய்யும் நாவல் என்ற போதும் கலைச்செல்வியின் தேய்புரி பழங்கயிறு நாவலை அப்படிப்பட்ட வகைப்பாட்டில் அடக்கிவிடமுடியாது. இது முற்றிலும் வேறு வகையானது. அதை அழுத்தம் திருத்தமாகப் புரிந்துகொள்ள வேண்டும் என்பதற்காகவே இம்முன்னுரையை இந்த அளவுக்கு விரிவாக எழுத வேண்டியதாயிற்று.

இந்த நாவலில் தந்தை, மகன் என இரு தரப்புகளிலும் இருக்கும் உணர்வை முழுக்க முழுக்க கசப்பு என்றோ, வெறுப்பு என்றோ வகுத்துவிட முடியாது. ஒருவகையான வருத்தம் அல்லது சங்கடம் என்று வேண்டுமானால் சொல்லலாம். காந்தியடிகளின் குரலில் எல்லாத் தருணங்களிலும் அந்த வருத்தமே வெளிப்படுகிறது. அன்பு, பகை, இன்பம், துன்பம், கோபம், வெறுப்பு எல்லாவற்றிலிருந்தும் முற்றிலும் விடுபட்டு சத்தியத்தைத் தேடும் பாதையைத் தேர்ந்தெடுத்துக் கொண்டவர் அவர். எல்லாத் தருணங்களிலும் மகனை ஏற்றுக்கொள்ளத் தயாராக இருக்கும் என தந்தையாகவே அவர் வெளிப்படுகிறார். மகனை மீண்டும் மீண்டும் தியாகத்தின் பாதைக்குத் திரும்பிவிடும்படி அழைக்கிறார். ஹரிலால்தான் அந்தக் கோரிக்கைக்குச் செவிசாய்க்க மறுக்கிறார். செவிசாய்க்க மறுக்கும் ஒருவர் அவரைப் பற்றிய எல்லாச் செய்திகளையும் புறக்கணித்துவிட்டு தனக்கென ஒரு பாதையை வகுத்துக்கொண்டு செல்பவராக இருப்பதுதானே இயற்கை. ஆனால் ஹரிலால் அப்படியும் இல்லை. ஒவ்வொரு கணமும் தந்தை என்ன செய்கிறார் என்பதைக் கவனித்தபடியே இருக்கிறார். ஒவ்வொரு நாளும் செய்தித்தாள்களில் அவரைப்பற்றி என்ன செய்திகள் வெளியாகியுள்ளன என்று கவனிப்பவராகவும் இருக்கிறார். உள்ளூர அவரால் தன் தந்தையை உதறிவிட்டு எழ இயலவில்லை. அதே சமயத்தில் தந்தை விரும்பும் பாதையில் தன்னை அர்ப்பணித்துக்கொள்ளவும் அவருடைய உள்ளம் இடம் தரவில்லை. கடைசிவரை தந்தைக்கு எதிராக உருப்படியாகச் சொல்ல ஒரு காரணம் கூட அவரிடம் இல்லை. அதனால்தான் எப்போதோ இளமையில் வெளிநாட்டுக்குப் படிக்க அனுப்பாத ஒரு தருணத்தை மீண்டும் மீண்டும் சுட்டிக்காட்டியபடியே இருக்கிறார். ஒரு அப்பாவாக தனக்குச் செய்யப்படவேண்டிய ஒன்றை செய்யவில்லை என்பதை காலமெல்லாம் சுட்டிக்காட்டுகிற இவர், ஒரு அப்பாவாக தன் குழந்தைகளுக்கு என்ன செய்தார் என்ற கேள்வி எழும்போது ஏற்றுக்கொள்ளும் விதத்தில் ஒரு பதிலைச் சொல்ல அவரிடம் சொற்களில்லை.

மதுவின் பாதையில் மீண்டுவர முடியாத தொலைவுக்குச் சென்றுவிடுகிறார் ஹரிலால். சிறுசிறு சித்தரிப்புகளின் வழியாகவும் உரையாடல்கள் வழியாகவும் அதை பல இடங்களில் உணர்த்துகிறார் கலைச்செல்வி. ஒரு தருணத்தில் தன் மகளுக்குக் குழந்தை பிறந்த செய்தியை யார் மூலமாகவோ அறிந்து கொள்கிறார் ஹரிலால். அவருக்கு உடனே அவளைச் சென்று

நேரில் பார்க்கவேண்டும் என்று ஆசை மூள்கிறது. அவள் இருக்கும் தொலைவான ஊருக்குப் பயணம் செய்ய அவரிடம் போதிய பணமில்லை. தான் இருக்கும் கோலத்தில் ஒரு பயணம் செய்ய அவருக்கு மனமும் இல்லை. அதனால் ஒரு கடிதம் எழுதி அனுப்பலாம் என்று நினைத்து தன் பாசத்தையெல்லாம் கொட்டி ஒரு நீண்ட கடிதம் எழுதுகிறார். எழுதி முடித்து ஒட்டிய பிறகு அவரால் முகவரியை எழுத முடியவில்லை. எல்லாமே அவருக்கு மறந்துபோயிருக்கிறது. ஒரு வரிகூட நினைவுக்கு வரவில்லை. எல்லாமே மங்கிவிட்டது. யோசித்து யோசித்து கடிதம் அனுப்பும் முயற்சியைக் கைவிட்டுவிடுகிறார். பெற்ற மகளின் முகவரியை மறந்துபோகும் அளவுக்கு மது அவரை மயக்கிவிட்டது. அந்தக் கட்டத்தைப் படிக்கும்போது உடலும் மனமும் நடுங்கிவிட்டன. என்ன மாதிரியான வாழ்க்கையை வாழ வேண்டிய ஒருவர் என்ன மாதிரியான வாழ்க்கைக்குத் தன்னைத்தானே தாழ்த்திக்கொண்டாரே என்று கழிவிரக்கம் உருவானதைத் தவிர்க்கமுடியவில்லை. ஓர் உளவியல் மருத்துவரைப்போல உள்ளத்தின் ஆழத்துக்குச் சென்று உறவுச்சிக்கலின் உள்ளடுக்குகளை ஆய்வு செய்திருக்கிறார் கலைச்செல்வி.

ஒரு விவாதமாக நீளும் இந்த நாவலுக்கு தேய்புரி பழங்கயிறு என அழகானதொரு தலைப்பைச் சூட்டியுள்ளார் கலைச்செல்வி. நற்றிணைப் பாடலொன்றில் இடம்பெற்றிருக்கும் ஒரு படிமம் அது. பிரிந்துவந்த காதலியை நினைப்பதா, அவளை மறந்து பொருளீட்டும் பாதையில் கவனத்தைச் செலுத்துவதா என்று முடிவெடுக்க முடியாமல் குழம்பி ஊசலாடும் ஒரு காதலனின் மனநிலையைத் தெரிவிப்பதற்காக கவிஞர் அந்தப் படிமத்தைப் பயன்படுத்துகிறார். காந்தியடிகள் - ஹரிலால் உறவு சார்ந்து இப்படிமத்தை வாசகர்கள் ஒவ்வொருவரும் ஒவ்வொரு விதமாக வடிவமைத்துப் பார்ப்பதற்கான சாத்தியமுண்டு. அந்தச் சுதந்திரத்தில் நான் குறுக்கிட விழையவில்லை. வரலாற்றுத் தருணங்களை நாவலுக்குரிய தருணங்களாக உருமாற்றித் தொகுத்து, மிகச்சிறந்த ஒரு படைப்பை உருவாக்கியிருக்கும் கலைச்செல்விக்கு வாழ்த்துகள்.

***

காந்தி எனும் உணர்வு

காந்தியடிகளின் வாழ்க்கையைப் புனைவாக்கும் எந்த திட்டமுமின்றி உருவானதுதான் இந்த நாவல். அவருடைய நான்கு மகன்களின் மூத்தவரான ஹரிலால் காந்தியைப் பற்றிய தகவல்களைப் படித்தறிந்தபோது அதனை சிறுகதையாக்க வேண்டும் என்றுதான் முதலில் எண்ணினேன். ஆனால் அது தன்னைதானே நாவலென்று உருவாக்கிக் கொண்டது இனிய ஆச்சர்யம்.

காந்தியடிகள் தனி வாழ்வும் பொது வாழ்வும் ஒன்றாக்கிக் கொண்டு வாழ்ந்தவர் என்பதாலும் நாட்டின் மிகப் பெரிய நிகழ்வுக்குக் காரணமானவர் என்பதாலும் அவருடைய வரலாற்றை புனைவாக்கும்போது அது சமூக அரசியல் போராட்டங்களோடு இணைந்தவொன்றாகவே அமைந்து விடும். அவர் பற்றற்றவர், கடமையை செய்... பலனை எதிர்பார்க்காதே என்ற கீதையின் தத்துவத்தை வாழ்க்கையாக வாழ்ந்தவர், ஆன்மிக அரசியலை முன்னெடுத்தவர், வெவ்வேறு மதங்களாயினும் அவை பயணிக்கும் பாதை வேறு வேறு எனினும் சேருமிடம் ஒன்றே என்பதை உணர்ந்தவர், சத்தியமே கடவுள் என்று நம்பியவர், உண்மை, சத்தியம், அகிம்சை என்ற மூன்று ஆயுதங்களைக் கொண்டு அவர் நடத்திய சுதந்திரப் போராட்டம், சத்தியாகிரகம், உண்ணாநோன்பு, ஒத்துழையாமை என்ற வழிமுறைகளால் உலக வரலாற்றில் புது அத்தியாயத்தை எழுதிச் சென்றது. ஒரு கிறித்துவரை விட ஏசுவின் கொள்கையை அதிகம் உணர்ந்தவராக, இஸ்லாம் மதத்தவரை வார்த்தைகளால் மட்டுமல்ல, தன் இறுதி வரை வாழ்க்கையாலும் சகோதரர்களாக ஏற்றுக் கொண்டவராக, பிரிட்டிஷாரைக் கூட எதிரியாக கருதாது, கருத்து நிலையில் எதிர் நிலையில் நிற்பவர் என்ற தெளிவுக் கொண்டவராக வாழ்ந்தவர் அவர்.

அவரின் விசேடங்கள் உள்நாட்டவரையும் வெளிநாட்டவரையும் கவர்ந்திழுத்தது. அவர் செய்வனவெல்லாம் செய்திகளாயின. அவர் செல்லும் இடங்களெல்லாம் நாட்டின் மையங்கள் என்றாகின.

அதே சமயம் அவரின் கருத்துகள் மத பழமைவாதிகளை கோபம் கொள்ள வைத்தது. 'மகாத்மா' என்றும் 'பாப்பு' என்றும் அழைக்கப்பட்ட அவர், தான் வாழும் காலத்திலேயே தன் மீதான அவதூறுகளையும் சந்தித்தார். ஆனால் அவர் போற்றுதலையும் தூற்றுதலையும் சமமாகவே பாவித்தார். தன் மீதான வழிபாட்டு மனநிலையை அவர் அனுமதிக்கவேயில்லை. மகாத்மா என்ற பதம் கூட அவருக்குச் சுமையானதுதான். இறுதியில் தான் கட்டி காத்த அகிம்சை என்ற பேராயுதம் தன் கண்ணெதிரே நிர்மூலமாகி இந்துக்களும் முஸ்லிம்களும் இனி சேர்ந்து வாழவே முடியாது என்ற நிலையை அடைந்து, இலட்சக்கணக்காக உயிர்கள் பலியாகி நாடு துண்டாடப்பட்டு, சுதந்திரம் கிடைக்கப் பெற்றபோது அவர் அதிகாரம் என்ற மையத்திலிருந்து முற்றிலும் விலகி கல்கத்தாவின் தெருக்களில் இந்து முஸ்லிம் ஒற்றுமை வேண்டி அலைந்துக் கொண்டிருந்தார்.

இத்தனைக்கும் மத்தியில் அவரது தனிப்பட்ட வாழ்க்கை, மனைவி மற்றும் நான்கு மகன்களைக் கொண்டதாக இருந்தது. அவரது அசாதாரணங்களை இயல்பாக்கிக் கொண்ட மீதி ஐவரைப் போன்று அவரது மூத்த மகன் ஹரிலாலால் இருக்க முடியவில்லை. அதே சமயம் தந்தையின் மீதான உரிமையும் பாசமும் அவரிடமிருந்து அவரை விலகவும் விடவில்லை. அதே நிலைமைதான் தந்தைக்கும். தந்தைக்கும் தனயனுக்குமிடையிலான இப்போராட்டம் அந்த வீட்டின் ஒரே பெண் உறுப்பினரான கஸ்தூரை இறப்பு வரைக்குமே நிம்மதி இழக்க வைத்திருந்தது.

தென்னாப்பிரிக்காவில் இருந்தவரை அவர்களது கட்டுப்பாட்டுக்குள் இருந்த மகன் அவர்கள் இந்தியாவுக்குத் திரும்பிய பிறகு கட்டுப்பாடற்றவராகி விடுகிறார். இறப்பு வரைக்கும் தொடரும் இந்த 'உள்ளே வெளியே' ஆட்டத்தின் புனைவே இந்நாவல். தென்னாப்பிரிக்காவிலிருந்து இந்தியா திரும்புவதற்கு முன்பு வரையிலான நிகழ்வுகளுக்கான புனைவு 'ஹரிலால் த/பெ மோகன்தாஸ் கரம்சந்த் காந்தி' என்ற பெயரில் நாவலாகச் சென்றாண்டு (ஜனவரி 2021) வெளியானது. இந்நாவலை அதன் தொடர்ச்சி எனலாம். ஆனால் இரண்டும் புனைவுப் பாத்திரங்களின் தொடர்ச்சியற்ற, முழுக்கவும் இந்திய மண்ணில் நடைபெற்ற நிகழ்வுகளைக் கொண்ட இரு வேறு நாவல்கள். பொதுவாக கதாபாத்திரங்களைச் சூழ்நிலைக்கேற்ப மாற்றம் செய்துகொள்ளும் உரிமை புனைவில் உண்டு. ஆனால் இந்நூலை

பொறுத்தவரை வெகு முன்னெச்சரிக்கையுடன் இருந்தாக வேண்டும். ஏனெனில் புனைவில் கூட காணாத உண்மை அந்த மனிதரிடம் இருந்தது. அதனாலேயே இந்த நாவல் எனக்கு நெருக்கமென்றாகிறது.

காந்தியவர்களை வாசித்தபோதினில் நெகிழ்ந்தும் ததும்பியும் நின்ற நேரங்களில் எனக்கு உறுதுணையாகவும் ஊக்கமளித்தும் இந்நாவலுக்கு முன்னுரையும் வழங்கியுமாக நிறைவான நட்பை வழங்கிய எனது இனிய நண்பர், எழுத்தாளர் பாவண்ணன் அவர்களுக்கு என் மனமார்ந்த நன்றி.

இந்நூலின் உருவாக்கத்தில் துணைப்புரிந்த மோகன்தாஸ்காந்தி உட்பட எண்ணற்ற நூல்களின் ஆசிரியர்களுக்கு மனமார்ந்த நன்றி.

என்னை எனக்குகந்த மனநிலையில் இருக்க வைத்த என் குடும்பத்தாருக்கு நன்றி.

இந்நாவலை சீரிய முறையில் வெளியிட்டிருக்கும் எதிர் பதிப்பகத்தாருக்கும் அதன் நிறுவனர் அனுஷ் அவர்களுக்கும் நன்றி.

அன்புடன்
கலைச்செல்வி
(30.11.2022)
kalaiselvi312try@gmail.com
94433 65575

01

வங்காள மாகாணத்தின் மேற்குப் பகுதியில் அமைக்கப்பட்டிருந்த அந்த 'அமைதியான வீடு' இயற்கையின் பசுங்கரங்களுக்குள் தன்னை ஒப்புக் கொடுத்த திருப்தியில் வழக்கமான மோனத்திற்குள் ஆழ்ந்திருந்தது. காற்று கவிகையின் பரப்புக்குள் ஊடாடி அலைய அதன் இண்டு இடுக்குகளில் புகுந்த ஆதவன் அப்பூமிக்கு மென்சூடு பரப்பிக் கொண்டிருந்தான். நாடெங்கிலும் பரவத் தொடங்கியிருந்த சுதந்திர வேட்கையையும் உலகெங்கிலும் தொடர்ந்துக் கொண்டிருந்த போர்த் தாகத்தையும் மீறிய பதற்றமின்மை அங்கு நிலவிக் கொண்டிருந்தது.

கல்கத்தாவிலிருந்து நூற்றம்பைது கிலோ மீட்டர்கள் தள்ளி நிறுவப்பட்டிருந்த அவ்விடம் சமஸ்கிருதத்தில் 'சாந்தி நிகேதன்' என்றழைக்கப்பட்டது. அந்த அமைதியான வீட்டின் தலைவரான இரவீந்திரநாத் தாகூருக்கு மாணவர்கள் நான்கு சுவர்களுக்குள் அடைந்துக் கொண்டு கல்வி பெறுவதில் விருப்பம் இருப்பதில்லை. பிறரால் ஆளப்பட்டுக் கொண்டிருக்கும் இந்தியாவில், அதன் பண்பாடு மற்றும் நுண்கலைகள் சார்ந்த புரிதலுக்குப் பிரிட்டிஷ் கல்வி முறை சற்றும் உகந்ததில்லை என்பார். நீள் தாடியுடைய அவருடைய நீண்ட முகத்திற்கு ஆதவனைப் போன்று ஜொலிக்கும் கண்களும் மண்ணிலிருந்து முளைத்து நீண்டிருந்த இமயத்தை போன்ற நாசியும் பொருத்தமானதாகவே இருந்தது. தமது அகவொளியின் ஆழ்ந்த வெளிப்பாடென முகிழ்ந்த 'கீதாஞ்சலி'க்கு நோபல் பரிசு பெற்றிருந்த அவரின் புறவுடல் கூட ஒளிப்பொருந்திய கம்பீரமான கிரேக்கச் சிற்பம் போன்றிருந்தது. தனது தனிப்பட்ட வாழ்வில் எந்நாளும் ஏழ்மையைச் சந்தித்ததில்லை என்றாலும் அதனை உணர்ந்து கொள்ளும் மனம் அவருக்கு இயற்கையாகவே வாய்த்திருந்தது. மனித குலத்தின் சகல இனத்தவரும் அற்புதமாய் இசைக் கொள்ளவேண்டும் என்ற பிரார்த்தனை இருந்தது அவர் இதயத்தில். அதனாலேயே அங்கு பள்ளிக்கூடத்தோடு

பிரார்த்தனைக் கூடத்தையும் புத்தகச்சாலையையும் வளாகத்தின் பசுமைக்குள் பொதித்து வைத்திருந்தார்.

தம் மாணவர்களுக்கு இதயத்தின் ஒவ்வொரு கதவையும் ஒவ்வொரு ஜன்னலையும் திறந்து விசாலமாக்கக் கற்றுக் கொடுத்தார். நீங்கள் வாழும் உலகின் நன்மைகளும் தீமைகளும் உயர்வும் தாழ்வும் மகிழ்ச்சியும் துயரமும் வலியும் ரணமும் வறுமையும் செழிப்பும் உங்களை வந்து தீண்டட்டும். ஒவ்வொன்றையும் நெருங்கிச் சென்று பாருங்கள். அள்ளிப் பருகுங்கள். ஒவ்வொன்றும் உங்களின் ஒரு பகுதி. ஒவ்வொன்றும் உங்கள் உலகம். ஒவ்வொன்றும் ஓர் அனுபவம். ஒவ்வொன்றும் நீங்கள். அமைதியான இடத்தில் எழும் அறிவின் வாசம் உலகையே புத்துணர்ச்சிக் கொள்ளவைக்கும். மனிதனைக் கொண்டாடுவோம். உழைப்பைக் கொண்டாடுவோம். உயிர்களைக் கொண்டாடுவோம். உயிரற்றவைக்கு உயிரூட்டுவோம். ஒவ்வொரு மனிதனின் பாடலையும் கேளுங்கள். உங்களுக்கான பாடல் உருவாகி வரும். ஒவ்வொரு கவிதையும் படியுங்கள். உங்களுக்கான வரிகள் தோன்றும். ஒவ்வொரு பாதையையும் நடந்து பாருங்கள். உங்களுக்கான வழி பிறக்கும். ஒவ்வொரு பறவையையும் கவனிக்கத் தொடங்குங்கள். நீங்கள் பறக்கத் தொடங்குவீர்கள் என்பார்.

அதிகாலையிலும் அந்தி மாலையிலும் தன் கனவுகளை விரிவாக்கும் எண்ணத்தோடு அவர் சாந்தி நிகேதனை சுற்றி வருகையில் தோன்றும் கனவு நிலையின் படிமங்களைக் கவிதைகளென வடிப்பதையும் கதைகளாக்குவதையும் பிடித்தமாகக் கொண்டிருந்தார்.

கைதியே முறிக்க முடியாத இந்த விலங்குச் சங்கிலியை
செய்தது யார் சொல்?
நான்தான் இந்த சங்கிலியை வெகு ஜாக்கிரதையாக
செய்து முடித்தேன் என்றான் கைதி.

என்று அவர் கவி புனைந்தபோது அதை மாணவர்களால் உணர முடிந்தது.

தென்னாப்பிரிக்காவிலிருந்து மோகன்தாஸ் காந்தி இந்தியா திரும்பியிருந்தார். அவருடன் அவர் தென்னாப்பிரிக்காவில் உருவாக்கியிருந்த ஃபீனிக்ஸ் ஆசிரமத்தைச் சேர்ந்த மாணவர்கள் சிலரும் இந்தியா வந்திருந்தனர். அந்த அமைதி நிலையத்தில் கிட்டத்தட்ட நூற்றிருபத்தைந்து மாணவர்களும் அவர்களுக்கான

ஆசிரியர்களும் தங்கியிருக்க, அவர்களுடன் இந்தியாவுக்கு வந்த ஃபீனிக்ஸ் குழுவினரும் தங்கிக் கொண்டனர்.

அன்று தந்தி வழியாக அந்த செய்தி சாந்தி நிகேதனுக்கு வந்தபோது மோகன்தாஸ் காந்தி தன் மனைவி கஸ்தூருடனும் ஒன்றுவிட்ட சகோதரனின் மகன் மக்கன்லால் மற்றும் மூத்த மகன் ஹரிலாலுடனும் சாந்தி நிகேதனில் தங்கியிருந்தார். அப்போது அவர்கள் சமையல் பணியில் ஈடுபட்டிருந்தனர். மோகன்தாஸின் ஏற்பாட்டின்படி அங்கிருக்கும் அடுப்படி வேலை முதல் தோட்ட வேலை வரைக்குமான மொத்த வேலைகளும் பிரிக்கப்பட்டு, தனிதனியாகக் குழுக்கள் அமைக்கப்பட்டு வேலைகள் அதற்கான குழுக்களிடம் ஒப்படைக்கப்பட்டிருந்தன. அவர் காய்கறிகள் நறுக்கும் குழுவிலிருந்தார். உணவுகள்கூட மசாலைகள் சேர்க்கப்படாமல் எளிமையான வகையிலேயே திட்டமிடப்பட்டிருந்தது.

அவர் அந்தத் தந்தியைக் கையிலெடுத்து மீண்டும் அதன் வாசகங்களை வாசித்தார். கோபால கிருஷ்ண கோகலே இறந்து விட்டாராம்... என்றார் தன் மனதிற்குத் தெரிவிப்பதுபோல. கோகலே அவரது அரசியல் குரு. கோகலேயின் நம்பிக்கைக்குரிய சீடர் அவர். தென்னாப்பிரிக்காவிலிருந்த சமயத்தில் தனது சீடரின் அழைப்பின்பேரில் உடல் நலமில்லாத சரீரத்தோடு புறப்பட்டு தென்னாப்பிரிக்காவுக்கு வந்த குருவின் பெருந்தன்மையும் இந்திய விடுதலையின் மீது அவருக்கிருந்த சாத்வீக வெறியையும் மோகன்தாஸ் நன்றாகவே அறிந்திருந்தார். அவருடைய வழிக்காட்டலில் தன்னை ஒப்புக் கொடுத்துவிடவேண்டும் என்ற தனது எண்ணத்தையெல்லாம் தந்தியின் வாசகம் சூரியனைக் கண்டதும் உருகும் பனியைப் போல உருக்குவது அவருக்குத் தாளாததாக இருந்தது.

மோகன்தாஸுக்கு எடுத்து வரப்பட்ட ரொட்டிகள் ஆறிக் கொண்டிருந்தன.

தென்னாப்பிரிக்காவிலிருந்து திரும்பும் வழியில் சிகிச்சைக்காக இங்கிலாந்து வந்திருந்த கோகலேயை அங்கு வைத்து சந்தித்ததும், இந்தியா திரும்பிய பிறகு அவர் தனக்காக வரவேற்பு விழா ஏற்பாடு செய்ததும், விழாவின்போது உடல்நலமின்றி மயங்கி விழுந்ததுமென கோகலேயின் நினைவுகள் அவருள் தொடர்ந்து ஓடிக் கொண்டிருந்தன. நாற்பத்தொன்பது வயது மட்டுமே

நிரம்பியவர். அவரை விட மூன்று வயதே மூத்தவர். தன்னை இந்திய அரசியலில் பங்கெடுத்துக் கொள்ளச் சொன்னவர் இனி இல்லாமல் ஆகி விட்டார். நண்பரும் சாந்தி நிகேதனின் உரிமையாளருமான இரவீந்திரநாத் இத்தருணத்தில் இங்கில்லாமல் போனதும் காந்திக்கு வருத்தமாக இருந்தது.

"அவர் ஸ்படிகம் போன்று தூய்மையானவர். மென்மையானவர், பெருந்தன்மையானவர், அரசியல் அரங்குக்குப் பொருத்தமானவர்" உதடுகள் இதனை உச்சரித்தபோது காந்தியின் கண்கள் இறுக மூடியிருந்தன. இமைகளில் விழுந்திருந்த சுருக்கங்கள் அவரது உணர்வுகளை மறைத்தாலும் அவர் அகம் அடைந்திருக்கும் தடுமாற்றத்தை கஸ்தூரரால் உணர முடிந்தது.

"ஹரி... அப்பா அமைதியற்று இருக்கிறார். அவரைத் தனிமையில் விட வேண்டாம். அவரருகில் இருந்துக் கொள்" என்றார் கஸ்தூர்.

தனது பெற்றோர்கள் இருவரும் இந்தியா திரும்பிய பிறகு அவர்களுடன் தங்கியிருப்பதை ஹரிலால் பெரு விருப்பமாக கொண்டிருந்தான். அதே சமயம் தென்னாப்பிரிக்காவிலிருந்து திரும்பி வரும் தருணத்தில் காந்தி அவனுக்கு எழுதியிருந்த கடிதமொன்றின் வரிகள் அவரைக் காணும்போதெல்லாம் நினைவிலாடி அவனை இம்சைப்படுத்திக் கொண்டிருந்தது.

ஹரி... நீ உன் எல்லா கடிதத்திலும் மன்னிப்பு கேட்டுக் கொண்டே இருக்கிறாய். கூடவே உன்னை நியாயப்படுத்தவும் செய்கிறாய். மன்னிப்பு கேட்பது என்பதே அந்தத் தவறை மீண்டும் செய்யாமலிருப்பதுதான். அதனால் நீ செய்வதெல்லாம் எனக்கு வெறும் வேஷமாகத் தோன்றுகிறது. நான் உன்னை இப்படியாக ஒவ்வொரு தடவையும் மன்னிப்பது சாகும்வரை தொடருமா? நீ தென்னாப்பிரிக்கா வருவது குறித்து இன்னும் முடிவுக்கே வரவில்லை. அதற்குள் தண்டோரா போட்டு வெற்று ஒலி எழுப்பிக் கொண்டிருக்கிறாய். மகனே... நம் பாதைகள் வேறுவேறானவை. ஒருவேளை சென்றடையும் இடம் ஒன்றாக இருக்குமெனில் நாம் அங்கு சந்தித்துக் கொள்ளலாம்.

என் மீது ஏன் இத்தனை கோபம் அவருக்கு? தென்னாப்பிரிக்கா விலிருந்து இந்தியாவுக்கு வந்த பிறகு அவருக்கு உறுதிக் கொடுத்தப்படி அவன் மீண்டும் போராட்டங்களில் கலந்துக் கொள்ளும் பொருட்டு தென்னாப்பிரிக்கா செல்லவே எண்ணியிருந்தான். கோகலேயிடம் கூட தனது எண்ணத்தை வெளிப்படுத்தியிருந்தான். அப்போது

அவர் மிகப்பெரிய கூட்டமொன்றில் உரையாற்றி விட்டு தனியறைக்குத் திரும்பியிருந்தார். அங்கு தன்னைக் காண்பதற்காகக் காத்திருந்த ஹரிலாலை தன் உயர்ந்த ஆகிருதிக்குள் கரைத்துக் கொள்பவர்போல் மெய்யோடு சேர்த்து அணைத்துக் கொண்டார்.

"நீ பெரிய மகானின் மகனப்பா" என்றார். அவன் வெட்கப் படுபவனாகத் தலையைக் குனிந்துக் கொண்டான்.

"உன் தந்தை உன்னைக் குறித்து என்னிடம் பேசியிருக்கிறார் ஹரி. நீ நாலைந்து முறை சிறைக்குச் சென்றிருக்கிறாயாம். இனியும் செல்வதில்கூட உனக்குத் தயக்கம் இல்லையாம். நீ இந்தியா வந்தபோது கூடப் போராட்டத்திற்காக எப்போது அழைத்தாலும் வருவதாகக் கூறினாயாம். அவர் உன்னைப் பெருமையாக உணர்கிறார். நல்லவேளையாக உன்னைப் பார்க்கும் வாய்ப்புக் கிடைத்தது"

அவர் சொல்லி ஓய்வதற்குள் "அய்யா... என்னை அவர் இன்னும் குழந்தையாகவே கருதிக் கொள்கிறார். நான் அவர் சொல்வதைத்தான் கேட்க வேண்டுமாம். அவர் போக்கில்தான் நடக்க வேண்டுமாம். மறுத்துப் பேசினால் தவறான முன்னுதாரணத்தைக் காட்டி விடுகிறேன் என்கிறார்" என்றான் படபடவென்று.

முதல் சந்திப்பிலேயே மனதிலிருப்பதைக் கொட்டியவனை வியப்பாக நோக்கிய கோகலே, "ஓ... அதை நான் அறியவில்லை ஹரிலால். அதேசமயம் உனக்குப் படிக்கறதில் விருப்பமிருந்தா நீ அதை செய்வதில் அவருக்கு ஆட்சேபணை இருக்க முடியாது. நாம் நம்மை நமது ஆர்வத்தை நோக்கித்தான் முன் செலுத்திக் கொள்ள வேண்டும். அதுதான் நம் வெற்றிக்கு வழியாக இருக்க முடியும்" என்றார்.

"ஆனால் அப்பா சிறைக்குச் செல்லும் பெருமித கணங்களை நீ இழந்து விடுவாய் என்றெல்லாம் சொல்வாரே?"

"அவர் என்னையும்தான் சிறைக்கு செல்ல சொல்கிறார். அதுதான் போராட்டத்தையும் பொதுமக்கள் கவனத்தையும் கவர வல்லது என்பார்" மென்மையாகச் சிரித்தார்.

"ஆனால் உங்கள் உடல்நிலை?" முடிக்காமல் நிறுத்தினான் ஹரிலால்.

“ஆமா ஹரி... அது என்னை மிகவும் சிரமப்படுத்துகிறது. அதுக்குத்தான் அப்பாவோட இந்திய வருகையைத் துரிதப் படுத்திட்டே இருக்கேன். நல்லவேளையாக அதுக்குச் சாதகமான சூழ்நிலைகளும் வந்தாச்சு. சீக்கிரம் போராட்டம் முடிஞ்சிடும்” என்றார் நம்பிக்கையாக.

எதிலுமே அவர் நம்பிக்கை பொய்க்கவில்லை. தென்னாப்பிரிக்கப் போராட்டமும் ஒருவாறாக முடிவுக்கு வந்திருந்தது. அவருடைய சீடரும் இந்தியாவுக்கு வந்து விட்டார். தன் உடல்நிலை தன்னை வாழ அனுமதிக்காது என்ற அவரது எண்ணத்தின்படி கோகலே இறந்தும் போய் விட்டார்.

ஹரிலால் தந்தையின் குடிலுக்கு வந்தபோது, அவர் இன்னும் குருவின் நினைவுகளில் மீளாதவராக அமர்ந்திருந்தார். அவனுக்கு அவரருகில் சென்று அமர்ந்துகொள்ள வேண்டும் போலிருந்தது. தென்னாப்பிரிக்காவில் அவரை விட்டு விட்டு வந்த நாளில் அவர் அவனை வழியனுப்புவதற்காகப் புகைவண்டி நிலையத்துக்கு வந்திருந்தார். ரயில் கிளம்பும் சமயம் ஜன்னலோரம் அமர்ந்திருந்த மகனை முத்தமிட்டு அவன் கன்னத்தில் லேசாக தட்டிக்கொடுத்து “உன் தந்தை உனக்குத் தவறிழைத்திருக்கிறேன் என்று நினைத்தால் அவரை மன்னித்து விடுவாயா?” என்றார். அப்போது அவர் கண்கள் லேசாகக் கலங்கியிருந்தன. அவனோ பதிலேதும் சொல்லாமல் அவர் கையிலிருந்து தன்னுடைய கரத்தை மெள்ள விடுவித்துக் கொண்டான். ஆனால் அவன் எண்ணியதைப் போல அவரை அப்படியெல்லாம் துறந்து விட முடியாது போலிருக்கிறது.

அதனால்தான் பெற்றோர்கள் தாயகம் திரும்பிய நாளில் பம்பாயில் நரோத்தம்தாஸ் வீட்டில் தங்கப் போவதையறிந்து ஒருநாள் முன்னதாகவே அங்கு சென்று தன் பெற்றோரின் கட்டுப்பாடான உணவுத்திட்டத்தைக் கூறி அதற்கேற்ப தயாரிப்புகள் இருக்குமாறு கேட்டுக் கொண்டான். துறைமுகத்தில் தன்னைக் கண்டதும் நெகிழ்ந்துப் போன தந்தையாரின் முகம் எண்ணுந்தோறும் அவனை பெருமை கொள்ள வைத்தது. கஸ்தூர் அவனை தன்னுடன் தங்குமாறு கெஞ்சலாகக் கேட்க, அவரும் அதை ஆமோதித்தவாறு அவனை நோக்கியது, அன்று புகைவண்டியில் நகர்த்திவிட்ட அவரது கையை மீண்டும் பிடித்துக் கொண்டது போலிருந்தது. ஆனால் அன்றைய தினத்தைப்போல் அவரது கண்கள் ஈரத்தில் பளபளக்கவில்லை. ஒருவேளை அக்கரங்கள் அவனுக்கு மட்டும் சொந்தமில்லை என்று அவர் நினைக்கிறார்

போலும். எதற்கெடுத்தாலும் மக்கன்லாலை அழைத்துக் கொள்கிறார். அவர் யாரை வேண்டுமானாலும் அழைத்துக் கொள்ளட்டும். அவன்தான் அவருடைய மகன்... அதுவும் மூத்த மகன். அவருடைய சிதைக்குக் கொள்ளிப்போடும் தகுதிப்படைத்தவன்.

அவனுக்கு அவரருகில் செல்ல தயக்கமேற்பட அங்கேயே நின்று கொண்டான். அவர் இன்னும் கோகலேயின் பிரிவுணர்வுகளிலிருந்து மீளவில்லை. அன்று அவனிடம் அந்த மிகப்பெரிய முடிவை அவர் தெரிவித்தபோது கூட இத்தனை உணர்ச்சிவயப்பட்டவராகத் தெரியவில்லை.

“ஹரி... நான் உன்னிடம் சில விஷயங்கள் பேச வேண்டியிருக்கு” என்றார். அப்போது அவர்கள் நரோத்தம்தாஸ் வீட்டிலிருந்து கிளம்பியிருந்தனர். அவன் கேள்வியோடு கஸ்தூரரைப் பார்க்க, அவரோ வேறு ஏதோ மும்முரமான வேலை இருப்பதாகக் காட்டிக் கொண்டார். ஒருவேளை அக்கடிதத்தின் வரிகளை மீண்டும் அவனுக்கு நினைவுப்படுத்தப் போகிறாரோ....? அவர் அடுத்து எழுதிய கடிதத்திலும் கடுமையான தொனியிருந்தது. அதனாலேயே அது அவனுக்குள் சித்திரம் போல பதிந்திருந்தது.

ஹரி... நான் விதித்து, நீ நிறைவேற்றுவதாக ஒப்புக் கொண்ட எல்லா நிபந்தனைகளையும் மீறி விட்டாய். என் அறிவுரையையும் மற்றவர்களது அறிவுரையையும் ஒப்பிட்டுப் பார்த்து உனக்கு எது சரி என்று தெரிகிறதோ அதை செய். உனக்கு எதிராக முன்முடிவு கொண்ட தகப்பன் நான். உன் நடவடிக்கைகளை நான் ஒப்புக் கொள்ளவே மாட்டேன். உனக்குக் கொஞ்சமாவது எங்கள் மீது பிரியம் இருக்கிறதா என்பது எனக்குச் சந்தேகமாக இருக்கிறது. இப்படிச் சொல்வது கடுமையானதாகத் தோன்றலாம். ஆனால் உன் கடிதங்கள் எனக்கு மிகவும் நேர்மையற்றவையாகவே தெரிகின்றன’

அந்த வரிகளை முதன்முதலாகப் படித்தபோது ஏற்பட்ட நடுக்கத்தை இப்போதும் உணர்ந்தான் அவன். அப்பா... நாங்கள் உங்களை மிகவும் நேசிக்கிறேன் அப்பா... உங்கள் கவனத்தை என் மீது திருப்புங்கள். உங்கள் சொற்களை எனக்காக உபயோகப்படுத்துங்கள். உங்கள் அன்பும் அக்கறையும் என்னை வழி நடத்த அனுமதியுங்கள்...

அவர் அதிலெல்லாம் கவனம் கொள்ளாதவராக "ஹரி.. போர்பந்தரிலும் ராஜ்கோட்டிலும் இருக்கும் நம் பரம்பரை வீடுகளை என் சகோதரர்களுக்குக் கொடுத்து விடலாம் என்றிருக்கிறேன்."

சட்டென்று தலைநிமிர்த்தி அவரை நேருக்கு நேர் பார்க்க வேண்டுமென்று ஏற்பட்ட எண்ணத்தை மாற்றிக் கொண்டான் ஹரிலால். அது அவருடைய சொத்து. அதில் அவர் தனக்கே உரிமை வேண்டாம் என்று கூறி விட்ட பிறகு நானென்ன சொல்ல இருக்கிறது?

அவர் தொடர்ந்து பேசிக் கொண்டிருந்தார் "என்னைப் படிக்க வைத்ததும் என் கடமைகளை இங்கிருந்து கவனித்துக் கொண்டதும் அவர்கள்தான். உனக்குத் திருமணம் செய்து வைத்தது கூட உன் பெரியப்பாதானே? அதற்கு நம் குடும்பம் தார்மீகமாக அவர்களுக்குக் கடமைப்பட்டிருக்கிறது அல்லவா?"

"ஆமாம்" என்றான் பொதுவாக.

கஸ்தூர் "சன்ச்சல் வயிற்றில் வலி இருப்பதாகச் சொன்னாளே?" என்றார் இடையில் புகுந்து. இப்படிப்பட்ட தருணங்களில் அவரால்தான் தர்மசங்கடங்களைக் கலைத்து விட முடியும். அவன் தாயாரை நிமிர்ந்துப் பார்த்து விட்டு பதிலேதும் சொல்லாமல் அங்கிருந்து நகர்ந்துக் கொண்டான். ஹரிலாலின் அடுத்த வாரிசை சுமந்து பிரசவத்தின் தலைவாயிலில் நின்றிருந்தாள் அவன் மனைவி சன்ச்சல்.

ஹரிலால் எண்ணங்கள் விளைவித்த தடுமாற்றத்தில் குடிலின் வாயிலில் நின்றுக் கொண்டிருந்தபோது அங்கு வந்த மக்கன்லால் நேரே காந்தியின் அருகே வந்து "நாம் இங்கிருந்து புறப்படுவதற்கான ஏற்பாடுகளைச் செய்து விட்டேன் சித்தப்பா" என்றான்.

"ம்ம்..." என்றவர் "மக்கன்... என் அரசியல் குருவை நான் இழந்து விட்டேன்" என்றார் வெறுமையான குரலில்.

"சித்தப்பா... இந்த விஷயத்தில் நான் உங்களுக்கு ஆறுதல் கூறுமளவுக்குப் பெரியவன் இல்லை என்றாலும் சொல்கிறேன். காலம் எந்த புண்ணையும் ஆற்றி விடும். கோகலே அய்யா உங்களின் தென்னாப்பிரிக்கப் போராட்டத்தைப் பற்றி அறிந்தவர். உங்களை புரிந்துக் கொண்டவர். இந்தியாவிலும் உங்களால் விடுதலைப் போராட்ட உணர்வை மக்களின் மனதில் ஏற்படுத்த

முடியும் என்று உறுதியாக நம்பியவர். இதுதான் உங்கள் குரு உங்களுக்குச் செய்த உபதேசமாக இருக்க வேண்டும். அதை கடைப்பிடிப்பதுதான் நீங்கள் அவருக்குச் செய்யும் அஞ்சலியாக இருக்க வேண்டும்."

ஹரிலால் தந்தையின் அறையை எட்டிப்பார்த்தபோது அவர் தலையைக் கவிழ்த்தபடி அமர்ந்திருப்பது தெரிந்தது. அவரிடம் துக்கம் விசாரிப்பதற்காக உபாத்தியாயர்களும் ஏனையோரும் குடிலுக்கு வெளியே காத்திருந்தனர். அவர் மனதிலிருக்கும் துயரத்தை வாய் விட்டு ஆற்றிக் கொள்ளும்பொருட்டு அங்கிருக்கும் கோவிலில் துக்க நிவாரணத்துக்கான அமைதிக் கூட்டமொன்றை ஏற்பாடு செய்யுமாறு சொல்லியிருந்தார்.

"கூட்டத்துக்கான ஏற்பாடுகளெல்லாம் தயாராக உள்ளது சித்தப்பா" என்றான் மக்கன்லால்.

"ம்ம்... சரி" என்றபடியே எழுந்துக் கொண்டார்.

கனத்த மனதுடன் நடந்து முடிந்த இரங்கல் கூட்டத்துக்குப் பிறகு காந்தி தம்பதியினர் தன் மகன்களுடன் சாந்தி நிகேதனத்திலிருந்து புறப்பட்டனர். காந்தியும் மக்கனும் முன்னால் நடக்க அவர்களுக்கு பின்னால் தாயாருடன் நடந்து வந்தான் ஹரிலால்.

"ஹரி... உன் தந்தையார் கால்களில் செருப்பு அணிய மறந்துட்டாரு" என்றார் கஸ்தூர் பதற்றமாக.

"தேவையில்லை கஸ்தூர். என் குருவின் நினைவாக நான் ஓராண்டு முழுக்க காலணி அணியப் போவதில்லை" என்றார் மனைவியின் பேச்சைக் காதில் வாங்கியவராக.

"ஆனால்... ஆனால்... நீங்கள் இந்திய அரசியலில் பங்கெடுப்பதற்கு முன்னால் இந்தியா முழுவதும் பயணம் செய்ய வேண்டும் என்று உங்கள் குரு கூறியிருப்பதாகச் சொல்லியிருந்தீர்களே சித்தப்பா..." என்றான் மக்கன்லால்.

"உண்மைதான்... அடுத்து அதை செய்வதுதான் என் திட்டம்."

ஹரிலால் எங்கோ தொலைவில் வந்து கொண்டிருந்தான்.

02

தாய் வீட்டிலிருக்கும் மனைவி குலாபென்னைப் பார்க்க வேண்டும் போலிருந்தது ஹரிலாலுக்கு. நிறைமாதக்காரியான அவளுக்கும் தன் கணவனுடன் இருப்பதில்தான் பெருமகிழ்ச்சி. ஆனால் சூழல்களோ எப்போதுமே அவர்களுக்கு எதிராகவே அமைந்து விடுகிறது. மனதார விரும்பி திருமணம் செய்துக் கொண்ட பெண் அவள். அப்பாவின் முறையான சம்மதம் பெறுவதற்குள் பெரியப்பாவின் ஆசிர்வாதத்தில் நடத்தப்பட்ட திருமணம் அவர்களுடையது. குலாபென் என்று பெயரிடப்பட்ட அவளை அவளது புகுந்த வீடு சன்ச்சல் என்று செல்லப்பெயரில் அழைக்க, ஹரிலால் அவளை ஆசையாக சஞ்சு என்பான்.

பெற்றோர்கள் வெளிநாட்டிலிருக்க, வாலிபனான அவனை நம்பி தன் மகளை ஒப்படைத்த ஹரிதாஸ்வோராவின் பெருந்தன்மையை அவனால் புரிந்துக் கொள்ள முடிந்தது. அவர் மட்டுமல்ல... அந்தக் குடும்பமே அவனைக் கொண்டாடுகிறது. ஹரிதாஸ்வோரா திருமணத்துக்கு முன்பே தனது மருமகன் மீது பெருத்த பாசம் கொண்டிருந்தார். கூடவே காந்தியின் மகன் என்ற வகையில் மரியாதையும் இருந்தது. காந்தியின் மகன் என்பதால் மதிப்பும் மரியாதையும் கொடுக்கலாம். ஆசையாகப் பெற்று வளர்த்தப் பெண்ணைத் தூக்கி கொடுத்துவிட முடியுமா? அவன் மீது நல்லபிப்பிராயம் இருந்ததால்தானே இந்தத் திருமணம் நடைப்பெற்றது? ஆனால் அதைப் பொத்தி வைத்து பாதுகாக்க முடியாத சூழல்கள் ஏன் அவனுக்கு மட்டும் தொடர்ந்து வாய்க்கிறது? திருமணம் முடிந்ததும் அவளைப் பிரிந்து தென்னாப்பிரிக்கா சென்று விட்டான். கர்ப்பிணியான அவன் மனைவி அவனுடன் சேர்ந்து வாழ அங்கு வந்து விட்டபோதும், அவனுடைய நாட்கள் சிறையிலும் வீட்டிலுமாக அல்லவா கழிந்தது? வேறு வழியின்றி குழந்தை ராமியோடு அவளை இந்தியாவுக்கு அனுப்ப வேண்டியதாகப் போயிற்று. மனைவியைத் தொடர்ந்து அவனும் இந்தியா வந்து சேர்ந்த பிறகும்

அடுக்கடுக்காக எத்தனை நிகழ்வுகள்? படிக்க வேண்டுமென்று தீவிரமாக முனைந்த அவனை மெட்ரிகுலேஷன் பரிட்சைகள் ஏமாற்றிக் கொண்டே போகிறது. அடுத்தடுத்து குழந்தைகள் பிறந்து இப்போது அவன் குடும்பமும் பெருகி விட்டது. ஆனால் இன்னும் அவனுக்கென்று தொழிலோ வேலையோ எதுவும் அமையவில்லை. தந்தையார் அனுப்பும் சொற்பப் பணத்தில் தன் தேவைகளை நிறைவேற்றுவதே அரிதாக இருக்கும்போது அவனால் குடும்பத்தை எப்படி இழுக்க முடியும்?

ஆனால் அவனுடைய தந்தையோ பாரிஸ்டர். அந்தப் படிப்பின் மூலம் தன் குடும்பத்தைக் காப்பாற்றக் கூடிய வருவாய் ஈட்டும் தகுதியை அவர் பெற்று விட்டார். தென்னாப்பிரிக்க இந்தியர்களின் உரிமைக்காகத் தன்னலமற்று பாடுபடும் தியாகச்சுடர் என ஊர் முழுக்க அவரைப் புகழ்கிறது. ஆனால் இதற்காகச் சொந்தக் குடும்பம் எத்தனையெத்தனை தியாகங்கள் செய்ய வேண்டியிருக்கிறது? தென்னாப்பிரிக்காவில் இருந்த நாட்களில் அவர்கள் வீட்டில் தங்கியிருந்த ஹென்றிபோலக்கின் மனைவி மிலியுடன் அவனுக்கு நல்ல சிநேகமிருந்தது. கிட்டத்தட்ட சகோதரியைப் போன்றவள். அவளால் அவனுடைய மன உறுத்தல்களை நன்றாக புரிந்துக் கொள்ள முடியும். ஆனால் அவன் தந்தையாரோ கட்டிய மனைவியைக் கூட புரிந்துக் கொள்ள மறுக்கிறார். குடும்பத்தார் செய்யும் இயல்பான விஷயங்களைக் கூட பிறழ்வாக எண்ணிக் கொள்கிறார். இளையதம்பி தேவதாஸுக்காக ஆசிரமத்தில் அம்மா சர்க்கரையை உபயோகித்தது கூட பெரும் செலவாக, பெருங்குற்றமாகப் பொதுவெளியில் விவாதிக்கப்படுகிறது. அவரும் எந்தவித மனக்கிலேசமுமின்றி அனைவருக்கும் எதிரில் மனைவியைக் கண்டிக்கிறார். தன் மகன்களைக் கவனித்துக் கொள்வதோடு மட்டுமின்றி தன் கணவனை நாடி வரும் அத்தனை நண்பர்களுக்கும் பணிவிடை செய்வதும் உணவளிப்பதுமாக ஓழிந்த நேரம் என்ற ஒன்றிருப்பின் அந்நேரத்திலும் அச்சக வேலைகள் செய்வதும் நூல் நூற்பதுமாக கணவனின் விருப்பமே தன் கடமையென வாழும் மனைவிக்கு இவையெல்லாம் அவர் செய்யும் துரோகமில்லையா? இனிப்பு சாப்பிடக் கூடாது.. உப்பை சேர்த்துக் கொள்வது சரியில்லை.. நெய்யை தவிர்த்து விடுவோம்.. பால் குடிக்க வேண்டாம்... எதற்கு இத்தனை அர்த்தமில்லாத கட்டுப்பாடுகள்? இவையெல்லாம்தான் நன்னடத்தையின் சான்றிதழ்களா? ஒருவன் தன்னை நம்பி

வந்தவர்களை நன்முறையில் பாதுகாக்கும் எண்ணம் கொள்வது அவர் வகுத்து வைத்த 'நன்னடத்தை'யில் அடங்காதா?

அடுக்கடுக்காக எழுந்த எண்ணங்கள் அவனைக் குழப்பத்திற் குள்ளாக்கின. தந்தையின்பால் கனிந்துருகும் மனமே அவரிடமிருந்து விலக்கம் கொள்ளவும் வைக்கிறது. அவர் மட்டும் என்னவாம்? பெற்ற மகன்களான எங்களைத் தவிர மற்ற அனைவருமே அவருக்குப் பிடித்தமானவர்கள்தான். ஒருமுறை பெரியப்பாவுக்கு அவர் எழுதிய கடிதத்தில் கல்யாண்தாஸ் என்ற இளைஞன் பிரஹலாதனை போல மனவுறுதி கொண்டவனாக இருக்கிறான். எனக்குப் பிறந்தான் என்பதால், என் மகனாக இருக்கும் ஒருவனை விட, இந்தப் பையனே எனக்கு உவப்பானவன் என்று குறிப்பிட்டிருந்தார். எங்களை ஒரு கணமாவது நினைத்திருந்தால் இப்படி எழுதியிருப்பாரா? அவரவர் மகன்களைக் கவனிக்க அவரவர் பெற்றோர்கள் இருக்கும்போது நாங்கள் நால்வர் மட்டும் கவனிப்பாரற்றிருக்கிறோம் என்பதை இவர் என்றாவது உணர்ந்திருக்கிறாரா?

குலாபென்னின் தாயாரும் சகோதரிகளும் அவர்களின் கணவன்மார்களும் குழந்தைகளுமென கொப்பும் கொடியுமாக விளைந்து நிற்கும் அக்குடும்பத்தில் அவன் நல்ல கணவனாக, மருமகனாக மகனாக இருக்க வேண்டும். அதற்கு முதலில் மனிதனாக இருக்க வேண்டும். மனிதனாக இருப்பதற்கு முதல் தேவையே பணம்தான். நியாயமான வழியில் பணம் சம்பாதிப்பதற்கு முறையான கல்வி வேண்டும். அல்லது தொழில் செய்து பிழைத்துக் கொள்ள முதலீடு வேண்டும். இரண்டுமற்ற அவன் எங்கு போவான்? என்ன செய்வான்? அவரைப் போல பிள்ளைகள் மீது பொறுப்பற்று இருக்க அவனொன்றும் பாசமற்ற தகப்பன் இல்லையே... அவர் வேண்டுமானால் உலக மக்களனைவரையும் குடும்பமாகக் கருதிக் கொள்ளலாம். ஆனால் எனக்குக் குடும்பம்தானே உலகம்? திருமணமாகி ஒன்பதாண்டுகள் முடிந்து விட்டன. இதில் தொடர்ச்சியாக மூன்றாண்டுகள் கூட மனைவியுடன் சேர்ந்து வாழ இயலவில்லை. பின் எதற்கு இந்தத் திருமணம்?

அப்பா... நான் பிறந்ததிலிருந்து நீங்கள் என்னுடன் இருந்ததில்லை. முதலில் உங்கள் படிப்புக்காக என்னைப் பிரிந்தீர்கள். பிறகு வேலைக்காக நீங்கள் தென்னாப்பிரிக்காவிற்குச் சென்றபோது அம்மாவும் தம்பிகளும் உங்களுடன் வர, நான் மட்டும் இங்கேயே

தங்கும்படி ஆயிற்று. பிறகும் பிறகும்... எல்லா சந்தர்ப்பங்களிலும் உங்களிடமிருந்து நான் விலகியே இருக்கும்படி ஆயிற்று. தங்குவதற்கோ, என் குடும்பத்தைத் தங்க வைப்பதற்கோ கூட இடமின்றி நான் அலைந்து கொண்டிருக்கும்போது நீங்கள் பரம்பரை சொத்துகளின் உரிமைகளைத் துறந்து விட்டீர்கள். உங்களுக்கு அதன் மூலம் கிடைக்கும் பணம் தேவையில்லையெனில், அதை விற்று பொருளாக என்னிடம் அளித்திருந்தால் கூட நான் அதனைக் கொண்டு ஏதேனும் தொழில் செய்து பிழைத்துக் கொண்டிருப்பேன். என்னுடைய வாழ்க்கைக்கான சாளரங்கள் கதவுகள் என ஒவ்வொன்றாக மூடிக் கொண்டே வந்த நீங்கள், இப்போது அதிலிருந்து கசியும் சிறு வெளிச்சத்தையும் முற்றாக மூடி விட்டீர்கள். இப்படி மூச்சுத் திணறிச் சாகடிக்கப்படுமளவுக்கு நான் என்ன தவறு செய்தேன் என்று சொல்லுங்கள் அப்பா...

உங்களின் பரம்பரை சொத்துகளை உங்களின் உடன்பிறப்புகளுக்கு அளிப்பதாக என்னிடம் தெரிவித்தபோது நீங்கள் கூறியவைகளை நான் நினைத்துப் பார்க்கிறேன்... ஹரி... நான் இன்று இந்த நிலையில் இருக்கிறேன் என்றால் அதற்கு அவர்கள்தான் காரணம். வெளிநாடு சென்று பயில்வதற்கான பணவுதவியும் சாதி துவேஷத்திற்கெதிரான மனவுறுதியும் அளித்தவர்கள் அவர்கள். ஆனால் நான் அவர்களுக்கென்று இதுவரை ஏதும் செய்து விடவில்லை. ஆகவே இது நியாயப்படி அவர்களுக்குத்தான் சென்று சேர வேண்டும் என்றீர்கள். உங்களுக்கான உதவியை, உங்கள் மனம் விரும்பிய வாழ்க்கையை வாழ்வதற்கு உங்கள் குடும்பம் ஒத்துழைத்ததுபோல நான் விரும்பிய கல்வியையோ, வாழ்க்கையையோ வாழ்வதற்கு நீங்கள் ஏன் என்னை அனுமதிக்கவில்லை? உங்களுடைய எண்ணத்திற்கேற்ப என் வாழ்க்கையை நான் ஏன் மாற்றிக் கொள்ள வேண்டும்?

அவனுடைய உள்ளத்தில் குமுறிக் கொண்டிருந்தவைகள் அடக்க மாட்டாமல் மேலேழுந்து வந்து கொண்டேயிருந்தன.

அப்பா... உங்கள் பிள்ளைகளான எங்களிடம் எப்போதாவது அன்பாக நடந்துக் கொண்டிருக்கிறீர்களா? நீ ஒரு முட்டாள்.. உனக்கு அறிவுக் கிடையாது... சிந்திக்கும் ஆற்றல் கிடையாது.. என்றெல்லாம் எங்கள் மீது சினந்து விழுவீர்கள். மணிலால் உங்களை எதிர்த்தே பேசுவதில்லை. ராமதாஸ் உங்கள் முழுநேர அடிமை. தேவதாஸ் இன்னும் முதிராதப் பருவத்திலிருக்கிறான். நாங்கள் உங்கள் கோபத்துக்குப் பயந்து பம்மிக் கொள்வோம்.

அந்த பயத்தில்தான் அம்மா உங்களிடம் படும்பாட்டை எடுத்துச் சொல்லத் தயங்கினோம். நான் சத்தியாகிரக இயக்கத்தில் பங்குக் கொண்டபோது பலமுறை பல சிக்கல்களுக்குத் தீர்வுகளை யோசித்திருக்கிறேன். என்னுடைய அபிப்பிராயங்களை உங்களிடம் சொல்லவும் செய்திருக்கிறேன். ஆனால் நீங்கள் அவற்றை கண்டுக் கொள்ளவேயில்லை.

நான் விரும்பிய படிப்பை, அழுது.. புலம்பி.. கெஞ்சி.. தவித்து... உங்களிடம் கையேந்தி நின்று கோரிய படிப்பை, நீங்கள் அடுத்தவரிடம் சந்தேஷ் இனிப்பைப்போல எடுத்து தட்டில் வைத்து நீட்டி விட்டீர்கள் அப்பா... அதனை சகித்துக் கொள்ள முடியாமல் நான் அம்மாவிடமும் தம்பிகளிடம் சொல்லி புலம்பியபோது, அப்படிப்பை பெறுவதற்கான தகுதி எனக்கில்லை என்று கூறி என்னை உயிரோடு சிதையில் அள்ளி வைத்து விட்டீர்கள் அப்பா... அப்பா... ஒன்றைப் புரிந்து கொள்ளுங்கள்... நீங்கள் ஆயிரம்பேரை, நூறாயிரம்பேரை தூக்கி வைத்துக் கொண்டு கொண்டாடினாலும் உங்கள் இறுதி, மூத்த மகனான என்னால்தான் முடிவு பெறும். ஆனால் இதையெல்லாம் உங்களிடம் யார் சொல்லிப் புரிய வைப்பது? அப்படியே சொன்னாலும் பிடிவாதம் பிடித்த நீங்கள் இதையெல்லாம் ஏற்றுக் கொள்வீர்களா என்ன?

அப்பா... என்னை வாழவும் விடாமல் சாகவும் விடாமல் இம்சிக்கும் நீங்கள் இனி எனக்குத் தேவையில்லை. உங்களிடமிருந்து நான் முற்றாகவே விலகிக் கொள்கிறேன். நீங்கள் அறிவீர்களா... இந்த முடிவை நான் நான்கு வருடங்களுக்கு முன்பே எடுத்து விட்டேன்.

மனம் ஆற்றாமையால் தவிக்க, உடல் தளர்ந்து மடிந்து அமர்ந்துக் கொண்டான்.

அப்பா... ஆனாலும் ஆழ்மனதில் என்னை உங்களுடைய மகன் என்றுதான் இதுவரை நினைத்துக் கொண்டிருக்கிறேன். அதுவும் நீங்கள் அதற்குத் தகுதியுடையவன் நான் என்று கருதினால்...

பெருகி வந்த கண்ணீரைத் துடைத்துக் கொண்டான் ஹரிலால். இதே முகத்தோடும் தழுதழுக்கும் இதயத்தோடும் ஆற்றாமையும் விடாயும் கொண்ட மனதோடும் சன்ச்சலைப் பார்க்க வேண்டாம். பிறகு அவற்றையெல்லாம் அவள் மீது கொட்ட வேண்டியிருக்கும். அவளோ எனக்குச் சமாதானம் சொல்லி பிரச்சனைகளை ஆறப்போட்டு விடுவாள். அது மேலும் என்னை சினம்

கொள்ளவைக்கும். கிடைத்ததை எடுத்து அடிக்கத் தோன்றும்... காட்டுத்தனமாகக் கத்த வேண்டும் என்றிருக்கும். இதனால் நான் பெற்ற பிள்ளைகள் பயந்து என்னிடமிருந்து விலகி விடும். கர்ப்பிணியான அவளுக்கு என்னால் வேறெந்த சந்தோஷத்தையும் அளிக்க முடியாதபோது தீமையாவது செய்யாமலிருக்கலாம்.

குலாபென்னை பார்க்கச் செல்லும் எண்ணத்தை விலக்கியவனாக வீட்டை நோக்கி நடந்தான். மனம் மிகவும் தளர்ந்திருந்தது. உடல் சோர்ந்திருந்தது. நான் என்னை மறக்க வேண்டும்... மறந்து என்னிலிருந்து விலக வேண்டும்.. நான் என்னைத் துறக்க வேண்டும்... இடைவிடாது எழும் என் எண்ணங்கள் என்னைத் தவறானவனாகச் சித்திரிக்கவில்லை. ஆனால் இந்த நியாயத்தை நான் யாரிடம் முறையிடுவது? அம்மாவோ அப்பாவிடம் அடிமையாகிக் கிடக்கிறார். தம்பிகள் எத்தனை தூரம் இதை புரிந்துக் கொள்வார்கள்? அவர்களும் என்னைப் போன்ற எண்ணம் கொண்டிருந்தால் இந்நேரம் தந்தையுடன் தொடர்ந்து இருந்து கொண்டிருப்பார்களா? கடவுளே... ஹரி நாராயணா... நான் என்ன செய்வது? என்ன செய்யட்டும்? அவரைப் போல எழுதலாமா? ஆமாம்.. அப்படித்தான் செய்ய வேண்டும். எழுதுவது அவருக்கு மட்டுமே உரிமையான செயலா என்ன? மனவுணர்வுகளைப் பகிர்ந்து கொள்ளவியலாதபோது அதனை எழுதிதானே தீர்க்க வேண்டியிருக்கிறது. ஆமாம்.. எழுதினால்தான் என் பாரம் தீரும்.

அவன் தன் மனதில் கிளர்ந்தெழுந்த எண்ணங்களை மளமளவென்று எழுதித் தள்ளினான். அடித்தலோ திருத்தலோ கிறுக்கலோ கூட வர வாய்ப்பின்றி எழுத்தாகக் கொட்டிய மனோவேகம் எழுதிய பிறகும் தீரவில்லை. அகம் உலை நீரென கொதித்தது. யாரிடமும் சொல்ல முடியாதவற்றை ஊருக்கே வெளிச்சம் போட்டு காட்டினால் என்ன? ஆம்.. அதுதான் சரி... அதுவொன்றே சரி... சொந்தக் குடும்பத்தாரின் சிறுசிறு தவறுகளைக் கூட மன்னிக்காமல் அயலாருக்கெதிரில் அவர்களைக் கண்டிக்கும் உரிமை அவருக்கு மட்டும்தான் உண்டா?

தான் செய்யவிருக்கும் செயலுக்கான நியாயத்தைத் தன்னுள்ளிருந்தே பெற்றுக் கொண்டவனாக, எழுதிய தாள்களைக் கோர்த்து எடுத்துக் கொண்டான். செய்தித்தாளில் இதைத் திறந்த கடிதமாக வெளியிட வேண்டும். அதுதான் சரி.. அதுதான் நியாயம். தோன்றிய எண்ணத்தைச் செயலாற்றும் வேகம் எழுந்தது.

அதற்குப் போதுமான பணமிருக்கிறதா என்பதை ஆராய்ந்தபோது நிலைமையும் அவனுக்குச் சாதகமாகவே இருந்தது.

அதற்கு முன்பாக அவனுக்குப் போதையேற்றிக் கொள்ள வேண்டுமாய் தோன்றியது. அதனைச் செயலாக்கும் எண்ணம் கொண்டு வெளியே வந்தபோது தூரத்து உறவினரான நரன்தாஸ் அவனைக் காண வந்து கொண்டிருந்தான்.

03

ஹரித்துவாரில் பெருகியோடிய கங்கையை விட பெருகியிருந்தது மனிதத்திரள். கும்பமேளாவுக்காகக் கூடியிருந்தவர்களின் எண்ணிக்கை கிட்டடத்தட்ட பதினேழு லட்சம் இருக்கலாம் என்றார்கள். திருவிழாவில் சேவை செய்வதற்காக கோகலேயின் சங்கத்தினர் பண்டித ஹ்ருதயநாத குன்ஸ்ரு தலைமையில் தொண்டர் படையொன்றை அனுப்பியிருந்தனர். அங்கிருக்கும் தருமச்சாலையின் கூடாரங்களில் தங்கியிருந்த தொண்டர்களின் ஜலமலக்கழிவுகளை அகற்றி தூய்மைப்படுத்தும் சேவையின் பொருட்டு மக்கன்லால் உட்பட ஃபீனிக்ஸ் குழுவினர் ஹரித்துவார் செல்ல, சாது முன்ஷிராமை சந்திக்கும் பொருட்டு காந்தியும் அவர்களுடன் இணைந்துக் கொண்டார். புண்ணியம் தேடியும் ஆன்மதூய்மை வேண்டியும் நாடெங்கும் சுற்றியலையும் சாதுக்கள், வெளியூர் பக்தர்கள், பொதுமக்கள், உள்ளூர் ஆட்கள், அவர்களின் உறவுக்காரர்களென அலைமோதிக் கிடந்தது கங்கை.

ஹரித்துவாருக்கருகில் காங்க்ரியில் இருந்தது சாது முன்ஷிராமின் குருகுலம். பஞ்சாபை சேர்ந்த வழக்கறிஞரான அவர் ஆரம்ப காலத்தில் நாத்திகராக இருந்து, பின் தயானந்த சரஸ்வதியின் போதனைகளால் கவரப்பட்டு பஞ்சாப் ஆர்யசமாஜத்தில் தன்னை இணைத்துக் கொண்டிருந்தார். தீண்டாமைக்கு எதிரான மனநிலை கொண்ட அவர் ஒதுக்கப்பட்ட மக்களுக்காக கல்வி நிறுவனங்களை உருவாக்கிச் செயல்படுத்திக் கொண்டிருந்தார். முன்ஷிராமின் குருகுலத்தில் தங்கியிருந்த மோகன்தாஸை காண தென்னாப்பிரிக்காவில் அவரது போராட்டம் குறித்து அறிந்தவர்கள் வந்துக் கொண்டேயிருந்தனர்.

“ஒ... காந்தி... தொடர்ந்து ஆட்களைச் சந்திப்பதும் அவர்களின் புகழுரைகளைக் கேட்பதும் உங்களுக்குச் சிரமம் தரும் விஷயம் போலிருக்கிறதே” என்றார் முன்ஷிராம்.

"ஆஹா... உண்மைதான்.. ரயில் பயணத்தை விடவும் சிரமம்" கடகடவென்று சிரித்தார் காந்தி.

"ரயில் பயணத்தில் அதிக சிரமப்பட்டு விட்டீர்களா காந்தி?"

"ஆமாம்.. கல்கத்தாவிலிருந்து வந்த ரயிலில் ஏகப்பட்ட நெரிசல். சாமான்களையும் கால்நடைகளையும் அடைக்கும் வண்டியில் பிரயாணம் செய்ததால் விளக்குகளும் இல்லை. கூரைகளும் இல்லை. மேலே தகிக்கும் வெயில். கீழே கொதிக்கும் இரும்புத்தளம். சட்டியில் வறுப்படும் நிலக்கடலைகள் கூட சூடு தாங்காமல் துள்ளி விழுந்து விடும். ஆனால் மனிதர்களால் அதையும் செய்து விட முடியாது இல்லையா?" என்று சிரித்தார். அங்கு அமர்ந்திருந்த அன்பரொருவரும் அதை ஆமோதித்தார்.

"பயணமே ஒரு சவால் என்பது போல் கடக்க வேண்டியிருந்தது."

"அன்பரே... இந்திய ரயில்கள் நமக்காக ஓடவில்லையே?" என்றார் முன்ஷிராம்.

அவர்களுக்கிடையே நிலவிய அமைதியின் குறுக்கே நதி பூசனைப்பொருட்களோடு ஓடிக் கொண்டிருந்தது. படித்துறைகள் பக்தர்களால் நிரம்பிக் கிடந்தன. கழிவுகளும் எச்சில்களுமாக கிடந்த நடைபாதைகள், உபயோகித்துத் தெருக்களில் வீசப்பட்ட குப்பைக் கூளங்கள், வழிப்பாதையற்று கட்டப்பட்டிருக்கும் வீடுகள், உயிருக்கும் பயிருக்குமான நீரை அசுத்தப்படுத்தும் மக்கள் என கட்டுப்பாடுகளற்றிருந்தது நகரம்.

"நாமும் நமக்கானவர்களாக இருப்பதில்லை. நமது கோவில்களையோ வாழ்விடங்களையோ முறையாகப் பராமரிக்க விரும்பாத நாம் அமைக்க விரும்பும் அரசாங்கம் மட்டும் எந்த நிலையிலிருக்கும்? தாங்களாகவோ அல்லது கட்டாயத்தின் பேரிலோ பிரிட்டிஷார் இந்தியாவிலிருந்து கிளம்பிவிட்டால் இவைகளெல்லாம் புனிதமான சுத்தமான, அமைதி ததும்பும் இடமாக மாறி விடுமா என்ன? சுயாட்சி பற்றி சிந்திப்பதற்கு முன்பாக, அதற்குத் தேவையான முன் நடவடிக்கைகளைக் குறித்து மக்கள் சிந்திக்க வேண்டும்."

"காந்தி... சுயாட்சி அத்தனை எளிதில் கிடைத்து விடுமா என்ன? இங்கிருக்கும் செல்வ வளத்தையும் மனித உழைப்பையும் பிரிட்டிஷாரால் அத்தனை எளிதில் உதற முடியாது" என்றார் அந்த அன்பர்.

"நாம் மட்டும் நியாயமாகச் செயல் புரிந்தோமானால் விரைவிலோ சிறிது காலம் கழித்தோ இந்தியா விடுதலையடைவது உறுதி. அவர்களை நாம் எதிரி என்று கருதி வெறுத்தோமானால் சுயராஜ்ஜியம் தாமதப்பட்டு விடும்"

"ஆனால் எதிரிகளை வெறுத்தால்தானே அவர்களை விரட்ட முடியும்?"

"அவர்கள் வாள் மூலம் இந்தியாவைப் பிடித்து வைத்திருக்கிறோம் என்கிறார்கள். அது தவறு. இந்தியாவை அவர்கள் பிடிக்குள் வைத்திருக்க, வாள் பயன்படாது. அவர்களை நாம்தாம் வைத்துக் கொண்டிருக்கிறோம். அவர்களுடைய வர்த்தகம் நமக்குப் பிடிக்கிறது. தங்களுடைய சூட்சுமமான முறைகளால் அவர்கள் நம்மை திருப்தி செய்கிறார்கள். நம்மிடமிருந்து தங்களுக்கு விருப்பமானவற்றைக் கிரகித்துக் கொள்கிறார்கள். நமக்குள் நாம் சண்டையிட்டுக் கொண்டு நம் மீது அவர்களுக்குள்ள பிடியை பலப்படுத்தி விடுகிறோம்."

"நமக்குள் மதரீதியான சீண்டல்கள் இருக்கக் கூடாது" என்றார் முன்ஷிராம்.

"ஆமாம்.. நம்மைப் பிளவுப்படுத்திக் கொள்வதன் மூலம் அவர்களின் இருப்புக்கு மேலும் மேலும் உதவி செய்கிறோம். அத்தனை சிரமமான ரயில் பயணத்தின்போது ஏற்பட்ட தண்ணீர் வேட்கையின்போது கூட வைதிக இந்துக்கள் முஸ்லிம்களிடம் தண்ணீர் வாங்கி குடிக்க மறுத்து விட்டனர். இதோ வெள்ளமாய் பெருகி ஓடுகிறதே இந்த நதி... இந்நீரை இந்து என்பதா? முஸ்லிம் என்பதா? இது பயணப்படும் இடமெங்கும் விளைவித்துக் கொடுக்கும் பயிரை இருத்தரப்பினரும்தானே உண்கிறோம்?"

"ஒன்றை கவனித்தீர்களா காந்தி... அத்தனை கடினமான பயணத்தைக் கூட உங்களைக் காண வருபவர்களின் கூட்டம் சுலபமாக்கி விட்டது பாருங்களேன்" என்று சிரித்தார் முன்ஷிராம்.

"ஆமாமாம்... அவர்களைச் சந்திப்பதிலேயே நேரம் கழிந்து விடுகிறது. நான் இன்னும் சுத்திகரிப்பு பணியில் இறங்கவேயில்லை பாருங்களேன்."

"நீங்கள் இறங்காவிட்டால் என்ன... உங்கள் குழுவினர்தான் முழு வீச்சுடன் செயல்படுகிறார்களே?"

அப்போது அங்கு வந்த சாதுவொருவர் காந்தியிடம், "சாமி... நீங்க கங்கையில் குளிச்சிட்டு வரும்போதுதான் உங்களைக் கவனிச்சேன். நீங்க பூணூல் போட்டுக்கல போலருக்கு" என்றார்.

"ஆமா... போடறதில்ல" என்றார் காந்தி சுருக்கமாக.

"ஆனா பூணூலும் குடுமியும் இந்து மதத்தை கடைப்பிடிக்கிறவனின் புற அடையாளங்களில்லையா?"

"எல்லா இந்துவுமா பூணூல் போட்டுருக்காங்க?" என்றவர் சற்று நிறுத்தி "இந்து சமயத்தில் நிலவும் தீண்டாமை ஒழிந்து, உயர்வு தாழ்வு என்கிற அம்சமெல்லாம போய், அதில் மலிந்துக் கிடக்கும் தீமைகளும் வேஷங்களும் நீங்கிய பிறகே எல்லா இந்துகளுக்கும் ஒரே மாதிரியான உரிமை ஏற்படும்னு நினைக்கிறேன்" என்றார்.

"நீங்க சொல்வதெல்லாம் இந்து மதத்துக்கு எதிரானது. உயர் சாதியினர் வைத்துக் கொள்ளும் கட்டுக்குடுமியும் பூணூலும் நம்மை மேன்மைப்படுத்தும் சின்னங்கள். மற்ற சமயத்தார்களை விட நாம் உயர்ந்தவர்கள் என்பதை இது பளிச்சென்று அடையாளம் காட்டி விடும்."

"மதத்தின் புற அடையாளச் சின்னம் பிரதானமாக்கப்பட்டு மற்ற பிற மதங்களை விட தன் மதமே உயர்ந்தது என்று காட்டுவதற்கு இவை பயன்படுமாயின் அதைப் புறக்கணிப்பதுதான் நல்லதுன்னு நினைக்கிறேன்" என்றபோது முன்ஷிராமும் அதை ஆமோதிப்பவராகத் தலையசைத்தார்.

"காந்தி... நீங்கள் ஆசிரமம் அமைக்க இடம் பார்த்துக் கொண்டிருப்பதாகச் சொன்னீங்க இல்லையா... அதுக்கு ஹரித்துவாரை விட பொருத்தமான இடம் வேற இல்ல... என்னையும் இந்து மதத்தையும் சரியா புரிஞ்சுக்கிட்ட ஒரு பிரபலம் என்னுடம் இருப்பது எனக்குப் பெரிய பலமில்லையா" முன்ஷிராமின் மழுமழுப்பான தாடைகளில் புன்னகை வழிந்தோடியது. அவருக்கு துறவு பூணும் எண்ணமிருக்கிறதாம்.

"நான் சபர்மதியின் கரையோரம் அமர்ந்துக் கொள்கிறேனே" என்று சிரித்தார் காந்தி.

அன்றிரவு குருகுலத்தில் நிலவிய அமைதிக்கும் ஹரித்துவாரின் இறைச்சலுக்குமிடையே நிலவிய அற்புத வித்தியாசத்தை உணர்ந்தபடியே காந்தி தனக்கு ஒதுக்கப்பட்டிருந்த அறையில்

படுத்திருந்தபோது அதுவரை மனதின் மூலையில் அமர்ந்திருந்த உறுத்தல் பெரும்பாரமென ஏறி நெஞ்சில் அமர்ந்துக் கொண்டது. இந்திய பொதுவாழ்க்கை என்ற கொந்தளிப்பான கடலில் பிரயாணம் செய்வதற்கு நல்லதொரு மாலுமியாக கோகலேயை எண்ணிக் கொண்டிருந்தார். ஆனால் அவரோ தான் இந்தியா திரும்பி வந்த சில நாட்களிலேயே பூமியில் தன் பயணத்தை முடித்துக் கொண்டு கிளம்பி விட்டார். இரண்டாவதாக அவரது மூத்த மகன் ஹரிலாலின் மனதில் ஏற்பட்டிருக்கும் பிசகு. ஏதொன்றையும் புரிந்துக் கொள்ள முயலாமல் சிறுபிள்ளைத்தனமான அவனின் எண்ணங்களும் செயல்பாடுகளும் அவருக்குப் பெருத்த மனவலியை உண்டாக்குகின்றன. 'நான் என் தந்தை எம்.கே.காந்தி, பாரிஸ்டருக்கு எழுதும் திறந்த பொதுக்கடிதம்' என்ற தலைப்பீட்டு எழுதிய அக்கடிதத்தை கல்கத்தாவிலிருந்த தன் தந்தைக்கு அனுப்பியதோடு மட்டுமல்லாமல் அவரைச் சார்ந்தவர்கள் என்று கருதியவர்களுக்கெல்லாம் நகலெடுத்து அனுப்பியிருந்தான். அக்கடிதத்தை செய்தித்தாளில் வெளியிடும் எண்ணத்தை மட்டுமே நரன்தாஸால் மாற்ற முடிந்திருந்தது.

அதைப் படித்த பிறகு, அதுவும் ஒருவகையில் நல்லதுதான்... மன உறுத்தல்களை வெளியே கொட்டி விட்ட திருப்தியில் மனம் நிம்மதி அடைந்து விடும். இப்படிச் செஞ்சிட்டதாலே அவன் தன்னோட குற்றத்தை உணர்ந்து திருந்துவதற்கும் ஒரு வாய்ப்பாக அமைஞ்சிடும்" என்றார் காந்தி, நரன்தாஸிடம்.

"ஆனாலும் ஹரிலால் பொதுவெளியில் இப்படிப் பேசியிருக்கக் கூடாது சித்தப்பா. சின்னம்மா இதை நினைச்சு நினைச்சு ரொம்ப வருத்தப்பட்டாங்க. குலாபென்னுக்குப் பிறந்த குழந்தையை பார்க்கறதுக்காகச் சம்மந்தி வீட்டுக்குப் போனபோது கூட மருமகள்ட்ட இதையே சொல்லி வருத்தப்பட்டாங்களாம். ஹரியை உன்னோட அன்புக்கட்டுப்பாட்டுக்குள்ளே ஒளிச்சு வைச்சுக்கோ... அவன் அவங்கப்பாவிடம் நம்பிக்கையை இழந்துட்டான். நானோ உன் கொழுந்தன்களோ அவரை மீறி எதுவும் செய்திட முடியாது... நான் உன்னைதான் நம்பியிருக்கேன்னு அழுதாங்களாம்."

காந்தி மெல்லியதாகப் புன்னகைத்தார். "சத்தியத்தை நாடிச் செல்லும்போது இவையெல்லாம் இருக்கத்தானே செய்யும்."

"ஆனால் சித்தப்பா... நீங்க அதுக்காக ஹரியை வெறுத்துடுவீங்களோன்னு பயமாயிருக்கு."

"நிச்சயமா அவனை வெறுக்க மாட்டேன். அன்பு-பகை, இன்பம்-துன்பம் கோபம்-துவேஷம் இவற்றிலிருந்து முற்றிலும் விடுபடுவதே சத்தியத்தைத் தேடும் வெற்றிகரமான பாதை என்பதில் எனக்கு தெளிவு இருக்கிறது."

அங்கிருந்து எழுந்து அவனருகில் வந்து "இது உன்னோட பயமா? உங்க சின்னம்மாவோட பயமா?" என்றார்.

"சின்னம்மாவோட நிலைமை ரொம்ப பாவமானது சித்தப்பா..."

04

“ஆனாலும் நீ அப்பாவை எதிர்த்துக்கிட்டு இப்படிப் பகிரங்கமா கடிதம் எழுதியிருக்க கூடாது ஹரி...” என்றார் கஸ்தூர். அப்போது அவர் புதிதாக அமைக்கப்பட்டிருந்த சத்தியாகிரக ஆசிரமத்தில் குடியிருந்தார். அவர்கள் குடியிருப்பை மாற்றிக் கொள்ளும் ஒவ்வொரு முறையும் அதன் ஆரம்பக்கட்ட பணிகளுக்கிடையே சரிவர அமையப்பெறாத அவ்விடத்தில் குடிநீருக்கும் சமையலுக்கும் படுக்கைக்கும் அல்லாடுவதோடு கணவரை காண வந்துக் கொண்டேயிருக்கும் நண்பர்களுக்கு பணிவிடைகள் செய்வதும் அவருக்கு விதிக்கப்பட்டதாக இருந்தது. நல்வாய்ப்பாகத் தென்னாப்பிரிக்காவில் ஃபீனிக்ஸ் பண்ணையில் அவருடன் குடியிருந்த தமிழர்கள் ஐவர் இங்கும் தொடர்ந்தனர். அங்கு அவருடன் பழகியப் பெண்களில் பெரும்பாலானவர்கள் தமிழ்ப் பெண்கள் என்பதாலேயே இந்தப் புதிய ஆசிரமத்தில் குடியேறியிருந்த இருபத்தைந்து நபர்களில் பதிமூன்று பேர் தமிழர்களாக இருந்தது அவருக்கு இயல்பாகவே பிடித்துப் போனது.

அவன் தனக்கு உணவு பரிமாறிக் கொண்டிருந்த தாயாரை நிமிர்ந்து நோக்கினான். இவருக்கு என்ன வயதிருக்கும் இப்போது? நாற்பத்தேழோ நாற்பத்தெட்டோ என்பார். ஆனால் அதற்குள் எத்தனை தளர்ந்து விட்டார்? உடல் பருமன் வேறு அவரை விறுவிறுப்பாக உட்காரவும் எழுந்துக் கொள்ளவும் விடாமல் தடுக்கிறது. எந்த அணிகலன்களும் அணியாது துடைத்து விட்டது போன்றிருந்த உடலில் தலை வரை இழுத்துப் போர்த்தப்பட்ட முக்காடு வயோதிகத்தை அதிகப்படுத்துவதாக இருந்தது.

“இதே வார்த்தையை உங்க கணவரிடமும் சொல்வீங்களாம்மா?”

“ஹரி... சன்ச்சல் உன்னை எதிர்த்துப் பேசிட்டே இருந்தா நீ சும்மா இருப்பியா?”

“அம்மா… சஞ்சு வேணும்னா உன்னை மாதிரி இருக்கலாம். ஆனா என்னை உன் கணவரோட ஒப்பிடாதே… என் மனைவியோட மனசு எதை விரும்புதோ அதை செஞ்சு தரும் கடமையும் பொறுப்பும் எனக்கிருக்குன்னு நம்பறவன் நான். ஆனா தன்னோட கொள்கைகளால எங்களை வாழ விடாம விரட்டியடிச்சுக்கிட்டே இருக்கறது உங்க கணவர்தான்னு உங்களுக்கும் தெரியும்தானே?”

“அது உன் மேலுள்ள உரிமைன்னு நீ புரிஞ்சுக்கிட்டீன்னா எல்லாமே சுலபமாயிடும்ப்பா.”

“உங்களுக்கு எல்லாமே சுலபம்தாம்மா. இதோ… இந்த உப்பு உரைப்பில்லாத சாப்பாடு… இனிப்பில்லாத பண்டிகை… வீடில்லாத வாழ்க்கை… எல்லாமே உங்களுக்குச் சுலபம்தான். அவருக்காக எதை வேணும்னாலும் உங்களால தாங்கிக்க முடியும். உங்களையும் அவரோட மத்த புள்ளைங்களையும் கூட அவர் கோழைகளா, அடிமைகளா மாத்தி வைச்சுக்கிட்டாரு. ஆனா என்னால இதுக்கெல்லாம் ஒத்துப் போக முடியாது” கோபத்தில் அந்த இளைஞனின் முகம் துடித்தது.

“அய்யோ… சத்தம் போடாதே ஹரி… ஆசிரமத்தில எல்லோருக்கும் தனிதனி சமையலா செய்ய முடியும்.”

“அம்மா… எதுவுமே புரியாத மாதிரி நீங்க பேச்சை மாத்துறீங்க…”

“ஹரி… நான் அப்படி இருக்கறதுதான் நல்லது. அப்படித்தான் இருக்கவும் வேணும்.. அது எனக்குப் பழகிப் போயிடுச்சு… நீயும் பழக்கிக்கிட்டீன்னா எல்லாம் சரியா வந்துடும்” அவருடைய கணவர் சுயேச்சையானவர். எந்தத் தளையிலும் கட்டுப்படாதவர்.

“இல்லம்மா… எதுவும் சரியா வராது. என்னோட வாழ்க்கைலேர்ந்து அவர் நகர்ற வரைக்கும் எதுவும் சரியா வராது.”

அரிந்து வைத்திருந்த மாம்பழங்கள் அடங்கிய தட்டை தன் மகனுக்கு முன்பாக நகர்த்தி வைத்தார் கஸ்தூர். இவனுக்கு மட்டும் ஏன் இத்தனை கோபம் வருகிறது என்று எழுந்தக் கேள்வியை உள்ளேயே அடக்கிக்கொண்டார். இப்போது எதைப் பேசினாலும் அது சண்டையில்தான் முடியும். நாளை குலாபென் தன் தாயார் வீட்டிலிருந்து குழந்தைகளோடு இங்கு வரவிருக்கிறாள். புதிதாகப் பிறந்தக் குழந்தையோடு மூத்த குழந்தைகள் மூன்றும் சேர்ந்து ஆசிரமத்திற்கு மகிழ்ச்சியைக் கொண்டு வந்து விடும்.

அன்றிரவு காந்தி வீடு திரும்பியபோது ஹரிலால் வந்திருப்பதை அறிந்து அவன் அறைக்குச் சென்று “சாப்பிட்டாயா ஹரி” என்றார்.

அவன் வெற்றாக “ம்” என்றான்.

“நாளை காலை சன்ச்சலும் குழந்தைகளும் வர்றாங்கன்னு அம்மா சொன்னாங்க?”

“ஆமா.”

“வரட்டும்... வரட்டும்” என்றார். தன்னறைக்குச் செல்ல திரும்பிய அவரை “நாளைக்கு நீங்க பம்பாய் போறீங்களா?” என்றான்.

“ஆமா... ஆண்ட்ரூஸ் வர்றதா சொல்லியிருக்கார். அவரை வரவேற்கப் போகலாம்னு இருக்கேன். ஆனா நாளைக்கில்லே... இன்னும் நாலு நாளாகும்.”

“நானும் உங்களோட வர்றேன்.”

“ஓ... நல்ல விஷயம்தான்.”

“ஆனா ஆன்ட்ரூஸை வரவேற்க அல்ல. சேட் நரோத்தம்தாஸை போய் பார்க்கப் போறேன்... அவரோட மில்லில் எனக்கு எதாவது வேலை போட்டுத் தர முடியுமான்னு கேட்கப் போறேன்”

அவர் பதிலேதும் சொல்லாமல் நகர்ந்த பிறகு, கஸ்தூர் மகனருகே வந்து “ஹரி... நீ வேணும்னே இதைப் பத்தி அவர்ட்ட பேசுறேன்னு நினைக்கிறேன்.”

“அம்மா... நீங்கதானே நான் என்ன செய்தாலும் அப்பாட்ட சொல்லணும்னு சொன்னீங்க.”

“அதை அப்பறம் கூட சொல்லியிருக்கலாம். எப்பவுமே ரெண்டுபேரும் பிரச்சனை பண்ணிட்டே இருந்தீங்கன்னா நல்லவா இருக்கும்?”

“அம்மா... அவர் வேலைக்குப் போறது போகாதது சம்பாதிக்கறது, சம்பாதிக்காதது எல்லாம் அவரோட பிரச்சனை. நான் என்னோட குடும்பத்தைக் காப்பாத்த வேலைக்குப் போகப் போறேன். அதை அப்பாங்கிற முறையில அவருக்குத் தெரியப்படுத்துறேன். அவ்வளவுதான்...” என்றான் அழுத்தமாக.

"சரி... அதை விடு. நீ வேலை கிடைத்து விட்டால் உன் குடும்பத்தையும் அழைச்சிட்டு போயிடு ஹரி."

"நிச்சயமா அழைச்சிட்டு போயிடுவேன்... நீங்க கவலையேப்பட வேணாம்" என்றான். அதிலிருந்தது கோபமா சோகமா விரக்தியா என அவரால் இனம் காண முடியவில்லை.

05

தடக்கு... தடக்கு... தடக்கு... என்று ரயில் ஊர்ந்து கொண்டிருந்தது. காந்தி லட்சுமணபுரியில் நடந்த காங்கிரஸ் மாநாட்டின்போது தனக்கு அறிமுகமான ராஜ்குமார்சுக்லா என்ற இளைஞருடன் பீகாரிலிருக்கும் சம்பாரண் நோக்கி பயணம் புறப்பட்டிருந்தார். சம்பாரண் விவசாயிகளின் பரிதாபகரமான நிலையை காந்தியால்தான் மாற்ற முடியும் என்ற உறுதியான நம்பிக்கையில் இடைவிடாமல் சுற்றிக் கொண்டிருந்தவரை துரத்திப் பிடித்து தன்னோடு அழைத்துச் சென்று கொண்டிருக்கும் திருப்தியில் சுக்லா நிம்மதியாக உறங்கிக் கொண்டிருக்க அவருக்குத்தான் உறக்கம் வரவில்லை. சமீப நாட்களாக வீட்டில் பிரச்சனைகள் முளைத்துக் கொண்டேயிருக்கின்றன. குறிப்பாக மூத்தவன் ஹரிலாலால் ஏகப்பட்ட சங்கடங்கள். மகன் விஷயத்தை பொறுத்தவரை மனைவி கூட அவரைப் புரிந்துக் கொள்ளவில்லை என்ற எண்ணமே அவருக்குப் பதற்றத்தை உண்டு பண்ணியிருந்தது.

அவர் படுத்தவாக்கில் கண்களை இறுக மூடிக் கொண்டார். மனிதன் கடவுளுடன் ஐக்கிய பாவத்தை அடையும் வரை மனச்சாந்தி பெற போவதில்லை. அந்த நிலையை அடைவதற்கான முயற்சியே எல்லாவற்றிலும் உயர்ந்தது. அது தன்னைதானே அறிந்துக் கொள்ளும் நிலை. இந்த லட்சியத்தை மையமாகக் கொண்டே கீதை உருவாக்கப்பட்டிருக்கிறது. இத்துறவு நிலை சூரியனைப் போன்றது. பக்தி, அறிவு போன்றவைகளெல்லாம் கிரகங்களைப் போல் அதைச் சுற்றி வருகின்றன.

இருள் வெளிகள் தடதடத்து நகர்ந்துக் கொண்டிருந்தன. அவர் தலையை இருக்கையில் நன்கு படிய வைத்துக் கொண்டார்.

இந்த உடலை கடவுளின் கோவிலாகச் செய்வதன் மூலம்தான் மனிதன் விடுதலை பெற முடியும். அதை தவிர்த்து செய்யப்படும் எந்தவொரு செயலும், அது எவ்வளவு அற்புதமானதாயினும், களங்கம் உள்ளதுதான். எவ்வித ஆசையும் இல்லாத

நடவடிக்கையால், செய்த காரியங்களின் பலன்களைத் துறப்பதால், எல்லாவற்றையும் கடவுளுக்கு அர்ப்பணம் செய்து பூரண சரணாகதி அடைவதால் மட்டுமே மனிதன் பாவங்களிலிருந்து விடுதலை பெற முடியும் என்று கீதை போதிக்கும் விஷயங்களைதானே அவர்களுக்குப் பாடமாகக் கற்பித்தேன்... ஆனால் எது.. எங்கு... தவறிப் போனது? ஏன் தவறிப் போனேன்? என் மகன்கள் இந்நெறியிலிருந்து விலகி விடுவார்களோ?

ஹரிலால், தேச சேவையே கடவுள் சேவை என்பதை உணராமல் பணம் ஈட்டுவதில் ஆர்வம் கொண்டு விட்டான். கல்கத்தாவில் சேட் நரோத்தம்தாஸின் மில்லில் வேலை செய்யக் கிளம்பி விட்டான். நூற்று இருபது ரூபாய் சம்பளமாம். சன்ச்சலையும் குழந்தைகளையும் வேறு கல்கத்தாவுக்கு அழைத்துப் போய் விட்டான். ஆனால் கல்கத்தாவின் நிலையை அவன் அறிவானா? கல்கத்தாவில் காளி மாதா ஆலயத்தில் தினந்தோறும் வாயில்லா பிராணிகளைப் பூசைக்காகப் பலி கொடுக்கிறார்கள். அப்படிப்பட்ட வன்முறை செயல்களினால் மாசுப்படுத்தப்படும் அங்கு சென்று வேலை செய்து குடும்பத்தோடு குடியிருக்க வேண்டிய அவசியம்தான் என்ன? சின்னஞ்சிறு குழந்தைகளின் மனம் இதனால் கெட்டுப் போகாதா? உயிர் கொலை என்பதன் மீது அவர்களுக்கு அலட்சிய பாவம் வந்து விடாதா? இவையெல்லாம் ஏன் அவன் புரிந்துக் கொள்ள மறுக்கிறான்?

மணிலாலும் வாய்ப்புக் கிடைக்கும் போதெல்லாம் என் பேச்சை மீறிக் கொண்டுதானிருக்கிறான். ஆசிரமத்தில் வசிக்கும் எவரும் தனிப்பட்ட வகையில் பணம் வைத்திருக்கக் கூடாது என்ற விதிகள் இருந்தபோதிலும் அவன் தனக்கென பணம் சேமித்து அதனை அண்ணன் ஹரிக்குக் கொடுத்துவிட்டிருக்கிறான். இது சம்பந்தமாக ஹரி கல்கத்தாவிலிருந்து தம்பிக்கு எழுதிய கடிதம் என் கையில் கிடைக்காமல் போயிருந்தால் இந்த விஷயம் எனக்குத் தெரியவே வாய்ப்பிருந்திருக்காது. ஒருவேளை இவையெல்லாம் கஸ்தூரின் ஆசிர்வாதத்தில்தான் நடக்கிறதா? அவளுக்குத்தான் பெரிய மகனென்றால் கொள்ளைப் பிரியமாச்சே. ஆனால் அவளிடம் இதைப்பற்றிக் கேட்டால் கோபப்பட்டு விடுவாள். அதையே மகன்களிடம் சொல்லி புலம்புவாள். முகத்தைத் தூக்கி வைத்துக் கொள்வாள்.

மணிலாலின் இந்தத் தவறுக்கு நானும் பொறுப்புதான். அவனை சரியாக வளர்க்காமல் போய் விட்டேனா? ஆசிரம கணக்குகளை

அவனை நம்பி ஒப்படைத்ததுதான் தவறோ? அண்ணன் கேட்டதும் பொதுக்கணக்கிலிருந்து பணத்தைத் தூக்கி கொடுத்து விட்டானே? அதற்குத் தண்டனையாக அவனை இரண்டு மாதக்காலம் சென்னைக்குச் சென்று நெசவு வேலைகளை கற்றுக் கொள் என்று அனுப்பி வைத்தால் கஸ்தூர் பிழியப் பிழிய அழுது தொலைகிறாள். நான் யாரை நொந்து கொள்வது? இதிலிருந்து என்னைப் புத்துணர்வு கொள்ள வைக்க வேண்டுமென்றால் உபவாசம் மட்டுமே எனக்கு முன்பிருக்கும் ஒரே உபாயம்.

ஆனால், கீதை கோரும் பக்தி இளகிய மனதிலிருந்து எழும் உணர்ச்சிப் பெருக்கல்ல... பக்தனொருவனுக்குக் குளிரையும் உஷ்ணத்தையும், சுகத்தையும் துக்கத்தையும் சமமாகப் பாவிக்க தெரிய வேண்டும். மன்னிக்கும் சுபாவமும் போதுமென்ற மனமும் தான் செய்யும் தீர்மானங்களின் மீது உறுதியும் அவனுக்கு இருக்க வேண்டும். தூய்மையானவனாகவும் நற்பணிகள் செய்யும் திறன் பெற்றவனாகவும் இருக்க வேண்டும். மௌனத்தையும் தனிமையையும் விரும்பும் அவன் உறுதியான அறிவு படைத்தவனாகவும் உலக விஷயங்களில் பற்றற்றும் இருக்க வேண்டும். பற்றுதல் உள்ளவனிடம் அத்தகைய பக்தி இருக்க முடியாது. பக்திக்கும் பற்றுதலுக்கும் பொருந்தி வராது...

எண்ணங்கள் அவரை விடுவித்து உறங்க அனுப்பி வைத்த சிறிது நேரத்திலேயே முஜாபர்பூர் வந்திருந்தது. பயணிகள் சத்தமும் புகைவண்டியின் தாலாட்டும் நிறுத்தப்பட்டபோது அவர் விழித்துக் கொண்டு சுக்லாவையும் எழுப்பிவிட்டார். அங்கு அரசாங்க கல்லூரியில் பேராசிரியராகப் பணியாற்றிய ஜீவித்ராம் கிருபளானி தன் மாணவர்களோடு அந்த நள்ளிரவு நேரத்தில் அவரை வரவேற்பதற்காக ரயில் நிலையத்துக்கு வந்திருந்தார். மாணவர்கள் காந்தியை உயர் வகுப்புப் பெட்டியில் தேட கிருபளானியின் கண்கள் தென்னாப்பிரிக்காவில் செயற்கரிய சாதனைப் புரிந்த அவரைக் காண ஆவலுடன் அலைந்தன.

உறக்கத்திலிருந்து விழித்தெழுந்த சுக்லா குற்றவுணர்வு கலந்த அசட்டுச்சிரிப்போடு அவரைப் பார்த்தான். "மன்னிச்சுக்கோங்க பாப்பு... நல்ல தூக்கம்" என்றான். அவர் அதனை சிறுபுன்னகையால் அங்கீகரித்து, துணிகள் அடங்கிய தனது சிறுமூட்டையோடு நிலக்கடலையும் பேரீச்சம்பழமும் வைத்திருந்த தகரப்பெட்டியையும் எடுத்துக் கொண்டு இறங்கினார்.

"சார்... உங்களுக்குக் கிடைத்த தகவல் சரியானதுதானா? இங்கு அவரையொத்த உருவத்தில் யாரையும் காணவில்லையே" என்றார் மாணவரொருவர். கிருபளானிக்கும் அவரது மாணவர்களுக்கும் படபடப்பு தொற்றிக் கொண்டது.

கிருபளானியின் சரியான ஞாபகத்தின்படி காந்தி இந்த வண்டியில்தான் வர வேண்டும். பின் எங்கே..? அங்குமிங்கும் அவர்கள் அலைந்து கொண்டிருந்தபோது மோகன்தாஸும், ராஜ்குமார் சுக்லாவும் மூன்றாம் வகுப்புப் பெட்டியிலிருந்து இறங்கி வெளியேறும் வழியை நோக்கி நடந்துக் கொண்டிருந்தனர்.

"அய்யா... ஒரு நிமிடம்... இதோ வந்துடறேன்" அவர்களின் தேடுதலை எதேச்சையாகக் கண்ட சுக்லா விஷயத்தை ஒருவாறு ஊகித்துக் கொண்டான்.

"யாரையோ தேடுறீங்க போலருக்கு" வலிய சென்று கேட்டான்.

"ஆமா... மோகன்தாஸ் காந்தின்னு ஒருவர். பெரிய மனிதர் அவர். இந்த ரயிலில் வருவதாகச் சொன்னாங்க. ஆளைக்காணோம். நிலையத்திலிருந்து இறங்கி இருளில் மறைந்து விட்டால் எப்படி தேடுவதுன்னுதான் தெரியில."

"ஓ... நான் ஊகித்தது சரிதான். அதோ அங்கே போறார் பாருங்க அவர்தான் காந்தி."

எளிமையான தோற்றத்துடன் நடந்து சென்று கொண்டிருந்தவரைப் பார்த்த மாணவர்கள் நம்பவியலாதவர்களாக சுக்லாவை நோக்க, கிருபளானி சுக்லாவிடம், "தம்பி... உங்க பேரு?" என்றார்.

"ராஜ்குமார் சுக்லா... சம்பாரணை சேர்ந்தவன். நான்தான் அவரை அங்கு அழைத்துச் சென்று கொண்டிருக்கிறேன்."

கடிதம் மூலம் தனக்கு வந்த தகவல்கள் இவைதான் என உறுதிப்பட, கிருபளானி கையும் காலும் பதறியவராக காந்தியை நோக்கி ஓட, மாணவர்களும் பின் தொடர்ந்தனர்.

அன்றைய தினம் அவர்கள் கிருபளானியின் நண்பரான பேராசிரியர் மல்கானியின் இல்லத்தில் மரியாதையோடு தங்க வைக்கப்பட்டபோது, காந்திக்கு வரும் வழியில் பாட்னாவில் வழக்கறிஞர் ராஜேந்திரபிரசாத் வீட்டில் கிடைத்த வரவேற்பு நினைவுக்கு வந்தது. அப்போது ராஜேந்திரபிரசாத் அங்கிருக்கவில்லை. எஜமான் இல்லாத நிலையில் வீட்டு

வேலையாட்கள் கிராமத்து ஆள் போல இடுப்பில் வேட்டியில் எளிய சட்டையும் தலையில் குல்லாவும் அணிந்திருந்த அவரையும் எளிய கிராமத்து ஆளான சுக்லாவையும் ஒதுக்கி நடத்தினர். வீட்டு உபயோகத்துக்காகக் கிணற்றில் நீர் இறைக்கும்போது அவரை தண்ணீர் எடுக்கக் கூடாது என தடைப் போட்டனர். உட்புறமிருக்கும் கழிப்பறையை உபயோகிக்கவும் அவருக்கு அனுமதி மறுத்தனர்.

"அய்யா... இங்கு எனக்குச் சொந்த ஜாகை இல்லாததால்தான் உங்களை இங்கே தங்க வைத்திருக்கிறேன். ஏதேனும் சௌகரிய குறைவுகள் ஏற்பட்டால் சொல்லி விடுங்கள்" என்றார் கிருபளானி.

காந்தி ஓங்கிய குரலில் சிரித்து "போதும்... போதும்... எல்லாம் போதும்" என்றார்.

06

“இப்போது உங்களுக்குத் திருப்திதானே?” தன்னருகே படுத்திருந்த கணவனின் காதருகில் கிசுகிசுத்தாள் குலாபென். இப்போது அவள் ஐந்தாவதாகக் கருவுற்றிருந்தாள்.

அவன் அதை இரட்டை அர்த்தத்தொனியில் எடுத்துக் கொண்டவனாக “இல்லை… நான் உன்னிடம் எப்போதுமே திருப்தி அடையப் போவதில்லை… வேண்டும்… வேண்டும் என்று சிணுங்கிக் கொண்டேயிருப்பேன்” என்றான்.

வெட்கத்தால் மெருகேறிய முகத்தைப் பொய் கோபத்தால் மூடிக் கொண்டாள் அவள். “நான் கேட்பது புரிகிறதா? உங்களுக்குப் பிடிச்சது மாதிரி வேலை பார்க்க ஆரம்பிச்சுட்டீங்க. சம்பாத்தியமும் வர ஆரம்பிச்சுடுச்சு. நானும் குழந்தைகளும் உங்களோடு வாழ வந்துட்டோம். புது இடம் என்றாலும் கல்கத்தா நமக்கு பழகிப் போயிடுச்சு… இப்போ திருப்திதானே?”

“ஆனா வாழ்க்கை அதோடு நின்று விடக் கூடாது சஞ்சு… நான் பார்த்திட்டு இருக்கற வேலையில பணி உயர்வோ ஊக்கத்தொகையோ கிடைக்க வாய்ப்பே இல்லை. உனக்குத் திடீர்னு கண் நோவு வந்தப்போ மருத்துவர்ட்ட போக காசில்லாம எவ்ளோ சிரமப்பட்டோம்ங்கிறத மறந்துட்டியா? அந்தக் கஷ்டமெல்லாம் இல்லாம இருக்கணும்னா இந்த வேலை மட்டும் போதாது. கூடுதல் வருவாய்க்கு எதாவது தொழிலும் செய்தாகணும்னு நினைக்கிறேன்.”

“அட… உங்களுக்கென்ன தொழில் தெரியும்?” கணவனருகில் நெருங்கிப் படுத்துக் கொண்டாள் குலாபென். குழந்தைகள் நால்வரும் அடுத்திருந்த படுக்கையில் படுத்திருந்தனர்.

“நல்ல உயர்தரமான துணிகளுக்கு இப்போ அதிக தேவை இருக்கு. மில்லில் நேரடியாகப் பேசி துணிகளை மொத்த விலைக்கு வாங்கி சில்லறையா விற்று லாபம் பார்க்கலாம்னு தோணுது.”

"ஆனா முதலீடு செய்ய பணம் வேணுமே?"

'ஆமா... அதுதான் யோசனையாக இருக்கு" அந்நேரம் குழந்தை சான்டி சிணுங்கத் தொடங்க குலாபென் அவனை சமாதானப் படுத்துவதற்காக எழுந்து கொண்டாள்.

ஹரிலால் வலதுக்கையை முகத்தைச் சுற்றி வளைத்துக் கொண்டு உச்சியைப் பார்த்தபடி படுத்திருந்தான்.

அலுவலகத்தில் அவனுடைய நண்பன் ஒருவன் இது மாதிரியாகத் தொழில் தொடங்க எண்ணியபோது அவனது தகப்பனார்தான் அவனை ஊக்குவித்து பணமும் ஏற்பாடு செய்துக் கொடுத்தாராம். இப்போது அவன் பெரியளவில் வளர்ந்து விட்டான். நரோத்தம்தாஸிடம் வாங்கிய சம்பளம் போல பத்து மடங்கு சம்பாதிக்கிறானாம். வேலையையும் விட்டுவிட்டான். ஆனால் அவனுக்கு வாய்த்த தந்தையோ அவனது எல்லா முயற்சிகளுக்கும் முட்டுக்கட்டை போட்டு விடுகிறார். இங்கிலாந்தில் படிக்கும் வாய்ப்பு தானாக கனிந்த போது கூட அதை மற்றவனுக்குத் தாரை வார்த்து விட்டார். பெற்ற மகன் பணத்துக்காக அல்லாடும்போது பரம்பரை சொத்துகளைத் தானம் செய்கிறார். தனக்கு மட்டும் ஏன் இப்படியெல்லாம் நடக்கிறது? இப்படியெல்லாமா தந்தைமார்கள் யோசிப்பார்கள்? அவனுக்குக் கோபத்தில் தாடை இறுகியது. அப்பா... நான் உங்களை விட்டு நகர்ந்துகொண்டேயிருக்கப் போகிறேன். நீங்கள் எந்தப் பணத்தை எனக்கு மறுத்தீர்களோ எந்த பணத்தைச் சம்பாதிக்க முடியாமல் என் பாதைகளையெல்லாம் அடைத்து வைத்தீர்களோ அந்தப் பணத்தை நான் போதும்போதும் என்றளவுக்குச் சம்பாதிக்கப் போகிறேன். என் மனைவியையும் குழந்தைகளையும் கூட இனி உங்களிடம் அனுப்பி வைக்க போவதில்லை. எங்களுக்கு நீங்கள் வேண்டாம். வேண்டவே வேண்டாம்.

மகனுக்குப் பாலூட்டியபடியே கணவனை கவனித்துக் கொண்டிருந்த குலாபென்னின் மனதை இனம்புரியாத அச்சமும் சோகமும் ஆட்கொண்டது.

சம்பாரணில் பூமி அதிக வெப்பமாகவும் பயிர்கள் உயிர் வாசமற்றும் இருந்தன. ஆங்காங்கே தென்பட்ட மாந்தோப்புகள் அம்மண்ணுக்கு அந்நியமாகத் தோன்றின. மக்கள் வளமற்றவர்கள் போலிருந்தனர். பிரிட்டிஷ்காரர்களால் இந்தியாவில் அறிமுகப் படுத்தப்பட்ட பணப்பயிரான அவுரி சாகுபடி சம்பராண் விவசாயிகளைக்

கசக்கிப் பிழிந்துக் கொண்டிருந்தது. அங்கிருக்கும் நிலங்களில் பெரும்பான்மை பிரிட்டிஷ்காரர்களுக்குச் சொந்தமானது. அதில் துணிகளுக்கு வண்ணமிட பயன்படும் அவுரியை சாகுபடி செய்ய விவசாயிகள் வற்புறுத்தப்பட்டனர். ஏனைய பயிர் சாகுபடிக்கான வாய்ப்பிருக்கிறதோ இல்லையோ லாபமோ நட்டமோ நில உடமையாளர்களுக்கு அவுரி போய் சேர வேண்டும் என்ற கடும் சுரண்டலுக்கும் அத்துமீறலுக்கும் ஆளான விவசாயிகளால் அநீதியை எதிர்த்து எதுவும் செய்ய இயலவில்லை. நீதிமன்றங்களை நாடுவதென்றாலும் வழக்கறிஞர்களுக்கு ஆயிரக்கணக்கில் செலவு செய்ய வேண்டியிருந்தது. இந்நிலையில் மோகன்தாஸ் காந்தியின் தென்னாப்பிரிக்க சத்தியாகிரகப் போராட்டங்களைப் பற்றி கேள்விப்பட்ட ராஜ்குமார் சுக்லா எப்படியோ முயன்று அவரை சம்பாரணுக்கு வரவழைத்திருந்தான். அங்கிருந்த மக்கள் காந்தி என்பவரையும் காங்கிரஸ் என்பதையும் அறிந்திருக்கவில்லை என்றாலும் தங்கள் குறைகளைத் தீர்க்க வந்த இரட்சகர் என்பதுபோல அவர் தங்கியிருந்த இல்லத்தை நோக்கி குவிந்துக் கொண்டேயிருந்தனர்.

காந்தி அதிகாலையிலேயே எழுந்து தனது சொந்த வேலைகளையும் நிலக்கடலையும் பேரிச்சம்பழமும் எலுமிச்சைச்சாறுமான தன் சிறு சிற்றுண்டியையும் முடித்துக் கொண்டு விவசாயிகளை எதிர்நோக்கி அமர்ந்துக் கொண்டார். போலவே, தான் அங்கு செய்ய வேண்டிய வேலைகளுக்கான திட்டங்களையும் அதற்கேற்ப ஆட்களையும் நியமித்துக் கொண்டார். மனுக்களை வாங்கவும் அவர்களின் கோரிக்கைகளை மொழிபெயர்க்கவும் குறிப்பெடுக்கவுமென அவருக்கு உதவியாக வழக்கறிஞர்களும் உடனிருந்தனர். கூடவே செய்தித்தாள்களும் உருதுமொழி பத்திரிகைகளும் தனது இந்த நடவடிக்கைக் குறித்து எம்மாதிரியான கருத்துகளை வெளியிட்டு வருகிறது என்பதைக் குறித்தும் அறிந்துக் கொண்டிருந்தார்.

“ஒவ்வொரு விவசாயியும் தான் சாகுபடி செய்யும் நிலத்தின் இருபதில் மூன்று பகுதிக்கு அவுரி பயிர் செய்ய வேண்டுமாம். விளைச்சலில் பெரும்பங்கையும் நிலச்சுவான்தாரர்களுக்குக் கொடுத்து விட வேண்டுமாம். செயற்கை சாயத்தின் வருகைக்குப் பிறகு இந்தியாவில் உற்பத்தி செய்யப்பட்ட அவுரியின் விலை கடும் வீழ்ச்சியைச் சந்தித்தபோது தங்களுக்கு ஏற்பட்ட இழப்பையும் தோட்ட முதலாளிகள் விவசாயிகளிடமிருந்து பணமாக வசூலித்துக் கொண்டார்களாம். பணமில்லாதவர்களின் வீடு, வாசல், நிலங்களை பிடுங்கிக்கொள்வதோடு, குழந்தைகளையும்

கடுமையான உடலுழைப்பில் ஈடுப்படுத்தி கொடுமை செய்கின்றனர் காந்தி அவர்களே...”

காந்தி அவர்களின் குறைகளைப் பொறுமையாகவும் கூர்மையாகவும் கேட்டுக் கொண்டார். அவரது கண்கள் பேசுபவரின் ஒலிகளையும் முகக்குறிகளையும் அமைதியாக உள்வாங்கிக் கொண்டிருந்தது.

பிறகு எல்லாத்தரப்பு நியாயத்தையும் கேட்டறிய வேண்டும் என்றார்.

“முதலாளிங்க அவங்க நியாயத்தைதான் சொல்வாங்க...” காலங்காலமாக கிடைக்காத தீர்வு ஏதோ இந்த மனிதன் மூலமாகக் கிடைத்து விடும் என்று நம்பிக் கொண்டிருக்கும் நினைப்பில் மண் விழப்போகிறதே என்று ஆதங்கப்பட்டது ஊர். தோட்ட முதலாளிகளின் பேச்சைக் கேட்டுக் கொண்டு காந்தி கிளம்பிவிட்டால் இதுவரை அவரிடம் கொடுத்த புகார்களினால் முதலாளிகளின் கோபம் இன்னும் அதிகமாகிவிடலாம். சர்க்கார் ஆட்களெல்லாம் முதலாளிகளுக்கு நெருக்கமானவர்கள் வேறு. காந்தியிடம் பத்திரிகையாளர்கள் குவிந்தபோது காந்தி அவர்களிடம் வேண்டிய தகவல்களைத் தானே தருவதாகவும் கற்பிதமாக எதையும் எழுத வேண்டாமென்றும் கேட்டுக் கொண்டார்.

அடுத்தடுத்த நாளுக்கான வேலைத்திட்டத்தை உதவியாளர்களிடம் விவரித்தபோது, “என்னுடைய வாதங்களை ஏற்றுக் கொள்கிறார்கள் என்பதை எல்லோருக்கும் திருப்தி ஏற்படும் வகையில் என்னால் காட்ட முடியவில்லை என்றாலும் ஏற்றுக் கொள்வார்கள் என்ற நம்பிக்கை எனக்குள் இருக்கிறது” என்றார் காந்தி. அவருக்கு மறுநாள் முஜாபர்பூரில் தோட்ட முதலாளிகளின் சங்க காரியதரிசியை சந்திக்க வேண்டியிருந்தது.

“இந்த மனிதரிடம் ஏதோ ஒன்று எல்லோரையும் கவர்ந்திழுக்குது தார்னிதர்... எங்கேயோ வெளியூர்லேர்ந்து வந்த மனிதரை பார்த்து மனு கொடுக்கறதுக்கு மக்கள் கூட்டம் கூட்டமா வர்றது ஆச்சர்யமால்ல இருக்கு” என்றார் ராஜேந்திரபிரசாத். அந்த இளம் வழக்கறிஞர் தற்காலிக உதவியாளராக காந்தியிடம் தங்கியிருந்தார்.

“ஆனால் காந்தி தோட்ட முதலாளிகள் சங்க காரியதரியை சந்திக்கப் போவது குறித்து மக்களுக்குப் பயம் வந்துடுச்சு... உள்ளூர் ஆட்கள் செய்யாததையா இந்த வெளியூர் மனிதர் செய்யப்போகிறார்... அவரை நம்பி தோட்டமுதலாளிகளைப் பகைத்துக் கொண்டோமோன்னு நினைக்கிறாங்க.”

"நான் என்னை வெளியாள்னு நினைக்கல" என்றார் காந்தி, அந்த தோட்டமுதலாளிகள் சங்க காரியதரிசியிடம்.

"ஆனா அதுதானே உண்மை. இது எங்களுக்கான தனிப்பட்ட விஷயம். அதை விசாரிப்பதற்கு உங்களுக்கு என்ன உரிமை இருக்கிறது?" என்றார் காரியதரிசி.

"சாகுபடியாளர்கள் என்னுடைய விசாரணையை விரும்பினால் அதை செய்வதற்கான உரிமை எனக்குத் தானாக வந்து விடும்."

"இவர்கள் அடாவடிக்காரர்கள். ஆண்டுக்கணக்காக உழைப்பைத் திருடுபவர்கள் அத்தனை லேசில் விடுவார்களா மிஸ்டர். மோகன்தாஸ்?" என்றார் கிருபளானி.

"கடவுள் வழிக்காட்டுவார் என்று நம்பிக்கையுள்ளவர்கள் அவர்களால் முடிந்த சிறந்த காரியத்தைச் செய்து விடுவார்கள். அதற்காகக் கவலைப்படுவதேயில்லை. நான் இங்கே கடவுள்னு சொன்னது என் உள்ளுணர்வை" என்று சிரித்தார் காந்தி. அவரை சூழ்ந்திருந்த வழக்கறிஞர்கள் கூட்டத்திற்கு அவரது நடவடிக்கை புரியாமலிருந்தது.

"நாமெல்லாம் வழக்கறிஞர்கள். அதிலும் நீங்கள் பாரிஸ்டர் வேறு. இவர்களின் அராஜகங்களை வழக்கின் மூலம் அணுகினால் சரியாக வந்து விடுமே?" என்றார் ராஜேந்திரபிரசாத்.

"இல்ல... நீதிமன்றங்களை அணுகுவதைவிட மன்றத்துக்கு வெளியே சமரசமா போறதுதான் நல்லதுன்னு தோணுது. அதை விடவும் வக்கீலுக்கு அநியாயமா கூலிய கொட்டி கொடுக்க வேணாம் பாருங்க" என்றபடியே காந்தி படுக்கையை விரித்து அதில் தான் கையோடு எடுத்து வந்திருந்த துணிகள் அடங்கிய மூட்டையைத் தலைக்கு வைத்துப் படுத்துக் கொண்டார் "நாளைக்கு திர்ஹூத்தின் டிவிஷன் கமிஷனரை பார்க்கப் போறேன். அவங்க தரப்பு என்னன்னு தெரிஞ்சுக்கணும் இல்லையா?"

காற்று லேசாக வீசியது. "பாபூ... உங்களுக்குக் கவலையென்பதே இருக்காதா? நாளைய சந்திப்பை நினைத்துக் கொண்டதால் எனக்கு உறக்கமே வரல" என்றார் ராஜேந்திரபிரசாத்.

"அவர் வெளியூர் ஆளு... இங்கே எதாவது பிரச்சனையாயிடுச்சுன்னா அப்படியே கிளம்பிடலாம். ஆனா நாம் நாளைக்கு இங்க இருக்கற மக்களைச் சந்திச்சாகணும் இல்லையா" என்றான் தார்னிதார்.

"தார்னிதார்... இருபது அடி உயரத்தில் கயிற்றின் மேல் ஒருவன் நடக்கிறான் என்றால் அவனுடைய கவனமெல்லாம் கயிற்றின்மீதே இருக்கும். சற்று கவனம் பிசகினாலும் மரணம் என்பதை அவன் உணர்ந்திருப்பான். பொதுக்காரியத்தில் ஈடுபடும் சத்தியாகிரகி அதை விட அதிகமாக தன் நினைவை ஒரே குறியில் செலுத்த வேண்டும். இதை நான் நன்றாகவே உணர்ந்திருக்கிறேன்" என்றார்.

அவர் கண்களின் மீது இமைகள் கவிழ்ந்தன.

கல்கத்தாவிலிருக்கும் ஹரிலாலின் அச்சிறிய வீடு இப்போது மற்றொரு பெண் குழந்தையை வரவேற்கத் தயாராகியிருந்தது. ஆனால் அந்தக் குடும்பத்தின் தலைவனுக்குப் பணம் பண்ணும் வேலையில் தீராத ஆசையும் அது நிறைவேறாத கவலையும் இருந்தது. குலாபென் கணவனை இந்நிலையில் விட்டுவிட்டு குழந்தைப்பேறுக்காக ராஜ்கோட்டுக்குச் செல்ல விரும்பவில்லை. மாறாக, கஸ்தூர் அங்கு வந்து தங்கிக் கொண்டார். மூத்தவள் ராமிக்குப் பாட்டியுடன் சேர்ந்திருப்பது மிகவும் விருப்பமாக இருந்தது.

07

"நான் உங்களுக்கு அதிக வேலைபளுவைக் கொடுத்து விட்டேன் மகாத்மா" என்றான் சுக்லா.

"என்னை மகாத்மா என்று அழைக்காதே... பாப்பு என்று அழைத்துக் கொள். அதுதான் உத்தமம்."

"இங்கு வந்ததால் உங்களுக்கு அதிக வேலைகள்... இல்லையா பாப்பு?" என்றான் மீண்டும்.

"அதிக வேலை என்பதால் சூரியன் சிரமப்படுவதாக நாம் என்றாவது அனுதாபம் கொண்டிருக்கிறோமோ? அப்படியிருந்தும் அதனைப்போல ஒழுங்காக வேலையைச் செய்பவர் யாருண்டு? இத்தனைக்கும் நம்மைப் போல வேலைகளைத் தேர்ந்தெடுத்துக் கொள்ளும் உரிமை கூட அதற்கில்லை. நாம் கூட கடவுளின் இஷ்டத்துக்கு நம்மை சரணாகதி செய்து பூஜ்யமாகிவிட்டால் எத்தனை நன்றாக இருக்கும்?"

"அப்படியானால் தேர்ந்தெடுக்கும் உரிமையை வலிய விட்டு கொடுத்து விட வேண்டும் என்கிறீர்களா?"

"அப்படித்தான் நினைக்கிறேன். கடவுளுடன் முற்றிலும் ஐக்கியப்படுத்திக் கொண்டு நல்லதையும் கெட்டதையும் வெற்றியையும் தோல்வியையும் அவருக்கே விட்டுவிட்டு எதை பற்றியும் கவலைப்படாதவராக இருக்க வேண்டும். இதில் ஒரு நன்மை இருக்கிறது தெரியுமா?"

"நம் பொறுப்பை வேறொருவருக்கு அளித்து விட்டால் நமக்கு அதை சுமக்க வேண்டிய அவசியமில்லையே?"

"ஆமாம்... அதேதான். ஆனால் துரதிர்ஷ்டவசமாக இன்னும் அந்த நிலையை நான் அடைந்து விடவில்லை" என்றார்.

குலாபென்னுக்குத் தன் கணவர் மீது முழு நம்பிக்கையிருந்தது. அதையே அவள் வார்த்தைகளாலும் சொன்னாள்.

“வியாபாரத்தில நீங்க நிச்சயம் ஜெயித்து வருவீங்க... ஆனா இதை உங்கப்பாவுக்குப் போட்டியாகச் செய்யறதா நினைக்காம உங்களுக்காக... நம்ப குடும்பத்துக்காகச் செய்யறதா நினைச்சு செய்யுங்க.”

ஹரிலால் தன்னை எல்லா வகையிலும் புரிந்துக் கொள்ளும் தன் மனைவியை உற்று நோக்கினான். எத்தனை அழகாக இருந்தவள் இவள்... இப்போது துயரத்தின் சோபையும் வறுமையின் சாயலும் இவள் அழகில் நிரந்தரமாக ஒட்டிக் கொண்டு விட்டது. திருமணத்துக்குப் பிறகு அமைதியான வாழ்க்கை அமையப் பெற்றவர்களே வரம் பெற்றவர்கள். ஆனால் நாங்கள் சாபமல்லவா வாங்கி வந்திருக்கிறோம்? எத்தனை அலைக்கழிப்புகள்? இடமாறல்கள்? இவள் எனக்காக எல்லாவற்றையும் சகித்துக் கொள்பவள். அம்மாவும் இவளைப்போல அப்பாவுக்காக எல்லாவற்றையும் சகித்துக் கொள்கிறார். ஓயாத வேலைகள்... எந்த வசதிகளுமில்லாத ஆசிரம வாழ்க்கை. உப்புச்சப்பற்ற பொது சமையல்... இப்போது அப்பா அவரை சபர்மதி ஆற்றுக்கருகே அமைத்துக் கொண்டிருக்கும் ஆசிரமத்துக்கு அழைத்துச் சென்று விட்டார். ஆனால் அம்மா இப்போதெல்லாம் எதையும் பெரிதாக எடுத்துக் கொள்வதில்லை போலும். இருவருக்குமான வாக்குவாதங்கள் நிறையவே ஓய்ந்து விட்டன. அவன் அது குறித்து அவரிடம் கேட்டபோது, “எனக்கென்ன தேவை இருக்கு... இருக்கற ரெண்டுப்புடவையை மடிச்சு வச்சுக்க இடம் இருந்தா போதாதா?” என்கிறார்.

“எங்கம்மா தன்னோட வயோதிக காலத்தேவைக்காக கொஞ்சம் பணம் இருப்பில் வச்சிருக்காங்க. அதை கேட்டுப் பார்த்தா என்ன?” என்றாள் குலாபென்.

“ஆனால் அது அவரின் வயோதிக காலத்திற்கு என்று சொல்கிறாயே?”

“நாமென்ன பணத்தைச் சொந்தமாக்கிக் கொள்ளவா நினைக்கிறோம்?”

“ம்ம்... நல்ல யோசனைதான்” என்று தயக்கத்தோடு இழுத்தபோது அவள் “வேணுமானா அம்மாவுக்குக் கடிதம் எழுதி கேட்டுப் பார்க்கலாம்... கொடுத்தாங்கன்னா அந்தப் பணத்துக்கான வட்டியை மாதாமாதம் அனுப்பிடுவோம். லாபம் வரும்போது அசலை கொடுத்துடலாம்.. சரிதானே” என்றாள்.

அவர்களின் யோசனைக்கு குலாபென்னின் தாயாரிடமிருந்து வரவேற்பும் பணமும் வந்து சேர்ந்தாலும், ஹரிலால் தொழிலில் அதனை முதலீடு செய்த நேரத்தில் அதே ரகத்துணிகளை அரசாங்கம் சந்தை முழுவதிலும் கொட்டிக் குவித்திருந்தது. வியாபாரம் தொய்ந்துப்போனதால் ஹரிலால் ஏற்பாடு செய்திருந்த பருத்தியாலை அந்த வகை துணிகளின் தயாரிப்பைத் தற்காலிகமாக நிறுத்தியிருந்தது. அவனிடம் முன்பணம் பெற்றுக் கொண்ட தரகர்கள் பணத்தைத் திருப்பி தர முடியாது என கை விரித்து விட வியாபாரம் என்று ஏதொன்றும் நடக்காமலே பணம் கை நழுவிப்போனபோது மாமியாரிடம் வாங்கிய பணத்துக்கான வட்டியைக் கூட அவனால் திரும்ப செலுத்த முடியாமல் போனது.

"நீங்கள் பிரிட்டிஷாருக்குப் படை உதவி செய்து தர முனைந்திருக்கக் கூடாது காந்தி" என்றார் ராஜேந்திரபிரசாத்.

"இந்தியருக்கும் ஆங்கிலேயருக்கும் எவ்வளவோ பேதமிருக்கலாம். நாம் அடிமைகளாக இருக்கிறோம். அவர்களோ தாங்கள் எஜமானர்கள் என்கிறார்கள். எஜமானனுக்கு ஏற்பட்டிருக்கும் அவசியத்தை, அவனது பலவீனத்தை அடிமை தனக்கொரு வாய்ப்பாகப் பயன்படுத்திக் கொள்வது எனக்கு நியாயமாகத் தோன்றவில்லை பிரசாத்" சம்பாரணில் மொழிபெயர்ப்பு செய்யப்பட்ட மனுக்களை அடுக்கிக் கொண்டே பேசினார் காந்தி. வியர்வை பெருகி வழிந்தது.

சம்பாரணுக்கு வந்திருந்த மோகன்தாஸின் நண்பர் ஆண்ட்ரூஸ் சேவையின் பொருட்டு ஃபிஜி தீவுக்கு செல்ல வேண்டிய பயணத்திலிருந்தார். ஆனால் சக வழக்கறிஞர்களோ சம்பாரணில் விவசாயிகளின் பிரச்சனைகளுக்குத் தீர்வு கிடைக்கும்வரை அவர் அங்கேயே தங்கியிருப்பது உதவிகரமாக இருக்கும் என்று எண்ணினர்.

"நீங்கள் விருப்பப்பட்டால், நான் இங்கு தங்குவதில் எனக்கு ஆட்சேபணை ஏதுமில்லை மிஸ்டர்.காந்தி" என்றார் ஆண்ட்ரூஸ்.

"இப்போராட்டம் சமமில்லாத இரண்டு தரப்புகளுக்குள்ளே நடப்பதால், இதில் உங்களைப் போன்ற ஓர் ஆங்கிலேயர் நம் பக்கமாக இருந்தால் நல்லது என்பது நண்பர்களின் எண்ணம்போலும்" என்று சிரித்தார் காந்தி.

சக நண்பர்கள் இதனை ஆமோதிப்பாகப் பார்த்தபோது “நம் போராட்டம் நியாயமானது என் றபட்சத்தில் போராட்டத்தில் வெற்றி பெற நாம் நம்மையேதான் சார்ந்திருக்க வேண்டும். இதில் ஒரு ஆங்கிலேயர் வந்து முட்டுக் கொடுக்க வேண்டும் என்று எதிர்ப்பார்ப்பது நம் இதயத்தில் உள்ள பலவீனத்தையே காட்டுகிறது” என்றார்.

சம்பராண் மாவட்டத்தின் திர்ஹூத் டிவிஷன் கமிஷனர், இதிலெல்லாம் தலையிட வேண்டாம் என காந்திக்கு மிரட்டலாகப் புத்திமதி சொல்லி அனுப்பி விட்டார் என்ற சேதி கிடைத்தபோது வக்கீல் ராமநவமிபிரசாத் “இவர்கள் நம்மை அணுகவே விட மாட்டாங்க பாப்பு” என்றார்.

“அப்படியா?” மூக்குபுறமாக வழிந்த கண்ணாடியை மீண்டும் எடுத்து பொருத்திக் கொண்டார் காந்தி. கிருபளானி அவரையே கூர்மையாகப் பார்த்துக் கொண்டிருந்தார்.

“பலாத்காரத்தைக் கண்டதும் நாம் தைரியத்தையும் நம்பிக்கையையும் இழந்துடுறோம். அதனால்தான் அது இன்று உலகில் பெரிய சக்தியாக இருக்கிறது. கொஞ்சம் அமைதியாக யோசிச்சு பார்த்தா அப்படிப் பயப்படுவதற்கு எவ்வித காரணமும் இல்லைன்னு புரியும்” வீட்டை தூய்மைப்படுத்திக் கொண்டே பேசினார். சுக்லா அவருக்கு உதவியாகப் பரவிக்கிடந்த தாள்களை அதனதன் அடுக்கில் எடுத்து வைத்தான். அவன் மனம் பிரச்சனையைத் தீர்க்க தகுதியானவரைத்தான் அழைத்து வந்திருக்கிறேன் நான் என்று பெருமிதப்பட்டுக் கொண்டது.

08

“நாம் தவறான முடிவு எடுத்து விட்டோமா?” என்றாள் குலாபென்.

“எது..? எது தவறான முடிவு? ஓ... உங்கம்மாவிடம் வாங்கிய கடனை பற்றி சொல்லிக் காட்டுகிறாயோ?” எடுத்த எடுப்பிலேயே சண்டைக்கு வந்த கணவன் மீது அவளுக்கும் கோபம் வந்தது.

“ஆமா... அதைத்தான் சொல்றேன்னு வச்சுக்கங்க... அப்டியெல்லாம் கணக்குப் பார்க்கறவங்களா இருந்தா கல்யாணம் ஆனதிலேர்ந்து என்னை அங்கேயே தங்கியிருக்க விடுவாங்களா?” என்றாள் வெடுக்கென்று.

“ஓ... நான் உன்னை நல்லபடியா வச்சு பாத்துக்கல... சோறு போடலேன்னு சொல்லிக் காட்றே... அப்படித்தானே?”

“நீங்க எப்டி வேணும்னாலும் நினைச்சுக்கங்க... நூத்திருவது ரூவா சம்பளம் போதாதுன்னு தொழில் செய்யப் போனீங்க. ஆனா இப்போ வாங்கற சம்பளத்தையெல்லாம் கடன்காரங்களுக்குக் கொட்டிக் கொடுத்துட்டு நிக்கிறோம். குழந்தைகளுக்கு நல்ல சாப்பாடு கூட கொடுக்க முடியில. என்னால இதையெல்லாம் தாங்க முடியில...” ஓங்கியழுதாள் அவள்.

அவன் எதுவும் பேசாது தாடையிறுக நின்றான்.

“நா போயிடறேன்... எங்கம்மா வீட்டுக்கே போயிடறேன்...” பெற்றோரின் சத்தத்தில் தொட்டிலில் கிடந்த குழந்தை வீறிட்டு அழுதது. அவள் சமாதானப்படுத்தும் திராணியற்றவள் போல அமர்ந்திருக்க, ஹரிலால் குழந்தையைத் தூக்கிக் கொண்டு வந்து மனைவியிடம் கொடுத்தான்.

மனைவியின் கரத்தை எடுத்து தன் கரங்களுக்குள் பொத்திக் கொண்டான். “சஞ்சு... கோபத்தில் பேசினாலும் நீ சொல்வதெல்லாம் நியாயம்தான். இப்போதைக்கு நீ குழந்தைகளைக் கூட்டிட்டு

ராஜ்கோட்டுக்குப் போயிடு... நான் ஒற்றையாளாக இருக்கும்போது செலவுகள் குறையும். நிலைமை கொஞ்சம் சரியானதும் நானே உன்னை அழைச்சிட்டு வந்துடுறேன்" என்றான்.

கோபம் அகன்று சமநிலைக்கு வந்தபோது கணவன் கூறுவதே சரி என்று அவளுக்கும் தோன்றியது.

காந்தி சம்பாரண் ஜில்லாவின் தலைநகரான மோதிகரிக்கு சென்றபோது ஆதரவோ தலைமையோ துணிச்சலோ இல்லாத அம்மக்கள் தங்களுக்கென்று பேச வந்திருக்கும் அந்த மனிதரை விட்டுவிடத் தயாராக இல்லை என்பதுபோல அங்கும் மொய்த்துக் கொண்டனர். அங்கிருந்த கிராமம் ஒன்றில் குடியானவர் ஒருவர் தோட்ட முதலாளிகளால் இம்சிக்கப்பட்டார் என்ற சேதி அறிந்ததும் மோகன்தாஸ் அங்கு செல்வதற்குத் தயாரானார். அவரது பயணத்திற்கான ஏற்பாடுகள் செய்யப்பட்டு பயணிப்பதற்காக யானையொன்றும் வரவழைக்கப்பட்டது.

"யானை மீதேறி செல்வது எனக்குப் புதிதுதான். ஆனால் அதையும்தான் முயன்று பார்த்து விடுவோமே" என்று சிரித்தார் காந்தி.

யானையின் மீது அவர் சிரமப்பட்டு ஏறி அமர்ந்துக் கொண்டபோது "நீங்கள் உயரமாகி விட்டீர்கள் காந்தி" என்றார் ராஜேந்திரபிரசாத்.

ஏப்ரல் மாதத்தின் மதிய வெயில் உடலெங்கும் தகித்தது. அவர் ஒளியில் கண்களைச் சுருக்கிக் கொண்டார். நெற்றியில் பொருத்திய கையின் வழியே சூரியனைத் தாங்கியவராகப் பாதாளத்தில் நின்றிருந்த அந்த மனிதரைப் பார்த்து யாரது? என்றார். நிச்சயம் அரசாங்கத்தின் ஆளாகத்தான் இருக்க வேண்டும்.

காந்தி சம்பாரணில் இருப்பதால் அங்கு அமைதி கெட்டு விடும் சூழல் ஏற்பட்டுள்ளது என்றும் கிடைக்கும் முதல் ரயிலில் ஏறி இங்கிருந்து வெளியேறி விட வேண்டுமென்றும் கிரிமினல் புரோஸிஜர் சட்டத்தின் 14வது பிரிவின் கீழ் மாஜிஸ்டிரேட் அளித்த உத்தரவை அந்த அரசாங்கப் பணியாளர் எடுத்து வந்திருந்தார்.

"இந்த உத்தரவை நான் ஏற்கப் போவதில்லை. வேண்டுமானால் மாஜிஸ்டிரேட் தனக்கு உசிதமென்று தோன்றும் நடவடிக்கையை

எடுத்துக் கொள்ளலாம்" யானை சவாரி எலும்புகளை நொறுக்கிவிடும் போலிருந்தது.

"இதை நீங்கள் எழுத்துப்பூர்வமாகத் தர முடியுமா மிஸ்டர்.காந்தி?"

"ஓ... தாராளமாக" என்ற காந்தியை உடன் வந்தவர்கள் புரியாமல் பார்த்தனர்.

"இது சிறைத்தண்டனைக்கு கூட வழிவகுத்து விடும் பாப்பு."

"உண்மைதான்... நானும் வழக்கறிஞர்தானே?" என்றார் வெடிச்சிரிப்போடு. பிறகு "சம்பாரணுக்கு வந்தபோது இரண்டொரு நாட்களில் திரும்பி விடலாம் என்று நினைத்தேன். இப்போது அது முடியாதுன்னு தெரியுது. வேறென்ன?" என்றார்.

ஹரிலால் வழக்கத்திற்கும் அதிகமாகவே குடிக்கத் தொடங்கியிருந்தான். எப்போதாவது இருந்த பழக்கம் தொடர்நிகழ்வாக மாறியிருந்தது. அவன் குடிபோதையில் தெருவில் விழுந்துக் கிடப்பதாக குலாபென்னிடம் யாராரோ தகவல் சொன்னார்கள். அடிக்கடி இப்படி நடந்தாலும் ஒவ்வொரு முறையும் அவளுக்குப் புதிதுபோலவே மனம் பதைத்துப் போனது. அவள் செய்வதறியாது அழ, குழந்தைகளும் அவளை சுற்றிக் கொண்டன. தான் செய்துக் கொண்ட இந்தத் திருமணம் தவறோ சரியோ அவள் குழந்தைகளைக் காப்பாற்றியாக வேண்டிய பொறுப்பிலிருக்கிறாள். அடிக்கடி பிறந்தவீட்டுக்கு சென்று விடுவது கணவனுக்குக் குடிப்பதற்குச் சாதகமான சூழலை உண்டாக்கி விடுகிறது. ஆனால் இங்கு தங்கியிருப்பதற்கும் பணம் போதுவதில்லை. எதையாவது செய்தாக வேண்டும் என்ற உறுதியோடு தெருப்புழுதியில் புரண்டு கிடந்த கணவனைத் தூக்கி வர மூத்தவள் ராமியை அழைத்துக்கொண்டு கிளம்பினாள்.

மாஜிஸ்டிரேட் நீதிமன்றத்தில் காந்தியின் வழக்கு எண் குறிப்பிடப்பட்டு அழைக்கப்பட்டதும் காந்தியைக் காணும் ஆவலில் நீதிமன்ற அறையை நோக்கி மக்கள் குவிந்தனர். கூட்ட நெரிசலில் அறையின் கண்ணாடி சன்னல்களெல்லாம் உடைந்து நொறுங்கின. போலீசாரால் கூட்டத்தைக் கட்டுப்படுத்த இயலவில்லை.

"அடக்கி வைத்தவைகள் உடைந்து நொறுங்கிதானாக வேண்டும். அவர்களுக்கெல்லாம் இந்த ஒடிசலான அந்த மனிதரின் மீது அத்தனை நம்பிக்கை" என்றார் ராஜேந்திரபிரசாத்.

சர்க்கார் தரப்பில் சாட்சிகள் அழைத்து வரப்பட்டு விசாரணை தொடங்கியபோது காந்தி, "வணங்குகிறேன் மாஜிஸ்டிரேட் அவர்களே... இந்தச் சாட்சிகள் அநாவசியமானது. இதை நிரூபிப்பதற்காக நம் இருவரின் நேரமும் ஏன் வீணாக வேண்டும்? தங்களின் உத்தரவைப் பெற்றுக் கொண்டு அதற்கு உடன்பட மறுத்து விட்டேன் என்பதை நானே ஒப்புக் கொள்கிறேன்" என்றார்.

நீதிமன்றத்தின் அத்தனை கண்களும் அவரையே நோக்கிக் கொண்டிருந்தன.

"நீங்கள் அனுமதித்தால் என் வாக்குமூலத்தை இங்கு படிக்கவும் தயாராகவுள்ளேன்."

மாஜிஸ்டிரேட், குற்றத்தை விசாரணையின்றி ஒப்புக்கொண்ட குற்றவாளியை அப்போதுதான் முதன்முதலாகப் பார்ப்பதை கண்களால் ஒப்புக் கொண்டு "அனுமதிக்கிறேன் மிஸ்டர்.காந்தி" என்றார்.

"இங்குள்ள அவுரி விவசாயிகள் நியாயமான முறையில் நடத்தப்படவில்லை என்று வற்புறுத்தி அழைக்கப்பட்டதன் பேரில்தான் நான் இங்கு வந்தேன். எல்லாத்தரப்பிலும் இதை ஆராயும் பொருட்டு அதிகாரிகளையும் தோட்ட முதலாளிகளையும் சந்திக்க விழைந்தேன். ஜீவகாருண்ய தேசசேவையே என் நோக்கம். இதை தவிர வேறு நோக்கம் எனக்குக் கிடையாது. நானிருப்பதால் இங்கு அமைதி கெட்டுவிடும் என்பதை என்னால் ஒப்புக் கொள்ள முடியாது. ஏனென்றால் ஏற்கனவே இம்மாதிரியான போராட்டங்களில் எனக்கு அனுபவம் உண்டு. தாங்கள் என்னை வெளியேற சொல்லும் உத்தரவை ஏற்க வேண்டிய நிலையிலும் அதேநேரம் நான் செய்ய வந்த காரியத்தைச் செய்து முடிக்க வேண்டிய கடமையிலும் இருக்கிறேன். ஆனால் இப்போது கடமையைச் செய்யும்பொருட்டு நான் சர்க்காரின் உத்தரவை மீறியிருக்கிறேன். இவ்வாக்குமூலம் என் தண்டனையைக் குறைப்பதற்காக அல்ல. சட்டத்தின் அதிகாரத்தின் மீது நான் கொண்டிருக்கும் மரியாதை குறைவினாலும் அல்ல. எனக்குள்ளிருக்கும் உயர்ந்த சட்டமான என் மனச்சாட்சியின் குரலுக்குப் பணிந்தே இச்சட்டத்தை மீறினேன்."

அவரின் சரணாகதியும் செயல் மீதான உறுதியையும் கண்டு மொத்தக் கூட்டமும் விறைத்து நின்றது. மாஜிஸ்டிரேட்டின் தடுமாற்றம் அவர் குரலில் தெரிந்தது.

"நீங்கள் கூறியவற்றிலிருந்து குற்றத்தை நீங்கள் ஒப்புக் கொள்கிறீர்களா என தெளிவாகவில்லை."

"நான் என்ன சொல்ல விரும்புகிறேனோ அதை சொல்லி விட்டேன் மாஜிஸ்டிரேட் அவர்களே..."

"அப்படியானால் சாட்சிகளை வரவழைத்து இரு தரப்பு விவாதங்களையும் கேட்போம் மிஸ்டர். காந்தி."

"இது உங்கள் கருத்தானால், கனம் பொருந்தியவரே... நான் குற்றத்தை ஒப்புக் கொள்கிறேன்."

"சரி... என் தீர்ப்பை சில மணிநேரம் கழித்துச் சொல்கிறேன் நீங்கள் ஜாமீன் கொடுத்து விட்டு செல்லுங்கள்."

"எனக்கு ஜாமீன் தேவையில்லை. அதைக் கொடுக்கவும் இங்கு ஆளில்லை."

"அப்படியானால் சொந்த ஜாமீன் கொடுத்து விட்டு நீங்கள் செல்லலாம் மிஸ்டர் காந்தி."

"இல்லை... நான் அதை விரும்பவில்லை. குற்றத்தை ஒப்புக் கொள்கிறேன். நீங்கள் எந்த தீர்ப்பைக் கூறினாலும் மனதார ஏற்றுக் கொள்கிறேன் மாஜிஸ்டிரேட் அவர்களே."

"தீர்ப்பை மூன்று மணிக்கு ஒத்தி வைக்கிறேன்" என்றவாறு மாஜிஸ்டிரேட் வெளியேறியபோது தப்பியோடுவது போலிருந்தது.

இந்தியாவில் ஒரு பிரிட்டிஷ் கோர்ட்டின் முன் இத்தகைய வாக்குமூலத்தை யாரும் அளித்திருக்க மாட்டார்கள் என சம்பராண் ஜில்லாவே வியந்துப்போயிருக்கிறது என்றார் கிருபளானி. ராஜேந்திரபிரசாத், காந்தியிடம் முழு சரணாகதியடைந்தவர் போலிருந்தார்.

சத்தியாகிரக ஆசிரமம் கோச்ராப் பங்களாவிலிருந்து சபர்மதி நதியின் கரையோர சதுப்புக்கு இடம் மாறியிருந்தது. அகமதாபாத் ஜவுளி ஆலைகளுக்கும் சபர்மதி சிறைச்சாலைக்கும் அருகாமையில் மரங்களால் சூழப்பட்டிருந்த அந்த ஆசிரமத்தில் தங்குவதற்கேற்ப

சிறு குடிசைகள் எழுப்பப்பட்டிருந்தன. காந்தியின் அறை சிறியதாக இருந்தது. காற்றோட்டத்துக்கும் வெளிச்சத்துக்குமென அதில் இரும்புக்கம்பி போடப்பட்ட சிறு சன்னல் இருந்தது. ஆண், பெண் குழந்தைகள் உட்பட கிட்டத்தட்ட நாற்பது பேர் தங்கியிருந்த அந்த ஆசிரமத்தில் சமையலுக்கென சிறு தகரக் கொட்டகை போடப்பட்டது. ஆசிரமவாசிகளுக்கு கைத்தொழில்கள் கற்றுத்தரவும், விவசாயத்தில் ஈடுபடவுமாக பொருளாதார தன்னிறைவுக்குத் திட்டமிடப்பட்டிருந்தது. நதியின் உயரமான கரையோரத்தில் தினந்தோறும் பிரார்த்தனைக் கூட்டங்கள் நடத்த முடிவு செய்திருந்தனர்.

"ஆசிரமம் மத்திய சிறைக்கு அருகில் இருப்பது வேண்டுமென்றே திட்டமிட்டதா?" என்றார் அவரை காண வந்த நண்பரொருவர்.

"சத்தியாகிரகிகளின் கதி சிறைப்படுவதுதானே?" என்று சிரித்தார் காந்தி.

நரோத்தம்தாஸ் கம்பெனியின் கணக்குப்பிரிவில் பணியாற்றிக் கொண்டிருந்த ஹரிலாலிடம் அன்று சென்னையைச் சேர்ந்த வியாபாரி ஒருவர் தான் கம்பெனிக்குச் செலுத்த வேண்டிய தொகையான முப்பதாயிரம் ரூபாயைச் செலுத்தி விட்டு போயிருந்தார். அவன் பணத்தைப் பெற்றுக் கொண்டதற்கான ரசீதை அவரிடம் வழங்கி விட்டு அதனை வரவு வைப்பதற்காக பேரேட்டைப் பிரித்து மேசையின் மீது வைத்தான். பணத்தை மேசையின் இழுப்பறையில் வைத்து பூட்டுவதற்கு கை அனிச்சையாகத் தயாராக மனம் அதன் மீது ஒரு கணம் நிலைத்தது.

அடிப்படை தேவைகளைக் கூட நிறைவேற்ற விடாமல் அவனை அலைக்கழித்துக் கொண்டிருந்த பணம் இங்கு மேசை மீது கட்டுக்கட்டாக குவிந்துக் கிடக்கிறது. அதை சம்பாதிக்கும் பொருட்டு அவன் நிற்க நேரமின்றி அலைய, அந்த பணமோ மின்விசிறிக் காற்றில் இளைப்பாறிக் கொண்டிருக்கிறது. செல்லுமிடங்கும் சிறப்புப் பெறும் அதற்கு அத்தனை சுகமான இளைப்பாறல் அல்லவா விதிக்கப்பட்டிருக்கிறது! தன்னை உரிமைக்கொண்டவனை உயர்த்துவதால் உலகமே அதனை வருந்தி வருந்தி அழைக்கிறது. அதனால்தான் தன்னைப் போல குடித்தனம் நடத்தக் கூட பற்றாக்குறை கொண்டவர்களை இந்த உலகம் துச்சமாக எண்ணுகிறது. தென்னாப்பிரிக்காவில் 'இளைய காந்தி' என்று காந்தியின் நண்பர்கள் அவனைக்

65

கொண்டாடியபோது ஒன்றுக்கும் உதவாத அந்தப் பெயரை சுமந்து கொண்டு புளங்காகிதம் அடைந்தது எத்தனை முட்டாள்தனம்! இவையெல்லாம் அவன் குழந்தைகளை வளமாக வாழ வைத்து விடுமா? கடனை அடைத்து விடுமா? மனைவியின் கவலைகளைத் தீர்த்து விடுமா? ஏற்கனவே மனைவியின் தாயார், தான் கொடுத்த பணம் இன்னும் திரும்பி வரவில்லை என்று தாயாரிடம் சொல்லி வருத்தப்பட்டாராம். பணமில்லாததால் அவன் எத்தனை பெரிய வலிகளையெல்லாம் சுமக்க வேண்டியிருக்கிறது.

குலாபென்னின் உடல்நிலையும் மனநிலையும் இப்போதெல்லாம் உற்சாகமாக இருப்பதில்லை. ஓயாத கவலைகள், விபரமறியாத பிள்ளைகளின் பிடுங்கல்கள் எல்லாம் சேர்ந்து அவளை உருக்குலைத்து விட்டன. இவையெல்லாம் பணம் என்ற ஒற்றை சொல்லின் பற்றாக்குறையால் உண்டானவை. ஆனால் அவனுக்கு இன்னும் தன் மீது நம்பிக்கையிருந்தது. யாராவது உதவ முன் வந்தால் அவன் கடன்காரர்களுக்குப் பணத்தை பைசல் செய்து விட்டு வெற்றிகரமாக வியாபாரத்தைச் செய்து விட முடியும். ஆனால் யார் உதவக் கூடும்? அவனுடைய தகப்பனாரால் குடும்பத்துக்கு என்ன பிரயோசனம்? அவரை இங்கிலாந்துக்கு அனுப்பிப் படிக்க வைத்து ஆளாக்கிய சகோதரர்கள் அவரால் உயர்ந்தனரா? அவரை திருமணம் செய்துக் கொண்ட அம்மாவுக்கு அவர் விரும்பிய வாழ்வு கிடைத்ததா? அல்லது பிள்ளைகளாகிய எங்களுக்குத்தான் நல்ல தகப்பனாக இருந்திருக்கிறாரா? ஓயாமல் அன்பு மழையை கடிதத்தில் பொழிந்தால் மட்டும் போதுமா? அவரால் இனி என் வாழ்வு தடுமாறக் கூடாது. அவரைப் போலன்றி நான் சிறந்த குடும்பத் தலைவனாக இருக்க வேண்டும். என்னை நம்பி வந்தவளை நல்ல முறையில் வாழ வைக்க வேண்டும். குழந்தைகளுக்குச் சிறந்த கல்வி அளிக்க வேண்டும். முதலில் மாமியாருக்குப் பட்ட கடனை அடைக்க வேண்டும். ஆம்... இதற்கெல்லாம் எனக்கு உடனடியான தேவை பணம்தான். அதை என்னால் ஈட்டவும் முடியும். அதற்குக் குறைந்த காலத்துக்கு... இரண்டு வார காலத்துக்கு மட்டுமாவது யாராவது பணம் கொடுத்து உதவினால் இந்த நெருக்கடியிலிருந்து நான் மீண்டு வந்து விடுவேன்.

கண்ணெதிரே படபடத்துக் கொண்டிருக்கும் இந்தப் பணத்தை அவன் பயன்படுத்திக் கொண்டால் இரண்டு வாரங்களில் அவனால் முழு லாபத்தையும் பெற முடியும். அப்படி லாபம்

கிடைத்துவிட்டால் எல்லா கடன்களையும் உடனே தீர்த்து விடலாம். யாருக்கும் தெரியாமல் எடுத்ததுபோலவே பணத்தை மீண்டும் கம்பெனி கணக்கில் சேர்த்து விடலாம்.

பணத்தை வைப்பதற்காக இழுப்பறையைத் திறந்தவன் வெற்றாக அதனை மூடினான்.

சம்பாரணில் பிரச்சனைகள் முடிவுக்கு வந்திருந்த நிலையில் அங்கு சிறு பிள்ளைகளுக்கு கல்வியும் கிராம மக்களுக்கு மருத்துவமும் தேவைப்படுவதால் காந்தி சிறிதுகாலம் அங்கேயே தங்கியிருக்க வேண்டியதன் பொருட்டு சமையலுக்கும் இன்ன பிற வேலைகளுக்கும் தன் மனைவியையும் இளையவன் தேவதாஸையும் சம்பாரணுக்கு அழைத்திருந்தார்.

புகைவண்டி பீகாரின் வறண்ட வயல்களுக்கிடையே பயணித்தது.

கணவரின் அழைப்பை ஏற்று சம்பாரணுக்குப் புறப்பட்ட கஸ்தூருடன் மோகன்தாஸ் காந்தியின் அந்தரங்க உதவியாளராக பணியில் சேர்ந்திருந்த மகாதேவ்தேசாயின் குடும்பமும் பயணித்தது. கஸ்தூர் சன்னலோர இருக்கையில் அழுத்தும் மனச்சுமையோடு அமர்ந்திருந்தார். விவசாயிகள் முறையான கல்வி இல்லாததால்தான் ஏமாற்றப்படுகிறார்கள் என்று புரிந்துக் கொள்ள முடிந்த கணவரால் அதே காரணங்களினால் இன்று தவித்துக் கொண்டிருக்கும் தன் மகனை ஏன் புரிந்துக் கொள்ள முடியவில்லை? அவரால் அவனை எந்நாளும் புரிந்துக் கொள்ளவே முடியாதா? அவர்கள் இருவருக்குமான இடைவெளி அதிகரித்துக் கொண்டே போகிறது. அதனை குறைக்கும் அக்கறை இருவருக்குமே இருக்கவில்லையா? பிடிவாதக்காரர்களான இவர்களிடம் எதை என்னவென்று சொல்லி முறையிட்டு நியாயம் கேட்பது?

புகைவண்டி வேகமெடுத்தபோது சுழன்ற காற்று வறண்ட வயலிலிருந்து புழுதியை கிளப்பிக் கொண்டும் மனிதக்கழிவின் துர்நாற்றத்தைச் சுமந்துக் கொண்டும் வெம்மையாக வீசியது.

ஹரிலால் பெரும் குடும்பஸ்தனாகி விட்டான். ஆனால் நிலையான வருமானமோ நிரந்தர வேலையோ தொழிலோ அவனுக்கில்லை. குலாபென் எத்தனை நாட்கள்தான் பிறந்த வீட்டில் தங்கியிருப்பாள்? கணவர் மனம் வைத்தால் அவனை

எதாவது நல்ல வேலையில் சேர்த்து விடலாம். ஆனால் அவரை மாற்ற முடியுமா என்ன..?

ஆனாலும் அவர் முயன்றுப் பார்த்தார். "நீங்கள் ஹரியை சட்டை செய்வதே இல்லை..."

"கஸ்தூர்... அவன் மீது அதிகம் அன்பு இருப்பதால்தான் அவனை நல்வழிப்படுத்த நினைக்கிறேன்."

"அவன் உங்களிடம் சர்வமும் ஒடுங்கி நிற்கிறான். வயது வந்த மகன்கள் இப்படி இருப்பதற்கு நீங்கள் கொடுத்து வைத்திருக்க வேண்டும்."

"கஸ்தூர்... ஒருவன் தமக்கு தாமே புலன்களைக் கட்டுப்படுத்திக் கொள்ள வேண்டும். எனக்கு பயந்துக் கொண்டு திருந்துவது போல காட்டிக் கொள்வதால் என்ன பலனிருக்கப் போகிறது?"

வார்த்தைகளற்று கணவரை நோக்கினார் கஸ்தூர்.

"கஸ்தூர்.. நாக்கை அடக்கிக் கொள்ளும் ஒருவன் மற்றொருவனை மனதால் தூஷித்தாலும் அது தவறான செயல்தான். மனதை கட்டுப்படுத்தாத வரையில் கர்மேந்திரங்களை அவற்றின் விருப்பப்படி விட்டு விட வேண்டும் என்று அர்த்தமில்லை. ஆனால் ஹரியின் நடவடிக்கைகளை நீயும் கவனித்துக் கொண்டுதானே இருக்கிறாய்?"

இவரிடம் பேசி எதை என்னால் சாதிக்க முடிந்தது? எண்ணங்கள் மன அழுத்தத்தை அதிகரிக்க அதை குறைக்கும் நோக்கோடு கடந்துப்போன வறண்ட ஊர்களை வெறுமையான கண்களால் பார்வையிடத் தொடங்கினார் கஸ்தூர். அதேசமயம் புது இடத்தைப் பார்க்கச் செல்லும் ஆவலும் அம்மனிதர்களிடம் பணியாற்றவிருக்கும் உற்சாகமும் மனதை தென்றல் கீற்றென வருடாமல் இல்லை.

09

“கஸ்தூர்... நீ உன் மகனிடம் எடுத்துச் சொல்ல மாட்டாயா? இப்படியே சன்ச்சலையும் பேரப்பிள்ளைகளையும் எத்தனை நாட்கள் மாமனார் வீட்டில் தங்க வைத்திருப்பது?” என்றார் மோகன்தாஸ். போராட்டங்களையொட்டி ஏற்பட்ட அலைச்சலும் ஓய்வின்மையும் அவர் உடல்நலத்தைச் சற்றே வாட்டியிருந்தது.

“ஆனால் அவனால் என்ன செய்ய முடியும்? அவனுக்குக் கிடைக்கும் குறைந்த வருவாயில் வாடகை, வீட்டுச்செலவு, குழந்தைகள் என எப்படிச் சமாளிப்பது? சன்ச்சல் வேறு அவ்வப்போது படுத்துக் கொள்கிறாள். பாவம்... அவனே குழந்தைகளையும் கவனித்து வீட்டையும் கவனித்துக் கொள்கிறான். அவன் சிரமப்படுவதை பார்த்து அவளாகத்தான் அம்மா வீட்டுக்கு சென்றிருக்கிறாள்.”

அவர் அமைதியாகக் கேட்டுக் கொண்டிருந்தார்.

“என் மகன் எந்த நேரத்தில் பிறந்தானே தெரியில... செய்யும் தொழிலெல்லாம் நட்டமாயிடுது. அவனென்ன பெரிய பணக்காரனாகும்னா ஆசைப்படுறான்? வயிற்றுப்பாட்டுக்கு வழி செய்யலாம்னு நினைச்சான். அது தப்பா... அவனுக்கு நல்லது எதுவுமே நடக்க மாட்டேங்குது. கடனும் வட்டியுமா ஏறிக்கிட்டு போனா அந்தப் பிள்ளைகுட்டிக்காரன் என்னதான் செய்வான்?” இயல்பாகத்தான் சொல்ல நினைத்தார். ஆனால் அது புலம்பலாகவும் அழுகையாகவும் முடிந்திருந்தது.

“மனைவியின் நகையை வித்து கடனை அடைச்சிடலாமே.”

“ஆனா என் மகன் அதை விரும்ப மாட்டான்” என்று கஸ்தூர் சொன்னபோது காந்தி மனைவியை நிமிர்ந்து பார்த்தார்.

“நான் படிப்பதற்காக வெளிநாடு செல்லும்போது உன் நகைகளை உபயோகிப்படுத்திக் கொண்டதை நினைவுபடுத்துகிறாயா?”

"நீங்களாக ஏதோ நினைத்துக் கொண்டால் அதற்கு நான் பொறுப்பாக முடியுமா?" மனைவியின் முகம் கோபமாக மாறுவதையறிந்து மெதுவாக அங்கிருந்து நகர்ந்துக் கொண்டார் காந்தி.

கல்கத்தாவில் நிலைமை வேறுவிதமாக மாறியிருந்தது. ஹரிலால் அந்தப் பணத்தை தனது சொந்த தேவைக்கு உபயோகித்துக் கொண்டது தெரியவந்தபோது நரோத்தம்தாஸ் தனது உதவியாளர் மனுசுபேதார் மூலமாக அதை மோகன்தாஸுக்குத் தெரியப்படுத்திவிட்டிருந்தார்.

"அவன் குற்றம் செய்திருப்பது உண்மையானால் சட்டத்தின் முன்பாக அவன் நிறுத்தப்பட்டுதானாக வேண்டும்" என்றார் காந்தி.

"ஆனால் அவர் உங்களின் மகனல்லவா? நீங்களோ கடவுளை சத்தியத்தின் வடிவில் காண்பவர். உங்களுக்கென்று உடைமைகளே வேண்டாமென்று அனைத்தையும் ஒதுக்கி விட்டு வந்தவர்."

காந்தி சிறிதுநேரம் கண்களை மூடிக் கொண்டார். "ஆம்... சத்தியத்துக்கு மகன் என்றும் பிறரென்றும் வேறுபாடு தெரியாது சுபேதார். அரிச்சந்திர புராணம் கேள்விப்பட்டிருக்கிறீர்கள் அல்லவா?"

"அய்யா... அது புராணம். இது வாழ்க்கை. நீங்கள் அனுமதிக் கொடுத்தால் நான் நரோத்தம்தாஸிடம் பேசி இந்த விஷயங்களிலிருந்து ஹரிலாலை விடுவிக்க செய்து விடுகிறேன்."

"இல்லை... நானிதற்கு உடன்படமாட்டேன். தவறிழைத்தவர்கள் அதற்கான தண்டனையை அனுபவித்துதானாக வேண்டும்."

கஸ்தூர் கணவனிடம் "சன்ச்சல் பாவம்... அழுது கொண்டே யிருக்கிறாள்" என்றார்.

"சன்ச்சலை மட்டுமல்ல... அவன் நம் எல்லோரையும்தான் அழுது புலம்ப வைக்கிறானே?"

"ஆனா பெண்களோட நிலைமைதான் ரொம்ப மோசம். ஆண்கள் என்ன செய்தாலும் அதன் பலனைப் பெண்கள்தானே ஏத்துக்க வேண்டியதா இருக்கு?"

"..."

அவருக்கு கணவரைப் பார்க்க பரிதாபமாக இருந்தது. “உங்க மகன் அதை புரிஞ்சுக்க மாட்டேங்கிறானே?” தான் தொடங்கிய எதையோ அதை அவரே முடித்து வைத்தார்.

“கஸ்தூர்... அன்று அவனை ரயில் நிலையத்தில் வைத்துப் பார்த்தேன். அவன் தன்னுடைய எல்லா மென்மைகளையும் இழந்து விட்டான். அவனுடைய இயல்பான முகமே மாறி போய்விட்டது” என்றபோது காந்தியின் முகத்தில் வருத்தம் தொனித்தது. அன்று அவர் தன் மகனிடம் “ஹரி... உனக்குக் கொடுப்பதற்கு என்னிடம் பணமில்லை. ஆயினும் நம் முன்னோர் வழிவந்த நன்னடத்தையை கொடுக்கிறேன்” என்றார். அவன் அவரை நிமிர்ந்து நோக்கினான். அவரது உள்ளத்தை முகம் பிரதிபலித்துக் காட்டியது. அன்று தென்னாப்பிரிக்காவில் அவனை ரயிலிலேற்றி விட்டுவிட்டு கண்கள் ததும்ப நின்ற அதே முகத்தோடுதான் இன்றும் நின்றுக் கொண்டிருக்கிறார். ஒரு நொடி இளகியோடிய மனதை இறுகக் கட்டிக் கொண்டு முகத்தைத் தொங்கவிட்டவாறு அமர்ந்துக் கொண்டான் ஹரிலால்.

காந்தி நீண்ட பெருமூச்சோடு சொன்னார், “பணம் பண்ணும் நோக்கம் கொண்டதால் அவன் உண்மையின் பாதையிலிருந்து விலகி சென்றுகொண்டேயிருக்கிறான்.”

ஹரிலாலின் நாட்கள் முட்களின் மீது படிந்த தேகமென வலியோடு கடந்துக் கொண்டிருந்தன. இன்று அலுவலகத்தில் அவன்தான் பேசுபொருள். இரண்டு வார அவகாசத்துக்குள் எல்லாம் சரியாகி விடும் என்று தன் அறிவை மட்டும் அவன் நம்பியிருக்கவில்லை. இத்தொழிலில் நன்கு அனுபவமிக்கவர்களிடம் சந்தை நிலவரம் குறித்து ஆலோசித்திருந்தான். புதிய தொழிற்நுட்பங்களைக் கேட்டு அறிந்திருந்தான். ஆனால் எல்லாம் பொய்த்துப் போனது. அவனுக்கு மட்டுமே தெரிந்த உண்மை, இப்போது அலுவலகச் சுவர்களில் பட்டு எதிரொலிக்கிறது. துரதிர்ஷ்டவசமாக காந்தி அவனது தகப்பனாராகப் போய்விட்டதால் இது நாடு முழுவதும் தெரிந்துப் போய் விடும். தண்டனையென்று அடைவதற்கு இது போதாதா? இன்னும் சட்டத்தின் முன்பும் நிறுத்தப்பட வேண்டும் என்கிறார்... என்னதான் நினைத்துக் கொண்டிருக்கிறார் இவர்? அவன் வாழ வழியற்று தோற்றுக் கொண்டே போகும்போது இதையெல்லாம் சரிசெய்ய வேண்டிய அவரோ அகமதாபாத் மில் தொழிலாளர்களுக்காகவும் கேடா விவசாயிகளுக்கும் உழைத்துக் கொண்டிருக்கிறார். அய்யோ... கடவுளே. என் பிறப்பை ஏன்

இப்படிப் படைத்தாய்? அவரை விட்டு விலகி வந்தாலும் இந்த சமூகம் அவரை தூக்கி என் தலை மீது இறுத்துகிறதே? நான் எத்தனை காலம் தாங்குவேன், இந்த சுமைகளை? அய்யோ... என்னால் தாள முடியவில்லையே...

அவன் வீட்டுக் கதவை யாரோ தட்டினார்கள். ஒருவேளை பிறந்த வீட்டிலிருந்து குழந்தைகளுடன் அவன் மனைவி வந்து விட்டாளா? கணவனின் வேதனையைப் பங்கிட்டுக் கொள்ள வந்து விடுவாள் என்று அவனும் நினைத்துக் கொண்டுதானிருந்தான். சஞ்சு... உன்னைத் தவிர இந்த உலகத்தில் எனக்கு யாருமேயில்லையடீ... சஞ்சு... சஞ்சு... மனமே உடலென வியாபிக்க எழுந்து வந்து கதவைத் திறந்தபோது மனுசுபேதார் நின்றிருந்தான்.

சுபேதாரின் கண்களைப் பார்க்க கூசியவனாகக் குனிந்தவாறே அவன் வீட்டுக்குள் நுழைவதற்கு ஏதுவாகத் தன்னுடலை நகர்த்திக் கொண்டான்.

“பரவாயில்ல... சேதியைச் சொல்லிட்டு நான் கௌம்பறேன்.”

சுபேதாரின் வார்த்தைகள் ஹரிலாலின் வயிற்றுக்குள் சுரீரிட்டு ஓடின. ஒருவேளை போலீசாரை கையோடு அழைத்து வந்திருக்கிறானோ? சத்தியாகிரகியாக எத்தனை பெருமையாகச் சிறைக்கு போயிருக்கிறேன் நான்... ஆனால் இன்று...

கண்களை நிமிர்த்தி வெளியை துழாவினான். நல்லவேளை... போலீசார் யாருமில்லை.

“ஹரி... உங்கள் தந்தை உங்கள் மீது சட்டநடவடிக்கை எடுக்குமாறு சொன்னார். ஆனால் நரோத்தம்தாஸ் வழக்கு எதுவும் தொடுக்க விரும்பவில்லை. நீங்கள் செய்த குற்றத்தை ஒப்புக் கொண்டு மன்னிப்புக் கடிதம் மட்டும் எழுதிக் கொடுத்தால் போதுமென்கிறார்.”

சுபேதார் தான் கையோடு எடுத்து வந்த மன்னிப்புக் கடிதத்தை ஹரிலாலிடம் கையொப்பம் பெறுவதற்காக நீட்டினான்.

அதில் எதையெதையெல்லாம் எழுதியிருக்கிறார்களோ... ஆனால் எதையும் வாசிக்கக்கூடிய மனநிலையெல்லாம் அவனுக்கு இருக்கவில்லை. எதுவும் பேசாமல் நீட்டப்பட்ட கடிதத்தில் கையொப்பமிட்டு கொடுத்தபோது, சுபேதார் அதை ஒரு கையில் பெற்றுக் கொண்டு மறு கையால் வேலை நீக்க உத்தரவை

கொடுத்தான். அவன் படியிறங்கி சென்றபோது அங்கு கோபமோ நட்போ எதுவும் மிஞ்சியிருக்கவில்லை.

தலைக்கு மேல் போய் விட்ட வெள்ளத்தினைத் தடுக்க வழியின்றி அவன் மூழ்கத் தொடங்கினான். அத்தனை போதையிலும் அவன் உதடுகள் "அப்பா... எத்தனை கொடியவர் நீங்கள்.. எத்தனை குரூரமானவர் நீங்கள்..." என்று முணுமுணுத்துக் கொண்டிருந்தது.

10

மோகன்தாஸ் காந்தி உடல்நலமின்றி போனதிலிருந்து சபர்மதி ஆசிரமமே மௌனத்தில் ஆழ்ந்தது போலிருந்தது. வயிற்றுப்போக்கு நோவும் அதனை தொடர்ந்து அவர் செய்துக் கொண்ட அறுவைச்சிகிச்சையும் அவரை கட்டாய ஓய்வில் ஆழ்ந்திருந்தது. அவர் படுக்கையிலிருந்தபடியே செய்தித்தாள்களை வாசிக்க சொல்லிக் கேட்டுக் கொண்டிருந்தார். ரௌலட் கமிட்டியின் பரிந்துரையின்படி அரசு தயாரித்திருந்த இரண்டு மசோதாக்களையும் வாசித்தறிந்ததும் தனது சக்தியனைத்தையும் திரட்டி எழுந்து அமர்ந்துக் கொண்டார். “இவை தேவையற்றவை. மானமுள்ள இந்தியர்களால் ஏற்க முடியாதவை” என்றார்.

தன் கணவருக்கு ஆட்டுப்பாலை ஒரு கிண்ணத்தில் ஏந்தி வந்த கஸ்தூர் அவர் உணர்ச்சிவசப்பட்ட நிலையிலிருப்பதை கண்டதும், இது அவரிடம் எதிர்பாராதது, என்று முணுமுணுத்துக் கொண்டார். தொடர் வயிற்றுப்போக்கால் அவதிப்பட்டு உடலும் மனமும் சோர்வடைந்த அன்றைய தினத்தில் அவரருகே அமர்ந்து ஆறுதலாகப் பேசிக் கொண்டிருந்த ராஜேந்திர பிரசாத்திடம் தன் கணவர் நிதானமிழந்து பேசியதை கஸ்தூரும் கவனித்துக் கொண்டுதானிருந்தார். அப்போது அவரது குரல் தழுதழுத்திருந்தது. “இதுவரையில் நான் என்ன செய்திருக்கிறேன்? கையிலிருக்கும் வேலையை முடிப்பதற்கு முன்பே மற்றொன்றை கையில் எடுத்து விடுகிறேன். இரண்டாவது வேலையை முடிக்குமுன்பே மூன்றாவது வேலைக்குப் போய் விடுகிறேன். எவ்வளவோ நம்பிக்கையோடும் உற்சாகத்தோடும்தான் இந்த ஆசிரமத்தைத் துவங்கினேன். இது உதாரண ஆசிரமமாக இருக்க வேண்டும். இங்கிருப்பவர்களை உதாரண புருஷர்களாக ஆக்க வேண்டும் என்று விரும்பினேன். ஆனால் சரியான வகையில் ஆரம்பிப்பதற்கு முன்னால் நான் சம்பாரணுக்குப் போக வேண்டியதாகப் போயிற்று. இதனால் இதை நிர்வகிக்கும் பொறுப்புகளை உங்கள் தலையில் சுமத்தி விட்டேன். ஆசிரமம் ஆரம்பமாகிய தேதியில் கூட இங்கிருக்க முடியாமல் போய்

விட்டது. அகமதாபாத் தொழிலாளர்களிடையே வேலை செய்ய போய்விட்டேன். பிறகு அதை விட்டுவிட்டு வேறு காரியங்களில் ஈடுபட நேர்ந்தது. இப்படி அரைகுறையாக வேலை செய்தே என் வாழ்நாளை கழித்து விடுவேனோ?" கூறிக் கொண்டிருக்கும்போதே அவர் கண்களில் நீர் வழியத் தொடங்கியது. சிறுபிள்ளைபோல தேம்பியழ தொடங்கிய கணவரை கவலையோடு பார்த்துக் கொண்டிருந்தார் கஸ்தூர்.

அவர்கள் இருவருக்குமே இப்போது நிறைய கவலைகள் இருந்தன. ஹரிலாலின் மனைவியும் அந்தக் குடும்பத்தின் மூத்த மருமகளுமான குலாபென்னும் அவளது நான்காவது குழந்தை சான்டியும் நாடு முழுவதும் தொற்றிக் கிடக்கும் விஷக்காய்ச்சலுக்குத் திடீரென்று பலியாகிப்போனது அந்தக் குடும்பத்தைப் பெரிதும் பாதித்திருந்தது. தாயின் மறைவுக்குப் பிறகு ஹரிலாலின் மீதமுள்ள நான்கு குழந்தைகளும் அந்த வயதான தம்பதிகளின் பொறுப்பாகி போயின. கூடவே, ஹரிலாலை நினைத்தும் உருகிக் கொண்டிருந்தார் கஸ்தூர். கணவருக்கும் அவனுக்குமிடையே ஏன் இத்தனை கருத்து வேறுபாடுகள்? வீட்டளவில் இருந்த மோதல்கள் வெளியுலகுக்கும் தெரிய வந்து விட்டது. அவனால் ஏன் தன் தகப்பனாரைப் புரிந்துகொள்ள முடியவில்லை? இவருமே தன் மகனை அவன் போக்குக்கு விட மறுக்கிறார். அவர்களுக்குள் நடக்கும் இழுபறி சண்டையில் எல்லோருமே அமைதியிழந்துப் போகிறோம். அவன் மகனையும் தொலைத்து மனைவியையும் தொலைத்து விட்டான்... எப்பேர்ப்பட்ட இழப்பு இது... தனியொருவனாக அவன் மட்டும் ஏன் அதை சுமந்துக் கொண்டு கல்கத்தாவின் தெருக்களில் அலைய வேண்டும்? இங்கு தன் குழந்தைகளோடும் எங்களோடும் ஆசிரமத்தில் வந்து தங்கிக் கொள்ளலாம். அது எல்லோருக்குமே நிம்மதி. ஆனால் அந்த நிம்மதியை அத்தனை எளிதாக அவரது கணவர் அளித்து விடுவாரா என்ன? அவன் மீது அவர் எய்து விடும் அம்புகளை முன்பு போல தாங்கி அவனை நிலைநிறுத்த சன்ச்சலும் இப்போதில்லை. இனி இந்தக் குடும்பம் என்னவாக போகிறதோ? அங்கி போன்றிருந்த தன் நீண்ட புடவையின் முந்தானையை உதறி எடுத்துக் கண்களைத் துடைத்துக் கொண்டார். அவர் முகத்தில் வரிவரியாகப் படிந்த கவலைக்கோடுகள் அப்போது முகம் முழுக்கப் பரவியது போலிருந்தது.

"உண்மைதான்... மோகன்தாஸ் இரும்பைப் போன்றவர் என்றுதான் நானும் நினைத்தேன்" என்றார் வல்லபாய் பட்டேல்.

“உடல்நலமின்மையாலும் அதனை தொடர்ந்து வேலைகள் தடைப்படுவதாலும் ஏற்பட்ட பாதுகாப்பின்மையின்மையால் சற்று தளர்கிறார் என்று நினைக்கிறேன்” என்றான் அருகிலிருந்த மக்கன்லால்.

“ரௌலட் மசோதாக்களை எதிர்த்து எதாவது செய்தாக வேண்டும்” என்றார் காந்தி அவர்களின் பேச்சை இடைமறித்து.

“ஆமாம்... ரௌலட் கமிட்டி தேவையற்ற சிபாரிசுகளைச் செய்துள்ளது. புரட்சியாளர் என்று சந்தேகப்படும் யாரை வேண்டுமானாலும் வாரண்ட் இல்லாமல் கைது செய்யலாமாம். அவர்கள் மீது சாட்டப்பட்ட குற்றத்தை நிரூபிக்க சாட்சிகள் இல்லாமல் போனாலும் தண்டனை வழங்கலாமாம்.. அநியாயமான மசோதா இது!” என்றார் சங்கர்லால் பாங்கர். காந்தியின் நண்பரான அவருக்கும் தன் நண்பரையொட்டியே சிந்தனைகள் எழுந்தன. பட்டேல், சங்கர்லால்பாங்கர், சரோஜினி, அனுசுயாதேவி, பம்பாய் கிரானிக்கல் பத்திரிகை ஆசிரியர் ஹார்னிமன், உமார் சோமானி உட்பட இருபதுக்கும் மேற்பட்டோர் கூடியிருந்தனர்.

“இந்தத் தீர்ப்பை எதிர்த்து குற்றவாளி மேல்முறையீடு செய்யும் அதிகாரத்தை இந்த மசோதா ரத்து செய்ய சொல்கிறது. வக்கீல் வைத்துக் கொள்ளவும் முடியாதாம்... தங்களுக்கு தாங்களே வாதாடவும் முடியாதாம்... மொத்தத்தில் அவங்க நம் கழுத்து மேல ஏறி உட்கார தயாராயிட்டாங்க.”

“இதனை சட்டமாகும் முன்பே எதிர்க்க வேண்டும். வைஸ்ராயை சந்திப்போம். இந்த மசோதா குறித்து நமது அதிருப்தியைத் தெரிவிப்போம். கை மீறி போய் விட்டால் சத்தியாகிரகப்போரை துவங்க வேண்டியதுதான்” என்றார் காந்தி மெல்லியக் குரலில்.

அக்கூட்டத்தின் முடிவில், ரௌலட் மசோதாக்கள் அநியாயமானவை. அவை சுதந்திரக் கொள்கையையும் நீதியையும் பாதிப்பதோடு தனிப்பட்டவர்களின் ஜீவாதார உரிமைகளையும் பாதிக்கின்றன. இவை சட்டமானால் அவற்றை ரத்து செய்யும் வரை சாத்வீக முறையில் மறுப்போம் என்று உறுதிக் கூறுகிறோம். மேலும் இப்போராட்டத்தில் சத்தியத்தை கைவிடாமல் அனுசரித்து நடப்பதுடன் உயிருக்கும் உடலுக்கும் சொத்துக்கும் பலாத்காரம் விளைவிக்காமல் இருப்போம், என்று கலந்துக் கொண்ட அனைவரும் வாய்மொழி பிரதிக்ஞை எடுத்துக் கொண்டதோடு அதனை ஒப்பந்தமாக எழுதி கையெழுத்துமிட்டனர்.

“சஞ்சு… நான் எத்தனை பெரிய இக்கட்டுகளில் இருக்கிறேன் என்று தெரிந்தும் நீ என்னிடமிருந்து விலகி விட்டாய் என்று உன்னை கடுமையாகக் கோபித்துக் கொண்டு விட்டேன். ஆனால் தவறு என் மீது மட்டுமில்லை. ஒரு பக்கம் கடன் கழுத்தை நெரிக்கிறது. மறுபக்கம் பார்த்துக் கொண்டிருந்த வேலையையும் இழந்து வீட்டேன். இன்னொரு புறம் என் வரவை எதிர்பார்த்து வாசலில் காத்திருக்கும் நம் குழந்தைகள்… கடவுளே… நானென்ன செய்வது? இந்த நிலையில் நீ என்னை விட்டு ஒரேடியாகப் போய் விட்டாயே என்று வருத்தப்பட்டேன். அழுது புலம்பி உன்னை கண்டபடி ஏசியும் விட்டேன். ஆனால் நீ வந்து விட்டாய். எத்தனை பெரிய கஷ்டம் வந்தாலும் அதை உன் முகத்தை பார்த்துக் கொண்டுதானே கடந்திருக்கிறேன்? இனி என்னாகும்.. நீயின்றி எங்கள் வாழ்வு என்னாகும்… என்று கதறி கதறி அழுதேன். என் சின்னஞ்சிறு குழந்தைகளைக் கட்டியணைத்துக் கொண்டேன். ராமி தன் பிஞ்சுக்கரத்தால் என் கண்களைத் துடைத்து விட்டாள். அவள் உன்னைப் போன்று என்னையும் குடும்பத்தையும் பார்த்துக் கொள்கிறாள். ஆனால் அவளும் சிறுமிதானே? உன்னை இழந்த ஏக்கத்திலிருந்து அவளாலும் விடுபட முடியாதுதானே? இப்படி எங்களை அனாதைகளாக விட்டுவிட்டுப் போக எப்படி முடிந்தது சஞ்சு என்று நான் புலம்பி அழுததை சகிக்கமாட்டாது நீ வந்து விட்டாய். மீண்டும் என்னிடம் வந்து விட்டாய்… இனி உன்னை விட மாட்டேன். விடவே மாட்டேன். உன் பிறந்த வீட்டுக்கு கூட அனுப்ப மாட்டேன்… சஞ்சு… சஞ்சு… எனக்கு நீ வேண்டும். நீ வேண்டுமடீ… அவள் மடி மீது தலை வைத்து கண்ணீரை சொரிந்தபடி அவன் மௌனமாகக் கதறிக் கொண்டிருந்தபோது அந்த விடுதியின் அறைக்கதவு தட்டப்படும் சத்தம் கேட்டது. அந்தப் பொதுப்பெண் தன் மடியில் படுத்துக்கிடந்த ஹரிலால்காந்தியை மெல்ல எழுப்பி அமரச் செய்தாள்.

“உங்கள் நிலைமையை என்னால் புரிந்துக் கொள்ள முடிகிறது” என்றாள் மென்மையாக. அவள் மீது அவன் பரபரப்பாக இயங்கியிருந்தாலும் அவள் களைப்பை வெளிக்காட்டாமல் அவன் நெற்றியின் மீது அழுத்தமான முத்தத்தைப் பதித்து அனுப்பி வைத்தபோது அவளது இதயமும் கனத்துப் போனது.

அவளைப் போலவே ஹரிலாலை எதேச்சையாகச் சந்திக்க நேர்ந்த ப்ராக்ஜிதேசாயும் அவன் நிலையைக் கண்டு இரக்கம் கொண்டார். அவர் தென்னாப்பிரிக்காவில் ஃபீனிக்ஸ் ஆசிரமத்தில் சிலகாலம்

அவனுடன் சேர்ந்து வசித்தவர். காந்தியின் மீது பிரேமையும் பக்தியுமிருந்தது அவருக்கு.

"இளமையும் அழகும் நிறைந்த உங்கள் முகத்தில் இத்தனை துயர ரேகைகள் படிந்துக்கிடப்பது என்னை வருத்துகிறது ஹரிலால்ஜி. எப்பேர்ப்பட்ட மகானின் மகன் நீங்கள்! தென்னாப்பிரிக்காவில் அவருடைய போராட்டத்தையும் அதன் வெற்றியையும் நேரில் கண்டவன் நான். அப்போராட்டத்தின்போது வள்ளியம்மை, நாகப்பன், நாராயணசாமி, முகம்மது ஆகியோர் காட்டிய உறுதியும் அறவுணர்வும் நம் அனைவருக்கும் சாத்தியமானதே. அவர்களுடைய அடிச்சுவட்டை பின்பற்றி அச்சட்டத்துக்கு எதிராகச் சத்தியாகிரகப் போராட்டம் செய்வது குறித்து நாடெங்கிலும் விழிப்புணர்வு பிரச்சாரம் செய்து வருகிறார் உங்கள் தந்தை. செல்லுமிடமெங்கும் மக்கள் அவரை காண அலைமோதுகின்றனர். பாப்பு என்றும் மகாத்மா என்றும் கொண்டாடுகின்றனர். ஆனால் நீங்கள் அது குறித்து சிறிதும் கர்வம் கொள்ளாமல் வேலை தேடி அலையும் சாதாரண இளைஞனாக வலம் வருகிறீர்கள் ஹரிலால்" அவன் கையை வாஞ்சையோடு பற்றிக் கொண்டார்.

அவன் தந்தையைப் பற்றி பேச்செடுக்க விரும்பாதவனாக, "ஆனால் நான் எல்லாவற்றிலும் தோற்றுக் கொண்டிருக்கிறேனே அய்யா" என்றான்.

"நானும் இந்த விஷயத்தைக் கேள்விப்பட்டேன் ஹரிஜி. உங்கள் மனைவியின் இழப்பு உங்களை நிலைத்தடுமாற வைத்து விட்டது. காலம் எல்லாவற்றையும் நேர்ப்படுத்திவிடும். பொறுமையாக இருங்கள்."

"அது மட்டுமல்ல ப்ராக்ஜி அய்யா... என்னைச் சுற்றிலும் கடன் கோட்டை போல எழுந்து நிற்கிறது. வருமானமோ ஏதுமில்லை. என் தேவைகள் ஒருபுறம் இருந்தாலும் என் பெற்றோர்களிடம் வளரும் என் குழந்தைகளுக்கு நான் பணம் அனுப்பியாக வேண்டும். இவற்றையெல்லாம் எப்படிச் சமாளிக்கப் போகிறேனென்று தெரியவில்லை... ஆனால் இப்போதும் என் நம்பிக்கை கெட்டுப் போகவில்லை. ஒரு தம் பிடித்து எழும்பினால் நான் நிலையாக நின்று விடுவேன்."

ப்ராக்ஜியால் ஹரிலாலின் நிலையைப் புரிந்துக் கொள்ள முடிந்தது. அவனை இக்கட்டிலிருந்து மீட்டெடுப்பது காந்திக்குச் செய்யும்

கடமை என தோன்ற "புரிகிறது ஹரிலால்ஜி... உங்களுடன் வியாபாரக்கூட்டு செய்துக் கொள்ள எனக்கு சம்மதமே" என்றார் அடுத்த சந்திப்பின்போது.

ப்ராக்ஜி தேசாயும் ஹரிலாலும் இணைந்து தொடங்கிய 'சத்தியாகிரக சகோதரர்கள்' என்ற ஏற்றுமதி இறக்குமதி நிறுவனத்தின் பம்பாய் கிளை அலுவலகத்தை ப்ராக்ஜி கவனித்துக் கொள்ள, ஹரிலால் கல்கத்தாவிலிருந்து தொழிலை கவனித்துக் கொள்வதாகப் பேசி முடிவு செய்துக்கொண்டபோது அவர்களுடன் கஸ்தூரின் பணவசதி மிக்க சகோதரர் மாதவதாஸ் கோகுல்தாஸ் கபாடியாவும் இணைந்துக் கொண்டார்.

11

ரௌலட் மசோதா சட்டமாக்கப்பட்டதை எதிர்த்து ஏப்ரல் ஆறாம் நாள் இந்திய மக்கள் அனைவரும் தங்கள் வேலைகளை நிறுத்தி விட்டு உபவாசம் இருந்து பிரார்த்தனை செய்ய வேண்டும். சட்ட மறுப்பிற்குத் தயார் செய்வதற்கு அவசியமானதொரு கட்டுப்பாடாகச் சத்தியாகிரகிகளும், தங்கள் மனம் புண்பட்டிருப்பதற்கு அறிகுறியாக மற்றவர்களும் இந்த உபவாசத்தை மேற்கொள்ள வேண்டும். கிராமங்கள் உட்பட இந்தியா முழுவதிலும் பொதுக்கூட்டங்கள் நடத்தி ரௌலட் மசோதாக்களை கைவிட வேண்டுமென்று வைஸ்ராயை கோரும் தீர்மானம் நிறைவேற்றப்பட வேண்டும் என்று மோகன்தாஸ் காந்தி கேட்டுக் கொண்டதற்கிணங்க நாடு முழுவதும் ஹர்த்தால் அனுஷ்டிக்கப்பட்டது. பெரிய நகரங்களும் சிறிய பட்டணங்களும் கிராமங்களும் உயிரற்றுப் போயின. மக்கள் தங்கள் மீது நம்பிக்கை கொண்டு சத்தியாகிரகப் பிரதிக்ஞையில் முழு பிரக்ஞையோடு கையொப்பமிடத் தொடங்கினர்.

“நாம் இந்தப் பிரதிக்ஞைக்கு உண்மையாக நடந்து கொண்டோமேயானால் வலிமை வாய்ந்த இந்திய சர்க்கார் நமக்கு இணங்கியே தீரும். அரசியலிலே சமய உணர்வைக் கைக்கொள்ளும் முயற்சி இது. பகைமைக்குப் பதில் பகைமையும் பலாத்காரத்துக்குப் பதில் பலாத்காரமும் தீமைக்குப் பதில் தீமையும் புரிவது சரியல்ல. தொடர்ந்து பிடிவாதமாகத் தீமைக்குப் பதில் நன்மையே புரிய வேண்டும்... எதுவுமே அசாத்தியமல்ல” கூட்டந்தோறும் இதையே பேசினார் காந்தி. அவரது தடை செய்யப்பட்ட புத்தகங்கள் வெகுவேகமாக விற்பனையாக அத்தொகை சத்தியாகிரக நிதியில் சேர்க்கப்பட்டது.

அவருக்கு டில்லிக்கும் பஞ்சாபுக்கும் வருமாறு அழைப்பு விடுக்கப்பட, அவர் அதனையேற்று புறப்பட தயாரானபோது பம்பாயை விட்டு வெளியேற கூடாதென்று பம்பாய் அரசும் பஞ்சாபுக்குள் நுழையக் கூடாதென்று பஞ்சாப் அரசும் காந்திக்கு

தடை ஆணை பிறப்பித்தது. தடையை மீறி புறப்பட்ட அவரை அரசாங்கம் கைது செய்ய, அதனை எதிர்த்து பம்பாயில் மக்கள் வன்முறையில் ஈடுபட்டபோது அரசு அவரை விடுதலை செய்தது.

காந்தி ததும்பிய உணர்வுகளின் மீது நின்றிருந்த அப்பெருங் கூட்டத்தைப் பம்பாயில் பைதுனிக்கருகே சந்தித்தார். அவரை கண்டதும் "வந்தே மாதரம்" "அல்லாஹு அக்பர்" என கோஷங்கள் உச்சக்கதியில் முழங்கத் தொடங்கின. குதிரை போலீஸ்படை அவர்களைத் தடுக்கும் முயற்சியில் ஈடுப்பட்டது. காந்தி கூட்டத்தை அமைதிப்படுத்த முயன்றார். கூட்டம் ஊர்வலமாகத் திரண்டு கோட்டையை நோக்கி நகர்ந்தபோது அதன் மீது சராமாரியாகக் கற்கள் வந்து விழுந்தன. இதனிடையே மற்றொரு குதிரை போலீஸ்படை ஊர்வலத்துக்குள் புகுந்து அதனை மேற்கொண்டு நகரவியலாதபடி தடுத்தது.

கூட்டம் உணர்ச்சிவயப்பட்ட நிலையிலிருந்தது.

காந்தி கூட்டத்தை ஆசுவாசப்படுத்த முயன்றார். ஆனால் ஊர்வலம் கலைந்து நெருக்கமானது. கூட்டத்தைக் கலைக்கும்படி குதிரை போலீஸ் படையதிகாரி உத்தரவிட, போலீசார் தங்கள் ஈட்டிகளை வீசி கூட்டத்தினரைத் தாக்கினர். யாரோ அடித்தார்கள். யாரோ அடிப்பட்டார்கள்... யாராரோ மிதிப்பட்டார்கள்... குதிரைகள் வால்களைத் தூக்கிக் கொண்டு கனைத்தன.

எங்கும் ஓலங்கள். ஓலங்கள்... ஓலங்கள்... கலகங்கள். இருதரப்பிலும் வன்முறைகள்... அது டெல்லி, கல்கத்தா, வீரமகம், அகமதாபாத் என பரவத் தொடங்கியது. எத்தகைய இன்னல்கள் வந்தாலும் சத்தியாகிரகத்தை உறுதியாகக் கடைப்பிடிக்க வேண்டும். எதிரிகளை அன்புடன் நேசிக்க வேண்டும். இன்னல்கள் அரசிடமிருந்து வந்தாலும் தம்முடன் கருத்து வேறுபடுகிறவரிடமிருந்து வந்தாலும் சத்தியாகிரகியானவர் அதை ஏற்று அனுபவிக்க தயாராக இருக்க வேண்டும் என்பதுதானே சத்தியாகிரகத்தின் கொள்கை... ஆனால் இப்போது இங்கே நடப்பது என்ன... நடந்தது என்ன... அமைதியிழந்த நிலையில் அவர் உதடுகள் அமைதி.. அமைதி... அமைதி... என தவித்தன. அமிர்தசரஸ் நகரில் ஜாலியன்வாலாபாக்கில் அமைதியாக நடந்துக் கொண்டிருந்த கூட்டத்தின் மீது துப்பாக்கி பிரயோகம் நடந்திருக்கிறது. இறந்தோர் குறித்த அரசாங்கக் கணக்கே முன்னூற்று எழுபத்தொன்பது என்கிறது. ஆயிரக்கணக்கானோர் குண்டடிப்பட்டுக் கிடக்கின்றனர்.

அவர் ஆசிரமத்துக்குத் திரும்பியபோது கஸ்தூர் பதற்றமும் வருத்தமுமாக அவரை எதிர் கொண்டார். ஆனால் அவரை தனியாகச் சந்திக்கவியலாதபடி பெருந்திரளாக மக்கள் கூடியிருந்தனர். தென்னாப்பிரிக்காவைப் போன்று மக்கள் இங்கு பக்குவப்பட்டவர்களாக இருக்கவில்லை... இவர் எதையோ செய்யப் போக எதுவோ விளைந்துக் கொண்டிருக்கிறது. ஆனால் அவரிடம் யார் இதையெல்லாம் எடுத்துக் கூறுவது? அவர் சுயேச்சையானவர். அடுத்து என்ன செய்வார் என சொல்லவே முடியாது. அவரை சமாளிப்பது மிகவும் சிரமம். வழிகாட்டுப்படம் இல்லாமலே அவர் எங்கு வேண்டுமானால் பயணித்து புதிய உலகங்களைச் கண்டுப்பிடித்து விடுவார். மக்களிடம் செல்வாக்கு பெற வேண்டும். ஏராளமானவர்களைத் தம்மை பின்பற்ற செய்ய வேண்டுமென்ற நோக்கமெல்லாம் அவருக்கில்லை. ஆத்மதேவை என்றுணர்பவற்றை உடனே செய்து விடுவார். தன்னை நம்பியிருப்பவர்களைப் பற்றியெல்லாம் அவர் கவலைப்பட மாட்டார்.

"ஆமாம் அம்மா... அவர் தன்னைக் குறித்துக் கூட கவலைப் படுவதில்லை. தன்னைத் தற்காத்துக் கொள்ள வேண்டும் என்ற எண்ணம் கூட அவருக்குத் தோன்றுவது இல்லை" என்றான் ராமதாஸ்.

"மக்களின் வன்முறைகளுக்குப் பிராயச்சித்தமாக எழுபத்திரண்டு மணிநேர உபவாசம் இருக்கப்போவதாகச் சித்தப்பா கூட்டத்தில் அறிவிப்பு செய்திருக்கிறார் சின்னம்மா" என்றான் மக்கன்லால்.

செய்தியை கிரகித்துக் கொண்டு மகனை நிமிர்ந்துப் பார்த்த கஸ்தூரின் கண்களில் கண்ணீர் ததும்பி நின்றது.

"இப்போதுதானே அவரது உடல்நிலை சற்று தேறி வருகிறது... அதற்குள்..."

"எனக்குப் புரிகிறது சின்னம்மா... ஆனால் அவர் மனதளவில் மிகவும் புண்பட்டுப் போய் விட்டார்."

"எப்போ இங்கே வர்றேன்னு சொன்னாரு மக்கன்?"

"இல்லேம்மா.. அவர் நேரா நதியாத் போயிட்டார்" என்றான்.

நதியாத்திலும் பம்பாயிலும் கூட்டம் பெருமளவில் கூடியிருந்தது. அவர் சொற்களைக் கூட்டி பேசத் தொடங்கினார்...

“சத்தியாகிரகிகளுக்கு இருக்க வேண்டிய பக்குவத்தையும் அதன் ஆழ்ந்த உட்பொருளையும் அறிவதற்கும் முன்னரே சாத்வீக சட்டமறுப்பு இயக்கத்தைத் தொடங்கியது பெரும் தவறு” அவர் முகம் வெறுமையில் ஆழ்ந்திருந்தது.

“நண்பர்களே... நான் இமாலாயத் தவறை செய்துவிட்டேன். திரளான மக்களை ஈடுபடுத்தும் இயக்கத்தைத் தொடங்கியபோது, தீய சக்திகளின் பலத்தைக் குறைவாக மதிப்பிட்டு விட்டதற்கு பெரிதும் வருந்துகிறேன். இப்போது சற்று நின்று நிதானித்து யோசிக்க வேண்டியிருக்கிறது.”

கஸ்தூர் கண்களை மூடி அமர்ந்திருந்தார். நிலைமை எதுவுமே அவர் கைகளுக்குள் இல்லை. அவர் கணவரோ, மூத்த மகனோ அவரிடமிருந்து விலகி எங்கோ போய் விட்டனர். மற்ற மகன்களுக்கும் அமைதியான வாழ்க்கை கிட்டப்போவதில்லை. சொல்லப்போனால் அவருக்கே இப்போது அமைதியாக வாழ்வதில் உடன்பாடில்லாமல் போய் விட்டது.

“அம்மா... அமைதியின்மையின் படிப்பினையை உணர்ந்துக் கொள்ளும்வரை சத்தியாகிரக நடவடிக்கைகளை நிறுத்தி வைப்பதாக அப்பா அறிவித்திருக்கிறார்” என்றான் தேவதாஸ்.

“ஆ... இதனை மக்கள் ஏற்றுக் கொள்வார்களா என்ன?”

“எளிய மக்கள் அப்பாவின் கோரிக்கையை ஏற்றுக் கொண்டாலும் தலைவர்கள் அவரை ஒரு கிறுக்கர் என்று நினைக்கிறார்கள். தம்முடைய வலிமை மொத்தத்தையும் திரட்டிக் கொண்டு எதிரியைத் தாக்கி வெற்றி கிட்டப்போகும் தருணத்தில் அவர் போராட்டத்தை நிறுத்தி விட்டார் என்று கேலி செய்கிறார்கள்”

“வெற்றி என்பதை அவர் அறநீதியான அளவுகோலை வைத்து அளக்கிறார் என்பதை அவர்கள் உணர்ந்திருக்க மாட்டார்கள் தேவதாஸ். அதுவரை அவர்கள் அப்படியே நினைத்துக் கொள்ளட்டும்” என்றார் கஸ்தூர்.

காந்தியை அவரது மைத்துனர் மாதவதாஸ் சந்தித்தபோது தான் ஹரிலாலுடன் தொழில்கூட்டு வைத்துக் கொண்டதாகவும் இனி அவனைக் குறித்து நீங்கள் கவலையுற வேண்டாமென்றும் கூறினார். அதே செய்தியை அவர் ஹரிலாலுக்கு கடிதமாக எழுதியனுப்பியிருந்தார். எனக்கென்று குழந்தைகள் ஏதுமில்லை. உன்னை என் மகனாகவே நினைத்துக் கொள்கிறேன் ஹரி...

அவன் தனது தாய்மாமனின் கடிதத்தின் வரிகளை மீண்டும் மீண்டும் வாசித்தான். அவன் தகப்பனாருக்கு இல்லாத அக்கறை இது. தாயாருக்கு கணவனே கண்கண்ட தெய்வம்... பிள்ளைகளெல்லாம் அதற்குப் பிறகுதான். ஆனால் மாமாவுக்கு என் துயரம் புரிந்திருக்கிறது. அதனால்தான் தக்க சமயத்தில் உதவ நினைக்கிறார். சகோதரியின் மகனை தன் மகனைப் போல எண்ணுகிறார். அவன் மனம் அவரிடத்தில் குழைவுக் கொள்ளத் தொடங்கியது. ஆனால் அக்கடிதத்தில் அவனுக்கு மறுமணம் செய்து வைக்க ஆவன செய்வதாக அவர் எழுதியிருந்த வரிகள் அவனுக்குச் சிரிப்பை வரவழைத்தது. மகள் ராமி பெரிய பெண்ணாக வளர்ந்து விட்டாள். அவளுக்குத் திருமணம் செய்து வைக்க வேண்டும். கடைசியாகப் பிறந்த மனுவோ சின்னஞ்சிறு குழந்தை. இவர்களுக்கிடையே தன்னை பொத்தி பாதுகாத்த தாய்ப் பறவையின் சிறகுகளின் சூட்டை இழந்த இரண்டு மகன்கள்... இதில் திருமண வாழ்வு மட்டும்தான் தனக்குக் குறைவாக இருக்கிறதோ...?

கஷ்டத்திலும் நஷ்டத்திலும் அவன் சிறைக்குச் சென்ற சமயத்திலும் குழந்தைகளைச் சுமந்துக் கொண்டிருந்த நிலையிலும் அதன் பிறகும் தன்னுடன் இணைந்ததாலேயே தன் மனைவி பட்ட சிரமங்களை அவன் நன்கறிவான். வீடு முழுக்க நிறைந்துக் கிடக்கும் அவளது அன்பான மொழிகள் இன்று எங்கோ ஓடி மறைந்து விட்டன. சின்னஞ்சிறு பாதங்களால் வீட்டையளந்து திரிந்துக் கொண்டிருக்கும் அவன் குழந்தைகளும் இப்போது அவனுடன் இல்லை. சான்டி இறந்து போகும் முன்பாக எத்தனை வலிகளை அனுபவித்தானோ? தான் இறப்பதற்கு ஒரு வாரத்துக்கு முன்பாக தன் மகனைப் பறிக்கொடுத்த சஞ்சுவின் மனம்தான் என்ன பாடுபட்டிருக்கும்? அவன் பிணத்தைச் சுடுகாட்டுக்கு எடுத்துச் செல்லும்போது அவளும் எழுந்து ஓட எண்ணியிருப்பாளோ? அல்லது தன் இறப்பை அறிந்து நீ முன்னே போய் அங்கு எனக்கொரு இடம் ஏற்பாடு செய்து வை மகனே... என்று வழியனுப்பி வைத்திருப்பாளா?

ஆனால் என் வலிகள் எதுவுமே அப்பாவுக்குப் புரியாது. என்னை குறை சொல்வதும் குற்றம் சாட்டுவதும்தான் அவருக்கு வேலை. இன்று அவரிடத்திலிருந்து வந்த கடிதத்தில் கூட அவன் விரைவாக பணம் ஈட்ட எண்ணுவதால் அதன் பின்விளைவுகளை பற்றி யோசிக்க மறுக்கிறான் என்று அவனையே குற்றம் சாட்டியிருந்தது. இவரை விட்டொழிந்தால்தான் என்ன?

அவனுக்கு தன் மாமனுடன் இன்னும் நெருக்கமாக உறவாட தோன்றியது. போலவே, மாதவ்தாஸூம் அவன் மீது நம்பிக்கைக் கொண்டு கல்கத்தாவில் இறக்குமதியாகியிருந்த துணிகள் அடங்கிய இருபத்தேழு பெட்டிகளை இறக்கி பத்திரப்படுத்தி வைக்குமாறு அறிவுறுத்தி அதற்கான தொகையையும் அனுப்பி வைத்திருந்தார்.

காந்தி சத்தியாகிரகம் அறிவித்த ஏப்ரல் ஆறாம் தேதியன்றும் அதற்குப் பின்னும் நாட்டில் நடந்த அராஜகங்களுக்கு காந்தியே பொறுப்பேற்க வேண்டும் என்று அறிவிக்கை விடுத்தார் பஞ்சாபின் துணை ஆளுநர் மைக்கேல் ஓட்வியர். காந்தியின் தூண்டுதலால் நாட்டில் ஏற்பட்ட வன்முறைகளே இராணுவத்தார் மேற்கொண்ட கடுமையான நடவடிக்கைகளுக்குக் காரணம் என அன்னிபெசன்ட் உட்பட காங்கிரஸின் மிதவாத தலைவர்கள் அறிக்கை விடுத்தனர்.

“நான் எந்தவகையான அமைதியை விரும்பினேனோ அதை என்னால் முற்றிலும் காண இயலவில்லை. பாஞ்சாலத்தில் நடந்த அடக்குமுறை மக்களின் ஆத்திரத்தைத் தூண்டி விட்டுவிட்டது. இனி சாத்வீக சட்டமறுப்பைத் தொடர்ந்தால் அது எரியும் நெருப்பில் எண்ணெய் விட்டது போலாகி விடும்” என்றார் மோகன்தாஸ்.

“ஆனால், நீங்கள் வென்று விட்டீர்கள் திருவாளர்.காந்தி. பயங்கர இயக்கம் வங்காளத்திலும் பஞ்சாபிலும் மட்டுமே இருந்த நிலையில், அதனை ஒடுக்க எடுக்கும் நடவடிக்கைக்கு தேசம் முழுவதிலுமிருந்து எதிர்ப்பு ஏற்படாதென்று வைசிராய் நினைத்திருக்க வேண்டும். அப்படியிருந்தால்தானே போராட்டக்காரர்களைத் தனிமைப்படுத்தி அழித்தொழிக்க முடியும்? ஆனால் நீங்கள் ரௌலட் சட்ட மசோதாக்களை எதிர்த்துத் தேசமெங்கும் விழிப்புணர்வையும் மகத்தான போராட்டத்தையும் தோற்றுவித்து விட்டீர்கள்” என்றார் உமார் ஸோபானி.

சேமிப்புக்கிடங்கில் வைத்திருந்த துணிகளுக்கு நல்ல விலை வாய்த்தபோது அதனை சந்தைப்படுத்த எண்ணினான் ஹரிலால். அவனுக்குச் சந்தையைக் கணிக்கத் தெரிந்திருக்கிறது என்றார்கள் அனுபஸ்தர்கள். இது சரியானத் தருணம்... நல்ல தொகையைக் கண்டு விடலாம் என்றார்கள். இனி அவன் வாழ்க்கையில் முன்னேற்றம்தான். அப்பா.. இனி நான் ஜெயித்து விடுவேன். நீங்கள் எனக்கு எதிரி அல்ல. ஆனால் என் நலம் விரும்பியும் அல்ல. நான் ஜெயித்து உங்கள் முன் நிற்கும்போது நீங்கள்

எந்த நிலையை எடுப்பீர்கள்? அதை நான் காண வேண்டும். உங்கள் பணக்கார நண்பர்களைப் போல நானும் சம்பாதிக்கத் தொடங்கி விட்டால் நன்கொடைக்காக நீங்கள் என்னையும் தேடி வருவீர்கள்தானே? அப்போது என் மனதில் பகைமை இருக்காது அப்பா... நிச்சயமாகப் பழி வாங்க மாட்டேன். இந்த உணர்வுக்கு என்னவென்று பெயரிடுவது?

மனம் முழுக்க தொற்றிக் கொண்ட உற்சாகத்தோடு மாமாவிடம் இது குறித்து தகவல் அனுப்பி விட்டு பதிலுக்காகக் காத்திருந்தான். இனி சந்தை நடவடிக்கைகளைத் துரிதப்படுத்த வேண்டும். சேமிப்புக் கிடங்கில் அவனுக்கு ஒதுக்கப்பட்டிருந்த அறையில் சரக்குப் பெட்டிகளை எண்ணிப் பார்த்து எடுத்துவைக்க வேண்டும். உதவிக்காக ஆள் ஒருவரை ஏற்பாடு செய்யவேண்டும். அவன் அதற்கான முன்னேற்பாடுகளைக் கவனித்துக் கொண்டிருந்தபோதே மாதவதாஸிடமிருந்து அனுமதி கிடைத்திருந்தது.

"அய்யா... மொத்தம் எத்தனை பெட்டிகள்?" என்றார் உதவியாளர்.

"இருபத்தேழு" ஹரிலால் எண்ணிக்கையை சொன்னபோது பெட்டிகளில் இரண்டு குறைந்திருப்பது தெரிந்தது. உதவியாளரை நகர்த்தி விட்டு பரபரவென்று எண்ணிப் பார்த்தான் ஹரிலால். உதவியாளர் சொல்வது சரிதான். அட கடவுளே... இதென்ன சோதனை... ஒருவேளை போக்குவரத்து வசதிக்காகப் பெட்டிகளை ஒன்றோடொன்றாக அடுக்கியிருப்பார்களோ? அப்படியாகத் தானிருக்கும். ஒட்டிக் கொண்ட நம்பிக்கை தெம்பளிக்க முதலாவது பெட்டியைத் திறந்தான்.

"இது நம்பளோட பெட்டிதானே?" என்றான் உதவியாளரிடம்.

அவன் ஆமோதித்து தலையசைத்தான். ஆனால் உள்ளிருந்தது தரம் குறைந்த துணி வகைகள். மாமா முதல் தர துணிகளை இறக்குமதி செய்ததாகக் கூறியிருந்தார். அவனும் விற்பனையாளரிடம் முதல் தர துணிகளுக்குதான் விலை பேசியிருந்தான்... ஆனால் இதென்ன... பிரிக்கப் பிரிக்க குறைபாடுகள் கொண்ட துணிகளாக வருகின்றன? எத்தனை துணிச்சல் இருந்தால் இப்படி ஏமாற்ற மனம் வரும்? ச்சே.. உடலும் உள்ளமும் பதற மாமாவிற்குத் தகவல் தெரிவித்தான். பணத்திலும் செல்வாக்கிலும் உயர்ந்திருந்த அவரால் இந்த திருட்டு வேலை செய்தவர்களைப் பிடித்து உலுக்க முடியும். குறைபட்ட துணிகளையும் எண்ணிக்கையில் குறைந்த பெட்டிகளையும் திரும்ப வாங்கிவிடமுடியும்.

“ஹரி... நீ சரக்கைச் சரி பார்த்து வாங்கலையா?”

“மாமா.. கப்பலிலிருந்து அப்படியே இறக்கி கோடவுனுக்கு கொண்டு போயாச்சு.” இதுல சரக்கை எப்படித் திறந்துப் பார்க்க முடியும்?”

“சரக்கைத் திறந்து பார்க்கலேன்னாலும் பெட்டிகளையாவது எண்ணியிருக்கலாமே ஹரி.”

“எண்ணிதான் மாமா வச்சேன். எப்படிக் காணாமல் போச்சுன்னு தெரியிலயே?” என்றான் பரிதாபமாக.

“நான் இதை சிறிதும் நம்ப மாட்டேன் ஹரி.”

“அந்தப் பெட்டிகளை நான் திருடி விட்டேன்னு நினைக்கிறீங்களா மாமா?”

“அப்டீன்னா அந்த இரண்டு பெட்டிகள் மட்டும் கால் முளைச்சு எங்கோ போயிடுச்சா. அதிலிருந்த துணிகளை என்ன செய்தாய் நீ?” குரலுயர்த்தினார்.

“மாமா... என் இயலாமையைப் பயன்படுத்தி மிக அதிகமாக பேசுகிறீர்கள். இது அடுக்கவே அடுக்காது.”

“சரி.. விடு. நான் உன்னை எதுவும் சொல்லல. இந்தச் சரக்கை இப்போ நான் வித்திருந்தேன்னா எனக்கு என்ன லாபம் வந்திருக்குமோ அதையும் சரக்கோட விலையையும் சேர்த்து உடனே எனக்குப் பணமா கொடுத்துடு. நான் எதுவும் சொல்ல மாட்டேன்.”

பெட்டிகள் காணாமல் போனதும் சரக்கு தரமின்றி போனதும் ஏற்படுத்திய பதற்றத்தை உள்ளம் உள்வாங்கிக் கொண்டபோது மாமாவின் தரப்பிலிருந்த நியாயம் புரிந்தது அவனுக்கு. ஆனால் அதற்காக இப்போதே பணத்தைக் கேட்டால் எங்கே போவது? அவரிடமே பேசி விட முடிவு செய்தான்.

“மாமா.. என் பாதுகாப்பில் இருந்த பெட்டிகள் திருடப்பட்டதுக்கு நான் பொறுப்பேற்றுக் கொள்கிறேன். ஆனா அதற்கான பணத்தைத் திரும்ப தர எனக்குக் கால அவகாசம் வேணும்.”

“முடியாது ஹரி... உன்னால நான் இப்போ நட்டப்பட்டு நடுத்தெருவில் நிக்கிறேன். அந்தப் பெட்டியிலிருந்த துணிகளை

வித்துருப்பே இல்லையா... அந்தப் பணத்தைக் கொடு” என்றார் கோபமாக.

செய்வதறியாது அவரையே பார்த்துக் கொண்டு நின்றான் ஹரிலால். பணத்துக்காக எப்படியெல்லாம் வார்த்தைகளை அள்ளிக் கொட்டுகிறார்?

ப்ராக்ஜிதேசாய் செய்வதறியாமலும் செய்ய இயலாததுமாகவும் நின்றிருந்தார்.

“சொன்னது ஞாபகமிருக்கட்டும் ஹரி...” அவர் ஏறக்குறைய உறுமி விட்டு அங்கிருந்து சென்றார்.

ப்ராக்ஜி ஆதரவாய் கையைப் பற்றியபோது அவனுக்கு எல்லாமே அந்நியமாகத் தோன்றியது. அவரிடமிருந்து கையை விலக்கிக் கொண்டான். என்ன செய்வது? இப்போது என்ன செய்வது? அத்தனை பணத்துக்கு நான் எங்கே போவேன்...

நடுவானுக்கு வந்திருந்த சூரியன் மரங்கள் வரைந்த நிழற்கோடுகளை மீற ஏதுவாக அவற்றின் நிழலைக் குறுக்கியிருந்தான். ஹரிலால் எங்கோ கழற்றி வைத்த காலணிகளை அணிந்துக் கொள்ள மறந்தவனாக நடந்தான்.

அப்பா... பார்த்தீர்களா இந்த உலகில் பந்தம் பாசம் எல்லாம் பொய். பணம் எல்லாவற்றையும் பின்னுக்குத் தள்ளி விட்டு விடும். ஆனால் இவையெல்லாம் ஏன் அப்பா உங்களால் புரிந்துக் கொள்ள முடியவில்லை. சொந்த சகோதரியின் மகன் நான். வாழ்க்கையில் இழக்கக் கூடாதவைகளை இழந்து நிற்கும் நேரத்தில் பெரும்பணக்காரரான அவர் என் மீது காட்டும் காழ்ப்புகளைப் பாருங்கள் அப்பா... நான் அவருக்கு மகனைப் போன்றவனாம்... என்ன ஒரு பித்தலாட்டம்! அவருக்கு தேவை ஒரு அடிமை. எதிர்த்துப் பேசாமல் சொல்வதைச் செய்யும் அடிமை... அதுவும் துறைமுகத்துக்கு அருகாமையில் இருக்கும் நகரில் சரக்குகளை ஏற்றவும் இறக்கவும் பாதுகாக்கவும் அவரிடும் கட்டளைகளைச் சிரமேற்கொண்டு செய்வதற்குமேற்ற ஒரு அடிமை... அவர் வாழ்க்கையின் அடிநாதம் பணம்... பணம் மட்டுமே... அவரது சொற்கள் அனைத்தும் மேலோட்டமானவை. பணம் செய்யும் நோக்கத்தில் புனையப்பட்ட வெற்றுச் சொற்களை அணிகலன்களாக்கிச் சூட்டி விடுகிறார். அதை சூடிக் கொள்ளுமளவுக்கு நான் முட்டாளில்லை.

12

ஜாலியன்வாலாபாக்கில் நடந்த கொடுமைகளை அடுத்து பஞ்சாபிலுள்ள அமிர்தசரஸில் மோதிலால் நேருவின் தலைமையில் காங்கிரஸ் மகாசபை கூடியது. தென்புலத்திலிருந்து ராஜாஜி, வ.உ.சிதம்பரனார் உள்ளிட்டோர் கலந்துக் கொண்ட அக்கூட்டத்திற்குத் தலைமையுரை ஆற்றிய மோதிலால்நேரு, காங்கிரஸ் மகாசபையைத் தம்முடைய நெடுநாளைய சகாக்களான மிதவாதிகள் பகிஷ்கரித்து விட்டதற்கு வருத்தம் தெரிவித்தார். அவர்களெல்லாம் மோகன்தாஸ் காந்தியின் தலைமையை ஏற்று, காங்கிரஸுக்குத் திரும்ப வேண்டுமென்று வேண்டுகோள் விடுத்தார். அக்கூட்டம் நடப்பதற்கு முந்தைய தினமான கிறிஸ்துமஸ் தினத்தில், பிரிட்டிஷ் அரசர் இந்தியாவில் அரசியல் குற்றவாளிகளுக்கு பொது மன்னிப்பு அளிப்பதாகப் பிரகடனம் செய்திருந்தார் அதையொட்டி கிலாபத் இயக்கம் சம்பந்தமாகச் சிறை சென்றிருந்த சவுக்கத் அலி, முகம்மது அலி ஆகிய இருவரும் விடுதலையாகி அதே கையோடு நேரே அமிர்தசரஸ் கூட்டத்திற்கு வந்திருந்தனர். அக்கூட்டத்தில், ஜாலியன் வாலாபாக் சம்பவத்தால் பாதிக்கப்பட்டவர்களுடைய இழப்புகளுக்கு ஈடு செய்ய வேண்டுமென்று அரசுக்கு கோரிக்கை விடப்பட்டது. அங்கு இராணுவத்தார் புரிந்த அட்டூழியங்களைக் கண்டித்து மகாசபை தீர்மானம் கொண்டு வந்தபோது காந்தி அதை ஆட்சேபித்தார்.

கூட்டத்தாரின் ஒட்டுமொத்த கவனமும் அவரிடம் திரும்பியது.

அவர் நிதானமாகப் பேசினார், "வன்முறை இரு தரப்பிலும் நிகழ்ந்தது. ஆனால் தீர்மானம் இராணுவத்தாரை மட்டும் கண்டிக்கிறது."

"அதற்கு என்ன செய்ய வேண்டும் என்று எதிர்பார்க்கிறீர்கள் காந்தி?"

"தீர்மானம் ஒருதலைப்பட்சமானது. அரசு தரப்பை குற்றம் சொல்வது மட்டுமில்லாமல் மக்கள் சார்பில் நடந்த வன்முறைகளையும் கண்டிப்பதாகத் தீர்மானம் இருக்க வேண்டும்."

பிரதிநிதிகளிடையே எதிர்ப்பு கிளம்பியது.

காந்தி எழுந்து, "இது கொள்கை பிரச்சனை... நான் இதை விட்டு கொடுப்பதற்கில்லை. இதனுள் அடங்கியிருக்கும் தத்துவத்தை நீங்கள் உணர்ந்து அதன்படி நடக்க முயன்றீர்களேயானால் அதுவே நம்மை வெகு எளிதில் வெற்றிப்பாதையில் கொண்டு போய் சேர்க்கும். இந்த உண்மையை நினைவில் கொள்ளாவிடில் நாம் கட்டாயம் தோல்வியடைந்து விடுவோம்" என்றார்.

"ஆனால் நம்மை நாமே காட்டிக் கொடுத்துக் கொள்வது சரியல்ல."

"அப்படியானால் பாஞ்சாலத்தில் நம்மவர்கள் வன்முறைச் செயல்களில் ஈடுபடவில்லையென்று சொல்வீர்களா? அதனை மறுத்துக் கூற என்னிடம் தேவைக்கதிகமான சாட்சியங்கள் உள்ளன. வீரகாம், அகமதாபாத், பம்பாய் போன்ற இடங்களில் மக்கள் அகிம்சை வழியைக் கடைப்பிடிக்கவேயில்லை. அரசு நெறி தவறி விட்டது என்று நாம் குமுறுகிறோம். ஆனால் நம்மவரும் நெறி தவறிதானே செயல்பட்டிருக்கின்றனர்? நெறி தவறியவரிடம் நாம் அப்படி நடந்துக் கொள்ளாமல் அகிம்சையுடன் நடந்துக் கொள்வோமானால் மட்டுமே வெற்றியை எட்ட முடியும்."

அவர் தனது கருத்தை மாற்றிக் கொள்ள சிறிதும் தயாராக இல்லாதபட்சத்தில் 'கோபமூட்டப்பட்ட நிலையில் பஞ்சாப் மக்கள் செய்த அக்கிரமங்களுக்குக் காங்கிரஸ் மகாசபை பெரிதும் வருந்துகிறது' என்ற வரிகள் அத்தீர்மானத்தில் சேர்க்கப்பட்டு ஒருமனதாக நிறைவேற்றப்பட்டது.

வியாபாரம் தொடர்பாக நடந்தவைகளையும் ஹரிலால் தன்னை ஏமாற்றி விட்டதையும் மைத்துனர் மோகன்தாஸிடம் கூறி விடப்போவதாக மாதவதாஸிடமிருந்து ஹரிலாலுக்கு கடிதம் வந்தபோது ஹரிலால் கடும் கோபம் கொண்டான். எத்தனை கேவலமானவர் இவர்... பெரும் செல்வம் வாய்க்கப் பெற்ற அளவுக்குப் பெருந்தன்மை வாய்க்கப் பெறாதவர். எல்லா உறவுகளையும் அளக்க இவர் பயன்படுத்தும் அலகு 'பணம்' மட்டுமே. இத்தனைக்கும் அவருக்குக் குழந்தைகளும் இல்லை. பெருஞ்செலவுகளுக்கும் வேலையில்லை. பம்பாயில் மூன்று பங்களாக்களுக்குச் சொந்தக்காரர். ஆனால் சரக்குப் பெட்டியில் துணிகள் தரமற்று போனதற்கு நான் பொறுப்பேற்க வேண்டும் என்கிறார். பெட்டிகளை இறக்கி பத்திரப்படுத்தி வைக்குமாறு மட்டும்தான் என்னிடம் கூறியிருந்தார். பிறகு நான் எந்த

அதிகாரத்தில் பெட்டிகளைத் திறந்து துணிகளின் தரத்தை அறிவது? எனக்கு வாய்த்த நேரமும் சரியில்லை போலிருக்கிறது. இரண்டு பெட்டிகளைத் திருடக் கொடுத்து விட்டேன். என் பாதுகாப்பிலிருந்தவைகள் காணாமல் போனதற்கு நான் பொறுப்பேற்றுக் கொள்வதாகத்தானே கூறுகிறேன்... ஆனால் அவர் அதற்குள் எனக்குத் திருட்டுப்பட்டம் கட்டுகிறார். அவருக்குப் பிறந்த குழந்தையாக இருப்பின், இப்படி எடுத்தெறிந்து பேச முடியுமா?

மாமா... ஒவ்வொரு அனுபவமும் வாழ்க்கையில் எனக்குப் படிப்பினைகளைப் புகட்டுகிறது. இந்த உலகில் கருணைக்கும் மென்மைக்கும் இடமேயில்லை. வியாபாரத்தில் லாபம் மட்டுமே ஏற்படும் என்று எண்ணிக் கொள்ள முடியாது. இப்போது ஏற்பட்ட பிசகிற்கு நான்தான் காரணம் என்று கருதினால் நீங்கள் தாராளமாக நீதிமன்றத்தில் வழக்குத் தொடரலாம். ஆனால் என் மீதோ ப்ராக்ஜி அவர்கள் மீதோ இதில் எந்த தவறுமில்லை. நீதிப்படி நாங்கள் உங்களிடம் கடன்படவுமில்லை. என்னுடைய கடிதங்களை நீங்கள் என் தகப்பனாரிடம் தாரளமாகக் கொடுங்கள். அதற்கான பதிலை நான் அவரிடம் அளித்துக் கொள்கிறேன். நீங்கள் என்னை அருவருத்து ஒதுக்கிய பிறகும் உங்களிடம் உறவை தக்க வைத்துக் கொள்ள எண்ணுவதை விட என்னிடமுள்ள கடைசி செல்லாத காசு வரை உங்களிடம் கொடுத்து விட்டு நான் பிச்சைக்காரனாக அலைவதே நல்லது என நினைக்கிறேன் மாமா அவர்களே.

குமுறிய உள்ளத்தைக் கடிதமாக்கி தபாலில் சேர்த்து விட்டு திரும்பியபோது பெரும்பளு ஒன்று இறங்கியது போலிருந்தது அவனுக்கு. அதேசமயம் மாதவதாஸ் போல தானும் பெரும் பணக்காரனாகிவிட வேண்டும் எண்ணமும் தீவிரப்பட்டது. ஆனால் எங்ஙனம்? எதுவும் புரியவில்லை. முதலில் அவன் மனம் தெளிவாக வேண்டும். அதற்கு அவன் குழம்பிக் கிடக்கும் உள்ளத்தை மெத்தென்றிருக்கும் உடலின் மீது கிடத்தி கொள்ள வேண்டும். எடுப்பதும் கொடுப்பதுமான அவ்விளையாட்டில் உறவென எதுவும் மிஞ்சுவதில்லை என்றாலும் அப்பேரானந்த பெருஞ்சுகம் தன்னையும் தன்னிருப்பையும் மறக்க வைத்து விடும். அதில் தன்னை அமிழ்த்திக் கொள்ளும் ஆர்வம் உடலிலும் உள்ளத்திலும் பற்றிக் கொள்ள அவன் பொதுப்பெண்கள் வசிக்கும் பகுதியை நோக்கி விரைந்து நடக்கத் தொடங்கினான்.

13

கஸ்தூர் சமையலை முடித்த களைப்பு தீர மரத்து நிழலில் காற்றாட அமர்ந்துக் கொண்டார். பரந்து விரிந்திருந்த அந்த ஆசிரமத்தில் கட்டுமானப்பணிகள் நடந்துக் கொண்டிருந்தன. பொருளாதார தன்னிறைவு மிக்க சமுதாயமாக அதை மாற்ற வேண்டுமென்ற எண்ணமிருந்தது அவர் கணவருக்கு. கைத்தொழில்கள் பயிற்றுவிக்கப்படும் பொருட்டு தருவிக்கப்பட்ட கைத்தறிகள் அடுத்திருந்த அறையில் வைக்கப்பட்டிருந்தன. இந்த ஆசிரமத்தை நிர்மாணம் செய்வதற்குள் எத்தனையெத்தனை வேலைகள் வந்து விடுகின்றன அவருக்கு... இடையில் உடல் நலம் வேறு கெட்டு விட்டது. அன்றிரவு திலகர் இறந்து விட்டதாக சேதி வந்தபோது அவர் அப்படியே தளர்ந்து அமர்ந்து விட்டார். பின்னிரவு வரை கூட அப்படியே அர்ந்திருந்தார். அவரருகே எரிந்துக் கொண்டிருந்த தீபத்தின் ஒளியை அவர் கண்கள் உற்று நோக்கிக் கொண்டிருந்தன. மகாதேவ்தேசாய் அவரருகே வந்து ஆறுதலாய் அமர்ந்துக் கொண்டார். “சங்கடம் ஏற்படும் காலத்தில் இனி நான் யாரை நாடி ஆதரவு பெறுவேன் மகாதேவ்” என்றபோது அவர் குரல் தழுதழுத்திருந்தது. உறங்க செல்லாமலும் உறக்கம் வராமலும் தவித்த கஸ்தூர் அவருக்குக் கொதித்து ஆற வைக்கப்பட்ட சுடுநீரை கொண்டு வந்துக் கொடுத்தபோது அதை வேண்டாமென்று மறுத்து விட்டார். இதுவரையில் நான் சுயராஜ்ஜியத்திற்காக உழைத்து வந்திருக்கிறேன். ஆனால் ‘சுயராஜ்ஜியம்’ என்னும் பதத்தை உச்சரிக்கத் தயங்கியே வந்திருக்கிறேன். இனி லோகமான்யரின் சுயராஜ்ய கோஷம் தழைத்தோங்க செய்ய வேண்டும். இதில் ஓய்வதற்கு இடமில்லை. தீரம் மிக்க அந்த வீரர் உயர்த்திய சுயராஜ்யக் கொடியை ஒரு நிமிடம் கூட தாழ்த்தக்கூடாது, என்றார் தழுதழுப்போடு. பம்பாயில் பெருந்திரளாகக் கலந்துகொண்ட திலகரின் இறுதி ஊர்வலத்தில் காந்தியும் அலி சகோதரர்களும் பிரேதத்தைச் சுமந்து

சென்றனராம். அதை மகாதேவ்தேசாய் சொன்னபோது, அதை தன்னால் புரிந்துக் கொள்ள முடிகிறது, என்றார் கஸ்தூர்.

தன்னருகே வந்து அமர்ந்துக் கொண்ட ராமியை தன்னோடு இழுத்து அணைத்துக் கொண்டார் கஸ்தூர். சமையலறைக்கு நீர் சேகரிக்கும் பணியை செய்து விட்டு அமர்ந்திருந்தமையால் அவள் ஆடை நனைந்திருந்தது. சாயலில் மட்டுமல்லாமல் குணத்திலும் கூட தாயார் குலாபென்னை ஒத்தவள் அவள். அமைதியான சிரிப்பும் தன்னை அதிகம் பகிராத குணமும் கொண்டிருந்தாள். தாயாரை பறிக்கொடுத்ததிலிருந்தே அவள் கண்களில் நிரந்தர சோகம் குடிக் கொண்டு விட்டது. மகன்கள் மட்டுமே தவழ்ந்த வீட்டில் முதலில் மகளென வளைய வந்தவள் இப்போது தாயாக மாறி சகோதர சகோதரிகளைப் பார்த்துக் கொள்கிறாள். பனிரெண்டு வயது நிரம்பி விட்ட பருவமங்கையான அவளுக்குத் திருமணம் செய்ய வேண்டும். பாலீபென்னிடம் இது குறித்து பேசவேண்டும் என்றெண்ணிக் கொண்டார் கஸ்தூர். சிறு வயதிலேயே கணவரை இழந்து விட்ட பாலீபென், தங்கையின் குழந்தைகளைக் காண அடிக்கடி சபர்மதி ஆசிரமத்திற்கு வருவதும், குழந்தைகளைத் தன்னோடு அழைத்துச் சென்று சில நாட்கள் வைத்துக் கொள்வதுமாக இருப்பாள். இதனால் குழந்தைகள் ஓரிடத்தில் தங்கவியலாத நிலை ஏற்பட்டாலும் பாலீபென் குழந்தைகள் மீது காட்டும் அக்கறை கஸ்தூருக்கும் மற்றவர்களுக்கும் பிடித்தேயிருந்தது.

எப்போதாவது அவர்களின் தந்தை கல்கத்தாவிலிருந்து கடிதம் எழுதுவதுண்டு. அதை ராமி தனது அறையில் சேர்த்து வைத்துக் கொள்வாள். கான்டி அதை அடிக்கடி படித்துக் காட்டச் சொல்வான். காந்தி தாத்தாவை அவர்கள் எல்லோருக்குமே பிடிக்கும். விளையாட்டும் வெடிச்சிரிப்புமாகப் பேசும் அவர், தான் இருக்கும் நேரங்களை விட இல்லாத நேரங்களை இன்னும் கூடுதலாக ஆக்கிரமித்துக் கொண்டு விடுவார். அவர் ஆசிரமத்திலிருக்கும் நேரங்களில் அரசியல் பிரமுகர்கள், நண்பர்கள் அவரை தேடி வருவதோடின்றி அவருக்கு நிறையக் கடிதங்களும் வருவதுண்டு. அவர் அலுக்காமல் அதற்கான பதில்களை எழுதுவார். தான் பொறுப்பேற்று நடத்திக் கொண்டிருந்த நவஜீவன், யங் இந்தியா பத்திரிகைகளுக்குக் கட்டுரைகள் எழுதுவார்.

ஜாலியன் வாலாபாக்கில் நிகழ்ந்த படுகொலைகளுக்குப் பரிகாரம் தேடுவதோடு இப்போது புது பிரச்சனையொன்றும் தீர்வு வேண்டி

காத்திருப்பதாக அவருக்குத் தோன்றியது. உலக பெரும்போர் முடிந்ததும் யுத்தத்தில் தோல்வியுற்ற துருக்கியை பிரிட்டிஷார் இரண்டாகத் துண்டாட முயன்றதுடன், அந்நாட்டின் அதிபருக்கு இஸ்லாமிய உலகத்தின் மீதிருந்த தலைமையை அங்கீகரிக்கவும் மறுத்தது. இது உலகெங்கிலுமிருந்த முஸ்லிம்களுக்கு பெருத்த அதிர்ச்சியை ஏற்படுத்தியது. பிரிட்டிஷாரின் இச்செயலுக்கு எதிராக இந்தியாவில் தோன்றிய பிரிட்டிஷ் எதிர்ப்பு இயக்கமான கிலாஃபத் இயக்கத்தாரோடு காந்தி கைகோர்த்துக் கொள்ள விழைந்தார். கிலாஃபத் இயக்கத்தின் இந்து முஸ்லிம் கூட்டு மாநாட்டில் கலந்துக் கொண்ட பிறகு இயக்கத்துக்கு ஆதரவாக மோகன்தாஸ் காந்தி நாடு முழுக்க சுற்றுப்பயணம் மேற்கொண்டார்.

ஹரிலாலுக்குத் திரும்பிய இடமெல்லாம் கடன்காரர்கள் போலவும் தென்பட்டவரெல்லாம் துரோகிகள் போலவும் தோன்றினர். கூடவே எதிரிகளின் பட்டியலில் தந்தையாரோடு மாமாவும் சேர்ந்துக் கொண்டார். அந்த மனிதருக்கு செலுத்த வேண்டிய பணத்தைச் செலுத்துவதற்கேனும் ஏதேனும் தொழில் செய்தாக வேண்டும் என்று உறுதி செய்துக் கொண்டான்.

ஒருபக்கம் சர்க்காரை எதிர்த்துக் கொண்டு, மறுபக்கம் அதே சர்க்காரோடு வேலை செய்து இயலாது. பிரிட்டிஷ் இறக்குமதிகளை பகிஷ்காரம் செய்வதோடு பிரிட்டிஷ் பள்ளிக்கூடங்கள், கோர்ட்டுகள், பிரிட்டிஷ் உத்தியோகம், கௌரவப்பட்டம் என அத்தனையும் பகிஷ்கரிக்க வேண்டும் என்ற செயல்திட்டம் உருவான போது அதைச் சுருக்கிச் சொல்லும் சூத்திரம் போன்ற சொல்லாக ‘ஒத்துழையாமை’ என்றார் காந்தி.

“அது முஸ்லிம்கள் சம்பந்தப்பட்ட பிரச்சனை... நமக்கு முன்னிருக்கும் பிரச்சனைகளை முதலில் கவனிப்போம்.”

“முஸ்லிம்களின் பிரச்சனையை அவங்க பார்த்துக்குவாங்க. இதற்காக இந்திய தேசம் முழுவதும் எல்லையற்ற தியாயங்களை செய்யணும்னு எதிர்பார்ப்பது எவ்விதத்திலும் நியாயமில்லை.”

ஆங்காங்கே எதிர்ப்புக் குரல்கள் எழுந்தபோது, காங்கிரஸ் மகாசபையே அனுமதிக்க மறுத்து விட்டாலும் கிலாஃபத் அநீதியை எதிர்த்து ஒத்துழையாமைப் போர் தொடங்குவது உறுதி, என்றார் காந்தி.

"அவர் கூறுவது சரிதான். நாம் தொடங்கி வைக்கும் இவ்வுறவு பின்னாட்களில் இந்து முஸ்லிம் ஒற்றுமைக்கு இது வழிவகுக்கும்."

காந்தியின் தீர்மானத்துக்கு மறுப்பும் உடன்பாடும் எழுந்த நிலையில் கல்கத்தாவில் விசேஷ காங்கிரஸ் மகாசபை கூடுவதென்று முடிவானது. லாலா லஜபதிராய் தலைமையில் நடந்த அக்கூட்டத்தில் அன்னிபெஸன்ட், பண்டித மாளவியா, விஜயராகவாச்சாரியார், மோதிலால், சித்தரஞ்சன்தாஸ் போன்ற பல முக்கியமானவர்கள் பங்குக் கொண்டனர். அதில் காந்தியின் தீர்மானம் குறைந்த ஓட்டு வித்தியாசத்தில் அரை மனதுடன் ஏற்றுக் கொள்ளப்பட்டது.

தென்னாப்பிரிக்காவைப் போலவே இந்தியாவிலும் தன் தந்தைக்கு மதிப்பும் மரியாதையும் புகழும் ஆள்பலமும் சேர்ந்துக் கொண்டே போவதை குறித்து ஹரிலால் பெருமிதமாக உணர்ந்தான். நாடு முழுவதிலுமிருந்து காங்கிரஸ் மகாசபை கூட்டத்தில் கலந்துக் கொள்வதற்கென மக்கள் வந்துக் கொண்டேயிருந்தனர். மகாத்மா காந்திக்கு ஜே... அல்லாஹு அக்பர்... என்ற கோஷங்கள் கல்கத்தாவின் தெருக்களில் ஒலித்தன. இந்துகளும் முஸ்லிம்களும் ஒன்று கலந்திருந்தனர். பம்பாயிலிருந்து கல்கத்தாவுக்கு காங்கிரஸ்-கிலாஃபத் தனி ரயில்கள் இயக்கப்பட்டன. ரயில் நிலையமும் ஹௌரா பாலமும் மனிதத்தலைகளால் நிரம்பின. போருக்கு ஆயத்தமானவர்கள் போல மக்கள் பெருந்திரளென கூடினர். அவனும் அத்தலைகளில் ஒருவனென நீந்தினான். அப்பா... நாடு முழுவதிலுமிருந்து உங்களை நோக்கி ஆட்கள் திரண்டு வர நீங்களோ என்னுடைய வீட்டுக்கு வருவதாகச் சொல்லியிருக்கிறீர்கள். உங்களுடனேயே ஒட்டிக் கொண்டு திரியும் மகாதேவ்தேசாயை பார்க்கும்போது பொறாமையாக உள்ளது. நீங்கள் அவரிடம் சிரித்தபடி உரையாடுவதும் அவர் உங்கள் தேவைகளை நீங்கள் சொல்லாமலேயே உணர்ந்துக் கொண்டு நிறைவேற்றுவதும் எனக்குப் பிடிக்கவில்லை. ஆனால் என்ன செய்வது? உங்களுக்கு என்னை விட அவரைதானே பிடித்திருக்கிறது... ஆனால்... அப்பா... என்ன இருந்தாலும் அவர் உங்கள் அந்தரங்க காரியதரிசிதான்... என்னை போல மகன் அல்லவே.. இந்தப் பதவியை, இந்த உரிமையை, இந்த தகுதியை, இந்த உறவை நீங்களே நினைத்தாலும் மாற்ற முடியாது.

அன்றிரவு அவர் அவன் இல்லத்துக்கு வந்து தங்கிக் கொண்டபோது அவன் அவர் கையை இறுகப் பற்றிக் கொள்ள வேண்டுமாய்

தோன்றிய எண்ணத்தைக் கூச்சத்துடன் தவிர்த்தான். ஆனால் அவர் மீது வைத்த கண்ணை எடுக்க இயலவில்லை அவனால். எதையோ எழுதிக் கொண்டேயிருந்தவர் அதை அப்படியே மூடி வைத்து விட்டு அவனை அருகில் அழைத்தார். அவனுக்குத் தலையோடு கால் வரை சிலிர்த்தது.

“அப்பா...”

அவனுடைய உள்ளம் இளகியிருந்தது. அவர் அவனை உற்று நோக்கினார். தன்னருகில் அமர்ந்துக் கொள்ளுமாறு சைகை செய்தார். தீயப்பழக்கங்கள் அவன் கன்னத்தை உப்பலாக்கி, கண்களுக்குக் கீழே சதை தொங்கல்களை ஏற்படுத்தியிருந்தது. மனம் ஒன்றும் செயல் வேறுமாக ஆகவியலாத தவிப்பு கண்களில் நிரந்தரமாகத் தேங்கிக் கிடந்தது. முப்பத்திரண்டு வயதுக்குள் ஐந்து குழந்தைகள் பெற்று மனைவியையும் இழந்து வயதை மீறிய தோற்றம் பெற்றிருந்தான் அவன்.

“ஹரி...” என்றார் நெகிழ்வாக.

“அப்பா...” ஏதோ சொல்ல வந்த நாவை அவன் அடக்கிக் கொண்டான்.

“ஹரி... உன் குழந்தைகள் இப்போது தாயை மறந்து சூழ்நிலையோடு ஒன்ற கற்றுக் கொண்டு விட்டார்கள். இனி அவர்களைப் பற்றி கவலைக் கொள்ள வேண்டாம்.”

“சரி அப்பா... ஆனால் நான் அவர்களை உங்களிடமும் அம்மாவிடமும் சேர்ப்பித்த போதே அந்தக் கவலையை விட்டு விட்டேன்.”

அவர் அவனை நிமிர்ந்து நோக்கினார். “ஹரி... என் மகனே... நான் சொல்வதைக் கேட்பாயா?”

அவர் என்ன சொல்ல வருவார் என்று தெரிந்தும் “சொல்லுங்கப்பா...” என்றான்.

“உன்னைக் குறித்து கேள்விப்படுபவை அத்தனை சரியானதாக இல்லையப்பா... உன் மாமியாரிடம் வாங்கிய பணத்தை உன்னால் திரும்ப தர முடியவில்லையாம். அதில் அவங்களுக்கு மிக்க வருத்தம் என்று பாலிபென் சொன்னாள். நான் என்ன செய்யட்டும்? அத்தனை பணத்தை என்னால் கொடுக்க இயலுமா? இப்போது உன் மாமாவிடம் அகப்பட்டுக் கொண்டு விழிக்கிறாய். பேசாமல்

இந்தப் பணம் பண்ணும் ஆசையை ஒழித்து விடேன். அதுதானே உன்னைத் தவறான பாதைகளில் அழைத்துச் செல்கிறது."

அவன் தலையைத் தொங்கப்போட்டாறு அமர்ந்திருந்தான்.

"கறந்த பாலில் பதினாறில் ஒரு மடங்கு தண்ணீர் கலந்தால் அதை பாலாடையாகச் செய்வதில் அதிக கஷ்டம் இருக்காது. அதிகமான விறகுகளை உபயோகிக்க வேண்டிய தேவையுமிருக்காது. ஆனால் ஒரு சேர் பாலில் முக்கால் சேர் தண்ணீர் கலந்து விட்டால் அதை கெட்டியாகக் காய்ச்ச நிறைய விறகுகள் தேவைப்படும். லோகாயதமான ஆசைகளால் சிறிதளவு களங்கப்பட்ட மனதை சீக்கிரமே மீட்டு இறைவனை நோக்கி திருப்பி விட்டு விடலாம். அதனை ஆவன செய்யும் காலக்கட்டத்தில்தான் இப்போது நீ இருக்கிறாய். இதற்கு மேலும் உன் அலைக்கழிப்பான மனதின் சொற்படி நடந்துக் கொண்டாயானால் அதிக கஷ்டங்கள்தான் ஏற்படும்."

"ஆனால், நான் குழந்தைகளைக் கவனிக்க வேண்டிய இடத்தில் இருக்கிறேனே அப்பா... அதற்கு நான் சம்பாதித்தாக வேண்டும் அல்லவா?"

"அவர்களைதான் எங்கள் பொறுப்பில் விட்டு விட்டாயே ஹரி... பேசாமல் சத்தியாகிரக இயக்கத்தில் சேர்ந்து விடு."

அவன் எதுவும் பேசாமல் அமர்ந்திருந்தான்.

"ஹரி... என் மகனே... நீ வளர்ந்திருக்கலாம். பெரியவனாக ஆகியிருக்கலாம். ஆனால் என் கண்களுக்கு இன்னும் முரண்டுப் பிடிக்கும் சிறுவனை போல்தான் தெரிகிறாய்."

நான் சிறுவனாக இருக்கும்போது நீங்கள் என்னருகே அதிகம் இருந்ததில்லையே அப்பா... வாய் வரை வந்த வார்த்தைகளை உள்ளேயே அடக்கிக்கொண்டான். வெளியே அவருக்காக ஆயிரங்கணக்கானோர் காத்திருக்க, அவரோ என்னறைக்கு வந்து என்னருகே அமர்ந்து சிறுவனென என்னைக் கருதிக் கெஞ்சலாக கொஞ்சிக் கொண்டிருக்கிறார்.

"மகனே... மனித மனம் கடுகு விதைகள் நிறைந்த பொட்டணத்தைப் போன்றது. பொட்டணம் கிழிந்து விட்டால் அவை நாலாப்பக்கமும் சிதறி விடும். அவற்றை ஒன்று சேர்ப்பது மிகவும் கடினம். நான் எதை கூறுகிறேன் என்பதை நீயும் உணர்வாய். ஒரு முறை பட்ட

பிறகும் நீ அதை திருத்திக் கொள்ளாமல் நான் வேண்டாமென்று எவ்வளவோ கூறியும் கேளாமல் உன் மாமனோடு இணைந்து கூட்டுத் தொழில் செய்ய துணிந்து விட்டாய். இப்போது அவர் உன் மீது புகார்களாகப் படித்துக் கொண்டிருக்கிறார்."

"நான் என்னதான் செய்யட்டும் அப்பா?"

"ஹரி... ஒருவன் மனசாந்தியுடன் போதுமென்ற திருப்தியுடன் வாழ்ந்தால் அவன் செய்வதற்கு எதுவுமே இல்லை. அப்படியானவனுக்குச் சுயநல நோக்கம் இருக்காது. அப்படியே இருந்தாலும் கூட அவன் தியாகம் செய்வதை நிறுத்தமாட்டான். ஜனகர், மகாராஜன் என்ற போதிலும் சுயநலமற்ற நிலையில் மக்களின் நன்மைக்காக ஊழியம் புரிந்த வண்ணம் பரிபூரண நிலையை அடைந்தாரென்பதை நீ அறிந்தவன்தானே."

அவர் பேசிக்கொண்டே போனபோது அவன் கவனம் சிதைந்திருந்தான். தான் புதிதாகத் தொடங்கியிருக்கும் ஆல் இந்தியா ஸ்டோர்ஸ் லிமிடெட் கம்பெனி குறித்து தந்தையிடம் தெரியப்படுத்துவதா வேண்டாமா என்று தனக்குள் ஓடிய குழப்பத்தை மறைத்துக் கொண்டான். ஒருவேளை அது குறித்து அவர் அறிந்திருப்பாரோ? அதற்கும் வாய்ப்பிருக்கிறது. தொழில் நிமித்தமாக தான் வார்தாவில் ஜம்லாலால் பஜாஜிடம் உதவிக் கோரியிருந்ததை பஜாஜ் தந்தையிடம் கூறியிருக்கலாம்.

ஏதொன்றும் புரியாத குழப்பநிலையில் அவன் மையமாக தலையசைத்து வைத்தான்.

14

காந்தி அன்றைய கூட்டத்தில் ஒத்துழையாமை நெறிகளின் வேலைத்திட்டங்களை அறிவித்தபோது சர்க்கார் பள்ளிக் கூடங்களுக்குக் குழந்தைகளை அனுப்புவதை நிறுத்திவிட்டு அந்தந்த மாகாணங்களில் அவரவர்களின் கல்வி போதனைக்காக தேசிய முறையிலான பள்ளி, கல்லூரிகளை ஏற்படுத்திக் கொள்ள வேண்டும் என்றும் வக்கீல்கள் பிரிட்டிஷ் கோர்ட்டுகளை பகிஷ்கரித்து ஆங்காங்கு பஞ்சாயத்துக் கோர்ட்டுகளை ஏற்படுத்திக் கொள்ளவும் அரசாங்கத்திலும் ராணுவத்திலும் வேலை செய்பவர்கள் அதிலிருந்து விலகிக் கொள்ளவும் கேட்டுக் கொண்டார். அதற்கு முன்பாக அவருமே தான் பெற்றிருந்த கெய்ஸர்-இ-ஹிந்து தங்கப்பதக்கத்தையும் போயர் யுத்தத்தின்போது வழங்கப்பட்ட பதக்கத்தையும் திருப்பியளித்து விட்டு அதனை வைசிராய்க்குக் கடிதம் மூலம் தெரியப்படுத்தியிருந்தார். இரவீந்திரநாத் தாகூரும் தன் 'சர்' பட்டத்தை மீள சமர்ப்பித்திருந்தார்.

"சட்டமன்றங்களையும் நீதி மன்றங்களையும் பகிஷ்கரிப்பது எனக்கு சரியானதாகத் தோன்றவில்லை" என்றார் சித்தரஞ்சன்தாஸ், வங்கத்தின் குரலாக. விபின் சந்திரபாலரும் அதையே தெரிவித்தார்.

"ஒத்துழையாமை பிரகடனம் செய்வதென்றால் பாஞ்சாப் வன்முறைக்கும் கிலாபத் அநியாயங்களுக்குமான எதிர்ப்புக் குரலாக மட்டுமே ஏன் அது பிரதிபலிக்க வேண்டும்? நாடு அனுபவித்துக் கொண்டு வரும் பெரிய அநீதி அதற்கு சுயராஜ்யம் இல்லாதிருப்பதே. ஆகவே அதை எதிர்த்துதான் ஒத்துழையாமைப் போராட்டம் நடத்தப்பட வேண்டும்" என்றார் விஜயராகவாச்சாரியார். பண்டித மாளவியாவின் கருத்தும் அதுவாகவே இருந்தது.

"கிலாஃபத் விஷயம் இந்தியாவைப் பற்றியது அல்ல. அது வெளிநாட்டை பற்றியது. அதை விட்டுவிட்டு சுயராஜ்ஜியம்

பற்றி மட்டும் பேசுவதானால் சமாதானம் பேசலாம்" என்றார் வைசிராய்.

"அது முடியாது. இந்திய முஸ்லிம்கள் இந்தியாவின் முக்கிய பகுதியினர். அவர்கள் உள்ளங்களில் இந்த அநியாயத்தினால் ஏற்பட்ட காயத்தை நான் அலட்சியம் செய்ய மாட்டேன்" காந்தி தனது கருத்தில் பிடிவாதமாக இருந்தார்.

காங்கிரஸ் கட்சி சட்டசபையைப் பகிஷ்கரித்தால், தேர்தல் களத்தில் எதிர்ப்பின்றி ஜஸ்டிஸ் கட்சி ஆட்சியைப் பிடித்து விடும். பிரிட்டிஷ் ஆட்சிக்கு எல்லா வகையிலும் ஆதரவளிக்கும் ராசவிசுவாச இயக்கம் அது. அக்கட்சியை வளர விட்டால் அது தமிழ்நாட்டின் விடுதலை இயக்கம் வளர்வதற்குத் தடையாகி விடும், என்றது சென்னை மாகாணம்.

ஒத்துழையாமை இயக்கம் தனக்குப் பிடிக்காததால் தாம் காங்கிரஸிலிருந்து விலகிக் கொள்வதாக வ.உ.சிதம்பரம் அறிக்கை வெளியிட்டார்.

ஹரிலால் அந்த விரிப்பின் மீது அமர்ந்துக் கொண்டான். அது அவன் தந்தையார் அவனுடைய இல்லத்திற்கு வந்தபோது அமர்ந்திருந்த விரிப்பு. அப்பா... நீங்கள் எத்தனை அன்பானவர்... எத்தனை மகத்தானவர்! அவன் கண்கள் பனித்தன. உங்களால் யாரையுமே எதிரியாகக் கொள்ள முடியாது. நான் உங்களை எதிரியாக்கி அதனை பொதுவெளியில் பகிர்ந்துக் கொண்டபோது நீங்கள் எத்தனை தூரம் வருந்தியிருப்பீர்கள்? என்னை மன்னித்துக் கொள்ளுங்கள் அப்பா. இப்போது நமது கவனமெல்லாம் சுயராஜ்ஜியத்தின் மீது மட்டுமே இருக்க வேண்டும். அதுவும் அன்பின் வழியாகவும் அகிம்சையின் வழியாகவும் மட்டுமே அடையப்பட வேண்டும். நான் உங்களைப் புரிந்து கொள்கிறேன். நீங்கள் காட்டிய பாதையில் உங்களின் பல்லாயிரக்கணக்கான தொண்டர்களைப் போல நானும் நடக்கத் தொடங்கி விட்டேன். இனி என் பொருட்டு நீங்கள் வருத்தமடைய வேண்டாம். அப்பா... இதை அம்மாவிடமும் தெரிவித்து விடுங்கள். உலகமே திரும்பி பார்க்கும் நாயகனாக வளரவிருக்கும் நீங்கள் என் குழந்தைகளை வளர்ப்பது எனக்கும் அவர்களுக்கும் பெருமை சேர்க்கும். அப்பா... உங்களுடைய நிழல்நான். உங்களுடனேயே இருக்க விரும்புகிறேன். உங்களைப் பிரதிபலிக்கவே விரும்புகிறேன்.

அந்த விரிப்பின் மீது மல்லாந்து சாய்ந்துக் கொண்டான்.

கிலாஃபத் இயக்கம் தொடர்பாக கல்கத்தா அலுவலகத்தில் ரகசிய போலீசார் நடத்திய சோதனையின்போது ஹரிலால் அன்றைய தினம் கிலாஃபத் இயக்க மேடையில் பேசியவை குறித்த குறிப்புகளைக் கைப்பற்றியிருந்தனர்.

இந்திய அரசு ஒருபுறம் அடக்குமுறை சட்டங்களை ஆராய்ந்து அறிக்கை தரும் பொருட்டு கமிட்டியை நியமித்து விட்டு மறுபுறம் ஒத்துழையாமை இயக்கத்தை முறியடிக்க அடக்குமுறை சட்டங்களையும் தீவிரமாக அமுல்படுத்தியது. ஒத்துழையாமை இயக்கத்தைப் பரப்பும் எண்ணத்துடன் வேலை செய்பவர்கள் சொற்பொழிவு வாயிலாகவோ எழுத்து மூலமாகவோ பொதுமக்களை வன்முறையிலிறங்கும்படி தூண்டினாலும் இராணுவம், போலீஸ் துறைகளில் பணிபுரிபவர்கள் அரசிடம் காட்டி வரும் ராஜபக்தியை எவ்விதத்திலாவது கலைக்கவோ குலைக்கவோ முயற்சித்தாலும் அத்தகையோர் மீது மாகாண அரசுகள் தக்க நடவடிக்கை எடுக்க வேண்டும் என்று மாநில அரசுகளுக்குச் சுற்றறிக்கை அனுப்பியது.

ஆனால் காங்கிரஸ் தரப்பிலோ சென்னை மாகாணத்தின் ஆந்திரப் பகுதியான பெஜவாடாவில் அகில இந்திய காங்கிரஸ் கமிட்டி கூட்டத்தைக் கூட்டி ஒத்துழையாமைப் போருக்கான செயல்முறைகள் தெளிவாக வகுக்கப்பட்டன. சாமான்ய மக்களைப் போராட்ட தளத்திற்கு அழைத்துச் செல்ல வேண்டும், என்றார் காந்தி. காங்கிரஸின் ஓராண்டு திட்டங்களென அங்கத்தினர் சந்தா தொகையை குறைத்து நாடெங்கிலும் ஒரு கோடி உறுப்பினர்களை காங்கிரஸில் சேர்க்கவும் இருபது லட்சம் கை ராட்டினங்களை உபயோகப்படுத்தவும் திட்டமிடப்பட்டது. காங்கிரஸ்காரர்கள் கதர் அணிவதைக் கட்டாயமாக்கி அந்நிய ஆடைகளைப் புறக்கணிக்க முடிவு செய்தனர். காந்தி பம்பாயில் முதல் கதர் பந்தரை திறந்து வைத்த கையோடு நாடு முழுவதும் பயணம் மேற்கொள்ள தொடங்கினார். அவர் செல்லுமிடந்தோறும் மக்கள் அவரை ஒருமுறையாவது தரிசனம் செய்து விட மாட்டோமா என்று இரவிலும் பகலிலும் தண்டவாளங்களிலும் ரயில் நிலையங்களிலும் காத்துக் கிடந்தனர். அவர் கலந்துக் கொள்ளும் கூட்டங்கள் மாநாடுகள் போலாயின.

பஞ்சாபில் குருத்வாராவில் கூடியிருந்த சீக்கியர்கள் மீது பிரிட்டிஷ் இராணுவம் திடீர் தாக்குதல் நடத்தியது. அப்போது நடந்த துப்பாக்கிச் சூட்டில் நூற்றைம்பது சீக்கிய யாத்ரிகள்

மாண்டுப்போயினர். சீக்கியர்களுக்கிடையே நடந்த கோஷ்டிப் பூசலே ராணுவத் தலையீட்டுக்குக் காரணமென அரசு தரப்பில் போலி காரணம் சொல்லப்பட்டது.

ஒத்துழையாமை இயக்கம் ஹரிலாலை கவர்ந்திருந்தாலும் தான் முடித்தாக வேண்டிய கடமைகள் குறித்து அவனுக்குத் தெளிவான பார்வையிருந்தது. அவன் புதிதாகத் தொடங்கியிருந்த ஆல் இந்தியா ஸ்டோர்ஸ் நிறுவனத்தின் பணிகள், குழந்தைகளை நோக்கிய அவனது கடமைகளைப் போல முடிவுறாது தொடர்ந்துக் கொண்டிருந்தன. அப்பா... நீங்கள் உங்களை முழுவதும் களத்தில் இறக்கிக் கொண்டு விட்டீர்கள். இனி உங்கள் முயற்சியில் வெற்றிக்கிட்டும் வரை நீங்கள் ஓயப் போவதில்லை. எல்லாவற்றையும் துறந்து விட்ட உங்களுக்கு இழப்பதற்கென்று ஏதுமில்லை. ஆனால் இழக்கக்கூடாததை இழந்து விட்ட எனக்கு இன்னும் கடமைகள் மீதமிருக்கிறது. உங்களுடைய அருகாமையில் என் குழந்தைகளுக்கு அன்பு கிடைக்கலாம். ஆனால் பணமின்றி அவர்களால் வாழ்க்கையில் முன்னேற்றம் அடைய முடியாது. எப்போதும் பிறர் ஆதிக்கத்தில் பிறரை அண்டியே வாழும் நிலை அவர்களுக்கு ஏற்பட்டு விடும். அவர்களை மேம்படுத்தும் பொருட்டேனும் நான் உழைத்துப் பொருளீட்டிதானாக வேண்டும். அது மட்டுமல்ல... உங்களைப் போலவே எனக்கும் தோல்விகள் பிடிப்பதில்லை. அதை வெற்றியாக்கும்வரை ஓயவும் விரும்ப மாட்டேன்.

ஆனால் வழக்கமாகி விட்ட பழக்கமான மதுவை அவனால் விட முடியவில்லை. அன்று அளவுக்கதிகமாக மது அருந்தி விட்டு அவன் தள்ளாடியபோது "நீ என்னைப் போன்றவன் என்று கூறிக் கொள்கிறாயே ஹரி... ஆனால் நான் உன்னைப் போல மது அருந்துவதில்லையே" கழுத்தைப் பின்னுக்குத் தள்ளி அவர் கடகடவென்று நகைத்தது அவனுக்குப் புதிதாக இருந்தது. அவன் அவரை உற்று நோக்கினான். உருவமற்ற உருவம் அங்குமிங்கும் அலைய அவன் கண்களை அகல விரித்துக் கொண்டான். மங்கலான தெளிவற்ற உரு என்றாலும் அதன் சிரிப்பொலியை கேட்க முடிந்தது. அவன் அவ்வுருவிடமிருந்து தப்பிக்க முயன்றான். அதுவோ அவன் திரும்பும் பக்கமெல்லாம் வந்து நின்றது. இடிஇடியென்று சிரித்தது. அது அவன் தந்தையின் உரு தான். அவன் கண்களை மூடிக் கொண்டபோதும் அவர் அங்கிருந்து நகராமல் பிடிவாதமாக நின்று சிரித்துக் கொண்டிருந்தார். மேலும்

ஒரு புட்டி மதுவை அருந்தி அவரை அனுப்பி வைத்தபோது அவன் தெருவில் விழுந்துக் கிடந்தான்.

வக்கீல் தொழில் மூலம் செல்வத்தையும் மக்களிடையே செல்வாக்கையும் பெற்றிருந்த மோதிலால் நேரு, ஜவஹர்லால் நேரு, வல்லபபாய் பட்டேல், லாலா லஜபதிராய், ராசன்பாபு, சித்தரஞ்சன்தாஸ், ராஜாஜி, டி.பிரகாசம் உள்ளிட்டோர் அத்தொழிலிலிருந்து தங்களை விடுவித்துக் கொண்டனர். பள்ளிகளையும் கல்லூரிகளையும் பகிஷ்கரித்தவர்களுக்காக வடநாட்டில் தேசியப்பல்கலைக் கழகங்களும் தேசிய கல்லூரிகளும் தொடங்கப்பட்டன. தமிழ்நாட்டில் ராஜாஜியால் தேசிய வித்யாலயம் தொடங்கப்பட்டது. சுபாஷ் சந்திரபோஸ் ஐ.சி.எஸ் உத்யோகத்தைத் துறந்தார். ஜம்னாலால் பஜாஜ் ‘சர்’ பட்டத்தைத் துறந்தார்.

சென்னை மாகாணத்தில் ஆட்சியிலிருந்த பிராமண எதிர்ப்புக் கட்சியான ஜஸ்டிஸ் கட்சியினர் விடுதலைப் போராட்டத்துக்கு எதிராகப் பிரச்சாரம் செய்து கொண்டிருந்த நிலையில் காந்தி சென்னைக்கு வந்தார். அங்கு நடந்த பொதுக்கூட்டத்தில் “இந்து முஸ்லிம் சண்டை என்ற சாதனம் இப்போது அரசுக்கு கிடைக்காததால் அது பிராமணர்-பிராமணரல்லாதோரிடையே உள்ள பிளவை பயன்படுத்திக் கொள்ளப் பார்க்கிறது. இந்துக்களுக்கும் முஸ்லிம்களுக்குமிடையிலிருந்த பிணக்கை நாம் எவ்வாறு தீர்த்து வைத்தோமோ அதே போன்று இந்தப் பிளவையும் தீர்த்து வைக்க வேண்டும்” என்றார்.

இதற்கிடையே, கராச்சியில் நடைபெற்ற கிலாஃபத் மாநாட்டில் மௌலானா முகம்மதலி, கிலாஃபத் அநீதிக்குப் பரிகாரம் தேடும் வகையில், இன்று முதல் இராணுவத்தில் சேவை செய்வதோ, இராணவத்திற்கு ஆள் சேர்த்துக் கொடுப்பதில் உடந்தையாக இருப்பதோ உண்மையான முஸ்லிம்கள் செய்யலாகாது என்ற தீர்மானத்தைக் கொண்டு வந்ததையடுத்து ஆங்கிலேய அரசால் கைது செய்யப்பட்டார். உடன் ஷௌகத் அலியையும் அரசு கைது செய்தது.

“ஆங்கிலேய அரசுக்குத் துணிவிருந்தால் என்னையும் கைது செய்யட்டும்” என்றார் காந்தி. அந்நேரம் அவர் தமிழ்நாட்டில் திருச்சியில் இருந்தார்.

ஆங்கிலேய அரசு சேர மண்டலத்தின் மலபார் பிரதேசத்தில் மாப்பிள்ளைமார் சமூகத்தார் நடத்திய சம்பவத்தை வகுப்புக் கலவரமாக மாற்றி இரண்டு தாலுக்காக்களில் இராணுவச் சட்டத்தை அமுல்படுத்தியது. இதில் ஆயிரக்கணக்கானோர் இறந்து போயினர். இருபந்தையாயிரம் பேர் வரை கடுந்தண்டனைகள் அடைந்தனர்.

"மக்கள் இன்னும் ஒத்துழையாமையின் முழுப்பொருளை உணர்ந்துக் கொள்ளவில்லை. சில தலைவர்களுக்கு ஒத்துழையாமையில் நம்பிக்கையில்லை. நம்பிக்கையுள்ளவர்களுக்குத் தியாகம் செய்யும் ஆற்றல் இல்லை. சில தலைவர்கள் உள்ளொன்று வைத்து புறமொன்று பேசும் நாணயமில்லாதவர்களாக உள்ளனர். தலைவர்கள் நிலையே இவ்வாறிருந்தால் மக்கள் உடனடியாக செயல்பட முடியாமல் போய் விடும்" என்றார் காந்தி.

"உங்கள் வங்காள நண்பர் ரவீந்திரநாத் தாகூருக்கு கூட இதில் நம்பிக்கை இல்லை போலிருக்கிறது" என்றார் நண்பர்.

"ஆமாம்.. அவர் ஒத்துழையாமை இந்தியாவிற்கும் மேற்கிற்குமிடையே சீனப்பெருஞ்சுவரை எழுப்பி விடப் போகிறதோ என அஞ்சுகிறார். உண்மையில் ஒத்துழையாமை என்பது, பரஸ்பர மதிப்பு மற்றும் நம்பிக்கையின் அடிப்படையில் உண்மையான மரியாதையுள்ள மற்றும் தன்னிச்சையான ஒத்துழைப்புக்கு வழிவகுப்பதையே நோக்கமாகக் கொண்டது. நாகரீகத்தின் போர்வையில் விதிக்கப்படும் கட்டாய ஒத்துழைப்பு, ஒற்றைப்படையான கூட்டுகள், ஆயுதத்தின் துணையோடு நிகழும் நவீன சுரண்டல் போன்றவற்றுக்கு எதிரானது இந்தப் போராட்டம். தீமையுடன் ஒத்துழைக்காமல் இருப்பது நன்மையுடன் ஒத்துப் போகும் அதே அளவுக்கே நம் கடமைதான். விவசாயி விதைப்பதற்கு முன் கட்டாயமாகச் செய்ய வேண்டிய களையெடுப்புப் போலத்தான் இந்த பிரக்ஞைப்பூர்வமான ஒத்துழைக்க மறுக்கும் நடவடிக்கை."

"இந்த வழிகளிலெல்லாம் சாதிக்க முடியுமா? இவையெல்லாம் சாத்தியமான ஒன்று என்று நீங்கள் நம்புகிறீர்களா பாப்பு?"

"அது மனதை பொறுத்த விஷயம். மனமானது சஞ்சலப்பட்டு அமைதியின்றி அங்குமிங்கும் ஓடக்கூடியது. உறுதியான புத்தியுடையவனுக்குத்தான் மன அமைதி உண்டாகும். அந்நிலைக்கு கொண்டு வர வேண்டுமாயின் மனத்தை இடைவிடாது ஆன்மாவில் நிலைக்கச் செய்ய வேண்டும். அப்போதுதான்

ஒருவரால் தன்னிடத்தில் எல்லா உயிர்களையும் எல்லா உயிர்களிடத்திலும் தன்னையும் காண முடியும். அந்நிலையில் எதுவுமே சாத்தியப்படும்.”

அவர் தென்னாட்டுப் பிரச்சாரமாகத் தமிழ்நாட்டுக்கு சென்றிருந்தபோது குஜராத்திபாணியில் தான் அணிந்திருந்த உடையை துறந்து இரண்டாடை கோலத்தை மேற்கொண்டாராம். ஹரிலால் அந்த தகவலை தெரிந்துக் கொண்டபோது அதிர்வும் நெகிழ்வுமாக உணர்ந்தான். மதுரையில் நடந்த கூட்டத்தில் அது குறித்து அவரிடம் கேட்கப்பட்டபோது, தங்களிடமுள்ள அந்நிய துணிகளை தீயிலிட்டு கொளுத்துவது அநேகருக்கு கஷ்டமானதொன்று. போலவே, அவ்வுடைகளுக்குப் பதிலாக கதர் துணியை வாங்குவதும் இயலாததாகவே இருக்கும். அப்படியான ஆண்கள் அரையில் மட்டும் ஒரு துணியை சுற்றிக் கொள்ளட்டும். தேவைப்படும் நேரத்தில் மேலுக்கு ஒரு நீண்ட துணியைப் போர்த்திக் கொள்ளலாம். இதைச் சொன்னால் மட்டும் போதாது. நானும் பின்பற்ற வேண்டும். நான் பின்பற்ற தயாரில்லாத ஏதொன்றையும் மற்றவர்க்கு உபதேசிக்க மாட்டேன். இந்தத் துறவு ஒரு துக்க அடையாளம் என்ற முறையிலும் எனக்குத் தேவைப்படுகிறது என்றாராம். அவன் தந்தையாரின் அசைவுகளைப் பெருமையாக உணர்ந்தான். கல்கத்தாவில் கிலாஃபத் இயக்கத்தினர் அவன் தந்தையாருக்கு இணையான மரியாதையையும் மதிப்பையும் அவனுக்களித்தனர். அவர்கள் அவனது வரவு அவ்வலுவலகத்துக்கே பெருமைக் கூட்டுவதாக கூறினர். தந்தையின் தன்னலமற்ற சேவையின் வழியே கிடைத்த வெகுமதிகளை ஏற்றுக் கொண்டபோது, இளையகாந்தியான தான் இன்னும் லௌகீகங்களுக்குள் சுற்றிக் கொண்டிருப்பது அவனை நாணமுற வைத்தது. அவன் மனமார்ந்த விருப்பத்தோடு காதி தொப்பி அணிந்துக் கொள்ளத் தொடங்கினான்.

15

வேல்ஸ் இளவரசர் இந்தியாவுக்கு வருகை தரவிருப்பதாக அரசு அறிவிப்பு வெளியானதும் ஒத்துழையாமை இயக்கத்தை முறியடிப்பதற்காகவே அவர் அனுப்பப்படுகிறார் என்றும் அவரை பகிஷ்கரிக்க வேண்டுமென்றும் காங்கிரஸ் தரப்பு முடிவெடுத்தது. இளவரசர் பம்பாய் துறைமுகத்தில் வந்திறங்கிய நாளில் நாடெங்கும் ஹர்த்தால் அனுஷ்டிக்கப்பட்டும் காங்கிரஸ் இயக்கத்தின் சார்பில் கண்டன ஊர்வலங்களும் பொதுக்கூட்டங்களும் நடத்தப்பட்டும் எதிர்ப்பு தெரிவிக்கப்பட்டது. காங்கிரஸ்-கிலாஃபத் தொண்டர்கள் கடைகளை அடைக்குமாறு வணிகர்களையும் தொழிற்சாலைகளுக்குச் செல்ல வேண்டாமென்று தொழிலாளர்களையும் கேட்டுக் கொண்டனர். பம்பாயில் இளவரசருக்கு எதிராக கோஷங்கள் எழுப்பப்பட்டன. அங்கு நடந்த மாபெரும் பொதுக்கூட்டத்தில் காந்தி ஆற்றிய உரைக்கு பிறகு அந்நிய துணிகள் குவிக்கப்பட்டு எரிக்கப்பட்டன. பர்டோலியில் சட்ட மறுப்பு இயக்கத்தை ஆரம்பிக்கப் போவதாக காந்தி கூறினார். ஊர்வலத்தின்போது அரசு கதர் அணிந்தவர்களையெல்லாம் தாக்கியது. இளவரசரை வரவேற்ற பார்ஸிகளை மக்கள் தாக்கினர். சாரயக்கடைகள் நாசமாக்கப்பட்டன. டிராம் வண்டிகள் எரிக்கப்பட்டன. காவல்நிலையம் தீ வைக்கப்பட்டது. காவலர்கள் நால்வர் கொல்லப்பட்டனர். இதை நேரில் கண்ட மோகன்தாஸ் காந்தி பர்தோலியில் தொடங்கப்படவிருந்த வரிகொடா இயக்கத்தைத் தற்காலிகமாக கை விடுவதாக அன்றிரவே அறிவித்தார். பார்ஸிகள் மக்கள் மீது வஞ்சம் தீர்க்க முயன்றனர். அமைதியான முறையில் நடந்த ஆர்ப்பாட்டம் நடுப்பகலுக்குள் பெருங்கலவரமாக மாறி நான்கு நாட்கள் வரை நீடித்தது. அது ஐம்பத்துமூன்று உயிர்பலிகளோடு நானூறுக்கும் மேற்பட்டோரை காயமடைய வைத்தது.

“தன்னைத் தானே தூய்மைப்படுத்திக் கொள்ளாமல் எல்லா உயிர்களிடத்திலும் தன்னை ஒன்றுப்படுத்திக் கொள்ளுவது

என்பது முடியாத காரியம். பம்பாய் நகரில் அமைதி ஏற்படும் வரை நான் உண்ண போவதில்லை” என்றார் காந்தி.

ஒத்துழையாமை என்னும் பெயரில் உருவாக்கப்பட்டு வரும் அராஜகத்தை முறியடிக்க தேவையான எல்லா நடவடிக்கையும் எடுப்பதாகவும் ராணுவமும் போலீசும் அவசியப்படும் நேரங்களிலெல்லாம் பயன்படுத்தப்படவிருப்பதாகவும் காங்கிரஸ் தலைவர்கள், பேச்சாளர்கள், பத்திரிகைகள் மீது தயவு தாட்சண்யமின்றி கடுமையான நடவடிக்கை எடுக்க முடிவு செய்யப்பட்டுள்ளதாகவும் வைசிராய் மேலிடத்துக்கு உறுதி கூறினார்.

அப்பா... நீங்கள் காங்கிரஸ் மகாசபை தலைவராக பணியேற்றதிலிருந்து நாடு முழுவதையும் சுயராஜ்ஜியம் நோக்கி திருப்பி விட்டு விட்டீர்கள். மக்கள் பள்ளம் நோக்கி பாயும் ஆறு போல உங்களை நோக்கி ஓடி வருகிறார்கள். உங்களிடம் காந்தசக்தி ஏதேனும் இருக்கிறதா என்ன?

அன்று அவன் தந்தை அவனுடன் நீண்ட நேரம் பேசிக் கொண்டிருந்தார். ஐந்து நாட்கள் வரை நீடித்த தனது உண்ணா விரதத்தைப் பம்பாயில் அமைதி ஏற்பட்டதன் காரணமாக அவர் முடித்துக் கொண்டிருந்தார்.

“சத்தியத்தைத் தவிர வேறு கடவுள் இல்லை என்பதை எனது அனுபவங்கள் எனக்கு உணர்த்தியிருக்கின்றன ஹரி. நாம் தினந்தோறும் கண்ணால் காணும் சூரியனை விட கோடி மடங்கு அதிக பிரகாசமுடையது சத்தியத்தின் ஜோதி. உண்மையில் நான் கண்டிருப்பதெல்லாம மகத்தான பரஞ்சோதியின் மிக சிறிய மங்கலான ஒளியையே.”

“அதன் முழுவொளியைக் கண்டடைவதை விடுத்து அரசியலில் ஈடுபடுவது ஏனப்பா?”

“ஹரி... பிரபஞ்சம் அனைத்திலும் நிறைந்து நிற்பதான சத்திய சொரூபத்தை நேருக்கு நேராக ஒருவர் தரிசிக்க வேண்டுமாயின், மிக தாழ்ந்த உயிரையும் தன்னைப் போலே நேசிக்க முடிந்தவராக இருக்க வேண்டும். அந்த நிலையை அடைந்து விட ஆசைப்பட்டவர் யாரும் வாழ்க்கையின் எந்தத் துறையிலிருந்தும் விலகி நின்று விட முடியாது. சத்தியத்திடம் நான் கொண்ட பக்தியே என்னை ராஜீய துறையில் இழுத்து விட்டிருக்கிறது.”

அவன் அவரையே பார்த்துக் கொண்டிருந்தான். அகவொளியின் பிரகாசமென மின்னியது அவர் முகம். அவ்வொளியின் வெம்மை அவன் மனக்குளிருக்கு கதகதப்பாகத் தோன்ற, அவன் தன்னை இன்னுமின்னும் ஒடுக்கிக் கொண்டு சிறுகுழவியென குறுக்கிக் கொண்டான். அப்பிரகாசத்தின் நிழலென அவனுரு நீண்டுக் கிடந்தது. இது போதும்... இதுவே போதும் என்றிருந்தது. அவரை நிமிர்ந்து பார்த்தபோது அதுவே அதீத பயத்தை உண்டு பண்ணுவதாகவும் இருந்தது.

"ஆன்ம தூய்மைக்கான மார்க்கம் மிகவும் கடினமானது. பூரண தூய்மையை அடைய வேண்டுமெனில் எண்ணத்திலும் சொல்லிலும் செயலிலும் காமக்குரோதங்களை அறவே நீக்க வேண்டும். இதற்காக நான் இடைவிடாது முயற்சி செய்து வந்தாலும் அவை மூன்று தூய்மைகளும் இன்னும் என்னுள் இல்லை என்பதை அறிவேன் ஹரி."

தென்னாப்பிரிக்காவில் பெரு வெற்றி பெற்றவரும் இந்தியாவில் அவரது நாவசைவுக்காகக் காத்திருக்கும் ஆயிரக்கணக்கான தொண்டர்களை கொண்டவருமான அவனுடைய தந்தை அவன் முன் பாசமே உருவாக அமர்ந்து எத்தனை நெருக்கமாகப் பேசுகிறார்! ஆம்... இது பாசம்தான். அவரால் இப்படித்தான் பாசம் காட்ட முடியும். இவர் அசாதாரணர்.

அப்பா... உங்கள் பாசத்தால் மதிய நிழலென என்னை குறுக்கி விட்டீர்கள். நீங்கள் தூய்மையானவர்.. அதை அடைய முயற்சிக்கும் எண்ணத்தில் தீவிரமாக இயங்குபவர்.. அப்பா.. அப்பா... மனதில் மையம் கொண்ட வார்த்தைகள் எதனையும் ஹரிலால் வெளிப்படுத்தவில்லை. இம்மாதிரியான புகழுரைகளெல்லாம் அவர் விரும்புவதுமில்லை. அவை அவருக்கு இன்பம் தருவதுமில்லை.

அவர் தம் கையோடு எடுத்து வந்திருந்த கதர்ப்பையிலிருந்து முந்திரிப்புருப்புகளையும் உலர் திராட்சைகளையும் எடுத்து மகனிடம் நீட்டினார். அவர் விடைபெற்றுக் கொள்ளும்போது அவரை இங்கிருந்து கிளம்ப அனுமதியாமல் தன்னுடனேயே இருத்தி வைத்துக் கொள்ள வேண்டும் என்று அவர் புறப்பட்டு சென்ற பிறகும் அவன் எண்ணிக் கொண்டேயிருந்தான்.

வங்காளத்தில் இளவரசரின் வருகையையொட்டிய பகிஷ்காரத்தை வெற்றிகரமாக நடத்த தேசபந்து சித்தரஞ்சன்தாஸ் திட்டமிட,

அரசோ அதனைத் தடுக்கும்பொருட்டு அவரது மனைவியையும் மகனையும் கைது செய்து சிறையிலடைத்து விட்டது. அவர்கள் சிறைப்பட்ட தகவல் ஸ்பானிஷ் ஃப்ளூவைப் போல கல்கத்தா நகரெங்கும் பரவியது. சேதியை கேள்வியுற்றபோது, அங்கு வாழும் மக்களைப் போன்று ஹரிலாலும் ஆவேசம் கொண்டான். பம்பாயில் நடந்தது போன்று கல்கத்தாவிலும் அசம்பாவிதம் நடக்காமல் தடுப்பதற்காக அரசு, அலிப்பூர் சிறையிலிருந்த தேசபந்துவை சமரச நோக்கில் அணுக, அவரோ சமரச தூதை அவன் தகப்பனாரிடம் திருப்பியனுப்பி விட்டார். தந்தை இதனை எப்படி அணுகுகிறார் என்பதை கூர்ந்து கவனித்துக் கொண்டிருந்தான் ஹரிலால்.

சிறையிலுள்ள அரசியல் கைதிகள் அனைவரும் விடுதலை செய்யப்பட்டால்தான் சமரசம் பேச முடியும் என்றாராம் அவர். அவன் தந்தையின் சமயோசிதத்தையும் துணிச்சலையும் கண்டு வியந்துப் போனான்.

முக்கியமான அரசியல் கைதிகளைத் தவிர்த்து மற்றவர்களை விடுவிக்க ஒப்புக் கொண்ட வைஸ்ராய், வரும் ஆண்டு மார்ச்சு மாதத்தில் காங்கிரஸ் தலைவர்களையும் கொண்ட வட்ட மேசை மாநாடொன்றை நடத்தி அதில் அரசியல் சீர்த்திருத்தம் குறித்து ஆலோசிக்க ஏற்பாடு செய்வதாகக் கூறி அவரை சமாதானப்படுத்த முயன்றது. ஆனால் அவன் தந்தையோ கைதிகள் யாரொருவரும் சிறையில் நீடிப்பதை அனுமதிக்க முடியாது என்றும் அனைத்து கைதிகளும் விடுதலையாகும் வரை ஒத்துழையாமை தொடரும் என்றும் கூறி விட்டார்.

கூடவே அரசின் வன்முறையும் தொடர்ந்தது.

இளவரசரின் சென்னை பயணத்தின்போது வன்முறை இருதரப்பிலும் நீடிக்க, “பிரிட்டிஷ் ஆட்சி முடிவுக்கு வரும்போது இங்கு போக்கிரிகள்தான் ஆள்வார்கள் என்பதைதான் பம்பாயிலும் சென்னையிலும் நடந்த வன்முறைகள் நமக்குக் காட்டுகின்றன” என்றார் காந்தி கடுமையாக.

“உண்மைதான் அப்பா... நீங்கள் கூறுவதும் உண்மைதான்.”

போராட்ட களத்தில் இறங்கிய ஹரிலால் கைது செய்யப்பட்டு அவனுக்கு ஆறுமாத கால சிறைத்தண்டனை விதிக்கப்பட்டபோது அவனது தந்தை அவனது செயலை வாழ்த்தி தந்தியொன்றை அனுப்பியிருந்தார்.

"சரியாகச் செய்தாய் மகனே... உன் தம்பிகளான ராமதாஸ் தேவதாஸ் இவர்களுடன் அனைவரும் உன்னைப் பின்தொடரட்டும்."

அவன் தந்தையின் வாழ்த்து தந்தியை மீண்டும் மீண்டும் வாசித்தான். கைகள் நீண்டு சிறகுகளென மாற, உடலை மனம் ஏந்திக் கொண்டு வானில் பறந்தது.

16

முப்பத்து ஆறாவது காங்கிரஸ் மகாசபை அகமதாபாத் நகரில் கூடிய போது அதன் பொதுசெயலாளர்களான மோதிலால் நேரு, ராஜாஜி இவர்களோடு அகமதாபாத் காங்கிரஸ் மகாசபைக்கு தலைவராகத் தேர்ந்தெடுக்கப்பட்ட சிந்தரஞ்சன்தாஸ் உட்பட நாடு முழுவதும் நாற்பதாயிரத்துக்கும் மேற்பட்ட தொண்டர்கள் சிறையிலிருந்தனர். சரோஜினி நாயுடு, வல்லபாய் படேல் ஆகியோர் கூடியிருந்த அச்சபையில் ஒத்துழையாமை கொள்கைக்கு நம்பிக்கை தெரிவிக்கப்பட்டதுடன் சட்டசபை பிரவேசம் பற்றிய யோசனையும் நிராகரிக்கப்பட்டது.

ஆல் இந்தியா ஸ்டோர்ஸ் லிமிடெட் கம்பெனி, தன் இயக்குநரின் சிறைவாசத்தால் பெருங்குழப்பத்துக்குள்ளானது. ஹரிலாலை நம்பி பணத்தை முதலீடு செய்தவர்கள் அச்சம் கொண்டு கல்கத்தாவிலிருக்கும் அதன் பூட்டிய அலுவலகத்தை முற்றுகையிட்டனர். வாடகையும் கட்டப்படாமல் இயங்கவும் செய்யாது அசைவற்றிருந்த அவ்வலுவலகக் கட்டடத்தை அதன் உரிமையாளர் நீதிமன்றத்தின் உதவியோடு மீண்டும் தன்னுடைய கட்டுப்பாட்டில் எடுத்துக் கொண்டதோடு அதன் இயக்குநர் ஹரிலால் மீதும் வழக்கு தொடுத்திருந்தார்.

வரிகொடா இயக்கத்தைத் தேசத்தின் பல பகுதிகளிலும் தொடங்குவதற்கு காங்கிரஸ் காரிய கமிட்டி அனுமதியளித்திருந்தது. அரசியல் கைதிகளை நிபந்தனையின்றி விடுதலை செய்யவும் பத்திரிகைகளுக்கு விதிக்கப்பட்டிருக்கும் வாய்ப்பூட்டுகளை நீக்கவும், பேச்சு சுதந்திரமும் எழுத்துச் சுதந்திரமும் வழங்கவும் ஒருவார காலத்திற்குள் அரசு முன் வராவிட்டால் தேசம் முழுவதிலும் சட்டமறுப்புப் போராட்டத்தைத் தொடங்கப் போவதாக காந்தி வைசிராய்க்கு கடிதம் எழுதினார். வைசிராய் இதுவரை தான் எடுத்த நடவடிக்கைகளுக்கு நியாயம் கற்பித்தும், அந்நடவடிக்கைகள் இனியும் தொடருமென்று அறிவித்தும்

அவருக்கு பதிலனுப்பியிருந்தார். அந்நேரம் காங்கிரஸ் மகாசபைக்கு மாநில, மாவட்ட, வட்ட, நகர, கிராமரீதியில் கிளைகள் தோன்றியிருந்தன. உறுப்பினர்களின் எண்ணிக்கையும் கோடியை நோக்கி உயர்ந்திருந்தது. இருபத்தைந்து லட்சத்துக்கும் மேற்பட்ட கை ராட்டினங்கள் நாடெங்கும் ரீங்காரம் செய்து கொண்டிருந்தன.

ஆல் இந்தியா ஸ்டோர்ஸ் லிமிடெட் கம்பெனியின் பங்குதாரர்களில் ஒருவரான பெஷாவரிலுள்ள முஸ்லிம் நண்பரொருவர் வியாபார நிலவரம் குறித்து ஹரிலாலின் மூடப்பட்ட அலுவலக முகவரிக்குத் தொடர்ந்து கடிதங்கள் அனுப்ப, அது அவரிடமே திரும்பி கொண்டிருந்தது. இவற்றையே ஆதாரமாக்கி கம்பெனி மீது மோசடி வழக்கு தொடங்கப்பட்டது.

கஸ்தூருக்கு அன்றைய சமையலை முடிப்பதற்கோ நீரை சுமந்து வருவதற்கோ சர்க்காவில் நூல் நூற்பதற்கோ தோட்ட வேலைகள் செய்வதற்கோ எதற்குமே முடியாமலாகியிருந்தது. ராமதாஸ் அவரருகே வந்து அமர்ந்துக் கொண்டான். அம்மாவுக்குக் காய்ச்சல் கண்டு விட்டதோ... வேறேதேனும் பிரச்சனையோ? உள்ளூர அச்சம் ஓடியது அவனுக்கு. அவர்களுக்கு வீடு என்றோ குடும்பம் என்றோ தனிப்பட்ட வகையில் இல்லையென்றாலும் மனதளவில் எல்லாமும் இருந்துக் கொண்டுதானிருந்தது. அதில் அவன் தாயார் கஸ்தூர்தான் எல்லாமுமாக ஆக்கிரமித்திருந்தார். தென்னாப்பிரிக்காவிலிருந்த சமயத்தில் தன்னுடன் வந்து தங்கியிருந்த மூத்த அண்ணன் ஹரிலால் இப்போது சிறையிலிருக்கிறான். அவன் நடவடிக்கைகளோ முன்னுக்கு பின் முரணாகவும் சரியற்றவையாகவும் இருக்கிறது. இது குறித்து குடும்பமே மன உளைச்சலில் உள்ளது. கலந்தாலோசனைக்கும் அறிவுரைக்கும் அண்ணனாகவும் தலைவனாகவும் இருந்த மணிலால் தென்னாப்பிரிக்கா சென்று விட்டான். தேவதாஸும் அவனும் அப்பாவின் கட்டளைகளைச் சுமந்துக் கொண்டு யாரார் எங்கிருக்கிறோம் என்றே தெரியாத நிலையில் நில்லாமல் ஓடிக் கொண்டிருக்கிறார்கள். இவர்களுக்கிடையே எந்நேரமும் அலைச்சலும் போராட்டமுமாக இருக்கும் அப்பா. அண்ணியும் இறந்து விட்டாள். அவர்களை நம்பி வந்து சேர்ந்து விட்ட அவர்களது நான்கு குழந்தைகள். தனி தனி மணிகளென சிதறிக் கிடக்கும் இவர்களையெல்லாம் தாயார்தான் கயிறு போல இணைக்கிறாள். அதுவும் அறுந்துபோயின், குடும்பம் என்ற இந்த புத்தகம் தனித்தனித் தாள்களாகப் பிய்த்தெடுக்கப்பட்டு காற்றில் பறந்து விடும்.

தாயாரருகே அமர்ந்து கொண்டான்.

மகனைப் பார்த்து லேசாகப் புன்னகைத்தார் கஸ்தூர். உடல்சூடு நிதானமாகவே இருந்தது. காய்ச்சல் இல்லை என்பதே ஆறுதலாக இருந்தது அவனுக்கு. வழக்கமான மன உளைச்சல் இன்று சற்று அதிகப்பட்டிருக்க வேண்டும். அதுவே உடல் நலத்தை முடக்கியிருக்கிறது. இருப்பினும், அவர் தன் கணவருக்கென உப்பில்லாமல் சமைத்த கீரை, ரொட்டி, நன்றாகக் காய்ச்சி வடிகட்டிய ஆட்டுப்பால், தேன், ஆரஞ்சுப்பழம் என உணவைத் தயாராக எடுத்து வைத்து விட்டுதான் ஓய்வெடுத்துக் கொண்டிருந்தார்.

மகன் கொண்டு வந்த கஞ்சியை மறுத்து விட்டு கண்களை மூடி படுத்துக் கொண்டார் கஸ்தூர். உறக்கமா விழிப்பா என்றறியாத நிலையில் கிடந்தது உடல். ராமதாஸ் "இப்போ என்ன செய்வது அம்மா?" என்கிறான். "அதை அப்பாதானே முடிவு செய்வார்.. ஆனால் அவர் என்ன செய்யப் போகிறார்? மகன் மீது பணமோசடி வழக்குப் போடப்பட்டிருக்கிறது. தகப்பன் இதை எப்படிக் கடந்துபோவது? ஆனால் அவனது இந்த நிலைக்கு அவன் மட்டுமே காரணமில்லையே... அதே சமயம் மீண்டும் மீண்டும் தவறுகள் செய்து கொண்டே போவதற்கு அவனொன்றும் குழந்தை இல்லையே... இந்நிலையில் யார் அவனைக் காப்பாற்றுவது? மாமியாரிடம் வாங்கிய பணத்தைக் கட்ட முடியாததால் சம்பந்தவீட்டில் தவறாகி விட்டது. அண்ணன் மாதவதாஸ் தன் பணத்தை ஹரிலால் எடுத்துக் கொண்டு விட்டதாகக் குற்றம் சுமத்தும் நிலையில் நான் பிறந்த வீட்டிலும் உதவி கேட்க முடியாது. இப்போது பணமோசடி வழக்கு வேறு.. கனத்துப் போயிருந்தது மனம்.

இதையேதும் அறியாமல் ஆசிரமத்தில் வழக்கம்போல விவசாயப்பணிகள் நடைபெற்றன. நூல் நூற்கவும் கைராட்டினம் சுற்றவுமாகக் கற்பிப்புப் பணிகள் ஒருபுறமும் கற்றுக் கொண்டவர்கள் ஆர்வமாக நூற்பு பணிகளிலும் ஈடுபடுவது மறுபுறமுமாகச் செயல்பட, கூடவே கைத்தொழில் கூடங்களும் இயங்கின. சமையற்கூடம் மதிய நேரத்துக்கான சமையற்பணிக்கு ஆயத்தமாக, அதற்கென தோட்டத்தில் விளைந்த காய்கறிகள் பறிக்கப்பட்டு அரிந்து வைக்கப்பட்டிருந்தன. பெண்களில் சிலர் சபர்மதி ஆற்றங்கரைக்குத் துவைக்கும் துணிகளோடு சென்றிருந்தனர்.

கோரக்பூர் மாவட்டத்திலுள்ள சௌரிசௌரா கிராமத்தில் அரசாங்கத்தின் தடையை மீறி காங்கிரஸார் ஊர்வலம் நடத்த அரசுக்கெதிரான அவ்வூர்வலத்தைக் கண்காணிக்கும் பொருட்டு போலிசார் குவிக்கப்பட்டிருந்தனர். ஒருங்கிணைப்பாக வந்த அணிவகுப்பில் சிலர் பின்தங்கி விட போலீசார் அவர்களை கிண்டல் செய்தனர்.

“அதிகாரம் தனித்திருக்கும்போதே ஆணவத்தை துணைக்கழைத்துக் கொள்ளும். இப்போது காவலர்களோ கூட்டு சேர்ந்துள்ளனர்” பின்தங்கியோர் ஓட்டமும் நடையுமாக அணிவகுப்பைத் தொடர்ந்தனர்.

ஓடுதல் துரத்தலை ஊக்குவிக்க, ஊர்வலத்தார் உதவி வேண்டி பொதுமக்களை அழைத்தனர். போலீசார் அதனை தடுக்கும் முயற்சியில் ஈடுபட இரு தரப்பினருக்கும் கைகலப்பு ஏற்பட்டு நிலைமை முற்றிப் போனதில் போலீசார் பொதுமக்களை நோக்கி துப்பாக்கிச் சூடு நடத்தினர். கூட்டம் களேபரமானது. நிராயுதபாணிகள் வேறு வழியின்றி அமைதிக் காத்தும், எதிர்த்தும், மிதிப்பட்டும், தப்பியோடியும், இறந்தும், கிடைத்த மறைவுகளில் மூச்சு விடவும் பயந்து ஒளிந்தும் கொண்டனர். பசித்திருக்கும் வேங்கை போல தங்களை வேட்டையாடிய துப்பாக்கிக் குழல்களின் ஓசை அவர்களை நடுக்கமுற செய்தது. எத்திசையிலிருந்து வேண்டுமானாலும் குண்டு பறந்து வந்து எந்நேரமும் அவர்களின் உயிரை எடுத்து விடலாம். இதயத்தின் துடிப்போசை காதுகளில் அதிர நொடிகளைக் கடந்தபோது துப்பாக்கியின் குழலோசை நின்றுப் போயிருந்தது. தொடர்ந்து காவலர்களின் சப்பாத்துகள் தடதடத்து ஒலித்தன. ஒருவேளை அவர்களின் மறைவிடம் நோக்கி வருகிறார்களோ... அப்படித்தானிருக்க வேண்டும். எங்கே செல்வது? வேறெங்கே செல்வது? உயிர் மீதான பயம் அதிகரித்தது. தாங்கள் காப்பாற்றப்படுவோம் என்ற நம்பிக்கையை அவர்கள் முற்றிலும் இழந்திருந்தனர். ஆனால்.. இதென்ன... சப்பாத்துகளின் ஒலி லயம் தப்பியிருக்கிறது? அதில் படபடப்பும் பரபரப்பும் தெரிகிறதே? ஒலி வேறெங்கோ செல்கிறது. ஒருவேளை கூடுதல் ஆட்களை அழைத்து வருவதற்கோ...? இனி காத்திருக்க முடியாது. ஏதோ நடந்திருக்கிறது. ஒருவேளை அரசு தரப்பு வன்முறையைத் தவிர்க்கச் சொல்கிறதா? காவலர்களைத் திரும்ப அழைத்துக் கொள்கிறதா? இருக்காது.. இருக்கவே முடியாது. காலடிகள் பதறின. பம்மிக் கொண்டன.

அது மறைவிடத்தில் தருணம் பார்த்து நின்றவர்களைக் கிளர்த்தி எழுப்பியது. கலவர பூமியில் சிதறிக் கிடந்த ஈரம் காயாத இரத்தம் தோய்ந்த உடல்கள், உடைகள், செருப்புகள், தலைப்பாகைகள் அவர்களை வெறிகொள்ள வைத்தது. எது நடந்தாலும் போராடிப் பார்த்து விடுவது என்ற முடிவை யாரும் யாருக்கும் கூறாமலேயே எல்லோரும் எடுத்திருந்தனர்.

தொலைவில் காவலர்கள் தறிகெட்டு ஓடிக் கொண்டிருந்தனர். ஒருவேளை தோட்டாக்கள் தீர்ந்து விட்டனவா? ஆமாம்.. அப்படித்தான் இருக்க வேண்டும். காவலர்களின் கைகளிலிருந்த உயிர்வாங்கி தனது தோட்டாக்களைத் தீர்ந்திருந்தது. ஆயுதமிழந்த அதிகாரம் உயிரச்சத்தில் ஓட, வாய்ப்பை நழுவ விடாத கூட்டம் அவர்களை விரட்டத் தொடங்கியது. வலிமை, தரப்பு மாறியிருந்தது. காவலர்கள் தறிக்கெட்டவர்களாக ஓடி காவல் நிலையத்தில் தஞ்சமடைய, வன்மம் உந்தி முன் தள்ள கூட்டம் காவல் நிலையத்தை சூழ்ந்து கொண்டது. நெஞ்சத்தின் துடிப்பை காதுகளுக்குள் உணர்ந்தவர்களாக மூச்சை இழுத்துப் பிடித்துக் கொண்டு அமர்ந்திருந்த காவலர்களைத் தீயின் வெம்மை வளைத்துக் கொண்டது. கொட்டுவதற்கு இடமின்றி பொங்கி எழுந்த தங்களின் சினத்தை, கூட்டம், காவல் நிலைய கட்டடத்துக்குத் தீ வைத்து ஆற்ற முயன்றது. முடியாதபட்சத்தில் அரைவேக்காடாக வெளியில் தெறித்தவர்களைக் கண்டதுண்டமாக வெட்டி தீயில் எறிந்தது. நிலையத்திற்குள்ளிருந்த உதவி ஆய்வாளர் ஒருவரும் இருபது காவலர்களும் தீயினால் வெந்து மாண்ட சேதி நாடு முழுக்கப் பரவியது.

பர்தோலியில் காங்கிரஸ் கமிட்டி கூட்டம் அவசரமாகக் கூடியது.

“மனிதனொருவனை மற்றவர் எத்தனை ஆத்திரமூட்டினாலும், அவன் அவர்களைக் காட்டுமிராண்டித்தனமாகக் கொலை செய்வது நியாயமாகாது. பொதுஜன சட்டமறுப்பை உடனடியாக நிறுத்தியாக வேண்டும்” என்றார் காந்தி.

“பாப்பு... தேசமெங்கும் பொங்கும் சுதந்திர உணர்வை இது தணித்து விடும்” பொறுமையாகச் சொன்னபோதும் காந்தி பிடிவாதமாக நின்றார்.

“ஆனால் நம் மக்கள் எதற்கும் தயாராகவில்லை. அவர்களிடம் கட்டுப்பாடும் இல்லை. ஒழுங்கும் இல்லை. இந்தப் பயங்கரமான நிகழ்வு வரப்போகும் சம்பவங்களைச் சுட்டிக்காட்டும்

ஆள்காட்டி விரல். கடுமையான முன்னெச்சரிக்கைகள் எடுத்துக் கொள்ளப்படாவிட்டால், இந்தியா எளிதில் போய் விடக் கூடிய பாதையையே அது காட்டுகிறது. சட்ட மறுப்பை நிறுத்துவதை தவிர வேறு மார்க்கமில்லை" என்றார் பிடிவாதமாக.

"இவருடைய பிடிவாதத்துக்கெல்லாம் தலையாட்டிக் கொண்டிருக்க முடியாது... இத்தனை நாட்கள் பட்ட பாடு அனைத்தும் வீணாகி விடும்" என்றது ஒரு தரப்பு.

"ஆனால் இந்நேரத்தில் காந்தியின் தலைமையை இழந்து விட முடியாது."

தொண்டர்கள் மத்தியில் பிளவு ஏற்படாவிட்டாலும் தலைவர் களுக்குள் வேறுபாடு தோன்றியிருந்தது. அதையடுத்து டில்லியில் கூடிய காங்கிரஸ் கமிட்டி கூட்டத்தில் வங்காளப் பிரதிநிதிகளும் மகாராஷ்டிரப் பிரதிநிதிகளும் ஆத்திரம் கொண்டனர்.

"இதென்ன பொறுப்பற்றத்தனம்? நாடு விடுதலையை நெருங்கிக் கொண்டிருக்கும் நேரத்தில் பொதுஜன சட்ட மறுப்பை கை விடுவதென்பது வெண்ணெய் திரளும் நேரத்தில் தாழியை உடைப்பது போன்றது."

"சத்தியத்தைத் தரிசிப்பதற்குள்ள ஒரே மார்க்கம் அகிம்சைதான். இது என்னால் சரியாக அறிவுறுத்தப்படவில்லையெனில் நான் பட்ட சிரமங்களெல்லாம் வீணாகின என்றே எடுத்துக் கொள்வேன். இந்த வகையில் என் முயற்சிகளெல்லாம் பலனற்றவையே என்று நிரூபிக்கப்பட்டாலும் அதன் குற்றம் என்னுடையதேயன்றி அம்மகத்தான கொள்கையினுடையது அல்ல."

"இதெல்லாம் தேவையற்ற வாதம்."

"அகிம்சையை நாடுவதில் எவ்வளவுதான் உள்ளன்போடு நான் முயற்சிகள் செய்து வந்திருந்தாலும் அவை இன்னும் குறைபாடு உடையவையாகவும் போதுமானதாக இல்லாதனவாகவும் இருக்கிறது. அகிம்சையைப் பூரணமாக அடைந்தால் மட்டுமே சத்தியத்தின் பூரணமான சொரூபத்தையும் தரிசிக்க முடியும். நாம் அகிம்சையிலிருந்து இம்சையை உருவாக்காகாமல் இருக்க வேண்டுமானால், இதிலிருந்து அவசரமாகப் பின்வாங்கி, மீண்டும் சமாதான சூழ்நிலையை ஸ்தாபிக்க வேணடும். நடந்த நிகழ்வுகளுக்கு நான் பொறுப்பேற்றுக் கொள்கிறேன். அதன் பொருட்டு ஐந்து நாட்கள் உண்ணாவிரதம் மேற்கொள்ளப் போகிறேன்."

"பாப்பு... இப்போது நாம் பின்வாங்கி விட்டால் மீண்டும் மனிதத்திரளை முனைப்பு நோக்கி எப்படிச் செலுத்துவது?"

"அகிம்சையன்றி வேறு வழியில் விடுதலைப்போரை நடத்துவதற்கு நான் பொறுப்பேற்க முடியாது" என்றார் காந்தி உறுதியாக. உண்ணாவிரதத்தின் களைப்பை மீறிய தெளிவு அவர் முகத்திலிருந்தது.

கடுமையான விவாதத்துக்குப் பின்னர் காந்தியின் தரப்பு ஏற்றுக் கொள்ளப்பட்டு பொதுநபர் சத்தியாகிரகம் விலக்கிக் கொள்ளப்பட்டும் தனி நபர் சட்டமறுப்பு நீடிக்கலாம் என்றும் தீர்மானிக்கப்பட்டது.

"பாப்பு... உங்கள் தீர்மானத்தை என்னால் ஏற்றுக் கொள்ள முடியாது. நீங்கள் தேசத்துக்குத் துரோகம் செய்து விட்டீர்கள். நான் உங்களிடம் சண்டையிட்டு ஆக வேண்டும்" காந்தி தன்னை சந்திக்க வந்த அந்த வளரிளம் பருவத்தவனைப் புன்முறுவலோடு நோக்கினார்.

"ம்... தாராளமாக.. இப்பவே கூட."

"பாப்பு... உங்களைப் பார்க்க முக்கியத் தலைவர்கள் வரவிருக்கிறார்களே" அவருக்கு நினைவுறுத்தப்பட்டது.

"ஆனால் நான் இப்போது இந்த சிறுவனிடம் பேச வேண்டியிருக்கிறது. அவனுடன் ஒரு நடை போய்விட்டு வருகிறேன்."

வந்தவர்கள் அதை விரும்பவில்லை என்றாலும் வேறு வழியின்றி காத்திருந்தனர். அவர் சிறுவனுடன் நடைப்பயிற்சி முடித்து விட்டு திரும்பியபோது அவர்களின் முகத்தில் தெரிந்த உணர்வுகளை காந்தியால் படிக்க முடிந்தது.

"என்னுடைய நிலைப்பாட்டை இந்த சிறுவனுக்கே விளக்க முடிகிறது என்றால் உங்களுக்கும் தேசத்துக்கும் என்னால் புரிய வைத்திட முடியும்."

அவர்கள் அந்தச் சிறுவனை நோக்கியபோது அவன் கோபமனைத்தும் வடிந்த முகத்தில் புன்னகையையும் தெளிவையும் கொண்டிருந்தான்.

தாயார் மாலை கடந்தும் கூட உணவு ஏதும் எடுத்துக் கொள்ளாதது தெரிய வந்தபோது ராமதாஸ் பதறிப்போனான். மசித்த கீரையை

சுடுசோற்றில் பிசைந்து அதில் தன் தாயாருக்குப் பிடித்தவாறு சரியான அளவு உப்பும் கலந்து எடுத்து வந்தான். வயதுக்கு மீறிய அயர்ச்சியும் அடுத்தடுத்து குடும்பத்தில் நடந்துக் கொண்டிருக்கும் சம்பவங்கள் மீதான அதிர்ச்சியும் அவர் முகத்தில் காலத்தை விட அதிக கோடுகளை வரைந்திருந்தது. அவர் ஹரிலாலின் தொழில் சின்னாபின்னப்பட்டுக் கொண்டிருப்பதையும் அவனுக்கு அழுத்தம் அதிகரித்துப் போனதையும் இதையேதும் உணராது சிறையிலிருக்கும் அவனது நிலையையும் எண்ணிப் பெருத்த கவலைக் கொண்டிருந்தார்.

"உன் அண்ணன் ஏன் இவ்வாறெல்லாம் நடந்துக் கொள்கிறான் ராமா? தொழிலுக்கு மேல் தொழிலாகச் செய்து நட்டப்பட்டுக் கொண்டும்... பெயரைக் கெடுத்துக் கொண்டும்..."

ராமதாஸ் தாயாரின் கேள்விக்குப் பதில் கூறாமல் "நீங்க சாப்புடுங்கம்மா..." என்று தட்டை அவரருகே வைத்தான். எதுவும் பேசாமல் எங்கோ பார்த்துக் கொண்டிருந்தவர் "இதில் யாரை தவறு என்பது... யாரை சரி என்பது? ஒருபுறம் உன் தந்தையாரின் பெயரும் புகழும் பெருகிக் கொண்டே போகிறது. ஆனால் இவனோ எல்லாவற்றையும் கெடுத்துக் கொண்டிருக்கிறான். இதில் நாம் யார் பக்கம் நிற்பது ராமா?"

"இது அவருடைய இயல்புக்கு நாம் கொடுக்கும் விலை" என்றபோது கஸ்தூர் இறுகியிருந்த மகனின் முகத்தை உற்று நோக்கினார். மேலும் அவன் மனதை நோகவிடாமல் அவன் கொண்டு வந்த உணவை உண்டு விட்டு தோட்ட வேலைகளில் கவனம் செலுத்த முயன்றார். வேலைகள் அனிச்சையாக நடந்தபோது அவர் மனம் பிரார்த்தனையில் ஈடுபட்டுக் கொண்டிருந்தது. "தெய்வமே... ராமா... ராமா... கிருஷ்ணா... கிருஷ்ணா... என்று உன்னை நினைத்து ஜெபிக்க வேண்டிய வயதில் எனக்கு ஏன் இத்தனை சோதனைகள் தருகிறாய்? எதுவாயினும் இதை நீயளித்த வரமாகவே நான் எடுத்துக் கொள்கிறேன். ஆனால் நான் சுமந்து பெற்றெடுத்த என் மகன்களை வருத்தாதே... அவர்கள் தனித்தனியானவர்கள் என்பதை அவர்களின் தகப்பனுக்கு உணர்த்தி விடு தெய்வமே.. அதீதமான நற்தன்மை வாய்க்கப் பெறுவதும் கெடுதல்தானோ? நீ கொடுக்கும் கஷ்டத்தோடு அதைத் தாங்கிக் கொள்ளும் பலத்தையும் கொடுத்து விடு தெய்வமே...

17

காந்தி சொல்வதை அப்படியே ஏற்றுக் கொள்ளும் தரப்பு உருவாகி வருவதை அரசாங்கம் கவனித்துக் கொண்டிருந்தது. விளைவாக, மோகன்தாஸ் காந்தி மீதும் 'யங் இந்தியா' பத்திரிகையில் காந்தியின் அரசநிந்தனை கட்டுரைகளை வெளியிட்ட அதன் பதிப்பாசிரியர் சங்கர்லால் பாங்கர் மீதும் குற்றம் சாட்டி அவர்களைக் கைது செய்து சபர்மதி சிறையில் அடைத்தது.

வைஸ்ராய் ரெடிங் கிண்டலும் கண்டிப்புமாக, காந்தி கைதாவதற்கு முன்பான ஆறுமாதக் காலங்களில் அவர் அசாதாரணமான ஆர்ப்பாட்டங்களையெல்லாம் செய்து விட்டார். சர்க்காரின் சகல அதிகாரத்தையும் பகிரங்கமாக ஆட்சேபித்து சவால் விட்டார். ஆனால் கடைசியில் நேர்மாறான மறுகோடிக்குப் போய் விட்டதன் மூலம் ஒரு அரசியல்வாதியாகப் பின்வாங்கி விட்டார் என்று அறிக்கை வெளியிட்டார்.

காந்தி மீதான வழக்கு நீதிமன்றத்திற்கு விசாரணைக்கு வந்த போது நீதிமன்ற கட்டடமும் சுற்று வீதிகளும் ராணுவ வீரர்களால் காவல் காக்கப்பட்டன. அனுமதிச்சீட்டு பெற்றவர்களே உள்ளே அனுமதிக்கப்பட்டனர். இருப்பினும் நீதிமன்றத்தின் வழக்காடு அறை மக்கள் கூட்டத்தால் நிறைந்திருந்தது.

காந்தி தனது வாக்குமூலத்தில் "என்மீது சாட்டப்பட்டிருக்கும் இ.பி. கோ 124 ஏ பிரிவு இந்திய மக்களின் சுதந்திரத்தை நசுக்குவதற்காகக் கொண்டுவரப்பட்ட சட்டம். சட்டத்தின் மூலமெல்லாம் அன்பை ஏற்படுத்த முடியாது. அரச நிந்தனை எனது கடமையாகி வீட்டது. இன்னும் தொடர்ந்து அதையே செய்து வருவேன்" என்றார்.

நீதிபதி புரூம்ஃபீல்ட் மோகன்தாஸை பற்றி முன்னரே அறிந்தவர் என்றாலும் அவரின் வாதத்திலிருக்கும் நேர்மை அவரைக் கூர்ந்து நோக்க வைத்தது.

“பிரிட்டிஷ் ஆட்சியின் கீழ் இந்தியா வலிமை இழந்து விட்டது. சென்னை, பம்பாய், சௌரிசௌரா சம்பங்களுக்கு முழு பொறுப்பையும் நான் ஏற்றுக் கொள்கிறேன். மன்னரிடத்திலோ நிர்வாகத்திலிருப்பவரிடமோ எனக்குத் தனிப்பட்ட அதிருப்தி கிடையாது. இதுவரை இருந்து வந்த அரசாங்கங்களைக் காட்டிலும் அதிக தீங்குகள் இழைத்துள்ள ஒரு நிர்வாகத்திடம் நான் அதிருப்தி கொள்வது எனது நற்பயனாகும். ஆட்சேபிக்கப்பட்ட கட்டுரைகளை எழுதியது என் பாக்கியமே. அகிம்சை என்றால், பலாத்காரமின்றி நடத்திய ஒத்துழையாமை இயக்கத்தினால் விளைந்த துன்பங்களுக்குத் தானாகவே கீழ்ப்படிவதாகும். ஆகையால் நீங்கள் அளிக்கவிருக்கும் கடுமையான தண்டனையைச் சந்தோஷத்துடன் வரவேற்கிறேன்.”

தனக்கு முன்னால் குற்றவாளியாக நிற்பவரின் வாக்குமூலத்தின் உண்மை நீதிபதி புரூம்பீல்டை அசைந்திருந்தது.

“நீதிபதியவர்களே.. நெருப்போடு விளையாடுகிறேன் என்பதை அறிவேன். விளைவுகளுக்கு நான் தயார். என்னை விடுதலை செய்தாலும் இதையே நான் செய்வேன். எனது நம்பிக்கையின் முதல் அத்தியாயம் அகிம்சைதான். அதுவே என் தத்துவத்தின் முடிவுரையுமாகும். எனது தேசத்திற்கு மாபெரும் கேடு செய்த அமைப்பை நான் தலைவணங்கி ஏற்க வேண்டும் அல்லது உண்மையை எனது வாக்கிலிருந்து உணர்ந்து கொதிப்படைந்த மக்கள் ஆத்திரம் வெடித்துக் கிளம்புவதைச் சந்திக்க நான் தயாராக இருக்க வேண்டும். இரண்டில் ஒன்றை நான் தேர்ந்தெடுக்க வேண்டும். தாங்கள் பயன்படுத்தும் சட்டம் நீதியற்றது என்றும் நான் உண்மையில் குற்றமற்றவன் என்றும் உங்கள் மனதில் உதிக்குமாயின், தாங்களும் அசெஸர்களும் தங்கள் பதவிகளை ராஜினாமா செய்வதைத் தவிர வேறு மார்க்கமில்லை. இல்லையேல், எனக்குக் கடுமையான தண்டனையை அளியுங்கள்.”

கைதி காந்தி தனது வாக்குமூலத்தை முடித்ததும் நீதிபதி அவருக்கு தலை தாழ்த்தி வணக்கம் செய்தார். “குற்றத்தை ஒப்புக்கொண்டதன் மூலம் நீங்கள் என் வேலையை எளிதாக்கி விட்டீர்கள்.”

காந்தியின் உதடுகள் புன்னகைத்து நீதிபதியின் கருத்தை ஆமோதித்தது.

“ஆனால், மிஸ்டர். காந்தி... உங்களுக்கு நியாயமான தண்டனையை நிர்ணயிப்பது கஷ்டமாக இருக்கிறது.”

இந்த வினோதமான, நேர்மையான குற்றவாளியை எப்படித்தான் தண்டிப்பது? தனது மனக்குழப்பத்தை நேரிடையாகவே வெளிப்படுத்தினார்.

"கோடிக்கணக்கான இந்திய மக்கள் உங்களைச் சிறந்த தேசாபிமானி என்றும் தலைவர் என்றும் மதிப்பதை நான் மறக்கவில்லை. உங்கள் அரசியல் கொள்கைகளைப் பின்பற்றாதவர்கள் கூட உங்களுடைய உயர்ந்த குணங்களையும் புனிதமான வாழ்க்கையையும் போற்றுகின்றனர்" சொல்லிக் கொண்டே போனபோதுதான் அவருக்கு, தான் ஏன் இவற்றையெல்லாம் இவரிடம் சொல்லிக்கொள்கிறோம் என்ற எண்ணம் இடறியது. ஆனால் அதற்குள் அவர் நெடுந்தூரம் கடந்திருந்தார். "சட்டம் எவரொருவருக்கும் மரியாதை காட்டுவதில்லை. இருந்தபோதிலும் இதுவரை நான் விசாரித்தவர்களிலோ இனி விசாரிக்கப் போகிறவர்களிலோ தங்களுக்கு இணையானவரை நான் கண்டதில்லை... இனி காணப்போவதுமில்லை. இதே குற்றத்திற்காக பனிரெண்டு ஆண்டுகளுக்கு முன்பு திலகருக்கு விதிக்கப்பட்ட தண்டனையே பின்பற்றி தங்களுக்கு ஆறாண்டு கால சாதாரண சிறைத்தண்டனை விதிக்கிறேன்."

"நீதிபதி அவர்களே... தங்களின் தீர்ப்பை மனமார ஏற்றுக் கொள்கிறேன். என்னைத் திலகரோடு ஒப்பிட்டமைக்கு மிக்க நன்றி."

நீதிபதி புரூம்ஃபீல்ட் காந்தியின் கண்களைக் கூர்ந்துப் பார்த்தார்.

"இந்தியாவின் நிலைமை மாறி தங்களுடைய தண்டனைக் காலத்தை அரசினர் குறைத்து விடுவார்களேயானால் என்னை விட அதிகமாக வேறு எவரும் மகிழ்ச்சியடைய மாட்டார்கள்" நீதிபதி தனது வார்த்தைகளின் வழியே தனது கனத்த இதயத்தை சமன்படுத்திக் கொள்ள முயன்றார்.

அவர் எழுந்து சென்ற பின் அங்கிருந்தோர் அனைவரும் ஒவ்வொருவராகக் காந்தியைச் சந்தித்து வணக்கம் செய்து விடைபெற்றுக் கொண்டனர். சிலர் அடக்கமாட்டாது ஓங்கி அழுதனர். அடுத்த ஆறு ஆண்டுகளுக்கு தேசத்தை நடத்திச் செல்வது யார்? என்ற கேள்விக்குறிகளோடு ஆங்காங்கே சிறைப்பட்டிருந்த தலைவர்களும் தொண்டர்களும் முப்பத்தாறு மணி நேர அடையாள உண்ணாவிரதம் இருந்தனர்.

ஆட்கள் வருவதும் போவதும் ஆறுதல் சொல்வதும் ஆறுதல் பெற்றுக் கொள்வதுமாகச் சபர்மதி ஆசிரமம் ஆட்களால்

நிரம்பி தன் அன்றாடங்களைத் தொலைத்திருந்தது. மனுபென் பாட்டி கஸ்தூரின் அருகில் வந்து அமர்ந்துக் கொண்டாள். சின்னஞ்சிறுமியான அவளுக்குப் பாட்டியும் ராமி அக்காவும் அவ்வப்போது தாத்தாவும்தான் உறவு. சில சமயங்களில் ராஜ்கோட்டுக்குப் பெரியம்மா அழைத்துச் செல்வாள். வீட்டிலிருக்கும் சமயங்களில் சிரிக்கச் சிரிக்கப் பேசி அன்பைப் பொழியும் தாத்தா அவளுக்கு நெருக்கமானவர். அவளை அவர் பெரிய தர்பூசணி பழம் என்று கேலி செய்வார். அவள் எல்லோருடைய வெண்ணெயையும் திருடி தின்று விடுவதால், முகம் பளபளத்து அழகான பொம்மை போல் இருக்கிறாள் என்று கிண்டல் செய்வார். "போங்க தாத்தா" என்பாள் மனு வெட்கமும் சிணுங்கலுமாக. இனிமேல் அவர் ஆசிரமத்துக்கு வர மாட்டாராம். ஆறு வருடக் காலத்திற்குச் சிறையில்தான் இருக்கப் போகிறாராம். அக்காவும் திருமணமாகி இங்கிருந்து போய் விடப் போகிறாளாம். அவளுக்கு இறந்துப்போன தாயாரை நினைத்து ஏக்கமாக வந்தது.

கஸ்தூர் சோர்வாக அமர்ந்திருந்த பேத்தியின் கரத்தை இழுத்து தன் மடியில் அமர்த்திக் கொண்டார். ஏற்கனவே ஹரிலால் சிறையிலிருக்கிறான். இந்நிலையில் பம்பாய் கலவரத்தில் சிறியவன் தேவதாஸை இறக்கி விடத் துணிகிறார் அவருடைய கணவர். இப்போது அவருக்கும் ஆறாண்டு கால சிறைத் தண்டனை தீர்ப்பாகியிருக்கிறது. இனி இந்த வீடு என்னவாகும்? ஹரிலால் விடுதலையாகி வரும்போது சிதிலமாகிக் கிடக்கும் அவன் வாழ்வை யார் செப்பனிடுவது? சம்பாத்தியத்துக்குத் தேவைப்படும் கல்வியை கற்றுக் கொள்ளாத அவரது மகன்கள் எங்கே போய் உத்யோகம் தேடிக் கொள்வார்கள்? அப்படியே எங்காவது போனாலும் காந்தியின் மகன்கள்... என்ற பெயர்தானே முன்னே நிற்கும்? இதை அவர் கணவர் விரும்பாதவர் என்றாலும் பாரம் ஏறுவது மனைவி மகன்களில் முதுகுகளில்தானே? இப்போது குடும்பம் மொத்தமும் தன்னையே சார்ந்திருப்பது கஸ்தூருக்குப் புரிந்தது. சமாளிக்க வேண்டும். சமாளித்தே ஆக வேண்டும் என்றெண்ணியபோது சமாளித்து விட முடியும் என்ற நம்பிக்கையும் அதன் உள்ளிருந்தது. அவள் பேத்தியை தன்னுடன் இறுக்கிக் கொண்டார்.

தனது ஆறு மாத கால சிறைத்தண்டனையை முடித்து விட்டு திரும்பி வந்தபோது ஹரிலாலுக்கு எல்லாமே தலைகீழாகியிருந்தது. கம்பெனி அலுவலகம் சென்றபோது அங்கு வேறு ஏதோ ஒரு அலுவலகம் இயங்கிக் கொண்டிருந்தது. கம்பெனியின்

இயக்குநரென அவன் அமர்ந்திருந்த இருக்கையில் வேறொருவர் அமர்ந்திருந்தார். அலுவலக உதவியாளர் ஒருவர் அவனை அடையாளம் கண்டுக் கொண்டு அருகே வந்தார். கசங்கிய உடையும் தொய்ந்த உடலும் சவரம் மறுக்கப்பட்ட முகமும் ஹரிலாலின் அடையாளத்தை மறைத்திருந்தாலும் பிடிவாதமும் குழப்பமும் நிரம்பிய அவனது கண்கள் அவனை இன்னாரென காட்டின.

“முதலாளி... உங்களை இந்த தோற்றத்தில் என்னால் காண முடியவில்லை” தனது பேச்சை சட்டை செய்யும் மனநிலையின்றி தடுமாறி நின்ற ஹரிலாலை அந்த உதவியாளர் அவனது வீட்டுக்கு அழைத்துச் சென்றார். ஆறுமாதங்களாக ஆளரவமற்றிருந்த வீடு நுழைவதற்கும் ஏதின்றி இருந்தது. ஓரளவு சுத்தம் செய்த பின், அந்த உதவியாளர் தன் வீட்டிலிருந்து எடுத்து வந்த உணவை ஹரிலாலுக்குப் பரிமாறினார்.

ஒரு கணவானைப் போல உணவைப் பக்குவமாக எடுத்து உண்டான் ஹரிலால். அவனுக்கு அருந்துவதற்கு நீரளித்தார் அவர். உடல் களைப்பு நீங்கிய பிறகு அவர் அவனிடம், “முதலாளி.. உங்க அப்பாவைச் சிறையில அடைச்சிட்டாங்க” என்றார்.

ஹரிலாலை அச்செய்தி அதிர்ச்சிக்குள்ளாக்கியது. எந்நேரமும் அவர் கைது செய்யப்படலாம் என்ற உண்மை எல்லோருக்குமே தெரிந்திருந்தாலும் அது நிகழ்வென்றான பிறகு அதிர்வுகளை ஏற்படுத்தாது இருக்காது. அப்படியானால்? போராட்டத்தை யார் முன்னெடுப்பது? அவனுக்கு தன் குழந்தைகள் குறித்தும் தாயார் குறித்தும் பயம் வந்தது. “என் பிள்ளைகள் எல்லோரும் நலம்தானே?” என்றான்.

“ம்.... எல்லோரும் நலம்தான்.”

அந்த உதவியாளருக்குச் சபர்மதியின் நிலவரங்கள் குறித்து ஏதும் அறிந்தவரல்லர் என்றாலும் அவனை ஆசுவாசப்படுத்தும் நோக்கோடு அங்ஙனம் சொல்லி வைத்தார். காலிப்பாத்திரங்களை எடுத்துக் கொண்டு அவர் விடைபெற்றுக் கொண்டபோது ஹரிலால் அவரிடம் “கொஞ்சம் பணம் இருந்தா கொடுத்துட்டு போங்க... திருப்பிக் கொடுத்துடறேன்” என்றான்.

“உங்கள் சட்டைப் பையில் வச்சிருக்கேன் பாருங்க” என்றபடியே நகர்ந்தார்.

திறந்துக்கிடந்த கதவின் வழியே வெய்யில் சுள்ளென்று இறங்க, அவன் படுத்தவாறே காலை உதைத்து கதவை மூடினான். அதுவரை அடக்கி வைத்திருந்த இறுக்கமும் புழுக்கமும் தாளவியலாத அளவுக்கு மனதை ஆக்கிரமிக்க கையால் தரையில் ஓங்கிக் குத்தினான். “இனி நான் என்ன செய்வேன்... என்னால் என்ன செய்ய முடியும்... என்னுடைய எல்லாமே முடங்கி விட்டது. என்னை நம்பி முதலீடு செய்தவர்களுக்கு என்ன பதில் சொல்வது? கடன் வாங்கியவர்கள் என்னை நெருக்குவார்கள்... இப்போது நான் யாரிடமிருந்து தப்பிக்க வேண்டும்? என்னிடமிருந்தா.. அவர்களிடமிருந்தா? அப்பா... என் கேடு கெட்ட அப்பாவே... புகழுக்காக ஊரெங்கும் ஓடித் திரியும் நாசக்கார அப்பாவே... இந்த நிலை வேண்டாமென்றுதானே படிக்கிறேன்.. படிக்கிறேன் என்று கதறினேன். இன்று என்னைப் பிச்சைக்காரனாக்கி தெருவில் நிறுத்தி விட்டது விதியல்ல... நீங்கள் செய்த சதி.. கட்டியவர் என்ன சொன்னாலும் தலையை ஆட்டி ஆட்டி சம்மதிக்கும் தாயெல்லாம் ஒரு தாயா? என்னை என் கோணத்திலிருந்து புரிந்துக் கொண்ட ஒரே உயிரையும் பறித்துக் கொண்ட கடவுள்... அது யாரு? ராமர்... கிருஷ்ணருன்னு கதைகதையா சொல்லிக் கொண்டு திரிவாரே அந்த மோகன்தாஸ் காந்தி... அவரும் அவர் கடவுளும் இப்போது என்னை நடுத்தெருவில் நிறுத்தி விட்டார்கள். பெற்ற பிள்ளைகளைச் சந்தியில் நிறுத்த துணிந்தவருக்கெல்லாம் எதற்கு கல்யாணம்? எதற்கு குழந்தைகள்?

வெளியே வந்தபோது நண்பகல் வெயில் சுட்டெரித்தது.

அப்பா... நான் உங்கள் நிழலென பெருமை கொண்டதற்கு தண்டனையாக என்னை நண்பகல் வெயிலில் நிறுத்தி என் நிழலையும் குறுக செய்து விட்டீர்கள். பாருங்கள் அப்பா.. நான் இப்போது முச்சந்தியில் கையறு நிலையில் நிற்கிறேன். ஆறுதலாக அம்மாவின் பக்கத்தில் இருக்க வேண்டிய மணிலாலை நாடு கடத்தி விட்டீர்கள். ராமதாஸூம் தேவதாஸூம் முதுகெலும்பில்லாத கோழைகளாக நீங்கள் சொல்வதையெல்லாம் ஆமோதித்துக் கொண்டு நடித்துக் கொண்டிருக்கிறார்கள். இதற்குப் பெயர்தான் குடும்பமா? இதுதான் வாழ்க்கையா? உங்களுக்கென்ன? கட்டிய மனைவியிடம் அத்தனை பொறுப்பையும் ஒப்படைத்து வீட்டு சிறையில் போய் உட்கார்ந்து விட்டீர்கள். இந்தச் சிறைவாசம் உங்களுக்கான தண்டனையல்ல. ஆறு வருடங்கள் வெளியிலிருந்து பாடுபட போகும் குடும்பத்துக்குத்தான் இந்த தண்டனை. இனி என் குழந்தைகளின் கதி... நம் குடும்பத்தின் கதி...

யாரோ தெரிந்த முகம் கண்ணில் பட்டபோது அவன் உடலை ஒடுக்கிக்கொண்டு அங்கிருந்த கட்டடத்தின் பின்னே நின்று கொண்டான். காய்ந்த சருகு காற்றில் உருண்டு மேலே விழுந்தபோது உடல் விதிர்விதிர்த்துப் போனது. கடன்காரர்களும் பங்குதாரர்களும் கழுத்தில் துணியைச் சுற்றி இறுக்குகிறார்களோ?

அய்யோ... நானென்ன செய்வது இப்போது? எல்லாமே இருண்டு நிற்கிறதே... காலம் என்னைத் துரத்துகிறது. கடன் என்னை துரத்துகிறது. குடும்பம் என்னைத் துரத்துகிறது. நான் எங்கு ஓடுவேன்? எதில் முட்டிக் கொள்வேன்? எனக்கென இடம் ஏது.. வாழ்க்கை ஏது... ஓட்டமும் நடையுமாக வீடு வந்து சேர்ந்து கதவை தாழிட்டு விட்டு தரையில் மல்லாந்தான். அவன் கண்களிலிருந்து வழிந்த கண்ணீர் கன்னத்தின் வழியே தரையில் சொட்டியது. யாரோ கதவைத் தட்டியது போன்ற ஒலியெழ உடல் வாரி சுருட்டி எழுந்துக் கொண்டது. கதவிடுக்கில் கண்ணை செலுத்தியபோது அங்கு யாரும் நின்றிருக்கவில்லை.

அவன் மடமடவென்று எழுந்துச் சென்று அந்த உதவியாளர் தனது சட்டைப்பையில் வைத்திருந்த பணத்தை எண்ணிப் பார்த்தான். அதோடு துண்டுச்சீட்டு ஒன்றுமிருந்தது. உயர்திரு முதலாளிக்கும் அவரது மதிப்புமிகு தந்தைக்கும் நானும் நாடும் கடமைப்பட்டுள்ளோம். அக்கடனின் ஒரு துளியென என்னால் இயன்ற பணத்தைத் தங்களின் உணவுக்கும் அவசரத்தேவைக்குமாக வைத்துள்ளேன்.

ஹரிலாலுக்கு மதுவும் மாதுவுமே அவசரத்தேவையாக இருந்தது.

காந்தி சிறையிலிருந்த நிலையில், பொது ஜனச் சட்டமறுப்பு கைவிடப்பட்டதால், சட்டசபையில் பிரவேசிப்பதற்கான முயற்சிகளை மேற்கொள்ள வேண்டுமென்று ஒரு சாராரும் சட்டசபைகளைப் பகிஷ்கரிக்க வேண்டுமென்று கல்கத்தா விசேஷ காங்கிரஸில் நிறைவேற்றப்பட்ட தீர்மானமே தொடர வேண்டுமென்று மாறுதல் வேண்டாதோரின் வாதமுமாக இரு தரப்பு உருவாகியிருந்தது. கயாவில் நடந்த காங்கிரஸ் மகாசபை கூட்டத்திற்குப் பின், அதன் தலைவரான தேசபந்து சித்தரஞ்சன்தாஸ், சுயராஜ்யக் கட்சி என்ற கட்சி தொடங்கப்பட்டு விட்டதாகவும் அது காங்கிரஸின் உட்பிரிவாக இயங்கும் என்றும் அறிவித்தார்.

18

சுயராஜ்யக் கட்சியைச் சேர்ந்தவர்கள் தனியே கூடித் தங்கள் கொள்கைகளையும் வேலை திட்டங்களையும் நிர்ணயித்து அதனை அறிவிப்பாகவும் வெளியிட்டனர். மேலும் அக்கூட்டத்தில் ஆண்டிறுதியில் நடைபெறவிருக்கும் இந்திய சட்டசபை தேர்தலிலும் மாகாண சட்டசபைக்கான தேர்தலிலும் போட்டியிடுவதெனத் தீர்மானமும் நிறைவேற்றப்பட்டது. டில்லி சட்டசபையைத் தன்னால் கைப்பற்ற முடியும் என்றார் மோதிலால் நேரு. பம்பாய் சட்டசபையின் வெற்றிக்கு மகாராஷ்டிர மாகாண காங்கிரஸ் கமிட்டி பொறுப்பேற்றுக் கொண்டது. வங்க மாகாண சட்டசபையைக் கைப்பற்றும் பொறுப்பை தேசபந்து சித்தரஞ்சன்தாஸ் ஏற்றுக் கொண்டார்.

ராமிக்கு விரைவில் திருமணம் செய்து வைக்க வேண்டுமென்ற எண்ணம் கஸ்தூர் உட்பட குடும்பத்தாரிடம் வலுப் பெறத் தொடங்கியது. ஆனால் குடும்பத்தின் மூத்த தலைவர் சிறையிலிருக்கும் நேரத்தில் இந்த யோசனை சரியானதுதானா என்ற குழப்பமும் நீடித்தது. இதற்கிடையே மோர்பியிலிருந்து வந்திருந்த குன்வர்ஜி பாரீக் என்ற வரன் அவர்களுக்குப் பிடித்தமானதாகவும் தோதாகவும் தோன்ற அது குறித்துப் பேச பாலீபென் சபர்மதிக்கு வந்திருந்தாள்.

தரையை மெழுகிக் கொண்டிருந்த கஸ்தூர் வாசலில் நிழலாடியதைக் கண்டு நிமிர்ந்தார். சட்டென்ற பார்வைக்குச் சன்ச்சல் போலவே இருந்தாள் பாலீபென். சன்ச்சல் உயிரோடு இருந்திருந்தால் ஹரியும் குழந்தைகளும் ஆளுக்கொரு பக்கமாக அனாதைகளாக இருந்திருக்க மாட்டார்கள் என்று தோன்றிய எண்ணத்தை நகர்த்தி விட்டு பாலீபென்னை வரவேற்றார்.

சென்றமுறை ஆசிரமத்துக்கு வந்திருந்தபோது அவள் உருவாக்கி வைத்திருந்த காய்கறி பாத்தியில் காய்த்த வெண்டைக்காய்களை

பறிக்கும் போதெல்லாம் அவளை நினைத்துக் கொள்வதாகக் கஸ்தூர் சொன்னார்.

“ஆனால் ராமி என்னை எப்போதுமே நினைத்துக் கொண்டிருப்பாள் மாமி” என்று வம்பிழுத்தாள் பாலீபென்.

“அவளுக்குத் திருமணம் ஆன பிறகும் உன்னையே நினைப்பாளான்னு பார்க்கறேன்.”

“ஆங்... அது அவளுக்கு வர போற கணவரை பொறுத்தது” என்றாள் மக்கன்லாலின் மனைவி.

“மோர்பியிலேர்ந்து ராமியை கேட்டு வந்தவங்க ரொம்ப நல்ல இடம். அங்கேயே அவளுக்கு திருமணம் முடிஞ்சுடுச்சுன்னா நம்பளையெல்லாம் அவ மறந்துடுவா” என்று சிரித்தாள் பாலீபென்.

“ஆனால் பாபு திரும்புவதற்கு இன்னும் ஐந்து வருடமாகி விடுமே.”

“அதுக்காக இன்னும் ஐந்து வருஷம் காத்திருக்க முடியுமா என்ன?”

அவர்கள் பேச்சைக் கேட்டு லேசான எரிச்சல் வந்தது கஸ்தூருக்கு. ராமி என் மகனின் மகள். அவள் மேல் எங்களைவிட இவளுக்குத்தான் அதிக அக்கறை என காட்டிக் கொள்கிறாளோ? “உங்கள் மாமா பால்ய விவாகத்துக்கு எதிரானவர் என்று தெரியாதா உனக்கு?” என்றார்.

“ஆனா... ஆனா ராமிக்கு அதுக்குள்ள வயசு ஏறிடுமேன்னு சொன்னேன் மாமி...” பாலீபென்னின் பணிவு கஸ்தூரின் எரிச்சலை அடக்கியது. பாவம்.. தனக்கென கிடைத்த வாழ்வை இழந்து தங்கையின் குழந்தைகளைத் தன் குழந்தைகளென வளர்க்கும் இவளுக்கு ஏன் அதிக அக்கறை இருக்கக் கூடாது?

“சரிதான்... மாமாவின் சம்மதம் ரொம்ப முக்கியம்தான்” என்றாள் மக்கன்லாலின் மனைவி. மக்கன்லாலுக்கும் அவன் மனைவிக்கும் பாப்புவின் வார்த்தைகள்தான் வேதவாக்கு.

“அதை விட ஹரியின் சம்மதம்” என்று திருத்தினார் கஸ்தூர்.

போதிய அவகாசம் இல்லாத நிலையில் பொதுத் தேர்தலில் போட்டியிட்ட சுயராஜ்யக் கட்சி, மாறுதல் வேண்டாத காங்கிரஸ்காரர்களின் எதிர்ப்பையும் சமாளித்துப் போதியளவு வெற்றி கண்டிருந்தது.

சஞ்சு அவனிடம் ஆச்சரியப்பட்டாள். அவனுக்கும் ஆச்சரியமாக தானிருந்தது. வாலிபப் பருவத்தில் அவன் நோய்வாய்ப்பட்டிருந்த சமயமொன்றில் சஞ்சுவின் வீட்டில் தங்கியிருந்ததும் அங்கிருந்த அவளின் புகைப்படத்தைப் பார்த்து மயங்கியதும் அவளது தந்தை ஹரிதாஸ்வோரா மனம் நிறைந்த மகிழ்வுடன் இந்த சம்பந்தத்துக்குச் சம்மதம் தெரிவித்ததும் பெரியப்பா லட்சுமிதாஸின் முன்னிலையில் திருமணம் நடந்ததும் அவனுக்குப் பசுமையாக நினைவிலிருந்தது. அப்போது அவன் பெற்றோர்களும் உடன்பிறப்புகளும் தென்னாப்பிரிக்காவிலிருந்தனர். அவனும் திருமணமான கையோடு தென்னாப்பிரிக்கா சென்று விட சஞ்சுவும் பின்னோடு வந்து சேர்ந்து கொண்டாள். அங்கு அவர்களின் சிறு பிள்ளைத்தனத்துடன் கூடிய அன்பும் காதல் விளையாட்டுமாக கழிந்த வாழ்க்கையில் தரித்த சிறுகுழந்தை வளர்ந்து இன்று திருமணத்துக்குக் காத்திருப்பது அவர்கள் இருவருக்குமே ஆச்சரியமும் இன்பமுமாக இருந்தது.

“அம்மா, இந்த வரன் பற்றி என்ன கூறுகிறார்?” என்றாள் சஞ்சு.

“அம்மாவுக்கும் அவளோட சித்தப்பாக்களுக்கும் பாலீபென்னுக்கும் இதில் ரொம்ப திருப்தி.”

“நீங்க ஒரு தடவை மோர்பிக்குப் போய் அந்தப் பையனை நேரில் பார்த்துட்டு வந்துடுங்க.”

“ம்ம்… நிச்சயமா.”

“பார்த்துட்டு வந்து ராமிக்கிட்டு சொல்லணும். அதோடு அவளை வீட்டு வேலைகளைப் பழக்கப்படுத்திக்கச் சொல்லுங்க. புகுந்த வீட்ல நல்லபடியா நடந்துக்கணும் அவ.”

“ஏன்… இதெல்லாம் நீ சொல்ல மாட்டீயா…” என்றபோது அவன் விழித்தெழுந்துக் கொண்டான். நிஜம் வந்து அழுத்தியபோது அதிலிருந்து மீள முடியாது அழத் தொடங்கினான். “சஞ்சு… நீ ஏன் என்னை விட்டுட்டுப் போயிட்டே? நானும் குழந்தைகளும் இப்படி அனாதையாக நிற்பது உனக்குப் பிடித்திருக்கிறதா? இதைத்தான் நீ விரும்பினாயா… எத்தனை துயர் வந்தாலும் நீதானே என்னை அதிலிருந்தெல்லாம் மீட்டுக் கொண்டு வந்தாய்? இப்போது நம் மகளுக்குத் திருமணம் நடக்கப் போகிறது. பணம் ஏற்பாடு செய்ய வேண்டும். அதற்காகவே நான் இப்போது புதிய தொழிலை தொடங்கியிருக்கிறேன். எல்லாவற்றிலும் என்னுடன் கைகோர்த்து

நிற்க வேண்டிய நீ என்னிடமிருந்து விலகி எங்கோ... எங்கோ... எங்கோ போய் விட்டாயே...

மனைவியின் மீதான காதலும் அவள் இல்லாத ஏக்கமும் தனிமையும் அவக் கிளர்ந்தெழுப்ப, ஹரிலால் முற்றிலும் அமைதியிழந்திருந்தான். கனவுதான் என்றாலும் மனைவியின் கட்டளைகளை அவனால் மீற முடியாது. மாப்பிள்ளை குன்வர்ஜியையும் அவர்கள் வீட்டாரையும் சந்தித்துப் பேசுமாறு சஞ்சு திட்டவட்டமாகச் சொல்லியிருந்தாள். அதனை சிரமேற்கொண்டு நிறைவேற்ற அங்கிருந்து ராஜ்கோட்டுக்குச் கிளம்பிச் சென்றான்.

அவன் தந்தை சிறையிலிருந்தபடியே நாட்டு மக்களுக்கு, அமைதியாக இருங்கள்... அகிம்சையைக் கடைப்பிடியுங்கள்... துன்பத்தை அனுபவியுங்கள் என்ற ஒரே கட்டளையை மீண்டும் மீண்டும் செய்தியாக விடுத்துக் கொண்டிருந்தார். ஆனால் வழிநடத்துபவர் இல்லாத நிலையில் தத்தளித்து, தடுமாறி, நிலைக்கலங்கி, குழம்பிப் போக காங்கிரஸுக்கு முழு சுதந்திரம் இருந்தது.

குன்வர்ஜியையும் அவன் வீட்டாரையும் சந்தித்துப் பேசியதில் முழு திருப்தி ஏற்பட்டிருந்தது ஹரிலாலுக்கு. இதை அவன் தன் மனைவியிடம் கூறிய பிறகு தாயாரிடம் கூறினான்.

“நீ சொல்வதைப் பார்த்தால் திருப்தியாகத்தான் இருக்கு ஹரி... ஆனா ராமிக்கு இன்னும் திருமணத்துக்கான வயது வரலைன்னு அப்பா நினைப்பார் இல்லையா?” என்றார் கஸ்தூர்.

“நான் சிறையில் அவரை சந்திக்க அனுமதி வாங்கி நேரில் இதை பத்தி பேசி சம்மதம் வாங்கிடறேன்” என்றான் ஹரிலால். அதே நேரம் சிறையிலிருந்து வந்த செய்தி அவர்கள் அனைவரையும் உலுக்கிப் போட்டிருந்தது. காந்திக்குத் தாள முடியாத வயிற்று வலியாம். அவரை பூனாவில் சாசூன் மருத்துவமனையில் சிகிச்சைக்காக அனுமதித்துள்ளனராம்.

ஊர் உறக்கத்தில் ஓய்ந்திருந்தது. தொலைவில் எங்கோ சலசலப்பாக ஓடிக் கொண்டிருந்தது சபர்மதி ஆறு. உயிர்களின் ஜீவாதாரம் அது. வாழ்க்கைப் பயணம் முடிந்து கொண்டவர்களின் அடைக்கல பூமியான சுடுகாட்டில் பிணமெறியூட்டும் ஒளி சிறு புள்ளியெனத் தெரிந்தது. அருகிலிருக்கும் தொழிற்சாலைகளுக்கும் குடியிருப்புகளுக்கும் அங்கு வாழும் மக்களுக்கும் தங்களுக்கும் சம்பந்தமில்லையென, போராட்டத்தின் விளைவென

தீர்ப்பெழுதப்பட்டு அடைப்பட்டு கிடக்கும் மனிதர்களைத் தன்னிடத்தில் கொண்டிருந்தது சபர்மதி சிறைச்சாலை. இதன் நடுவே சிறு சிறு நிழல் திட்டுகளென அமைந்த குடிசைகள். அத்தனை இருளையும் சன்னமாகவும் தீர்க்கமாகவும் எரிந்து கொண்டிருந்த பிரார்த்தனைக் கூடத்தின் சிறு விளக்கு போக்குவதாகக் கருதிக் கொண்டார் கஸ்தூர். பேரப்பிள்ளைகள் உறங்கி வீட்டிருந்தனர். ரசீக் எப்போதும் சீக்கிரமாக உறங்குவதில்லை. சிறியவள் மனுபென் விழித்துக் கொண்டால் பார்த்துக் கொள்ளுமாறு ரசீக்கிடம் கூறி விட்டு வந்திருந்தார்.

அவர் மனம் இடைவிடாது பிரார்த்தித்துக் கொண்டிருந்தது.

“கடவுளே... அவரைக் காப்பாற்றி விடு. நான் தைரியமானவள் என்கிறார்கள். எதையும் சமாளிக்கக்கூடியவள். மனவுறுதிக் கொண்டவள் என்றெல்லாம் சொல்கிறார்கள். அது உண்மைதான். அவர் கொள்கைகளால் என்னைக் கட்டிப் போட்டிருந்தாலும் அக்கோட்பாடுகளே என்னை அதிலிருந்து மீட்டெடுக்கின்றன. அவரில்லாவிடில் என் அனைத்தும் ஸ்தம்பித்து விடும் என்பதை நீயறிவாய். அவரை மீட்டெடுத்து என்னிடம் சேர்ப்பித்து விடு“ உருகிய மனதோடு எத்தனை நேரம் கண்களை மூடி அமர்ந்திருந்தார் என்பதை அவரே உணர்ந்திருக்கவில்லை. அவர் அக்கூடத்திலிருந்து எழுந்து கொண்டபோது ஹரிலால் இருளில் நின்றிருந்தான்.

நல்லவேளையாக அடுத்தடுத்து வந்த தகவல்கள் சபர்மதியையும் அவரையும் ஆசுவாசப்படுத்தியது. காந்திக்கு அறுவைச் சிகிச்சை நடத்தப்பட்டதாகவும், சிகிச்சையின்போது திடீரென்று மின்சாரம் தடைப்பட்டு விட்டதால் பாட்டரி விளக்கு வெளிச்சத்தில் சிகிச்சை வெற்றிகரமாக நடந்து முடிந்ததாகவும் சேதி கிடைத்திருந்தது.

“அம்மா... நான் மருத்துவமனைக்குச் செல்லலாம் என்றிருக்கிறேன்.”

“ம்ம்...”

“ராமியோட கல்யாணத்தைப் பத்திப் பேசணும்.”

“ம்ம்...”

வார்த்தைகள் அதிகமின்மையின் கனத்தை மகனால் உணர முடியும் என்பதை அவர் அறிந்திருந்தார். அது வீண் போனதுமில்லை எப்போதும்.

"ஏற்கனவே போன மாதம் அவரை சந்திச்சப்போ அவரிடம் இந்த வரனைப் பத்திப் பேசியிருந்தேன்."

"ம்ம்..." என்றவர் அவன் கிளம்பும்போது "அவர் இப்போதான் சிகிச்சை முடிச்சிருக்காரு..." எதையோ சொல்ல வந்து நிறுத்தியதுபோல நிறுத்தினார்.

அவனுக்கு எல்லாமே சிரமமாக இருந்தது. காந்தியின் ஒட்டிய வயிறும் வாடிய முகமும் எழுந்திருக்கவியலாது படுக்கையில் கிடந்த அவரின் தோற்றமும் கண்டு உருகி வழிந்த மனதை அவசரமாக ஒளித்து வைத்துக் கொண்டான். ஆயினும் அது ஏற்கனவே நழுவியிருந்தது. அதனை கண்களில் ஏந்திக் கொண்டு அவர் அவனை ஏறிட்டபோது, அவனுக்கும் அது கண்ணீரென வழிந்தது.

மோகன்தாஸ் காந்தியின் உடல்நிலையை முன்னிட்டு அரசு அவரை நிபந்தனையின்றி விடுவிப்பதாக அறிவித்தபோது, நாடு முழுவதும் உற்சாகம் திரும்பியிருந்தது. ஆசிரமத்திலும் பொலிவுக் கூடியிருந்தது. அதில் ராமியின் நிச்சயதார்த்த விழாவும் நடந்தேற எல்லாமே சுபமாகவும் சுகமாகவும் முடிந்திருந்தது.

19

H.M.GANDHI & CO (COAL MERCHANT AND COMMISSION AGENT) என்று பெயரிடப்பட்ட பலகை 22, அமர்த்தலா தெருவிலிருக்கும் அதன் அலுவலகத்தில் புதுக்கருக்கு மாறாது பளிச்சென்று மின்னியது. இம்முறை அதன் பங்குதாரர்களில் ராவல்பிண்டியைச் சேர்ந்த முஸ்லிம்களும் இருந்தனர். அதன் உரிமையாளரான ஹரிலாலுக்கு தன் தொழிலுக்கும் மகளின் திருமணத்துக்காகவும் பணம் புரட்டும் அவசரமான முக்கியமான வேலையிருந்தது. அவனது பிறந்த வீட்டிலோ மனைவியின் வீட்டாரிடம் கேட்குமளவுக்கோ இருபக்கமும் அவனுக்கு அத்தனை நெருக்கமானவர்கள் யாருமில்லை. ராமிக்கும் மனுவுக்கும் நல்ல குடும்பத்தில் சிறந்ததொரு குணவானுடன் வாழ்க்கையமைத்துக் கொடுத்து விட்டு கான்டீயையும் ரசிக்கையும் நல்லதொரு படிப்பில் சேர்த்து விட வேண்டும். கதர் உடுத்துவதாலும் நூல் நூற்பதாலும் இதற்கான பணம் வந்து விடுமா என்ன? இப்போதும் ஒன்றும் கெட்டுவிடவில்லை. அவன் இன்னும் இளைஞன்தான். எல்லா சுக துக்கங்களையும் தாங்கக் கூடிய தெம்பும் திடகாத்திரமும் உள்ளவன்தான். ஆனால் துரதிருஷ்டவசமாகப் பணத்தேவை அவனை சுயத்தை இழக்க வைத்து விடுகிறது. அதே சமயம் குழந்தைகளுக்காக அவன் சுயமரியாதையை இழக்கவும் தயாராகத்தானிருக்கிறான். ஆனால் யாரிடம் போய் நிற்பது? பண விஷயத்தைப் பொறுத்தவரை கல்கத்தாவில் அவன் பெயர் கெட்டுபோய்விட்டது. ஜம்னாலால் பஜாஜ் லட்சாதிபதி என்றாலும் அப்பாவின் நண்பர். அவர் சொல்லாமல் ஒரு துரும்பைக் கூட நகர்த்த மாட்டார். வேறு யாரிடம்..? குழம்பிய அவனுக்கு ராஜ்கோட்டிலிருக்கும் தாகூர் சாஹேப் நினைவுக்கு வந்தார். பண்ணை நில குடியுரிமையாளரான அவர் காந்தியர்களின் மீது நல்ல அபிப்பிராயம் வைத்திருப்பவர் என்று கேள்விப்பட்டிருக்கிறான். ஆமாம்.. அவரிடம் தான் கேட்க வேண்டும். அந்த நிமிடமே அவன் ராஜ்கோட்டுக்குச் செல்ல தீர்மானித்துக் கொண்டான்.

விடுதலைக்குப் பிறகு காந்தி உடல்நல மேம்பாடுக்காகப் பம்பாய் கடற்கரையிலுள்ள ஜுஹுவுக்குச் சென்று தங்கி விட்டு ஆசிரமம் திரும்பியிருந்தார். அவர் மீண்டும் நடப்பு அரசியலுக்குத் திரும்பி வருவது குறித்து ‘மாற்றம் வேண்டாதோர்’ அணிக்கு மகிழ்ச்சியென்றாலும் உட்கட்சியென பிரிந்து சென்ற சுயராஜ்ஜியக் கட்சியின் செல்வாக்கான தலைவர்களான மோதிலால் நேருவும், தேசபந்து சித்தரஞ்சன் தாஸும் காந்தியின் செல்வாக்குக்கு முன்பாகக் களையிழந்திருந்தனர். சுயராஜ்ஜியக் கட்சி ஏற்கனவே சட்டசபைக்குள் நுழைந்து விட்ட நிலையில் சுதந்திரப் போராட்டத்தை சட்டசபைக்கு உள்ளே எப்படி நடத்துவது... வெளியே எப்படி நடத்துவது... என்பதே காங்கிரஸின் பிரதான பிரச்சனையாக இருந்தது. காந்தி, ஒத்துழையாமைக்கும் சட்டசபைப் பிரவேசத்துக்கும் கொஞ்சமும் தொடர்பில்லை என்பதில் உறுதியோடு இருந்தார்.

நெடுநாட்களுக்குப் பிறகு கஸ்தூருக்குக் கணவருக்கான உணவை தயாரிக்கும் பொறுப்பு வந்திருந்தது. அவர் சமையலுக்கான ஏற்பாடுகளைச் செய்தபடியே கணவரை எட்டி நோக்கினார். அவரின் ஒல்லியான உடல்வாகு மேலும் ஒடுங்கியிருந்தது. ஆனாலும் உடலை வலுவாக்கும் உணவுப் பொருட்களை அவர் விரும்புவதில்லை. உணவு விஷயத்திலும் அவருக்கு கொள்கையும் பிடிவாதமும்தான் குறுக்கே வந்து நின்று விடுகிறது. இத்தனை உறுதிக் கொண்டவராக மகன் இருப்பார் என்பதை அவர் தாயார் உணராமலே சென்று விட்டார். ஒருவேளை தனது மாமியாரும் மனதளவில் பிடிவாதக்காரர்தானா? கொட்டைகள், முளைக்கட்டியப்பயிறு, பழங்கள்... இதெல்லாம் என்ன? ஏதோ பறவைகள் சாப்பிடுவதுபோல... சிரிப்பாக வந்தது அவருக்கு. உலகமே மாட்டுப்பாலை குடிக்கிறது. இவரோ சிறுபிள்ளைத்தனமாக அதற்கும் ஒரு பிடிவாதம் பிடிக்கிறார். நல்லவேளை.. ஆட்டுப்பாலாவது எடுத்துக் கொள்கிறாரே... சின்னச்சின்னதாகச் சந்தோஷப்பட்டுக் கொள்வது கணவர் திரும்பி வந்து விட்டதால் ஏற்பட்ட நிறைவின் காரணமாகத்தான் இருக்கும் என்றெண்ணிக் கொண்டார் கஸ்தூர்.

எப்படியான மனிதர் இவர்! தான் கை கொள்ளும் கொள்கைகளின் மீதும் சத்தியத்தின் மீதும் எத்தனை நம்பிக்கை வைத்திருக்கிறார்! அவரில்லாத சமயத்தில் நியாயமற்று தோன்றுபவைக் கூட அவருடன் பேசும்போது நியாயமாக மாறி விடுகின்றன. அவர்

ஏதொன்றையும் தயங்காமல் நேரிடையாகப் பேசுகிறார். அதே சமயம் தாம் உபயோகிக்கும் வார்த்தையின் பொருளை நன்கு உணர்ந்துமிருக்கிறார். அகிம்சையும் அன்பும் மட்டுமே இந்தியாவுக்குச் சுயேச்சை அளிக்கும் என்றும் பிரிட்டிஷ் சர்க்காரை எதிர்த்து நிற்கும் ஆற்றலை அவையே தரும் என்றும் திடமாக நம்புகிறார். சமயம் அறம் போன்றவை குறித்து இவர் கொண்டுள்ள கருத்துகள் அற்புதமாகவும் அதிசயிக்கத்தக்க உயர்தளத்திலும் இருக்கின்றன. அகில இந்திய காங்கிரஸ் கமிட்டி கூட்டத்தில் எர்னஸ் டே என்ற ஆங்கிலேயரைப் புரட்சிக்காரரொருவர் கொன்றுவிட்டதைக் கண்டிக்கும் தீர்மானத்திற்கு எதிராக எழுபதுக்கும் மேற்பட்டவர்கள் வாக்களித்திருந்ததைக் கண்டு தன் சகாக்களுக்குள்ளேயே பலர் இன்னும் அகிம்சையை நம்பவில்லை என்று அழுது விட்டாராம்.

கணவருக்காகப் பிடுங்கப்பட்ட வேர்க்கடலைச் செடிகளிலிருந்து கடலைகளைப் பறித்து மண் போக நீரில் அலசினார். அவரை பார்க்க யாராரோ வந்திருந்தனர். அவர்களுக்கெல்லாம் ஈடு கொடுத்துக் கொண்டே அவர் எதையோ எழுதிக் கொண்டிருந்தார். இந்த மகாதேவ் இருக்கிறானே.. ஜாடிக்கேத்த மூடி... அவர் எள் என்பதற்குள் எண்ணெயாகி விடுவான். அவர் பார்க்க வேண்டியது, எழுத வேண்டியது என தனித்தனியே பிரித்து வைத்து விட்டு அவருடைய தலையசைவுக்காகக் காத்திருக்கிறான். மக்கன்லால் கூட அவரை சரியாகத்தான் புரிந்து வைத்திருக்கிறான். ஆனால் இந்த ஹரிக்கு இதெல்லாம் ஏன் புரிவதில்லை?

அவனுக்கு மட்டுமல்ல.. அவரின் கனிவான முகம் எதுவும் குடும்பத்தாருக்கல்ல. தன் சொந்த மகன்களுக்குக் கல்வியின் வழியே செல்வம் கிடைக்கக் கூடாது என்பதில் உறுதியோடு இருக்கிறார். துணி துவைப்பதும், விறகு பிளப்பதும், தோட்ட வேலைகளிலும் சமையல் மற்றும் அதன் சார்பு வேலைகளில் ஈடுபடுத்துவதுமாக அவர்களின் கல்விக்கான நாட்களைத் தொலைக்க வைத்து விட்டார். அவர்களும் அவர் கையில் மாட்டிக் கொண்ட பொம்மைகளென ஆகி விட்டனர். ஆனால் ஹரிலால் மட்டும் இதிலிருந்து தப்பி சுயமாகச் சிந்திக்க கற்று வைத்திருக்கிறான். சுயசிந்தனைதான் அவனையும் அவன் தகப்பனையும் ஆட்டக்களத்தில் நேருக்கு நேராக நிற்க வைக்கும் விசை. அவ்விசையின் இழுப்புத்திறன் நீர்த்துவிடும்போது இருவரும் ஒருவர் மீது ஒருவர் மோதிக் கொண்டு விடுவர். அது அன்பாலான

மோதல்... ஆம்.. இருவருமே ஒருவர் மீது மற்றொருவர் அத்தனை அன்பு கொண்டிருக்கின்றனர்.

அவனைப் பற்றி கணவரிடம் பேசுவதற்காக அணி வகுத்து நின்ற கேள்விகளுக்குத் தானே விடைகளை கண்டு கொண்டவராக கஸ்தூர் வேக வைத்த வேர்க்கடலைகளை மரத்தட்டில் எடுத்து வந்து அவரருகே வைத்தார். மனைவியைப் புன்சிரிப்போடு நோக்கியவர் அவரை அங்கே அமருமாறு கூறினார்.

"கஸ்தூர்... நான் உன்னைப் பார்த்தவுடனே நமக்குள் எழப் போகிற சம்பாஷணைகளை முற்றிலுமாக அறிந்து கொண்டேன்."

"ம்ம்... சொல்லுங்களேன்" அருகிலமர்ந்து வேர்க்கடலையை உரித்து தோல்களை அதற்கென எடுத்து வைத்திருந்த கண்ணாடிக் கிண்ணத்திலிட்டார்.

"ஹரியைப் பற்றி பேச எண்ணம் கொண்டிருக்கிறாய்... அப்படித்தானே?"

"பேசித்தானே ஆக வேண்டும். நாமெல்லாம் சேர்ந்துதானே அவனை இப்படி வளர்த்து விட்டிருக்கிறோம்" என்றார் சிடுசிடுப்பாக.

"என்னுடைய தவறை நான் ஒப்புக் கொள்கிறேன் கஸ்தூர். நான் சிற்றின்பத்தில் அதீத விருப்பம் கொண்டிருந்த நேரத்தில் அவன் கருவாகி உருவாகி விட்டதுதான் அவனுடைய தவறான நடத்தைக்குக் காரணமாக இருக்க முடியும்."

"திரும்பத் திரும்ப அதையே சொல்லிக் கொண்டிருக்காதீர்கள். நீங்கள் அவனைப் படிக்க வைப்பதற்காக வந்த வாய்ப்பை நழுவ விட்டு விட்டீர்கள்."

"கஸ்தூர் எனக்கு மகன் என்றோ உறவினர் என்றோ வேற்று மனிதர் என்றோ பாகுபடுத்த தோணல."

"ஆனா அதோட விளைவுகளை அவன்தானே அனுபவிக்கிறான். முறையான கல்வி இருந்திருந்தால் அவன் இப்படி ஒவ்வொரு தொழிலாக மாறிக் கொண்டிருப்பானா? வாழ்க்கையில் எப்படியாவது ஜெயிக்க வேண்டுமென்ற வெறிதானே அவனை இப்படியெல்லாம் ஆட்டி வைக்கிறது."

"ஜெயிப்பது என்பது என்ன கஸ்தூர்... பணம் சம்பாதிப்பதா...? குறுகிய காலத்தில் நிறைய சம்பாதிக்க வேண்டுமென்ற ஆசையில் அவன் தொடர்ந்து தவறு செய்து கொண்டேயிருக்கிறான்."

"இருக்கலாம்... அவன் பணம் சம்பாதிக்க விரும்புகிறான் என்றாலும் அதில் என்ன தவறு இருக்கிறது? அவன் குழந்தைகளை வளர்க்க அவனுக்குப் பணம் தேவைப்படுகிறதே?"

"நினைவிருக்கட்டும் கஸ்தூர். ஆசிரமத்தில் யாரிடமும் எதற்காகவும் தனிப்பட்ட பணம் இருக்காது. அது தேவையும்படாது."

"ஆனால்... அவனது பணத்தேவையை முடிவு செய்ய வேண்டியது அவன்தான்" என்றார் வெடுக்கென்று.

"பகவான் கிருஷ்ணர் அர்ஜுனனுக்குச் செய்த உபதேசத்தில், பலனில் ஆசை கொண்டு தர்மம், காமம், செல்வம் ஆகியவற்றில் பற்றுக் கொள்ளுதல் ராட்சஸம் என்கிறார். தர்மம், காமம், செல்வம், மோட்சம் நான்குமே மனித லட்சியங்கள். ஆனால் மோட்சத்தைத் தவிர மற்ற மூன்றையும் பின்பற்றும்படி ராட்சஸ உறுதி மனிதனை தூண்டிக் கொண்டேயிருக்கும்."

"ஆனால் அவற்றை வைத்துக்கொண்டு அவனால் வாழ முடியாதல்லவா? ராமியின் திருமணத்திற்கு இந்த லட்சியங் களெல்லாம் உதவி செய்யப் போகிறதா என்ன?"

"கஸ்தூர்... நான் இன்று பண வருவாய் எதையும் சம்பாதிக்க வில்லையே."

"ஆனால் உலகம் முழுவதும் அந்த நியதியில் சுற்றவில்லையே" பலவீனமாக வந்தது குரல்.

அவர் மனைவியாகவும் தானாகவும் மாறி மாறிப் பேசி முடித்து விட்டு வெற்றிச்சிரிப்போடு மனைவியை ஏறிட்டார். "இதைத்தானே கேட்க வந்தாய் கஸ்தூர்... நான் உன்னைத் துல்லியமாகப் புரிந்தவன் என்பதால் உன் கேள்விகளையும் நானே கேட்டு அதற்குப் பதிலும் சொல்லி விட்டேன்.. இப்போது உன் சந்தேகமெல்லாம் தீர்ந்து விட்டதா?

அவர் பேசி முடிப்பதற்குள் கஸ்தூர் கடலைகளையெல்லாம் உரித்து முடித்திருந்தார். அவரது இழுத்து விட்ட முக்காடுக்குள்ளிருந்த முகத்தில் கேலிப் புன்னகையிருந்தது.

20

பைபிள் வசனம் ஒன்றை விரித்தெடுத்து எழுதுவது அபசாரம் இல்லையென்று கருதி இதைக் கூறுகிறேன் என்ற முன்னோட்டத்தோடு, 'இந்து-முஸ்லிம் ஒற்றுமையையும் தீண்டாமை ஒழிப்பையும் ராட்டினத்தையும் கதரையும் தேடு. அப்புறம் எல்லாமும் உனக்கு வந்து சேரும்' என்று தனது "யங் இண்டியா" இதழுக்கான கட்டுரையில் மோகன்தாஸ் எழுதியபோது அவர் இந்து - முஸ்லிம் ஒற்றுமைக்காக மேற்கொண்ட இருபத்தியொரு நாள் உபவாசத்தின் ஏழாவது நாளிலிருந்தார். அரசு சுயலாபத்துக்காக இந்து-முஸ்லிம் ஒற்றுமையைத் திட்டமிட்டுக் குலைத்துக் கொண்டிருப்பதை அவர் அறிந்திருந்தார்.

போர்பந்தரிலிருக்கும் தனது மூதாதையரின் சொத்துகளின் அடிப்படையில்தான் தாகூர் சாஹேப் தனக்குப் பணம் தருவதற்கு ஒப்புக் கொண்டிருப்பாரோ... என்ற கேள்வி ஹரிலாலை அரித்துக் கொண்டிருந்தது. என் தந்தை தனது மூதாதையர்களின் சொத்துகளிலிருந்து தன்னை விடுவித்துக் கொண்டு விட்டதை தாகூர் அறியாமலா இருந்திருப்பார்? அறிந்திருந்தால், நிரந்தர வருமானம் கொண்ட வேலையோ தகுதியான கல்வியோ இல்லாத எனக்கு எதை நம்பி கடன் கொடுத்திருக்கக் கூடும்? தந்தையின் ஜொலிக்கும் பிரகாசமான வாழ்வைக் கருதி மகனுக்குப் பிச்சையிட எண்ணியிருக்கலாமோ? ஒருவேளை எனது தொடர் தோல்விகளைக் கண்டு பரிதாபம் கொண்டிருப்பாரோ? அல்லது எனது திறமையின் மீது என்னைப் போல இவரும் நம்பிக்கை வைத்திருக்கிறாரா? ராஜ்கோட் செல்லும் வழியெங்கும் அவனுக்கு இதே நினைவுகளே தொடர்ந்து வந்தன.

எது எப்படியோ அவரை சந்தித்ததும் முதல்வேலையாகத் தன் தந்தையின் சொத்துத் துறப்புக் குறித்து தெரிவிக்க வேண்டும் என்று முடிவு செய்து கொண்டான். அவரின் இன்முகத்துடன் கூடிய

பேச்சும் உபசரிப்பும் அவனைக் கவர, தன் தோல்விகள் குறித்தும் மகளின் திருமணம் குறித்தும் மனம் திறந்து பேசினான்.

தாகூர் சாஹேப், "ஹரி... உன்னை நான் நன்கறிவேன். உங்கள் குடும்பத்துடனான இந்தப் பிணைப்பு இப்போது ஏற்பட்டதல்ல. நம் பிறப்புக்கு முன்னரே எங்கள் குடும்பத்துக்கு காந்திகள் பலவிதத்திலும் உதவி புரிந்திருக்கின்றனர். ஆகவே முழுமனதோடுதான் இத்தொகையை நான் வழங்குகிறேன்" என்றார்.

நன்றியுணர்வில் தடுமாறி நின்ற ஹரிலாலைத் தாகூர் ஆசுவாசப் படுத்தினார்.

"இனி எல்லாமும் சரியாகி விடும் ஹரி... வாழ்க்கை எந்நாளும் துரத்திக் கொண்டே இருக்காது. நீ பயந்து ஓடியது போதும். இனி உனக்கான நாட்கள் காத்துக் கொண்டிருக்கிறது என்று நம்பிக்கை கொள்."

அவன் தன் மீதும் தாகூர் மீதும் நம்பிக்கைக் கொண்டான். தாகூருக்கும் அவன் மீது நம்பிக்கை இருந்தது. அவர் மாகாண கஜானாவிலிருந்து ஹரிலாலுக்குப் பத்தாயிரம் ரூபாய் கடனாக வழங்க உத்தரவிட்டார். அதற்கான கடன் பத்திரங்கள் உடன் தயாராகி வந்தன. பத்திரங்களில் முறையாகப் கையொப்பமிட்டு தொகையைப் பெற்றுக் கொண்டபோது உடலில் ஏற்பட்ட மீச்சிறுநடுக்கத்தை உணரவே செய்தான்.

உண்ணாவிரதத்தால் காந்தியின் உடல்நிலை நாளுக்குநாள் தேய்ந்துக் கொண்டே வந்தது.

அவரது உண்ணாவிரதம் குறித்து தென்னாட்டிலிருந்து ராஜாஜி மிகவும் கவலைப்பட்டும் கடுமையான கண்டனம் தெரிவித்தும் தனக்குக் கடிதம் எழுதியதாகத் தேவதாஸ் கூறியபோது கஸ்தூர், "தேவா... நிச்சயம் அவர் இதையெல்லாம் கேட்டுக் கொள்ளப் போவதில்லை. அவருக்கு எந்தவொன்றும் சரியானதாக இருக்க வேண்டும். உண்மையானதாக இருக்க வேண்டும். அதனால் தனக்கோ பிறருக்கோ ஏற்படக் கூடிய கஷ்ட நஷ்டம் குறித்து அவர் யோசிக்கவே மாட்டார்" என்றார் பட்டென்று.

"அவர் இரக்கமற்றவர் அம்மா" என்றான் தேவதாஸ்.

"ஆமாம்... ஆனால் அதைத் தன் பாணியில், தொண்டு என்றால் தியாகமும் துறவும் பற்றில்லாமையும் என்று சொல்லி விடுவார்."

மெல்லியக் குரலில் அவன் தந்தையும் அதையேதான் சொன்னார், "நமது லட்சியத்தின் நேர்மையை நான் பூரணமாக நம்புகிறேன். எங்கே முறைகள் தூய்மையாக இருக்கின்றனவோ அங்கே கடவுள் தமது ஆசிகளுடன் பிரசன்னமாகி விடுவார். அந்த இரண்டும் சேர்ந்துள்ள இடத்தில் தோல்வியே இருக்காது" அதைச் சொன்னபோது அவர் முகத்தில் ஒளியும் மகிழ்ச்சியும் நிறைந்திருந்தது. வீட்டின் திறந்த முற்றத்தில் படுத்துக் கொண்டிருந்தார். அது உண்ணாவிரதத்தின் இருபத்தோராவது தினம் என்பதால் முந்தின நாளிலிருந்தே நெருங்கிய நண்பர்கள் அவரைப் பார்க்க வரத் தொடங்கியிருந்தனர்.

அன்று காலை நான்கு மணிக்கு முன்பாகவே பிரார்த்தனைத் தொடங்கியிருந்தது. உச்சிவேளை நெருங்கியபோது அவர் உண்ணாவிரதத்தை முடிக்கத் தயாரானார். தரையில் அமர்ந்திருந்த அலி சகோதரர்கள், மௌலானா அபுல்கலாம் ஆசாத் போன்ற முஸ்லிம் தலைவர்கள் தங்கள் பிரதிக்ஞையை மீண்டும் புதிதாக எடுத்துக் கொண்டனர். மோதிலால் நேரு, சித்தரஞ்சன்தாஸ் போன்ற பலரும் சூழ்ந்திருக்க வினோபாவே உபநிடத வசனங்களை ஓதினார். பாலகிருஷ்ணா வைஷ்ணவ பக்திப்பாடலைப் பாடினார். ஆண்ட்ரூஸ் கிறித்துவ துதியை ஓதினார்.

> அதிசயமான சிலுவை இதை
> அடியேன் தரிசனம் செய்கையில்
> அன்பே பெரிய அற்புதம்
> அன்பே பெரிய தெய்விகம்
> அதுவே என்றன் ஆவி உயிர்
> அனைத்தும் கொள்ளைக் கொள்வதே

டாக்டர் அன்சாரி ஆரஞ்சுப்பழச்சாறு கொடுத்து உபவாசத்தை முடித்து வைத்தார். "இந்து முஸ்லிம் சகோதரத்துவத்துக்காக அவசியமானால் உயிரையும் விட வேண்டும்" அவரது தொண்டை மட்டுமே அசைந்தது. மிக மெல்லிய ஒலி. வாயசைப்புகளே வார்த்தைகளைச் சொல்லின.

"இந்த உபவாசம் ஒரு தவமும் பிரார்த்தனையுமாகும். ஆங்கிலேயர் உட்பட சகல சமூகத் தலைவர்களும் கூடி இந்து முஸ்லிம் சச்சரவை முடிவடைய வைக்க வேண்டும். ஏனெனில் இந்த சச்சரவு சமயத்துக்கும் மனித குலத்துக்கும் பெரிய அவமானம். கடவுளையே அவரது சிம்மாசனத்திலிருந்து இறக்கி விட்டது

போல் தோன்றுகிறது எனக்கு. அவரை மீண்டும் நம் இதயங்களில் அமர்த்திக் கொள்ள வேண்டும்" என்றார்.

சபர்மதி ஆசிரமத்தில் ராமி மணப்பெண்ணாக அலங்கரிக்கப்பட்டு வருங்கால கணவனருகில் அமர்த்தி வைக்கப்பட்டிருந்தாள். கூடவே மங்கலநாண் பூட்டவிருக்கும் குன்வர்ஜியும் அவர் குடும்பமும் தன்னை எங்ஙனம் நடத்துவார்கள் என்பதில் தொடங்கி, இறந்துப்போய்விட்ட தாயாரின் நினைவுகளோடு, தன் திருமணத்திற்கு வாழ்த்துச் செய்தியை மட்டும் அனுப்பி விட்டு கல்கத்தாவில் தங்கி விட்ட தன் தந்தையைக் குறித்த ஏக்கமும் அவளை இனம்புரியாத கவலைக்குள் ஆழ்த்தியிருந்தது.

புதிதாக வரவிருக்கும் கணவனின் மனம் தன்னைச் சுற்றுவதை அவளால் உணர முடிந்தாலும் அதை விட தந்தையை நோக்கியே அவளது கவனம் குவிந்திருந்தது. ஆசிரமம், பாட்டி, தாத்தா, பெரியம்மா, சின்னம்மா எல்லோரையும் இனி மறந்து விட வேண்டும். அவளுடன் ஒன்று கலந்திருந்த அவர்களெல்லாம் இனி உறவுக்காரர்கள் மட்டுமே. இந்த ஆசிரமம் அவளுக்கு இனி விருந்தினர் இல்லம் மட்டுமே. எல்லாவற்றையும் விட அப்பாவையும் இனி மறந்து விட வேண்டுமாம். கணவனே தெய்வம்... புகுந்த வீடே கோவில் என்று நினைத்துக் கொள்ள வேண்டும் என்கிறார் அப்பா. அதற்காகவாவது இன்று அவர் வந்திருக்கலாம். பாவம்... திருமணச் செலவுக்கான பணத்தை ஏற்பாடு செய்து சித்தப்பாவிடம் கொடுத்து விட்டு கல்கத்தா கிளம்பும் முன்பாக அவளிடம் விடை பெற வந்தபோது அவருடைய கண்கள் அழுகையில் கசிந்திருந்தன. அவள் தனது தந்தையின் கையை இறுகப் பற்றிக் கொண்டபோது அதை அவர் மென்மையாக அழுத்தி விடைபெற்றுக் கொண்டார்.

அவள் கழுத்தில் இப்போது மங்கல நாண் ஏறியிருந்தது.

கணவன் வீட்டார், தாத்தா, பாட்டி, சித்தப்பாக்கள், பெரியம்மா, சின்னம்மா, ஆசிரமவாசிகள் என எல்லோரும் அவர்களை வாழ்த்தி ஆசிர்வதித்துக் கொண்டிருந்தனர். தன்னைச் சுற்றியே எல்லா நிகழ்வுகளும் கவனமும் மகிழ்ச்சியும் குவிந்திருப்பது அவளுக்கு நிறைவையும் பயத்தையும் ஒரு சேர அளித்தது.

21

“பிரிட்டிஷ் அரசுடன் போராட இது ஏற்ற தருணமல்ல. நம்மை நாம் சீர்படுத்திக் கொண்டாக வேண்டிய நேரம்” என்றார் காந்தி. நவஜீவன் இதழுக்கு அது தொடர்பாகக் கட்டுரை எழுதிக் கொண்டிருந்தார்.

சபர்மதி ஆசிரமத்திற்கு அரசியல்ரீதியாக அவரைக் காண வந்த நண்பர்கள் எதிரே அமர்ந்திருக்க, மக்கன்லால், மகாதேவ்தேசாய் இருவருக்கும் நடுவே தேவதாஸ் அமர்ந்திருந்தான். காலை உணவு முடிந்திருந்தது. இளம்வெயில் குடிலுக்குள் புகுந்து அதனை வெளிச்சமாக்கியது.

“அப்படியானால் சுயராஜ்ஜியத்தை வெறும் கனவாகவே கண்டு களித்துக் கொள்ளலாமா மோகன்தாஸ்?”

“ஆனால் அதற்கும் முன்பாக வருங்கால அரசியல் வாய்ப்புகளை பயன்படுத்திக்கொள்ள ஒழுக்க வலிமை கொண்டதாக இந்தியாவை தயார்ப்படுத்த வேண்டும் என்று கருதுகிறேன்.”

“நீங்கள் தயார்ப்படுத்திக் கொண்டுதானே இருக்கிறீர்கள்.. உங்கள் பின்னால் மக்கள் திரள தொடங்கி விட்டார்கள் அல்லவா?”

“ஆனால், அவர்களெல்லாம் எளிய மனிதர்கள். ஆங்கிலேயரிட மிருந்து மட்டுமல்ல, சகல நுகத்தடிகளிலிருந்தும் இந்தியாவை விடுவிக்க வேண்டும் என்று விரும்புகிறேன். அப்படியாயின், எல்லா தரப்பினரிடமும் மாற்றம் ஏற்பட்டாக வேண்டும். அதற்கு என்னால் இயன்றவரை நான் மௌனமாக இருந்து பணி புரிந்தாக வேண்டும். அதனால்தான் காங்கிரஸிருந்து ஒதுங்கிக் கொள்கிறேன் என்கிறேன் நான்.”

“நீங்கள் விலகி விட்டால் காங்கிரஸ் முற்றிலும் பிளவுபட்டு விடும். கூடவே, நீங்களும் உங்கள் செல்வாக்கை இழந்து விடுவீர்கள் பாபூஜி.”

"செல்வாக்கு என்பதை விடாப்பிடியாகப் பற்றிக் கொண்டிருப்பதால் பாதுகாக்க முடியாது நண்பரே... தேடாமலே அது வருகிறது. முயற்சியில்லாமலே தங்கி நிற்கிறது."

"உங்களுக்கு இன்னும் வெளிநாட்டு மோகம் குறையவில்லை. அதனால்தான் அவர்களை உங்களால் முழு மனதுடன் எதிர்க்க முடியவில்லை என்று எடுத்துக் கொள்ளலாமா காந்தி?"

காந்தி புன்னகைத்தார். "அவர்கள் எதிரிகள் என்று ஏன் நினைக்க வேண்டும்? நம் தரப்புக்கு எதிரானவர்கள் என்றும் வைத்துக் கொள்ளலாம். என் வீட்டைச் சுற்றி எல்லா பக்கங்களிலும் சுவரெழுப்பி விட்டு ஜன்னல்களையெல்லாம் இறுக அடைத்து விட நான் விரும்பல. எல்லா நாடுகளின் கலாச்சாரமும் என் வீட்டுக்குள் தாராளமாக வீசட்டும். ஆனால் அந்தக் காற்று என்னை அடித்து வீழ்த்தி விடுவதற்கு நான் நிச்சயம் இடம் தர மாட்டேன்."

பிளந்த விறகுகளைச் சமையலுக்காகக் கொண்டு சேர்த்து விட்டு காந்தியைப் பார்த்து வணக்கம் தெரிவிக்க வந்த இளைஞர்களை அவர் கண்களால் எதிர் கொண்டு பதில் வணக்கம் செய்தார்.

"ஆனால் அதிகாரத்தைக் கைப்பற்றிக் கொள்ள வேண்டும் என்ற கருத்துதானே முதன்மையாக இருக்க முடியும்.. இருக்க வேண்டும்..."

"அதிகாரத்தைப் பெற்று விடுவதால் மட்டும் சுயராஜ்ஜியம் வந்து விட்டதாக அர்த்தமில்லை நண்பரே. அதிகாரம் துஷ்பிரயோகமானால் அதை எதிர்க்கக்கூடிய சக்தியைச் சகல மக்களும் பெறும்போதுதான் சுயராஜ்ஜியம் சாத்தியப்படும்." தலையணையை நகர்த்தி விட்டு உடலை நிமிர்த்தி அமர்ந்துக் கொண்டார்.

சமையலறையிலிருந்து எடுத்து வரப்பட்ட பெரிய தாலத்திலிருந்த வெட்டி வைக்கப்பட்ட பழத்துண்டங்களை ஆளுக்கொன்றாக எடுத்துக் கொண்டனர். அனைவருக்குமான மதிய உணவு தயாராகிக் கொண்டிருந்தது.

அங்கு சீராக நிலவிய அமைதியை உடைக்கும் பொறுப்பை அவரே ஏற்றுக் கொண்டார். "நாட்டு மக்களிடம் இப்போதைக்குக் கொண்டு செல்ல வேண்டிய முக்கியமானவை எதுவென்று கேட்டீர்களானால், இந்து, முஸ்லிம் ஒற்றுமை, தீண்டாமை ஒழிப்பு,

கதரின் முக்கியத்துவத்தைப் பரப்புவது என்பதைத்தான் பதிலாகச் சொல்லுவேன்."

"சுயராஜ்ஜியத்துக்காக நாட்டைத் தயாரிப்பதில் இவைதான் முதற்பணியாக இருக்க வேண்டும் இல்லையா சித்தப்பா" என்றான் மக்கன்லால்.

அவனைப் பார்த்து மென்மையாகச் சிரித்தவர், "சரிதான் மக்கன்" என்றார்.

காந்தியைக் காணும் ஆவலில் பின்னிரவு நேரத்தில் வந்து மகாதேவ்தேசாயின் குடிலில் தங்கியிருந்த முதியவர் ஒருவர் பரபரப்போடு வாசலில் நின்றிருந்தார். "நேற்றிரவு இரண்டு மணியிருக்கும் இவர் ஆசிரமத்துக்கு வரும்போது. அப்போதே உங்களைக் காண வேண்டும் என்று பரபரத்தார்... நான்தான் சற்று ஓய்வெடுத்துக் கொள்ளுங்கள். காலையில் சந்திக்கலாம் என்றேன்" என்றார் தேசாய்.

அந்த முதியவர் காந்தியிடமிருந்து இசைவு வரும்வரை காத்திருக்கும் பொறுமையிழந்தவராக அறைக்குள் நுழைந்தார். "அய்யா... உங்களை நேரில் பார்க்கும்போது அத்தனைப் பரவசமாக இருக்கிறது" கண்களில் நெகிழ்வும் தவிப்பும் வழிந்தது. கூப்பிய அவர் கைகளில் காந்தியின் புகைப்படம் இருந்தது.

அறையில் அமர்ந்திருந்த சிறு கூட்டம் நெகிழ்ந்து நகர்ந்து தங்களுக்குள் அவரை இறுத்திக் கொண்டது.

காந்தி கைக்கூப்பி பதில் வணக்கம் தெரிவித்தார். "சாப்பீட்டீங்களா?"

"ரொம்ப தொலைவிலிருந்து பயணம் செஞ்சு வந்த களைப்பினால் அதிக நேரம் உறங்கிட்டார். காலை உணவுக்காக எழுப்பியதும் உங்களைத் தேடி இங்கே வரணும்னு பிடிவாதம் பிடிக்க தொடங்கிட்டாரு" என்றார் தேசாயின் மனைவி துர்க்காபென்.

"அய்யா... ஏற்கனவே உங்களைச் சந்திக்க ஒரு வாய்ப்புக் கிடைத்தது. அதை நான் தவற விட்டு விட்டேன். இம்முறையும் அப்படி ஆகி விடக்கூடாதுன்னு பயந்துட்டேன்."

அனைவரின் கவனமும் அந்த முதியவரின் மீதே இருந்தது.

"ஒருமுறை உங்களைப் பார்ப்பதற்காக நீங்கள் வந்த ரயிலில் நானும் பயணித்து வந்தேன். ஆனால் ஒவ்வொரு நிலையத்திலும்

உங்களைப் பார்க்கப் பெரும் கும்பல் கூடி விடுவதால் கடைசிவரை உங்களைப் பார்க்க முடியல."

காந்தியின் கண்கள் அந்த முதியவரின் கழுத்தில் தொங்கிக் கொண்டிருந்த டாலரை கவனித்துக் கொண்டிருந்தன.

"ஆனா, நீங்க ரயிலுக்குள்தானே இருந்தீங்க... நிலையம் வரும்வுரை காத்திருக்காம ரயிலுக்குள்ளேயே அவரை சந்திச்சிருக்கலாமே" என்றார் தேசாய்.

"அதுக்காகத்தான் வந்தேன். ஆனா ரயிலுக்குள்ளேயும் அவரை பார்க்க ஆட்கள் வந்துட்டேதான் இருந்தாங்க. ரயில் நகரும்போது கைப்பிடியைப் பிடிக்க முடியாம நிலைதடுமாறி விழுந்துட்டேன்."

"இந்தியாவில் ரயில்கள் கூட ஆட்சியாளர்களின் வசதிக்காகத்தானே ஓடுகிறது" என்றான் தேவதாஸ்.

அந்த முதியவர் அதையெல்லாம் கவனிக்காதவராக, "காலில்தான் சுளுக்கு. மற்றபடி உடலில் ஒரு சிறு காயம் கூட ஏற்படாமல் நீங்கள் காப்பாற்றி விட்டீர்கள் அய்யா..."

"நானா..?"

"ஆமாம்... நீங்கள் அருகாமையில் இருந்ததால்தான் உங்கள் அருளால் நான் உயிர் தப்பிக்க முடிந்தது."

"எனக்கு அருள் இருந்திருந்தால் நான் அருகாமையில் இருக்கும்போது நீங்க விழுந்தே இருக்கக் கூடாதே!" என்று சிரித்தார் காந்தி. அந்த முதியவரோ தன் பேச்சிலே குறியாக, "அதான் உங்க புகைப்படத்தை என் நெஞ்சோடு தொங்க விட்டுக்கிட்டேன்."

"என் மேல அத்தனை நம்பிக்கையா...?"

"பின்னே... நீங்கள் என் பகவானில்லையா..?"

"நான் பகவானெல்லாம் இல்லை. அந்தப் பகவானின் கருணைக்காக கரம் தாழ்த்தி நிற்கும் பக்தன்நான். நீங்க என்னை உண்மையிலுமே அன்பு செய்தால், உங்க கழுத்தில கிடக்கிற என் படம் பொறித்த டாலரை எடுத்துடுங்க" என்றார் சற்று கோபத்தோடு.

இம்முறையும் நட்டம் ஏற்பட்டு விட்டதாம். ஹரிலாலின் கம்பெனியில் பங்குகளை வாங்கியிருந்த முஸ்லிம் அன்பரொருவர் மோகன்தாஸ் காந்திக்கு வக்கீல் கடிதம் அனுப்பியிருந்தார்.

காந்தியிடம் தான் கொண்டிருந்த மதிப்பினால்தான் அந்த கம்பெனியில் பங்குகளை வாங்கியதாகவும் இன்று தன் பணம் நட்டப்பட்டு விட்டதாகவும் எழுதியிருந்தார்.

காந்தி நெற்றியில் போடப்பட்டிருந்த களிமண் பற்றோடு மல்லாந்து படுத்திருந்தார். அவர் மனம் கட்டுப்பாட்டிலிருந்து விலகி நழுவியோடியது.

பணத்தை நோக்கி எத்தனைப் படையெடுப்புகள் நடத்துகிறான் இவன்? தேசம் விடுதலையை நோக்கி போராடிக் கொண்டிருக்கிறது. செல்வமும் செல்வாக்குமான பதவிகளை விடுத்து ஏராளமானோர் போராட்டக்களத்திற்கு வந்து வீட்டனர். ஆனால் இவனுக்கு மட்டும் பணம் பண்ணும் ஆசை... எத்தனை முறைகள் தவறினாலும் அடுத்தவர் பணத்தில் மீண்டும் மீண்டும் எழுந்து ஓடும் தைரியத்தை இவனுக்கு யார் கொடுத்தது?

எண்ணத்தின் தொடர்ச்சியை நீண்ட பெருமூச்சில் நிறுத்தினார்.

“இதைத் தொடர விட்டுக் கொண்டு போனால் ஏமாறுபவர்கள் எண்ணிக்கையும் அதிகமாகி விடும்” என்றார் முணுமுணுப்பாக. கஸ்தூர் அவரருகில் அமர்ந்திருந்தார்.

“அவன் எனது மகன் என்பது கர்மா என்பதைத் தாண்டி ஏதுமில்லை. இப்பிறவியில் எங்களுக்குள் பிளவு ஏற்பட்டு விட்டது. அவன் மீது எனக்குக் கோபம் இல்லை என்றாலும் அவனை என்னுடைய மகன் என்று உரிமைப் பாராட்ட முடியவில்லை. எங்கள் இருவரையும் பிணைத்த உறவு சங்கிலி அறுந்து போய் விட்டது. தகப்பனுக்கும் மகனுக்குமான உறவின் இனிமை இனி எங்களுக்குள் இருக்காது”

கஸ்தூர் கணவரின் வார்த்தைகளின் மீது முழு அபிப்பிராயம் கொண்டிருக்கவில்லை. அதே சமயம் இன்றைய நடப்பில், மொத்த தேசமும் அவரை முன்னிறுத்த விழைகிறது. பெற்ற மகனோ அவருக்கு எதிராகச் சதிராடுகிறான். அதேசமயம் அவன் வேறெங்காவது பிறந்திருந்தால் இந்தளவுக்கு நடத்தையழிந்து திரிந்திருக்க மாட்டான் என்பதில் அந்தத் தாயாருக்கு நிறையவே உறுதி இருந்தது.

இடுப்பில் கதர் வேட்டியும் முகத்தில் ஒளிவீசும் புன்னகையுமாக அவர் சுதேச சமஸ்தானங்கள் உட்பட இந்தியா முழுக்க நதியை போல பயணித்தபோது மக்கள் அதில் ஒரு முறையாவது இறங்கி

விட மாட்டோமா... கால்களையாவது நனைத்துக் கொள்ள மாட்டோமா... அல்லது தொலைவிலிருந்தாவது நதியின் ஓட்டத்தைப் பார்த்து விட மாட்டோமோ என தவித்தலைந்தனர். அந்நதியோ தனக்கு ஆரத்தி எடுக்கும் பக்தனிடத்தில் கதர் அபிவிருத்திக்காகப் பணமாகவும் நகைகளாகவும் வசூலிக்க முற்பட்டது. காங்கிரஸ் கட்சியின் தலைமைப் பொறுப்பை ஏற்க வேண்டுமென்று வற்புறுத்தப்பட்டபோது அதற்கு ஈடாக அதன் அங்கத்தினர்கள் அனைவரும் கண்டிப்பாக கதர் உடுத்த வேண்டும். சாத்தியமான மட்டும் நூல் நூற்க வேண்டும் என்று கண்டிப்பு காட்டியது.

"நீங்கள் கதரை மிதமிஞ்சி வற்புறுத்துகிறீர்கள். உங்களுடைய அறிவையும் ஆற்றலையும் முழுதாகச் செலவழித்தால் கூட முன்னேறி விட்ட காலத்தைப் பின்னே தள்ளி விட முடியாது காந்தி."

"நூற்றைம்பது வருடத்துக்கு முன்பு நமக்கு வேண்டிய துணிகளை நாமே உற்பத்தி செய்து கொண்டோம். பெண்கள் தங்கள் குடிசைகளில் நூல் நூற்று கணவரின் வருமானப் பற்றாக்குறையை ஈடு செய்தார்கள். ஆனால் இப்போது நிலைமை தலைகீழாக மாறி வீட்டது. ஏழைக்கும் பணம் படைத்தவருக்குமிடையே எட்ட முடியாத இடைவெளி உருவாகி விட்டது. தேசம் நம் கைக்கு வருவதற்குள் அதனை சரி செய்தாக வேண்டும்."

"ஆனால் மாற்றம் என்பது காலத்தின் தேவையல்லவா?"

"அந்த முடிவைக் காலத்தின் கைகளில் கொடுத்து விட வேண்டாம் என்கிறேன் நான். நமக்குத் தேவையான பஞ்சு மொத்தமும் இங்கு விளைந்தாலும் நாம் அதனை ஏற்றுமதி செய்து விட்டு துணிகளை அதிக விலைக்கு இறக்குமதி செய்து கொள்கிறோம். இதனால் வருடத்தில் மூன்று மாத காலமாவது கோடிக்கணக்கான மக்களுக்கு வேலை இல்லாமல் போகிறது. இது பொருளாதார ஏற்றத்தாழ்வை மேலும் அதிகப்படுத்தி விடும். அதனால்தான் படித்த இந்தியர்கள் என் கதர் வேலைத் திட்டத்தை ஆதரிக்க வேண்டும் என்று விரும்புகிறேன். படித்தவர்களையும் பாமர மக்களையும் இணைக்கும் தெளிவான கணிசமான ஒரே தளை இந்தத் திட்டம் மட்டுமே" என்றார் உறுதியாக.

அன்றைய பிரார்த்தனை நேரத்து உரையில், நூல் நூற்பது ஒரு அன்புப் பணி. ஏழையோடு பேசுவதற்கு ஒரு மார்க்கம்.

மக்களுக்குள்ளே கட்டுப்பாடு ஏற்படுத்தும் வழிகளில் ஒன்று. கதர் வேலையை முற்றிலும் பரப்பி துன்பத்தைத் தாங்கும் பயிற்சியை மக்களுக்கு அளித்து விட்டால் அவர்கள் சட்ட மறுப்புக்குத் தயாராகி விட்டார்கள் என்று அர்த்தம். தேசத்தின் நன்மைக்காக நாம் பாடுபடும்போதே அது ஆன்ம முன்னேற்றத்திற்கும் பயன்படுவதாகி விடும்" என்றார் உறுதியான குரலில்.

கஸ்தூர் இதை எதிர்பார்த்ததுதான். அவருடைய கணவரால் இப்படித்தான் நடந்து கொள்ள முடியும்.

காந்தி தேசாய்க்குக் குறிப்பு கொடுத்துக் கொண்டிருந்தபோது, கஸ்தூர் சர்க்காவின் முன்பாக அமர்ந்து நூல் நூற்றுக் கொண்டிருந்தார்.

"ஹரிலால் காந்தி என்னுடைய மூத்த மகன். முப்பத்தாறு வயதானவன். நான்கு குழந்தைகளுக்குத் தந்தை. அவனுக்கு நான் தந்தையென்றாலும் அவனுடைய லட்சியங்களும் என்னுடைய லட்சியங்களும் பரஸ்பரம் மாறுபட்டவை. இதைப் பதினைந்து வருடங்களுக்கு முன்பே நாங்கள் அறிந்திருந்தோம். அது முதல் அவன் தனியாக வாழ்கிறான். அவனுடைய செயல்பாடுகளை நானோ என் மூலம் எவருமோ ஆதரிக்கவில்லை. வியாபார முறையில் அவன் கைக்கொண்ட முயற்சிகள் அனைத்தும் அவனே சுயமாகப் புரிந்தவை. என் சொல்லுக்கு அவனைக் கட்டுப்படுத்த முடிந்திருந்தால் இந்நேரம் அவனும் பொதுநலப் பணிகளில் ஈடுபட்டிருப்பான். கூடவே, ஜீவனத்துக்குத் தேவையான சம்பாத்தியமும் செய்திருப்பான். ஆனால் அவனோ சுலபமான முறையில் பணம் சம்பாதித்துப் பணக்காரனாகி விட வேண்டும் என்று பேராவல் கொண்டுள்ளான். அதே நேரம் அதற்குரிய பயிற்சியோ முயற்சியோ அவனிடமில்லை. அங்ஙனம் நான் பயிற்சி அளிக்கவில்லை என்பதுதான் ஹரிலாலுக்கு என் மீதிருக்கும் குறை. அவனுடைய நடப்பு விவகாரங்கள் எனக்குத் தெரியாது என்றாலும் அவை சரியானதாக இல்லை என்பதை மட்டும் அறிவேன். இனி என் பெயரைக் கூறிக்கொண்டு அவன் எந்தவிதமான லாபமும் சலுகையும் அடையக்கூடாது. அது நியாயமுமன்று. அவனால் ஏமாற்றப்பட்டவர்களுக்கு என்னால் அனுதாபங்களைத் தெரிவிப்பதைத் தவிர்த்து வேறு எதுவும் செய்ய இயலாது. அவனிடம் எள்ளளவாவது நேர்மையும் கண்ணியமும் இருக்குமானால் அவன் தன்னால் ஏமாற்றப்பட்டவர்களுக்குப்

பணத்தைத் திருப்பித் தர வேண்டும். ஏமாற்றம் அடைந்தவர்கள் இனியாவது விழிப்புடன் இருக்கட்டும்.

மகாதேவதேசாய், காந்தி கொடுத்த குறிப்புகளை எழுதி விட்டு சற்றே தயங்கினாற்போல அமர்ந்திருந்தார். காந்தி அவருக்கு பிடித்தமானவர், குருவைப் போன்றவர், சகலமும் என்றாகி மனதை நிறைப்பவர். ஆனால் அதையெல்லாம் சாதகமாக்கிக் கொண்டு அவரின் குடும்ப விஷயங்களுக்குள் தலையிடுவது அத்தனை சரியானதாகத் தெரியவில்லை. அதேசமயம் சற்று காலம் தாழ்த்தினால் அவர் மனம் மாறி இக்கடிதத்தை அச்சுக்கு அனுப்பி வைக்கும் முடிவை மாற்றிக் கொள்ளலாம். அல்லது பா இது குறித்து கணவரிடம் எதையாவது பேசி சரிக்கட்டி விடலாம் என்றெல்லாம் அவர் மனதில் எண்ணம் ஓடியது.

கஸ்தூரின் சர்க்காவில் சக்கரம் சுழலும் ஒலி நின்றிருந்தது.

ஹரிலால் கூட அதிக ஒலியெழுப்பி அழுததில்லை. அப்போது அவரது கணவர் பாரிஸ்டர் பட்டப்படிப்புக்காகத் தென்னாப்பிரிக்காவுக்கு சென்றிருந்தார். தான் திருமணம் செய்து கொண்டு வந்திருந்த அப்பெரிய வீட்டில் தன் பங்கென விழுந்த வேலைகளை முடித்து விட்டு கஸ்தூர் தனது சின்னஞ்சிறு குழந்தையான ஹரிலாலை அணுகும்போது அவன் ஏறக்குறைய உறங்கியிருப்பான். அவருக்கு உறங்கும் மகனை அணைத்துக் கொண்டு உறங்குவது பிடித்தமானது. பேரன் ஹரிலாலின் மீது பாட்டி புத்லிபாயிக்கும் பிரியம் அதிகம்தான். அவன் ஆசைமகன் மோகன்தாஸின் குழந்தை என்பதால் மட்டுமல்லாமல் பேரன் தகப்பனைப் பிரிந்து வளர்வதும் பாட்டியின் மனதை வருத்துவதாக இருந்தது. கடவுள் நாமத்திற்குப் பிறகு அவர் அதிகப்படியாக உச்சரிப்பது தத்தி தவழ்ந்து சிறு நடை பயின்று அவரை மகிழ்விக்கும் ஹரிலாலின் பெயராகத்தானிருக்கும். மகனைப் பற்றி அவரும் கணவரைப் பற்றி இவருமாகத் தந்தையை மகனுக்கு அறிமுகப்படுத்தியிருந்தனர்.

“நான் கொடுக்க வேண்டிய செய்தி முடிந்து விட்டது மகாதேவ். இந்தச் செய்தியை ஜூன் பதினெட்டில் வெளியாகும் ‘யங் இண்டியா’வில் பிரசுரிக்க வேண்டும். கூடவே, அந்த வக்கீல் கடிதத்தையும் பிரசுரிக்க சொல்லி விடு” என்றார் காந்தி.

தேசாய்க்குப் புரிந்திருந்தது. காந்தி பிடிவாதமானவர். அவர் கடித வேலையை முடித்து விட்டு நூற்கச் சென்று விட்டார். இனி தாமதிக்க முடியாது. தேசாய் அங்கிருந்து எழுந்து கொண்டார்.

அன்றைக்குச் சந்திக்க வேண்டிய நபர்களின் பெயர்களையும் அவர்களைக் குறித்து எழுதி வைத்திருந்த சிறு விபரங்கள் அடங்கிய தாள்களையும் காந்தியின் பார்வைக்கு எடுத்து வைத்தார். தபாலில் சேர்க்க வேண்டிய கடிதங்களைக் கட்டாக்கி எடுத்து வைத்துக் கொண்டார். எழுதியது போக மீதமிருந்த தாள்களை மறு உபயோகத்திற்கென கிழித்து அதனதன் இடத்தில் வைத்து ஒழுங்குப்படுத்தினார்.

காந்தி இராட்டையின் முன் மௌனமாக அமர்ந்திருந்தார். பட்டை பட்டையாக அடித்திருக்கும் பஞ்சை லாவகமாக கதிரிலிருக்கும் நூலுடன் இணைத்துச் சுற்றி கூம்பு போல் நூல் சேர்ந்தவுடன் சதுரமாக இருக்கும் சட்டத்தில் சுற்ற வேண்டும். நூறு நூல் சேர்ந்தால் ஒரு கண்ணி. கண்ணியைச் சட்டத்திலிருந்து எடுத்து கால் கட்டை விரலில் நுழைத்து முறுக்க வேண்டும். பத்து கண்ணி சேர்ந்தால் ஒரு சிட்டம். அவரது கை சக்கரத்தைச் சுழற்ற முயன்று கொண்டிருந்தது. உடல் வழக்கத்திற்கும் அதிகமாக வளைந்திருந்தது.

தேசாய் பதில் எழுத வேண்டிய கடிதங்களைத் தனியாகப் பிரித்து வைத்தார். அன்றைய வேலையை அடுத்த நாளைக்குத் தள்ளி வைக்க முடியாது. பிரித்து எடுத்த கடிதங்களைக் கட்டுக்களாக்கியபோது அதிலிருந்து எப்படியோ விலகிய கடிதமொன்று காற்றில் படபடத்து நகர்ந்தது. அதனைப் பிடிக்கச் சென்றபோது அது இன்னும் விலகியது. அதனை நகர்த்திச் சென்ற காற்று அங்கிருந்த செடியில் அத்தாளை ஒட்ட வைக்க, தேசாய் அதனைப் பிடுங்கி எடுத்து வந்து பதில் எழுத வேண்டியவற்றுடன் சேர்த்து எடுத்து வைத்தார்.

காந்தி நூற்பதற்கு வாகாக உடலை நிமிர்த்தி அமர்ந்துக் கொண்டார்.

கஸ்தூர் நூற்கத் தொடங்கியிருந்தார் என்றாலும் அவரது ராட்டினத்தின் சுழல் ஒலியில் திரிபு இருந்தது.

காந்தி சர்க்காவின் சக்கரத்தைச் சுழற்றியதும் பட்டம் அறுந்துப் போனது. அவர் அதனை இணைத்து மீண்டும் சுழற்ற, நூலை நூற்க முடியாமல் அது மீண்டும் அறுந்துப் போனது. அவர் மீண்டும் மீண்டும் சுழற்ற பட்டம் ஒருங்குப்படவியலாமல் தவித்தது.

கணவரையே கவனித்துக் கொண்டிருந்தார் கஸ்தூர். தடுமாற்றம்.. தடுமாற்றம்...

கணவருக்கும் தனக்குமிடையே அறுபடா இழையாக நெய்யப்பட்டுக் கொண்டிருந்த மௌனத்தை இழந்து விட விரும்பவில்லை அவர்.

தடுமாறட்டும்.. தடுமாறட்டும்...

எதையும் கவனிக்காதவராகவும் நூற்பு வேலையில் தீவிரமாக இருப்பது போலவும் காட்டிக் கொண்டார்.

கணவரின் சர்க்காவில் பட்டம் அறுந்துக் கொண்டேயிருந்தபோது கஸ்தூரின் சர்க்கா சீராக ஓடி நூலை முறுக்கி நீட்டி வட்டையில் சுற்றத் தொடங்கியது.

22

நெடுநாட்களுக்குப் பிறகு சூரியனைக் கண்டவனுக்கு ஏற்படும் கண் கூச்சம் போன்று கல்கத்தாவின் பகல் பொழுதுகள் ஹரிலாலுக்குக் கூச செய்தன. அவர் தெருக்களை விட சந்துகளையும் பகலை விட இரவையும் விரும்பத் தொடங்கியிருந்தார். அவர் எங்கு சுற்றினாலும் ஏன்.. ஏன்... தனக்கு மட்டும் ஏன் இப்படியெல்லாம் நடக்கிறது? என்ற கேள்வி மட்டும் தெருவைச் சுற்றியலையும் நாய்களைப் போன்று அவரைச் சுற்றியலைந்துக் கொண்டேயிருந்தது. கையிலிருக்கும் சொற்பப்பணம் அவரை பசியின்றி வைத்திருந்தாலும் அவரால் அலுவலகத்துக்கோ வீட்டுக்கோ சென்று விட முடியாது. வாடகைப்பாக்கி, சம்பள பாக்கி, கடன்பாக்கி, கடன்காரர்கள் பாக்கி என அவருலகு பாக்கிகளால் சூழப்பட்டிருந்தது. அவ்வுலகிலிருந்து விடுபட எண்ணினாலும் அது சுருக்குக்கயிறாக மாறி மேலும் மேலும் இறுக்கிக் கொண்டே போகிறது.

நாடு முழுவதும் ஒத்துழையாமை இயக்கம், கிலாஃபத் இயக்கம், இந்து முஸ்லிம் ஒற்றுமை, கதர் மேம்பாடு, அந்நிய துணி எரிப்பு, தீண்டாமை ஒழிப்பு, போராட்டங்கள், சிறைத்தண்டனைகள், அடிமைகளாக இருப்பது குறித்த விழிப்புணர்வு, அகிம்சை என்றொரு புதுமையான பதம், காங்கிரஸ் மகாசபை, சுயராஜ்ஜியக் கட்சி, மகாத்மா காந்தி என்றொரு மகான் என்பதாக மக்கள் விடுதலையை நோக்கி ஒருமாதிரியாகத் திரள தொடங்கியிருந்தனர்.

கல்கத்தாவிலும் ஏதேதோ கூட்டங்கள் நடைபெற்றன. ஹரிலால் அம்மக்கள் குவியலுக்குள் தன்னைத் திணித்துக் கொள்ள முயன்றார். அன்று அக்குவியலுக்குள்ளிருந்து அவரை யாரோ தோண்டியெடுத்தபோது அனிச்சையாக அவர் கால்கள் மறைவிடத்தை நோக்கி வேக நடையிட்டன. ஆனால் அந்த நபருக்கு அதை விட வேகமிருந்தது. அவரை மேடையிலிருக்கும் நபர் அழைக்கிறாராம்.

“யாராம்” என்றார் ஹரிலால், அசுவாரஸ்யமாக.

சித்தரஞ்சன்தான் அழைத்ததாம். ஹரிலாலின் நண்பர் அவர். தேசபந்து சித்தரஞ்சன்தாஸின் மகன். ஹரிலாலையொத்த வயதுடையவர்.

ஊரின்றி உறவின்றி உற்றாறின்றி அலைந்து கொண்டிருந்த அவருக்கு நண்பரின் அழைப்பை ஏற்றுக் கொள்ளப் பிடித்திருந்தது. ஆனால் காலமோ, விதியோ, அல்லது தந்தையோ ஏதொன்றாலோ மோசமாகப் பழிவாங்கப்பட்டு அவமானங்களைத் தொடர்ச்சியாக சந்திக்கும் அவரால் சித்தரஞ்சனின் கண்களைத் தயக்கமில்லாமல் சந்திக்க முடியுமா..? அதேசமயம் அவரது அழைப்பை ஏற்காமல் நழுவுவதும் அத்தனை சரியானதல்ல. ஆனால் தன் வாழ்க்கையில் எதுதான் சரியாக நடக்கிறது? இப்போதைக்கு இவ்விடத்தை விட்டு நகர்வதே நல்லது என்றெண்ணிக் கொண்டார் அவர்.

யாரோ அவரைப் பின்தொடர்ந்தார்கள். அவர் வேகமாக நடந்தார். தன் குடும்பத்தார்கள் எல்லோரும் ஒன்றாக மகிழ்ந்திருக்க, தனக்கு மட்டும் கல்கத்தாவின் வீதிகளில் பயமும் பதற்றமுமாக தனித்தலையும் விதி வாய்த்திருக்கிறது. குழந்தைகள்கூட தன்னுடன் இருந்ததில்லை. தானும் மனைவியும் குழந்தைகளுமாக இதே நகரில் குதூகலமாக வாழ்ந்திருக்கிறோம் என்ற எண்ணம் அவருக்கு மேலும் தன்னிரக்கத்தைத் தூண்டுவதாக இருந்தது. இன்று அவருக்கு யாருடனும் உறவில்லை. யாருமே அவருக்கு உறவில்லை. நாடே காந்தியை பாப்பூ... என்றழைக்கலாம். ஆனால் அந்தக் காந்தி அவருக்குத் தந்தையில்லை. அதைப் பகிரங்கமாக பத்திரிகையிலும் வெளியிட்டு விட்டார். சித்தரஞ்சன் கூட வங்காளமே போற்றும் தலைவரின் மகன்தான். ஆனால் அவரை அவர் தந்தையார் வஞ்சித்து விட்டாரா என்ன? தன்னை யாரோ துரத்துவது போல வேகமாக நடந்தார். ஆனால் யாரோ வேகமாகத் துரத்துகிறார்கள். யாராக இருக்கும்? ஒருவேளை சஞ்சு... நீ வந்து விட்டாயா? வந்து விட்டாயா? பிச்சைக்காரனைப் போல தெருவில் அலையும் என் நிலையைப் பாரேன்... அதைச் சகிக்கமாட்டாமல்தான் நீ வந்திருப்பாய்... என்னுயிர் மனைவியே... என்னை விட்டு போய் விடாதே... சஞ்சு... என் சஞ்சு... ஆவலும் ஆர்வமும் தன்னிறக்கமுமாகத் திரும்பினார் ஹரிலால்.

அதன் கண்களும் அவருடையதைப் போன்று பரிதாபமாக இருந்தது. அவர் அதனைத் துரத்துவதுபோல கையசைத்தபோது

பம்மியது அந்த நாய்க்குட்டி. அவரைப் போலவே ஒட்டிய முகமும் வறண்ட தேகமும் கொண்டிருந்தது. அவர் அதனருகில் சென்றபோது அன்பு செலுத்தப்படுவதற்கு வாகாக தன் தலையை குழைத்துக் கொண்டது. அவர் அதன் உயரத்துக்குத் தன்னுடலை வளைத்து ச்சோ... ச்சோ... ச்சோ... என்று ஒலியெழுப்பினார். அது அவரை முன்னரே தெரிந்தது போல வாலை ஆட்டியது. அவர் அதன் தலையை வருடிக் கொடுக்க, அந்தச் சுகத்தை நழுவ விரும்பாததுபோல அது பின்னங்கால்கள் இரண்டையும் மடக்கி வாகாக அமர்ந்து கொண்டது.

சமீபத்தில் அகமதாபாத்தின் ஆலை முதலாளியான அம்பாலால் சாராபாய் தன் தொழிற்சாலைக்குச் சொந்தமான சொத்துகளில் தெரு நாய்கள் அடிக்கடி புகுந்து நாசம் செய்கின்றன என்பதால் அவற்றைப் பிடித்துக் கொன்று விட உத்தரவிட்டு விட்டாராம். கிட்டத்தட்ட அறுபது நாய்களிருக்குமாம். பிந்தைய நாட்களில் அச்செயல் அவர் மனதை உறுத்த, அது குறித்து காந்தியிடம் பகிர்ந்துக் கொண்டாராம். அவரோ, சொந்தக்காரர் யாருமின்றி தெருவிலே திரிகிற நாய்களால் மக்களுக்கு அபாயம்தான் ஏற்படும். நாய்கள் தெருவில் திரிவது சமூகத்தின் நாகரிகத்தையோ கருணையையோ காட்டவில்லை. மாறாக மக்களின் அறியாமையையும் அசிரத்தையுமே காட்டுகிறது. மேலும் பட்டினி கிடந்து நலியும் நாய்களுக்கு எச்சில் இலையைப் போடுவது அதை அவமதிப்பதாகும். அவற்றைக் கொல்லாமல் வேறென்ன செய்வது? என்றாராம்.

அப்பா... நீங்கள் மனிதத்தன்மை இல்லாதவர். அம்பாலால் மாதிரி பெரிய பணக்காரர்களை வளைத்துப் போட நீங்கள் இப்படித்தானே பேசியாக வேண்டும்? இந்த நாய்க்குட்டியை பாருங்கள்... வாலையசைத்துக் தலையைக் குழைத்துக் கண்களில் அன்பையும் ஏக்கத்தையும் தேக்கி நிற்கும் இதனை எப்படிக் கொல்ல முடியும்? காட்டில் வேட்டையாடி உண்ட அவற்றை தன் வசதிக்காக நாட்டுக்குக் கூட்டி வந்து பசியும் பட்டினியுமாக அலைய வைக்கும் மனிதன்தான் கொடூரன். நாய்கள் பாவம்... நீங்கள் அன்பைக் கொடுத்தால் அன்பைப் பொழியும். கல்லை விட்டு எறிந்தால் அது கடிக்கத்தானே வரும்..

"ஹரிலால் அய்யா... இங்கே என்ன செய்துக் கொண்டிருக்கிறீர்கள்?"

முதுகுக்குப் பின்னே ஒலித்த குரல் அனிச்சையாக ஓடும் எண்ணத்தைத் தூண்டியது. ஆனால் இது பழக்கப்பட்ட குரல்... சற்று நேரத்துக்கு முன்பு என் நண்பனிடமிருந்து வந்த அழைப்பை ஏந்தி வந்தக் குரல். அதை ஏற்றுக் கொண்டால்தான் என்ன?

அந்த அலுவலக அறைக்கு வெளியே காத்திருந்தோரின் பணிவான உடல்மொழியே அது இருபெரும் தலைவர்களின் மகன்களின் சந்திப்பு என்றது. பூஞ்சையான உடலும் மனமுமாக அறைக்குள் ஹரிலால் அமர்ந்திருந்தார். உள்ளே சென்றிருந்த மதுவின் போதை இன்னும் சிறிது மீதமிருந்தது.

"ஹரி... நல்லாருக்கியா...?"

ஹரிலாலின் கண்களை உற்று நோக்கினார் சித்தரஞ்சன். தவிப்பு நிறைந்த அக்கண்களின் ஈரநைப்பு அன்பையும் இரக்கத்தையும் கோருவனவாகத் தோன்றியது சித்தரஞ்சனுக்கு.

"வருந்தாதே ஹரி... நானிருக்கிறேன் உனக்கு."

அந்த ஒற்றை வார்த்தையே உடையப் போதுமானது. அவர் தன்னைத் துரத்தும் கடன்களையும் அதை அடைக்கும் வழியற்ற தன் நிலையையும் முன்திட்டம் ஏதுமின்றி கொட்டியபோது கண்களும் அதனை வழிமொழிந்தன.

மேசையின் மீது ஒடுங்கலாக வைத்திருந்த அவரது கையை எடுத்து தன்னோடு சேர்த்துப் பற்றிக் கொண்டார் சித்தரஞ்சன்.

"நான் வேறு நீ வேறில்லை ஹரி... உன் கடன்கள் என் பொறுப்பு."

அவர் சொன்னது காதில் பிழையாக விழுந்து விட்டதுபோல நண்பனை நிமிர்ந்து பார்த்தார் ஹரிலால்.

"உண்மைதான் ஹரி. நீ என் நண்பன். நீ சிரமப்படும்போது நான் எப்படிப் பார்த்துக் கொண்டிருப்பது?"

"ஆனால் என் தகப்பனார் அதைப் பார்த்துக் கொண்டுதானே இருக்கிறார்?"

"அவர் நிற்க நேரமின்றி இந்தியா முழுவதும் அலைந்துக் கொண்டிருப்பவர்... அவருக்குக் குடும்பத்தைக் கவனிக்க நேரமேது ஹரி."

“ஆனால் என்னைப் பற்றி பத்திரிகையில் எழுதி அசிங்கப்படுத்த மட்டும் நேரம் உள்ளதா சித்தரஞ்சன்?”

“நீயும் சரிக்குச் சமமா ‘ஹிந்துஸ்தான் பிரஜாமித்ர’ பத்திரிகையில் அவரைப் பத்தி எழுதலையா?”

“அது அவர் நடந்துக்கற விதத்தினால்... உங்களுக்கெல்லாம் அவரைப் பாப்புவாகத்தான் தெரியும். ஆனால் உண்மையில் அவர் உலகமகா நடிப்புத்திறன் கொண்டவர். ஆணவப்போக்கு கொண்ட சர்வாதிகாரி. மனைவியையும் பிள்ளைகளையும் அடிமையாக்கி, அதன் மீது களியாட்டம் போடும் அராஜகர். அதையெல்லாம் புரிந்துக் கொள்ளாமல் நாடே அவரைப் புத்தர், ஏசு, கிருஷ்ணர் என்றெல்லாம் புகழ்கிறது. அவரோட புகைப்படத்தை வச்சிருப்பதால்தான் தனக்குத் துன்பம் அணுகாமல் இருக்குன்னு என்கிட்டேயே ஒருத்தர் வந்து சிலாகிச்சுப் பேசறார். அவர் மகானாம்... தெய்வமாம்...”

“ஹரிலால்... நீ நிதானத்தில் இல்லை... நான் சமீபத்தில் என் தந்தையை இழந்தவன். அது எப்படிப்பட்ட துயர் என்பதை அனுபவித்துக் கொண்டிருப்பவன். தயவுசெய்து உன் தந்தையைப் புரிந்து கொள்ள முயற்சி செய். அவரில்லாமல் போனால் அந்தத் துயர் இதை விட அதிகமாகி விடும்.”

ஹரிலால் நண்பனையே சற்று நேரம் உற்றுப் பார்த்துக் கொண்டிருந்தார். பிறகு பதிலேதும் கூறாமல் அங்கு வைக்கப்பட்ட தேநீரை அருந்தினார். அவர் முகத்தில் பொறுமையும் நிதானமும் கொண்டு வரப்பட்டது போல பரவியிருந்தது.

“அவர் போகுமிடமெல்லாம் பணத்தையும் நகையையும் திருடரைப் போல கொள்ளையடிக்கிறாரே... இது உங்களுக்குத் தவறாகத் தெரியலையா?”

“அவர் தனக்காக எதுவும் வாங்குவதில்லையே?”

அதைக் காதில் வாங்கிக் கொள்ளாதவராக மேலும் பேசினார் ஹரிலால். “கையெழுத்துப் போடுவதற்கு இவ்வளவு பணம்... கூட்டத்தில் பேசுவதற்கு இத்தனை பணம் என்று போகுமிடமெல்லாம் பிச்சைக்காரனைப் போலவும் கொள்ளைக்காரனைப் போலவும் நடந்துக் கொள்கிறார். இவரை நம்பிக் கொண்டு பெண் பிள்ளைகள் கழுத்தில் காதில் கிடப்பதையெல்லாம் கழற்றிக் கொடுத்து விடுகிறார்கள். பெற்றோர்கள் பிள்ளைகளைப் படிக்க

வைக்க முடிவதில்லை. சர்க்காரிடம் வேலை பார்க்கக் கூடாது என்கிறார். இப்படியே போனால் நாடே என்னை போல பிச்சைப்பாத்திரம் ஏந்தி திரிய ஆரம்பித்து விடும்.”

அவர் தனக்காக எடுத்து வரப்பட்ட உணவை மறுத்தார்.

“நீ சரியான நேரத்துக்கு உணவு எடுத்துக்கறதில்லை ஹரிலால்... எப்படியிருந்த நீ இப்போ மெலிஞ்சு, கன்னம் ஒட்டி வயசானவன் போல ஆயிட்டே...”

“நான் வயதானவன்தான்... என் மகளுக்குத் திருமணமெல்லாம் செஞ்சாச்சே” என்றபோதே அவருக்குப் பிள்ளைகளின் நினைவு வந்தது. சபர்மதி சென்று அவர்களைப் பார்க்க வேண்டும் என அக்கணமே திட்டம் வகுத்துக் கொண்டார். ஆனால் எங்கேயும் நிரந்தரமாகத் தங்கி விட விருப்பமிருப்பதில்லை.

“இப்போ இது பிரச்சனையில்லை ஹரி.. முதலில் உன்னோட கடன்களை அடைத்து விட்டு அதிலிருந்து முழுசா வெளியே வரணும்.”

“அதுவும் சரிதான் சித்தரஞ்சன்.. ஆனால் அந்தக் கடன்களை அடைக்கணும்னா நான் வேறெதாவது தொழில் செஞ்சாகணும். அதில் வரும் லாபத்தை வச்சுதான் பழைய கடன்களை அடைக்க முடியும் இல்லையா? ஆனால் முதலீடுக்குத்தான் என்ன செய்யறதுன்னு தெரியில.”

“ஹரி... நீ திரும்பத் திரும்பத் தொழில் செய்வது பத்தி யோசிக்காதே... இப்போதைக்குக் கடனை அடைப்பதுதான் முக்கியமான வேலை. நீ சம்மதிச்சின்னா அந்தப் பொறுப்பை நான் ஏத்துக்கிறேன்.”

“இல்லை சித்தரஞ்சன்... அது சரியாக இருக்காது” உடனடியாக மறுத்தார் ஹரிலால்.

அப்பாவின் சிறைவாசத்தின்போது அவர் ஒருங்கிணைத்து வைத்திருந்த காங்கிரஸ் மகாசபை பிளவுப்பட்டுப் போனதிலும் சுயராஜ்யக் கட்சி தொடங்கியதிலும் தேசபந்தரின் பங்கு முக்கியமானது. அவருடைய மைந்தனிடம் உதவி கேட்பது எந்த வகையில் சரியானதாக இருக்க முடியும்? ஆனால் தந்தை தன்னைப் பற்றி அப்படியெல்லாம் யோசிக்கிறாரா என்ன? நான் செல்லும் வழிகளையெல்லாம் அடைத்து வாழ்க்கையின் ஓரத்திற்கே தள்ளி விட்டவர் அவர். அவருக்காகவெல்லாம்

நண்பரின் அன்பை உதாசீனப்படுத்த முடியாது. மேலும் நட்பின் அடிப்படையில் கிடைக்கும் உதவியை மறுத்து விடுமளவுக்கு அவரிடம் நிதியெல்லாம் கிடையாது. ஏன்... அவருக்கே அவருக்கென்று மனிதர்கள்கூட கிடையாது. அவருடைய தேவையை அறியவோ கேட்கவோ அன்பு செய்யவோகூட ஆளில்லை. இதைச் செய்யாதே.. அதைச் செய்யாதே... இது தவறு... அது சரி என்றெல்லாம் அறிவுறுத்தும் உறவுகளுக்கு அவரது கஷ்டத்திலும் நஷ்டத்திலும் பங்கில்லை. ஆனால் யாரோ ஒரு வங்காளி நண்பன் எனது துயரைத் தன் துயரைப் போல கருதிக் கொள்கிறான். அவரையும் நழுவ விட்டு விட்டால் எனக்கென்று யாருள்ளர்?

"ஹரி... நீ எதையோ யோசிக்கிறாய்... ஆனால் ஒன்றை மட்டும் புரிஞ்சுக்கோ... நீ தனிப்பட்டவன் கிடையாது. உன் மேல் அத்தனை கடன்கள் ஏறிக் கிடக்கிறது. உன்னை நம்பி முதலீடு செஞ்சவங்களுக்கு நீ பணத்தைத் திருப்பிக் கொடுத்தாக வேண்டும். புரிகிறதா?"

தலையைக் குனிந்தவாறு அமைதியாக அமர்ந்திருந்தார் ஹரிலால். போதை முற்றிலும் விலகியிருந்தது.

"நண்பா.... இதையும் கடனாகவே நினைச்சுக்க... நீ நல்ல நிலைமைக்கு வரும்போது திரும்ப வாங்கிக்கிறேன்."

'நன்றி' என்ற பதத்தை ஹரிலால் உள்ளத்தால் உணர்ந்து அதனை நண்பருக்கு உதடுகளால் சமர்ப்பித்தார்.

23

சமையற்கூடம் இரவுணவுக்கான தயாரிப்புகளில் ஆழ்ந்திருந்தது. பெண்கள் இருவர் வேக வைத்த உருளைக்கிழங்குகளைத் தோல் உரித்துக் கொண்டிருந்தனர். கஸ்தூரின் கை வலிமையில் ரொட்டி மாவு பக்குவமடைந்துக் கொண்டிருந்தது. காந்தி அவரைக் காண வந்திருந்த நண்பர்கள் இருவருடன் பேசியபடியே காய்கறிகளை நறுக்கிக் கொண்டிருந்தார்.

“மிஸ்டர் காந்தி... உங்கள் புகழ் வெளிநாடுகளிலெல்லாம் பரவிக் கொண்டிருக்கிறது. நீங்கள் கத்தி எடுக்காமலேயே புத்தியைக் கொண்டே உத்தியை வகுத்து விடுகிறீர்கள். இப்படியெல்லாம் புதுவிதமான விஷயங்களை எப்படிக் கண்டு பிடிக்கிறீர்கள்.. எதாவது அசரீரி வந்து வாக்குச் சொல்லிவிட்டுப் போகிறதா உங்களுக்கு?”

“இதோ கத்தியை எடுத்து விட்டேனே... “காய்கறி நறுக்கும் கத்தியைக் காட்டி விட்டு காந்தி கடகடவென்று சிரித்தார், “எந்த அசரீரியும் எனக்கு வாக்குச் சொல்வதில்லை. திவ்யதரிசனம் தெய்வீக அனுபவம் என்றெல்லாம் கிடைத்தில்லை.”

“ஆனால் உங்களுடைய புகழ் வெளிநாடுகளில் பரவி அங்கிருந்தெல்லாம் உங்களுக்கு அழைப்பு வருகிறதே.”

“அழைப்பு வருவது உண்மைதான். ஆனால் நான் எங்கேயும் போகப் போவதில்லை. இங்கு அகிம்சா தர்மம் நிலைபெற்று விட்டது. அது வெற்றி பெறும் என்பதில் எனக்கு எந்தவிதமான சந்தேகமும் இல்லை. ஆனாலும், அதன் ஆற்றல் குறித்து என்னால் தெளிவாக வரையறுக்க முடியவில்லை. அதை நிரூபிக்கக் கூடிய நாள் வரும்வரைக்கும் இந்திய மேடைகளில் நான் தொடர்ந்து உபதேசம் செய்து வர வேண்டியிருக்கிறது”

“அகிம்சா தர்மத்தின் மீது நிறைய நம்பிக்கை வைத்திருக்கிறீர்கள்.”

"மனிதர்கள் மீதும்தான். பிரிட்டிஷ் சாம்ராஜ்ஜியத்தை நடத்தி செல்லும் நிர்வாகிகளிடம் மனமாறுதல் ஏற்படாது என்று நம்மில் பலர் கருதுகிறார்கள். ஆனால் இந்தியர்கள் கௌரவத்தோடும் வலிமை உள்ளவர்களாகவும் நடந்துக் கொண்டால் இங்கிலாந்து மாறியே தீரும் என்பதில் எனக்குப் பரிபூரண நம்பிக்கை உண்டு."

"இந்தக் காலத்தில் பெற்றவர்கள் பிள்ளைகள் மேல் நம்பிக்கை வைப்பதே இல்லை" என்றார் கஸ்தூர்.

மொழி புரியவில்லையெனினும் வெளிநாட்டு நண்பர்கள் எதுவும் பேசாது அமைதி காத்தனர்.

"ஆனால், பிள்ளைகளுக்குப் பெற்றவர்கள் மேல் நம்பிக்கை, அக்கறை பாசமெல்லாம் நிறையவே இருக்கு."

விறகுகளைச் சுமந்துகொண்டு வரும் சாக்கில் அடுப்பருகே அமர்ந்திருக்கும் மனைவியின் அருகே வந்தார் காந்தி. அவர் கண்களில் இது சண்டைக்கான அறிகுறியோ என்ற கேள்விக்குறியும் தவிப்புமிருந்தது.

"நீங்கள்தான் அவனைத் தப்பாவே பார்க்கிறீங்க. அவன் நியாயமானவன்."

"அதுக்கென்ன இப்போ?" சுருதியை இறக்கியிருந்தார்.

"தாகூர் சாஹேபிடம் தான் வாங்கின பணத்துக்காக அவர் உங்கள் பரம்பரை வீட்டை ஈடாக்கி வச்சுக்குவாருன்னு ஹரி கொஞ்சமும் எதிர்பார்க்கல. அதை நம்பி அவன் அந்தப் பணத்தை வாங்கவும் இல்ல. ஆனா நீங்களும் உங்க அண்ணன் பசங்களும் அவனை நம்பவேயில்லை."

ரொட்டியை வாட்டுவதற்காக மென்தணல் ஏற்றப்பட்டிருந்தது.

கஸ்தூர் சமையலில் தீவிர கவனம் செலுத்துவது போன்று பிசைந்தவைகளை மளமளவென்று உருண்டையாக்கிக் கொண்டே பேசினார். "அவனுக்கும் பரம்பரை வீட்டுக்கும் எந்தச் சம்பந்தமும் இல்லேன்னு நீங்களெல்லாம் அவன் மேல கோவப்பட்டீங்க. அந்தத் தாகூர் பெரிய மனுஷன்தானே... அந்த வீட்டை நம்பியா அவனுக்குக் கடன் கொடுத்தாரு... ஆனா கடனைத் திருப்பித் தரலேன்னா அந்த வீட்டை விற்க விட மாட்டேன்னு இப்போ என்னாத்துக்குப் புதுசா தடை போடறாரு?"

“ஆனா… ஆனா… ஹரி அந்தப் பணத்தைத் திரும்பக் கொடுத்துடால மில்லையா?”

“அவனைத் தரித்திரப் பிண்டமா அலைய விட்டது நீங்கதானே?” என்றார் வெடுக்கென்று.

ரொட்டிகள் உருண்டு திரட்டுவதற்குத் தயாராயின. “ஆனா என் மகன் இந்தப் பணம் தன்னோட சொந்த உபயோகத்துக்காக வாங்கினது. இதற்கும் பரம்பரைச் சொத்துக்கும் எந்தச் சம்மந்தமும் இல்லை. அந்தச் சொத்துக்கும் எனக்கும் கூட எந்தச் சம்பந்தமும் இல்லைன்னு தெளிவா சொல்லிட்டானே.”

அதற்குள் அந்த வெளிநாட்டு நண்பர்கள் உள்ளே வந்து விட காந்தி அவர்களிடம், சற்றுப் பொறுங்கள், வருகிறேன் என்பதுபோல சைகை செய்தார்.

“அவன் இங்கே வருவதாகச் சொல்லியிருந்தானே?”

“ஆமாம்… அதற்குள்தான் பாலீபென்னுக்கும் அவனுக்கும் பிரச்சனையாகி விட்டதே?”

“பாவம் பாலீபென்… நம் குழந்தைகளைத் தன்னுடையதுபோல எத்தனை அருமையாகப் பார்த்துக் கொள்கிறாள்!”

“எல்லோரும் பாவம்தான்… ஹரியைத் தவிர உங்களுக்கு எல்லோருமே பாவம்தான்.”

“நீ என்ன சொல்றே கஸ்தூர்… அவன் மது அருந்தி விட்டு பாலீபென்னிடம் தகராறு செய்தது சரின்னு சொல்றியா?”

தேவதாஸ் தன் பங்கு ரொட்டிகளை எடுத்துக் கொண்டான். கஸ்தூர் மகனுக்கு தொடுகறியை அள்ளி வைத்தார். கூடவே ராமதாஸுக்குத் தட்டில் ரொட்டிகளை எடுத்து வைத்துக் கொண்டே பேசினார். “தன் மகளை அழைச்சிட்டுப் போறேன்னு சொல்றதுக்கு அவனுக்கு உரிமை இல்லையா என்ன?”

“மது அருந்தும்போது மனு தன் மகள்னு தெரியாதா? கல்கத்தாவில் வீதிவீதியா அலைஞ்சு பலபேரோட பணத்தை முதலீடாக்கித் தொழில் செய்து அதில் பணம் சம்பாதிக்கணும்னு நினைக்கும்போது குழந்தைகள் பத்தின நினைவு வரலையே அவனுக்கு. பாலீபென் இல்லைன்னா குழந்தைங்க அம்மா பாசத்துக்குத் தவிச்சு போயிருப்பாங்க… இப்போ திடீர்னு பாசம்

ஏற்பட்டு மதுபோதையோடு அர்த்தராத்திரியில் பார்க்கப் போனா பாலீபென் சண்டையிடாம வேறென்ன செய்வா?"

"திடீர்னெல்லாம் பாசம் வர்ல... அவன் உங்களை விட நன்றாகவே தன் குடும்பத்தைக் கவனிச்சிக்கிறான்" தன் கூர்மையான கண்களால் கணவரை உற்று நோக்கினார். அவரது கன்னத்துச் சதைகளுக்கு வயதாகியிருந்தது.

"அவன் தாகூர் சாஹேப்பிடம் கடன் வாங்கியது கூட தன் மகளோட கல்யாணத்துக்காகத்தான். ஒரு நல்ல தகப்பனாகக் கான்டியையும் ரசீக்கையும் மருத்துவராக்கணும்னு உறுதி எடுத்திருக்கான். கடைக்குட்டி மனுவைத் தன்னோட வச்சிக்கணும் அத்தனை ஆசை... ஆனா அவன் வாழ்க்கையில் எதுதான் உருப்படியா நடந்துருக்கு?"

"அம்மா... கோத்ரேஜ் கம்பெனியில சேர்ந்ததுக்குப் பிறகு அண்ணனுக்கு நல்லகாலம் ஆரம்பமாயிடுச்சு."

"குளியல் சோப்பு விற்பனையாளராக சேர்ந்திருக்கிறான் அல்லவா?" என்றார் காந்தி.

"ஏதோ ஒன்னு... நீங்க போய் எதையும் கெடுத்து வச்சிடாதீங்க" என்றார் எரிச்சலோடு.

மெல்லிய தகடு போன்று உருட்டி நீட்டப்பட்ட கோதுமை மாவு தணலில் வாட்டப்பட்டு உண்பதற்கேற்ற மிருதுவான ரொட்டிகளாகச் சுட்டு அடுக்கப்பட்டது.

"கஸ்தூர்... அவன் எப்போ இங்கு வருவான்னு கேட்டேனே?" என்றார் மெல்லியக் குரலில்.

"மணிலால் திருமணம் பத்தி ஹரிலாலிடம் சொன்னீங்களா?"

"ம்ம்... அவன் அது சம்பந்தமாக எனக்குக் கடிதம் எழுதியிருந்தான்."

"பதில் எழுதுனீங்களா?"

"ம்ம்.. மணிலால் முஸ்லிம் பெண்ணை விரும்பியது பற்றி அவனுக்கு எந்த ஆட்சேபமும் இல்லையாம். ஆனா எனக்கு அது சரியாப்படலை. ஒரே குடும்பத்தில் ஒருத்தர் புலால் உண்பவராகவும் ஒருத்தர் மரக்கறி உண்பவராகவும் இருப்பது எதுவரைக்கும் சாத்தியம்னு தெரியில. அவர்களுக்குப் பிறக்கும் குழந்தைகளை எந்த மாதிரி வளர்ப்பாங்க?"

கஸ்தூர் எதுவும் பேசவில்லை. அவர் கைகள் சமையலறையைப் பரபரப்பாகச் சுத்தப்படுத்திக் கொண்டிருந்தது. அத்தனை களேபரமாகக் கிடக்கும் சமையலறையைத் தலைகீழாக மாற்றி தூய்மைப்படுத்தி விடும் ரகசியம் அவர் விரல்களுக்கு மட்டும் எப்படித்தான் வாய்த்திருக்கிறதோ என்றெண்ணிக் கொண்டார் காந்தி.

"நீ இல்லேன்னா ரொம்ப சிரமம் கஸ்தூர்."

"... ..."

"இந்த இடமெல்லாம் இவ்ளோ தூய்மையாக இருக்குமா என்ன? ஆனா உன் உதவியாளர்களுக்கெல்லாம் கண்டிக்க ஆளில்லாமல் போய்ட்டா கொண்டாட்டம்தான்."

"அப்டீன்னா என்னை வெளியில போகச் சொல்றீங்களோ?"

"அதில்லை கஸ்தூர். நீ புழக்கிற இடமெல்லாம் தூய்மைப் படுத்திக்கிட்டே இருக்கிறியே... அதைச் சொன்னேன்."

அனிச்சையாகப் புன்னகையில் விரிந்த கன்னக்கதுப்புகளைச் சேலை தலைப்பால் மூடிக் கொண்டார்.

"நான் சொல்வது உண்மைதானே?"

அவர் பதிலேதும் சொல்லாமல் பாத்திரங்களைக் கழுவி கவிழ்த்து வைத்தார். மகாதேவ்தேசாய் காந்தியின் அருகே வந்து குனிந்து, "விருந்தினர்கள் உங்களுக்காகக் காத்திருக்காங்க" என்றார்.

"ம்ம்... வருகிறேன்" என்றவர் மகனிடம் "ஹரியை இங்கே வரச் சொல்லிக் கடிதம் எழுது தேவதாஸ்" என்றார்.

அவர்கள் விருந்தினர்கள் இருந்த அறையை நோக்கி நடந்தனர். "நீ சாப்டாச்சா மகாதேவ்?" என்றார்.

"ம்... ஆச்சு" என்றவர் "இன்னைக்கு ஆசிரமத்தில் நூல் நூற்பு திருப்தியான அளவில் இருந்தது. பிரார்த்தனைக்குப் பிறகு எல்லோரும் அவங்கவங்க நூற்ற நூலை உங்களிடம் காட்டுவதற்காக எடுத்துட்டு வருவாங்க பாப்பு" என்றார்.

"ஓ... நல்லது. நம்மைப் படைத்த ஆண்டவனைக் குழந்தை மனதுடன் நம்பி ஏதோ ஒரு விதமாக ஒழுங்கான வாழ்வை

நடத்துகிறோம். அந்த நம்பிக்கை கூட ஒரு பிரார்த்தனைதான் மகாதேவ்."

"அப்படியானால் பகுத்தறிவை அடக்கி விட வேண்டுமா பாப்பூ?"

"அப்படி நான் சொல்லவில்லை. ஆனால், அந்தப் பகுத்தறிவு எந்த அளவுக்கு அனுமதிக்கிறதோ அந்த அளவில் மட்டுமே அதற்கு இடம் கொடுக்க வேண்டும்"

பிரார்த்தனைக்கான நேரம் நெருங்கியிருந்தது. காந்தி தன் நண்பர்களோடு பிரார்த்தனை மையத்திற்கு வந்தபோது குழந்தைகளும் பெரியவர்களும் சிறுவர்களும் ஏற்கனவே அங்கு வந்திருந்தனர். கஸ்தூர் தனக்கான இடத்தில் அமர்ந்திருந்தார். காந்தி உள்ளே சென்று அமர்ந்துக் கொண்டார்.

பிரார்த்தனை தொடங்கியது.

> என்னுயிரை ஏற்றுக்கொள், இறைவா,
> அது உனக்குப் படைக்கப்பட்ட தாகட்டும்.
> என் நொடிகளையும் நாட்களையும் ஏற்றுக்கொள்
> அவை, உன் துதியின் நீரோட்டமாகட்டும்.
> என் கரங்களை ஏற்றுக்கொள், அவை
> உன் அன்பின் உந்துதலில் இயங்கட்டும்

அந்தி முற்றிலும் நகர்ந்து இருண்ட வானம் நிலவை வரவேற்க நட்சத்திரங்களோடு காத்திருந்தது.

24

பம்பாய் அரசாங்கம் நிலதீர்வையை இருபத்தியிரண்டு சதவீதம் உயர்த்தியிருந்தது தொடர்பாகப் போராட்டம் நடத்துவது குறித்து காந்தியைச் சந்திப்பதற்காகப் பர்டோலி தாலுக்காவை சேர்ந்த கல்யாண்ஜியும் கன்வர்ஜியும் ஆசிரமத்திற்கு வந்திருந்தனர். புதிதாக மணமுடித்து வந்திருந்த ராமதாஸின் மனைவி நிர்மலா மாமனாருக்கு வந்த கடிதங்களைப் பிரித்து எடுத்து வைத்துக் கொண்டிருந்தாள். “மக்கன் வரலையா?” என்றார் காந்தி மகாதேவ்தேசாயிடம். நேற்றிலிருந்தே அவன் சோர்ந்தவனாக இருந்தான்.

“இல்ல பாப்பூ... மக்கன்லாலுக்கு இரவு முழுக்க நல்ல காய்ச்சலாம்” வரும் வழியிலிருந்த மக்கன்லாலின் குடிலுக்குச் சென்று விட்டுத்தான் வந்திருந்தார் தேசாய்.

“ஓ...” என்றார் ஆயாசமாக.

“பாப்பூ... பட்டேல் வந்திருக்கார்” என்றார் தேசாய். அகமதாபாத் நகரின் முன்னாள் மேயரான வல்லபபாய் பட்டேல் காந்தியின் யோசனையின் பேரில் பதவியைத் துறந்திருந்தார். அவருடன் விவாதிப்பதற்கான தேவை காந்திக்கும் இருந்தது. மணிலாலின் மனைவி சுசீலா நண்பர்களுக்கு நறுக்கிய பழங்கள் அடங்கிய தட்டை எடுத்து வந்து வைத்தாள்.

“உங்கள் உடல்நிலை எப்படி இருக்கிறது காந்தி?” உரிமையோடு உள்ளறைக்கு வந்தார் பட்டேல்.

“ம்ம்... நன்றாகத்தானிருக்கிறேன். இழந்த பலத்தைத் திரும்பப் பெற்றுக் கொண்டிருக்கிறேன்.”

“ஆனால் மருத்துவர்கள் இவர் இப்படியே உபவாசமும் பயணமும் மேற்கொள்வது மீண்டும் இரத்த அழுத்தத்தைக் கூட்டி விடும் என்கிறார்கள்” என்றார் கஸ்தூர்.

"ஆனால், நான் இப்படியே உட்கார்ந்து கொண்டே இருந்தால் அதுவும் என் இரத்த அழுத்தத்தைக் கூட்டி விடும் கஸ்தூர்."

"உங்களை யாரும் உட்கார்ந்திருக்கச் சொல்லல. அலைச்சலையும் உபவாசத்தையும் குறைச்சுக்கோங்கன்னு சொல்றேன்."

"உபவாசம் என்பது தவமும் பிரார்த்தனையும் என்பதைப் புரிஞ்சுக்கோ."

"ஆனால் அது உங்க உடல்நிலைக்கு ஒத்து வராதபோது அதை பற்றி யோசிக்க வேணாமேன்னு சொல்றேன்" என்றார் அவரும் விடாப்பிடியாக.

"மக்கன்லாலுக்கு உடல்நிலை சரியில்லேன்னு மகாதேவ் சொன்னாரு" என்று இழுத்தார் பட்டேல். பேச்சை மாற்றுவது தம்பதிகளின் வாக்குவாதத்தைக் குறைக்கும் நோக்கமாக இருக்கலாம் என்றெண்ணிக் கொண்டார் மகாதேவ்.

"ஆமாம்... காய்ச்சல் அவனைப் பாடாய்ப்படுத்துகிறது" என்றபடியே அவர் முன்னறைக்கு வர, அவரைத் தொடர்ந்து படேலும் தேசாயும் வந்தனர். கல்யாண்ஜி மீண்டுமொருமுறை காந்தியை வணங்கினார். அந்நேரம் தேவதாஸ் கதர் விற்பனையை முடித்து விட்டு திரும்பியிருந்தான்.

"மக்களின் மனநிலை என்னவாக இருக்கிறது கல்யாண்?" அங்கிருந்த தலையணையில் முதுகை அமர்த்திக் கொண்டார் காந்தி.

"சர்க்கார் நிலவரியை மிகவும் அதிகமாக உயர்த்தி விட்டது அய்யா. பழைய வரியைச் செலுத்துவதில் எங்களுக்கு ஆட்சேபணையில்லை. ஆனால், புதிய வரியை எங்களால் செலுத்த முடியாது" என்றார் கல்யாண்ஜி.

"இப்படிச் சொன்னால், அரசாங்கம் உங்கள் பணத்தைக் கொண்டே உயர்த்திய தீர்வையையும் சேர்த்து உங்களிடம் வசூலித்து விடும்."

அவர் கேள்விக்குறியோடு காந்தியை நோக்க, அவர், "வரி உயர்வு ரத்து செய்தாலன்றி வரியே செலுத்தக் கூடாது என்கிறேன் நான். உயர்த்திய வரியை இரத்து செய்து விட்டதாக அறிவியுங்கள். அதன் பிறகு பழைய வரியை வாங்கிக் கொள்ளுங்கள். அதை

கொடுக்கத் தயாராகயிருக்கிறோம் என்று அரசாங்கத்துக்கு சொல்லிவிடவேண்டும். இப்படிச் செய்வதற்கு மக்கள் தயாராக இருக்கிறார்களா?"

"பர்டோலியிலும் வாலாடுவிலும் இருக்கும் பனியாக்களைப் பற்றி என்னால் அத்தனை நிச்சயமாகச் சொல்ல முடியாது. சர்க்காரை பகைத்துக் கொண்டால் தங்கள் நிலங்களைப் பிடுங்கி ராணிபராஜ் ஜனங்களிடம் கொடுத்து விடுவார்கள் என்ற பயமிருக்கும் அவர்களுக்கு. ஆனால் மற்ற கிராமங்களில் மக்கள் உறுதியாக இருக்கிறார்கள்."

"போராட்டம் நியாயமானதுதானே?"

"நிச்சயம் நியாயமானதுதான்."

"அப்படியானால் இந்தப் போராட்டத்திற்கு நாடு முழுவதும் ஆதரவு இருக்கும்படி பார்த்துக் கொள்ள வேண்டும்."

"சரிதான் அய்யா."

"போராடுவதற்கு மக்கள் தயாராக இருப்பது நல்லதுதான். ஆனால் சத்தியாகிரகத்தின் உண்மையான தத்துவத்தை அறிவார்களா? போராட்டக்களத்தில் உங்களிடமிருந்து வல்லப்பாய் பட்டேலை அப்புறப்படுத்தி விட்டாலும் நீங்கள் ஒன்றுப்பட்டு உறுதியோடு நிற்பீர்களா?"

"விவசாயிகள் தரப்பு நியாயமானதுதான் காந்தி" என்றார் பட்டேல்.

"அப்படியானால் இதில் யோசிப்பதற்கு எதுவுமில்லை. குஜராத் வெற்றி அடையட்டும்."

ஹரிலால் அன்று பம்பாயிலிருக்கும் தன் விடுதி அறைக்கு திரும்பும்போது மிகுந்த உற்சாகத்திலிருந்தார். கோத்ரெஜ் கம்பெனியில் அவனுடைய பணியை மெச்சுகிறார்கள். அதைச் செய்யாதே... இதைச் செய்யாதே... நீ தவறு... நீ செய்திருக்க கூடாது.. நீ சரியில்லை... உன் மீதுதான் தவறு... பார்த்து நடந்துக் கொள்.. என்பது மாதிரியான சொல்லாடல்கள் இங்கில்லை. அவர் நன்றாக வேலை செய்கிறாராம். அவரால் விற்பனை பெருகியிருக்கிறதாம். முதலாளியே பாராட்டுகிறார். இனி அவரை யாரும் எடுத்தெறிந்து பேச மாட்டார்கள். அவன் குழந்தைகள்

உட்பட எல்லோருக்குமே அவரைக் கண்டால் இளக்காரமாகி விட்டது. அன்று பாலீபென்னுக்கும் அவருக்கும் வாக்குவாதம் ஏற்பட்டபோது மனுவும் உடனிருந்தாள். அவள் பெரியம்மா என்னைக் குடிகாரன் என்றும் பொறுப்பில்லாதவன் என்றும் என்னென்னமோ பேசியபோது அவள் எல்லாவற்றையும் கேட்டுக் கொண்டுதானே நின்றிருந்தாள். எனக்கு ஆதரவாக ஒரு சொல்லாவது சொல்லியிருப்பாளா? கான்டியை வரச்சொல்லி அழைத்தால் அதற்கு அவன் தாத்தாவிடம் உத்தரவு கேட்டு கடிதம் எழுதுகிறான். ரசீக் தேவதாஸுடம் டில்லிக்குச் செல்ல வேண்டுமாம். இது யாரிட்ட கட்டளையோ? ஆனால் இனி இதெல்லாம் நடக்காது. அதை நான் அனுமதிக்கப் போவதுமில்லை. என்னாலும் பணம் சம்பாதிக்க முடியும். என் குழந்தைகளைப் படிக்க வைக்க முடியும். அவருக்கு மகிழ்வாகவும் உற்சாகமாகவும் இருந்தது. அதை கொண்டாடும் விதமாக மதுக்கடையை நோக்கிச் சென்றார். அதீத உற்சாகத்தில் நிறையவே குடித்துமிருந்தார்.

சைமன் கமிஷனின் வருகையை எதிர்த்து நாடெங்கிலும் கொந்தளிப்புக் கிளம்பியிருந்த நாளொன்றில் சபர்மதியே உறைந்துப் போயிருந்தது. ஆசிரமத்தின் பணிகளில் முன்னிருப்பவரும் எந்நேரமும் உற்சாகமாகவும் துறுதுறுப்பாகவும் தன் நாயகரும் சிறிய தந்தையுமான காந்தியின் சொல்லுக்கு முன் பொருளென நிற்பவருமான மக்கன்லால்காந்தி டைஃபாயிடு காய்ச்சலால் உயிரைத் தொலைத்திருந்தார்.

காந்தி துக்கம் தாளாது முகத்தைக் கவிழ்த்தப்படி அமர்ந்திருந்தார். மக்கன்லாலின் குடிலிலிருந்து எழும் அழுகையொலி அவருக்கு தாளவியலாததாக இருந்தது. கஸ்தூரும் மற்ற பெண்களும் மக்கன்லாலின் மனைவிக்கு ஆதரவாகவும் ஆறுதலாகவும் முந்தின தினமே அங்கு சென்றிருந்தனர்.

காந்தி மனம் சோர்ந்திருந்தார். ‘எனக்குக் கையும் காலும் கண்களுமாக இருந்தவனை நான் இழந்து விட்டேன். என்னிடம் உள்ள சகல சம்பத்துக்கும் வாரிசாக நான் யாரைத் தனி ஒருவனாக தேர்ந்தெடுத்தேனோ அவன் போய் விட்டான். என் சொந்த மக்களை விட மிக உவப்பான ஒருவனை, ஒருபோதும் என்னை ஏமாற்றியிராத, எனக்கு உதவத் தவறியிராத ஒருவனை நான் இழந்து விட்டேன். அவன் என் ஆன்மிக வாழ்க்கையை மிக நெருக்கமாக கவனித்து வந்தவன். பிரம்மச்சரியம் என்பது

வாழ்க்கையின் தர்மம். மணம் புரிந்து கொண்டவர்கள்கூட சத்தியத்தைத் தேடும்போது பிரம்மசரியத்தைக் கடைப்பிடிக்க வேண்டும் என்ற என்னுடைய கருத்தை சரியாக உணர்ந்திருந்தான். மனைவி மீது வலுக்கட்டாயமாகத் தன் அபிப்பிராயங்களைச் சுமத்தாமல் பொறுமையாக வாதித்து அவளை தன் வழிக்குத் திருப்பியிருந்தான். இன்று அவன் மனைவியை விட நான்தான் பெருந்துயர் கொள்கிறேன்... மகனே மக்கன்லால்.. உன்னை மறப்பதெப்படி?"

வலது கையை நிலத்தில் ஊன்றி தலையைக் கவிழ்ந்து அமர்ந்திருந்தார். உடல் வலதுபுறமாகத் தளர்ந்து சரிந்திருந்தது.

பகவான் அர்ஜுனனின் சோர்வைக் கடிந்துக் கொண்டார். "இந்த மதிமயக்கம் உனக்கு எப்படி வந்தது? உன்னைப் போன்ற போர்வீரனுக்கு இது சிறிதும் அழகில்லை."

"என் மூத்தோர்களையும் மற்ற உறவினர்களையும் கொல்லுவதன் மூலம் எனக்கு ராஜ்ஜியம் கிடைக்குமாயின் இந்தப் பூமியில் உள்ள சாம்ராஜ்ஜியத்தை மட்டுமல்ல. சொர்க்க சாம்ராஜ்ய ஆனந்தத்தை கூட நான் விரும்பவில்லை. என் மனம் இருளில் தடுமாறுகிறது. நான் உங்களைச் சரணடைகிறேன். கருணைக்கூர்ந்து எனக்கு வழிகாட்டுங்கள்."

அர்ஜுனன் ஒன்றும் தோன்றாமல் திகைத்து நிற்பதையும் ஞானத்தை அடைய ஆர்வம் கொண்டிருப்பதையும் கண்ட கிருஷ்ணன் அவன் மீது கருணைக் கொண்டார். "ஒரு காரணமுமின்றி நீ துக்கத்துக்கு இடம் கொடுத்திருக்கிறாய். நீ விஷயத்தைப் புரிந்துக் கொள்ளவில்லை. ஆனால் ஞானியைப் போலப் பேசுகிறாய். உடலுக்கும் உடலுக்கு உள்ளிருக்கும் ஆன்மாவுக்குமிடையே உள்ள வேற்றுமையை நீ மறந்து விட்டாய். ஆன்மா எக்காலத்திலும் இறப்பதில்லை. உடல்தான் குழந்தைப் பருவம், யௌவனம், வயோதிகப் பருவங்களைக் கடந்து இறுதியில் அழிகிறது. உடலுக்கு பிறப்புண்டு. ஆன்மாவுக்குப் பிறப்போ மாறுதலோ எதுவுமே இல்லை."

அவர் தளர்ந்த உடலை நிமிர்த்திக் கொண்டார்.

25

"சுதந்திரத்திற்கானப் போராட்டத்தை இப்போது தொடங்கினால் நீங்கள் அதில் கலந்து கொள்வீர்களா?"

சைமன்கமிஷன் நியமனச் செய்தி கேட்டு இந்தியா திகைத்துப் போயிருந்தது. சைமன் குழுவின் வருகையை எதிர்த்து நாடெங்கிலும் நடந்து வரும் எதிர்ப்புகளையும் கொந்தளிப்புகளையும் குறித்து மோகன்தாஸின் கருத்துகளை அறிய வந்த அந்த வெளிநாட்டு நிருபரின் கேள்விக்கு அவர் பதிலளித்துக் கொண்டிருந்தார். அந்த பத்திரிகை நிருபர் அன்றுதான் முதன்முதலில் காந்தியை பார்த்திருந்தார். பிரிட்டிஷ் சாம்ராஜ்ஜியத்தை இச்சிறுஉடல்தான் ஆட்டுவிக்கிறது என்பதே ஆச்சர்யமான செய்திதான். அதை கட்டுரையாக்கி வெளியிட்டாலே சுவாரஸ்யமானதாக இருக்கும் என்றெண்ணிக் கொண்டார்.

அன்று சைமனின் வருகையைத் தெரிவிக்கும்பொருட்டு வைஸ்ராயிடமிருந்து காந்திக்கு அழைப்பு வந்தபோது அவர் மங்களூரில் பிரசங்கம் செய்துக் கொண்டிருந்தார். இந்திய சட்டசபைத் தலைவர் விட்டல்பாய் படேல், காங்கிரஸ் மகாசபைத் தலைவர் சீனிவாசய்யங்கார், எம்.ஏ.அன்சாரி ஆகியோருக்கும் வைஸ்ராயிடமிருந்து அழைப்பு வந்திருந்தது.

வைஸ்ராய் காண்பித்த அறிக்கையில், அரசியல் சீர்த்திருத்தங்களைச் சிபாரிசு செய்ய ஜான்சைமன் என்பவரின் தலைமையில் அதிகாரப்பூர்வமான பிரிட்டிஷ் கமிஷன் ஒன்று இந்தியாவுக்கு வரப்போகிறது என்ற தகவலிருந்தது. அறிக்கையை வாசித்த காந்தி மேற்கொண்டு சொல்லவிருக்கும் தகவலுக்காக வைஸ்ராயின் முகத்தை உற்று நோக்கினார்.

வைஸ்ராய் ஏதொன்றும் பேசவில்லை.

இந்தியாவின் தலைவிதியை நிர்ணயிக்க நியமிக்கப்பட்டவர்களில் இந்தியர் ஒருவருமேயில்லை. வெள்ளைக்காரர்கள் வருவார்கள்... சுற்றிப் பார்ப்பார்கள்.. ஆசியக் கருப்பர்களின் தலைவிதியை நிர்ணயிப்பார்கள்.. இதுதானா ஒத்துழைப்புக்குப் பரிசாகக் கிடைத்த கனி? உள்ளத்துக் கொந்தளிப்பை காந்தி நேரிடையாக வெளிப்படுத்தவில்லை.

"எங்களைச் சந்தித்தது இந்த ஒரு வேலைக்காகத்தானா?" வைஸ்ராயிடம் கேட்டபோது கொண்டிருந்த அதே உறுதியை இன்று அந்த நிருபரின் கேள்விக்குப் பதிலளிக்கும்போதும் கொண்டிருந்தார்.

"அதில் சேர மறுத்து விடுவேன்."

"அப்படியானால் தேசிய இராணுவம் ஒன்று அமைவதை நீங்கள் ஆதரிக்க மாட்டீர்கள் என்று எடுத்துக் கொள்ளலாமா மிஸ்டர். காந்தி?"

"சுயராஜ்ஜியம் வந்த பின் அதன் கீழே தேசிய இராணுவம் ஒன்று அமைவதை ஆதரிப்பேன். ஏனென்றால் கட்டாயத்தின் மூலம் மக்களை அகிம்ஸா தர்மத்தைக் கடைப்பிடிக்க வைக்க முடியாது என்பதை நான் அறிவேன். அகிம்ஸா தர்ம வழிகளின் மூலம் தேசிய நெருக்கடியை எப்படிச் சமாளிப்பது என்பதையே இன்று மக்களுக்குப் போதித்து வருகிறேன்."

"கேள்விப்பட்டேன் காந்தி அவர்களே... மக்களைப் பெருமளவில் விழிப்புணர்வுக்குக் கொண்டு வந்திருக்கிறீர்கள். எல்லோருக்குமே தொண்டின் மீது ஆர்வம் வந்து விட்டது."

"நல்லது. மக்களுக்குத் தொண்டு செய்யாமல், அவர்களுடைய பங்கை அவர்களுக்குக் கொடுக்காமல் இந்தப் பூமியிலிருந்து பலன்களை அனுபவிப்பவர் யாராக இருந்தாலும் அவர்கள் திருடர்களே. தங்கள் சொந்த நலன்களுக்காக மட்டும் உழைக்கிறவர்கள் பாவம் செய்தவர்கள்."

"பெண்கள் கூடப் போராடுவதற்கு வீதிக்கு வந்து விட்டார்கள்."

காந்தி அவரை நோக்கிப் புன்னகைத்தார்.

"தன்னுடைய உடலுக்கு எவ்வளவு துன்பங்கள் ஏற்பட்டாலும் மனதில் சிறிதும் வெறுப்பின்றி அதே சமயம் உறுதியுடன் அடிபணிய மறுப்பார்கள் பெண்கள்."

"அகிம்சையின் நெறியும் அதுதானே."

"மிஸ்டர்.காந்தி பெண்களின் அபரிதமான சக்தியை சரியாகக் கணித்துப் பயன்படுத்துகிறீர்கள்."

"நன்றி..."

மக்கன்லாலின் இறப்புக்காக அப்பா நிரம்பவும் வருத்தப்பட்டாராம். நான் இறந்து விட்டால் அப்பா இப்படி வருந்துவாரா? நிச்சயம் வருந்த மாட்டார். வருந்தவே மாட்டார். கொள்கை வேறுபட்டு போனால் சொந்த மகனையே எதிரியாக்கி விடுவதுதானே அவருடைய கொள்கை. அகிம்சையாம்.. அகிம்சை. இவர் சொந்த குடும்பத்துக்குக் கொடுப்பதெல்லாம் இம்சைதான். சிறிய வயதில் கூட இவர் என்னிடம் அன்பு காட்டியிருக்க மாட்டார். அதை அம்மா கூட சில சமயங்களில் ஒப்புக் கொண்டிருக்கிறார். நாங்கள் எல்லோரும் அவர் சொல்வதைத்தான் கேட்க வேண்டுமாம். இல்லையெனில் கோபமாகி விடுவாராம். என்னதிது... ஊரே சொந்தமாம். உலகமே பந்தமாம். சொந்தப்பிள்ளைகள் மட்டும் எதிரிகளாம். மதுவின் போதையில் வார்த்தைகள் குழறின. அதையே மீண்டும் மீண்டும் பிதற்றினார். "உலகமே பந்தமாம்.. சொந்தப்பிள்ளைகள் எதிரிகளாம். உலகமே சொந்தமாம்... சொந்தப் பிள்ளைகள் எதிரிகளாம்.. உ...ல்... மே சொ ந.. நான் மட்டும் எதிரியாம்.. நா மட்டும்தான்.. அப்பா... அப்பா... அப்பா... அவர் குழறியபடியே கீழே விழுந்துக் கிடந்தார்.

அன்று ராமியின் கணவர் குன்வர்ஜி தன்னிடம் கூறியதை கணவரிடம் வெளிப்படுத்தினார் கஸ்தூர்.

"ஹரி திறமையானவனாம். அவனால் அவன் வேலை செய்யும் கம்பெனியில் விற்பனையை அதிகரிக்க முடிந்திருக்கிறதாம்..."

மனைவி தன் பேச்சை இழுத்து நிறுத்தும் முன்பாக காந்தி பேசத் தொடங்கினார். "ஆனால் அவன் குடிப்பழக்கம்தான் அவனுக்குச் சத்ரு என்றாரா?"

கணவனின் பேச்சை மௌனமாக ஆமோதித்தார். இந்தப் பழக்கத்தால் தன் மகன் சொந்த மருமகனிடம் கூட அசிங்கப்பட்டு

நிற்கிறான். மருமகனும் மாமனாருமான உறவு எத்தனை மரியாதையானது? ஆனால் அங்கும் தன் நடவடிக்கையால் மரியாதையை குலைந்து நிற்கிறான் அவன். ஏன் இப்படியெல்லாம் நடக்கிறது? இதற்கு யார் காரணம்? கோத்ரெஜ் கம்பெனிக்காரர்கள் அவர் மாமனாரின் குடிப்பழக்கத்தை மாற்றும்படி மருமகனிடம் கேட்டுக் கொண்டார்களாம். இதை எங்கே போய்ச் சொல்வது?

அனைத்துக் கட்சி மாநாடு சமூகப்பிரச்சனைகளுக்குத் தீர்வு காணவும் அந்த அடிப்படையில் இந்திய அரசியல் அமைப்பைத் தயாரிக்கவும் முயன்றது. ஆலோசனைக்கு எடுத்துக் கொண்ட பிரச்சனைகளில் பலவற்றுக்குத் தீர்வு ஏற்பட்டாலும் இந்திய சட்டசபையில் முஸ்லிம்களுக்கு மூன்றில் ஒரு பங்கு இடங்கள் ஒதுக்கப்பட வேண்டுமென்ற ஜின்னாவின் கோரிக்கைக்கு இந்து தலைவர்களில் ஒரு சாராரும் சீக்கியத் தலைவர்களும் எதிர்ப்புத் தெரிவித்தனர்.

குன்வர்ஜி தன் மாமனார் விஷயமாகக் காந்தியிடம் பேசுவதற்காகச் சபர்மதி வந்திருந்த சமயத்தில் கான்டியும் அங்கிருந்தான். ஹரிலால் மகனைத் தன்னுடன் வந்து விடுமாறு கடிதம் மூலம் அழைத்திருந்தார். அது குறித்துப் பேசுவதற்காக காந்தி கான்டியை அருகேயழைத்தார்.

"உன் தந்தை உன்னை அழைத்திருப்பதாகச் சொன்னாயே?"

"ஆமாம் தாத்தா... அவர் என்னைப் படிக்க வைப்பதாகக் கூறினார். என்னைத் தன்னுடன் வருமாறு அழைத்திருந்தார். போகட்டுமா?"

"உன் தந்தை உன்னை அழைப்பதற்கும் நீ அவரிடம் செல்வதற்கும் நான் மறுக்கவோ உடன்படவோ ஏதுமில்லை கான்டி. ஆனால் உன் தந்தை தன்னுடைய குடிப்பழக்கத்தையும் மற்ற கெட்டப்பழக்கங்களையும் விட்டுவிடும்வரை அவரைச் சந்திக்காதே."

கான்டி எதுவும் பேசாமல் நின்றிருந்தான்.

"இது என்னுடைய அறிவுரை மட்டுமே.. இதை ஏற்பதும் மறுப்பதும் உன்னுடைய விருப்பம்தான் கான்டி."

குன்வர்ஜி சொல்ல வந்ததை விழுங்கிக் கொண்டான்.

பகல் உணவு முடிந்து இருபது நிமிட உறக்கத்துக்குப் பிறகு காந்தி எழுந்து வந்து நூற்கத் தொடங்கியபோது மகாதேவ்தேசாய் அருகே வந்தமர்ந்துக் கொண்டார். கல்கத்தாவில் கூடிய சர்வ கட்சி மாநாடு இந்து முஸ்லிம் ஒற்றுமைக்குப் பயன்படாமற்போனதும் முஸ்லிம் லீகின் தலைமையில் காங்கிரசுக்கு எதிராக அனைத்துக் கட்சிகளைச் சார்ந்த முஸ்லிம்கள் ஒன்றுபட்டதும் அந்த ஒற்றுமை அணியில் அவரது நெருங்கிய சகாக்களான அலி சகோதரர்கள் இருந்ததும் அவருக்கு மனச்சோர்வை ஏற்படுத்தியிருந்ததைத் தேசாய் உணர்ந்திருந்தார். பாப்பு தன் மனதிலிருக்கும் ஆற்றாமையைக் கொட்டித் தீர்த்து விட்டால் சரியாகி விடுவார் என்ற நம்பிக்கை அவருக்கிருந்தது. அவர் தானாகவே பேச்சைத் தொடங்கினார்.

“பாப்பு... முஸ்லிம்கள் பெரும்பான்மையாக உள்ள மாநிலங்களில் மக்கள் தொகைக்கேற்ப இடங்களை ஒதுக்குமாறு கோருவது நியாயம். ஆனால் இந்துக்கள் பெரும்பாலோருள்ள இந்தியா முழுவதற்குமான மத்திய சட்டசபையில் மக்கள்தொகை அடிப்படையில் இடம் ஒதுக்குவது எந்த வகையில் நியாயம்?”

காந்தி பதிலேதும் கூறவில்லை.

சைமன் கமிஷனின் வருகையின்போது பிரிட்டிஷ் அரசு தேசபக்தர்களுக்கு எதிராகக் கொண்டு வந்த அடக்குமுறை கொடுமைகளால் நாடெங்கும் இளைஞர்கள் ஆவேசம் கொண்டிருந்தனர். போலீசாரின் தடியடியால் லாகூரில் லாலா லஜபதிராய் இறந்து போனதும் லட்சுமணபுரியில் ஜவஹர்லால் நேரு அடிபட்டதும் அவர்களை விடுதலையை நோக்கிய பயணத்தைத் தூண்டின. மோதிலால் நேருவின் தலைமையில் தொண்டர் படைத்தலைவரான இளந்தலைவர் சுபாஷ் சந்திரபோஸின் ஏற்பாட்டில் காங்கிரஸ் மகாசபை கல்கத்தாவில் கூடியது மகாசபை கூட்டத்தில் ஜவஹர்லால் நேருவும் சுபாஷ் சந்திரபோஸும் சீனிவாசஐயங்காரும் பிரிட்டிஷ் சாம்ராஜ்ஜியத்துக்குட்பட்ட குடியேற்ற நாட்டு அந்தஸ்து கோருவதை எதிர்த்தனர். இதற்கென அவர்கள் காங்கிரஸ் சங்கம் என்ற அமைப்பை உருவாக்கியிருந்தனர்.

“உங்கள் எதிர்ப்பை நாங்கள் ஏற்றுக் கொள்ளப் போவதில்லை” என்றார் மோதிலால் நேரு, எம்.ஏ.அன்சாரி அதை வழிமொழிந்தார். அவர்கள் ‘நேரு அரசியல் அமைப்பு’ என்றொரு அமைப்பாகியிருந்தனர்.

"ஆனால், பூரண சுதந்திரம் கோருவோர் அது பற்றிப் பிரசாரம் செய்ய உரிமையுண்டு. நேரு அரசியல் அமைப்பு கோரும் குடியேற்ற நாட்டு அந்தஸ்தைப் பிரிட்டிஷ் அரசு ஏற்க வரும் 1929ஆம் ஆண்டு இறுதி வரை அவர்களுக்கு அவகாசம் தரலாம். அதற்குள் அவர்கள் ஏற்காவிடில், அடுத்த மகாசபையில் பூரண சுதந்திரக் கோரிக்கையைப் பிரகடனப்படுத்தி அதன் அடிப்படையில் சுதந்திரப்போர் தொடங்கலாம் என்று தீர்மானம் நிறைவேற்றலாம். இது இரு தரப்புக்கும் பொருத்தமானதாக இருக்கும்" என்றார் காந்தி.

"ஆனால், நான் இதனை ஏற்க மறுக்கிறேன். இத்தனை சாத்வீகமாக ஏன் செல்ல வேண்டும்? ஏன் ஒரு வருட காலக்கெடு அவர்களுக்கு விதிக்க வேண்டும்?" என்றார் சுபாஷ் சந்திரபோஸ்.

வாக்குவாதங்கள் எழும்பி அடங்கி ஒரு முடிவை எட்டியபோது காந்தி பேசத் தொடங்கினார். "காங்கிரசானது, சர்வகட்சி மாநாட்டுக் கமிட்டியின் அறிக்கையில் சிபாரிசு செய்யப்பட்டுள்ள அரசியல் அமைப்பை, இந்தியாவின் அரசியல் பிரச்சனைகளையும் வகுப்புப் பிரச்சனையையும் தீர்ப்பதற்கு உதவுமெனக் கருதி வரவேற்கிறது. அதன் சிபாரிசுகளில் உண்மையான ஒற்றுமை நிலவி வருவதை பாராட்டுகிறது. சென்னை காங்கிரஸில் நிறைவேறிய பூரண சுதந்திரம் சம்பந்தமான தீர்மானத்தை இது அங்கீகரிப்பதாலும், நாட்டிலுள்ள முக்கியமான கட்சிகளில் பெரும்பாலானவற்றின் ஆதரவைக் காட்டுவதாலும் அரசியல் முன்னேற்றத்தில் அதை ஒரு படி மேலேறத் தக்கதென கருதி அங்கீகரிக்கிறது. அரசியல் நிலைமையில் ஏற்படும் நெருக்கடிகளுக்கு உட்பட்டு நேரு அரசியலமைப்பானது பிரிட்டிஷ் பாராளுமன்றத்தால் 1929 டிசம்பர் 31 ஆம் தேதிக்கு முன் பூரணமாக அங்கீகரிக்கப்படின், காங்கிரஸ் அதை ஏற்றுக் கொள்ளும். ஆனால் அந்த தேதிக்குள் அது அங்கீகரிக்கப்படாவிட்டாலோ அதற்கு முன்னதாக நிராகரிக்கப்பட்டாலோ வரி கொடாமலிருக்கும்படி சிபாரிசு செய்வது உட்பட இதர முறைகளிலும் காங்கிரஸ் சாத்வீகச் சட்டமறுப்பு இயக்கத்தை நடத்தும்."

தீர்மானம் நிறைவேற்றப்பட்டதன் இறுதியில், குறிப்பிட்ட காலக்கெடுவுக்குள் நம் கோரிக்கை ஏற்கப்படாவிடில் அடுத்து காங்கிரஸ் தொடங்கும் போராட்டத்துக்கு நானே தலைமை தாங்குவேன், என்றார் காந்தி.

26

மோகன்தாஸ் காந்தி சிந்து மாகாணத்தை நோக்கி பயணம் புறப்பட்டபோது அவருடன் கஸ்தூரும் கான்டியும் கிளம்புவதாக ஏற்பாடாயிற்று. தான் நிர்வகித்து வந்த பொதுசமையலறைப் பொறுப்புகளைக் கஸ்தூர் மற்றவர்களுக்கு மாற்றிக் கொடுத்திருந்தார். சமையலறை பணிகளில் சிறிதளவும் தவறு நேர்வதற்கு இடம் கொடுக்காதவர் என்பதால் அங்கு பணியிலிருப்போர் அவரில்லாத வரப்போகும் நாட்களை நினைத்து மனதுக்குள் கொண்டாடியபடியே அவர் சொல்லுக்குப் பணிந்து கொண்டிருந்தனர்.

கான்டி பயண சர்க்காவையும் இரண்டு உடுப்புகளையும் எடுத்து வைத்துக் கொண்டான். கஸ்தூர் வழக்கம்போல தனது தூய வெள்ளுடுப்புகள் இரண்டை எடுத்து வைத்துக் கொண்டார். நீண்ட கை வைத்த வெள்ளை அங்கியும் கைகளில் இரும்பு காப்பும் அணிந்திருந்தார். உலக அனுபவத்தில் தோய்ந்த அவருடைய முகம் சுருக்கங்களின் திரள்வுபோல காட்சியளித்தது.

அவர்கள் ரயில் நிலையத்தை நோக்கிப் பயணப்பட்டனர்.

ஹரிலாலுக்கும் செய்தி பறந்தது. தன் சிற்றப்பா தேவதாஸுடன் டில்லியில் தங்கியிருக்கும் மகன் ரசீக்பாயின் உடல்நிலை கவலைக்கிடமாக இருக்கிறதாம்.

செய்தியறிந்து பம்பாயிலிருந்துக் கிளம்பும்போதே அவரது மனம் வெகுவாகத் தளர்ந்திருந்தது. சஞ்சு... ரசீக்கைக் காப்பாற்று. அவனை எடுத்துக் கொண்டு விடாதே. ஏற்கனவே நீ உனக்கான துணையாகச் சான்டியை எடுத்துக் கொண்டு விட்டாய். இவனை என்னிடம் விட்டு விடு. இவன் என் மீது மிகுந்த அன்பும் மரியாதையும் கொண்டவன். ரசீக்கின் உருவம் மட்டுமன்று... செயல்களும் என்னைப் போலவேதான். தண்ணீரைச் சிக்கனமாகப் பயன்படுத்துவான். துணிகளைத் தோய்த்து அலசி சுருக்கமின்றி

விரித்து காயப்போடுவதிலிருந்து வீட்டு வேலைகள் செய்வது வரை என்னை நானே பார்த்துக் கொள்வது போன்றிருக்கும் அவனுடைய நடவடிக்கைகள். அறநெறிகள் மீது எத்தனை நம்பிக்கை கொண்டவன் தெரியுமா? நீ இருந்திருந்தால் அவனை எந்நேரமும் உச்சி முகர்ந்துக் கொண்டேயிருப்பாய். அன்று ராமதாஸின் திருமணத்துக்காக நான் சபர்மதி சென்றிருந்தபோது எத்தனை அன்பாகப் பழகினான் தெரியுமா? நீ இல்லாத தனிமையை நம் குழந்தைகள்தானே மாற்றிக் கொண்டிருக்கிறார்கள். அதைக் கெடுத்து விடாதே. ராமியும் கணவன் வீட்டுக்குப் போய் விட்டாள். மனுவோ என்னைக் கண்டாலே பயப்பட்டு விடுகிறாள். ஆனால் கான்டியும் ரசீக்கும் என் மகன்கள். என் மீது பிரியம் கொண்டவர்கள். அதிலும் ரசீக் என்னை புரிந்துக் கொண்டவன். என்னை நானாகவே ஏற்றுக் கொண்டவன். உன் மாமனார் கூட ரசீக்கின் மீது அத்தனை பிரியமும் நம்பிக்கையும் வைத்திருக்கிறார். ஆமாம் சஞ்சு... என் மீது வைக்க வேண்டிய அன்பையும் நம்பிக்கையையும் நம் பிள்ளைகள் மீது அவர் கொண்டிருக்கிறார். ரசீக் எனக்கு வேண்டும்... எங்களைப் பிரித்து விடாதே சஞ்சு. எங்களைப் பிரித்து விடாதே...

ஹரிலாலுக்குப் பதினேழு வயது வாலிபனான மகன் ரசீக்பாயை பிரிந்து விடுவாமோ என்ற பயம் மனதை வாட்டியது. அவன் ஏன்தான் டில்லிக்குச் சென்றானோ? எல்லாம் அப்பாவால் வந்த வினை. நூற்பு வேலையைக் கற்றுக் கொடுக்கும் பணியாம் அவனுக்கு. தேவதாஸுடன் அவனையும் அனுப்பி வைத்து விட்டார்.

ரசீக்பாய் நாலைந்து நாட்களாக நினைவின்றி இருப்பதாகவும் அவன் மனம் மீண்டும் சபர்மதிக்கே செல்ல விரும்புகிறது என்றும் வந்த தகவல்கள் பயணத்திலிருந்த கஸ்தூரரை நிலைகுலைய வைத்தன. ஆனால் பேரன் கான்டிக்கு எதிரில் அதைக் காட்டிக் கொள்ள விழையவில்லை. கான்டியும் மிகவும் சோர்ந்திருந்தான். தாயின் இறப்பும் தகப்பனின் பிரிவும் சகோதர சகோதரிகளைக் கூடுதல் நெருக்கமாக்கியிருந்தது. சான்டி சிறுவனாக இருக்கும்போதே மறைந்து விட்டிருந்தான் என்றாலும் அவனுடன் ஒன்றாக இருந்ததும் விளையாடியதும் சகோதரர்கள் இருவருக்கும் இன்னும் நினைவிலிருக்கிறது. நண்பனாகவும் சகோதரனாகவும் இருக்கும் ரசீக்பாய்க்கு உடல்நிலை மிகவும் மோசமாக இருக்கிறதாம். மலேரியா காய்ச்சலாம். அம்மா.... அவனை எப்படியாவது

காப்பாற்றிக் கொடுத்து விடு. அவனில்லாவிடில் என்ன செய்வேன் அம்மா? நம் குடும்பம் ஏன் இப்படிச் சிதைந்துப் போனது? நீ இறந்துப் போனாய். தம்பி இறந்து போனான். அப்பா எங்கோ போனார். ராமி அக்கா திருமணமாகி குன்வர்ஜி மாமாவுடன் சென்று விட்டாள். மனு பெரியம்மா வீட்டில் வளர்கிறாள். இப்போது ரசீக்கும் என்னை விட்டுப் பிரிந்து விடுவானோ என்று பயமாக உள்ளது அம்மா... நீதான் அவனைக் காப்பாற்றி மீண்டும் எனக்களிக்க வேண்டும். அவன் வாய் விட்டு அழத் தொடங்குவதற்கு முன்பே கஸ்தூர் கணவரிடம் பேசி ஒரு முடிவுக்கு வந்திருந்தார்.

“நானும் கான்டியும் இப்படியே இறங்கிக் கொள்கிறோம்.”

“ஏன்..?”

“உங்களுக்கு எதுவுமே தெரியாதா?” இயலாமையிலும் ஆற்றாமையிலும் துக்கத்திலும் கரைந்த உள்ளத்திலிருந்து வார்த்தைகள் கோபமாக வெளிப்பட்டன.

ஆனால் நீ போவதால் ஆவதென்ன? பாதி வழியில் இறங்கிக் கொள்வது சரியல்ல, தனக்குத் தோன்றிய எண்ணத்தைக் காந்தி வெளிக்காட்டிக் கொள்ளாமல் அவர்கள் செல்ல அனுமதித்தார்.

கஸ்தூர் அங்கு சென்றபோது மலேரியா காய்ச்சலின் தீவிரப் பிடியில் ரசீக் நினைவு தப்பியிருந்தான். தேவதாஸ் கலங்கி நின்றிருந்தான். மருத்துவர்கள் நம்பிக்கை தெரிவிக்கவில்லையாம். எப்போது வேண்டுமானலும் எதுவும் நடக்கலாமாம். மருமகளின் இறப்புக்குப் பிறகு அலைக்கழிந்த இந்தச் சிறுவன் வாழ்க்கையில் எதைக் கண்டு விட்டான் என்று இப்போது சாகக்கிடக்கிறான்? ஹரிலாலைப் போன்று உடலமைப்புக் கொண்டவன். குலாபென்னைப் போன்றிருக்கும் அவனது உருண்டையான முகம் நோயின் கடுமையில் நீண்டிருந்தது. ஹரியைப் பிரிந்திருக்கும் வேதனையை இந்தச் சிறுவர்கள்தானே போக்கிக் கொண்டிருந்தனர்? முற்றிய பெண் நானிருக்க அரும்புகள் எல்லாம் ஏன் முளையிலேயே கருகிப் போகத் துடிக்கிறது? அவருள்ளம் மருகியது. கண்களில் வழிந்த கண்ணீரைத் துடைத்துக்கொண்டு பேரனின் அருகில் சென்று அமர்ந்து கொண்டார். அவன் கையை எடுத்து தன் மடியில் இட்டுக் கொண்டபோது அது துவண்டு விழுந்தது. ராட்டினத்துக்கும் கதருக்கும் பணம் திரட்டும் வேலையில் நாடு முழுவதும் சுற்றியலையும் தாத்தாவுக்கேற்ற பேரன் இவன். பெரிய

பெரிய மரங்களைக் கோடாரியால் பிளந்து சமையலுக்கேற்ற சிறு விறகுகளாக்கி நொடிப்பொழுதில் தந்து விடும் திறன் படைத்தவன். பெரிய சருவங்களில் நீரள்ளி வரும் தினவெடுத்த அவன் தோள்கள் படுக்கையில் சரிந்துக் கிடந்தன. இதே தோளில்தான் கதர் வேட்டிகளையும் சேலைகளையும் தொங்கவிட்டுக் கொண்டு தன் சிற்றப்பா தேவதாஸுடனும் மகாதேவ்தேசாயுடனும் கதர் விற்பனைக்குச் செல்வான்.

அன்று அவன் பேசியதை அவர் எத்தனை ஆர்வமாகக் கேட்டுக் கொண்டிருந்தார்... "ஒவ்வொரு தனிமனிதனும் பொருளாதார சுதந்திரம் பெற வேண்டும். அதுவே அவர்களைத் தைரியத்துடனும் சுயமரியாதையுடனும் வாழச் செய்யும். அதற்கு முதலில் கிராமப்பொருளாதாரம் உயர வேண்டும். அதே நேரம் சக்திக்கு மீறி முதலீடும் செய்து விடக் கூடாது. பெண்கள் வீட்டிலிருந்தே அவ்வேலையைச் செய்ய வேண்டும். எவ்வளவு நூலை உற்பத்தி செய்தாலும் அவற்றைச் செலவு செய்து விட முடியும். இதை விட கதர் துணியை உடுத்திக் கொள்ள வேறு காரணங்கள் வேண்டுமா என்ன..?" என்றபோது அவர் உடலெல்லாம் குளிர்ந்துப் போனதே... அவரை அவராகவே புரிந்துக் கொண்டவர்களை ஏன் அழைத்துப் போகிறாய் இறையே..? தலையைச் சுவற்றில் சாய்த்துக் கொண்டார் கஸ்தூர்.

எல்லாமே முடிந்து விடுமோ?

ரசீக் மீது அவன் தாத்தா கொண்டிருக்கும் அன்பை மகன் மீதும் கொண்டிருந்தால் ஹரிலால் இப்படி விலகியிருக்க மாட்டான். தாயில்லாத இந்தச் சிறுவன் தன் இறுதி நாளில் தந்தையுமற்றவனாகக் கிடக்க வேண்டியதில்லை.

"ஹரிக்குத் தகவல் சொல்லியாச்சா" என்றார் கஸ்தூர். கண்களில் நீர் பெருகியது.

"அவர் வந்து விட்டார் அம்மா" உள்ளறையைக் காட்டினான் தேவதாஸ்.

விசுக்கென்று நிமிர்ந்தார் கஸ்தூர். உள்ளறையை நோக்கி கிட்டத்தட்ட ஓடினார். அங்கு உடலை ஒடுக்கி குறுக்கி தன்னிலையற்றவர் போல அமர்ந்திருந்த ஹரிலால் தாயைக் கண்டதும் நிமிர்ந்து அமர்ந்து கொண்டார். அவர் கண்களில் நீர் வடிந்து காய்ந்திருந்தது. உடல் லேசாக நடுங்கிக் கொண்டிருந்தது.

அவர் ஆதூரத்தோடு மகனின் அருகில் அமர்ந்து கொண்டார். காலம் ஏன் இத்தனை விரைவாக ஓடுகிறது? கூட்டுக்குடும்ப வாழ்க்கையில் என்னையும் குழந்தையான இவனையும் விட்டுவிட்டு அவர் தென்னாப்பிரிக்கா போயிருந்தாரே... அப்போது கூட நான் நிம்மதியாக இருந்தேன். ஹரியும் நிம்மதியாக இருந்தான். இத்தனைக்கும் அவனுக்குச் சோறூட்டவோ முகம் துடைத்து விடவோ கூட எனக்கு நேரமிருக்காது. ஆனால் இருவரும் ஒருவருக்காக ஒருவர் வாழ்ந்துக் கொண்டிருந்தோம். இப்போது எல்லாமே மாறி விட்டது... எல்லாமே மாறி விட்டது. என்னை விட ஹரியின் மீதுதான் நிறைய சுமைகள். என் குழந்தை எப்படி தாங்கிக் கொள்வான்?

கஸ்தூர் மகனைத் தோளில் சாய்த்துக் கொண்டார். காதோரம் வழிந்த கண்ணீர் தாயாரின் தோள்பட்டையை ஈரமாக்கியது. எத்தனை துயரிது... புத்திர சோகம் எத்தனை கொடியது... கடவுளே... எல்லா துயரையும் இவன் மேல் ஏன் இறக்குகிறாய்? என் குழந்தை இவன்... இவனுக்கான துயரை என்னிடம் மாற்றி விடு இறைவா... மகனின் நடுங்கும் கரத்தைப் பற்றிக் கொண்டபோது தொண்டையிலிருந்து விம்மல் வெடித்துக் கிளம்பியது.

"அம்மா... ரசீக் பிழைத்து விடுவான் என்று சொல்லுங்கள். உங்கள் கையால் அவனை ஆசிர்வாதம் செய்யுங்கள். எனக்கு அவன் வேண்டும். அம்மா... என்னை விட்டு அவனைப் போக வேண்டாம் என்று சொல்லுங்கள்... அம்மா... ஒவ்வொருவராக என்னை விட்டு போய்க் கொண்டிருக்கிறார்களே... நானென்ன தவறு செய்தேன்?"

கான்டி மெதுவாகத் தகப்பனருகே வந்தான்.

"அப்பா..."

ஹரிலால் அதைப் புரிந்துகொண்டவராக உடைந்து அழத் தொடங்கினார்.

காங்கிரஸ் மகாசபைக் கூட்டம் லாகூரில் கூடியபோது பத்து மாநிலங்களின் உறுப்பினர்கள் காந்தியைத் தலைவராக தேர்ந்தெடுத்திருந்தனர். அது சரிபாதிக்கும் மேற்பட்ட மாநிலங்களின் விருப்பம் என்பதோடு மக்களின் விருப்பமாகவும் இருந்தது.

“சோஷலிச இந்தியாவைப் படைக்கும் குறிக்கோளுடன் தேசபக்தியுடைய இளைஞர்கள் புரட்சி இயக்கத்தில் திரள்கின்றனர். அகிம்சைக்கு எதிரான ஆயுதப்புரட்சியில் இளைஞர் சமுதாயம் நம்பிக்கைக் கொள்வது மிகவும் அபாயகரமானது” என்றார் காந்தி.

கூட்டத்தார் அமைதியாகக் கேட்டுக் கொண்டிருந்தனர்.

“புரட்சியாளர்கள் எத்தனை திறமைசாலிகளாக இருந்தாலும் சர்வசக்தி படைத்த பிரிட்டிஷ் சாம்ராஜ்யத்தைச் சில தனி நபர்கள் ஒளிந்து மறைந்து நடத்தும் பயங்கரச் செயல்களால் வீழ்த்தி விடமுடியாது. தோல்விப்பாதையில் சென்றுக் கொண்டிருக்கும் படித்த இளைஞர்களைக் காங்கிரஸ் பக்கம் கவர்ந்திழுக்க வேண்டுமெனில் அதனை இளைஞர் ஒருவர் வழிநடத்துவதே சிறந்ததாக இருக்கும்.”

அவருடைய எண்ணம் ஜவஹர்லால் நேருவையே அடையாளம் காட்டியது. அதையே கூட்டமும் ஏற்றுக் கொண்டது. அன்றைய கூட்டத்தின் தீர்மானம், சுதந்திரம் என்பது பிரிட்டிஷ் சாம்ராஜ்ஜியத்திலிருந்து விடுபட்ட பூரண சுதந்தரம்தான் என்றும் சத்தியாகிரக வழியில் ஒவ்வொரு இந்தியனும் இப்போராட்டத்தில் ஈடுபட்டால் அந்நியர் ஆட்சியிலிருந்து விடுதலை கிடைத்து விடும் என்றும் ஒருமனதாக நிறைவேற்றப்பட்டது.

ரசீக்பாயின் மரணத்தையொட்டி காந்தி தன் சுற்றுப்பயணத்தை முடித்துக் கொண்டு டில்லிக்குத் திரும்பியபோது குடும்பம் மொத்தமும் தங்கள் தலைவனைக் கண்டதும் கதறி அழுதது. அவர் கான்டியை அருகே அழைத்து அணைத்துக் கொண்டார். தேவதாஸ் தந்தை அருகே மண்டியிட்டு அமர்ந்துக் கொண்டான். கஸ்தூர் முக்காட்டை முகம் வரை இழுத்து விட்டுக் கொண்டாலும் கண்களிலிருந்து வழிந்த கண்ணீர் தரையில் சொட்டி அவரது மனநிலையைக் காட்டிக் கொடுத்தது. மனு, பாலீபென்னின் மடியில் துவண்டிருந்தாள். பெரியம்மாவுக்குத் தான் ஆறுதல் சொல்வதா அல்லது அவளிடமிருந்து ஆறுதலைப் பெற்றுக் கொள்வதா என்பது போன்று இருவரும் தேற்றிக் கொள்வதும் தளருவதுமாக இருந்தனர்.

காந்தியின் கண்கள் ஹரிலாலைத் தேடின. அதோ... அது அவன்தானா...? அவன்தானா அது? அத்தனை துக்கத்தையும் மீறி மகனின் தோற்றம் அவர் உள்ளத்தை உறைய வைத்தது. உடைந்த தேகமும் நடுங்கும் கால்களுமாக நின்றிருந்தார் அவர்.

சதையை வழித்து எடுத்தது போன்ற முகத்தில் கண்களிரண்டும் குழிக்குள் விழுந்தன போலிருந்தன. பற்கள் ஒன்றிரண்டைக் கூட இழந்திருப்பார் போலும்.

அந்நேரம்வரை தந்தையையே குறுகுறுவென்று பார்த்துக் கொண்டிருந்த ஹரிலால் அவர் பார்வை பட்டதும் தன் கண்களைத் தழைத்துக் கொண்டு சட்டென்று அறைக்குள் சென்று தாழிட்டுக் கொண்டார். கஸ்தூரின் பொங்கியெழுந்த உணர்வுகள் கட்டுப்பாட்டை மீறி கதறலாக வெளிப்பட்டது. காந்தி கான்டியை அணைத்துக் கொண்டார். மனுவை அருகே அழைத்து தலையைக் கோதினார். பாலீபென்னைத் தளர வேண்டாம் என்று ஆற்றுப்படுத்தினார். மனைவியின் அருகே ஆறுதலாக நின்று கொண்டார்.

அவர் கண்கள் சாத்திய அறைக்கதவின் மீது நிலைகொண்டு தடுமாறின.

27

வைசிராய் இர்வின் தனது நான்கு மாதக்கால லண்டன் பயணத்தை முடித்து விட்டு இந்தியா திரும்பியிருந்தார்.

சைமன் கமிஷனின் பரிந்துரையும் பிரிட்டிஷ் அரசினர் இனி தயாரிக்கவிருக்கும் திட்டங்களும் பரந்த நோக்கங்களுடன் கூடியவையாக இருக்க வேண்டுமெனில் இப்போது உத்தேசிக்கப்பட்டுள்ள திட்டமுறையைத் திருத்தி அமைத்தாக வேண்டும். இது சம்பந்தமாக மேற்கொண்டு நடவடிக்கைகள் எடுக்கும் முன் கூட்டுப் பார்லிமெண்டரிக் குழு லண்டனில் ஒரு மாநாட்டைக் கூட்டும் என்றும் அம்மாநாட்டில் மன்னர்பிரானின் அரசாங்கத்தார், பிரிட்டிஷ் இந்தியாவின் பிரதிநிதிகளுடனும் இந்திய சமஸ்தானங்களின் பிரதிநிதிகளுடனும் கலந்து பேசுவார்கள் என்பதாகவும் வைசிராயிடமிருந்து வெளியான அறிக்கை காங்கிரஸில் சலனத்தை ஏற்படுத்தியிருந்தது.

காந்தி அதற்கான தனது பதிலறிக்கையை வெளியிட்டார். அது, இந்தியா சுதந்திரம் பெற்றுத் தன்மதிப்புடன் வாழ வேண்டுமென்ற எண்ணம் பிரிட்டிஷாருக்கு இருக்கிறதா என்பதே எனது கேள்வி. ஒரு தேசத்தார் இன்னொரு தேசத்தாரைக் கொள்ளையடிப்பதிலும் பிரிட்டனின் ஏகாதிபத்தியப் பேராசையிலும் நான் பங்கெடுத்துக் கொள்ள முடியாது. இப்போது தேசத்திற்குக் கிடைக்கும் எந்த வகையான சுதந்திரமும் பிரிட்டிஷாரின் கருணையிலிருந்து பிறப்பதாகும். அத்தகைய கருணையை அவர்கள் காட்டுவதில் வியப்பேதும் இல்லை. அவர்கள் இந்தியாவுக்கு இழைத்த அநீதிகளுக்கு அது தக்கப் பிராயச்சித்தமும் கூட. ஆனால் தன்னுடைய சுதந்திரத்தைத் தானே நிலைநாட்டிக் கொள்ளும் வலிமையை இந்தியா இன்னும் பெறவில்லை என்றால் அதற்காக நான் பொறுமையுடன் காத்திருக்கத் தயாராக இருக்கிறேன், என்றது.

கான்டிபாய் தாத்தாவின் அருகில் வந்தமர்ந்துக் கொண்டான். சபர்மதி ஆசிரமத்தின் பால்பண்ணையில் அவன் பணியேற்றுக் கொண்டிருந்தான்.

"அப்பா எப்படியிருக்கிறார் தாத்தா..?"

"தெரியவில்லையே கான்டி" அவர் கண்களில் தெரிந்தது வெறுமையா விரக்தியா பரிவா அக்கறையா பாசமா கோபமா தவிப்பா நிராகரிப்பா என வரையறுக்கவியலாததாக இருந்த்து.

"தாத்தா... அன்று அப்பா டெல்லியிலிருந்து கிளம்பும்போது உனக்கென்ன வேண்டும்.. கேள்... என்றார் என்னிடம். அத்தனை பிரியமா அவருக்கு என் மீது?"

"மகன்களை அப்பாக்களால் வெறுக்க முடியாது கான்டி" அவர் கண்களை மூடிக் கொண்டார்.

"நான் அவரிடம் கேமிரா வாங்கித் தருமாறு கேட்டேனே தாத்தா...? உங்களுக்கு நினைவிருக்கிறதா அல்லது மறந்து விட்டீர்களா?"

"இல்லையப்பா... நான் எதையுமே மறக்கவில்லை. எதையும் மறக்க முடியாது இல்லையா?"

"அப்பா நாற்பது ரூபாய் கொடுத்தார் தாத்தா. மீதிப் பணத்தைப் பிறகு தருவதாகச் சொன்னாரே."

"ம்ம்..."

"ஆனால் நான்தான் இப்போதைக்கு அவசியமில்லை அப்பா... பிறகு வாங்கிக் கொள்கிறேன் என்றேன்."

"ம்ம்... அறிவேன்" காந்தி இன்னும் கண்களைத் திறக்கவில்லை. வெற்று மேலுடல் லேசாக நடுங்கியது.

"அவருக்கு அதிக பணத்தேவை. கடன் தொல்லைகள் வேறு..."

"ஆமாம்... ஆனால் அவனுடைய தேவையே வேறொன்றாக இருக்கிறதே?" அவர் தன்னிலை மீண்டிருந்தார்.

வட்டமேசை மாநாடு நடத்துவது குறித்து விவாதிக்கும்பொருட்டு வைஸ்ராய் இர்வினிடமிருந்து அழைப்பு வந்ததின் பேரில் மோதிலால் நேரும் காந்தியும் அவரைச் சந்திக்க டில்லிக்கு சென்றனர். இவர்களோடு டில்லியிலிருந்த ஜின்னாவும் டாக்டர் ஸாப்ரூவும் சேர்ந்துக் கொண்டனர்.

விவாதத்தின்போது காந்தி "இந்தியாவுக்குப் பரிபூரணமான டொமினியன் அந்தஸ்தை அளிக்க வேண்டும். விருப்பப்பட்டால் பிரிட்டிஷ் சாம்ராஜ்ஜியத்தை விட்டே பிரியும் உரிமையையும் அளிக்க வேண்டும். இப்படிப்பட்ட ஒரு அரசியல் அமைப்பு சட்டத்தைக் கூடவிருக்கும் வட்ட மேஜை மாநாடு தயாரிக்கும் என்று உங்களால் உறுதியளிக்க முடியுமா?" என்றார் வைஸ்ராயிடம்.

இர்வின் ஒரு கணம் காந்தியை உற்று நோக்கினார். இது தொடர்பாகப் பிரிட்டிஷ் பார்லிமெண்டில் தான் வெளியிட்ட அறிக்கையைத் தொடர்ந்து கன்சர்வேட்டிவ் கட்சியினர் எழுப்பிய எதிர்ப்புக் கூச்சல்கள் அவருக்கு நினைவுக்கு வந்தது. நல்லவேளையாகத் தொழில் கட்சியினருக்குப் பெரும்பான்மை பலமிருந்தால் கன்சர்வேட்டினரின் எதிர்ப்பைச் சமாளித்து விட முடிந்தது. ஆனாலும் மேல்சபையில் தொழிற்கட்சி தத்தளிக்க வேண்டியிருந்தது. இந்தியாவுக்கான முன்னாள் மந்திரி பர்ஹன்ஹெட் இந்த எதிர்ப்புக்குத் தலைமைத் தாங்கியிருந்தார். அவர் வலிமை நிறைந்தவர் என்பதே ஒரு பின்னடைவுதான்.

இங்கிலாந்து பார்லிமெண்டில் நடந்த நிகழ்வுகள் மளமளவென்று காட்சி வரிகளாக மனதில் ஓட "வட்ட மேசை மாநாடு இன்ன முடிவுதான் செய்யும் என்று முன்னதாக நான் எதையும் உறுதிக் கூற முடியாது மிஸ்டர் மோகன்தாஸ் காந்தி" என்றார் வைஸ்ராய் இர்வின்.

1930 ஆம் ஆண்டு பிறந்த அந்த நள்ளிரவு நேரத்தில் லாகூர் நகரிலுள்ள ரவி நதிக்கரையில் காங்கிரஸ் மகாசபையின் தலைவர் ஜவஹர்லால் நேரு மூவர்ணத் தேசியக்கொடியை ஏற்றி வைக்க, காந்தி உள்ளிட்ட பெருந்தலைவர்களும் பொது மக்களும் பிரதிநிதிகளும் தேசியக்கொடியின் கீழ் நின்று பூரண சுதந்திரப் பிரதிக்ஞை மேற்கொண்டனர். ஜனவரி 26 ஆம் நாளன்று ஊர்தோறும் ஊர்வலமும் பொதுக் கூட்டமும் நடத்தப்பட வேண்டுமென்றும் பொதுக்கூட்டங்களில் சொற்பொழிவு கூடாதென்றும் சுதந்திரப் பிரதிக்ஞையைக் கூட்டத்தலைவர் படிக்க, அவரைப் பின்பற்றி மற்றவர்கள் உறுதிமொழி எடுத்துக் கொள்வதோடு கூட்டத்தை முடித்துக் கொள்ள வேண்டுமென்றும் காங்கிரஸ் செயற்குழு முடிவு செய்தது.

இரவீந்திரநாத்தாகூர் ஆசிரமத்துக்கு வந்திருக்கிறாராம். காந்தி குளியலறையில் இருந்தபோதே அந்த மகிழ்ச்சி செய்தி வந்திருந்தது. சபர்மதியே பரபரப்புக்குள்ளாகியிருந்தது.

ஓட்டமும் நடையுமாகக் குடிலுக்குத் திரும்பிய காந்தி அங்கு தன் பேருடலைக் ஆசனத்துக்குள் குறுக்கிக் கொண்டு அமர்ந்திருந்த பெருங்கவியைக் கண்டதும், "வாருங்கள்... வாருங்கள்... ஆசியக்கவியே" என்றார் உடலும் மனமும் மலர.

"அய்யோ... இன்னும் உடை கூட மாற்றிக் கொள்ளவில்லை நீங்கள்" தாகூர் வேண்டுமென்றே கூறி சிரிக்க, காந்தியும் அதைப் புரிந்து கொண்டு "தேசிய உடை" என்று சிரித்தார்.

"மகாத்மா சொல்வது சரியாகத்தானே இருக்கும்" என்றவர் "உங்களைச் சந்தித்ததில் உள்ளபடியே எனக்குப் பெரு மகிழ்ச்சி" என்றார்.

சமையலறை வேலையில் மும்முரமாக இருந்த கஸ்தூர் தாகூர் வந்திருக்கும் சேதியைக் கேள்விப்பட்டு அவசரமாக வெளியே வந்தார். கம்பீரமான கவியின் முன்பு சவலைக்குழந்தையைப் போன்ற உடலுடன் அமர்ந்திருந்த கணவரைக் கண்டதும் சட்டென்று மனம் துணுக்குற வினாடிக்கும் குறைவான நேரம் நின்றார். இப்போதெல்லாம் இவருக்கு உடல்நிலையும் மனநிலையும் சீராகவே இருப்பதில்லை என்று தோன்றிய கவலையை எழும்போதே விழுங்கிக் கொண்டு அங்கமும் அகமும் மலர அந்த வங்காள விருந்தினரை வரவேற்றார். மணிலாலின் மனைவி சுசீலா இரு வேறு தட்டுகளில் பழங்களும் பருப்புகளும் எடுத்து வந்தாள். ஆசிரமவாசிகள் சிலர் அவரைக் காணும் ஆவலோடு குடிலின் மூங்கில் வேலியைப் பிடித்துக் கொண்டு நின்றனர். காந்தியின் மகன்களும் செயலரும் அவரைச் சுற்றி அமர்ந்துகொண்டனர்.

"இனிப்பு தயார் செய்யட்டுமா? என்றார் கஸ்தூர்.

அதைப் புன்னகையோடு மறுத்தவர் தட்டிலிருந்த பழத்துண்டுகளை எடுத்து உண்டார். கஸ்தூர் உள்ளே சென்ற வேகத்தில் வெளியே வந்தபோது அவர் கையில் அவித்த சூடான வேர்க்கடலைகளை நிரம்பிய தட்டு இருந்தது.

"வேர்க்கடலையின் அவியல் வாசமே சாப்பிடத் துண்டுகிறது" என்றபடி கடலையை உரித்து அதன் மெத்தென்ற பருப்பைத் தாடியாலும் மீசையாலும் மறைந்துக் கிடந்த வாய்க்குள் போட்டுக் கொண்டார்.

185

"இந்தாண்டு உங்களின் திட்டமாக எதை வைத்திருக்கிறீர்கள் மகாத்மா?"

"அதைத்தான் யோசித்துக் கொண்டிருக்கிறேன்... ஒன்று மட்டும் உறுதி. சத்தியத்தை அசலாகப் பின்பற்றும்போது முடிவில் தோல்வியடைவது போல தோன்றினால் அது சத்தியத்தின் பிழை அன்று என்பதில் உறுதியாக இருக்கிறேன்."

"ஆக மொத்தம் ஏதோ திட்டம் வைத்திருக்கிறீர்கள் போலும்."

"இரவும் பகலும் அது பற்றிதான் தீவிரமாக யோசித்துக் கொண்டிருக்கிறேன். ஆனால் சூழ்ந்திருக்கும் இருளைக் கிழித்து வரும் ஒளி எதுவும் எனக்குப் புலப்படவில்லையே."

"நீங்கள் மகாத்மா.... உங்கள் அந்தராத்மாவை நான் அறிவேன். அது உங்களை வழி நடத்தி விடும் என்று உறுதியாக நம்புகிறேன்."

காந்தி அதனை ஆசிர்வாதம் போல எடுத்துக் கொண்டார்.

28

சபர்மதியின் காலை நேரப் பணிகள் முடிவுக்கு வந்திருந்தன. கஸ்தூர் ஆரஞ்சுப்பழங்களைத் தோலுரித்துக் கொண்டிருந்தார். சுசீலா சபர்மதி ஆற்றில் துவைத்து உலர்த்திய துணிகளை மடித்து வைத்து விட்டு கஸ்தூரின் அருகில் அமர்ந்துக் கொண்டாள். பஞ்சாபிலிருந்து ஆசிரமத்திற்கு வந்து சேர்ந்திருந்த இளைஞர் பியாரிலாலின் தங்கை அவள். வந்த நாளிலிருந்தே அவள் கஸ்தூரையே சுற்றிக் கொண்டிருந்தாள். காந்தியின் சிந்தனைகள் அடுத்து நடத்தவிருக்கும் போராட்டத் திட்டம் குறித்தும் அது தேசம் முழுவதும் வன்முறை பரவாத சட்டமறுப்பாக இருக்க வேண்டும் என்பது குறித்தும் ஆராய்ந்து கொண்டிருந்தது. மகாதேவ் அன்றைய செய்தித்தாள்களைக் காந்தியின் பார்வைக்கு எடுத்து வைத்தார்.

“மகாதேவ்... உனக்கு உடல்நிலை சரியில்லைன்னு துர்க்கா சொன்னாளே?” என்றார் பா.

“நேற்றிரவு அவளுடன் போட்டிப் போட்டுக் கொண்டு சர்க்காவில் நூல் நூற்று விட்டேன். வழக்கத்துக்கு மீறி நூற்றதில் கையில் அதிக வலி வந்து விட்டது பா” என்று சிரித்தார் தேசாய். அவரது கைகள் அனிச்சையாக, இந்தியாவுக்குச் சுய நிர்ணய உரிமை அளிப்பது என்ற பேச்சுக்கே இடமில்லை, என்று வைஸ்ராய் சட்டசபையில் பேசியவை குறித்து வெளியான செய்தித்தாள் குறிப்புகளைக் காந்தியின் பார்வைக்கென அடிக்கோடிட்டுக் கொண்டிருந்தது.

காந்தி அவற்றைப் பொறுமையாகப் பார்த்துக் கொண்டிருந்தார். ராமதாஸின் புதுமனைவி நிர்மலா பேரீட்சம்பழங்களை எடுத்து வந்து மாமனாரின் அருகே வைத்து விட்டு உள்ளே சென்றார்.

மௌனம் திரையென படர்ந்திருந்தது. அதனை விரும்பாதவர் போல “நீங்கள் இன்று மிகவும் சோர்வாக இருக்கிறீர்கள் பா” என்றார் தேசாய். அதைக் காந்தியும் கவனித்துக் கொண்டுதானிருந்தார்.

ஆனால் அதை உடனடிப் பேச்சுக்குக் கொண்டு வராமல் மகாதேவ் எடுத்த வைத்த செய்தியின் தொடர்ச்சியாக, "அரசு தங்கள் சூழ்நிலையைத் தெளிவுப்படுத்தியதற்காகவும் அவர்களும் நாமும் எங்கெங்கே நிற்கிறோம் என்பதை நாம் தெளிவாக அறிந்துக் கொள்ள உதவியதற்காகவும் வைஸ்ராய்க்கு நாம் நன்றி சொல்ல வேண்டும்" என்றார் புன்னகையோடு.

பேரீட்சம்பழக்கொட்டைகள் மற்றொரு தட்டில் நிறைந்துக் கொண்டிருந்தன.

"ஆமாம் பாப்பூ... அவர்களது எண்ணம் சட்டசபையில் ஐயமற வெளியாகி விட்டது. எதிர்த்தரப்பினரின் நிலைப்பாடு தெளிவாகி விட்ட பிறகு நம் செயல்களைத் தெளிவாகத் திட்டமிட்டுக் கொள்ளலாம்."

அடுத்த நாள் எடுக்கவிருக்கும் சுதந்திரப் பிரதிக்ஞை குறித்து காந்தியைச் சந்திக்க வரும் தொண்டர்களின் எண்ணிக்கை பெருகிக் கொண்டே போனதில் கஸ்தூர் காலியான பழத்தட்டுகளை எடுத்துக் கொண்டு உள்ளறையை நோக்கி நடந்தார். தளர்ந்திருந்த மனைவியின் நடையைக் கவனித்தப்படியே காந்தி தொண்டர்களைச் சந்திப்பதற்காக முன்னறைக்கு எழுந்துச் சென்றார்.

மகாதேவ் தொண்டர்களை ஒழுங்குப்படுத்தி அமர வைக்க, ராமதாஸ் அவர்களிடம் நாளைய தினம் எல்லா நகரங்களிலும் கிராமங்களிலும் காங்கிரஸாரால் நடத்தப்படும் பொதுக்கூட்டங்களில் அனைவரும் கலந்துக் கொள்ள வேண்டும் என்றும் அதில் காங்கிரஸ் மகாசபையின் சுதந்திரச் செய்தி வாசிக்கப்பட்டு சுதந்திரப் பிரதிக்ஞை எடுத்துக் கொள்ளப்பட வேண்டும் என்றும் தெளிவுப்படுத்திக் கொண்டிருந்தார்.

காந்தியைக் கண்டதும் கூட்டம் இறைவனைக் கண்ட பக்தர்களென உருகி நின்றது.

தொண்டரொருவர் உற்சாகத்தோடு "பாப்பூ... நாளைய தினம் பாரதநாடு துரைத்தனத்தின் முன் மார்தட்டி நிற்கும் தினம்" என்றார்.

"மக்கள் விரும்புவது காங்கிரசா அல்லது அரசாங்கமா என்பது நாளை அவர்களுக்கு வெட்டவெளிச்சமாகத் தெரிந்து விடும்."

“வீடுகளையும் வீதிகளையும் தேசியக்கொடிகளாலும் தோரணங்களாலும் அலங்கரிக்கும் வேலை நடந்துக் கொண்டிருக்கிறது காந்தி அவர்களே...”

“நாளைய தினம் வீட்டிலிருப்பவர்கள் அரசாங்கத்தின் ஆதரவாளர்கள் என்று நாடெங்கும் செய்தி பரப்புகிறோம் அய்யா”

காந்தி அவர்களைப் பார்த்து மென்மையாகச் சிரித்து விட்டு “நல்லது” என்றார்.

பேரன் ரசீக்பாயின் நினைவுகளிலிருந்து கஸ்தூரரால் முற்றிலும் விடுபட முடியவில்லை என்பதை அவர் அறிந்திருந்தார். கூடவே மகன் ஹரியைப் பற்றிய நித்தியக்கவலை வேறு. அவன் எங்கிருக்கிறான் என்றே தெரியவில்லையாம். மற்ற மகன்கள் மூவரும் வெவ்வேறு வகைகளில் இதையே கூறியிருந்தனர். அவர் நாடோடியாக முகவரியற்றுத் திரிகிறாராம். மது அருந்தி விட்டு தெருவில் புரள்கிறாராம். தன் அடையாளங்களை மறைத்துக் கொள்ள விரும்புவது ஒருபுறம் என்றால் அவரே தன் புற அடையாளங்களைத் தொலைத்து விட்டதால் விசாரித்தவரையில் யாருக்குமே அவர் எங்கிருக்கிறார் என்பது குறித்து தெரிந்திருக்கவில்லை.

அந்த மரத்தினடியில் அவர் கண்களை மூடி அமர்ந்துக் கொண்டார்.

வைஷ்ணவன் என்போன் யாரென கேட்பின்
வகுப்பேன் அதனைக் கேளுங்கள்...
பிறருடையத் துன்பம் தனதென எண்ணும்
பெருங்குணத் தவனே வைஷ்ணவனாம்;
உறுதுயர் தீர்த்ததில் கர்வம் கொள்ளான்
உண்மை வைஷ்ணவன் அவனாகும்;
உறவென மனிதர்கள் உலகுள யாரையும்
வணங்குபவன் உடல்மனம் சொல்இவற்றில்
அறமெனத் தூய்மை காப்பவன் வைஷ்ணவன்;
அவனைப் பெற்றவள் அருந்தவத்தாள்.
விருப்பும் வெறுப்பும் விலக்கிய நடுநிலை
விளங்கி ஆசைகள் விட்டவனாய்
ஒருப்புடன் அன்னிய மாதரைத் தாயென

உணர்வான் வைஷ்ணவன்; தன் நாவால்
உரைப்பதிற் பொய்யிலன்; ஒருபோ தும்அவன்
ஊரார் உடைமையைத் தொடமாட்டான்;
வரைப்புள குணமிவை வகிப்பவன் எவனோ
அவனே உண்மை வைஷ்ணவனாம்.
மாயையும் மோகமும் அணுகா தவனாய்
மனத்தினில் திடமுள வைராக்கியன்;
நாயக னாகிய ஸ்ரீரா மன்திரு
நாமம் கேட்டதும் மெய்ம்மறந்து
போய், அதில் பரவசம் அடைகின்ற அவனுடைப்
பொன்னுடல், புண்ணிய தீர்த்தங்கள்
ஆகியன யாவையும் அடங்கிய க்ஷேத்திரம்
ஆகும்; அவனே வைஷ்ணவனாம்.
கபடமும் லோபமும் இல்லா தவனாய்க்
காம க்ரோதம் களைந்தவனாய்,
தபசுடை அவனே வைஷ்ணவன்; அவனைத்
தரிசிப் பவரின் சந்ததிகள்
சுபமடைவார்கள்; எழுபத் தோராம்
தலைமுறை வரையில் சுகமுறுவர்;
அபமறப் புனிதம் அடைகுவர்; பிறப்பெனும்
அலைகடல் நீந்திக் கரைசேர்வார்.

மனைவி அருகில் வந்ததை உணர்ந்திருந்தார்.

"உண்மைதான் கஸ்தூர்... என்னால் உணர முடிகிறது" என்றார் கிசுகிசுத்தக் குரலில். ரசீக்... சின்னஞ்சிறுவனாக என் கைப்பிடித்து நடைப் பயின்றிருக்கிறான். மழலைமொழி பேசியிருக்கிறான். அவனுடன் சரிசமமாக நான் ஓடி விளையாடியிருக்கிறேன். சிறுவனாக இருக்கும்போதே நாட்டுப்பொறுப்புடன் இருந்தவன் வாலிபப்பருவம் அடைந்ததும் தேச சேவையைப் பெரிதும் விரும்பத் தொடங்கியிருந்தான். பர்டோலி சத்தியாகிரகத்தில் அவன் ஈடுபாட்டைப் பாராட்டாதவர் யாருண்டு? தன் குடும்பச்சூழலிலிருந்து முற்றும் முழுசாக விலகி செல்லுமிடமெங்கும் சிறப்புத் தேடிக் கொண்டான். புத்திசாலித்தனமும் கொள்கையில் உறுதியும் கொண்டவன் அவன்.

மூச்சை இழுத்து உள் வாங்கினார்.

அவன் துறுதுறுப்பானவனும் கூட. நான்கு மணிக்கு விழித்துக் கொள்வதும் பிரார்த்தனைக்கூடத்தில் அமர்வதும் ஐந்து மணிக்கு குளியலும் உடற்பயிற்சியுமாக எத்தனை ஆர்வமாக இருந்தான்? ஆறரை மணிக்குக் காலை உணவு முடித்துக் கொண்ட பிறகு தோட்ட வேலைகள் செய்வான். சமையலுக்கு நீர் எடுத்து வருவான். நூற்பதிலும் அதைக் கற்றுத் தருவதிலும் எத்தனை தேர்ச்சிப் பெற்றிருந்தான்? எல்லா வேலைகளுக்கும் முன்னிற்பவன் என்பதால் மரணமும் விரைந்து அவன் முன் நின்று விட்டதா? இளவயதுக்கான கொந்தளிப்புகள் அடங்கி மனதளவில் உறுதியாகிக் கொண்டிருந்த சமயத்தில் அவனை நோய் கொண்டு போய் விட்டது கஸ்தூர். அவன் கீதையின் சாரத்தை உணர தொடங்கியிருந்ததை நான் அறிவேன். பஞ்சடிப்பதிலும் நூல் நூற்பதிலும் நல்ல தேர்ச்சி பெற்றிருந்தான்.

ஆனால் எல்லாம் முடிந்து விட்டது பாப்பு... எல்லாமே முடிந்து விட்டது.

“ஏனப்பா எங்களை விட்டுவிட்டுச் சென்று விட்டாய்?”

அவர் கண்களை விழித்தபோது மனைவியின் கண்களில் நீர் ததும்பி நிற்பதைக் கண்டார். ஹரி இங்கு வந்து தங்குவதுதான் எல்லாவற்றுக்கும் தீர்வு. ஆனால் அவன் எங்கிருக்கிறான்? ஹரி... என் ப்ரிய ஹரி... என் மகனே.. உன் மடியில் தலை வைத்து என் உயிர் பிரிய வேண்டும் என்று நான் எண்ணுவதெல்லாம் மிகப்பெரிய ஆசையா? இந்தத் தகப்பனின் ஆசையை நிறைவேற்றுவாயா என் மகனே?

உள்ளத்தழுதழுப்பை உதடுகள் மெல்லிய அனத்தலாக வெளியேற்றியது. கஸ்தூர் நிதானத்துக்கு வந்திருந்தார். அவர்கள் அங்கிருந்து எழுந்துக் கொண்டனர். அந்நேரம் வரைதான் உங்களுக்குத் தனிமை வாய்க்கும் என்பதுபோல அவர்களுடனான நடைப்பயிற்சிக்கு ஆட்கள் சேர்ந்துக் கொண்டபோது இருவருக்குமே உளச்சோர்வு சற்று விலகியது போலிருந்தது.

29

சபர்மதியில் கூடிய காங்கிரஸ் காரியக்கமிட்டிக் கூட்டத்தில் பூரண சுயராஜ்ஜியம் பெறுவதற்குச் சட்ட மறுப்பு இயக்கம் தொடங்க வேண்டும் என்றும் உப்பு வரியை எதிர்த்து அஹிம்சைப் போர் தொடங்கலாம் என்றும் மோகன்தாஸ் கூறிய யோசனை காங்கிரஸிலேயே நிறைய பேருக்கு வியப்பளித்தது.

அவர்கள் தயக்கத்துடனேயே கேள்வியை முன் வைத்தனர்.

"போராட்ட அறிவிப்புக்கு இது சரியான தருணமல்ல. இந்துக்களுக்கும் முஸ்லிம்களுக்கும் இடையில் இடைவெளி அதிகரித்து வருவதால் ஒன்றிணைந்த போராட்டம் சாத்தியம் என்று தோன்றவில்லை."

"ஆமாம்... அன்சாரி கூட இதே கருத்தைத்தான் முன் வைத்தார்."

"வன்முறை குழுக்கள் பெருகி விட்டன. அகிம்சை மீது இளைஞர்களுக்கு நம்பிக்கை குறைந்து விட்டது."

"இல்லை.. போராட்ட வழிமுறைகள் மீதும் மக்கள் மீதும் எனக்கு அசைக்க முடியாத நம்பிக்கை இருக்கிறது" என்றார் மோகன்தாஸ்.

"உப்பு வரியில் ஆங்கில ஆட்சிக்குக் கிடைக்கும் வெறும் ஆறுகோடி ரூபாய் வருமானத்தை நட்டப்படுத்துவதால் பிரிட்டிஷ் அரசு நடுங்கிப்போய் சுதந்திரம் தந்து விடுமா என்ன?"

"இயற்கையின் தயவால் கிடைக்கும் உப்பை இலவசமாகப் பெற மக்களுக்கு எல்லா உரிமையுமுண்டு. உப்பின் மீதான வரி அநீதியானதென்பதிலும் அதனை எதிர்த்துப் போராடுவது பாரத மக்களின் தார்மீகக் கடமை என்பதிலும் நான் உறுதியாக இருக்கிறேன்."

அவர் தயங்காமல் பதில்களை எடுத்து வைத்தார். இது குறித்து அவர் வைஸ்ராய்க்கு எழுதிய நீண்ட கடிதத்தில் தான் ஏன்

பிரிட்டிஷ் ஆட்சியைச் சாபக்கேடாகக் கருதுகிறேன் என்பதான கேள்விக்குள் பிரிட்டிஷாரின் சுரண்டல்களைக் குறித்தும் நிர்வாக சீர்கேடுகள் குறித்தும் விவரித்திருந்தார். அதில் நிலவரியானது குடியானவனை எங்ஙனம் கடுமையாக அழுத்துகிறது என்பதை குறித்தும் எழுதியிருந்தார். உழுதவன் விளைச்சலை வரியாக கட்டி விட்டு உப்பைத் தின்றே உயிர் வாழ வேண்டியிருக்கிறது. ஆனால் அரசாங்கமோ அந்த உப்புக்கும் வரி விதித்து அவன் மீது பெரும் பாரத்தை ஏற்றுகிறது. மது, போதை வஸ்துகள் இவற்றின் வரியும்கூட ஏழைகளிடமிருந்தே கிடைக்கிறது. இது அவர்களுடைய ஆரோக்கியம் ஒழுக்கம் என இரண்டு அஸ்திவாரங்களையுமே உறிஞ்சி விடுகிறது.

"அஹிம்சை இம்சையாக மாறி விடக் கூடாது பாப்பு."

"அஹிம்சையின் மூலம் பிரிட்டிஷ் மக்களின் மனத்தை மாற்றுவதே எனது ஆசை. இந்தியாவுக்கு அவர்கள் இழைத்துள்ள அநீதியை அவர்களே காணும்படி செய்ய வேண்டும். அதற்காக அம்மக்களுக்குத் தீங்கு செய்ய வேண்டும் என்று நான் எண்ணவில்லை. அதேசமயம் பிரிட்டன் தன் நடவடிக்கையைத் திருத்திக் கொள்ளாத வரையில் நம் மக்கள் தாங்களாகவே அனுபவிக்கும் துன்பம் கல் நெஞ்சையும் கரைத்து விடக்கூடியதாக இருக்க வேண்டும்."

இக்கடிதம் உங்களுடைய இதயத்தைத் தொடவில்லை என்றால் நான் இம்மாதம் பனிரெண்டாம் தேதி என் ஆசிரமச் சகாக்கள் சிலரை என்னோடு அழைத்துக் கொண்டு உப்புச் சட்ட ஷரத்துகளை மீறப் புறப்பட்டு விடுவேன். என்னைக் கைது செய்து என் திட்டத்தை பலிக்காமல் செய்து விட உங்களால் முடியும். ஆனால் எனக்குப் பின் என் வேலைகளைக் கட்டுப்பாடான முறையில் செய்யப் பல்லாயிரக்கணக்கான மக்கள் முன் வருவார்கள் என்று நான் நம்புகிறேன் என்று கடிதத்தை இறுதி செய்திருந்தார்.

போராட்டத்தைத் தவிர்ப்பதற்கான வாய்ப்புகளும் கால அவகாசமும் அரசாங்கத்துக்கு வழங்கப்பட்டபோதும் அதைப் பொருட்படுத்தாத அலட்சியத்தால் போராட்டத்தில் இறங்க வேண்டிய சூழலுக்கு மக்களை அரசே தள்ளி விட்டது என்று ஒவ்வொருவரும் சுட்டிக்காட்டும் நிலை உருவாகியிருந்த சூழலில் போராட்ட வெற்றிக்கான வாழ்த்துச் செய்திகள் கடிதங்கள் மூலமாகவும் தந்திகள் மூலமாகவும் சபர்மதியை நிறைத்தன.

'ஒவ்வொருவரும் கொள்கைக்கு முன்னுரிமை அளித்து தன்னலத்தை இறுதியில் வைத்தால் போராட்டங்கள் வெற்றி அடையும்' அவர் வந்து குவிந்த கடிதங்களில் எழுதப்படாமல் காலியாக இருந்த இடங்களில் தன் கருத்தையும் நன்றியையும் தெரிவித்து சளைக்காமல் பதிலெழுதி அனுப்பினார்.

மழை விடாமல் பெய்துகொண்டிருந்தது. கஸ்தூர் கை விளக்கின் ஒளியில் எழுதிக் கொண்டிருந்த கணவரின் அருகில் வந்தமர்ந்துக் கொண்டார். அப்போது அவர் சத்தியாகிரகத்தில் ஈடுபட்டு கைதாகி சிறைக்குச் செல்ல நேரும் சூழலில் சிறையில் கடைப்பிடிக்க வேண்டிய விதிமுறைகள் பற்றியும் போராட்டச் சூழலில் வகுப்புக் கலவரமோ இனக்கலவரமோ தற்செயலாக வெடிக்கக்கூடிய தருணங்களில் நடந்து கொள்ள வேண்டிய வழிமுறைகள் குறித்தும் 'யங் இந்தியா' இதழுக்கு கட்டுரை எழுதிக் கொண்டிருந்தார்.

"பாப்பு மழையும் குளிரும் அதிகரித்து விட்டது. நீங்க கொஞ்சநேரம் படுத்து ஓய்வெடுக்கலாமில்லையா?"

"நீ தூங்கலையா பா..." முகத்தை உயர்த்தாமலேயே கேட்டார். மனைவியை கஸ்தூர் என்று விளிப்பதை விட 'பா' என்று அழைப்பது அவருக்குப் பிடித்தமானதாகவும் பொருத்தமானதாகவும் தோன்றியது. பா வும் கணவரை எப்போதோ பாப்பு என்று அழைக்கத் தொடங்கியிருந்தார்.

"ம்ம்..."

மழை விட்டிருந்தது. எழுதி முடித்த கட்டுரையை அச்சுக்கு அனுப்பத் தோதாக அதனிடத்தில் வைத்து விட்டு உறங்குவதற்கான ஆயத்தங்களை மேற்கொண்டார். அவருடைய படுக்கை குடிலுக்கு வெளியே திறந்த வெளியிலிருந்தது.

"மழை திரும்ப ஆரம்பிச்சுடும். இன்னைக்கு ஒருநாளாவது உள்ளே வந்து படுக்கலாமில்லையா?"

"மழை வந்தா உள்ளே வந்துடுறேன். நீ போய்த் தூங்கு" அவரது சட்டையில்லாத மேலுடல் குளிருக்குத் தன்னைத்தானே தகவமைத்துக் கொண்டிருந்தது.

30

தண்டியை நோக்கிச் செல்லவிருக்கும் சத்தியாகிரகப் பயணப்பாதை புழுதியும் வெக்கையும் நிறைந்த கிராமத்து மண் சாலை வழியாகத் திட்டமிடப்பட்டது. மோட்டார் மூலம் பயணிக்கலாமே என்று ராஜாஜி அபிப்பிராயம் சொன்னபோது “போராட்டங்கள் சமூகத்தில் கடைக்கோடி வரை ஊடுருவவில்லையெனில் அவை வெற்றி பெறாது. மக்கள் திரளின் மகத்துவம் அரசாங்கத்துக்குத் தெரிய வேண்டும்” என்றார் காந்தி.

அருண்டுக்டியின் தலைமையில் குஜராத் வித்யாபீடத்தின் மாணவர் குழு சத்தியாகிரகிகள் செல்லவிருக்கும் பாதையில் முன்னேற்பாட்டு வேலைகளைக் கவனித்தன. சத்தியாகிரகிகளுக்கு இளைப்பாறலுக்கும் இரவு தங்கலுக்குமென ஏற்பாடுகளைச் செய்தல், மலக்குழிகள் வெட்டுதல், கூட்டம் நடத்த ஏதுவாக மைதானங்களைச் சீர்ப்படுத்தி வைத்தல், உதவும் எண்ணங்கொண்டவர்களிடம் எளிய உணவுகளைச் சமைக்கச் சொல்லியும் உதவ முன்வராத கிராமங்களில் உணவு சமைக்கும் பணியினைக் கையிலெடுத்துக் கொள்ள திட்டமிடுவதுமாகத் தன்னார்வலர்கள் முன்கூட்டியே பணிகளைத் தொடங்கியிருந்தனர். ஆலோசனைகள், திட்ட வடிவமைப்பு, முன்னேற்பாடுகள், பின்னேற்பாடுகள் என அடுத்தடுத்த செயல்பாடுகள் சார்ந்து கட்சியினரும் உப்பு சத்தியாகிரக அறிவிப்பால் கவரப்பட்டு ஆசிரமத்தை மொய்க்கும் உள்நாட்டாரும் வெளிநாட்டு அன்பர்களுமென அவரைச் சந்திக்க ஆட்கள் காத்துக் கொண்டேயிருந்தனர். ஒரு தன்னிறைவு சமுதாயமென துலங்கிக் கொண்டிருக்கும் ஆசிரமமும் அதன் வாழ்க்கை நெறிகளும் காண்போரை ஆச்சரியப்படுத்தின.

“அரசாங்கம் எதிர்க்கிறது... காங்கிரஸ் பெரிதாக ஆதரிக்கவில்லை. நீங்கள் உங்களை நம்பியே இதைத் தொடங்குகிறீர்கள். அப்படிதானே மிஸ்டர் காந்தி?” என்றார் ஹரிதாஸ். அவர் அமெரிக்காவிலிருந்து காந்தியத்தால் ஈர்க்கப்பட்டு ஆசிரமத்துக்கு வந்தவர்.

“மக்களை நம்புகிறேன்” அவர் உதடுகளில் புன்னகை வரியாக ஓடியிருந்தது.

“ஆனால் அவர்கள்தானே இதற்கு முன்பாக உங்களைப் போராட்டத்தைப் பின்வாங்க செய்தவர்கள்? அவர்கள் மாறி விட்டார்களா என்ன?”

“தொடர்ந்து பரப்புரை செய்வதால் பொய் உண்மையாகாது. யாவரும் கவனிக்கவில்லை என்றாலும் உண்மை பொய்யாகாது. பொதுமக்கள் துணையின்றியும் உண்மை நிலைத்து நிற்கும்.”

“அப்படியானால் நீங்கள் மக்களை நம்பவில்லையா?”

“ஹரிதாஸ்.. நீங்க பேசாமல் என்னோடு சத்தியாகிரகத்தில் கலந்துக் கொள்ளுங்கள். உங்களோட கேள்விகளுக்கெல்லாம் நேரடியாகப் பதில் கிடைக்கும்” அவர் பலமாகச் சிரித்தாலும் தன்னுடன் யாத்திரைக்கு வரவிருக்கும் சத்தியாகிரகிகளுள் அவரையும் ஒருவரென அவருடைய மனம் கணக்கிட்டுக் கொண்டது.

“யாத்திரையில் என் பெயரையும் இணைத்துக் கொள்ளுங்கள் காந்தி” என்றார் அப்பாஸ் தியாப்ஜி. எழுபத்தாறு வயதான அவர் குஜராத்தில் செல்வசெழிப்பும் அதிகார பலமும் மிக்க குடும்பத்தில் பிறந்து இங்கிலாந்தில் உயர்க்கல்வி பயின்றவர்.

“நான் கைதான பிறகு சத்தியாகிரகத்தை நீங்கள் தலைமையேற்று நடத்துங்கள் அப்பாஸ்” என்றார் காந்தி.

அப்பாஸ்தியாப்ஜிக்கு காந்தி சொல்லும் எதுவுமே வேதத்தின் வாக்குதான்.

சபர்மதி ஆற்றின் கரையில் அமைந்திருக்கும் அந்த ஆசிரமத்திலிருந்து மறுநாள் காந்தி தொடங்கவிருக்கும் உப்பு யாத்திரை குறித்து அறியும் ஆவலும் உற்சாகமும் உணர்ச்சி பிரவாகமும் மக்களிடம் இருந்தது. அதனைச் செய்தியாக்கி தரும் கவனம் செய்தியாளர்களிடம் இருந்தது. யாத்திரையைத் திரைப்படமெடுக்க ஏற்பாடாகியிருந்தது. உள்நாட்டு வெளிநாட்டு பத்திரிகையாளர்கள் காந்தியை விடாது பின்தொடர்ந்தனர். உலகின் பல பாகங்களிலிருந்தும் தந்திகளும் செய்திகளும் அகமதாபாத் தபால் நிலையத்தில் குவிந்துக் கொண்டிருந்தன. ஆசிரமத்துக்கு வெளியேயும் கேள்விகளும் பதில்களும் உலவின.

"அவர் பிடிவாதக்காரர். அவரிடம் யார் பேச்சும் எடுபட போவதில்லை. உப்புக்கான இப்போராட்டம் எத்தனை தூரம் மக்களைக் கவரும் என்று தெரியவில்லை."

"இது சம்பந்தமாக வைஸ்ராய்க்கு எழுதிய கடிதத்தைக் கொடுத்தனுப்புவதற்கு ரெஜினால்ட் ரெயினால்ட்ஸ் என்ற ஆங்கில இளைஞரைத் தெரிவு செய்ததே இந்தியர்கள் லட்சியத்திற்காகப் போராடுகிறார்களே தவிர பிரிட்டிஷாருக்கு எதிராக அல்ல என்ற செய்தியைச் சொல்லிக் கொள்வதற்காகத்தான். அவர் எதிரிகளை உருவாக்காத போராட்டக்காரர்."

"ஆமாம்... அவர் விடுதலை என்பது எதிர்த்தரப்பையும் உள்ளடக்கியது என்று கருதுபவர்."

காந்தி உப்பு யாத்திரைக்குத் தன்னால் தேர்ந்தெடுக்கப்பட்ட சத்தியாகிரகிகளின் பெயர்களை ஏற்கனவே யங் இந்தியாவில் வெளியிட்டிருந்தார். அப்பெயர்களில் தென்னாப்பிரிக்காவிலிருந்து திரும்பியிருந்த மணிலாலின் பெயரும் கான்டிலால் பெயரும் இருந்தன. தேர்ந்தெடுக்கப்பட்ட சத்தியாகிரகிகளுக்கு யாத்திரைக்குத் தேவையாகப் பயிற்சிகள் அளிக்கப்பட்டன.

"சத்தியாகிரகிகளாகப் பங்குக்கொள்ள நாடு முழுவதும் ஆர்வம் கொண்டோரிடமிருந்து ஆயிரங்கணக்கான கடிதங்கள் வந்த போதிலும் ஆசிரமவாசிகளை மட்டும் தேர்ந்தெடுத்து விட்டீர்கள் போலிருக்கே?" பத்திரிகையாளர்கள் கேள்விகளை எழுப்பிக் கொண்டேயிருந்தனர்.

"இந்த ஆசிரமம் பிறரின் உதவியால் நடப்பது. இங்கு பயிற்சி பெற்றவர்கள் நாட்டுக்காக தம் உயிரையும் தரக்கூடிய கடப்பாடு உடையவர்கள் என்பதையும் அவர்கள் அதற்கு எத்துணை தூரம் தகுதி பெற்றிருக்கிறார்கள் என்பதையும் உலகத்தார் புரிந்துக் கொள்ள இது ஒரு வாய்ப்பு. போராட்டத்தின் போக்கு மற்றவர்களையும் ஈடுபடுத்துவதாக அமையும்போது பிறரும் அதில் பங்கு கொள்ளலாம்."

மகாதேவ்தேசாய் காந்தியின் பேச்சுகளைக் குறிப்பெடுத்துக் கொண்டிருந்தபோது அடுக்கி வைக்கப்பட்ட தாள் கத்தை சரிந்தது. காந்தி பேச்சை நிறுத்தி விட்டு அதைப் பிடிக்க முயன்றார். அது அவரிடமிருந்து தப்பி தேசாயிடம் பம்மிக் கொண்டது. "இதைச் சரியாக அடுக்கி வைத்திருந்தால் இந்த நேரத்தை

மிச்சப்படுத்தியிருக்கலாம் அல்லவா...?" என்றபோது காந்தியின் முகம் சற்று கடுமையாக இருந்தது. தேசாய் பதிலொன்றும் கூறாமல் எழுதுவதில் தம்மை ஆழ்த்திக் கொள்பவர் போலிருந்தார்.

பத்திரிகையாளர் கேள்விகள் தொடர்ந்தன. "நீங்கள் மேற்கொண்டுள்ள செயலானது சட்டத்திற்கு விரோதமானது என்றும் பொதுஜன அமைதியைக் கெடுப்பது என்றும் வைசிராய் உங்கள் கடிதத்துக்குப் பதில் எழுதியிருக்கிறாரே."

"வைஸ்ராயின் முன்பு நான் மண்டியிட்டு வணங்கி ரொட்டி வேண்டுமென்றேன். ஆனால் எனக்கு கல் தான் திரும்பக் கிடைத்தது."

கொடிகளோ தட்டிகளோ வேறேதும் விளம்பரங்களோ இல்லையென்றாலும் நாடு முழுவதும் செய்தி பரவியிருந்தது. சபர்மதி ஆற்றங்கரையில் மகாத்மா... மகாத்மா என்று எளிய மக்கள் கூட்டம் உருகிக்கிடந்தது. அவரைக் கைது செய்து விடுவார்கள் என்ற வதந்தி பரவியது. ஆசிரமத்தினுள் காந்தி வழக்கமான நடைப்பயிற்சியை முடித்து விட்டு திரும்பிய போது வருகையாளர்கள் எண்ணிக்கை வழக்கத்தை விட கூடியிருந்ததைக் கவனித்தார். அன்றிரவு விருந்தினர்களின் வரவு அதிகரித்து விடும் என்பதால் கஸ்தூர் சமையலறைப் பெண்களிடம் ரொட்டி தயாரிப்புக்கான மாவை அதிகமாகவே பிசைந்து வைக்கச் சொல்லியிருந்தார். காந்தி, பியாரிலால் தயார் செய்திருந்த மதிய ஓய்வுக்கான படுக்கையில் சரிந்து படுத்தார். மாலை பிரார்த்தனைக்கு முன்பு மக்கன்லாலின் குடிலுக்குச் செல்ல வேண்டும் என்றெண்ணிக் கொண்டபோதே உறங்கிப் போனார்.

அன்றைய மாலை பிரார்த்தனைக்குப் பிறகு நடந்தக் கூட்டத்தில் சத்தியாகிரகத்தில் பங்கு பெறவிருக்கும் சத்தியாகிரகிகள் ஆர்வத்தோடு அமர்ந்திருந்தனர். தூய்மை செய்யப்பட்ட தானியங்களைக் கலன்களில் கொட்டி வைத்து விட்டு கஸ்தூரும் அவர்களோடு அமர்ந்துக் கொண்டார்.

சன்னமான விளக்கொளியில் நிழலோவியமென காந்தி அமர்ந்து பேசத் தொடங்கினார்.

"நான் ஆரம்பித்த வேலையை முடிக்க இந்தியாவில் எண்ணற்ற மனங்கள் இருப்பதாக நான் நம்புகிறேன். போலவே நமது காரணத்தின் நீதியிலும் நமது ஆயுதங்களின் தூய்மையிலும்

எனக்கு நம்பிக்கை உள்ளது. வழிமுறைகள் மாசற்றதாக இருக்குமிடத்தில் கடவுள் சந்தேகத்திற்கு இடமின்றி அவருடைய ஆசிர்வாதங்களுடன் நிறைந்திருக்கிறார். இந்த மூன்றும் இணைந்த இடத்தில் தோல்வி என்பது சாத்தியமற்றது. கடவுள் உங்கள் அனைவரையும் ஆசீர்வதிப்பார். நாளை தொடங்கும் போராட்டத்தின் பாதையில் எழுகிற அனைத்துத் தடைகளையும் அவரவர் ஆத்மபலத்தால் மீறி முன் செல்லுங்கள்."

31

1930ஆம் ஆண்டின் மார்ச் மாதத்தின் பனிரெண்டாம் நாளான அன்றைய தினம் காந்தியின் தெளிவான திட்டமிடலோடும் தினசரி நியதிகளுடனும் வழக்கமான பிரார்த்தனையுடனும் துவங்கியிருந்தது. ஆசிரமம் உள்ளும்புறமும் ஆட்களால் பிதுங்கினாலும் அரசும் காவல்துறையும் இவையெல்லாம் சட்டை செய்யுமளவுக்கு முக்கியம் வாய்ந்தவையல்ல என்பது போன்று வாளாவிருந்தன. கோயில்களிலும் மசூதிகளிலும் சர்ச்சுகளிலும் யாத்திரையின் வெற்றிக்காகப் பிரார்த்தனைகள் நடத்தப்பட்டன.

யாத்திரைக்குத் தேர்வான சத்தியாகிரகிகள் தத்தம் குடில்களில் பயணத்துக்குத் தயாராகிக் கொண்டிருந்தனர். அவர்கள் பரவசமாகவும் ஒருவிதமான துறவு மனநிலையும் கொண்டவர்கள் போலிருந்தனர். தங்களின் பெயர்ப்பட்டியல் பத்திரிகையில் வெளியானதன் மூலம் அவர்களுக்குத் தங்களின் செயல் குறித்த பெருமிதமும் சேர்ந்திருந்தது. கதராடையில் அணிவகுத்திருந்த அவர்களின் தோள்களில் தொங்கிய பைகளில் மாற்றுடை ஒன்றும் நாட்குறிப்பும் ராட்டையும் தண்ணீர் குவளையும் இருந்தன. ஆறரை மணிக்கு மேல் பெண்களுக்கான பிரார்த்தனை நேரம் ஆரம்பித்து விடும் என்றாலும் பெண்கள் தத்தமது வீட்டு ஆண்களை வழியனுப்பும் பொருட்டு ஆசிரம வாயிலுக்கு வந்திருந்தனர்.

இரும்புபூண் பதித்த நீண்ட மூங்கில் கழியைக் காகா காலேல்கர் காந்தியிடம் வழங்கி யாத்திரையை தொடங்கி வைத்தபோது மொத்தக் கூட்டமும் உணர்ச்சிவயப்பட்டிருந்தது. காந்தி "உப்புச் சட்டத்தை ரத்து செய்வதில் நான் வெற்றி பெறும்வரை ஆசிரமத்துக்குத் திரும்பப் போவதில்லை" என்றார். காந்திஜிக்கு ஜே.. மகாத்மாவுக்கு ஜே.. பாரதமாதாவுக்கு ஜே... என்று குரல்கள் உருகின. கஸ்தூர் எல்லோரையும் வாழ்த்தி வழியனுப்பினார். காலை ஆறரை மணிக்கு அவர் நடையைத் தொடங்க மற்றவர்கள்

குறு ஓட்டமாகப் பின்தொடர்ந்தனர். காங்கிரஸ் மகாசபையின் தலைவர் ஜவஹர்லால் நேருவும் அவரது தந்தை மோதிலால் நேருவும் அவர்களை வழியனுப்பும் பொருட்டு உடன் நடந்தனர்.

தாங்கள் வகுத்துக் கொண்ட பயணப்பாதையான 240 மைல்கள் தொலைவும் அதனூடாகக் கடக்கவிருக்கும் கிராமங்களில் ஏற்படுத்தும் விழிப்புணர்வும் பிரிட்டிஷ் பேரரசின் அடித்தளத்தை அசைக்கப் போவதாகச் சாத்வீக அறைக்கூவல் விடுத்துக் கொண்டு சத்தியாகிரகக் குழு கிளம்பியபோது ஆசிரமவாசிகள் கண்களிலிருந்து மறையும் வரை அவர்களைப் பார்த்துக் கொண்டு நின்றனர். மணிலாலின் மனைவி சுசீலாவுக்கு தன்னையுமறியாமல் கண்களில் நீர் வழிந்தது.

குடிலுக்குத் திரும்பிய பிறகு கஸ்தூர் மருமகளை அருகில் அழைத்து அமர்த்திக் கொண்டார். “சுசீலா... நம் வீட்டு ஆண்கள் தைரியமானவர்கள். சிறந்த வீரர்கள். இம்மாதிரி நேரங்களில் நாம் அவர்களுக்குத் தைரியமூட்டி அனுப்ப வேண்டுமே தவிர இப்படிக் கண்கலங்கிக் கொண்டு நிற்கக் கூடாது. நாம் தைரியமாக இருந்தால்தான் அவர்களும் தைரியமாக இருப்பார்கள்.”

சுசீலா தலையாட்டிக் கொண்டபோது அவள் நினைவுகளுக்குள் எளிய கதராடையும் குல்லாவும் அணிந்து தந்தையின் பின் தனயனாகச் செல்லும் கணவன் மணிலாலின் பின்புறம் நினைவுக்கு வந்து. நான் அவரை நினைத்து உருகுவது போல அவர் என்னைக் கருதுவாரா? ஆனால் நாடே விடுதலை வேள்வியில் ஆகுதியென தன்னைக் கரைத்துக் கொள்ள தயாராகிக் கொண்டிருக்கும்போது தனியொரு சமித்துக்குச்சிக்கு என்ன மதிப்பிருக்க முடியும்? கான்டிலால் எத்தனை சிறுவன்? அவன் கூட அத்தனை உத்வேகத்தோடு கிளம்பி விட்டான். ரசீக் உயிரோடு இருந்திருந்தால் இந்நேரம் முதல் ஆளாக நின்றிருப்பான் என்று பா சொல்லிக் கொண்டேயிருக்கிறார்.

“புரிகிறதா சுசீலா?”

புரிந்துக் கொள்கிறேன் என்பது போல தலையாட்டினாள் சுசீலா.

பெண்களுக்கான பிரார்த்தனை நேரம் தொடங்கியிருந்தது. கஸ்தூர் தான் வழக்கமாக அமரும் இடத்திற்குச் சென்று அமர்ந்துக் கொண்டார். அவரைத் தொடர்ந்து மருமகள்களும்

மற்ற பெண்களும் அமர்ந்துக் கொள்ள பிரார்த்தனைப் பாடல்கள் பாட தொடங்கப்பட்டன.

அப்போது அனைவருக்கும் மையமாகக் கஸ்தூர் தெரிய தொடங்கியிருந்தார்.

யாத்திரை நகர்புற சாலையைத் தவிர்த்து கிராமப்பாதையில் எளிமையின் பிரமாண்டமென பயணத்தைத் தொடர்ந்தது. சத்தியாகிரகிகளில் மூத்தவரான காந்தி இரும்பு முனையும் ஒரங்குலச் சுற்றளவும் ஐம்பத்து நான்கு அங்குல நீளமுமுள்ள மூங்கில் தடியை ஊன்றிக் கொண்டு முன்னே நடந்தார். அவர்கள் மாட்டு வண்டியில் நடமாடும் கதர் விற்பனைக்கூடத்தையும் தங்களுடன் அழைத்துக் கொண்டனர்.

சந்தோஷக் கூச்சல்களோ ஆரவாரங்களோ ஏதுமின்றி நகர்ந்துக் கொண்டிருந்த யாத்திரைக்கு சில கிராமங்களில் அபரிதமான வரவேற்பு கிடைத்தது. கிராமத்தின் ஆண்களும் பெண்களும் மண்பாதையின் புழுதியடங்க நீர் தெளித்து இருமருங்கிலும் நின்று உற்சாகமாக வரவேற்பு அளித்தனர். காந்தி அவர்களிடம், கூட்டம் கூடினால் மட்டும் போதாது. சுயராஜ்ஜியப் படையில் மக்கள் தங்களை இணைத்துக் கொள்ள வேண்டும்," என்றார். அவர் கிராமந்தோறும் கூட்டங்கள் நடத்துவதும் ராட்டையில் நூற்பதும் 'யங் இந்தியா' இதழுக்குக் கட்டுரைகள் எழுதுவதும் தலைவர்களைச் சந்திப்பதும் பத்திரிகையாளர்களுக்குப் பேட்டியளிப்பதுமாக இரவுகளை வகுத்துக் கொண்டார். பகல்களைப் பிரித்துக் கொண்டார். அதன் வழியே பொதுமக்களோடு தொடர் உரையாடல்கள் இருக்குமாறு பார்த்துக் கொண்டார்.

சத்தியாகிரகிகள் ஓய்வு நேரங்களில் நூல் நூற்றனர். அன்றைய தினத்தில் நடந்தவைகளைக் குறிப்புகளாக எழுதினர். கால்வலியும் உடல் அலுப்பும் அவர்களுக்கு மனத்தளர்வை ஏற்படுத்தினாலும் பொதுமக்களின் வரவேற்பு அவர்களை உற்சாகமடைய வைத்தது. மேய்ச்சல் விலங்குகள் தம்முடலில் ஒட்டிக் கொள்ளும் தாவர விதைகளைட்க் தாங்கள் மேயுமிடங்கும் உதறவிட்டு அடுத்த மேய்ச்சலுக்கான உணவை உற்பத்திச் செய்துகொள்வதைப் போல சத்தியாகிரகிகள் யாத்திரையின் பாதைகளில் விடுதலைக்கான வேட்கையை விதைத்துக் கொண்டே நடந்தனர். சில கிராம அதிகாரிகள் பிரிட்டிஷ் அரசாங்கத்தின் கீழ் தாங்கள் வகிக்கும் பதவியைத் துறந்தனர்.

காந்தி கூட்டங்களில் கதரின் மேன்மையையும் இந்து முஸ்லிம் ஒற்றுமையையும் தீண்டாமையின் கொடுமையையும் குறித்து பேசினார்.

"மன்னர் வாழ்கவே! என்ற பாட்டை நான் எத்தனையோ முறை ராகத்துடன் பாடியிருக்கிறேன். அப்படிப்பட்ட நான் இன்று ராஜதுவேஷத்தையே எனது மதமாகக் கொண்டு விட்டேன். இந்த நாட்டில் பிரிட்டிஷ் ஆட்சி தார்மீக லௌகீக கலாச்சார ஆன்மிக சீரழிவை ஏற்படுத்தி விட்டது. இந்த ஆட்சியைச் சாபக்கேடு என்றுதான் சொல்வேன். இதனை ஒழிக்க நான் களத்தில் இறங்கி விட்டேன். யாரையும் கொல்வது நம் நோக்கமல்ல. நமது சாபமாக இருக்கும் இந்த ஆட்சியை ஒழிப்பதே நமது தருமமாகும். மக்கள் ஒத்துழையாதபோது எந்த அரசும் அவர்கள் மேல் அதிகாரம் செலுத்த இயலாது" என்றபோது ஆணும் பெண்ணுமாக கூடியிருந்த அம்மக்கள் அதனை உள்ளத்தால் கேட்டுக் கொண்டனர்.

உணவு விஷயத்தில் அவர் காட்டிய எளிமையும் கண்டிப்பும் சத்தியாகிரகிகளின் உடல் மன பலவீனங்களை எடுத்துக் காட்டியபோது அவர் கண்டிப்புடன் நடந்துக் கொள்ள வேண்டியிருந்தது. பயண தூரமும் அலைச்சலும் அவை ஏற்படுத்திய கடினமும் சத்தியாகிரகிகளின் நெஞ்சுரத்தை அசைத்தபோது அதனை உயர்த்தி நிமிர்த்தியும் சச்சரவுகள் நேராமல் பார்த்துக் கொள்வதும் கூட காந்தியின் கடமையாக இருந்தது. நாடு முழுக்க அதிர்வுகளைக் கிளப்பிய யாத்திரை சில இடங்களில் அமைதியாகவும் கம்பீரமற்றும் இருந்தது. அங்கெல்லாம் தண்டோரா போட்டு மக்களை அழைக்க வேண்டியிருந்தது. சிலர் ஏதொன்றும் நடவாததுபோல அவர்களைக் கடந்து சென்றனர். பருத்தி அதிகமாக விளையும் இடங்களில் கூட சிலர் கதர் அணிய விருப்பம் கொண்டிருக்கவில்லை.

"இதுபோன்ற உற்சாகமின்மை நம் விடுதலையைத் தாமதப்படுத்தும்" என்றார் காந்தி பத்திரிகையாளர்களிடம்.

"இந்த காந்தி பைத்தியக்காரப் பணியை முன்னெடுக்கிறார் என்று அரசு சார்பு பத்திரிகைகள் எழுதுகிறார்களே."

"நீங்கள் என்னை முட்டாள் என்று விமர்சித்தால் அதற்காக நானும் உங்களுடன் சேர்ந்து நகைப்பேன்."

வஸனா கிராமத்தில் தீண்டாதோரை கிராமத்துக்கு வெளியே நிறுத்தி வைத்திருப்பது அவர் அறிதலுக்கு வந்தபோது ”தேச நிர்மாணத்தைக் கட்டமைக்கும் பணிக்குத் தீண்டாதோரை ஒதுக்கி வைக்கும் உங்களைப் போன்றவர்கள் தேவையே இல்லை” என்றார் கண்டிப்புடன். வந்திருந்த கடிதங்களுக்கு அவர் பதில் எழுதி முடித்தபோது நாடு உறங்கியிருந்தது.

32

பேத்தி மனு சபர்மதி ஆசிரமத்துக்கு வந்திருந்தது கஸ்தூருக்கு கொண்டாட்டமாக இருந்தது. ஆனால் அவளுக்கென்று தனி கவனிப்பு எதையும் அளித்து விட முடியாது. ஒருமுறை ராமதாஸின் பிறந்தநாளுக்கு இனிப்பு செய்யப் போக அவரது கணவர், ஆசிரமத்தில் அனைவரும் சமம் என்னும்போது நம் மகனுக்கு மட்டும் தனியாக இனிப்பு செய்வது எந்த வகையில் சரி? என்று கோபப்பட்டிருந்தார். மனு இங்கிருக்கும் சோற்றை ஏற்றுக் கொண்டதே பெரிய விஷயம்தான். "இதென்ன சாதமா.. கூழா.. பாட்டி என்றாள். கைக்குத்தல் அரிசி சாதமும் கஞ்சி நீக்காத அதன் பக்குவமும் வெந்தபின் மாவாக மசித்து விடும் தன்மையும் அவளுக்குப் பிடிக்கவில்லை. மனு சொன்னது தாத்தாவின் காதில் விழுந்து விட்டது. "எல்லோருக்கும் மல்லிகை மொக்குகளைப் போல சாதம் வேண்டியிருக்கிறது. அரிசியில் எந்த இடத்திலிருந்து முளை கிளம்பகிறதோ அதுவே புஷ்டியான பாகம். தீட்டும்போது அது போய் விடுகிறது. தண்ணீரில் பலமுறை கழுவும்போது எஞ்சியிருக்கும் சத்தும் போய் விடுகிறது. சக்கையாகச் சாப்பிடுவதால் சப்பையாக இருக்கும் உன் அடிவயிறு தொப்பையாகி விடும், என்றார்.

அதுவாவது போகட்டும்... ஆசிரமத்துக்கு வருகிறவர்கள் மரியாதை நிமித்தம் அளிக்கும் கதராடைகளைக் கூட நான் சேர்த்து வைக்கக் கூடாதாம்... "இதை எனக்காக எடுத்து வைக்கவில்லை. நம் பேத்திகள் வரும்போது உடுத்திக் கொள்வார்கள் அல்லவா?" என்றார் கஸ்தூர் மெல்லியக் குரலில். ஆனால் அவர் கணவரிடம் அவையெல்லாம் எடுபடாது. அவர் எண்ணமும் சரிதான். பொருட்களைக் கொடுப்பதில் இருக்கும் இன்பத்தை விட பாசத்தை பெறுவதிலிருக்கும் இன்பம் அலாதியானதுதான். மனு பாசக்காரி. யாருடனும் இயல்பாக ஒட்டிக் கொள்வாள். அத்தனை எளிதாக உளச்சோர்வு கொள்ள மாட்டாள். அவள் வரிசையாகச் சந்தித்த இழப்புகள் அவளைச் செப்பனிட்டிருக்க வேண்டும். அம்மா

போய்ச் சேர்ந்து விட்டாள். அப்பா இருந்தும் இல்லையென்றாகி விட்டது. ராமிக்குத் திருமணமாகி விட்டது. ரசீக்கும் சான்டியும் இறந்து விட்டார்கள். கான்டியும் யாத்திரைக்குக் கிளம்பி விட்டான். அவளுக்குப் பெரியம்மையையும் என்னையும் விட்டால் யாரிருக்கிறார்கள்? மனுவை அருகில் அமர்த்திக் கொண்டார்.

“தாத்தா யாத்திரையை முடித்து விட்டு எப்போது திரும்புவார்கள் பாட்டீ” என்றபோது உள்ளபடியே அவருக்குப் பொறாமை வந்து விட்டது.

“உனக்குச் சவரட்டனைக்கெல்லாம் நான் வேண்டும்... ஆனால் பாசத்திற்கு உன் தாத்தா வேண்டுமா?” என்றார் செல்ல கோபத்தோடு.

“நீங்கள் என்னிடம் பேசிக் கொண்டிருக்கும்போதே நான் எத்தனை முழ நூல்களை நூற்று விட்டேன் பாருங்கள். தாத்தாவானால் இதைப் பார்த்து விட்டு என்னைப் பாராட்டுவார். நீங்கள் உங்கள் பேச்சையே அல்லவா பேசிக் கொண்டிருக்கிறீர்கள்.”

கஸ்தூர் கலகலவென்று சிரித்தார்.

“அப்பாவுக்குக் கூட என் மீது பாசம் அதிகம்தான். ஆனால் நம்மோடு சேர்ந்து இருக்க மாட்டேன் என்கிறார்.”

“இப்போ அவன் எங்கேயிருக்கிறான்னே தெரியில மனு. உங்க தாத்தா அவனைப் பார்க்கும்போதெல்லாம் இங்கேயே வந்து தங்கிக்கோன்னு சொல்றாரு. ஆனா உங்கப்பா அவர் அப்பா பேச்சைக் கேட்பாரா?”

“சரி... அதை விடுங்க. யாத்திரை வெற்றிகரமாகப் போய்ட்டிருக்கிறதா செய்திகளெல்லாம் வந்துக்கிட்டுருக்கு பாட்டீ.”

தந்தையைக் குறை சொல்வது மகளுக்குப் பிடிக்கவில்லை போலும். பேச்சை மாற்றுகிறாள் என்று தோன்றிய எண்ணத்தை மறைத்துக் கொண்டு “ஆமா... அது உங்க தாத்தாவின் ஆன்மசக்தியோட புற வெளிப்பாடு” என்றார்.

யாத்திரை கரேலி கிராமத்தை அடைந்திருந்தது. அங்கு நடைப்பெற்ற கூட்டத்தில் தீண்டாதோர் தனித்து அமர்ந்திருப்பதைக் கண்டதும் காந்தி “தீண்டாமையை ஒழிக்காமல் சுயராஜ்ஜியம் பெறுவதில் அர்த்தமிருப்பதாக எனக்குத் தோன்றவில்லை” என்றார் கடுமையாக. தன்னுடன் வந்தவர்களைத் தனித்திருந்த அம்மக்களோடு சென்று அமருமாறு கேட்டுக் கொண்டார்.

பத்திரிகையாளர்கள் சந்திப்பு முடிந்த பிறகு அவர்கள் தம்மிடமிருந்து எடுத்துக் கொண்ட குறிப்புகளை வாங்கி சரிபார்த்துக் கொண்டார்.

“அய்யா... இவைகளெல்லாம் எங்களின் பணி சம்பந்தப்பட்ட விஷயம் என்பதை நீங்கள் அறிந்திருப்பீர்கள்தானே” என்றார் நிருபர் ஒருவர்.

“இருக்கலாம். அதேசமயம் என் வார்த்தைகளுக்கான உரிமை என்னிடம் இருப்பதையே நான் விரும்புகிறேன். நாம் இப்போது கத்தி மீது பயணித்துக் கொண்டிருக்கிறோம். செய்திகள் தவறாகப் பதிவாகி விட்டால் அது வேறொன்றாக முடிந்து விடும். நான் அரசையும் மக்களையும் பல போராட்டங்களின் வழியே அறிந்தவன். அரசு சிறு பிசகையும் தங்களுக்குச் சாதகமாக்கி மக்கள் கூட்டத்தைக் கும்பலாக்கி அரசதிகாரத்தை உள்ளிறக்கி, நோக்கத்தின் தீவிரத்தை நீர்க்கச் செய்வதோடு போராட்டத்தின் தார்மீகத்தையும் கேள்விக்குள்ளாக்கி விடும்.”

மார்ச் 21ல் அலகாபாத்தில் கூடவிருக்கும் காங்கிரஸ் கமிட்டி கூட்டத்தில் விவாதிக்க வேண்டியவை குறித்து ஆலோசிப்பதற்காக அன்று நேரு வந்திருந்தார். காந்தியின் வலதுக்கை அடுத்தடுத்த நாளில் நாட்டு மக்களுக்கு விடுக்கவிருக்கும் செய்திக்குறிப்புகளைக் கட்டுரையாக்கிக் கொண்டிருந்தபோதே மனம் நேருவுடன் ஒன்றியிருந்தது.

“பாப்பூ... வரும் வழியெங்கும் ஒரே சேறும் சகதியும்தான்” என்றார் நேரு.

“ஆமாமாம்... நீங்கள் புதைந்து புதைந்து எழுந்து வருவதைத்தான் பார்த்தேனே” சிரிக்காமல் சொல்லி வீட்டு நேருவின் கண்களை உற்றுப்பார்க்க, இருவரும் பக்கென்று சிரித்தனர்.

“பாப்பூ... விடுதலைப்போரில் ஈடுபட முன்வருமாறு நாட்டு மக்களுக்கு அழைப்பு விடுக்க வேண்டும். கமிட்டிக் கூட்டத்தில் இதை முக்கிய அறிவிப்பாக வெளியிடலாம் என்று நினைக்கிறேன்.”

“சரிதான்.. நல்ல தருணம்.”

“சத்தியாகிரகப் போராட்டத்தை வழிநடத்தும் பொறுப்பை ஏற்றுக் கொள்ள காங்கிரஸ் காரிய கமிட்டிகளுக்கு உத்தரவு பிறப்பித்து விடலாமா.”

"உப்பு யாத்திரை தண்டியை அடையும் வரை வேறெங்கும் போராட்டத்தைத் தொடங்காமல் இருப்பதுதான் நல்லது."

"ஒருவேளை அதற்குள் நீங்கள் கைது செய்யப்பட்டு விட்டால்?"

"அப்போது போராட்டம் தானாகவே தொடங்கி விடும். நாம் நிலைமைகளுக்கேற்ப இப்போதே மாநிலம்தோறும் தளபதிகளை நியமிக்க வேண்டும்."

"பாப்பூ.. நீங்கள் வெற்றி பெறுவீர்கள். அதற்கான சக்தி உங்களிடம் உள்ளது. அதனை நீங்கள் உங்கள் மனதிலிருந்து பெற்றுக் கொள்கிறீர்கள்" என்றபோது நேருவின் குரல் தழுதழுத்தது.

ஆனால் இஸ்லாமியக் கிராமங்கள் சிலவற்றில் நடந்த புறக்கணிப்பும் தொடர் நடை தந்த அசதியும் எளிய உணவும் சத்தியாகிரகிகளை சோர்வுற வைத்தது. கூடவே, பாதையின் ஒழுங்கின்மை, வெப்பம் எல்லாமுமாகச் சேர்ந்து பலரது பாதங்களும் புண்ணாகி விட்டன. ஒரு சிலரோ யாத்திரையை முடித்துக் கொள்வது குறித்து யோசிக்க தொடங்கி விட்டனர்.

"விருப்பமில்லாதவர்கள் திரும்பப் போய் விடுங்கள். யாருமில்லை யெனினும் ஒற்றையாளாக நான் தண்டி சென்றடைவேன். அதற்காக விதிகளைத் தளர்த்த மாட்டேன்" என்றார் காந்தி கண்டிப்பு கலந்தக் குரலில்.

"அவர்களிடம் இத்தனை கண்டிப்புக் காட்டும் நீங்கள் முஸ்லிம்கள் அதிகம் வசிக்கும் பகுதிகளை வேண்டுமென்றே தவிர்க்கிறீர்கள் என்று சொல்லலாமா மிஸ்டர் மோகன்தாஸ்?"

"முஸ்லிம்களின் ஆசியும் ஒத்துழைப்பும் இப்போராட்டத்துக்கு மிகவும் தேவைதான். ஆனால் அழைக்கப்படாத கிராமங்களுக்கு எப்படிச் செல்வது?"

"அதாவது உங்களை ஆதரிப்போரிடம் மட்டுமே நீங்கள் செல்வாக்கைச் செலுத்துகிறீர்கள் என்று எடுத்துக் கொள்ளலாமா?"

காந்தி அந்தப் பத்திரிகையாளரின் முகத்தை உற்று நோக்கி விட்டு "தண்டியில் உப்புச்சட்ட மீறல் இஸ்லாமியர் வீட்டில் தங்கியே நடைபெறும்" என்றார்.

கணவரைக் காண்பதற்காக கஸ்தூர் அங்கு வந்திருந்தார். உடன் காகா காலேல்கரும் வந்திருந்தார்.

“நல்லாயிருக்கீங்களா...?” கேட்கும்போதே கஸ்தூர் உதடுகள் ஆற்றாமையால் துடித்தன. கிடைத்த உணவைத் தின்று கிடைத்த இடத்தில் உறங்கி நாளெல்லாம் நடந்து இரவெல்லாம் பத்திரிகைகளுக்கான கட்டுரைகள் எழுதி பகல்களில் பேட்டியளித்தும் காங்கிரஸ் கட்சிக்கு ஆலோசனைகள் வழங்கியும் சத்தியாகிரகிகளை ஊக்கப்படுத்தியும் சொற்ப நேரமும் மீதமின்றி இருக்கும் அவரது கணவர் தோற்றத்தில் மேலும் மெலிந்திருந்தார். கன்னங்கள் ஒடுங்கி மேனி கறுத்து உடல் சிறுத்தது போலிருந்தவரை காண சகிக்கவில்லை அவருக்கு. ராட்டையில் நூல் நூற்றுக் கொண்டிருந்த கணவரின் பாதங்களைப் பிடித்து விட்டார். அன்றிரவு உணவாகக் கிடைத்தவற்றைத் தானே பரிமாறினார்.

காகா காலேல்கர் “கடக்க வேண்டிய தொலைவு அதிகமிருக்குமா பாப்பு?” என்றார்.

“பாதை தெளிவாகவே உள்ளது. பயணத்தைத்தான் தொடங்கி விட்டோமே.”

அப்போது கணவரின் கண்களில் தெரிந்த ஒளியை எந்த உணர்வுக்குள்ளுக்கும் அடக்க முடியாது என்றெண்ணிக் கொண்டார் கஸ்தூர்.

“மக்கள் ஒத்துழைக்காதபோது அவர்கள் மேல் எந்த அரசாலும் அதிகாரம் செலுத்த முடியாது காலேல்கர்.”

செல்லுமிடமெங்கும் மக்கள் கூட்டம் பெருகிக் கொண்டே போனது. காந்தி பெருங்கூட்டத்திற்கு நடுவே மேசை மீது அமர்ந்து பேசினார். அவரைக் கண்டதே பெருஞ்செயலென கூட்டம் சிலாகித்தது. எல்லா பத்திரிகைகளையும் சஞ்சிகைகளையும் அவரே அடைத்துக் கொண்டாலும் அவர் ‘யங் இண்டியா’விலும் தன் கருத்துகளைத் தொடர்ந்து எழுதிக் கொண்டேயிருந்தார். யாத்திரை தண்டியை அடையும் முன்பாகப் பதான் படைவீரர்களால் ஆபத்து வரலாம் என்றும் பாதுகாப்புக்காகத் தனது பதான் நண்பர்களை அனுப்புவதாகவும் நேருவிடமிருந்து வந்த கடிதத்தை பிரித்துப் படித்தவர், அப்படியேதும் நடக்காது என்று உள்ளூர்ணர்வு கூறுவதாகவும் இறப்பு உறுதி என்ற நம்பிக்கையுடன்தான் சபர்மதியிலிருந்து புறப்பட்டதாகவும் அவருக்கு உடன் பதில் எழுதினார்.

33

யாத்திரை தண்டி கடற்கரையை நெருங்கும் முன்பாகவே அதில் இணைந்துக் கொள்ள நாலாபுறங்களிலிருந்தும் மக்கள் அருகிலிருக்கும் சனாபூர் கிராமத்திற்கு வந்து சேர்ந்திருந்தனர்.

இருபத்தாறு நாட்கள் முடிந்து விட்டன. இனி நடக்கவிருக்கும் நாடகம்தானென்ன என்றது கடல் தன் கரையிடம்.

"அவர் நாடகப் பாங்குகளை விரும்பாதவர்" என்றது கரை.

"ஆனால் கூட்டம் உணர்ச்சி வயப்பட்டு நிற்கிறதே?"

"காந்தி கனலை மூட்டிக் கொண்டே இருப்பவர் அல்லவா?"

"ஆமாம்.. அது விடுதலை வேள்விக்கான சமித்துக்குச்சிகள். தேச நலனுக்காக இன்னுயிரையும் ஆவியாக்கி விட வேண்டுமென்பார் அவர்."

நடந்து தேய்ந்திருந்த அவரது கால்கள் கடற்கரையை நோக்கி நகர்ந்தபோது கூட்டமும் பின்னோடு சென்றது.

அவர் தொடுவானம் வரை பரந்து விரிந்த ஆழ்கடலின் முகட்டில் நின்றுக்கொண்டு குழுமியிருந்த மக்கள் திரளை நோக்கினார்.

கடல் சொன்னது, "அவர் முகத்தில் உலகம் முழுவதும் கவனித்த செயலொன்றைச் செய்த பெருமிதம் ஏதுமில்லை."

கரை அதை ஆமோதித்தது.

"அது எனது ஆழத்திலிருக்கும் அமைதி" என்றது கடல்.

ஆசிரமம் மட்டுமே வாழ்க்கை என்றும் பாப்புவின் சொற்கள் மட்டுமே வேதம் என்றும் அவரிடும் கட்டளையே செயல்கள் என்றும் வாழும் சத்தியாகிரகிகள் வெளியுலகிற்கு வெட்டவெளிச்சமாகத் தெரிய வந்திருக்கும் அவரது ஆளுமையின் மீது பெருகிய

அபரிதமான பெருமித உணர்வோடு அவரின் செயல்களுக்காகக் காத்திருந்தனர்.

"நடக்கவிருப்பதன் சாட்சியாகச் சூரியன் முன்பே வந்து விட்டான் பார்" என்றது கடல்.

"ஆம்... அதைத்தான் உன்னுள் பொன்னொளியென பிரதிபலிக்கிறாயே?"

"பிறகெப்படி அவரை வரவேற்பதாம்?"

அலையோசையாய் எழுந்த மனிதத்திரளின் ஆர்ப்பரிப்புகளுக்கு முன்பாக அவர் நடந்து வந்தார்.

"அதையெல்லாம் அவர் எதிர்ப்பார்ப்பதில்லை."

கரையிடம் கடல் உப்பு நீரைக் கொண்டு வந்து சேர்த்திருந்தது.

அவர் பாதங்கள் மெலிந்து குச்சியைப் போன்றிருந்தன. கதராலான வேட்டியும் மேலுடையாகத் துண்டும் அணிந்திருந்தார். தன் மெல்லுடலை வளைத்துக் குனிந்து நீரும் உப்புமாகக் கலந்திருந்த கடற்கரை மணலை கையால் அள்ளியெடுத்தபோது கூட்டம் உணர்ச்சி வயப்பட்டு நின்றது.

"அவர் என்னை அள்ளி விட்டார்" என்றது கரை.

"என்னையும் முகர்ந்து விட்டார்" ஆர்ப்பரித்தது கடல்.

"அவர் எம்மை விடுவிக்க வந்த ரட்சகன்" என்றது உப்பு.

"எம்மையும்தான்.. மகாத்மா வாழ்க... மகாத்மா காந்தி வாழ்க..." பொய் கலக்காத குரல்கள் கடலலைகளை மிஞ்சின.

அவர்கள் மனங்களெல்லாம் பெருமிதத்திலிருந்தன.

இந்த மண்.. இந்த உப்பு... இந்த நீலக்கடல்... பரந்து விரிந்த வானம்... இந்த நிலம் எல்லாமே எங்களுடையது. எங்களுக்கே எங்களுக்கானது. பிரிட்டிஷாரே நீங்கள் வெளியேறி விடுங்கள். ஆனால்.. ஆனால்.. இப்போது காவல்துறை வந்து விடுமோ? அவரைக் கைது செய்து விடுமோ? அவர் கைதானால் நமக்கென்று யாருண்டு? போதிசத்வன் ஞானமடைந்த பிறகு மனிதர்களின் மீது கருணைக்கொண்டு அவர்களையும் ஞானத்தின் பாதையில் இட்டு செல்ல விழைகிறான். அவனுடையப் பார்வையில் தனி

மனிதனின் விடுதலைக்கு எந்தப் பொருளுமில்லை. மொத்த மானுடமும் விடுதலையடைவதே முழு விடுதலை. மகாத்மா அரசியல் விடுதலை மட்டும் கோரவில்லை. சமூக விடுதலையும் மத நல்லிணக்கமும் கூட அவரது இலக்குத்தான். அதனால்தான் நிகழ்த்தியவைக்கும் நிகழ்ந்தவைக்குமிடையே தன் தவறுகளை நிவர்த்தி செய்துக் கொண்டே வருகிறார்.

மக்கள் கூட்டம்கூட்டமாகக் கடல்நீரைப் பாத்திரங்களில் முகர்ந்து ஆங்காங்கே அடுப்புகளை மூட்டி உப்புக் காய்ச்சினர்.

பிரார்த்தனைக் கூட்டத்தின் முடிவில் "நான் கைது செய்யப்பட்டால் அப்பாஸ் தயாப்ஜியும் அவர் கைதானால் சரோஜினி நாயுடும் தலைமை வகிப்பார்கள்" என்றார் காந்தி.

ஆனால், அரசோ அவரைக் கைது செய்வதன் மூலம் இந்தப் போராட்டத்துக்கு விளம்பரம் தந்து விடக்கூடாது என்று முடிவெடுத்திருந்தது.

ஏப்ரல் இரண்டாம் வாரத்தில் கடைப்பிடிக்கப்படும் தேசிய வாரத்தையொட்டி காந்தி குழுவினரோடு தண்டியிலேயே தங்கியிருந்தார். அருகிலிருந்த ஆட் கிராமத்தில் மக்கள் கூட்டம்கூட்டமாய் உப்புக் காய்ச்சியபோது காவல்துறை அவர்கள் கையில் அள்ளிய உப்பைப் பிடுங்க முனைந்ததாக வந்த தகவலையடுத்து அவர் அங்கு விரைந்தார். அன்று அவர் மௌனவிரதம் கடைப்பிடிக்கும் நாள் என்பதால் தன் செய்தியைத் தாளில் எழுதித் தந்து வாசிக்கச் சொன்னார்.

"ஒரு சத்தியாகிரகியின் கையிலிருக்கும் உப்பு இந்தத் தேசத்தின் கௌரவம். அதை ஒருபோதும் உயிரே போனாலும் கை விட்டு விடாதீர்கள்"

34

"நீங்கள்தானே மோகன்தாஸ் கரம்சந்த் காந்தி."

அந்த நள்ளிரவு நேரத்தில் துப்பாக்கி ஏந்திய முப்பது இந்திய ஜவான்களோடும் இந்திய அதிகாரிகளோடும் சூரத் ஜில்லா பிரிட்டிஷ் மாஜிஸ்டிரேட் கறடி கிராமத்திலுள்ள மோகன்தாஸ் காந்தியின் முகாமுக்குள் நுழைந்தபோது காந்தி உறங்கிக் கொண்டிருந்தார்.

தண்டி யாத்திரைக்குப் பிறகு நாடெங்கும் காட்டுத்தீ போல போராட்ட உணர்வு பரவியிருந்தது. வீதிகளிலும் கடற்கரைகளிலும் அடுப்பெரித்து ஆண்களும் பெண்களும் உப்புக் காய்ச்சியும், காய்ச்சிய உப்பை, இது சுதந்திரத்தின் உப்பு... என்று கூவி கூவி விற்கவும் தொடங்கினர். காவலர்கள் அதைப் பிடுங்க முற்பட்டபோது பிடி தளராது பார்த்துக் கொண்டனர். அடிப்பட்டு சரிந்து விழுந்தபோதும் தளரவில்லை அவர்கள். பெருநகரங்களில் போராட்டங்கள் சூடு பிடித்தன. ஊர்வலங்களும் பொதுக்கூட்டங்களும் மாபெரும் ஜனத்திரளோடு நடந்தன. மேலும் மேலும் இதனைப் பொதுமக்களிடம் சேர்க்கும் பணியில் பத்திரிகைகள் ஈடுபட்டன.

பெண்களின் எழுச்சி நாளுக்குநாள் பெருகியிருந்தது. உப்பு சத்தியாகிரகத்தோடு இணைந்து அன்னியத்துணி புறக்கணிப்பு, மதுவிலக்குப் போராட்டங்களிலும் அவர்கள் ஆவேசமாகப் பங்குக் கொண்டனர். பெண்களுக்கான மாநாடு ஒன்றைக் காந்தி தண்டியில் கூட்டியபோது அரசு அவர்களை வர விடாமல் தடுப்பதற்காக பரோடா சமஸ்தானத்தின் எல்லையிலேயே போக்குவரத்தைத் தடை செய்தது. அகவெழுச்சி கால்களுக்கு வலுவூட்ட முக்காட்டை விலக்காத, நான்கு சுவர்களைத் தாண்டியறியாத ஐயாயிரத்துக்கும் மேற்பட்ட பெண்கள் நடைபயணமாகவே இருபது மைல்களை கடந்து மாநாடுக்கு வந்திருந்தனர்.

கறடியைச் சுற்றியுள்ள கிராமங்களில் நடைப்பெற்ற கூட்டங்களில் தொடர்ந்து உரையாற்றிய அலுப்பும் களைப்பும் அவரை நல்லுறக்கத்தில் ஆழ்த்தியிருந்தது. அவர்கள் பேட்டரி கைவிளக்குக் கொண்டு அவர் முகத்தில் ஒளியைப் பாய்ச்சினர்.

“ஆமாம்... நான் தான் மோகன்தாஸ் கரம்சந்த் காந்தி” அவர் எழுந்து அமர்ந்து கொண்டார்.

“உங்களைக் கைது செய்ய வந்திருக்கிறோம்” என்றார் அதிகாரி.

நாடு முழுவதும் சத்தியாகிரகப் போராட்டங்கள் உச்சக்கதியில் நடைப்பெறத் துவங்கியிருந்தன. தமிழ்நாட்டில் ராஜாஜி தலைமையில் வேதாரண்யத்தை நோக்கி உப்புக்கான யாத்திரை தொடங்கியது. மதுக்கடைகள் முன்பாகவும் அந்நிய துணிக்கடைகள் முன்பும் தொண்டர்கள் மறியல் செய்யத் தொடங்கினர். சட்டசபை உறுப்பினர்கள் பதவிகளை ராஜினாமா செய்தனர். உப்புத் தயாரிப்பதற்கான சுலபமான வழிமுறைகளை விளக்கி காங்கிரஸ் துண்டுப் பிரசுரங்களை விநியோகித்தது.

கட்டுக்கடங்காத உணர்ச்சிப் பிரவாகத்தை நிறுத்த காவலர்கள் பலாத்காரத்தை உபயோகிக்கத் தொடங்கியிருந்தனர். ஜவஹர்லால் நேரு கைதாகியிருந்தார். பீகாரில் நடந்த சத்தியாகிரக அணிவகுப்பின்போது நகர மறுத்த கூட்டத்தினரை அரசு குதிரைப்படைகளைக் கொண்டு தாக்கியது. குதிரைகள் முன்னே பாய்ந்தபோது ஆண்களும் பெண்களும் அப்படியே சாய்ந்து தரையோடு தரையாகப் படுத்துக் கொள்ள ஜவான்கள் அவர்களைக் கைது செய்து லாரிகளில் ஏற்றி சிறைக்கு அனுப்பினர். மகாதேவ் தேசாய் கைது செய்யப்பட்டார். விட்டால்பாய் பட்டேல் இந்திய சட்டசபைப்பதவியை ராஜினாமா செய்தார். கராச்சிக் கடற்கரையில் மக்கள் கூட்டத்தை நோக்கி நடத்திய துப்பாக்கிச் சூட்டில் எழுபது பேர் இறந்தனர். வங்காளத்திலும் குஜராத்திலும் ஐக்கிய மாகாணத்திலும் விவசாயிகள் நில வரி செலுத்த மறுத்தனர். மதுபானங்களின் விற்பனைத் தடுக்க வேண்டுமென்று வைஸ்ராய் இர்வினைப் பிரபலமான பெண்மணிகள் கேட்டுக்கொண்டனர். தேசிய செய்திப் பத்திரிகைகள் தணிக்கை செய்யப்பட்டன. அகில இந்திய காங்கிரஸ் கமிட்டி மற்றும் காங்கிரஸ் காரியக் கமிட்டி ஆகிய இரண்டையும் சட்ட விரோதமான ஸ்தாபானங்கள் என அரசு அறிவிப்புச் செய்தது. காங்கிரஸ் அலுவலகங்கள் கைப்பற்றப்பட்டன. கைது எண்ணிக்கை இலட்சத்தை

தொட்டிருக்கலாம் என்ற நேரத்தில் நாடெங்கும் அவசரநிலை பிரகடனம் செய்யப்பட்டிருந்தது.

எதிர்ப்பார்த்ததுதான் என்றெண்ணிக் கொண்டார் காந்தி.

ஒன்பது தினங்களுக்கு முன் சார்வடா கிராமத்தில் நடைப்பெற்ற கூட்டத்தில் "என்னை இப்போது உப்புத்திருடன் என்று அழைக்கின்றனர். என் பார்வையில் மகாத்மாவாக இருப்பது எளிது. உப்புத் திருடனாக இருப்பதே கடினமான பணி. இதுவரை நாம் உண்மையான உப்பை அள்ளவில்லை. மண்ணும் சேறும் கலந்த பிடிகளை அள்ளி அதில் உப்பைத் தேடி வந்தோம். அரசு இதனை ஏதோ சிறுபிள்ளை விளையாட்டு என நினைக்கிறது. நாம் இன்னும் தீவிரமாகக் களம் காண வேண்டிய நேரம் வந்து விட்டது. தாராசனாவில் விளைவிக்கப்பட்ட உப்பை அள்ளுவோம். அரசாங்கத்துக்குச் சரியான தகவலும் நேரமும் கொடுக்கப்பட்டே இது நடைபெறும்" என்று பேசியிருந்தார்.

"ம்... கிளம்புங்கள் காந்தி."

"என் காலைக்கடன்களை முடிக்கத் தயை செய்து சிறிது அவகாசம் கொடுங்கள்."

"சரி..."

அவருடன் முகாமில் உறங்கிக் கொண்டிருந்தவர்கள் விழித்தமர்ந்து கொண்டனர். காந்தி நீர்க்குவளையை ஏந்திக் கொண்டு பற்களைத் துலக்கத் தொடங்கினார்.

"மாஜிஸ்டிரேட் அவர்களே... எந்தக் குற்றம் சாட்டி என்னைக் கைது செய்கிறீர்கள் என்பதை நான் அறியலாமா? இந்தியன் பினல் கோடு 124 பிரிவின் கீழா?"

"இல்லை. 124 வது பிரிவின் கீழ் இல்லை. எனக்கு எழுத்து மூலமாக உத்தரவு வந்திருக்கிறது."

காந்தி, வைஸ்ராய் இர்வினுக்கு எழுதிய கடிதத்தில் "உப்பு வரியை ஒழித்து விடுமாறு மீண்டும் தங்களை வேண்டுகிறேன். நீங்கள் சட்டமறுப்பை எவ்வளவு அழுத்தமாக வேண்டுமானாலும் கண்டிக்கலாம். ஆனால் உங்களுக்குப் பலாத்காரப் புரட்சி வேண்டுமா அல்லது சாத்வீக சட்டமறுப்பு வேண்டுமா? சட்டமறுப்புப் போர் பலாத்காரத்தில்தான் முடியும் என தாங்கள்

கொள்வீர்களானால், அதிகார வர்க்கம் தனது வரம்பு கடந்த அடக்குமுறை காரணமாக மக்களைப் பலாத்காரத்துக்குத் துரத்தியது என்று வருங்கால வரலாறு கூறும். எனினும் தேசமக்கள் அகிம்சை நெறியிலேயே நிற்பார்கள் என்று நம்புகிறேன். இந்தக் கடிதத்திற்குப் பிறகும் தாங்கள் உப்பு வரியை ஒழிக்க முற்படாவிட்டால், நான் எனது உத்தேசத்தை நிறைவேற்றிக் கொள்ளத் தாராசனாவுக்கு புறப்படுவேன், என்று குறிப்பிட்டிருந்தார்.

இத்தனைக்குப் பிறகும் காந்தி கைது செய்யப்படாதது குறித்து பிரிட்டனில் கண்டனக்குரல்கள் வலிமையாக எழத் தொடங்கியிருந்தன.

"தயவு செய்து அந்தk கைது உத்தரவை எனக்கு வாசித்துக் காட்டுவீர்களா?"

காந்தியின் வேண்டுகோளை ஏற்று மாஜிஸ்டிரேட் அந்த உத்தரவை வாசிக்கத் தொடங்கினார்.

"மோகன்தாஸ்கரம் காந்தியின் செயல்கள் பீதியளிப்பனவாக இருக்கின்றன என்று ஆலோசனைச் சபையோடு கூடிய கவர்னர் கருதுகிறார். எனவே அவரை 1827 ஆம் ஆண்டு சட்டத்தின் 35வது பிரிவின் கீழ் சர்க்காருக்குத் தேவைப்படும் காலம் வரையில் சிறைக்குள் வைக்க வேண்டும் என்றும் அவரை உடனே எரவாடா சிறைக்குக் கொண்டு செல்ல வேண்டும் என்றும் கவர்னர் கட்டளையிடுகிறார்."

காந்தி தனது கதர்ப்பையில் இரண்டு தக்ளியும் சில நூல் உருண்டைகளையும் தாள்களையும் எடுத்து வைத்துக் கொண்டார். தன்னையே நோக்கிக் கொண்டிருந்த பேரன் கான்டிலாலைப் பார்த்து மென்மையாகச் சிரித்தார். பிறகு "மனுவைப் பார்த்துக்கோப்பா" என்றார். அவன் அப்போதுதான் பார்ப்பதுபோல அவர் பற்கள் சிலவற்றை இழந்திருப்பதைக் கவனித்தான்.

அவன் நேற்றைய தினம் உறங்குவதற்கு முன் தன் தந்தையைப் பற்றி அவரிடம் கேட்டிருந்தான்.

"அவர் இப்போது எங்கிருக்கிறார் தாத்தா?"

"அவன் எப்போதும் என் இதயத்தில்தான் இருக்கிறான் கான்டி."

கான்டிலால் அவரைக் குறுகுறுவென்று உற்று நோக்கினான்.

“அவரை அவர் விருப்பப்படி விட்டிருக்கலாம் தாத்தா” என்றான்.

காந்தி அவர்களிடம் கேட்டுக் கொண்டிருந்த நேர அவகாசம் நெருங்கிக் கொண்டிருந்தது.

அவர் பண்டிட் கரேவைப் பிரார்த்தனைப்பாடல் பாடுமாறு கேட்டார்.

வைஷ்ணவ ஜனதோ தேனே கஹியே ஜே
பீடு பராயே ஜானெரெ
பரதுக்கே உபகார் கரே தொயெ
மன் அபிமான் ந ஆனெ ரெ

உருக்கமான குரலில் ஆசிரமவாசிகள் பாடலைப் பின்தொடர, அவர் கண்களை மூடி அமர்ந்திருந்தார்.

பகவான் கிருஷ்ணர், இந்த உலகம் அரசமரம் போன்றது என்றார். வேத மந்திரங்கள்தான் அதன் இலைகள். குணங்களால் வளம் பெறும் இந்த மரத்தின் கிளைகள் ஆகாயத்தை நோக்கியும் உயர்ந்திருக்கின்றன. பூமியையும் பிளந்து சென்றிருக்கின்றன. புலன்களைக் கவரும் பொருட்களே அதன் துளிர்கள். அப்பொருட்களே மனிதர்கள் அடங்கிய உலகில் கர்ம பந்தங்களால் ஆன்மாவைக் கட்டுப்படுத்துகின்றன. இந்த மரத்தின் உண்மையான இயல்பை யாராலும் அறிய முடியாது. அதற்கு ஆரம்பமும் இல்லை. முடிவும் இல்லை. அஸ்திவாரமேயின்றி பலமாக வேரூன்றியுள்ள இந்த மரத்தை ஒத்துழையாமை என்கிற ஆயுதத்தால் வெட்டி வீழ்த்த வேண்டும். அப்போதுதான் ஆன்மா பிறப்பும் இறப்பும் கொண்ட மனிதர்கள் அடங்கிய இந்த உலகிற்குத் திரும்பி வர வேண்டிய அவசியம் இல்லாத மேலான உலகிற்குச் செல்ல முடியும்.

அர்ஜுனன் திகைத்து நின்றபோது, பகவான் “பாவமற்ற அர்ஜுனா... மகத்தான இந்த ரகசியத்தை உனக்கு நான் எடுத்துக் கூறியிருக்கிறேன். இந்த ரகசியத்தை அறிந்த மனிதன் உண்மையிலேயே ஒரு ஞானியாகிறான். அவன் மோட்சம் அடைகிறான்” என்றார்.

பிரார்த்தனைப் பாடல் முடிந்திருந்தது. அனைவரும் கனத்த மனதுடன் காந்தியை வழியனுப்பத் தயாராயினர். அவர் தோள்பையைத் தன்னுடன் எடுத்துக் கொண்டு தயாராக நின்றிருந்த வண்டியில் ஏறிப் புறப்பட்டார்.

35

கஸ்தூருக்கு நடப்பதில் சிரமமிருந்தது. வேகமாக நடந்தால் மூச்சு வாங்கியது. நடையின் வேகத்தை மட்டுப்படுத்தினாலோ கால்களைத் தட்டிக் கொள்வோமோ என்று பயம் வந்தது. ஆனால் அவரது கணவர் மேற்கொண்டிருக்கும் சமூகத் தவத்துக்கு முன்பாக அவையெல்லாம் ஒரு பொருட்டேயில்லை என்று அவருக்குள் ஊறிய உணர்வு அவரைக் கிராமங்கள்தோறும் பயணிக்க வைத்திருந்தது. அவர் சபர்மதி ஆசிரமப் பெண்களுக்குத் தலைமை தாங்கி மதுக்கடை மறியல் போராட்டத்தைத் துவக்கியது பெண்களிடையே பெரும் எழுச்சியை உண்டாக்கியிருந்தது.

காந்தி கைது செய்யப்பட்டு விட்டார் என்றாலும் மக்களின் மனங்களை உசுப்பி விட்டு விட்டார். பலாத்கார அடக்குமுறைதான் இதற்குத் தீர்வாக இருக்க முடியும் என்ற முடிவுக்கு வந்திருந்தது பிரிட்டிஷ் இந்திய அரசு.

தாராசனாவிலிருக்கும் அந்தப் பிரமாண்டமான உப்பளத்தைச் சுற்றி அகழி தோண்டி முள் வேலியிட்டு அதனை நானூறுக்கும் மேற்பட்ட காவலர்கள் காவல் புரிந்தனர். சத்தியாகிரகிகள் வேலியை நெருங்கிய போது காவலர்கள் அவர்களைத் திரும்பி போகுமாறு கட்டளைப் பிறப்பித்தனர். தொண்டர்களோ அதைப் பொருட்படுத்தாது முன்னேறிச் சென்றனர். தடையை மீறி வந்தவர்களைக் காவலர்கள் இரும்புப்பூண் போட்ட தடிகளால் அடித்தனர். இடியென விழுந்த அடிகளைத் தடுக்கவோ எதிர்க்கவோ எந்தவொரு சத்தியகிரகியும் கைகளை உயர்த்தவில்லை. காவலர்களின் அடித்தாளாமல் உடலினின்று நழுவிச் சரியும் உடையென கீழே விழுந்தனர். அவர்கள் அடிபட்டு விழுவதை கண்டும் அடுத்து வரக் காத்திருந்தோர் சிறிதும் அச்சமோ தயக்கமோ இன்றி முன்னேறி வந்தனர். சண்டையில்லை. போராட்டமில்லை. தொண்டர்கள் முன்னேறுவதும் காவலர்கள் அடிப்பதும் இழுப்பதும் உதைத்து அகழியில் தள்ளுவதுமாக

இருந்த போதிலும் வலி தாளாது எழுந்த கூக்குரலைக் கடந்து அங்கு வேறேதும் நடக்கவில்லை.

கஸ்தூர் கிராமங்கள்தோறும் பயணிக்கத் தொடங்கினார்.

அவர்களின் நாதன் சிறையிலிருக்கிறார். ஆனாலும் அவர்தான் அவர்களை வழிநடத்துகிறார். கதர் உடுப்பும் தொப்பியும் அணிந்த தொண்டர் கூட்டம் அவர் சொல்லே வேதமெனக் கருதுகிறது. அவர் கைதானதை எதிர்த்து நாடெங்கிலும் கடையடைப்பும் கண்டனக் கூட்டங்களும் ஊர்வலங்களும் நடத்தப்படுகின்றன. தொழிலாளர்கள் காந்தியை விடுதலை செய்... என்ற கோஷத்தோடு வீதிகளில் ஊர்வலம் செல்கின்றனர். இதையெதிர்த்துக் காவல்துறை பலாத்காரத்தைப் பிரயோகிக்கிறது. நகரங்களில் எழுச்சியை கட்டுப்படுத்தவியலாமல் நூற்று நாற்பத்துநான்கு தடையுத்தரவை அமல்படுத்துகிறது. அவரில்லாத இம்மாதிரியான நேரத்தில் அவர்களை ஆற்றுப்படுத்தவும் உற்சாகப்படுத்தவும் நான் மிகவும் அவசியம். நான் மிகவும் அவசியம் என்றெண்ணியது கஸ்தூரின் மனம்.

உலகமே இதைத் தான் பேசுகிறதாம் என்று நாடே பேசிக் கொண்டது. தென்னாப்பிரிக்கா, இலங்கை, பர்மா, மலேசியா, சிங்கப்பூர் நாடுகளில் வாழும் இந்தியர்கள் காந்தி கைதானதை எதிர்த்து ஹர்த்தால் அனுஷ்டித்தனர். அவர்களிடமிருந்து காந்தி கைதானதைக் கண்டித்து வைஸ்ராய்க்குத் தந்திகள் குவிந்து கொண்டிருந்தன. அமெரிக்காவில் வாழும் 102 பாதிரியார்கள் கூட்டாகச் சேர்ந்து பிரிட்டிஷ் பிரதமர் ராம்சே மெக்டொனால்டுக்கு மோகன்தாஸ் காந்தியை விடுதலை செய்து அவருடன் சமரசம் பேசுமாறு வற்புறுத்திச் செய்தி அனுப்பினர்.

"ஐரோப்பியாவுக்குத் தார்மீகமான தோல்வி இது."

"நம் நாட்டுக்குப் பௌதீகப்பலம் இல்லாதிருக்கலாம். ஆனால் ஐரோப்பியரை உயர்வாக மதித்து வந்த ஆசியா இப்போது அதை தாழ்வாக மதிக்கும் ஆற்றலைப் பெற்றுவிட்டது."

"இந்தச் சாதனையெல்லாம் நிகழ்த்தியவர் மகாத்மா காந்தியே" என்றார் தாகூர்.

"அதற்கு அவர் இரண்டு காரியங்களைச் செய்தார். ஒன்று இந்தியாவைப் பிரிட்டன் கொடுமையாக அடிமைப்படுத்தி

வருவதை பிரிட்டிஷ் மக்களை அறிய செய்தார். தாங்கள் கூனிக்குறுகாது தலை நிமிர்ந்து நின்றாலே தங்கள் தோள்களிலே சுமந்திருந்த நுகத்தடியைக் கீழே தள்ளி விடலாம் என்று இந்தியர்களைத் திட நம்பிக்கை பெறச் செய்தார்."

கஸ்தூர் காயம்பட்டவர்கள், கை கால்களை இழந்தவர்கள், வேலையைத் துறந்து சம்பாத்தியத்தை இழந்தவர்கள், குடும்ப உறுப்பினர்களை மருத்துவமனையிலும் சிறைகளிலும் வைத்திருப்பவர்கள் என பாதிக்கப்பட்டவர்களைத் தேடிச் சென்று நம்பிக்கையூட்டினார். சிறைப்பட்டவர்களில் அவரது மகன்களும் இருந்தனர். சிறையதிகாரியின் அனுமதி பெற்று அவர்களைச் சந்தித்தபோது அவர்களின் முகங்களில் சிறைக் கொடுமையின் தடங்கள் தெரிந்தன. அவர் உடலால் தளர்ந்து வெளிறிக் கிடந்த தன் மகன்களை அமைதியாக உடல்நலம் விசாரித்ததோடு சிறைப்பட்டிருந்த மற்ற தொண்டர்களையும் விசாரித்தார். பிறகு அங்கிருந்து தேவதாஸும் பியாரிலாலும் அடைப்பட்டிருந்த பஞ்சாபிலுள்ள குஜராத் சிறைக்குச் சென்றார்.

"அவர் எதிர்பார்த்த விடுதலையுணர்வு மக்களின் உள்ளத்தில் முளைத்தாயிற்று. அகிம்சைப் போராட்டங்கள் நாடெங்கிலும் நடக்கத் தொடங்கி விட்டன. இங்கிலாந்து சத்தியற்றதாகி விட்டது. இந்தியா வெல்ல முடியாததாகி விட்டது" தன் கணவரின் வார்த்தைகளை அவர் மீண்டும் மீண்டும் கூறிக் கொண்டார். நடந்த களைப்பும் பயண அலுப்பும் மீதூற கிடைத்த இடத்தில் உறங்கிப் போனார். குடும்ப நினைவுகள் அழுத்த எழுந்துக் கொண்டார். சிறையிலிருக்கும் கணவனை நினைத்துக் கொண்டார். அவர் உடல்நிலை கவலை உண்டாக்குவதாக இருந்தது.

பாப்பு... நீங்கள் நலமாக இருக்கிறீர்கள்தானே? நமது குடும்பத்தைப் போலவே நாடெங்கிலும் எண்ணற்றக் குடும்பங்கள் சிறையிலும் வெளியிலுமாகப் பிரிந்து கிடக்கின்றன. ஆனால் அதைத் தாங்குவதற்கான மனோசக்தியை நீங்கள் அளித்திருக்கிறீர்கள். நீங்கள் இல்லாத இப்பொதுவெளியில் அதுவே எங்களை உயிர்ப்புடன் இயக்குகிறது. மக்கள் அகிம்சையின் உட்பொருளை விளங்கிக் கொள்ளத் தொடங்கி விட்டார்கள். நீங்கள் விட்டுச் சென்ற கடமைகளை நான் தொடர்ந்து செய்து வருகிறேன். சிறைச்சாலைகளிலும் வீதிகளிலும் மக்களைச் சந்திக்கிறேன். ஆனால், நான் சந்திக்கும் முகங்களில் எங்காவது நம் மகன் ஹரியின் முகம் தென்படுகிறதா என்ற ஏக்கம் என்னுள் எழுவதை

என்னால் தடுக்க முடியவில்லை. உங்களுக்கு நினைவிருக்கிறதா... தென்னாப்பிரிக்காவில் இருந்த சமயத்தில் அவன் எத்தனை ஊக்கத்தோடும் உத்வேகத்தோடும் 'இளைய காந்தி' என்ற பெயரின் மீதான பிரியத்தோடும் தென்னாப்பிரிக்கச் சிறைகளில் இருந்திருக்கிறான்? புதுமனைவியை விட்டுவிட்டு எத்தனை முறைகள் சிறைக்குச் சென்றிருக்கிறான்... இன்று நாடே போராட்டத்தில் ஈடுபட்டிருக்கும்போது, அதன் மையமென அவனுடைய தந்தை நிலைக்கொண்டிருக்கும்போது அவன் மட்டும் வாளாவிருப்பானா? நிச்சயம் எங்காவது கலந்துகொண்டிருப்பான் என்றெண்ணிக் கொண்டேன். சில சமயம் நான் சந்திக்கும் அத்தனை முகங்களும் அவனாகவே கூடத் தோன்றியிருக்கின்றன. ஆனால் சிறைகளில் என் வரவை உங்களின் வரவாக எண்ணிப் பரிதவிப்பும் பரவசமுமாக காத்துக் கிடந்த முகங்களில் அவன் முகத்தை என்னால் காண முடியவில்லை. எங்காவது அவனைக் கண்டு விடுவேன் என்றே நினைத்தேன். ஏதோ ஒரு சிறையில் சத்தியாகிரகியாக அடிப்பட்டோ சிறைப்பட்டோ கிடப்பான் என்று நம்பினேன். ஆனால் என் நம்பிக்கை பொய்யாகி விட்டது பாப்பு.

தென்னிந்தியாவில் அவனுக்கு நண்பர்கள் இருப்பதாகக் கேள்விப்பட்டிருக்கிறேன். ஒருவேளை அங்கு சென்றிருக்கலாம்... அங்கிருந்தபடியே போராட்டத்தில் ஈடுப்பட்டிருப்பானோ?

நீங்கள் அவன் மீது கொண்டிருக்கும் அன்பை நான் அறிவேன். அதனால்தான் அவன் மீது திருப்தியுறாத உங்களுடைய அன்பை அவன் பிள்ளைகளிடம் கொட்டுகிறீர்கள்! அவனை உங்களிடமிருந்து பிரித்து வேறொரு ஆளாக நீங்கள் கருதாதது உங்கள் பிழையா? அல்லது அவனது தலையெழுத்தா? எது... எது அவனை இந்த நிலைமைக்கு ஆளாக்கி விட்டது? நீதி அல்லது தர்மத்தின் மீதிருக்கும் அபரிதமான நம்பிக்கை உங்களை கண்டிப்பானவராக மாற்றி விட்டது. அதுதான் பிள்ளைகளிடமிருந்து உங்களைப் பிரித்து வைத்து விட்டது. நம் மகன்கள் மகிழ்வாக இல்லை என்பதை நீங்கள் உணர்ந்திருந்தாலும் உங்களால் உங்கள் கொள்கைகளை விட்டுத் தர முடியாது. அதன்பொருட்டு நீங்கள் நம் மகன்களிடம் மன்னிப்புக் கூட கேட்டிருக்கிறீர்கள். ஒருமுறை உங்கள் மனதில் உள்ள வருத்தங்களை மணிலாலுக்குக் கடிதமாக எழுதியிருந்தீர்கள். தென்னாப்பிரிக்காவில் இருந்த சமயத்தில், ஹரிலால் யாரிடமும் கூறாது இந்தியாவுக்குக் கிளம்பி விட்டானே... அவனை எப்படியோ வரவழைத்து விட்டபோதும்

அவன் இந்தியாவுக்குச் செல்ல முனைப்பாக இருப்பதை அறிந்துக் கொண்டு அவனை வழியனுப்பி வைத்தீர்கள். அப்போது நீங்கள் எத்தனை கனத்துப் போயிருப்பீர்கள் என்பதை நான் அறிவேன். ரயில் நிலையத்தில் அவனிடம் மன்னிப்புக் கேட்டீர்களாம். உங்கள் கண்களில் ததும்பிய நீரை அவன் கவனித்தும் கவனிக்காதவன் போல அமர்ந்திருந்தானாம். பார்த்தவர்கள் சொன்னார்கள்.

நம் மற்ற மகன்களைப் போல ஹரிலால் சொல்வதைச் செய்பவன் அல்ல. கேள்விகள் நிறைந்தவன். முனைப்பான சுயம் கொண்டவன். ஆனால் அவனாலும் கூட உங்களிடமிருந்து விலக முடியவில்லை. அதனால்தான் மீண்டும் மீண்டும் நம்மிடம் வருகிறான். இருந்தும் என்ன பயன்... உங்கள் இருவருக்குமான இடைவெளி அதிகரித்துக் கொண்டே போகிறது. அவன் நீங்கள் வாழும் வாழ்க்கைக்கு நேரெதிரான வாழ்க்கைப் பாதைக்குள் நுழைந்து விட்டான். உங்கள் இருவரையும் யார் இணைப்பது? சமரசநோக்கு இரு பக்கமும் இருந்தால்தானே எதையும் சரிப்படுத்த முடியும்?

நீங்கள் திரும்பி வரும் நாளுக்காக நாடும் நானும் காத்திருக்கிறோம். உங்கள் நம்பிக்கை அனைத்தையும் பெண்கள் மீது வைத்திருப்பதாக நீங்கள் பொதுக்கடிதத்தில் குறிப்பிட்டிருந்தீர்கள். நாங்கள் எங்கள் நம்பிக்கை அனைத்தையும் உங்கள் மீது வைத்திருக்கிறோம். உங்களுக்கு எப்போது விடுதலை?

கஸ்தூர் பெருமூச்சோடு எழுந்துக் கொண்டார்.

வல்லபாயின் நூற்புப்பட்டைகளெல்லாம் செலவாகி விட்டதாம். உங்களிடமிருந்தால் கொடுத்தனுப்பச் சொல்லிக் கேட்கிறார்" எரவாடா சிறையில் காந்தியிடம் சிறையதிகாரி சொன்னபோது அவர் எதிரே ஓங்கிக் கிடந்த அந்த ஒற்றைச்சுவரை நோக்கினார்.

அவரின் ஏக்கத்தை உடனிருந்த காகா காலேல்கரால் உணர முடிந்தது. சபர்மதி சிறையிலிருந்த பட்டேலை எரவாடாவுக்கு மாற்றுவதாகத் தகவல் வந்தபோது காந்தி தன் நண்பரைச் சந்திக்கும் வாய்ப்பு ஏற்படப் போவதையறிந்து சிலாகித்துப் போனார். ஆனால் எரவாடா சிறைக்கு வந்து இத்தனை நாட்கள் கடந்த பிறகும் பட்டேலைப் பார்த்துக் கொள்ளவோ பேசிக்கொள்ளவோ முடியாதபடி அந்தச் சுவர் தடுத்து நிற்கிறது.

"காகா... உங்களிடம் பட்டை இருக்கா? பட்டேல் கேட்டு அனுப்பியிருக்காராம்" என்றார் காந்தி.

“நிறைய இருக்கு. ஆனா எனக்குப் பஞ்சு கொட்டத் தெரியாதே. இருக்கும் பட்டையை அவரிடம் கொடுத்து விட்டு நானென்ன செய்வேன்?”

“நான் கத்து தர்றேன்.. இல்லேன்னா பட்டை போட்டுத் தருகிறேன். நீங்கள் உங்களிடம் இருக்கற பட்டைகளைப் பட்டேலுக்குக் கொடுத்துடுங்க.”

விடியற்காலை நேரத்திற்கான வெளிச்சமின்றி வானம் மழைக் குறிகளோடு இருண்டிருந்தது.

“உங்கள் பேச்சைக் கேட்டு இருக்கற பட்டைகளைப் பட்டேலுக்குக் கொடுத்தனுப்பிட்டேன். ஆனா பட்டை போட முடியாம நரம்பு தொய்ந்து அறுந்து அறுந்து போகுது பாருங்க” என்றார் காலேல்கர். அவசரப்பட்டுப் பட்டைகளைக் கொடுத்தனுப்பி விட்டேனா?

“மழை பெய்வதால் ஏற்படுற ஈரநப்பினால்தான் நரம்பு அறுந்துப் போவுது. நான் செய்து தர்றேன்” என்றார் காந்தி. அவர்கள் ரொட்டி சுடும் அடுப்பில் வில்லையும் பஞ்சையும் காய வைத்தனர். நூற்பதற்குச் சரியாக வந்தாலும் அதில் நீட்டிக் கொண்டிருக்கும் பிசிறுகள் படிய வைக்க முடியாதபடி இருந்தது.

“இதில் வேப்பிலையை வைத்துத் தேய்த்தால் படிமானம் கிடைக்குமா பாப்பு.”

“முயன்று பார்ப்போம்” சொல்லும்போதே காகா வேப்பங் கிளையொன்றை உடைத்து எடுத்து வந்தார்.

“காகா... நாலைந்து இலைக்காக ஒரு கிளையையே ஒடிக்கலாமா?” என்றார் படபடப்பாக.

“மன்னிச்சுக்கோங்க பாப்பு...”

“என்னிடம் ஏன் கேட்கறீங்க காகா? இலை தந்த மரத்திடமே உங்க மன்னிப்பையும் கேட்டுடுங்க” என்றார் காந்தி.

சூரியன் உறக்கம் கலைத்துக் கிழக்கு வானில் அமர்ந்திருந்தது. அன்று வைசிராய் லண்டனுக்கு அனுப்பிய விசேஷக்குறிப்பில், ‘எதிர்பார்த்ததை விடவும் அதிகளவில் சத்தியாகிரகம் வலுப்பெற்று விட்டது’ என்று குறிப்பிட்டிருந்தார்.

36

காந்தி உட்பட முக்கியமான காங்கிரஸார் சிறையிலிருக்கும் போது இந்தியாவின் வருங்கால அரசியலைப் பற்றி ஆலோசிப்பதற்காக லண்டனில் முதலாவது வட்ட மேசை மாநாடு கூடியது. இரண்டரை மாதக்காலம் நடைப்பெற்ற அம்மாநாட்டில் எந்த இறுதி முடிவும் எட்டப்படாத நிலையில் அம்மாநாட்டை முடித்து வைத்துப் பேசிய பிரிட்டிஷ் பிரதமர் ராம்சே மெக்டொனால்ட், அடுத்த மாநாடு நடைபெறுவதற்கு முன் காங்கிரஸின் ஒத்துழைப்பைப் பெற எனது அரசு முயற்சி செய்யும், என்றார். இதையடுத்து வைஸ்ராய் இர்வினும் காங்கிரஸின் ஒத்துழைப்பைக் கோரி அறிக்கை விடுத்தார். தனது வேண்டுகோளைப் பரிசீலிக்கும் பொருட்டு காந்தி, ராஜாஜி உட்பட காங்கிரஸ் காரியக்கமிட்டி உறுப்பினர் அனைவரையும் எத்தகைய நிபந்தனையுமின்றி சிறையிலிருந்து விடுதலை செய்யவும் ஆணை பிறப்பித்தார்.

"நம் மூத்த மகனைப் பற்றி ஏதேனும் தகவல் கிடைத்ததா பா" காந்தி சபர்மதிக்கு அருகில் தான் உருவாக்கியிருந்த குஜராத் வித்யாபீடத்தில் தங்கியிருந்தார். கணவரைக் காண்பதற்காகக் கஸ்தூர் அங்கு சென்றிருந்தார்.

ஹரிலால் என்றோ ஹரி என்றோ பெயரைக் குறிப்பிடாமல் 'மகன்' என்று எப்போதாவது குறிப்பிடும்போது கணவர் மனநெகிழ்வில் இருக்கிறார் என்பதை உணர்ந்துக் கொள்வார் கஸ்தூர்.

அதையே வாய்ப்பாக்கி, "எல்லாம் நீங்க பண்ணி வச்ச வினையின் விளைவுதான்." அவரையே அறியாமல் பேச்சில் ஆற்றாமையும் கோபமும் வெளிப்பட்டது.

"கோபப்படாதே பா... உன்னைக் காண்பதற்காக ஓடோடி வந்திருக்கிறேன். இப்படிக் காயப்படுத்துகிறாயே?" என்றார் தப்பிக்கும் நோக்கில்.

"ஆகா... சிறைச்சாலை உங்களுக்கு அமைதியும் ஓய்வும் தரும் இடம் என்பீர்களே?"

"சரிதான்.. ஆனால் அங்கு நீயில்லாதது எத்தனை சிரமம் தெரியுமா? உன்னைப் பார்ப்பதற்காகத்தான் எனக்கு விடுதலை கிடைத்திருக்க வேண்டும்னு நினைச்சு மனசெல்லாம் பறந்துச்சு. ஆனா... நீ.. நீ... இப்படி..."

கஸ்தூரரை எதுவும் நெகிழ்த்தவில்லை. "உங்களோட வறட்டுவாதம் நம்ப குடும்பத்தில் இன்னும் என்னென்ன விளைவுகளை ஏற்படுத்துமோ தெரியில."

"பா" காந்தி கெஞ்சும் நிலைக்குச் சென்றிருந்தார்.

"வெளியில் நீங்க மகா ஆத்மாவாக இருக்கலாம். ஆனா எங்களுக்கு சாதாரண மனுஷனா இருந்தா போதும்."

இதற்கு மேல் எதையும் பேசி விடக் கூடாது என்று அனுபவம் சொன்னதை அவர் அப்படியே கேட்டுக் கொண்டார்.

"இந்தப் பையன் அன்னைக்கு உங்க நண்பர் பட்டேலைப் பாக்கறதுக்கு சிறைக்குப் போயிருக்கான்."

"எந்தப் பையன்? ஹரியா?"

"ஆமா... அவன்தான். அவன் மது போதையில இருந்ததாலே அவர் அவனைச் சந்திக்க மறுத்துட்டாராம்."

"ஏன்.. எதுக்காகப் போனான்?"

"உங்ககிட்டே வர முடிஞ்சா அவன் ஏன் அங்கே போகப்போறான்... உங்க கொள்கைகள் என் பிள்ளைகளோட வாழ்க்கையையே அழிக்குது."

"தயவுசெய்து என்னைக் காயப்படுத்தாதே பா."

"காயப்படுத்தறது உங்களுக்கு மட்டுமான தார்மீக உரிமை. அதுல யாரும் தலையீடு செய்யக்கூடாது. அப்படித்தானே?"

அவர் அமைதியாக இருந்தார்.

கணவரின் கெஞ்சலும் அமைதியும் அவரை மேற்கொண்டு பேசவியலாமல் செய்தது. மௌனம் அவர்களை ஆற்றுப்படுத்திக்

கொண்டிருந்தது. கணவருக்கான உணவு தயாரிக்கப்பட்டு எடுத்து வரப்பட்டபோது அவர் அதைத் தானே பரிமாறுவதாகக் கூறினார்.

"பாப்பு... ஒரு கணவனாக என்னோட நிலைமையைப் புரிஞ்சுக்க பாருங்க. போராட்டம், சுற்றுப்பயணம், யாத்திரை, சிறைக்கம்பி, உண்ணாவிரதம்னு அலைஞ்சிட்டிருந்தா உங்க உடம்பு என்னாத்துக்கு ஆகும்? இதுல சுதந்திரம் கிடைக்காம சபர்மதிக்குத் திரும்ப மாட்டேன்னு சபதம் பண்ணீட்டு வித்யாபீடத்தில் வந்து தங்கிட்டீங்க. பொம்பளைங்க வித்யாபீடத்தில் தங்க முடியாதபட்சத்தில் உங்களை நான் எப்படிக் கவனிக்க முடியும்?"

மனைவியின் அக்கறையான பேச்சு மனபாரத்தைக் குறைக்க அவர் கலகலவென்று சிரித்தார். "பதிமூணு வயசில நான் பார்த்த அதே கஸ்தூரை நீ இன்னமும் பராமரிச்சுக்கிட்டே வர்றே பா."

"நான் கேட்டதுக்கு இதுவா பதில்?"

"சரி... காலையிலோ மாலையிலோ நேரம் கிடைக்கும்போது கொஞ்ச நேரம் அங்கே வந்துட்டுப் போறேன். போதுமா?" என்றவர் "நான் இங்கே தங்கறதால் ஆசிரமப்பெண்கள் எனக்குத் தனிப்பட்ட வகையில் நன்றி சொல்வாங்க" என்றார்.

"ஏனாம்?"

"நீ என்னைப் பார்க்க இங்கே வர்ற நேரத்தில அங்கே அவங்கள அதட்டறதுக்கு ஆளில்லாம நிம்மதியா இருக்கலாமில்லையா?"

"எல்லாத்தையும் தூய்மையாகப் பராமரிக்கணும்னு சொல்றது அத்தனை தப்பா?"

"தப்புன்னு சொன்னேனா நான்?"

சட்டென்று நெகிழ்ந்துப் போன கஸ்தூரின் மனம் கணவரை விட்டுப் பிரிந்து ஆசிரமத்திற்குக் கிளம்பும் தருணம் வந்ததில் கனத்துப் போனது. அங்கிருந்து கிளம்பும்போது வழக்கம்போல கணவரின் பாதத்தைத் தொட்டு வணங்க, காந்தி வழக்கம் போல மனைவியின் தலையில் கை வைத்து ஆசீர்வதித்தார். பிறகு நின்று திரும்பி கணவனிடம் "ஹரியை எப்படியாவது வீட்டுக்கு வரவழைச்சிடுங்க" என்றார்.

அவருக்கும் அதே எண்ணமிருந்தது. கூடவே ஜே.சி.குமரப்பாவை சிறைப்படுத்தியது குறித்து வருத்தமுமிருந்தது. அவர் 'யங் இந்தியா'

பத்திரிகையை தனது சிறைவாசத்தின்போது குமரப்பாவிடம்தான் ஒப்படைத்து விட்டுப் போயிருந்தார். அதில் ஆட்சேபகரமான கட்டுரையை வெளியிட்டதாகக் குற்றம் சாட்டி அரசு காந்தியை விடுதலை செய்த அதே தினத்தில் குமரப்பாவுக்கு ஓராண்டு சிறைத்தண்டனை விதித்திருந்தது.

“ஆனால் உன் மகன் என் பேச்சைக் கேட்க வேண்டுமே” என்றார் மனைவியிடம்.

வைசிராயிக்கும் காந்திக்குமிடையே நடந்த சமரசப் பேச்சு வார்த்தையின் முடிவில் இருவருக்குமிடையே ஒப்பந்தம் கையெழுத்தானது. அதன்படி சிறையிலிருக்கும் சத்தியாகிரகிகளை எந்த நிபந்தனையுமின்றி விடுதலை செய்ய வேண்டும் என்றும் பர்டோலியில் வரிகொடா இயக்கம் நடத்தியதற்காக விவசாயிகளிடமிருந்து பறித்த நிலங்களைத் திரும்ப அளிக்க வேண்டும் என்றும் அந்நியத் துணிக்கடைகள் முன்பும் மதுக்கடைகள் முன்பும் மறியல் செய்ய காங்கிரஸ்காரர்கள் அனுமதிக்கப்பட வேண்டும் என்றுமான காந்தியின் கோரிக்கைகள் ஏற்றுக் கொள்ளப்பட்டன. தவிர உப்பளங்களுக்கு அருகே வசிப்பவர்கள் தாங்களாகவே தங்களுக்குத் தேவையான உப்பை எடுக்கலாம். தங்கள் வட்டாரத்துக்குள் வியாபாரமும் செய்யலாம் என்றளவுக்கு உப்புச் சத்தியாகிரகத்திற்கும் முடிவு எட்டப்பட்டது.

அன்றைய காலை வழக்கம்போல விடிந்திருந்தது. காந்தி நடைப்பயணத்தை முடித்து விட்டு மகாதேவ்தேசாயின் குடிலுக்கு வந்து விட்டிருந்தார். மகாதேவ், பதில் எழுத வேண்டிய கடிதங்களையும் மற்ற தபால்களையும் செய்தித்தாள்களையும் தனித்தனியாக்கி காந்தியின் குடிலுக்கு எடுத்து வருவதற்கு ஏதுவாக்கி வைத்திருந்தவர், நடைப்பயிற்சியை முடித்து விட்டு நேரே தன் குடிலுக்கு வந்து விட்ட காந்தியை வரவேற்று அவருக்கான சாய்மான இருக்கையில் அமரச் செய்தார் மகாதேவ். உள்ளறையில் துர்க்காபென் சர்க்காவை ஓட்டிக் கொண்டிருந்தது நிழலோவியமாகத் தெரிய, காந்தி அங்கிருந்தபடியே “துர்க்கா... நேற்று நீ வழக்கத்திற்கு அதிகமாக நூற்றிருக்கிறாய். நல்ல முன்னேற்றம்தான்” என்றார் உரத்தக் குரலில்.

துர்க்காபென் எழுந்து வெளியே வந்தாள். மகாதேவ் தனது கண்ணாடியை உயர்த்தி விட்டுக் கொண்டு மனைவியைப் பார்த்து

புன்னகைத்தார். அவள் காந்திக்குப் பழங்களை எடுத்து வருவதாகச் சொன்னபோது அவர் வேண்டாமென்பதாகச் சைகை செய்தார்.

“இது நீங்கள் பழங்களை உண்ணும் நேரம்தானே பாப்பு.”

“ஆனால் துர்க்கா எந்தப் பழத்தை எடுத்து வருவாள் என்று எனக்குத் தெரியும்” என்றார் சிரித்துக் கொண்டே. நேற்றைய தினம் தன்னைப் பார்க்க வந்தவர் எடுத்து வந்திருந்த மல்கோவா மாம்பழங்களை மகாதேவ் வீட்டில் கொடுத்து விடுமாறு அவர்தான் காகா காலேல்கரிடம் கொடுத்தனுப்பியிருந்தார்.

“அது உங்களுக்குக் கொடுத்த பழம்.”

“சரிதான்” என்றாள் துர்க்காபென், காந்தியிடம் மாட்டிக் கொண்ட நாணத்தோடு.

“இந்தியாவுக்குக் குடியேற்ற நாட்டு அந்தஸ்து என்ற தீர்மானமே காலாவதியாகி விட்ட நிலையில் பூரண சுதந்திரம்தானே நமது கோரிக்கை. ஆனால் இதை லண்டன் மாநாட்டில் பேச பிரிட்டிஷ் அரசு அனுமதிக்குமா பாப்பூ” என்றார் மகாதேவ்.

காந்தி தேசாயை நிமிர்ந்து நோக்கினார்.

“நிச்சயம் அனுமதிக்காது. அதை நானும் அறிவேன். முதல் வட்டமேசை மாநாடு வகுத்துக் கொடுத்த இந்திய அரசியலமைப்பின் பொதுத் திட்டத்திற்கு முழு வடிவம் கொடுக்கவே இந்த இரண்டாவது மாநாடு கூட்டப்படுவதாக அரசு தரப்பு சொல்லி விட்டது. இனி இதில் கலந்துக் கொள்வதால் ஒரு பயனும் ஏற்படப் போவதில்லை. நான் லண்டனுக்குப் போகப் போவதில்லை.”

“ஆனால் நல்லெண்ணம் கொண்ட பிரிட்டிஷ் அரசியல்வாதி களிடமிருந்து நீங்கள் கலந்துக் கொள்ள வேண்டுமெனறு தந்திகள் வந்துக் கொண்டேயிருக்கின்றன பார்த்தீர்களா?” தான் எடுத்து வைத்தவைகளை அவர் பார்வைக்கு வைத்தார் தேசாய்.

அவர் எதுவும் பேசவில்லை. வாசித்து வைத்திருந்த கடிதங்களுக்கு மளமளவென்று பதில் எழுதத் தொடங்கினார்.

“நீங்கள் எப்படித்தான் வெற்று உடம்போடு இந்தக் குளிரை தாங்கிக்கிறீங்களோ தெரியில” ரயில் ப்பயணத்தின்போது கஸ்தூர் கண்களை மட்டும் விட்டுவிட்டு சேலையால் உடல் முழுவதும் போர்த்திக் கொண்டார். வேர்க்கடலைகளும் பேரீட்சம்பழங்களும்

கதராடையும் பயண சர்க்காவும் அடங்கிய பையைக் குளிருக்கு அண்டையாக இறுகக்கட்டிக் கொண்டார். தம்பதிகள் சிம்லாவை நோக்கியப் பயணத்திலிருந்தனர்.

“உனக்கு வயதாகி விட்டது பா” என்று சிரித்தபோது காந்தியின் கண்ணோரம் சுருக்கம் விழுந்திருந்தது. அவர் வட்டமேசை மாநாட்டில் பங்கேற்கப் போவதில்லை என்பதை அறிந்ததும் சமரசப் பேச்சு வார்த்தைக்காக வைஸ்ராய் வில்லிங்டன் அவரை சிம்லாவிலிருக்கும் தன் மாளிகைக்கு அழைத்திருந்தார். அவர் தம்முடன் மனைவியையும் அழைத்துக் கொண்டார்.

“நீங்கள் மட்டுமென்ன வாலிபரா? நம் மகனுக்கே வயதாகி விட்டது. நம் பேத்திக்குத் திருமணம் முடிந்து விட்டது. ஆனால் உங்களுக்கு மட்டும் வயதாகவில்லை. அப்படித்தானே?”

“ஒரேயொரு வார்த்தை தானே சொன்னேன்... அதற்குள்...” என்று கணவர் இழுத்தபோது கஸ்தூருக்கும் சிரிப்பு வந்தது. காந்தியும் சேர்ந்து சிரித்தார்.

ரயில் நிறுத்தம் வந்திருந்தது.

காந்தியைப் பார்க்க மக்கள் கூட்டம் அலைமோதியது. அவர் எழுந்து கதவருகே நின்றுக் கொண்டார். அவர்கள் அவரைத் தொட்டு விட முயன்றார்கள். “மகாத்மா வாழ்க” என்று கோஷித்தனர். “பகத்சிங்கை கொலை செய்த கொலைக்காரன் ஒழிக” என்றும் குரல்கள் ஒலித்தன. அவர் அனைவரையும் பார்த்துப் புன்னகைத்தார். கூட்டம் முண்டியடித்தபோது இனிமேல் அதைச் சமாளிக்க முடியாது என்பதைப்போல ரயில் தன் சக்கரங்களைச் சுழற்றத் தொடங்கியது. அது வேகமெடுத்தபோது அவர் தன்னைப் பார்க்க வந்த கூட்டத்திடமிருந்து கண்களை விலக்கிக் கொண்டு தன் இருக்கைக்கு வந்து அமர்ந்து மனைவியை ஏறிட்டு, “ம்ம்...” என்றார்.

“ஹரிக்கு மகனையும் மகளையும் தன்னோடு வைத்துக் கொள்ள வேண்டுமென்று ஆசை.”

“நியாயமான ஆசைதான்.”

“ஆனால் அதற்குச் சம்பாத்தியம் வேண்டுமே?”

“... ...”

“நம் காலத்துக்குப் பிறகு அவனைப் பார்த்துக் கொள்ள ஆள் வேண்டுமா? இப்படியே பிரிந்திருந்தால் தகப்பன் மீது பிரியமே வராது இருவருக்கும்.”

“பாலீபென்னிடம் பேசி விட்டாய் போலிருக்கு.”

“நான் எதுவும் பேசலை. ஆனா நீங்க அந்தப் பொண்ணுகிட்டே நம் மகனைப் பற்றி நல்லபடியான வார்த்தைகள் எதையும் சொல்வதில்லை. அவளும் அதைச் சாதகமாக்கிக் கொண்டு மனுவைத் தன்னோடு வைத்துக் கொள்வதில் குறியாக இருக்கிறாள்.”

“மத்தவங்களைக் குறை சொல்ல வேண்டாம் பா.”

“நான் யாரையும் குறை சொல்லல பாப்பூ. நம்பப் பையனை அவளிடம் விட்டுக் கொடுக்க வேணாம்னு சொல்றேன்.”

“ம்ம்.”

“ஹரிலாலுக்கு கான்டியை மருத்துவராக்கிப் பார்க்கணும்னு விருப்பம். அதுக்கு நீங்க குறுக்கே நிற்கக் கூடாது.”

நிறுத்தங்களும் நிலையங்களும் வந்துக் கொண்டேயிருக்க, இந்தியாவின் தலைவிதியை நிர்ணயித்துக் கொண்டிருக்கும் ஒருவரைக் காணும் ஆவலில் நேர்மறையாகவும் எதிர்மறையாகவும் கூட்டம் சேர்ந்துக் கொண்டேயிருந்தது.

“வைஸ்ராய் சமயோசிதமானவர். பேச்சு ஒன்றும் செயலொன்றுமாக இருப்பவர். நீங்கள் ஏமாந்து விடாதீர்கள்” என்றது ஒரு கும்பல்.

கஸ்தூர் சன்னல் வழியே வேடிக்கை பார்த்துக் கொண்டே வந்தார். “இந்தக் கும்பலில் எங்காவது அவன் தென்பட மாட்டானா என்றிருக்கிறது எனக்கு... உங்களுக்கு?”

“அவன் எனக்கும் மகன்தானே?”

வைசிராய் வில்லிங்டனின் மனைவி தங்கள் மாளிகையின் சிவப்புக் கம்பளம் விரிக்கப்பட்ட மரப்படிகளில் ஏறி வந்துக் கொண்டிருந்த கஸ்தூரை மிகுந்த ஆச்சர்யத்துடன் கவனித்துக் கொண்டிருந்தாள். அங்கு வருபவர்கள் ஆடம்பர ஆடையும் நாடகீய தோரணையும் கொண்டவர்களாக இருப்பார்கள். அல்லது பகட்டை வலிய வரவழைத்துக் கொண்டிருப்பார்கள். ஆனால் இந்தப் பெண்மணி முழம்முழமாகக் கதராடையை

அள்ளி போர்த்திக் கொண்டிருக்கிறார். இந்தியப் பெண்கள் விரும்பும் அணிகள் ஏதும் இவரது கழுத்தையோ காதையோ கையையோ நிறைக்கவில்லை. இவர்தான் இந்தியாவின் சார்பாக இலண்டனுக்குச் செல்லவிருக்கும் பிரதிநிதியின் இல்லத்தரசியா? அந்த மனிதர் மட்டுமென்ன? பக்கிரிகள் போன்று அரையாடையும் மேலே ஒரு துண்டையும் போர்த்திக் கொண்டிருக்கிறார். ஆனால் காந்தியைப் பற்றி ஏற்கனவே அறிந்திருந்ததால் கஸ்தூரே அவளை வெகுவாகக் கவர்ந்திருந்தார். அவரை அழைத்துப் பேச வேண்டுமென ஆவல் எழுந்தது.

"காந்தியின் மனைவி ஆங்கிலம் அறிவாரா?" என்றாள் உதவியாளரிடம்.

"கொஞ்சம் அறிவாராக இருக்கலாம். ஆனால் அவருடன் அனுசுயா சாராபாய் என்பவர் மொழிபெயர்ப்பாளராக வந்திருக்கிறாராம் மேடம்."

கஸ்தூர் மரப்படிகளில் அதிராமல் நடந்து மகளிருக்கான வரவேற்பறைக்கு வந்தபோது உதவியாளர் அவரை வரவேற்று அறைக்கு அழைத்துச் சென்றார். தொலைவிலிருந்து பார்க்க நேர்ந்த அந்த மூத்தப் பெண்மணியை வைஸ்ராயின் மனைவி வரவேற்று நாற்காலியில் அமரச் சொன்னபோதே தான் எண்ணியதுபோல இந்தப் பெண்மணி தளர்வானவரோ பூஞ்சையானவரோ கிடையாது என்று உணர்ந்துகொண்டாள் "நீங்கள் உடுத்தியிருக்கும் கதராடை எனக்கு மிகவும் பிடித்திருக்கிறது. அதை நீங்களாகவே நெய்துக் கொள்வீர்கள் என்று கேள்விப்பட்டிருக்கிறேன்" என்றாள் புன்னகையுடன்.

"ஆமாம்... நாங்களே நூலை நூற்று எங்களுக்குத் தேவையான வேட்டி புடவைகள் நெய்து கொள்வோம்."

"ஓ... ரொம்ப ஆச்சர்யமான விஷயம்தான். நான் கதர் நூலைப் பார்க்க வேண்டும். அவற்றை எனக்கு அனுப்பி வைக்க முடியுமா?"

"தாராளமாக... நிறையவே அனுப்பி வைக்கிறேன்."

"மிக்க நன்றி மேடம். இந்திய மக்களும் உங்களைப் போன்று எளிமையானவர்களாக இருப்பார்கள் என்று நினைக்கிறேன். இந்தக் கதரின் வழியே நான் அவர்களுடன் நெருங்கிப் பழக விரும்புகிறேன்."

“எளிய கதரின் வழியே எங்களை அணுக வேண்டும் என்ற உங்கள் யோசனை மிகவும் அபாரம். ஆனால் நீங்கள் இதுபோன்ற மலைப்பிரதேசங்களைவிட பாமர மக்கள் வாழும் சமவெளிப்பகுதிக்கு வந்தால் எங்களைப் பற்றி இன்னும் நன்றாக அறிந்துகொள்ளலாம்.”

“அதுவும் நல்ல யோசனைதான்” சாராபாய் மொழிபெயர்க்காமலேயே கஸ்தூரால் அவள் பேச்சை புரிந்துகொள்ள முடிந்தது. புன்னகையால் அதை ஆமோதித்தார்.

அவர்கள் விடை பெற்றுக் கொண்டபோது திருமதி. வில்லிங்டன் தனது கவுனை நீவி விட்டுக்·கொண்டு எழுந்தாள். பிறகு திரும்பி நின்று கஸ்தூரரைப் பார்த்து மென்மையாகப் புன்னகைத்தாள்.

37

வட்ட மேசை மாநாட்டில் பங்கேற்க லண்டனின் கிழக்குப் பகுதியில் அமைந்திருக்கும் கிங்ஸ்லி ஹால் கட்டடத்தில் தங்கியிருந்த மோகன்தாஸ்காந்திக்கு இந்தியாவிலிருந்து சென்றிருந்த சமஷ்டி கமிட்டியினர் தங்கள் கூட்டத்தில் பங்கேற்குமாறு அழைப்பு விடுத்திருந்தனர். மாநிலங்களும் சமஸ்தானங்களும் கலந்த சமஷ்டி அமைப்பை சைமன் கமிட்டி பரிந்துரை செய்திருந்தது. அதையொட்டி சிறுபான்மை வகுப்புகள் பற்றிய பிரச்சனைகளை ஆராயவும் அவை சம்பந்தமாக அரசியலமைப்பில் சேர்ப்பதற்கான விதிமுறைகளைத் தயாரிக்கவும் முதலாம் வட்ட மேசை மாநாட்டிலேயே சிறுபான்மையோருக்கான கமிட்டி நிறுவப்பட்டிருந்தது.

"முஸ்லிம்களுக்கும் கிறித்துவர்களுக்கும் உள்ளது போல தாழ்த்தப்பட்டோருக்கும் தனித் தொகுதிகள் அமைய வேண்டும் என்று அம்பேத்கர் கூறுகிறாரே" செல்லும் இடமெங்கும் அவரை பத்திரிகையாளர்கள் பற்றிக் கொண்டனர். புகைப்படக்காரர்கள் சுற்றிக் கொண்டனர்.

"முஸ்லிம்கள் முஸ்லிம்களாகவே இருப்பார்கள். கிறித்துவர்களும் அவர்களாகவேதான் இருப்பார்கள். அவர்கள் தனித்தொகுதி கேட்பதை என்னால் உணர முடிகிறது. ஆனால் தாழ்த்தப்பட்டோர் என்றென்றும் தாழ்த்தப்பட்டோராகவே இருக்க வேண்டுமா?" அவர் பதில் கேள்வியெழுப்பினார்.

"ஆனால் உங்கள் கருத்தைச் சமஷ்டி அமைப்பினர் யாரும் ஏற்கவில்லையே மிஸ்டர் காந்தி? பிரிட்டிஷார் கூட தாழ்த்தப்பட்டோர் தனித்தொகுதி கோருவது நியாயமே என்கின்றனரே?"

"பிரிட்டிஷார் தாழ்த்தப்பட்டோர் மீது தனித்தொகுதி ஏற்பாட்டை திணித்தால் அதனை எனது உயிரைக் கொடுத்தேனும் எதிர்ப்பேன்."

"நீங்கள் அவர்களை அவர்கள் போக்கில் விட்டு விடலாமே."

"சமஸ்கிருதத்தில் எழுதப்பட்டிருக்கும் எல்லாமே எங்களது சமூக நடத்தையைக் கட்டுப்படுத்த வேண்டும் என்ற அவசியமில்லை. பகுத்தறிவுக்கும் அடிப்படை அறத்துக்கும் எதிரானது எதுவோ அது எவ்வளவு தொன்மையானதாக இருந்தாலும் சாஸ்திரங்கள் என்ற பெயரில் நம்மை நிறுவிக் கொள்ள முடியாது அல்லவா?"

"நீங்கள் அரசாங்கத்தைக் கவருவதை விட மக்களைக் கவருவதில்தான் அதிக கவனம் செலுத்துகிறீர்கள் என்ற குற்றச்சாட்டை எப்படி உணர்கிறீர்கள்?" தொழிலதிபர்கள், மாணவர்கள், அறிஞர்கள், பாதிரியார்கள் போன்ற பலதரப்பட்டோரின் அழைப்பை ஏற்று அவர்கள் மத்தியில் அவர் வெளியிட்ட கருத்துகளைப் பிரிட்டிஷ் நாளேடுகள் பத்திபத்தியாக வெளியிட்டன.

"ஓ... நான் பிரிட்டிஷ் பொதுமக்களிடையே எங்கள் கோரிக்கையை எடுத்து வைத்ததைக் குறிப்பிடுகிறீர்களா?"

"ஆமாம்."

"மக்களுக்காகத்தான் அரசாங்கம். அரசாங்கத்துக்காக மக்கள் இல்லை. இந்தியா பெரிய சிறைச்சாலையாக இருக்கிறது. அங்கு இந்தியர்களாகிய நாங்களெல்லாம் கைதிகளாகக் கிடக்கிறோம். பிரிட்டிஷார் சிறை அதிகாரிகளாக நடந்துக் கொள்கிறார்கள். தங்கள் நாட்டினரின் ஏகாதிபத்தியப் போக்கை அவர்கள் உணர வேண்டாமா?"

"ஆனால், நீங்கள் கூட இந்தியாவிலிருந்து வந்த மற்ற பிரதிநிதிகளுடன் ஒத்துப் போவதில்லையே?"

"இந்தியாவின் உண்மையான பிரதிநிதிகள் இம்மாநாட்டில் கலந்துக் கொள்ளவில்லை. இந்த வட்டமேசை மாநாடு உருப்படியாக எதையும் சாதிக்கப் போவதில்லை. மாநாட்டுக்கு என்னை அழைத்திருப்பது இந்தியாவில் மீண்டும் போராட்டம் ஏற்படுவதைத் தவிர்ப்பதற்காக மட்டுமல்ல.. இந்தியாவின் ஒற்றை பிரதிநிதியென நீங்கள் உங்களைக் கருதிக் கொள்ள வேண்டாம் என்பதை எனக்கு வலிமையாகத் தெரிவிப்பதற்கும்தான்."

"சமஸ்தானங்களையும் உள்ளடக்கியதுதானே இந்தியா என்பது?"

“ஆனால், இந்தியாவின் உண்மையான பிரதிநிதிகள் காங்கிரஸ் காரர்கள்தான் என்பதை வைஸ்ராய் அறிந்திருப்பதால்தானே எங்களையெல்லாம் விடுதலை செய்தார்? நாங்கள் மக்களின் பிரதிநிதிகள் இல்லையென்று அவர் கருதியிருந்தால் ஏன் என்னை டில்லிக்கும் சிம்லாவுக்கும் அழைத்துச் சமரசம் பேசி இங்கே அழைத்து வந்திருக்க வேண்டும்?”

“நீங்கள் பிரிட்டிஷாரைத் தொடர்ந்து குறை சொல்லிக் கொண்டே இருக்கிறீர்கள்.”

“இருக்கலாம். ஆனால் இவை வெற்று வார்த்தைகளில்லை. இந்தியாவின் வகுப்புவாதிகளை ஒருவர் மீது ஒருவரை மோத விட்டு அவர்களுக்கிடையே ஒற்றுமை ஏற்படாது பார்த்துக் கொள்வதும் லண்டனில் காங்கிரஸின் செல்வாக்கைக் கெடுப்பதும்தான் பிரிட்டிஷாரின் நோக்கம். அதை நான் வெளிப்படையாகச் சொல்கிறேன். அவர்களும் இப்படியாகக் காலத்தைக் கடத்துவதற்கு பதிலாக தங்கள் மனதிலிருப்பதை வெளிப்படையாகச் சொல்லி விடலாமே.”

“மாநாடு தேதி குறிப்பிடப்படாமல் ஒத்தி வைக்கப்பட்டிருப்பது அவர்கள் மீண்டும் சமரச முயற்சிக்கு இறங்கி வருவதைத்தானே காட்டுகிறது.”

“அல்ல. அவர்களின் திட்டமே வேறு. இந்தியா என்ற நாடு தனித் தனி பிரிவுகளாகக் குழுக்களாகப் பிரிந்து கிடக்கிறது. அவர்கள் ஒன்றுப்படவே முடியாது. ஆகவே ஒட்டுமொத்த இந்தியாவுக்கும் சுதந்திரம் வேண்டுமென்று காங்கிரஸ் கோருவது சாத்தியமற்ற கோரிக்கை என்று உணர்த்துவதற்குத்தான் இந்த மாநாட்டு ஏற்பாடு. நான் இந்தியாவுக்கு சென்றதும் அங்கு கைது செய்யப்படலாம். அதுவே நான் எதிர்பார்ப்பதும். அதற்காகப் பயந்து கொண்டு எனது பூரண சுதந்திரக் கோரிக்கையில் கடுகளவும் குறைத்துக் கொள்ள மாட்டேன். மீண்டும் போர் தொடங்கப் போகிறேன். இந்தியத் தலைவர்கள் அனைவரும் சிறைப்படப் போகிறார்கள். ஆயினும் தேசிய இயக்கம் பல மடங்கு மும்முரமாக நடக்கப்போவது உறுதி. இது துவேஷத்தினால் மூளும் போரல்ல. அன்பை அடிப்படையாகக் கொண்ட போர்.”

ஹரிலால் தனக்குள்ளாகவே சிரித்துக் கொண்டார். இப்போது உலகமே அவரை மெச்சுகிறது. மகான் என்கிறது. நாட்டு

மக்களோ அவரை மகாத்மாவாக்கிக் கடவுளாக்கி விட்டனர். அவர் கிறிஸ்துவைப் போல அற்புதங்கள் செய்பவர் என்று கூட சொல்லிக் கொள்கிறார்கள். அவருடைய தரிசனத்துக்காக லண்டன் வீதிகளும் இந்திய கிராமங்களும் காத்துக் கிடக்கின்றன. தோல்வியுற்ற மாநாட்டில் கலந்துக் கொண்டு திரும்பிய அவரை பம்பாய் துறைமுகத்தில் அலைக்கடலே திரள்வதுபோல திரண்டு வெற்றிமகனாக இந்தியா வரவேற்கிறது. லண்டனில் அவர் இப்படியெல்லாம் பேசினாராம், அப்படியெல்லாம் பேசினாராம் என்று நாடே என்னென்னவோ பேசுகிறது. நாளிதழ்களிலெல்லாம் அவர்தான் தலைப்புச் செய்தியாம். உலகப் பத்திரிகைகள் எல்லாம் அவருடைய பேட்டிக்கு முன்னுரிமை கொடுக்கிறதாம். ஆனால் யாரொருவரும் அவர் குடும்ப வாழ்க்கையில் செய்து வரும் பலாத்காரப்போக்கைப் பேட்டி எடுக்க மாட்டார்களா? எத்தனை முறை முதுகில் குத்தினாலும் பிரிட்டிஷார் மீது அன்பை மட்டுமே பொழிவேன் என்பவர் பெற்ற மகனிடத்தில் அதை ஏன் மறந்துப் போனார் என்பது குறித்து ஏன் யாருமே பேச மாட்டேன் என்கிறார்கள்?

அவர் கடகடவென்று பாட்டிலிலிருந்த மதுவை உள்ளே சரித்துக் கொண்டார். தள்ளாடிக் கொண்டே நடந்தார். நேர் பாதையில் செல்லும் வகையறியாது சென்ற பாதையிலேயே சுற்றி சுற்றி வந்தார். வாயில் ஊறி வந்த எச்சிலை வழியெங்கும் துப்பினார். பிறகு அதன் மீதே தள்ளாடியபடி நின்றார். அவர் கழுத்தில் சுற்றியிருந்த துப்பட்டா கீழே வழிந்துக் கிடந்தது.

அவர் பார்வையில் நான் உபயோகமற்றவன். குற்றம் செய்தவன். அவர்தான் கடவுளை நம்புபவராயிற்றே? என் மகனைத் திருத்தி என்னிடம் திருப்பி தந்து விடு என்று கேட்டிருக்கலாமே? அதற்கும் அவர் எதாவது ஒரு பதில் வைத்திருப்பார்... கடவுள் என்பது நித்தியமான தத்துவமாம். இதனால்தான் சத்தியமே கடவுள் என்று சொல்கிறாராம். நாத்திகர்கள் கூட சத்தியத்தின் அவசியத்தைக் குறித்துச் சந்தேகப்பட மாட்டார்களாம்... ஆனால் நான் சந்தேகப்படுகிறேன். இவர் அன்பு அன்பு என்று ஊருக்கெல்லாம் போதனை செய்து விட்டு வீட்டில் வெறுப்பை வளர்த்து விட்டார் என்று நான் இவரைச் சந்தேகப்படுகிறேன்.

வழிந்து கிடந்த துப்பட்டாவை எடுத்துக் கழுத்தில் சுற்றிக் கொண்டபோது அதன் சமமின்மையால் காலில் வழிந்து

நடையைப் பின்னி வளைத்து அவரைக் கீழே தள்ளியது. தரையில் ஒருக்களித்துக் கிடந்தவரின் கை மண்ணை அளைந்தது.

அந்தாளு எப்படியோ போகட்டும். எனக்கும் அவருக்குமானது முடிஞ்சுப் போன கதை. இப்போ என் மகனையும் மகளையும் எங்கிட்டேர்ந்து பிரிக்க நினைக்கிறாரு. அந்த பாலீபென்னுக்கு எத்தனை தைரியம் இருந்தால் என் மகளைத் தன்னோடு மட்டுமே வைத்துக் கொள்ள வேண்டும் என்று நினைக்கிறாள். காண்டி... அவர் உன்னோட அப்பா. அவர் கூப்பிட்டா நீ போய்தான் ஆகணும்னு ஏன் யாருமே அவனுக்குச் சொல்றதில்லை? நான் குடியை விட்டால்தான் அவங்க ரெண்டு பேரும் எங்கூட வந்து இருப்பாங்களாம். எனக்கும் எம் பிள்ளைகளுக்கும் இடையில் நிபந்தனை வைக்கறதுக்கு இவர் யாரு? மகாத்மாவாம்... மகாத்மா...

படுத்தவாறே அங்கிருந்த கல்லைத் தூக்கி விசுக்கென்று எறிந்தார். அது எங்கோ விழுந்து சரசரத்தது. அதைப் பொறுக்குவதற்காகப் புரண்டபோது தலையைத் தூக்க முடியாத போதை அவரை தரையில் சரித்தது. பிரயத்தனப்பட்டு எழுந்து உட்கார்ந்தார். கையிலிருந்த புட்டியில் மீதமிருந்த மதுவை நீரருந்துவது போல மடமடவென்று குடித்து விட்டுப் புட்டியை வீசி எறிந்தார். அது அங்கிருந்த மரத்தில் மோதி சில்லுகளாகச் சிதறியபோது யாரோ சிரிப்பதாக எண்ணிக் கொண்டு பதிலுக்குப் புன்னகைத்து விட்டு அதேவாகில் கால்களைப் பரப்பிக் கொண்டு கட்டையைப் போல விழுந்தார்.

கஸ்தூர் சத்தியாகிரகப் போரில் ஈடுபட்டதன் விளைவாகத் தனக்கு விதிக்கப்பட்டிருந்த சிறைவாசத்தை முடித்துக் கொண்டு விடுதலையாகி சபர்மதி திரும்பியிருந்தார். ஆசிரமத்தில் வழக்கமான பணிகள் நடைபெற்றாலும் சத்தியாகிரகிகள் அதிகமானோர் சிறைவாசம் அனுபவிப்பதால் ஆசிரமமே சோபையிழந்திருந்தது. எல்லோரையும் விட அதன் தலைவர் இப்போது அங்கில்லை என்பது அதன் உயிர்ப்பை எடுத்து விட்டிருந்தது. கஸ்தூர் எரவாடா சிறையிலிருக்கும் தன் கணவரைச் சந்தித்து விட்டு வர எண்ணியிருந்தார். ஆனால் அவரோ, சிறைவாசம் என்பது உரிமை மறுப்பு என்பதால் தான் யாரையும் சந்திக்க விரும்பவில்லை என்று சேதி அனுப்பி விட்டார்.

கஸ்தூர் பிரார்த்தனைக் கூடத்தை நோக்கி நடந்தார். ஆட்களற்ற கூடம் களையிழந்திருந்தது. விளக்கு மாடத்தில் கூட தூசி

அண்டியிருந்தது. அவர் அதனை விரலால் தொட்டு வழித்தபோது விழுந்த பளிச்சென்ற தடம் மாடம் துடைக்கப்பட்டு நாளாகி விட்டதைச் சொன்னது. அவர் மாடத்தையும் விளக்கையும் தூய்மை செய்தார். விளக்கின் கரிப்படிந்த பகுதிகளை அழுத்தித் துடைக்க வேண்டியிருந்தது. அவரது வருகைக்கு முன்னரே சுவர்களும் தரையும் சுத்தம் செய்யப்பட்டிருந்தன. சுத்தத்தைப் பேணும் அவரின் கண்களிலிருந்து எதுவும் தப்பி விட முடியாது என்ற அச்சம் ஆசிரமவாசிகளிடம் நிலவினாலும் சிலவற்றை எப்படியோ தவற விட்டிருந்தனர். ஆனால் அதைக் கண்டிக்கும் மனநிலையிலெல்லாம் அவரில்லை.

அவரது க்ணவர் அமருமிடம் ஒளியேற்றாத அகலைப் போன்றிருந்தது. பிரார்த்தனை என்பது நம் உள்ளத்தில் மேலோங்கியிருக்கும் காமம், குரோதம் போன்ற தீய எண்ணங்கள் அகன்று அங்கு கடவுளின் ஒளி ஓங்க வேண்டும் என்பதற்காகச் செய்யப்பட வேண்டியது என்பார் அவர். ஆனால் அது எல்லா நேரங்களிலும் சாத்தியப்படுகிறதா என்ன? என் மூத்த மகனைக் குறித்து சதா தவிக்கும் மனதை என்னால் எப்படிக் கடந்து விட முடியும்? அவர் அருகிலிருந்தாலாவது துயரங்களெல்லாம் குறைந்தது போலிருக்கும். அவரைச் சந்தித்தே நீண்ட நாட்களாகி விட்டது. கஸ்தூர் துடைக்கும் துணியை அதற்குரிய இடத்தில் வைத்து விட்டு கணவர் அமருமிடத்திற்கு வந்து அமர்ந்துக் கொண்டார். புறக்காட்சிகளை நிறுத்திக் கொள்ள மனம் எத்தனிக்க கண்களை மூடி தலையைப் பின்னுக்கு தள்ளி சுவரோடு சாய்த்துக் கொண்டார்.

அவரது கணவர் மாநாடு முடிந்து லண்டனிலிருந்து இந்தியா திரும்பியபோது இந்தியாவின் நிலைமை முன்பை விடவும் மோசமடைந்திருந்தது. அசாதரணமான அவசரச் சட்டங்கள் அமலாகியிருந்தன.

“நாங்கள் இலண்டனில் மிகச்சிறந்த நண்பர்களாகத்தான் பிரிந்தோம். ஆனால் இங்கே வந்ததும் முற்றிலும் வேறான நிலைமையைக் காண்கிறேன், ஆனால் எதுவும் வியப்புக்குரியவை அல்ல. இந்தியாவில் தங்கள் அரசாட்சி முடிவுக்கு வர வேண்டும் என்பதை அவர்கள் உணர வேண்டும். முன்முடிவுகளோடு விவாதங்களைச் சுமந்து செல்வதல்ல பிரச்சனை. இந்தியா பிரிட்டிஷ் பேரரசின் மரணப்பிடியிலிருந்து தன்னை விடுவித்துக்

கொள்ளப் போதிய பலத்தைத் திரட்ட வேண்டும். மனுக்கள், தூதுக்குழுக்கள், நட்பான பேச்சு வார்த்தைகள் போன்ற அரசியல் நடவடிக்கைகளில் நான் ஒரு காலத்தில் நம்பிக்கை கொண்டிருந்தேன். ஆனால் இவை அனைத்தும் வீணாகி விட்டது. அரசை வழிக்குக் கொண்டு வர இவையேதும் பயன்படாது என்று எனக்குத் தெரியும். கலகமே எனது மதமாகி விட்டது. நமது போராட்டம் அகிம்சைப் போராட்டம்" என்றார் காந்தி.

பம்பாயில் கூடிய காங்கிரஸ் காரியக்கமிட்டிக் கூட்டத்தில் காந்தி-இர்வின் ஒப்பந்தத்தின்போது நிறுத்தி வைக்கப்பட்ட சட்டமறுப்புப் போரைத் திரும்பவும் தொடங்குவதென்று நாட்டு மக்களுக்கு அழைப்பு விடுக்கப்பட்டது. அதன் எதிரொலியாக நாடெங்கிலும் போராட்டத்தில் ஈடுபட்டு பலர் கைதாகினர். காந்தியைக் கைது செய்ய உத்தரவு பிறப்பிக்கப்பட்டது. பம்பாயில் மணிபென் மாளிகையில் தங்கியிருந்த அவர் கைது செய்யப்பட்டபோது கஸ்தூரும் உடனிருந்தார்.

காந்தியின் கைது எதிர்பார்த்ததுதான் என்றாலும் அன்று கஸ்தூருக்குச் சிறிது பதற்றமிருந்தது. இலண்டன் மாநாட்டில் எந்த முடிவும் எட்டப்பட போவதில்லை என்று கூறியவரை சமரசம் பேசி அனுப்பி வைத்து விட்டு லண்டனிலிருந்து திரும்பி வந்ததும் கைது செய்து விட்டார்கள். இவர்கள் இந்தியப் பிரஜைகளை வாழவே விட மாட்டார்கள் போலும். நாட்டில் மீண்டும் பலாத்காரங்கள் தலைத் தூக்குகின்றன. விவசாயிகளைத் துன்புறுத்தி நிலவரி வசூலிக்கிறார்கள். சொத்துகளை ஜப்தி செய்கிறார்கள். சிறைக் கொடுமைகளுக்கோ அளவேயில்லை. வைசிராய்க்கும் அவர் கணவருக்குமிடையே நடந்த ஒப்பந்தத்தை வைஸ்ராயே மீறுகிறார். பாப்பு வைஸ்ராயைச் சந்திக்க அனுமதி வேண்டினால் அது மறுக்கப்படுகிறது. அதாவது அவரை சந்திக்குமளவுக்கு வைஸ்ராய்க்குத் தைரியமில்லை. பாப்புவின் ஒளிப்பொருந்திய வசீகரமான முகமும் கனிவான கண்களும் தன்னை அன்பு வலையில் கட்டிப் போட்டு விடும் என்று பயந்திருப்பார். அவரவர், அவரவர் நாட்டில் இருப்பதுதானே முறை... அதைக் கேட்டால் ஏன் இத்தனை வதை? இன்னும் எத்தனைதான் கஷ்டப்படுத்துவார்களோ?

"அருட்சோதியே... வழி காட்டிடு."

தன்னைக் கைது செய்ய வந்த காவலர்களுடன் கிளம்பத் தயாரான காந்தி மனைவியின் பதற்றத்தை சமன் செய்யும்விதமாக அவரைப் பார்த்துப் புன்னகைத்தார். பிறகு விடைபெறும் நோக்கில் லேசாக தலையசைத்தார். பொழுது புலரத் தொடங்கிய போதுதான் அவர் எரவாடா சிறைக்கு அழைத்துச் செல்லப்பட்ட சேதி வெளியே தெரியத் தொடங்கியது. இம்முறை அது உலகெங்கும் உலா வந்தது. தொடர்ந்து முக்கியத் தலைவர்கள் கைதாகிக் கொண்டே இருந்தனர். கஸ்தூரும் கைது செய்யப்பட்டு ஆறு வார வெறுங்காவல் தண்டனை அனுபவித்து ஆசிரமம் திரும்பியிருந்தார்.

தலைக்கு மேல் காகம் கரைந்தது. அதற்கு எங்கோ உணவுக் கிடைத்திருக்க வேண்டும். தன் உற்றத்தாரை கூவியழைக்கிறது. அதன் அழைப்புக்கு இரண்டொன்று பறந்து வந்தன. அவை போதவில்லைபோலும். கரைவதும் பறந்தலைவதுமான அதன் தவிப்பைப் பார்த்தபடியே அமர்ந்திருந்தவர் நேரமாவது தெரிந்ததும் மீண்டும் தூய்மைப்பணியில் ஈடுபட தொடங்கினார். உபயோகம் போக மீதமாக இருந்த பிரார்த்தனைப் பாடல்கள் அடங்கிய புத்தகங்களைச் சுவரோரமாக இருந்த மாடத்தில் அடுக்கி வைத்தார். அதில் அவரது கணவர் மீராபஹனுக்காக ஆங்கிலத்தில் மொழிபெயர்த்த புத்தகங்களும் இருந்தன. வெளிநாட்டு அன்பர்கள் வரும்போது அவை உபயோகமாக இருக்கும். சில சமயங்களில் பேட்டி எடுக்க வந்த நிருபர்கள் கூட பிரார்த்தனையில் மனம் உருகி அமர்ந்து விடுவர். ஆசிரமவாசிகளுக்குப் பாடல்கள் மனனம் ஆகி விட்டதால் புத்தகத்தின் தேவை அதிகமிருக்காது. வெளியிலிருந்து வருபவர்களுக்கு அளிப்பதற்காக வைக்கப்பட்டவைகள் வாசிப்பாரற்றுக் கிடந்தன. அவற்றை தூசு தட்டி எடுத்து வைக்கும் வேலையில் கைகள் பரபரத்தாலும் இன்னதென்று அடையாளம் காண இயலாததான தவிப்பு இன்னும் நீங்கியிருக்கவில்லை. எழுந்த இடத்திலேயே மீண்டும் அமர்ந்துக் கொண்டார்.

“பாட்டீ..” மனு அவரைத் தொட்டு எழுப்பினாள்.

“ஏன் இங்கேயே உட்கார்ந்திட்டீங்க?”

“இதையெல்லாம் துடைக்கலாமேன்னு வந்தேன்.”

“துடைச்சாச்சில்ல... நேரமாச்சு வாங்க போகலாம்” மனு அவரை அழைத்துக் கொண்டு நடந்தாள். அவளிடமும் வழக்கமான கலகலப்பு இல்லை.

“சாப்டியாம்மா..”

“இல்ல பாட்டி” அவள் பார்வையில் தெரிந்த பரிதவிப்பு மனதை துவள வைத்தது.

“மனு... நீ குற்றவுணர்வு கொள்வதற்கு இதில் இடமேதுமில்லை” என்றார் பேத்தியின் உளநிலையைப் புரிந்துகொண்டவராக.

அன்று பாலிபென்னின் வீட்டிற்கு நடு இரவில் வந்த ஹரிலால் மனுவைத் தன்னோடு அனுப்பி வைக்குமாறு தகராறு செய்தாராம்.

“காலைல பேசிக்கலாம்னு பெரியம்மா எத்தனையோ தடவை சொல்லியும் அவர் அங்கேர்ந்து போகல பாட்டீ... மது போதையில் கத்திக்கிட்டே இருந்தாரு. எனக்கு ரொம்பப் பயமா போயிடுச்சு. அப்பா எதையும் கேட்கற மாதிரி தெரியில. கடைசியில ரெண்டு பேருக்கும் பெரிய சண்டையாயிடுச்சு.”

“உன் அப்பா நல்லவன்தாம்மா... மதுபோதை எந்த மனிதனையும் அவன் நிலையிலிருந்து கீழிறக்கி விட்டுடும். நீங்கள் இந்தப் பழக்கத்தை விடாவிட்டால் என்னைப் பார்க்க வர வேண்டாம்னு உன் தகப்பனிடம் நீயே தெளிவாகச் சொல்லிடு.”

மனம் மெள்ள அவிழத் தொடங்குகிறதா?

“அதையே தான் பாட்டீ, தாத்தாவும் சொன்னாரு.”

“ஓ... தாத்தாவுக்குக் கடிதம் எழுதியிருந்தியா?”

“ஆமாம் பாட்டீ... ஆனா அப்பா பாவம்தானே?”

கஸ்தூர் பதில் கூறவில்லை. அந்தச் சிறுமியின் மனம் அப்பாவின் செயல் மீதான கோபமும் உறவின் வழி அவர் மீதெழும் பாசமும் கலந்த பரிதவிப்பிலிருக்கிறது. பெற்றவளின் மனமும் அதுதானே? ஆனால் அவன் எல்லா வரம்புகளையும் மீறுகிறானே... என்ன செய்வது?

“அன்னைக்கு ராத்திரி அப்பா அதிகமா குடிச்சிருப்பாரு போல. கத்தும்போது வாயெல்லாம் குளறிப்போச்சு. நாங்க

என்ன சொன்னாலும் கேக்காம கத்தி ஆர்ப்பாட்டம் செய்ய ஆரம்பிச்சிட்டாரு. கடைசியில அவரைச் சமாளிக்க முடியாம பெரியம்மா அவரை அறைஞ்சுட்டாங்க.”

கஸ்தூர் கண்களை மூடிக் கொண்டார். ஆறுதல் தேவைப்படுவது தனக்கா.. மனுவுக்கா... மனுவின் தோளில் கை வைத்து அணைத்துத் தன்னிடம் சரித்துக் கொண்டார். பேத்தியின் மன அலைக்கழிப்பை அவரால் உணர முடிந்தது. தன் மீதிருக்கும் பாசத்தால்தானே தந்தை தன்னைப் பார்க்க அப்பா அடிக்கடி பெரியம்மாவின் வீட்டுக்கு வந்து விடுகிறார். ஆனால், தானோ அவர் மீது அந்தளவுக்குப் பாசமோ அக்கறையோ இல்லாமல் நடந்துகொள்கிறேனே என்ற குற்றவுணர்வு அவளை வருத்திக் கொண்டேயிருக்கிறது. அதைச் சரிப்படுத்தியாக வேண்டும்.

“தாத்தா என்ன சொன்னார் மனு?”

“என்னைக் கவலைப்படாமல் இருக்கச் சொன்னார் பாட்டீ. ஆனா நானெப்படிக் கவலைப்படாமல் இருக்க முடியும்? அப்பா செய்தது தப்புன்னாலும் அவர் அவமானப்படுவதை என்னால் தாங்க முடியில. பெரியம்மாவுக்கும் தான் செய்தது தப்புன்னு தெரிஞ்சுதான் தாத்தாவைப் போய் சிறையில பார்த்துட்டு வந்திருக்காங்க. தாத்தா இந்த நிகழ்வை வன்முறையாகப் பார்க்க வேண்டாம். இது ஆழ்ந்த அன்பின் வெளிப்பாடுன்னு சொன்னாராம்.”

அவரால் அப்படித்தானே சொல்ல முடியும்... வார்த்தைகள் மனதிற்குள்ளேயே ஓடிக் கொண்டன.

“நாம் நம் மனதை தூய்மையாக வைத்துக் கொண்டால் அது அப்பாவை நிச்சயம் பாதிக்குமாம். அவர் குடிப்பதை நிறுத்தாவிடில் என்னை மறந்து விட வேண்டியதுதான் என்று அப்பாவுக்குக் கடிதம் எழுத சொன்னார் பாட்டீ.”

மனு ஏதேதோ சொல்லிக் கொண்டே போனாள்.

“அப்பாவுக்குப் பணம் மட்டும்தான் தேவையாம். அதற்காகத்தான் இத்தனை இழிவான நாடகங்களை நடத்துகிறாராம். நாம் அதைப் பொருட்படுத்தாமல் நடந்துகொண்டால் அவர் திரும்பவும் நம்முடன் சேர்ந்து விடுவார்னு தாத்தா பெரியம்மாவிடம் சொல்லியிருக்கார்.”

அவர் கூட மகனின் முறையற்ற நடத்தையைக் குறித்து கணவரிடம் கோபப்பட்டிருக்கிறார். அப்போதெல்லாம் அவர் தன் மகனை விட்டுக் கொடுக்காமல் அவனுடைய இந்த மனோபாவத்துக்கு நானும் ஒரு காரணமா இருக்கலாம். உன் வயிற்றில் அவன் கருவாக இருந்தபோது நானும் அறியாமையில்தானே இருந்தேன், என்பார்.

“இப்பவும் அதையேதான் சொன்னார் பாட்டி. தன்னுடைய தவறுக்குப் பிராயச்சித்தமாக ஆத்மசுத்திக்காக எதையாவது செய்யணும்னு சொன்னாராம்.”

கஸ்தூரரை உணர்வுகள் முழுகடித்திருந்தன. மனு பாட்டியின் முகத்தை நிமிர்ந்து நோக்கினாள்.

“பாட்டீ...”

“ம்ம்...”

“அப்பாவுக்குப் பெரியம்மா மேலேயும் தாத்தா மேலேயும் ரொம்ப கோபம். இதுக்கெல்லாம் தாத்தா தான் காரணம்னு கத்தினார்.”

“உங்கப்பா இப்போ எங்கேயிருக்கான் மனு?”

“அவர் இப்போ நிரந்தரமா எங்கேயும் தங்கறதில்லையாம். ஆனா என்னைப் பெரியம்மாவிடமிருந்து மீட்டு தன்னோட வைச்சுக்கணும்னு தாத்தாவுக்கு எங்கிருந்தோ கடிதம் போட்டுருக்காராம்.”

“அப்படிச் செய்தால் எல்லோருக்குமே கஷ்டம் இல்லையா?”

“ம்ம்...”

“உன் மேல் உங்கப்பாவுக்கு ரொம்ப பிரியம் மனு.”

கஸ்தூர் தன் மனதை கூர்ந்து கவனித்தார். அதேதான்... அதேதான். சந்தேகமறத் தெரிந்தது. தவிப்புக்குக் காரணம் அதுதான். மனுவுக்கு அவன் அப்பா... எனக்கு அவன் குழந்தை... தவிப்பும் பரிதவிப்பும் இருவருக்கும் ஒன்றாகத்தானே இருக்க முடியும்.

“மனு... உங்கப்பாவுக்கு என் மீதும் ரொம்ப பிரியம்.”

“உங்களுக்கும்தான்” என்றாள் மனு.

38

காந்தி சிறையில் உண்ணாவிரதம் இருக்கப் போகிறாராம். செய்தியைக் கேள்விப்பட்டபோது கஸ்தூர் சபர்மதி சிறையிலிருந்தார். நாடு ஒருமுறை குலுங்கி அமர்ந்தது.

காந்தி தனது உண்ணாவிரத முடிவுக் குறித்து அரசுக்குத் தெரியப்படுத்தியதோடு உள்நாட்டு வெளிநாட்டு நண்பர்களுக்கும் கடிதம் மூலம் தெரியப்படுத்தியிருந்தார். அவரது நெருங்கிய நண்பரான தாகூரிடம் ஆசி வேண்டி எழுதிய கடிதத்துக்கு அவர் தந்தி மூலம் பதில் அனுப்பியிருந்தார்.

இந்தியாவின் ஒற்றுமைக்காகவும் இந்திய சமூகத்தை சிதையாமல் பாதுகாப்பதற்காகவும் மதிப்பரிய உயிரைத் தியாகம் செய்வது தகும். ஆனால் இத்தகைய தேசியத் துயர சம்பவம் அதன் இறுதி முடிவு வரை போய் விடக் கூடாது. அப்படிப் போகும்வரை நாங்கள் பார்த்துக் கொண்டிருக்கவும் மாட்டோம். தங்களது உன்னதமான தவத்தை வணக்கத்தோடும் அன்போடும் எங்கள் துயர உள்ளம் கவனித்துக் கொண்டிருக்கும்.

“இந்த முறை எதற்காக உண்ணாவிரதமாம்?” கணவரின் அறிவிப்பு கஸ்தூரைப் பதற்றமுற வைத்தது.

“தாழ்த்தப்பட்ட வகுப்பினருக்குத் தனித்தொகுதி தேர்தல் முறை வழங்குவதாகப் பிரிட்டிஷ் பிரதமரிடமிருந்து அறிவிப்பு வந்துள்ளதை எதிர்த்து உண்ணாவிரதம் அறிவித்திருக்கிறார் பா.”

“எலும்பும் தோலுமான உடலில் ஒட்டிக் கொண்டிருக்கும் உயிரைத் தவிர அவரிடம் கொடுப்பதற்கு என்ன இருக்கிறது?” தன்னை ஆறுதல்படுத்த வந்தவர்களிடம் கஸ்தூர் பரிதவிப்பாக ச்சொன்னார். இவர்களெல்லாம் என் கணவர் சேர்த்து வைத்த மனித சொத்து. நான் என்ற ஆணவ எண்ணத்தை ஒழித்து விட்டு மனித சமூகம் என்ற சமுத்திரத்தில் கலந்து விடும்போதுதான்

அந்தச் சமுத்திரத்தின் பெருமையில் நம்மால் பங்குக் கொள்ள முடியும். நம்மைத் தனித்தவர்களாகக் கருதுவோமானால், நமக்கும் கடவுளுக்குமிடையே தடைச்சுவரை எழுப்பிக் கொண்டு விடுவோம். மக்களை விட்டு விலகி ஹிமாலயக்குகைகளில் தன்னால் கடவுளைத் தேட முடியாது என்பார் அவர்.

"ஆனால்.."

"காங்கிரஸாருக்கே அவரது உண்ணாவிரத முடிவு பிடிக்கவில்லை."

"அவர் பிடிவாதக்காரராச்சே? அவரிடம் யார் எடுத்துச் சொல்வது?"

"ராஜாஜி கூட இந்த உண்ணாவிரதத்துக்கு எதிர்ப்புக் குரல் கொடுத்திருக்கிறார் வருங்கால சம்பந்தி என்ற அளவில் அவர் பேச்சையாவது பொருட்படுத்தியிருக்கலாம்" ராஜாஜியின் மகள் லட்சுமியும் தேவதாஸும் ஒருவருக்கொருவர் விருப்பம் கொண்டிருந்தது எல்லோருக்குமே தெரிந்திருந்தது.

"நீங்களாவது எடுத்துச் சொல்லுங்க பா."

கஸ்தூரின் உதடுகளில் வறட்டுப் புன்னகை எழுந்தது. ஓர் ஆண் ஒரு பெண்ணுக்கோ பெண் ஒரு ஆணுக்கோ தன்னை ஒப்படைத்து விட்டால் அல்லது தன் அன்பு மொத்தத்தையும் அளித்து விட்டால் உலகத்துக்கெல்லாம் அளிக்க எதுதான் மிஞ்சும் என்று கருதுபவர் அவர். அவரிடம் எதைச் சொல்வது?

நாடு முழுவதும் சலசலப்புக்குள்ளாகியிருந்தது.

பிரிட்டிஷ் அரசாங்கம் தாழ்த்தப்பட்ட மக்களுக்குச் சகாயம் செய்ய நினைக்கிறதாம். அதற்காகத்தான் இந்த தனித்தொகுதி ஏற்பாடாம். அவர்களுக்குப் பொது தொகுதியில் ஒரு ஓட்டும் அவர்களுக்கென ஒதுக்கப்பட்ட தொகுதியில் வாக்குச் செலுத்தி தங்கள் வேட்பாளரை தேர்வு செய்வதுமாக இரட்டை வாக்குரிமை கொடுக்கப்படுமாம்.

"தாழ்த்தப்பட்ட மக்கள் இரட்டை ஓட்டுகள் பெற்று விடுவது அவர்களையோ இந்து மதத்தையோ பாதுகாத்து விடாது. அவர்களுக்கு அதிகமான தொகுதிகளை ஒதுக்குவதை நான் எதிர்க்க மாட்டேன். ஆனால் எதுவரையில் அவர்கள் இந்து சமயத்தில் இருக்க விரும்புகிறார்களோ அதுவரையில் அவர்களைச்

சட்டரீதியாகப் பிரித்து வைப்பதை நான் உயிரைக் கொடுத்தாவது எதிர்ப்பேன்” என்றார் காந்தி.

பிரிட்டிஷ் அரசாங்கம் தாழ்த்தப்பட்ட மக்களுக்கு எதையாவது செய்ய வேண்டும் என்று நினைக்கிறது. காந்திக்கு அவர்களுக்கு நன்மை செய்ய வேண்டும் என்ற எண்ணம் துளியுமில்லை என்று அறிக்கை விடுத்தார் பிரிட்டிஷ் பிரதமர் மெக்டனால்டு.

“நீங்கள் எங்களைப் பிரித்து விட எண்ணம் கொண்டு விட்டீர்கள்.”

“நீங்கள் உங்களுக்குள் ஒத்திசைந்து உடன்படிக்கை செய்து கொள்ளுங்களேன். நாங்கள் வேண்டாமென்று சொல்லவில்லையே. ஒற்றுமை ஏற்பட்டால் வகுப்புத் தீர்ப்பைக் கூட திரும்ப பெற்றுக் கொள்கிறோம். இல்லாவிட்டால் அது உறுதியுடன் அமல்படுத்தப்படும்” என்றார் பிரதமர். முரண்பட்ட கருத்துக் கொண்ட இந்தியப் பிரதிநிதிகளிடமிருந்து ஒருமித்த உடன்பாடு எதுவும் ஏற்படாது என்பதில் பிரதமருக்கு உறுதியான நம்பிக்கையிருந்தது.

பகல் பதினொன்றரை மணிக்குக் கடைசித் தடவையாக எலுமிச்சைப்பழச்சாறும் தேனும் கலந்த வெந்நீரை எடுத்துக் கொண்ட அந்தச் செப்டம்பர் இருபதாம் தேதிக்குப் பிறகு அவர் எதையும் உண்ணவில்லை. உங்களின் ஆசிர்வாதம் இப்புயலினிடையே எனக்கு வலிமை தந்து என்னைக் காப்பாற்றும் என்று தாகூரின் தந்திக்குத் தான் எழுதியிருந்த பதிலின் சத்தியத்தை அவர் அனுபவித்துக் கொண்டிருந்தார்.

அம்பேத்கரும் எம்.சி.ராஜாவும் காந்தியைச் சந்தித்து சமரசம் பேசியிருக்கிறார்களாம். அம்பேத்கரும் ராஜாஜியும் தனித்து சந்தித்துப் பேசினராம்.

காந்தியின் உடல் உண்ணாவிரதத்தால் நலிந்து கொண்டே வந்தது.

தாழ்த்தப்பட்டோருக்குக் கோவில்கள், கிணறுகள், பள்ளிக்கூடங்கள், பொதுப்பாதைகளிலெல்லாம் இடம் கொடுக்க வேண்டும். காந்தியின் உயிரைக் காப்பாற்ற வேண்டுமென்று ராஜேந்திர பிரசாத் அறிக்கை விடுத்தார். பண்டித மாளவியா அனைத்துத் தலைவர்களும் மாநாடு கூட்ட வேண்டும் என்றார். நாட்டு மக்களெல்லாம் பிரார்த்தனைப் புரிந்து உபவாசம் இருக்க

வேண்டும் என்று ராஜாஜி கேட்டுக் கொண்டார். சிறையிலிருக்கும் அவரைச் சந்திக்கப் பிரதிநிதிகள் பலரும் அனுமதிக் கோரினர்.

கஸ்தூரைச் சபர்மதியிலிருந்து எரவாடா சிறைக்கு மாற்றியிருந்தனர். இம்முறை பாப்பு மிகவும் தளர்ந்து விட்டாராம். கேள்விப்பட்டவைகள் இருட்டில் தென்படும் கோட்டான்களென மனதில் பய பிறாண்டல்களை ஏற்படுத்தியிருந்தாலும் கஸ்தூர் உறுதியோடுதான் கிளம்பி வந்திருந்தார். சிறை முற்றத்தில் தாழ்வான மாமரம் ஒன்றின் நிழலில் இரும்புக்கட்டிலின் மீது காந்தி தளர்ந்து படுத்திருக்க, பட்டேலும் மகாதேவ்தேசாயும் அருகே அமர்ந்திருந்தனர். அங்கிருந்த மர இருக்கையில் புத்தகங்கள் சிலவும் எழுதும் காகிதங்களும் தண்ணீர் சீசாவும் பரவியிருந்தன.

கண்களில் உயிரைத் தேக்கி விறகுச்சுள்ளியாகக் கிடந்த கணவரைக் கண்டதும் கஸ்தூருக்கு அதுவரை கொண்டிருந்த உறுதியெல்லாம் தளர்ந்து நடை தள்ளாடிப் போனது. பாப்பு... இது சரியில்லை... இது சரியேயில்லை வார்த்தைகளை விழுங்கிக் கொண்டு தலையை இடவலமாக ஆட்டினார்.

“சுத்தமாக நடை ஒடுங்கி விட்டது பா...”

ஆனால் உயிர் கண்களில் இருந்தது.

“இயற்கை உபாதைகளுக்குக் கூட அவரால் எழுந்துக் கொள்ள முடியவில்லை. டோலியில் வைத்துத்தான் அழைத்துச் செல்கிறோம்.”

அவர் உணர்வுகள் மொத்தமும் கோரிக்கையில் நிலைப்பெற்றிருந்தது.

“மிகவும் கஷ்டப்படுகிறார்.”

“இனி இப்படியான ஆபத்துகளில் விளையாட வேண்டாம் என்கிறார்களே மருத்துவர்கள்?”

சற்று அசைந்தாலுமே சிறிது பேசினாலும் கூட வாந்தி வருவது போலிருந்தது. மயக்கம் உண்டாயிற்று.

“உப்புக் கலந்த நீரை தவிர எதுவும் உண்ண மறுக்கிறார்.”

இதயநோய் மருத்துவர் கில்டரும் மருத்துவர் பட்டேலும் ரத்த அழுத்தம் திகிலளிக்கக்கூடிய அளவு உயர்ந்து விட்டது. அவர் அபாயக்கட்டத்தில் இருக்கிறார் என்றனர். நாடு முழுவதும் பிரார்த்தனைகள் நடந்து கொண்டிருந்தது.

“அவர் வெற்றி பெற்று விடுவார்” என்றார் கஸ்தூர்.

“தீண்டாமை என்பது அநீதி. தாழ்த்தப்பட்ட மக்கள் அந்நிலையிலிருந்து மீட்டெடுக்கப்பட வேண்டும். ஆனால் அதற்குத் தனித் தொகுதி முறை தீர்வல்ல. இது நம்மிடையே பிரிவினையை வளர்த்து விடும். இது அவர்களுக்கும் தீங்கு. இந்து சமயத்துக்கும் தீங்கு” மென்காற்றென அசைந்தன அவரது சொற்கள்.

“இது அரசியல் யுக்தி” என்றார் அம்பேத்கார்.

தாழ்த்தப்பட்டோரின் பிரதிநிதிகளுடன் பேச்சு வார்த்தை நடந்துக் கொண்டிருந்தது.

“தாழ்த்தப்பட்டோரின் பிரநிதியாக நிறுத்தப்படும் ஒருவரை பிற இந்துக்களும் வாக்களித்து தேர்வு செய்ய வேண்டியிருக்கிறது. ஆகவே சாதி இந்துக்களுக்குப் பிடித்தமான ஒருவர்தான் தாழ்த்தப்பட்டோரின் தலைவராக வர முடியும். இது சரியான தீர்வாகாது.”

“சாதி இந்துக்கள் வசிக்கும் தொகுதியில் அவர்கள் அனைவருக்குமே தாழ்த்தப்பட்ட ஒருவரால் பிரதிநிதியாக முடியுமே.”

முடிவு எட்டப்படாமல் இருந்த நிலையில் மருத்துவர்கள் அவர் உயிருக்கு இருபத்துநான்கு மணி நேரக் கெடு வைத்திருந்தார்கள். காந்தி தான் உபயோகித்தப் பொருட்களை யாராருக்குக் கொடுக்க வேண்டுமென்று மனைவியிடம் சாடை மொழியில் பங்கீடு செய்தார்.

இந்தியா முழுவதிலும் ஆயிரக்கணக்கான கோவில்கள் தாழ்த்தப்பட்ட மக்களுக்குத் திறந்து விடப்பட்டன. கிணறுகள், குளங்கள் போன்ற பொதுவிடங்களைப் பயன்படுத்திக் கொள்ள அரிசனங்கள் அனுமதிக்கப்பட்டனர்.

“சட்டத்தினால் அசைக்க முடியாத ஒன்றை உணர்வுரீதியான செயல் அசைத்துப் பார்த்து விட்டது.”

“இதுதான் அகிம்சையின் மொழி.”

இறுதியாக ஏற்பட்ட சமரத்தின்படி, பிரிட்டிஷ் அரசு தாழ்த்தப்பட்டோருக்கு வழங்குவதாகச் சொன்ன எழுபத்தோரு இடங்களுக்கும் அம்பேத்கர் கேட்ட நூற்று தொண்ணூற்றேழு இடங்களுக்கும் மையமாக நூற்று நாற்பத்தெட்டு இடங்களை

வழங்குவதாக அரசு ஒப்புக் கொண்டது. முதற்கட்டமாக தாழ்த்தப்பட்ட வாக்காளர்கள் தங்களில் நால்வரைத் தேர்ந்தெடுப்பதும், அந்த நால்வரிலிருந்து ஒருவரைத் தாழ்த்தப்பட்ட இந்துக்களோடு ஏனையோரும் சேர்ந்து கூட்டாக வாக்களித்து தேர்ந்தெடுக்க வேண்டுமென்பதாகவும் முடிவு எட்டப்பட்டது.

“நீங்கள் உண்ணாவிரத்தை முடித்துக் கொள்ளலாமே காந்தி.”

“இந்த உடன்படிக்கைக்குப் பிரிட்டிஷ் பிரதமரிடமிருந்து சம்மதம் கிடைக்கட்டும்” அவரது கண்கள் மொழி பேசின.

கெட்ட காலத்திலும் ஒரு நல்லகாலம் இருக்கத்தான் செய்கிறது. சட்டமறுப்புத் தொண்டர்களை அரசு மகா கொடுமையாக அடக்கி வைப்பதால் மக்களின் நம்பிக்கை தளர்ந்து இயக்கம் நலிந்து போய் விடப்போகிறதோ என்ற நேரத்தில் பாப்புவின் உண்ணாவிரதம் மீண்டும் நாட்டுமக்களின் உணர்வுகளை ஒன்றுகுவித்து விட்டது, என்றது தேசம்.

“அதற்காக அவர் உயிர்த்தியாகம் செய்ய வேண்டுமா?” உருகியது.

“அதுவரை உண்ணாவிரதத்தை நீட்டிக்க அரசு விரும்பாது. பிரதமரிடமிருந்து எதிர்பார்த்த செய்தி வந்து விடும்.”

இலண்டனிலிருந்தும் டெல்லியிலிருந்தும் ஏக காலத்தில் அந்த நம்பிக்கையான செய்தி வந்து சேர்ந்தபோது தேசமே நிம்மதி பெருமூச்சு விட்டது. அப்போது தன் நணபரைக் காண வந்திருந்த தாகூர் பக்திப்பாடலொன்றை உருக்கமாகப் பாடினார்.

கஸ்தூர் ஆரஞ்சு பழரசத்தை எடுத்து கணவரிடம் நீட்டியபோது அவரது கை லேசாக நடுங்கியது. இது மூப்பினால் ஏற்பட்டதல்ல என்பதை அவரது கணவரும் உணர்ந்திருந்தார்.

“உங்கப்பாதான் இப்போது உலகத்தின் நாயகன் தெரியுமா ஹரிலால்?” பம்பாயிலிருக்கும் அவரது நண்பர் வாசீம்முகம்மதுக்குச் சொந்தமான விடுதியில் அவர் தங்கியிருந்தார். அந்த முஸ்லிம் விடுதியில் தங்கியிருப்போருக்கு அவர் காந்தியின் மகன் என்பது தெரிந்திருந்தது.

“ஓ... எரவாடாவில் ஒப்பந்தம் போட்டாச்சா?”

“பின்னே...? அவருடைய பிடிவாதத்துக்கு ஆங்கில அரசாங்கம் கூட பணிந்துதானே போவுது?” வாசீமின் குரலில் ஆச்சரியமிருந்தது.

"அவர் அசைந்தால் நாடே குலுங்கிப் போகிறது."

ஹரிலால் பதிலேதும் பேசாமல் அமர்ந்திருந்தார். மற்றவர்களின் பார்வை தன் மீது ஆச்சரியமாகவும் வியப்பாகவும் பரிதாபமாகவும் விழுந்து நகர்வதை அவர் அறியாதவரல்ல. அதை சட்டை செய்து நேர விரயம் செய்வதை விட மலிவு விலையில் கிடைக்கும் மதுவின் போதையில் திளைப்பது அலாதியானது.

இவர்கள் சொல்வது போல இந்தியா முழுக்க காந்தி... காந்தி... என்ற ஒரேடியாக ஜெபிக்கிறார்கள். அவரிடத்தில் அப்படி என்னதான் இருக்கிறது? அவரை அணுகிப்பாருங்கள் அப்போது தெரியும் அவர் யாரென்று? அவர் பெற்றப்பிள்ளைகளை நடுத்தெருவில் விடுபவர். பிள்ளைகளை அடிமைப்படுத்துவதுபோல நாடே அவரிடம் அடிமையாக இருக்க வேண்டும் என்பதுதான் அவர் திட்டம். அதைத்தான் படிப்படியாகச் செதுக்கிக் கொண்டிருக்கிறார். எங்கள் வாழ்க்கை அழிந்துபோனாலும் அவர் எண்ணப்படி புகழ் உச்சியில் ஜொலிக்கிறார். அவர் உள்நாட்டிலும் வெளிநாட்டிலுமாக தன் கல்வித்தகுதியை வளர்த்துக் கொள்ளலாம். ஆனால் பெற்ற பிள்ளைகளைப் படிக்க வைக்க மாட்டார். யாருக்கும் கல்வி தேவையில்லை. பொருளாதாரம் தேவையில்லை. யாரும் வேலை பார்க்க வேண்டாம். தொழில் செய்ய வேண்டாம். அப்படியிருந்தால்தானே இராமநாமம் போல காந்திநாமம் ஊரெங்கும் ஒலிக்க முடியும்... பெண்கள் நகைகள் அணிந்துக் கொள்ள வேண்டாமாம். அம்மாவைப் படுத்தியது போல எல்லோரையும் படுத்துகிறார். நல்ல துணிகள் உடுத்திக் கொள்ளாமல் முரட்டுக் கதரை அணிந்து கொண்டு இவரைப் போல எல்லோரையும் பக்கிரிகளாக அலைய வேண்டுமாம்... ச்சே... மனிதரா இவர்?

நேற்றைய மது காலையில் தன் வேகத்தைத் தணித்துக் கொண்டபோது மீண்டும் அதனை உசுப்பேற்றிக் கொண்டார்.

"எதையும் வேண்டாம்.. வேண்டாம் என்று சொல்பவரை நாடே உள்ளங்கையில் அல்லவா தாங்குகிறது... அது மட்டும் வேண்டுமா அவருக்கு? புகழ்... புகழ்... எல்லாம் புகழுக்காகத்தான். அவருக்கு எல்லாமே கிடைத்திருக்கிறது. கல்வி, குடும்பம், மனைவி, குழந்தைகள் என குறையில்லாத வாழ்வு அவருடையது. அதையெல்லாம் அனுபவித்துச் சலித்து விட்டதால் அடுத்தடுத்து தாவுகிறது அவர் மனம். இது புரியாமல் நாடே அவரைத் தலையில்

வைத்துக் கொண்டாடுகிறது. அனுபவித்து விட்டு அதனை வேண்டாம் என்று மறுப்பதற்கும் அனுபவிக்கவே அனுமதி மறுப்பதற்கும் இடையில்தான் அவருடைய குரூரம் இருக்கிறது. அதை யாராவது புரிந்துக் கொள்ளுங்களேன்...

தட்டுத்தடுமாறி விடுதி அறைக்குள் நுழைந்து கதவைத் தாழிட்டுக் கொண்டு அழத் தொடங்கினார். பிசிறி பிசகி தெளிவற்று விழுந்த வார்த்தைகளை ஒன்றுக்கூட்டிக் கொண்டபோது அது அப்பா... என்று ஒலித்தது. ஆனால் அதிலிருந்த பெருமிதத்தை அவர் மறைத்துக் கொண்டார்.

காந்தி தனது அறிக்கையில் தாழ்த்தப்பட்டோருக்கு எதிராக இருந்து வரும் சமூகத்தடைகளும் சமயத்தடைகளும் குறிப்பிட்ட காலத்திற்குள் ஒழியாவிட்டால் நான் திரும்பவும் உண்ணாவிரதம் இருப்பது உறுதி என்றார்.

அம்பேத்கரைப் பத்திரிகையாளர்கள் சூழ்ந்துக் கொண்டனர்.

"காந்தி என்ற அந்தத் தலைசிறந்த மனிதருடைய உயிரைக் காப்பாற்ற வேண்டும். அதே சமயத்தில் என் சமூகத்தாரின் நலன்களையும் பாதுகாக்க வேண்டும் என்பதுதான் என் நோக்கம். எல்லோருடைய ஒத்துழைப்பாலும் மகாத்மாவின் உயிரைக் காப்பாற்ற முடிந்தது. சிக்கலான நிலையிலிருந்து என்னை விடுவித்ததற்காக அவருக்கு நன்றி செலுத்துகிறேன். ஆனால் வட்டமேசை மாநாட்டில் காந்தி இந்த நிலைப்பாட்டை எடுக்கவில்லை என்பதைக் குறித்து நான் வருந்துகிறேன். அன்று அவர் என் கருத்தை அனுதாபத்தோடு பரிசீலித்திருந்தால், இந்த அக்னிப்பரீட்சையைத் தவிர்த்திருக்க முடியும்."

"தாழ்த்தப்பட்ட பிரிவினர் எல்லோரும் இந்த உடன்படிக்கையை ஆதரிக்கிறார்களா?"

"என்னையும் என் தலைமையிலுள்ள கட்சியையும் பொருத்தமட்டில் நாங்கள் இந்த உடன்பாட்டை ஆதரிக்கிறோம். இங்கு வந்திருக்கிற எனது நண்பர்கள் சார்பிலும் உடன்பாட்டுக்கு ஆதரவை அறிவிக்கிறேன். இந்து சமூகம் இந்த உடன்பாட்டைப் புனிதமாகக் கருத வேண்டும். கௌரவமான உணர்ச்சிடன் இதை அமலாக்க வேண்டும்."

39

காந்தியாரின் உடல்நிலை தொடர்ந்து மோசமான நிலையிலேயே உள்ளது. அவர் உண்ணாவிரதத்தை முடித்துக் கொள்வதுதான் நல்லது மருத்துவக்குழு ஆலோசனை.

அடிக்கடி உண்ணாவிரதம் இருப்பது அவரது உடல்நிலையைப் பலவீனப்படுத்தி விடும் மருத்துவர்கள் கருத்து.

வயது மூப்பும் உயர் இரத்த அழுத்தமும் சுகவீனத்தை அதிகமாக்கும் மருத்துவர்கள் அறிவுரை.

பத்திரிகைகளிலும் தினசரிகளிலும் வெளியான தலைப்புச் செய்திகளை வாசிக்க நேர்ந்தபோது ஹரிலாலுக்குத் தனக்குத்தானே கேள்விகள் எழுந்தன. நான் ஏன் அவரை தேடித் தேடிப் படிக்க வேண்டும்? இல்லையில்லை... நான் யாரையும் தேடவில்லை. கண்ணில் படும் செய்தியைத் தானே படிக்கிறேன்.. ஆனால் எப்படி அவரைத் தவிர்க்க முடியும்.. எங்கு பார்த்தாலும் அவரைப்பற்றிய செய்திகள்தானே உலா வருகிறது? செய்திகளைக் காதில் வாங்காமலும் இருக்கலாம் அல்லவா? உண்பதற்குக் கூட பணத் தட்டுப்பாடாக இருக்கும்போது நான் ஏன் பத்திரிகைகளை வாங்க வேண்டும்.. அது அவரைப் பற்றிய செய்திகளை வாசிப்பதற்குத் தானே?

மாறி மாறி தனக்குள் எழுந்த தர்க்க மனதை அடக்கி வைத்து விட்டு உண்ணாவிரதம் குறித்து வந்த செய்திகளை அவர் தொடர்ந்து வாசிக்கத் தொடங்கினார்.

காந்தியடிகள் ஆத்மசுத்திக்காக இருபத்தோரு நாட்கள் உண்ணாவிரதம் இருக்கப்போவதாகவும் நாட்டு மக்கள் அமைதி காக்க வேண்டும் என்றும் தெரிவித்திருக்கிறார். தனது உண்ணாவிரதத்துக்கு அரசியல் காரணங்கள் ஏதுமில்லை என்கிறார் அவர். அவரது உண்ணாவிரத அறிவிப்பையடுத்து

அரசு அவரை விடுதலை செய்ய முடிவெடுத்துள்ளது. இருப்பினும் அவர் உண்ணாவிரதத்தைத் தொடர்வதாக முடிவு செய்துள்ளார்.

இவரென்ன குழந்தையா? எதற்கெடுத்தாலும் உண்ணாவிரதம்... உண்ணாவிரதம்... உண்ணாவிரதம்... நாட்டு மக்களுக்கு வேறு வேலைக் கிடையாதா? எல்லோரும் தன்னையே கவனித்துக் கொண்டிருக்க வேண்டும் என்று நினைக்கிறாரோ? ஆனால் அதையும்தான் இந்த மனிதர்கள் இத்தனை தூரம் மதிக்கிறார்கள். கவலைப்படுகிறார்கள்.. உருகுகிறார்களே. அரசாங்கம் கூட இவரோடு எதற்கு மல்லுக்கட்ட வேண்டும் என்றுதான் அவருடைய உண்ணாவிரத அறிவிப்பு வந்தவுடன் சிறையிலிருந்து விடுதலை செய்து அனுப்பி விட்டது. இவையெல்லாம் கூட வியப்பில்லை. இந்த அறிவிப்பைக் கண்டதும் தன் உடலும் மனமும் பதைத்துப் போனது அவருக்கு வியப்பாக இருந்தது. இந்தப் பதற்றம் அவர் தனது தந்தை என்ற உணர்வின் காரணமாக அனிச்சயாக ஏற்பட்டதா? அல்லது நானும் மற்றவர்களைப் போல அவர் மீது அளப்பறிய பாசம் வைத்து விட்டு தடுமாறி நிற்கிறேனா? அல்லது அவரது வார்த்தைகள் என்னைத் தடுமாற வைத்து விட்டதா? அப்படியாகத்தானிருக்கும் ஆத்மசுத்திக்காக விரதமிருக்கிறாராம்... இதில் அரசியல் காரணங்கள் ஏதுமில்லை என்று அவர் அறிவித்ததுதான் என்னைக் குழப்பியிருக்க வேண்டும். அதனால்தான் என் மனம் கலங்கிப் போய் விட்டது.

குடும்பச்சண்டையை மனதில் வைத்துக் கொண்டுதான் அவர் உண்ணாவிரதம் அறிவித்திருக்க வேண்டும். அவர் அப்பழுக்கற்றவர் பரிசுத்தமான தூய ஆத்மா. இவருக்கு எதுக்கு ஆத்ம சுத்திகரிப்பு. அவர் எனது நடத்தையால் மிகவும் பாதிக்கப்பட்டிருக்கிறார். ஆம். நான்தான் அவருடைய பிரச்சனை. என்னால்தான் குடும்பத்தில் சண்டை வருகிறது. பெற்ற பிள்ளையாக, குடும்பத்தின் முதல் வாரிசாக என் கடமையை நான் என்றாவது சரிவர செய்திருக்கிறேனா? அல்லது நல்ல தகப்பனாக என் பிள்ளைகளுக்காவது சரியான நெறியான, ஒழுக்கமான வாழ்க்கையை வாழ்ந்துக் காட்டியிருக்கிறேனா? அதனால்தான் என் பிள்ளைகள் ஒவ்வொருவராக என்னிடமிருந்து போய் கொண்டிருக்கிறார்கள் போலும். ராமியும் மனுவும் கான்டியுமாவது தீர்க்காயுளுடன் இருக்க வேண்டும். இருப்பார்கள். அவர்கள் என் தந்தையால் ஆசீர்வதிக்கப்பட்டவர்கள். ஆனால் அவர்களுக்குத் தன் தந்தையான என்னைப் பற்றி என்ன எண்ணங்களிருக்கும்?

ஒழுக்கசீலரான தகப்பனுக்கு ஒழுக்கமற்ற மகன் என்று எண்ணிக் கொள்வார்களோ? ஆனால் அப்பா என்னை அப்படியெல்லாம் கருதியதேயில்லை. என் தவறுகளை அவர் மன்னித்துக் கொண்டே இருக்கிறார். இது அப்பாக்களால் மட்டும்தான் முடியும். அது ஏன் எனக்கு எப்போதும் விளங்குவதேயில்லை. அப்பா... என்னை மன்னித்து விடுங்கள். உங்களை நான் அதிகமாக வருத்துகிறேன். மிக அதிகமாக வருத்துகிறேன். என்னால் உங்கள் உடல்நிலை பாதிக்கப்பட்டு விட்டால் அது நாட்டுக்குமே நட்டம்தான்.. அப்பா.... என் அப்பா...

ஹரிலாலின் மனம் பதற்றத்தின் உச்சத்திலிருந்தது. மது கூட வெறுப்பாய் தோன்றியது. "அப்பா... உங்கள் மகனாக என் கடமைதான் என்ன? எதை நான் செய்து விட்டேன்? உங்கள் மகன் என்ற தகுதியைத் தவிர உங்களிடம் நெருங்குவதற்கு எனக்கென்று என்ன தகுதியுள்ளது? இனிமேலாவது உங்களை நான் வருத்தாமலிருக்க வேண்டும். அப்பா... நான் என்ன செய்யட்டும்? உங்களுக்கு பதிலாகப் நான் உண்ணாவிரதம் இருக்கட்டுமா? என்ன செய்யட்டும்? நீங்கள் கட்டளையிடுங்கள். நீங்கள் எதைக் கேட்டாலும் அதைக் கொடுப்பதற்கு நான் தயாராக இருக்கிறேன். இந்த உடலினால் என்னவெல்லாம் செய்ய முடியுமோ அதையெல்லாம் நான் செய்கிறேன் அப்பா... நீங்கள் கட்டளை மட்டும் இடுங்கள் போதும். இது உண்மை அப்பா. இதற்கு நான் எந்த நிபந்தனையும் வைக்கவில்லை. நீங்கள் உண்ணாவிரதத்தைக் கை விட்டு விடுங்கள். அது போதும் அப்பா. உங்களிடமிருந்து அது மட்டும் போதும் அப்பா. நீங்கள் நன்றாக இருக்க வேண்டும். அதுதான் என் ஆசை... அவா... வேண்டுதல்.. எல்லாமே... அப்பா.. அப்பா.

பொழுது மயங்கிக் கொண்டு வந்தது. அவர் அறைக்குத் திரும்பும் மனமின்றி மரங்கள் அடர்ந்த அப்பொதுவிடத்தில் தனக்கென ஏற்படுத்திக் கொண்ட தனிமையின் துணையோடு அமர்ந்திருந்தார். தகப்பனாரைப் பார்க்கச் செல்ல வேண்டும். அதற்கான யோசனையை அம்மாவின் கேட்கலாமா? காந்தியும் மனுவும் தாத்தாவின் செல்லங்கள். அவர்கள் மூலம் அவரை அணுகுவதா? மணிலாலும் ராமதாஸும் இப்போது குடும்பஸ்தர்கள். என் மீது அவர்களுக்கு எங்கே அக்கறை இருக்கப் போகிறது? தேவதாஸ் டில்லியில் இருக்கிறான். அப்பாவை நானெப்படி சந்திப்பேன்? எங்களை யாராவது இணைத்து வையுங்களேன்.

பாசத்திலும் பரிதவிப்பிலும் குழைந்துப் போன மனதை ஆற்றுப்படுத்தவியலாமல் அதை முடிந்தவரை கடிதமாக்கி அனுப்பியபோது ஏற்பட்ட நிம்மதியை அவரால் வார்த்தைகளால் வடிக்க இயலவில்லையெனினும் அதனை அப்படியே அவரது தகப்பனாரால் அள்ளிக் கொள்ள முடிந்தது.

"என் மகனுக்கான இருபத்தோரு நாட்கள் என்ன? நாற்பத்திரண்டு நாட்கள் கூட என்னால் விரதமிருக்க முடியும்."

"உங்களுக்கு இப்போதான் அவனுடைய அருமை தெரிஞ்சிருக்கு" என்றார் கஸ்தூர்.

காந்தி எதுவும் கூறாமல் மனைவியை நிமிர்ந்து பார்த்து புன்னகைத்தார். புன்னகையையும் மீறி அவர் முகம் உள்ளார்ந்த மகிழ்ச்சியில் வெகுவாக மலர்ந்திருந்தது.

"நீங்கள் சிறையிலிருக்கும்போது உங்களைச் சந்திக்க எனக்கு அனுமதி கொடுக்க மறுத்து விட்டீர்கள் அல்லவா?" கணவரை பொய்க் கோபத்தோடு வம்பிக்கிழுத்தார்.

"தென்னாப்பிரிக்க சிறைவாசத்துக்கு பிறகு இந்தியாவில் முதன்முறையாக சிறைப்பட்டிருந்தாய். அந்த பெருமிதத்தை என்னிடம் சொல்ல வேண்டும் என்று எண்ணிக் கொண்டுதானே அங்கு வர நினைத்தாய்?" கண்கள் வரை சிரிப்பு ஓடியிருந்தது.

"நீங்களா ஒரு முடிவுக்கு வர வேணாம். உங்களைச் சந்தித்திருந்தால் நீங்கள் இல்லாத நாட்களில் தைரியத்தை அதிகரித்துக் கொள்ள முடியும்னு நினைச்சேன்" என்றார் முறுக்காக.

அவர் கலகலவென்று சிரித்தார். "பா... நான் அறியாதா நீயா?"

"ஆமா.. பெருமிதத்தோடுதான் உங்களைப் பார்க்க நினைத்தேன். அதில் என்ன தப்பு?" என்றார் அகப்பட்டவராக.

"மன்னிச்சுக்கோ பா. நான் உன்னை அனுமதிக்காதது தப்புதான். சராசரி கணவரிடமிருந்து ஒரு நல்ல மனைவி எதிர்பார்க்கும் எதையுமே நான் உனக்குக் கொடுத்ததில்லை."

கஸ்தூர் அமைதியாக இருந்தார்.

“எனக்கே எனக்கான என்னோட உறவுகளை அணுகும்போது அவர்களை விட எனக்கு என்னுடைய கொள்கைகள்தான் பெருசா தெரியுது” அவர் சிரிப்பெல்லாம் மறைந்திருந்தது.

“இதெல்லாம் புதிதா என்ன எங்களுக்கு?”

“என்னோடு தொடர்புடையவர்கள் எல்லோரும் இத்தொடர்பிற்காகப் பெரிய விலையைக் கொடுக்க வேண்டியிருக்கு. அதிலும் எல்லோரையும் விட நீ அதிகமான விலையைக் கொடுத்துக்கிட்டிருக்கே.”

“என்னை விட ஹரிதான் அதிக விலை கொடுத்துட்டு இருக்கான்.”

“ஆமா... அவன் நமக்கு அதிர்ச்சி மேல் அதிர்ச்சியா கொடுத்திட்டு தானே இருக்கான்.”

இவர் பேசுவது தன் மகனுக்கு ஆமோதிப்பாகவா அல்லது எதிர்ப்பாகவா என புரிந்துக் கொள்ளவியலாது கணவரை நிமிர்ந்து நோக்கினார் கஸ்தூர்.

“நான் ஹரிக்காக எத்தனை நாட்கள் வேண்டுமானாலும் உண்ணாமல் இருப்பேன். மகாதேவிடம் கூட சொன்னேன்” அவர் கண்கள் நெகிழ்ச்சியில் பனித்திருந்தது.

கஸ்தூர் எழுந்து வந்து அவருக்குக் கீழே அமர்ந்து கொண்டார்.

அவர் கண்களை மூடிக் கொண்டார்.

“உங்கள் கால்கள் குச்சி போலாகி விட்டது பாப்பு.”

கஸ்தூர் கணவரின் கால்களை வெதுவெதுப்பாக வைக்கப்பட்டிருந்த நீரில் தூக்கி வைத்து பிடித்து விடத் தொடங்கினார். கணவரோ மனதாலேயே மகனுடன் பேசிக் கொண்டிருந்தார். உன் கடிதம் என் இதயத்தைத் தொட்டு விட்டது ஹரி. என்னுடைய உண்ணாவிரதத்தால் உன் வாழ்க்கை தூய்மையடைந்தால் அது எனக்கு இரட்டிப்பு மகிழ்ச்சியைக் கொடுக்கும். நீ என்னிடம் வந்து சேர்ந்து விடு ஹரி. நான் என்னால் முடிந்தவரை உனக்கு வழிகாட்டுகிறேன். கடவுள் பார்த்துக் கொள்வார்.

மனதின் மொழிகளைத் தாளில் எழுத்தாக்கி ஹரிலாலுக்கு அனுப்பி வைத்தபோது அவர் மனம் மகனின் நினைவில் நெகிழ்ந்துக் கிடந்தது.

40

பட்டேல், கான் அப்துல்கஃபார் கான், நேரு உள்ளிட்ட அறுபதாயிரத்துக்கும் மேற்பட்டோர் நாடு முழுவதும் சிறையிலிருந்த நிலையில் ஆறு வார காலத்துக்குச் சட்ட மறுப்பை நிறுத்தி வைக்குமாறு காங்கிரஸ் தலைமை கேட்டுக் கொண்டிருந்தது.

“இது தோல்வியை ஒப்புக் கொண்டது போலாகி விடும். இப்படியே நீங்கள் செய்துக் கொண்டிருந்தால் காங்கிரசுக்குள்ளேயே தீவிரவாதிகள் அடங்கிய புதிய கட்சியைத் தொடங்குவதைத் தவிர வேறு வழியில்லை” என்று வி.ஜே.பட்டேலும், சுபாஷ் சந்திரபோஸும் கூட்டறிக்கை விடுத்திருந்தனர்.

ஹரிலால் பம்பாயிலிருந்து கிளம்பும் முடிவிலிருந்தார். உருகி வழிந்த அவருடைய மனம் மீண்டும் இறுகிப் போயிருந்தது. அவருக்கு எதுவுமே பிடிக்கவில்லை. அவர்கள் ஏமாற்றுக்காரர்கள். அவர்கள் என்னைப் பொறி வைத்துப் பிடிக்க நினைக்கிறார்கள். குடும்ப அடிமைத்தனத்துக்குள் என்னையும் நுழைத்து விட முயல்கிறார்கள். நான் யாரிடமும் சிக்க விரும்பவில்லை. இதையெல்லாம் எடுத்துச் சொல்வதற்கு அம்மாவுக்குத் தைரியமில்லை. தம்பிகள் அடிமைகள். மனைவி இல்லாமல் போய் விட்டாள். பிள்ளைகள் இறந்து விடுகிறார்கள். இருப்பவர்களும் எனக்கு இல்லாமல் போய் விடுகிறார்கள். பாலீபென்னுக்கு ஆணவம் ஏறி விட்டது. பெரியப்பாவின் மகன்களுக்கு என்னைக் கண்டாலே இளக்காரம். ராமியின் கணவன் கூட மாமனாரான என் மீது அதிக மரியாதை வைப்பதில்லை. ச்சே... இவர்களிடம் தொடர்பே வைத்துக் கொள்ளக் கூடாது. கொஞ்சம் இறங்கி வந்தால் ஏறி மிதித்து விடுவார்கள். இவர்கள் யாருமே எனக்குத் தேவையில்லை. நான் இங்கேயே இருந்தால் என் நினைப்பு, எண்ணமெல்லாம் இவர்களையே சுற்றிக் கொண்டிருக்கும். இங்கிருந்து கிளம்பி விடுகிறேன். இப்போதே கிளம்பி விடுகிறேன்.

ஆனால் எங்கு...? தொடர்ந்து எழுந்துக் கொண்டேயிருந்த எண்ணங்கள் ஹரிலாலுக்குத் தலைவலியை உண்டு பண்ணியிருந்தன. வைத்தியம் செய்துக் கொள்ளவோ முறையான உணவு உண்ணவோ அவரிடம் பணம் இருப்பதில்லை. வேலைக்கும் செல்ல முடிவதில்லை. உடல் வீணாகிக் கொண்டே வருகிறது. நண்பருடையதுதான் என்றாலும் எத்தனை நாட்கள் இந்த நிஜாம் விடுதியில் தங்கியிருப்பது? ஒருவேளை அவர் காந்தியின் மகன் என்பதற்காக இங்கு தங்க வைத்திருக்கிறாரா என்பதுமே தெரியவில்லை. இதன் மூலம் எதையாவது அடைய நினைக்கிறாரா? எது எப்படியாயினும் நான் இங்கு தங்குவது சரியாக இருக்காது.

ஆனால் அவரிடமிருந்த பணமிருப்பு அபாய நிலையை எட்டியிருந்தது. கையிருப்பில் இரண்டு மதுப்புட்டிகள் மட்டுமே உள்ளன. அவருக்குத் தனது ஹைதராபாத் நண்பர் அப்பாஸ்அலியின் நினைவு வந்தது. வியாபார நிமித்தம் நிஜாம் விடுதியில் தங்கியிருந்த வகையில் நண்பராகியிருந்தார். ஹைதராபாத் வர வாய்ப்பிருந்தால் தங்கள் வீட்டுக்கும் அவசியம் வர வேண்டும் என்று கூறியிருந்தார். வாய்ப்பு எப்போது என்னைத் தேடி வந்திருக்கிறது... நான்தான் அதை தேடிச் செல்ல வேண்டும்... இருப்பதற்கு ஓரிடத்தைக் கண்டு கொண்ட திருப்தியில் புட்டியைத் திறந்து சிறிது மதுவை ஊற்றிக் கொண்டார்.

அப்பா... நீங்கள் கதவை மூடிக்கொண்டால் என் உலகம் சுருங்கி விடாது. எனக்கு உதவுவதற்கு யாராவது தங்கள் வாசல்களைத் திறந்து விட்டுக் கொண்டேயிருப்பார்கள். வாய் விட்டு சொல்லிக் கொண்டார். குழறிய வாயிலிருந்து எச்சில் வடிந்தது. அவருடைய இல்லாமையையும் மனகஷ்டத்தையும் யாரும் பயன்படுத்திக் கொள்வதை அவரால் அனுமதிக்க முடியாது. தந்தை தனக்கு உருகி உருகி எழுதி தொலைத்த கடிதத்திற்கு எதையாவது பதில் எழுதி விட்டு சென்று விடலாம் என்று முடிவு செய்துகொண்டார்.

ஹைதராபாத் ரயில் புறப்பட்டிருந்தது.

"பூனாவில் ஏற்பட்ட உடன்படிக்கைக்குப் பிறகு காந்தியார் அரிசன முன்னேற்றத்தில் அதிக கவனம் செலுத்துகிறார். அதற்காகத்தான் அவர் சட்டமறுப்பை நிறுத்தி வைத்திருக்கிறார்."

"இப்போது உடனடியான தேவை இந்தியாவுக்கு விடுதலை வேண்டும் என்பது மட்டும்தான். இவர் இப்படி நோக்கத்தை அடிக்கடி மாற்றிக் கொள்வது சரியில்லை."

"அவர் எதைச் செய்தாலும் அதற்கு காரணம் இல்லாமலிருக்காது."

"என்ன காரணமாக இருந்தாலும் மக்களை மாறி மாறி இயக்குகிறார் இவர்."

"அவரளவுக்கு உண்மையான நேர்மையான தீரம் நிறைந்த தலைவரை யாராவது காட்டுங்கள்... பிறகு அவரை விமர்சிப்போம்."

"அதெல்லாம் சரி... இப்போ புதிதாக எதற்கு அரிசன இயக்கத்தில் ஆர்வம் அவருக்கு."

"நீங்கள்தான் அவரைப் புதிதாகக் கேள்விப்படுகிறீர்கள். அவர் தென்னாப்பிரிக்காவில் இருந்த சமயத்திலும் சரி... சபர்மதியிலும் சரி.. குஜராத் வித்யாபீடத்திலும் சரி... தன்னோடு அரிசனர்களைச் சேர்த்துக் கொண்டிருக்கிறார். அகிம்சை, உண்ணாவிரதம், சத்தியாகிரகம் இதையெல்லாம் ஆயுதமாக்கி உலகமெங்கிலும் எங்கேயாவது போராட்டம் நடந்திருக்கிறதா?"

"நாம் அடிமைப்பட்டு கிடக்கிறோம் என்பதை உணர வைத்தவரே அவர்தான். இப்போது விடுதலையை நோக்கி நம்மை அழைத்துச் செல்பவரும் அவர்தான்."

"அதற்காகப் போராட்டக்களத்திற்கு வந்தவர்களை ஆறுவார காலத்துக்குத் திருப்பியனுப்புவது இதற்கென சிறைப்பட்டவர்களை அவமதிப்பதாகாதா?"

"விடுதலை என்பது பிரிட்டிஷார் வெளியேறுவதால் மட்டும் கிடைத்து விடாது. நமது எல்லா தரப்பு முரண்களையும் களைந்தெறியணும்னு அவர் நினைக்கிறார். அது தப்பா?"

ஹரிலால் தந்தையைக் குறித்து தோன்றிய பெருமித உணர்வை வெகு கவனமாக உள்ளத்தின் அடியாழத்தில் புதைத்துக் கொண்டார். உணர்வுகளின் ஓசைகள் கூட எழும்பாவண்ணம் காதுகளைப் பொத்திக் கொண்டார். மூச்சுக்காக நெருக்கியடிக்கும் மூன்றாம் வகுப்பு இரயில் பெட்டியிலும் இவரால் எனக்கு நிம்மதி போய் விடுகிறது. ச்சே... எங்கே போனாலும் காந்தி... காந்தி... உண்ணாவிரதமாம். அகிம்சையாம். சத்தியாகிரகமாம். எல்லாம் அவருடைய சுய விளம்பரங்கள். இப்போது கூட

சொந்தக் காரணத்துக்காக உண்ணாவிரதம் என்கிறார். அதை கூட பொதுவில் வைத்துப் பரிதாபம் தேடிக் கொள்ள வேண்டுமா? எதற்கு இந்த மலிவான விளம்பரம்? எப்போதும் எல்லோருடைய பேச்சும் செயலும் கவனமும் தன்னை நோக்கியே இருக்க வேண்டும் என்ற அற்ப எண்ணம் அவருக்கு. அதை எத்தனை பேர் உணர்ந்திருக்கிறார்களோ தெரியவில்லை. அவருடைய தந்திரம் புரியாமல் காந்தி... காந்தி... என்றே நாடு முழுவதும் ஒரே அலப்பறை. இந்த ஜால்ராக்களின் சத்தம் தாங்காமல் அரசாங்கமும் நீ கௌம்புய்யா... உன் புத்தி என்னான்னு எங்களுக்குத் தெரியும்னு அவரை சிறையிலேர்ந்து அனுப்பி விட்டிருச்சு. அடச்சே... அவரின் உண்ணாவிரத அறிவிப்பைப் பார்த்து நானும்தானே மயங்கிப் போனேன். கலங்கிப்போய் கடிதமெல்லாம் எழுதினேனே? தன் புத்தியைத் தானே நொந்துக் கொண்டார். அவர் உடலில் தங்கியிருந்த மதுவின் நெடியும் கிளம்பும் முன் அருந்தியிருந்தால் ஏற்பட்ட உடல் தள்ளாட்டமும் ரயிலில் உடன் வந்த பயணிகளை முகம் சுளிக்க வைத்தது.

கஸ்தூர் துவைத்து எடுத்து வந்த ஆடைகளை வெயிலில் உலர்த்தி விட்டு சர்க்காவின் முன் அமர்ந்துக் கொண்டார். அவரைக் கண்டதும் மகாதேவ் தபாலில் வந்திருந்த ஹரிலாலின் கடிதத்தை எடுத்து வந்து அவரருகே அமர்ந்துக் கொண்டார்.

“ஹரியிடமிருந்தா?”

“ஆமாம் பா... வாசித்துக் காட்டட்டுமா?”

“ம்ம்.”

‘அப்பா... தற்போது என்னுடைய நிதிநிலைமை என்னை இவ்விடத்தை விட்டுச் செல்ல அனுமதிக்கவில்லை. உங்கள் வழிகாட்டுதலை கடிதம் மூலம் அருளுமாறு கேட்டுக் கொள்கிறேன். நீங்கள் தொடங்கியிருக்கும் உண்ணாவிரதத்தில் உங்களுடைய குறிக்கோளுக்கு வெற்றி கிட்டும் என்று முழு நம்பிக்கை இருக்கிறது. உங்கள் பணிதலுள்ள, ஹரிலால்.’

காந்தி அருகில்தானிருந்தார்.

“அவன் மீண்டும் மாறி விட்டானா பாப்பு... உருகி உருகி எழுதியவன் விட்டேத்தியாக பேசுறமாதிரி இருக்கு” என்றார் கஸ்தூர் வருத்தத்துடன்.

"இல்லை பா... அவன் மாறி விடுவான். நான் இன்னும் நம்பிக்கையை இழக்கவில்லை."

"ஆனால்... ஆனால்... அவனுடைய மனநிலை ஒரே சீராக இருப்பதில்லை."

"நம்பிக்கை இழக்காதே பா.. மரணத்தின் நடுவில்தான் வாழ்விருக்கிறது. பொய்மையின் நடுவில் உண்மையும் இருளின் நடுவில் ஒளியும் இருப்பதை நான் காண்கிறேன். கடவுளை வாழ்வாகவும் உண்மையாகவும் ஒளியாகவும் தொகுத்துக் கொள். அவர்தான் அன்பு. அவர்தான் அனைத்திலும் உயர்ந்தவர். நான் அவரை நம்புகிறேன்."

கஸ்தூர் எதுவும் பேசாமல் அவரையே பார்த்துக் கொண்டிருந்தார்.

"பா... நாம் அனைவருமே குறைபாடு உடையவர்கள்தானே. அதிலிருந்து மீண்டு வருவதுதான் தர்மம். அது அவனுக்கும் கிடைக்கட்டும் என பிரார்த்தித்துக் கொள்வோம். மாற்றம் எல்லோரின் வாழ்க்கையிலும் நிகழும். அவன் திருந்தி வாழ்வான் என்ற நம்பிக்கை நான் உயிருடன் இருக்கும்வரை தொடரும். அதனால்தான் அவன் கடிதங்களைப் பத்திரப்படுத்தி வைத்திருக்கிறேன். அவன் மனம் மாறி திரும்பி வரும்போது அக்கடிதங்களைப் பார்த்து அவனே சிரித்துக் கொள்வான்."

அவர் முக்காட்டை இழுத்து விட்டுக் கொண்டு கணவரருகே அமர்ந்துக் கொண்டார்.

"நான் உங்களை நம்புகிறேன் பாப்பு."

41

ராஜகோபாலாச்சாரியார் தன் மகளை பூனாவிலுள்ள பர்ணாகுடிக்கு அழைத்து வரும்போதும் அவளிடம் அதையே சொல்லியிருந்தார்.

“லட்சுமி... நீ நாட்டின் தலைமகனாரின் குடும்பத்தில் மணமுடிக்க விருப்பம் கொண்டு விட்டாய். நான் உன்னையும் நம் நாட்டின் மீதான உனது பற்றையும் மிகவும் நம்புகிறேன்.”

போராட்டங்கள் பெருகி வரும் நிலையில் காந்தி எந்நேரமும் கைதாகலாம் என்பதால் திருமணத்தை உடனடியாக முடித்து விடலாம் என்பது இரு தரப்பாரின் விருப்பமாக இருந்தது. அதன் பொருட்டு தந்தையுடன் கிளம்பி வந்திருந்தாள் லட்சுமி.

“உங்கள் நம்பிக்கையைக் காப்பாற்றுவேன் அப்பா” பெண் என்பவள் நாணம் கொள்ளவும் உணர்வுகளை அடக்கவும் கற்றிருக்க வேண்டும் என்ற இயல்பான தடையை மீறி அவள் குரலில் தென்பட்ட மகிழ்ச்சியும் உற்சாகமும் அவளது தகப்பனாரை நெகிழ்ச்சியுற வைத்தது. அன்பும் கனிவும் ததும்ப மகளின் முகத்தை ஏறிட்டபோது அவள் தன் மணவாளனுக்கு மனதிற்குள் மாலைச்சூடிக் கொண்டிருந்தாள். கடவுளின் பெருங்கருணையால் அவளது விருப்பத்துக்குரிய தேவதாஸை மணந்துக் கொண்டு விட்டாள். அவர்களிருவரின் ஐந்து வருட காதல் தவம் திருமணம் என்ற வரத்தைப் பெற்றுக் கொண்டு விட்டது. அதுவே அவளுக்குப் போதுமானது.

“பா...” திருமணத்தன்று காந்தி தனது இருபத்தோரு நாள் உண்ணாவிரதத்தின் விளைவாக மேலும் உடல் மெலிந்து சக்தியற்று இருந்தார்.

“பாப்பு...” படுத்திருந்த கணவரின் அருகே குனிந்தார் கஸ்தூர்.

"மணமக்களுக்குச் சர்க்காவினருகே வைத்திருக்கும் கதர் நூல் மாலையை என் பரிசாகக் கொடுக்க வேண்டும்."

"என் பரிசாக அவளுக்கு வளையல்களும் புடவைகளும் கொடுக்கப் போகிறேன்."

"பட்டுப்புடவைகளா?" காற்றை போல் ஒலித்தது குரல்.

"இல்லை. கதர்ப்புடவைகள்தாம்."

"இப்போதே ஆசிரம பஜனாவளி நூல்களையும், கீதையையும் எடுத்து வைத்துக் கொள்... திருமண நேரத்தில் எல்லாமே மறந்து விடும்."

"மொத்தமுமே அது மட்டும்தானே? இதில் மறப்பதற்கு என்ன இருக்கிறது."

"உண்மைதான் பா... இந்தத் திருமணம் எதிர்பாராத ஒரு நல்வினைப்பயன்."

"அந்த வினைப்பயன் இவனையாவது நல்லபடியாக வாழ வைக்க வேண்டும்."

அவர் மனைவியின் கண்களைத் துழாவுவதுபோன்று பார்த்தார்.

"மூத்தவனின் திருமணத்தைக் காணும் நல்வினைப்பயன் நமக்கு வாய்க்கவில்லை"

காந்தி பார்வையைத் தழைத்துக் கொண்டார். இருவரும் மௌனத்தைத் துழாவி எதையாவது அகழ்ந்தெடுத்துவிட வேண்டுமென இச்சைக் கொண்டவர்களைப் போல அமர்ந்திருந்தனர்.

"அவன் எங்கிருக்கிறானோ தெரியல."

"பல்லெல்லாம் விழுந்து கிழவனைப் போல உடல் ஒடுங்கி போயிட்டானாம். கேள்விப்பட்டேன்."

"இன்னும் அனுபவிக்க என்னென்ன மிச்சமிருக்கோ தெரியில..."

அவர் சபர்மதி ஆசிரமத்தைக் கலைத்து விட விரும்புவதாக மனைவியிடம் தெரிவித்தபோது அவர் பதிலேதும் சொல்லவில்லை.

ஹைதராபாத்தில் ஹரிலாலின் நண்பரான அப்பாஸ்அலிக்கு அவரை தனது வீட்டில் தங்க வைப்பதில் சிரமமிருந்ததால் தனக்குச் சொந்தமான கடையில் இடம் ஒதுக்கி தந்தார். அது இரவு தங்கலுக்கு ஏதுவாக இருந்தாலும் வேலை ஏதுமின்றி கையிருப்பு பணமும் செலவழிந்தபிறகு அங்கு தங்கியிருப்பது அத்தனை சரியானதாகத் தோன்றவில்லை ஹரிலாலுக்கு. அப்பாஸின் நிலைமையும் அதுதான். அதனை அவர் எந்தத் தயக்கமுமின்றி நேரடியாகச் சொல்லி விட்ட பிறகு ஹரிலாலுக்குத் தனது துணிகள் அடங்கிய பையை எடுத்துக் கொண்டு கிளம்ப வேண்டிய நிர்பந்தம் ஏற்பட்டு விட்டது. சன் லைஃப் ஆஃப் கனடா என்ற நிறுவனத்தில் காப்பீட்டு முகவர் பணி கிடைத்திருந்தாலும் வீடு வாடகைக்கு எடுக்குமளவுக்குப் பணவரத்தெல்லாம் இருக்கப் போவதில்லை என்பதை அவரும் அறிந்தேயிருந்தார்.

அவருடைய தந்தை சபர்மதியிலிருக்கும் தனது ஆசிரமத்தைக் கலைத்து விட்டாராம். அந்த நிலம், கட்டடம், விவசாயப் பயிர்கள், பிற சொத்துகள் என எல்லாவற்றையும் அரிசன சேவா சங்கத்திடம் கொடுத்து விட்டாராம் என்ற செய்தியைக் கேள்விப்பட்டபோது ஹரிலால் விரக்தியாகப் புன்னகைத்துக் கொண்டான். "அவருடைய வேலையே நம்பியவர்களை நட்டாற்றில் விட்டு விடுவதுதானே? என்னைப் போலவே அங்கிருப்பவர்களும் கழற்றி விடப்பட்டு வீசியெறியப்பட்டு விட்டனர். ஆசிரமமே வாழ்க்கை என்று வாழ்ந்தவர்களை ஈவிரக்கமின்றி தூக்கியெறிய இவரால் மட்டும்தான் முடியும். இவருக்குப் பிடிக்கவில்லையென்றால் எங்கேயோ போய் தொலையட்டும். தன்னை நம்பி வந்தவர்களையெல்லாம் ஏன் வீதிக்கு அனுப்ப வேண்டும்?

அவருக்கு தனது தந்தையின் பெயரைச் சொல்வதற்கும் விருப்பமில்லை. இப்போது புதிதாகத் திருமணமான தம்பியும் புது மனைவியை பிரிந்து சிறைக்குச் சென்று விட்டான். அவர் அரசின் கெடுபிடிகள் காரணமாக அச்சத்தில் ஆழ்ந்திருக்கும் மக்களின் பயத்தைப் போக்குவதற்காக யாத்திரை கிளம்பினாராம். அவரை கைது செய்து விட்டார்களாம். பிறகு பூனாவை விட்டு வெளியே செல்லக் கூடாது என்ற நிபந்தனையோடு நான்கே நாளில் விடுதலையாம். ஆனால் அவர் அதை மீறுகிறாராம். உடனே அரசு கைது செய்து ஒரு வருட கால சிறைத்தண்டனை கொடுத்து விட்டதாம். அங்கு அவர் மீண்டும் உண்ணாவிரதம்

தொடங்கினாராம். உடல்நிலை மோசமாகி விட்டதாம். அதனால் மீண்டும் அவரை விடுவித்து விட்டார்களாம். அதனால் விதிக்கப்பட்ட தண்டனைக்காலமான ஒரு வருட காலம் முடியும் வரை சட்டமறுப்பில் ஈடுபட மாட்டாராம். இதிலிருந்து தெரியவில்லையா... இவருக்கும் அரசாங்கத்துக்கும் இருக்கும் கள்ளத்தொடர்பு? இப்படியெல்லாம் நாடகங்களை ஆடி விட்டு அதற்கு அகிம்சை, சத்தியம், உண்மை என்றெல்லாம் பெயரிட்டு விடுவார். ஆனால் சிறையில் மாட்டிக் கொண்ட சத்தியாகிரகிகளெல்லாம் எத்தனை கொடுமை அனுபவிக்கிறார்கள். அதுவும் அந்தமான் சிறைக்கு அனுப்பப்பட்ட கைதிகள் உயிருடன் இருக்கும்போதே நரகத்தைப் பார்த்து விடுகிறார்கள். சித்திரவதையைத் தாங்க முடியாமல் நாடெங்கும் நிறைய சத்தியாகிரகிகள் சிறையிலேயே இறந்து விட்டார்களாம்.. ஆனால் இவர் ஏதோ சுற்றுலாவுக்குத் திட்டமிடுகிறாராம். தாழ்த்தப்பட்டோரின் நன்மைக்காகவாம். அரிசன சேவா சங்கம் என்ற ஒன்றைத் தொடங்கியிருக்கிறாராம். அதுவும் அவர் சிறையிலிருக்கும்போதே துவங்கி விட்டாராம். யங் இண்டியா பத்திரிகைக்குப் பதிலாக ஹரிஜன் என்ற வாரப் பத்திரிகையை ஆரம்பித்திருக்கிறாராம். ஹரிஜன் என்ற பெயரை இவராகவே அவர்களுக்கு வைத்திருக்கிறார். ஏன்... தாழ்த்தப்பட்டோருக்கென்று பிரதிநிதிகள் இல்லையா? எல்லோருடைய முடிவைகளையும் இவரே எடுத்து விடுவாரா?

இப்போது அரசாங்கம் இந்தியாவுக்கு வழங்குவதற்கென தயாரித்து வைத்திருக்கும் அரசியல் திட்டத்தை வெள்ளையறிக்கை என்ற பெயரில் வெளியிட்டிருக்கிறது. காங்கிரஸ் இதை எதிர்த்தாலும் நாடு முழுவதும் இதை மிதவாதிகள் கட்சியும் இந்து மகாசபையும் வரவேற்கிறது. சென்னை மாகாணத்தில் புகழ் பெற்றுக் கொண்டிருக்கும் ஜஸ்டிஸ் கட்சியும் இதை வரவேற்கிறது. அப்படியானால் நீங்கள் மட்டும்தான் இந்தியாவின் மேய்ப்பர் என்று நீங்கள் நினைத்துக் கொண்டிருப்பது வெறும் மாயை என்று புரிகிறதா அப்பா உங்களுக்கு? இவர்களும் இந்தியர்கள்தானே? வங்கத்துக்குப் போய் பாருங்கள்... சிறையில் இறந்துபோன சென்குப்தாவின் மரண ஊர்வலத்தில் எத்தனை ஆயிரம் பேர் கலந்துக் கொண்டார்கள் என்று அறிந்துக் கொள்ளுங்கள். தலைவர் என்றால் நீங்கள் ஒருவர் மட்டும்தான் என்று நினைத்துக் கொள்ளாதீர்கள். காங்கிரஸின் சட்டமறுப்பு

காரணமாக பிரிட்டிஷ் ஆட்சி முடிவடைந்து விடுமோ என்று அஞ்சியவர்களுக்கு வெள்ளையறிக்கை ஒரு ஆறுதல் என்று இந்த அம்பேத்கர் ஒருவர்தான் ஆதரவு தெரிவிக்கிறார். ஓ.. அவர் உங்கள் புது தோழமை இல்லையா? போகப் போகத் தானே அவருக்கும் தெரியும்... சுயமரியாதை இயக்கத்தின் தலைவர் ஈ.வெ.ராமசாமி என்பவர் இந்தியாவை விட்டு வெளியேறுவது பற்றி இங்கிலீஷ்காரர்கள் சிந்திக்கவே கூடாது, என்று பதிலறிக்கை விடுகிறார். இப்போது தெரிகிறதா அப்பா... உங்களுக்கு எத்தனைப் பேர் எதிர்ப்பு என்று.

உங்களுக்குத் தெரியும்... எல்லாமும் உங்களுக்குத் தெரியும். அதனால்தான் தென்பகுதியில் ஆதரவு திரட்டுவதற்காகச் சுற்றுப்பயணம் கிளம்பி விட்டீர்கள். நானும் இங்குதான் இருக்கிறேன். நீங்களெல்லாம் வேண்டாம்... வேண்டவே வேண்டாம் என்று ஒதுக்கி விட்டு வந்தாலும் எங்கிருந்தாவது இங்கு வந்து விடுகிறீர்களே? போகுமிடமெல்லாம் கூட்டம்... கூட்டம்... கூட்டம். உங்களைப் பார்க்க அலை மோதும் கூட்டம். நீங்கள் ஹரிசனநிதிக்காக.. என்று சொல்லிக் கொண்டு அவர்களிடம் பணம் பறிக்கிறீர்கள். நீங்கள் நின்றால், நடந்தால், அந்தக் கிராமத்துக்கு வந்தால், கையெழுத்துப் போட்டுக் கொடுத்தால் என ஒவ்வொன்றுக்கும் தனித்தனி ரேட்டாம். தொகை வசூலிப்பதோடு பெண்களிடமும் நகைகளைப் பறித்து விடுகிறீர்கள். கேட்டால் அரிசனர்களின் நல்வாழ்வுக்காக... என்று சொல்லிப் பரிதாபம் தேடிக் கொள்ளப் பார்ப்பீர்கள். புனித அன்னையே. என்னுடைய நிலையைப் பாருங்கள். சகல அந்தஸ்தோடும் தொண்டர்களோடும் மரியாதையோடும் பயணம் செல்லும் அவர் எங்கே? நாடோடியாய் திரியும் நானெங்கே? அவர் வாலிபராக மாறி ஊர்ச்சுற்றுகிறார். நான் கிழவனைப் போல படுக்கையில் கிடக்கிறேன். பேசாமல் பாண்டிச்சேரிக்கு வந்து உங்கள் காலடியில் விழுந்து கிடக்க வேண்டும் என்று தோன்றுகிறது.

அப்பா... உங்களுடைய திட்டமெல்லாம் எல்லோரையும் நடுத்தெருவுக்குக் கொண்டு வந்து நீங்கள் பக்கிரி மகாராஜாவாக ஆவதுதான். சிம்மாசனத்தில் அமர விருப்பமில்லை என்பீர்கள். ஆனால் மறைமுக சிம்மாசனம் உங்களுக்குத்தான் என்பது நீங்கள் அறியாததா அப்பா? ஆனால் எதையும் அறிய விரும்பாததைப் போல காட்டிக் கொள்வீர்கள். நீங்கள் சொல்வதுதான் வேதம். நீங்கள் வைத்ததுதான் சட்டம் என்று எண்ணிக் கொண்டு

எதையெதையோ பேசுகிறீர்கள். தீண்டாமை என்ற பாவத்தை செய்ததனால்தான் பீகாரில் பூகம்பம் வந்து விட்டது என்று சொன்னீர்களாம். ஆறுதல் சொல்லச் சென்றீர்களா? மூட நம்பிக்கையைப் பரப்பப் போனீர்களா? உங்கள் உற்ற நண்பர் தாகூர் கூட இதை எதிர்க்கிறார். பிரபஞ்ச சக்திகளின் போக்கை அறநீதிகளோடு இணைக்கக் கூடாது. நம்முடைய பாவங்களும் பிழைகளும் எவ்வளவு பிரமாண்டமானவையாக இருந்தாலும் பிரபஞ்ச அமைப்பை இடித்துத் தள்ளி நாசம் செய்ய அதற்கு வலிமையில்லை என்கிறார் அவர். அப்பா... தீண்டாமை பாவத்தை எல்லா மாகாணங்களும்தானே செய்கிறது. பிறகு ஏன் இங்கு மட்டும் பூகம்பம் வருகிறது? நீங்கள் ஒரு விஷயத்தைக் கையில் எடுத்துக் கொண்டதால் அது பிரபஞ்ச பாவமாகி விடுமோ?

ஆனால்... ஆனால்... உங்களைத் தவிர யார் இத்தனை பிரியத்தோடும் உண்மையாகவும் தொண்டு செய்கிறார்கள்? அப்பா... நீங்கள் புனித ஆன்மாதான் என்று ஒப்புக் கொள்கிறேன். அரசியல்வாதிகள் மத்தியில் நீங்கள் ஒரு துறவி. துறவிகளுக்கு மத்தியில் நீங்களொரு அரசியல்வாதி. ஆனால் நீங்கள் ஏன் உங்களுக்கென்று ஒரு குடும்பத்தை உண்டாக்கிக் கொண்டீர்கள்? அது தவறு அப்பா... அந்தத் தவறை நீங்கள் செய்ததால் நாங்கள் தண்டனை அனுபவிக்கிறோம்.

ஹரிலால் எதையெதையோ சிந்தித்துக் கொண்டு படுத்திருந்தார். உடல் நெருப்பாகச் சுட்டது. மனவலியைக் கூட மிஞ்சி விடும் போலிருந்தது உடல் வலி. யாராவது உதவிக்கு வாருங்களேன்... யாராவது வாருங்களேன்... மனம் அரற்றியது. ஆனால் யார் வருவார்கள்? இங்கிருப்பவர்கள் ரத்த உறவுகளா என்ன? இரத்த உறவுகளே என்னை வெறுத்து ஒதுக்கி விட்டார்கள். வீடே எனக்கெதிராக மாறி விட்டது. எல்லோரும் அவருடைய அடியை வருடிக் கொண்டு என்னைத் தனித்து அல்லாட விட்டு விட்டார்கள். திரும்பிப் படுத்தபோது உடல் அளவுக்கதிகமாகப் பாடுபட்டது.

அப்பாஸ்அலியின் வீட்டிலிருந்து கிளம்பிய பிறகு எங்கெங்கோ அலைந்து திரிந்த அவருக்கு நல்லவேளையாகத் துளசிதாஸ் என்ற மற்றொரு நண்பரின் நினைவு வந்தது. அவரிடம் தனக்கு நல்ல வேலை கிடைக்கும்வரை தங்குமிடம் தேவைப்படுவதாகக் கூறியபோது, அவர் தன் வீட்டின் பின்புறமிருந்த அறையை

காலி செய்து கொடுத்தார். கையில் சிறிது பணமும் கொடுத்தார். தான் காந்தியின் மகன் என்று தெரிந்துதான் இந்த உதவிகளை செய்கிறாரா என்று கேட்பதை ஹரிலால் கவனமாகவே தவிர்த்திருந்தார். மூன்று மாற்றுடுப்புகளும் சால்வையும் மட்டுமே கையிருப்பாகக் கொண்ட தனக்கு இந்த உதவியாவது கிடைத்ததே என்றிருந்தது அவருக்கு.

பா அருகில் இருந்திருந்தால் நெற்றியில் காய்ச்சல் பற்று போட்டிருப்பார். சூடான கஞ்சி அளித்திருப்பார். சஞ்சுவின் மீது அவருக்கு வெறுப்பாக வந்தது. பாதியில் வந்து பாதியில் போய் விட்டவளை நினைத்து ஆகப் போவதென்ன? சனியன் பிடித்த காய்ச்சல் இரண்டு நாளாகியும் குறையவே இல்லை. நண்பர் மருத்துவரை ஏற்பாடு செய்திருந்தார். ஆனால் மருந்துகள் வாங்க காசுக்கு எங்கே போவது? கையிருப்புப் பணம் வயிற்றுப்பாட்டுக்கே செலவழிந்து விட்டது. காய்ச்சலின் வேகத்தில் உடல் அசந்து உறக்கம் வந்தாலும் உடல்வலி எழுப்பி விட்டு விடுகிறது. அந்த சிறிய அறையின் ஓரத்தில் வைக்கப்பட்டிருந்த தண்ணீர் பானையிலிருந்து இரண்டு டம்ளர் நீரை எடுத்துப் பருகினார். அது கூடத் தீர்ந்து விட்டது. கிணற்றில் இறைத்து வந்து எடுத்து வைக்குமளவுக்கு உடலில் வலு இல்லை. மதுவைத் தேடி உடலின் அத்தனை நரம்புகளும் துடிக்கிறது.

அவர் அந்த நரகத்திலிருந்து விடுபட முடியாது என்பதுபோல கண்களை மூடி காட்சிகளை அணைத்து வைத்தார். ஆனால் அது அதை விட வேதனையாக இருந்தது. தோட்டத்தில் முள்கொடியாகப் பரவியிருந்த எலுமிச்சை செடியின் வாசனை வாந்தியைக் கட்டுப்படுத்துவதாக எண்ணினார். சன்னலை நோக்கி முகத்தை நன்கு திருப்பிக் கொண்டார். யாரோ அங்கு நடமாட்டம் தெரிய "யாருங்க... யாருங்க..." என்றார் முடிந்த வரை சத்தமாக.

"என்ன வேணும்?" என்றான் அந்த இளைஞன். துளசிதாஸ் வீட்டைச் சுத்தம் செய்ய வரும் அவனை அவரும் கண்டிருக்கிறார்.

"தம்பீ.... எனக்குக் கடுமையான காய்ச்சல் வந்து விட்டது. மருந்து வாங்க காசில்ல. என்னுடைய துணிகளை எடுத்துக்கிட்டு மருந்தும் பழமும் வாங்கிட்டு வந்து தருவியா?"

அந்த முதியவரின் கெஞ்சல் இளைஞனை இளக வைத்தது. எண்பது வயதிருக்குமா இவருக்கு? பாவம்... இவரைச் சேர்ந்தவர்கள்

இந்த வயதான காலத்தில் இப்படிக் கை விட்டு விட்டார்களே என்றெண்ணிக் கொண்டான்.

“தாத்தா... மருந்துச்சீட்டு இருந்தா குடு... வாங்கியாந்து தர்றேன்” அவன் பேசிய தெலுங்கு மொழி அவருக்குப் புரியவில்லை என்றாலும் அவன் தன்னுடைய கோரிக்கையை நிறைவேற்ற முன் வந்தது மகிழ்ச்சியாக இருந்தது. இப்படியே எத்தனை நாள் கழிப்பது? மெதுவாக எழுந்து உட்கார முயற்சி செய்தார். காய்ச்சலை விடப் பசிக்கும் வயிறுதான் அதிகம் படுத்துகிறது.

அதற்குள் அந்த இளைஞன் மருந்துகளோடும் சில சாத்துக்குடிப் பழங்களோடும் திரும்பி வந்திருந்தான்.

நன்றிப் பெருக்கோடு அவனை கைக்கூப்பி வணங்கினார். “தம்பீ... அதோ அந்த சுவர் ஓரமா பை இருக்குப் பாரு... அதுல என்னோட துணிகள் இருக்கும். எடுத்துட்டுப் போ” இதைச் சொல்லும் போதே சுயபச்சாதாபம் கண்ணீராக வழிந்தது.

“தாத்தா... அழுவாதீங்க” என்றான். அவர் அழுகையோடு லேசாகச் சிரித்தார்.

“எதாது வேணும்னா கேளுங்க தாத்தா” என்றபடியே எழுந்துக் கொண்டான். அவர் அவன் முதுகையே பார்த்துக் கொண்டிருந்தார். காண்டியைப் போல இவனும் என் மகன்தான். ஆனால் எனக்குத்தான் உறவு என்று யாருமில்லையே... எனக்கென்று யாருமில்லை... எனக்கென்று யாருமில்லை... எனக்கென்று யாருமேயில்லை. அப்பா... என்னுடைய இந்த நிலைக்கு நீங்கதான் காரணம்... நீங்கள்தான். நீங்கள்தான் என்னை இந்த இழிநிலைக்குத் தள்ளி விட்டுடீங்க. நான் இந்தக் காய்ச்சலிலிருந்து பிழைத்தெழுந்து விட்டால் உங்களை அவமானப்படுத்துவது மட்டும்தான் என் வேலை. அதற்காகவே நான் உயிர் வாழணும். ஆனால் மருந்து மட்டும் போதுமா.. சாப்பிட வேண்டாமா... அதற்குக் காசு... இந்த நிலையில் எனக்கு யார் வேலைக் கொடுப்பார்கள்... பேசாமல் பாலீபென்னிடம் பணம் கேட்டால் என்ன... அய்யோ அவளிடமா? மனுவுக்கு மாப்பிள்ளை ஒருவனைப் பார்த்துச் சொன்னேன். அதற்கே அவள் பதிலேதும் சொல்லவில்லை. முறையாக நானும் சஞ்சுவும் பார்த்து செய்ய வேண்டிய விஷயம். பாலீபென் விருந்தினராக வந்திருக்க வேண்டியவள். இப்போது நிலைமையே தலைகீழாகி விட்டது. என் மகளின் திருமணத்தைக்

குறித்து அவளிடம் பேச வேண்டியிருக்கிறது. அதற்குக் கூட அவளால் ஒழுங்காகப் பதில் சொல்ல முடியவில்லை. தன்னிடம் உதவிக்கு வருகிறான் என்ற இளக்காரம் என் மேல்.

ஆனால்... ஆனால் அவளிடம் உதவி கேட்பதில் என்ன தவறு இருக்கிறது? என் குழந்தைகள் மட்டும் இல்லையெனில் அவளுடைய வாழ்க்கைக்கு அர்த்தமேது? கேட்பதில் தப்பேயில்லை. உள்ள நிலைமையை அப்படியே எழுதி விடலாம். அவளுக்கு நிச்சயம் என் மீது பரிதாபம் ஏற்படும். இப்போதைய நிலைமைக்கு குறைந்தது ஐம்பது ரூபாயாவது தேவைப்படும். கொஞ்சம் வயிறார சாப்பிடலாம். மருந்து வாங்கிக் கொள்ளலாம். எழுந்து நடமாடலாம். மதுக்கடைக்குக் கூட செல்ல முடியும். எண்ணமே செயல் முடிந்தது போன்ற திருப்தியைத் தந்தது. கூடவே பழங்களும் மருந்தும் உடலின் சக்தியைக் கூட்ட அவர் எழுந்து உட்கார்ந்து பாலீபென்னுக்குக் கடிதம் எழுதத் தொடங்கினார்.

42

அனைத்திந்திய காங்கிரஸ் மகாசபையைப் பம்பாயில் கூட்டவிருக்கும் சேதி காங்கிரஸ்காரர்களுக்குப் புத்துயிர் அளிப்பதாக இருந்தது. அதற்கேற்ப காங்கிரஸ் கமிட்டிகள் மீதிருந்த தடைகளும் இந்திய அரசால் நீக்கப்பட்டிருந்தன. சிறைச்சாலைகளிலிருந்தும் காங்கிரஸ்காரர்களில் பெரும்பாலோர் விடுதலை பெற்றிருந்தனர். மூன்று ஆண்டுகளுக்கு முன் கராச்சியில் கூடியதற்குப் பிறகு நடைபெறவிருக்கும் கூட்டம் என்பதால் காங்கிரஸ் மகாசபை கூட்டத்தில் கலந்துக் கொள்ள தெற்கும் வடக்கும் மும்முரத்தில் இருந்தன. முஸ்லிம்களுக்குத் தனித்தொகுதி வழங்கப்பட்டதை காங்கிரஸ் மகாசபை எதிர்க்கவில்லை என்ற கோபத்தில் பண்டித மதன்மோகன் மாளவியாவும் எம்.எஸ். ஆனேயும் தங்கள் பதவிகளிலிருந்து விலகிக் கொண்டு தேசிய காங்கிரஸ் என்ற பெயரில் புதுக்கட்சி தொடங்கியிருந்தனர். ஜின்னாவின் தலைமையில் சுயேச்சைக்கட்சி ஒன்றும் தொடங்கப்பட்டிருந்தது. அதோடு காந்தி காங்கிரஸிலிருந்து விலகுவதாக எடுத்திருந்த முடிவும் பெரும் அதிர்வுகளை உண்டாக்கியிருந்தது.

கஸ்தூர் குளித்து முடித்து வெளியே வந்தமர்ந்தார். காலையில் எழுந்ததிலிருந்தே உடல் துறுதுறுப்பாக இயங்கியதில் வழக்கத்துக்கும் முன்னதாக வேலைகளைச் செய்ய முடிந்தது. கணவரிடம் மனம் விட்டுப் பேச வேண்டும் போலிருந்தது. ஆனால் அவரைச் சுற்றியிருக்கும் கும்பல் இப்போதைக்கு நகராது போலிருக்கிறது. அரிஜன யாத்திரைக்குப் பிறகு பார்வையாளர்களின் வரவு மிகவும் அதிகரித்து விட்டது. அவரும் அரசியலிலிருந்து ஒதுங்கிக் கொண்டவர்போல அரிஜனர்களின் நலனில் தன் முழு கவனத்தையும் செலுத்தத் தொடங்கி விட்டார். இன்று கூட அது குறித்துதான் ஏதோ விவாதம் நடந்துகொண்டிருக்கிறது.

“சாதி இந்துகள் சுயநல நோக்கத்தோடு தங்களில் ஒருபகுதியினரை இழிவான நிலையில் வைத்து விட்டனர். அரிஜனங்களும் இந்த அவமதிப்பை இத்தனை காலம் மௌனமாகவும் பொறுமையாகவும் சகித்துக் கொண்டு விட்டனர். நாம் சுதந்திரத்தின் பாதையில் பல படிகள் முன்னேறி விட்டோம். இனிமேலாவது அவர்களுக்கு நீதி கிடைக்கட்டும். அவர்களை அவர்கள் விருப்பம்போல வாழ விட வேண்டும்” என்றார் காந்தி.

“ஆனால் உயர்சாதி காங்கிரஸார் முழுசாக மாறி விட்டார்கள் என்று நினைக்கிறீர்களா பாப்பூ?”

காந்தி அவர்களை நிமிர்ந்து பார்த்தார். “எரவாடா ஒப்பந்தம் அதை தானே முன் வைக்கிறது.”

“நீங்க அவங்களை அவங்க போக்கில விட்டுருக்கலாம் பாப்பூ.”

“அவங்க நம்மைப் போன்று இந்து மதத்தவர். அவர்களை அப்படியே விட்டுவிட முடியுமா? இந்த ஒப்பந்தமே பல நூற்றாண்டுகளாக நம்மில் ஒரு பகுதியினரை ஒதுக்கி விட்டதற்குப் பரிகாரம் செய்ய சாதி இந்துகளுக்கு அளிக்கப்பட்ட ஒரு சந்தர்ப்பம்தானே?”

“அதுவரை அரிஜனங்கள் பொறுமைக் காக்க வேண்டுமோ?” வந்தவரின் வார்த்தைகளில் கோபமிருந்தது.

“பொறுமையிழப்பதற்கு உங்களுக்கு எல்லா உரிமையும் உண்டு நண்பரே. ஆனால் பல நூற்றாண்டுகளாக உள்ள தப்பெண்ணங்களும் மூட நம்பிக்கைகளும் உடனே மாறி விடாது அல்லவா? தீண்டாமை எதிர்ப்பியக்கத்தின் நோக்கத்தைச் சாதி இந்துக்கள் அறிந்து கொள்வதற்கு மனித சாத்தியமான அனைத்து முயற்சிகளும் செய்ய வேண்டும். செய்து கொண்டும் இருக்கிறேன்.”

“பாப்பூ... நீங்கள் கடலிடம் சென்று அலைகள் எப்போது ஓய்வெடுக்கும் என்று கேட்கிறீர்கள். இதெல்லாம் சாத்தியப்படும் நடவடிக்கைதானா?”

“நண்பரே... உலகில் எல்லாவற்றையும் விட மகத்தானது ஆன்ம சக்தியே. சக்தி எத்தனை பெரியதோ அவ்வளவு நுண்ணியமானது. நுண்ணிய ஸ்தூல சக்திகளில் முதன்மையானது மின்சாரம். அப்படியிருந்தும் அதை யாரும் பார்த்ததில்லை. மனிதனால் கண்டுப்பிடிக்கப்பட்ட எந்த கருவியும் ஆன்ம சக்தியை

உணர்ந்தறியும் வல்லமை வாய்ந்ததாக இருக்க முடியாது. உண்மையான மதசீர்த்திருத்தவாதி இந்தச் சக்தியில்தான் நம்பிக்கை வைக்க வேண்டும்.”

“இதனை சட்டத்தைக் கொண்டும் மாற்றி விடலாமல்லவா?”

“பலாத்கார முறைகளால் நிரந்தர வெற்றிக் கிடைக்காது. நிரந்தர அமைதி சாத்தியமே என்று நம்ப மறுப்பது மனித இயல்பில் உள்ள தெய்வீகத் தன்மையை நம்ப மறுப்பதற்குச் சமம். ஐரோப்பாவில் சீர்த்திருத்தத்தை எதிர்த்து மாண்டவர்களின் மனம் இறுதி வரை மாறவேயில்லையே. அன்பு ஒன்றுதான் என்றைக்கும் நிரந்தரம்.”

ஹரிலாலிடமும் இப்போது அன்பு துளிர்த்திருக்கிறது. அவர் திருந்தி வாழ்வதாகவும் மீண்டும் போர்பந்தருக்கே வந்து விடுவதாகவும் கடிதம் எழுதியிருந்தது குடும்பத்தில் மகிழ்ச்சியலையை உருவாக்கியிருந்தது. காந்திக்கு இது குறித்து மகிழ்ச்சி இருந்தாலும் மகனின் வார்த்தைகளை அவர் முழுவதும் நம்பி விடவில்லை. கணவனின் கருத்துகளை அறியக் காத்திருந்தார் கஸ்தூர். கிட்டத்தட்ட கஸ்தூரின் மனநிலையும் அதுதான் என்றாலும் பெற்றவளே மகனை நம்பாதிருக்க முடியுமா என்ற குற்றவுணர்வும் எழுந்தது. ஆனால் மகன் இப்போது சிறுவனோ, விடலைப்பருவத்தவனோ கிடையாது. நடுத்தர பிராயத்துக்கு வந்து விட்டான். மகளைத் திருமணம் செய்து கொடுத்து வாழ்க்கையின் அடுத்த கட்ட நகர்வுக்குச் சென்று விட்டவன் இன்னும் முதிர்ச்சியில்லாமல் தன் கருத்துகளை மாற்றிக் கொண்டே இருக்க மாட்டான். உண்மையிலுமே அவனுக்கு மாறி விடும் எண்ணம் தோன்றியிருக்க வேண்டும். தன்னைக் கவனித்துக் கொள்ள மீண்டும் திருமணம் செய்துகொள்ள எண்ணுகிறான். பெண்ணொருவள் ஆணின் வாழ்க்கைக்கு வந்து விட்டால் அந்த ஆணின் வாழ்க்கை எப்படியாகிலும் சீர்ப்பட்டு விடும். ஆனால் அவன் தகப்பனார் இதற்கெல்லாம் ஒத்து வருவாரா? மகிழ்வும் குழப்பமும் அவை உண்டாக்கிய பரபரப்பும் அவரை அலைக்கழித்தன.

“அவன் இனிமே மதுவையோ புகையையோ தொட மாட்டேன்னு சொல்றதைக் கேட்கும்போது ரொம்ப நிறைவா இருக்கு” கஸ்தூர் கணவரின் முகக்குறியை ஆராய்ந்தார்.

“ஆமா பா...” அவர் புருவங்கள் நெரிந்திருந்தன.

“அவன் சொல்வதுபடி இந்த முறை நடந்துக் கொள்வான் இல்லையா?”

“அப்படித்தான் நம்புறேன். காதி பணிகளையும் ஆர்வமா கத்துக்கிறானாம். அரிஜன முன்னேற்றச் சேவையில் தன்னையும் ஈடுபடுத்திக்கணும் நினைக்கிறான்னு நரன்தாஸ் சொல்றான்.”

சக்கன்லாலின் உறவினரான நரன்தாஸின் வார்த்தைகள் மீது தம்பதிகள் இருவருக்குமே நம்பிக்கை இருந்தது. நரன்தாஸ் மற்றொன்றும் சொல்லியிருந்தார். ஹரிலால் சேவாக்ராம் வர வேண்டும் என்று விரும்புகிறாராம். இது காந்திக்கு அத்தனை உவப்பானதாக இல்லை. தானே ஜம்னாலால் பஜாஜின் விருந்தினராக இங்கு தங்கியிருக்கும்போது அவனுடைய வருகையும் நடத்தையும் மற்றவர்களுக்கு இடைஞ்சலாகி விடக் கூடாது.

“அப்டீன்னா அவன் மனசு திருந்தி வரணும்னு விரும்புது. அப்படித்தானே பாப்பூ.”

அவர் ஆமோதிப்பாகத் தலையசைத்தார். நரன்தாஸ் காதி விற்பனைக்கடை ஒன்றை ஹரிலாலுக்கு ஏற்பாடு செய்து தர வேண்டும் என்று அபிப்பிராயப்பட்டபோது அவர் மகனுக்கு இருப்பிடமும் உணவும் ஏற்பாடு செய்து தருமாறு கோரியிருந்தார்.

“ஹரி மேல எனக்குக் கோபமேயில்லை பா. பாவம் அவன்.”

“இந்த முறையும் ஏமாத்திட்டான்னா நான் ரொம்ப உடைஞ்சுடுவேன்.”

“இல்ல... இனி இப்படி நடக்காது.”

“நல்லது... அவன் சொன்னது போல நடந்துக்கிட்டா அவனோட கடந்தகாலம் முழுசையும் அப்படியே மன்னிச்சு ஏத்துக்குவேன்.”

“ஆனா இதுவரைக்கும் அவன் குடிச்ச மது அவன் உடலுக்கு எதாவது கெடுதல் செஞ்சுட்டா?”

“நல்லதையே நினைப்போம் பா. கட்டுப்பாடான உணவும் சீரான வாழ்க்கையும் அவனைச் சரிப்படுத்திடும். இருந்தாலும் அவனுடைய நடவடிக்கையை அவன் சொல்வதைவிட அவனோடு தங்கியிருக்கும் ஈஸ்வர்லால் சொன்னால்தான் சரியாயிருக்கும்.”

“ஆனா உங்களுக்கு நம்பிக்கையிருக்கா?” கணவனின் முகத்தை ஆராய்வதுபோல உற்று நோக்கினார். ஏதொன்றும் தவறாகச் சொல்லி விடாதீர்கள்.. என்னால் தாங்க முடியாது என்று ஆர்ப்பரித்த உள்ளத்தை வெளிக்காட்டாமல் கணவரின் வாயிலிருந்து வரும் நல்வார்த்தைகளுக்காகவும் அதே நேரம் தன் முகபாவமோ எண்ணமோ அவருடைய வார்த்தைகளை மேலோட்டமாக்கி விடாதபடி அதிஎச்சரிக்கையாகக் காத்திருந்தார்.

“தகப்பனின் பாசத்தை என்னால் வெல்ல முடியில பா... அவன் திருந்தி வரணும். அது மட்டும் நடந்து விட்டால் என் வாழ்க்கையின் வலி நிறைந்த அத்தியாயங்களை நான் கடந்து விடுவேன். அவன் மடியில தலை சாய்ச்சுக்கிட்டே என் உயிர் போகணும்னு நினைக்கிறேன்.”

கஸ்தூரின் உணர்வுகள் பொங்கியெழ, அவர் மௌனமாக அழத் தொடங்கினார். மொழியும் நிலமும் புரியாமல் முதன்முறையாகத் தென்னாப்பிரிக்காவுக்குச் சென்றபோது அவருக்கு கணவனின் தோள்கள் மட்டுமே துணையாக இருந்தது. அப்போது அவர்களுடன் எட்டு வயது ஹரிலாலும் நான்கு வயது மணிலாலும் காந்தியின் தமக்கையின் மகன் கோகுல்தாஸும் வந்திருந்தனர். கிட்டத்தட்ட மூன்று வாரக் கடல் பயணத்துக்குப் பிறகு நிலத்தை அடைந்ததும் அங்கிருந்த ஐரோப்பியர்கள் பயணிகளைத் தரையிறங்க விடவில்லை. நீர் மேல் பயணம் செய்த நாட்களளவுக்கு நிலம் இறங்குவதற்காகக் கரையில் காத்திருக்க வேண்டியிருந்தாலும் நிலைமை சீரடைவதாகத் தெரியவில்லை. அவர் தன் மகன்களோடு கணவனை ஒட்டிக்கொண்டு திகிலோடு ஒடுங்கினார். முதலில் இந்தியர்கள் பிளேக் நோயைக் கொண்டு வந்திருக்கிறார்கள் என்ற பயம்தான் தரையிறங்க விடாததற்கு காரணம் என்றார்கள். மருத்துவப்பரிசோதனைக்கான காத்திருப்பு என்றார்கள். பிறகுதான் விஷயம் மெல்லப் பரவியது. அவரது கணவர் நேட்டாலில் தென்னாப்பிரிக்க இந்தியர்களுக்கு எதிராக நிலவி வரும் மோசமான இனவெறி குறித்து இந்தியாவின் பல இடங்களுக்கும் சுற்றுப்பயணம் செய்து ஆதரவு திரட்டியது அவருக்கெதிரான விஷயமாக ஐரோப்பியரிடம் பரவியிருந்ததும் அதன் காரணமாக அவரை தரையிறங்க விடாமல் அவர்கள் ஆர்ப்பாட்டம் செய்வதும்தான் இந்தக் காத்திருப்பு காரணமென்று. காந்தி இந்தியாவிலிருந்து இரண்டு கப்பல்கள் நிறைய தன் உறவினர்களை அழைத்து வந்திருக்கிறார் என்றும் இந்தியர்களின்

படையெடுப்புக்குத் தலைமைதாங்கி வந்திருக்கிறார் என்றும் அது அவர்களிடமிருந்து நாட்டையும் வீடுகளையும் பறிக்கவிருக்கும் படை என்றெல்லாம் பேசிக் கொண்டதாகச் சொல்லிக் கொண்டார்கள்.

ஒருவழியாகப் பயணிகளுக்குத் தரையிறங்க அனுமதி கிடைத்தபோது கஸ்தூர் யாரை நம்பி கிளம்பி வந்தாரோ அவர் கப்பலிலேயே இருந்தார். கணவரை விட்டு விட்டு அவர் மட்டும் சின்னஞ்சிறு மணிலாலை இடுப்பில் ஏற்றிக் கொண்டு, கோகுல்தாஸ் உடன் நடக்க, ஹரிலாலின் கரத்தை இறுகப்பற்றிக் கொண்டு நடந்தார். எடுத்து வைக்கும் ஒவ்வொரு அடியும் திகில் நிறைந்த அடிகள். செல்வதெங்கே என்பதோ கணவருக்கு என்ன நடக்கும் என்பதோ தாம் இப்போது எங்கிருக்கிறோம் என்பதோ கூட தெரியாத நிலையில் எடுத்து வைத்த அடிகள். அவர் எட்டு வயதே நிரம்பிய ஹரிலாலின் கரத்தை மேலும் இறுக்கிக் கொண்டார். குடும்பத்தலைவருக்கு அடுத்தப்படியாகக் குடும்பத்தின் மூத்தமகன்கள் அதேயளவு தெம்பும் நம்பிக்கையும் அளிப்பவர்கள். பிஞ்சுக்கரம் அளித்த கதகதப்பும் தைரியமும்தானே அவரை அங்கு இயக்கியது? இன்று அவன் யாரோ ஒருவனைப் போல நடந்துக் கொள்கிறான். விலகிப் போகிறான். நடத்தையழிந்து ஒழுக்கம் கெட்டு பெற்ற தகப்பனையே பொதுவெளியில் வம்புக்கு இழுத்து... அய்யோ... நான் ஏன் எதையெதையோ நினைக்கிறேன். அவன்தான் திரும்பி வந்து விட்டானே? எங்கிருக்கிறானோ... எப்படி இருக்கிறானோ என்று கவலைப்பட்டதெல்லாம் முடிந்து விட்டது. இதோ... இதோ... எங்களுடன் அவன் வந்து விட்டான். ராஜ்கோட்டில் அவனுக்கு கதர் விற்பனைக் கடை வைத்துத் தர ஏற்பாடு செய்யலாம் என்கிறார் இவர்... இனியென்ன... எல்லாமும் சரியாகி விடும்.

"பா... பா... எதையோ யோசிக்கிறாய்னு நெனக்கிறேன்."

"ஒன்னுமில்ல."

"சரி... விடு. இந்த முறை அவன் திருந்திடுவான். ஆனால்... இல்லையில்லை... அவன் மீது நம்பிக்கை இருக்கிறது. ஆனால் ஏமாற்றி விட்டால்? ஏமாற்ற மாட்டான் என்று நினைக்கிறேன்... அவனுடைய வாழ்க்கையில் எனக்கும் என்னோட வாழ்க்கையில் அவனுக்கும் ஈடுபாடு இருக்கல. இது அவனோட தவறும் கிடையாது. எனக்கு அவன் மீது கோபமில்லை. தர்மத்திற்கான

தேடலில் அவனை என்னால் இழுத்துக் கொள்ள முடியவில்லை. ஆனால் அவனது போதைப் பழக்கம் அவனை அடிமைக் கொண்டு விட்டால்? தெரியவில்லை... என்ன செய்வதென்று தெரியவில்லை. உண்ணாவிரதம் இருக்கத் தொடங்கி விடுவேன்" தனித்தனியாக வந்து விழுந்த தொடர்ச்சியற்ற வார்த்தைகள் அவருடைய பதற்றத்தைக் காட்டியது.

கஸ்தூர் பேச்சை மாற்றி விட நினைத்தார். "இந்த மனு பொண்ணு இருக்கால்ல, அவ தன் தகப்பனுக்கு நூல் நூற்கக் கத்துத் தர்றாளாம்."

காந்தியின் மனம் விரிந்தப் புன்னகையில் அவருடைய வாயில் முன் பற்கள் இல்லாதது மிக அழகானதாகத் தோன்றியது. ஹரியும் அவரைப் போலவே இருக்கிறான். ஆனால் இப்போதே கிழவன் போலாகி விட்டான். ஹைதராபாத்தில் அவனை யாரோ தாத்தா... தாத்தா... என்று அழைத்தார்களாம். இதில் கல்யாணம் வேறு பண்ணிக் கொள்கிறேன் என்கிறான்... கஸ்தூருக்குச் சிரிப்பாக வந்தது.

காங்கிரஸிலிருந்து காந்தி விலகுவதாகச் சொன்னது காங்கிரஸாருக்குப் பெருத்த அதிர்ச்சியாக இருந்தது. அதனை மறுபரிசீலனை செய்யுமாறு தலைவர்களிடமும் மக்களிடமும் பலமான கோரிக்கைகள் எழுந்தன. இந்த முடிவை நீங்கள் மாற்றிக் கொள்ளத்தான் வேண்டும் என்று ராஜாஜி தந்தி அனுப்பியிருந்தார். நான் கட்சியிலிருந்து மட்டும்தான் விலகுகிறேன். கட்சிக்கு வழிகாட்டும் கடமையிலிருந்து விலகுகிறேன் என்று சொல்லவில்லையே சிஆர்... என்றார் காந்தி.

மாநாட்டின்போதும் இது குறித்து விவாதங்கள் நடந்தன.

"காங்கிரஸ் பொதுத் தேர்தல்களைப் புறக்கணித்து வந்ததால் நாடு முழுவதும் தேர்தல் அனுபவமிக்க வேட்பாளர்கள் குறைவு. இந்நேரம் பார்த்து இவர் விலகிக் கொள்கிறேன் என்கிறார். மக்களைப் பொறுத்தவரை இவர்தான் காங்கிரஸ்... காங்கிரஸ்தானே இவர்."

"அவர் இருந்தால்தான் வெற்றிப் பெற முடியும் என்பதில்லை. நாம் இரு அணியினரும் கூட்டு சேர்ந்துக் கொள்ளலாமே?" என்றனர் சுயராஜ்ஜியக் கட்சியினர்.

"இது சரிப்பட்டு வராது" உறுதியாக மறுத்தார் ராஜாஜி.

"தமிழகத்தைப் பொறுத்தவரை நீதிக்கட்சி பிரிட்டிஷாரின் ஆதரவோடும் பூரண ஒத்துழைப்போடும் கடந்த பதினான்கு வருடமாக நேரடியாகவும் மறைமுகமாகவும் ஆட்சிப் பொறுப்பில் இருக்கிறது. போதாக்குறைக்குச் சென்னை மாகாணத்தின் ஜமீன்தார்கள் அத்தனை பேரும் அந்தக் கட்சியை ஊட்டி வளர்க்கிறார்கள். சொத்து வரியும் வருமானவரியும் செலுத்தும் பணக்காரர்கள்தான் வாக்காளர்கள் என்பதே அவர்களுக்குச் சாதகமானதுதான். இதில் காங்கிரஸுக்கு எத்தனை இடங்கள் கிடைத்து விடும்?"

"தமிழர்களின் தேசபக்தியின் மீது நம்பிக்கை இருக்கிறது."

"ஆனால் காங்கிரஸ் கட்சி பிராமணர்கள் கட்சி அல்லவா?"

மென்மையாகச் சிரித்தார் ராஜாஜி.

"அப்படி ஏதாவது முத்திரைகுத்தித்தானே அரசியல் செய்ய வேண்டியிருக்கிறது. நீதிக்கட்சிக்குச் சுயமரியாதை இயக்கம் பலத்த ஆதரவு. பிரச்சாரத் திறன் படைத்த இராமசாமி நாயக்கர் சமுதாயத்தின் சாதாரண மக்கள் வரை ஊடுருவும் திறன் படைத்தவர். ஆனாலும் தமிழர்கள் காந்தியின் மீது வைத்த பற்று எப்போதும் மாறாது."

"தேர்தலில் நீங்களும் போட்டியிட வேண்டும்."

அதை ராஜாஜி உறுதியாக மறுத்து விட பஞ்சாயத்து காந்தி வரை செல்ல காந்தி அதை ராஜாஜிதான் முடிவு செய்ய வேண்டும் என்றார்.

இந்திய சட்டசபை உறுப்பினர்களின் மொத்த எண்ணிக்கையான நூற்று நாற்பத்தைந்தில் நாற்பத்து நான்கு இடங்களைக் காங்கிரஸ் கைப்பற்றியிருந்தது.

43

ஹரிலால் உறங்கி எழுந்த போது இன்னும் விடிந்திருக்கவில்லை. குலாபென் கூட அதிகாலையில்தான் விழித்துக் கொள்வாள். குழந்தைகள் பராமரிப்புக்கு அவளுக்கு இருபத்துநான்கு மணிநேரம் கூடப் போதாமலிருக்கும். அவரையுமே அவள் குழந்தை போல தான் கவனித்துக் கொண்டாள். அவள் இல்லாமல் போன பிறகு சின்னஞ்சிறு குழந்தைகள் அங்குமிங்கும் அலைக்கழிந்துப் போயின. பா வும் பாப்புவும் இல்லையெனில் இவர்களை நான் எப்படி வளர்த்திருப்பேனோ தெரியவில்லை. ராமியின் குழந்தை வேறு இறந்து விட்டது. என்னைப் பிடித்துக் கொண்டிருக்கும் துரதிர்ஷ்டங்கள் என் பிள்ளைகளையும் பிடித்துக் கொண்டு விட்டது. அவருக்கு வாழ்க்கையின் மீது வெறுப்பாக வந்தது. குலாபென் இறந்த பிறகு கண்களைக் கட்டிக் கொண்டு உயர் கம்பத்தின் பிடிமானமற்ற நுனியில் நிற்பது போல மனம் நொறுங்கியிருந்தார். எப்படியோ பிள்ளைகள் வளர்ந்து ஆளாகி விட்டனர். மனுவுக்கும் திருமணம் முடித்து விட்டால் என் கடமை முடிந்து விடும். கான்டி படித்து முடித்ததும் மணம் செய்வித்து விடலாம். ஆனால் அதுவரை என் நிலை? இந்த தனிமையும் விரக்தியும்தானா? அவரும் முடிந்தவரை ஆசிரமத்தில் வேலைகள் செய்கிறார். நூல் நூற்கிறார். தோட்டம் போடுகிறார். தபால்களைப் பிரித்து அடுக்குகிறார். ஆனால் அது மட்டும்தான் வாழ்க்கையா...? எல்லா வேலைகளையும் முடித்து விட்டு அறைக்கு வந்த பிறகு முகத்திலறையும் தனிமையை எப்படி விரட்டுவது? மனைவி என்பவளால் மட்டும்தான் இந்த தனிமையைப் போக்க முடியும். அவளுடைய அன்பும் அருகாமையும்தான் திருந்தி வாழ நினைக்கும் அவருடைய மனதை அப்படியே கட்டுப்பாடு விலகாமல் வைத்திருக்கும். தந்தையிடம் இதுகுறித்துப் பேச வேண்டும்.

அவர் இப்போது தன் தந்தையுடன் வார்தாவுக்கருகே மகன்வாடியில் தங்கியிருந்தார். அது அடிப்படை வசதிகள் ஏதுமற்ற கிராமம். நாடு முழுவதிலுமிருந்து அவரை தொடர்புகொள்ள ஏதுவாகத் தபால் அலுவலகமோ அங்கிருக்கும் கிராம மக்களுக்குத் தேவைப்படும் வைத்திய உதவிகளுக்கு வைத்தியசாலையோ போக்குவரத்து சாலைகளோ கடைகளோ கூட அங்கில்லை. ராஜ்கோட்டில் இருந்தவரை சிறுப்பிள்ளைபோல தன்னைக் கண்காணித்துக் கொண்டிருந்த நரன்தாஸும் ஈஸ்வர்லாலும் இப்போது நடந்துக் கொள்வதும் அத்தனை உவப்பானதாக இல்லை. இது தந்தையின் ஏற்பாடாகத்தானிருக்கும். ஆனாலும் அவரால் தந்தையை வெறுக்க முடியாது. அவரைத் தேடி வெளிநாடுகளிலிருந்தும் உள்நாட்டிலும் வருவோர் மகாத்மா... மகாத்மா... என்று உருகிக் கொண்டிருக்க, அவருடைய வாரிசான தானோ எங்கோ எவரோ போல தங்கியிருப்பதை அவர் விரும்பவில்லை. மீராபஹறன், அமலா போன்ற பெண்கள் பாப்பூ... பாப்பூ... என உருகுகிறார்கள். அதிலும் மீராபஹறனை விட அமலா கனிவானவர்... அன்பானவர். அவர் ஃப்ரெஞ்ச் மொழி பாடப்பிரிவுக்கு ஆசிரியையாக சாந்தி நிகேதனுக்குச் சென்று விட்டதாகச் சொல்லிக் கொண்டார்கள்.

அவர் எழுந்து சன்னலருகே வந்தார். சிகரெட் புகைக்க வேண்டும் போலிருந்தது. ஆனால் அதற்கெல்லாம் இங்கு வரம்பு இருந்தது. தன் மகனால் சிகரெட் பழக்கத்திலிருந்து மீள முடியவில்லை என்பதால் காந்தி பதினைந்து நாட்களுக்கு ஒருமுறை கான்டிலாலிடமிருந்து சிகரெட்டுகளைப் பெற்றுக் கொள்ள வேண்டுமென்றும் அதற்கு முன்போ பின்போ அவை வழங்கப்படாது என்றும் திட்டவட்டமாகக் கூறியிருந்தார். ஆசிரமத்தின் செலவு பொறுப்புகளை ஏற்றிருந்த கான்டிலாலால் தாத்தாவின் பேச்சை மீற முடியாது என்பதால் தனது புகைக்கும் முனைப்பை சிரமப்பட்டு அடக்கிக் கொண்டு மீண்டும் படுக்கையில் படுத்துக் கொண்டார் ஹரிலால். நல்லவேளை... நினைத்ததைச் செயல்படுத்திக் கொள்ள தனியறையாவது வாய்த்ததே என்றிருந்தது அவருக்கு. அவர் இங்கு வந்தபோது கட்டட கட்டுமான தொழிலாளியான பல்வந்தசிங்குடன் அவரை தங்க வைத்து விட்டார்கள். அது அவருக்குப் பெரிய இடைஞ்சலாகி விட்டது. பல்வந்த்சிங்கோ தான் தான் ஹரிலாலுக்கு முன்பாக இங்கு வந்தவன் என்றும் தன்னால் உறுதியாக வேறு இடத்திற்குப்

போக முடியாது என்றும் கூறி விட்டான். இருவருக்கும் சண்டை ஏற்பட்டு அது காந்தியிடம் தீர்ப்புக்காக வந்தது.

காந்தி சிங்கை அன்போடு அருகே அமர்த்திக் கொண்டார். "நீ அந்த அறையை ஹரிலாலுக்கு விட்டு விட வேண்டும்."

"அவர் உங்கள் மகன்... நீங்கள் அப்படித்தானே பேசுவீர்கள்..." கோபமாகப் பேசினான் பல்வந்த்சிங்.

"இல்லையப்பா... உன்னால் ஒரு மரத்தடியில் கூட வாழ்ந்துக் கொள்ள முடியும் என்பதை அறிவேன். நீ என்னை விட்டு எப்போதும் பிரிய மாட்டாய். ஆனால் அவன் எப்போது வேண்டுமானாலும் கிளம்பி விடுவான். எங்கெங்கோ அலைந்து திரிந்து மனம் திருந்தி வந்திருப்பவனைச் சின்ன விஷயத்துக்கெல்லாம் பலவந்தப்படுத்த விரும்பவில்லை."

பல்வந்த்சிங் தன்னிடம் பேசிக் கொண்டிருக்கும் அந்த முதியவரை நிமிர்ந்து நோக்கினான்.

"அவன் இங்கு தங்கியிருப்பதே எங்களைப் பொறுத்தவரை ஒரு சாதனைதான். அவனை எதாவது கண்டித்தால் அவன் இங்கிருந்து கிளம்பி விடலாம். ஏற்கனவே பா ஹரியை நான் சரிவர கவனிக்கவில்லை என்று புகார் சொல்கிறாள். இப்போது அவன் கிளம்பி விட்டால் அவள் என்னை மன்னிக்க மாட்டாள்."

அவர் கண்கள் இறைஞ்சும் பாவனையிலிருந்ததைக் கவனித்தான்.

"என்னைப் பொறுத்தவரை நீ வேறு... ஹரி வேறல்ல. என் பாதையில் வருபவர்கள் எல்லாருமே என்னுடையவர்கள்தான். அதேசமயம் என் பாதையிலிருந்து விலகியவர்களை நான் வெறுக்கவும் மாட்டேன். உன்னிடம் அவனை விட அதிகம் எதிர்பார்க்கிறேன் பல்வந்த்."

அவன் அவர் கைகளைப் பற்றிக் கொண்டான்.

லட்சுமியின் அப்பா ராஜாஜி வருகிறாராம். கஸ்தூர் பரபரவென்று விருந்தாளிக்கான ஏற்பாடுகளைக் கவனித்தார். சம்பந்திக்கு சம்பந்தி. காங்கிரஸ்காரருக்கு காங்கிரஸ்காரர். அதிலும் காங்கிரஸ் காரியக்கமிட்டி, அகில இந்திய காங்கிரஸ் கமிட்டி, அகில இந்திய பார்லிமெண்டரி போர்ட், தமிழ்நாடு காங்கிரஸ் தலைவர் பதவி ஆகிய பதவிகளுக்குச் சொந்தக்காரரான அவர் திடீரென்று

அனைத்துப் பொறுப்புகளையும் துறக்கப் போகிறாராம். சேவா ஸ்தாபனங்களான காந்தி சேவா சங்கம் மற்றும் அவரே நிறுவிய காந்தி ஆசிரமம் ஆகியவற்றில் வகித்த பொறுப்புகளையும் துறக்கப் போவதாக அவர் அறிவித்ததையொட்டி காந்தி அவரை வார்தாவுக்கு வருமாறு கோரியிருந்தார்.

"காங்கிரஸின் அமோக வெற்றியினால் தமிழ்நாட்டு அரசியலே அவரிடம் வசப்பட்டு நிற்கும் நேரத்தில் ஏன் இந்தப் பொறுப்புத் துறப்பு."

"எல்லையற்ற செல்வாக்கு உங்களிடம் வந்திருக்கும் நேரத்தில் ஏன் இந்த விலகல்?"

ஆளுக்காள் கேள்வி எழுப்பியபோது அவர், "காங்கிரஸின் நான்கணா அங்கத்தினர் பொறுப்பை இன்னும் வகித்துக் கொண்டுதானே இருக்கிறேன்" என்றார்.

காந்தி சேவா சங்கத்தின் தலைவர் கிஷோரிலால் மஷ்ரூவாலா, திருச்செங்கோடு ஆசிரமத்தில் பணம் இருபத்தெட்டாயிரம் நட்டப்பட்டுப் போனது என்று கடிதம் எழுதியிருந்தார். அதற்கு ராஜாஜி, இந்த மதிப்பீடு ஆதாரமற்றது என்றும் ஆசிரமத்தை சுயேச்சையாக இயக்க முடியாதென்றால், கதர்ப்பணிக்காகத் தரப்பட்ட கடனைத் திரும்பப் பெற அவசியம் நேருமென்றால், ஆசிரமத்தை மூடி விடத் தயாராக இருப்பதாகவும் அவரே நேரடியாக மத்திய சேவா சங்கத்தின் பொறுப்பில் நடத்தலாம் என்றும் பதிலனுப்பியிருந்தார். மஷ்ரூவாலாவின் கடிதம் அவரை புண்படுத்தியிருக்கலாம் என்று பேச்சிருந்தது.

ஒருவேளை வார்தாவில் நடந்த சேவா சங்க அறங்காவலர் கூட்டத்திற்குச் சென்னை மாகாண சட்டசபை தேர்தலையொட்டி செல்ல முடியாமல் போனதைக் கண்டித்து, கூட்டங்களுக்கு ஒழுங்காக வர வேண்டும் அல்லது இந்த அமைப்புகளில் அங்கம் வகிக்காமலேயே இருக்க வேண்டும் என்று காந்தி கோபமாக எழுதிய கடிதம் காரணமாக இருக்க வேண்டும் என்றெல்லாம் பேச்சு அடிபட்டது.

சென்னை மாகாணத்தில் நீதிக்கட்சியை வீழ்த்திய நேரத்திலா நீங்கள் இந்த முடிவை எடுக்க வேண்டும்? பட்டேலின் கேள்விக்கும் காந்தியின் இசைவின்மைக்கும் ராஜாஜி செவிசாய்க்காதபட்சத்தில்

காந்தி பதவி விலகும் முன் வார்தாவுக்கு வந்து தன்னைச் சந்திக்குமாறு காந்தி கடிதம் எழுதியிருந்தார்.

துளசி செடிக்கு நீரூற்றி விட்டு அதனை நிலம் தாழ்ந்து வணங்கிய கஸ்தூர் சம்பந்தியின் வருகைக்காக சற்றே சிறப்பான உணவை தயாரிப்பதற்காகக் கணவரிடம் அனுமதி பெற்றிருந்தார். தந்தையின் வருகையினால் எழுந்த பூரிப்பை முகம் முழுக்க அப்பியிருந்தாள் லட்சுமி. அவள் தேவதாஸுடன் திருமணம் முடித்திருந்த ஏழே வாரத்தில் டில்லிக்குப் பயணம் புறப்பட்ட நிலையில் அரசு தேவதாஸை ரயில்நிலையத்தில் வைத்து கைது செய்திருந்தது. அப்போது அவளது தந்தை ராஜாஜியும் சிறையிலிருந்தார். அங்கிருந்தபடியே மகளை வாழ்த்தியும் அவள் துணிச்சலைப் பாராட்டியும் கடிதம் எழுதியிருந்தார். அதன் பிறகு நடக்கும் தந்தை மகள் சந்திப்பு என்பதால் அது இருவருக்குமே உற்சாகத்தைத் தந்திருந்தது. கூடவே தன் பதவி விலகலுக்கு காந்தியின் ஒத்திசைவு கிடைத்து விட்ட பெருமிதமும் அவருக்கிருந்தது.

44

“மகாதேவ்... நான் இன்னும் ஹரிலாலை நேசிக்கிறேன். ஆனால் திருமணம் செய்து கொள்ள விரும்புவதாக அவன் எடுத்த முடிவில் எனக்குச் சிறிதும் உடன்பாடில்லை” என்றார் காந்தி.

தன் குருநாதரின் பேச்சு காதில் விழுந்தாலும் மகாதேவ் ஏதும் பேசாமல் தலையைக் கவிழ்ந்து அரசியல் கருத்துகளைக் குறிப்பெடுப்பது போல அமர்ந்திருந்தார். ஏற்கனவே இது குறித்து நரன்தாஸுக்கு எழுதிய கடிதத்திலும் காந்தி தனது விருப்பமின்மையைத் தெரிவித்திருந்ததை தேசாய் அறிந்திருந்தார்.

காந்தி மனைவியின் முகக்குறிப்பை ஆராய்ந்தார். கஸ்தூர் தலையிலிருந்த வழிந்த முக்காட்டை இழுத்து விட்டுக் கொண்டு நூற்றுக் கொண்டிருந்தார். அவருடைய முகம் சோகை நோய் கண்டது போல வெளுத்திருந்தது. ஹரிலால் அங்கிருந்து கிளம்பி ராஜ்காட்டுக்கு சென்றபோதே தன்னைக் குறித்து தன் தாயாருடைய அத்தனை நம்பிக்கைகளையும் எடுத்துச் சென்றிருந்தார். காந்தி நரன்தாஸுக்கு எழுதிய கடிதத்தில், இனி ஹரிலாலின் மாதாந்திர தேவைக்காகப் பணம் அளிக்க வேண்டாம் என்றும் மொத்தமாக நூறு ரூபாயைக் கணக்காக்கிக் கொண்டு அதனை அவ்வப்போது தேவைக்கேற்ப அளிக்குமாறும் கேட்டுக் கொண்டார். ஆனால் நரன்தாஸிடமிருந்து வந்த பதில் கடிதம் இருவருக்குமே ஏமாற்றம் அளிப்பதாக இருந்தது. ஹரிலால் மீண்டும் தொழில் தொடங்க விருப்பம் கொண்டிருக்கிறாராம்.

கஸ்தூரால் நீண்ட நேரம் அமைதிக் காக்க முடியவில்லை. அவருடைய கணவர் எல்லா முடிவுகளையும் தானே எடுத்து விட்டாலும் அவை எல்லாவற்றுக்கும் மனைவியின் ஒத்திசைவு இருப்பதுபோல மனதை நம்ப வைத்துக் கொள்வார்.

“அவனுக்கு எப்பவும் போல மாசாமாசமாவது பணம் கொடுக்கச் சொல்லியிருக்கலாம். இப்படிச் சில்லறையா பணத்தைப்

பார்த்ததும் எதாவது தொழில் தொடங்கி சம்பாதிச்சுக்கலாம்னு நினைச்சிருப்பான்" என்றார் கணவரைக் குறை சொல்லும் நோக்கில்.

காந்தி எதுவும் பேசாமல் அமர்ந்திருந்தார். பா வும் அவரும் போடாத சண்டைகளா? அதனால் இருவருக்குமிடையே இழைந்திருக்கும் அன்பும் அன்னியோன்யமும் குறைந்தா விட்டது? சன்ச்சல் உயிருடன் இருக்கும்வரை அவர்கள் இருவரும் கூட ஒற்றுமையாகவும் அன்பாகவும்தான் குடும்பம் நடத்தினார்கள்... ஆனால் அவையெல்லாம் இப்போது மறந்து விட்டதா அவனுக்கு? அல்லது உடலின்பம் அவனை உந்தித் தள்ளுகிறதா? அவனுடைய விருப்பங்களை எப்படி என்னால் ஆமோதிக்க முடியும்? சென்ற ஆண்டும் இதே பூதம் கிளம்பியிருந்தது. தன் மகன் யாரை நினைத்து தன் திருமணத்தைத் திட்டமிடுகிறார் என்பதை அவர் அறிந்துதானிருந்தார். அமலா என்று அவரால் பெயரிடப்பட்ட யூதப்பெண்ணான முப்பத்தேழு வயது மார்க்ரெட்டை அவனுக்குப் பிடித்திருந்தது. அவள் இப்போது ஃப்ரெஞ்ச் மொழி பயிற்றுநராக சாந்தி நிகேதனில் பணிபுரிய சென்றிருப்பாளாக இருக்கும். அதில் அவருக்கு துளியும் விருப்பமில்லை. எப்படியோ அதிலிருந்து மீண்டவன் மீண்டும் திருமணப் பேச்செடுக்கத் தொடங்கி விட்டான். நான் என் மகன்களை ஒழுங்காக வளர்க்கவில்லையா? அவர்களின் சந்தோஷ வாழ்வுக்கு குறுக்கே நின்று விட்டேனா? எனக்கும் ஹரிலாலுக்கும் ஏன் இப்படியொரு பிளவு?

மகாதேவை அழைத்தார். "மகாதேவ்... அப்படித்தான் அவன் திருமணம் செய்ய வேண்டுமெனில், யாராவது ஒரு கணவனை இழந்தப் பெண்ணை மணம் முடித்துக் கொள்ளட்டுமே."

மகாதேவ், தன் பாப்புவின் முகத்தை உற்று நோக்கினார். சூழ்ந்திருந்த இருள் அவரின் உணர்வுகளை மறைத்தாலும் அவர் நெகிழ்ந்திருப்பதை அவரால் உணர முடிந்தது. அவர் தன்னுடைய செயல்களை தவறு என்றுணரும்போது மகன்களிடம் மன்னிப்புக் கேட்டுக் கொள்வதில் தயங்கியதேயில்லை. பாப்புவின் வார்த்தைகள் அவரின் பதில் கடிதத்துக்கான வாசகங்கள் என்பதையும் அறிந்திருந்தார். ஆனால் நிலைமையோ அவரை மேலும் மேலும் வருத்திக் கொண்டேயிருக்கிறது. நரன்தாஸிடமிருந்து அடுத்து வந்த கடிதங்களுள் ஒன்றில் ஹரிலால் ரகசியமாக மதுவருந்தத்

தொடங்கி விட்டார் என்று குறிப்பிட்டப்பட்டிருக்க அது அந்த முதிய பெற்றோர்களை மீண்டும் நிலைக்குலைத்திருந்தது.

“அவன் ஒருபோதும் திருந்தப் போவதில்லை. பசியால் இறந்தாலும், தாகத்தால் தவித்தாலும் நீ யாரிடமும் கையேந்தாதே... மதுவருந்தாதே... விபச்சார விடுதிகளுக்குச் செல்லாதே என்று எத்தனையோ முறை அவனிடம் சொல்லியிருக்கிறேன். ஆனால் அவன் எதையுமே கேட்பதில்லை. அவனுடைய செயல்கள் என்னைக் காயப்படுத்துகிறது என்பதை அறிந்துதான் அவன் அதை தொடர்கிறான்.”

“நல்லபழக்கங்கள் தொற்றிக் கொள்ளவும் கெட்டபழக்கங்கள் விலகிடவும் கொஞ்ச காலம் பிடிக்குமில்லையா பாப்பு?” தன் குரலிலிருந்த பலவீனம் உடலசதியால் ஏற்பட்டதல்ல என்பதை கஸ்தூரும் அறிவார்.

“நீ என்ன சொன்னாலும் நான் அவனை நம்பத் தயாராக இல்லை பா. அவனுடைய திருந்துதல் நாடகம் எல்லாம் வெறும் கேலிக்கூத்து. அவனுடைய ஒழுக்கமற்ற மனிதாபினமானமற்ற நடத்தையை மூடி மறைப்பதற்குதான் அவ்வப்போது திருந்துவது போல நடிக்கிறான்” அவரது குரல் வழக்கத்தை விட மெலிந்திருந்தது. பேசும்போது தொண்டை சதை அதிகமாகத் தொங்கியது.

சொன்ன வேகத்தோடு மகாதேவ்தேசாயின் பக்கம் திரும்பி “நான் சொன்னவற்றை அப்படியே கடிதமாக்கி தபாலில் சேர்த்து விடு மகாதேவ்” என்றார் கோபமாக.

கஸ்தூர் கணவரின் அசைவுகளையே பார்த்துக் கொண்டிருந்தார். இனி அவர் வருகையாளர்களைச் சந்திக்கச் சென்று விடுவார். அவரை காண்பதற்காக வந்திருந்தவர்களைக் காக்க வைப்பது முறையன்று. அவர் எழுந்து நடந்த போது உடல் லேசாகத் தள்ளாடியது. காந்தி நின்றவாக்கில் அப்படியே திரும்பி மனைவியைப் பார்த்தபோது கஸ்தூர் மும்முரமாக நூல் சுற்றுவது போல காட்டிக் கொண்டார். ஆனால் வெகுநேரமாக சுற்றப்படாமல் தேங்கிக் கிடந்த நூல் திடீர் சுழற்றலில் பட்டென்று அறுந்து போனது. எதையோ சொல்ல வந்ததன் அடையாளமாக அவரது உதடுகள் அசைந்தன. கஸ்தூர் அதை உற்றுக் கவனித்தார். தன் உள்ளத்தின் கனிவனைத்தையும் கண்களுக்குக் கொண்டு வந்தார். வார்த்தைகள் ஏதுமற்று லேசாகப் புன்னகைத்தார். காந்தி

அதனை சிறு தலையசைப்போடு ஏற்றுக் கொண்டு நடந்தபோது அவர் நடையில் முன்னர் இருந்த தள்ளாட்டம் நின்றிருந்தது.

அன்றைய தினம் தன்னைக் காண வந்திருப்போரின் எண்ணிக்கை வழக்கத்திற்கும் சற்று அதிகமாக இருந்ததை அவர் கவனித்தார். அது அவருக்குப் பிடித்துமிருந்தது. அவர் தொடங்கி வைத்த ஹரிஜன இயக்கம், அகில இந்திய கிராம கைத்தொழில் சங்கம் இவற்றையெல்லாம் குறித்து அவரிடம் பேசுவதற்கும் விவாதிப்பதற்கும் மக்களுக்கு நிறையக் கேள்விகள் இருந்தன. விருந்தினர் அறையில் மீராபஹனும் அமர்ந்திருந்தார். காந்தி அங்கு வருவதையறிந்ததும் குழுமியிருந்தோரின் ஒட்டு மொத்தக்குரலென வந்து விழுந்த ஒலியைத் திரட்டியபோது அது மகாத்மா காந்திக்கு ஜே... என்றது. அவர் அவர்களைப் பொறுமையாக கையமர்த்தினார். அவர்களை அமரச் சொல்லி புன்னகைத்தபோது கேளாமலேயே கண்ணோரங்களில் முதுமை வந்தமர்ந்திருந்தது. அவர்கள் உள்ளம் நழுவ உடலும் நழுவி காலில் விழுந்து வணங்கினர்.

“பாப்பூ... இவங்க தென்னிந்தியாவிலேர்ந்து வர்றாங்க... கைதர்பாத்... கைகராபாத்” உச்சரிப்பின்றி தடுமாறினார் மீரா.

“ஹைதராபாத்” என்று திருத்தியவரின் மனதில் ஒருகணம் மின்னல் அடித்து ஓய்ந்தது. சிறிது நாட்களுக்கு முன்பு வரை ஹரிலாலும் அங்குதானே இருந்தான்! ஹைதராபாத்தில் இருந்த சமயத்தில் அவன் கடுமையான காய்ச்சலில் அவதிப்பட்டான். காசநோயாக இருக்குமோ என்று அவர் பயந்து போயிருந்தார். ஆனால் நல்லவேளையாக அவன் உடம்பு அத்தனை சீர்கெட்டிருக்கவில்லை. தகப்பனை நல்லபடியாக கவனித்துக் கொள்ளுமாறு கான்டியிடம் சொல்ல வேண்டும். இனி அவனை தவற விட்டுவிட்டால் தனது மொத்த வாழ்க்கையும் அழித்துக் கொண்டு விடுவான். தன்னையறியாமல் ஆட்கொண்ட எண்ணங்களிலிருந்து வெளியே வந்தவர் தோளில் வழிந்த துண்டை உடலோடு இழுத்து விட்டுக் கொண்டார்.

“பிரயாணமெல்லாம் சௌகரியமாக இருந்ததா?”

“வார்தா வரைக்கும் கஷ்டமில்லாமல் வந்துட்டோம் அய்யா. ஆனா மக்கன்வாடிக்கு வர்றதுக்குதான் ரஸ்தா இல்லாம ரொம்ப சிரமமாகிப் போச்சு... சமீபத்தில் மழை பெய்திருக்கும் போல. வழியெங்கும் சேறும் சகதியுமாக இருந்துச்சுங்க.”

"சரிதான்... இங்கிருக்கும் கிராமங்களுக்கு எந்த அடிப்படை வசதியுமே இல்லை. அதையெல்லாம் முதலில் சரி செய்யணும். நாட்டோட வளர்ச்சி கிராமங்களிலிருந்துதானே துவங்குது" என்றபடியே கால்களை ஒருக்களித்து மடித்துக் கொண்டார். உடல் காந்துவது போலிருந்தது.

ஆண்கள் நிறைந்த அக்குழுவில் துடிப்பான இளைஞன் ஒருவனும் நான்கு பெண்களும் இரண்டு சிறுவர்களும் ஒரு சிறுமியும் இருந்தனர். அந்தக் கூட்டத்தில் சற்றே வயதானவர் போலிருந்தவர் தாங்கள் சுவரோரமாகச் சாய்த்து வைத்திருந்த வாழைத்தாரை சுட்டிக்காட்டி "பாப்பு... இதை நாங்கள் உங்களுக்காக எடுத்து வந்தோம். நல்ல சுவையானப் பழம் தரும் மரத்திலிருந்து வெட்டப்பட்ட முதல் தார்... மரத்திலேயே கனியட்டுமென காத்திருந்து எடுத்துட்டு வந்தோம்."

"மிக்க நன்றி. ஆனால் இங்கிருக்கும் மக்களுக்குப் பழமோ காய்களோ சத்தானது எதுவுமே கிடைப்பதில்லை. கிடைக்கறவைகளும் அதிக விலையா இருக்கு. சோயா பீன் பத்தி ஆராய்ச்சி செய்யணும். அதை வேக வைச்சு சாப்பாடுவதா... மசிச்சு சாப்பிட்டா சத்துக்கூடுதலா கிடைக்குமான்னு பார்க்கணும் கிராமப்புற வளர்ச்சி இப்படியிருந்தால் நாடு எப்படி முன்னேறும்?"

அவர்கள் அவரையே பிரமிப்பாகப் பார்த்துக் கொண்டிருந்தனர். இந்தியாவிலிருக்கும் வைசிராயிலிருந்து இங்கிலாந்திலிருக்கும் பிரதமர் வரை இந்தக் குச்சி மனிதர் என்னமாய் ஆட்டி வைக்கிறார். நாடு முழுக்க இவரைப் பற்றித்தான் பேசுகிறார்கள். அதைப் பற்றியெல்லாம் இவருக்குச் சிந்தை இருக்குமா? எத்தனை எளிமையானவராக இருக்கிறார்!

பெண்களில் இருவர் ஆர்வமிகுதியோடு எழுந்து அந்த வாழைத்தாரை எடுத்து வந்து கடவுளுக்குப் படைப்பது போல அவர் முன் வைத்தனர்.

"நல்லது... நல்லது... இன்று மதிய உணவின்போது வாழைப் பழங்களை பரிமாறி விடலாம்."

"பாப்பூ... அதை நீங்கள் உண்பதற்காக எடுத்து வந்தோம்."

"அத்தனையும் உண்டால் என் வயிறு வெடித்து விடுமே... நாளைக்கென ஒதுக்கி வைத்தால் பழமும் பழுத்து விடும்."

"ஆனாலும்... வாழைத்தாரை இந்தத் தோள்களில் சுமந்து வந்தேன் பாப்பூ."

"யார் உண்டாலும் அதில் எனக்கான உங்களுடைய அன்பும் ஒட்டிக் கொண்டுதானே இருக்கும்?"

"அனைவரின் நலனில்தான் தனிப்பட்ட ஒவ்வொருவரின் நலனும் அடங்கியுள்ளது என்பார் பாப்பு" என்றார் மீரா.

காந்தி குறுக்கிட்டு "இந்நேரம் பா எனக்காக இரண்டு வாழைப் பழங்களை எடுத்து வச்சிருப்பாங்க" என்று சிரித்தார்.

"அந்தப் பழக்கமெல்லாம் எனக்கில்லை" என்றார் கஸ்தூர் வெடுக்கென்று.

காந்தி அவரை கெஞ்சலாக பார்த்து "விளையாடினேன் உன்னிடம்" என்றார்.

அவர்கள் பாப்புவையும் பா வையும் மாறி மாறிப் பார்த்தனர்.

"சுதந்திர இந்தியா என்பது சுயராஜ்ஜியம் மட்டும்தான் என்று நான் நினைக்கல. எல்லா வகையிலும் அது தன்னிறைவு கொண்டதாக இருக்க வேண்டும். குறிப்பாகக் கிராமங்கள்..." என்றார்.

"எல்லா சீர்திருத்தங்களும் செய்யப்படும் வரை சுயராஜ்ஜியத்தை ஒத்திப் போட வேண்டுமா பாப்பு? அவர்களை அனுப்பி விட்டு நாம் நமக்குள் பார்த்துக் கொள்ள வேண்டிய விஷயங்களை அவர்களை வைத்துக் கொண்டே விவாதிப்பது சரிப்பட்டு வரும் என்று நினைக்கிறீர்களா?" துடிப்பான அந்த இளைஞன்தான் அந்த கூட்டத்துக்குத் தலைவன் போலிருந்தான்.

"அகிம்சையில் மீதான எனது நம்பிக்கை என்பது அழிக்க முடியாதது. அகிம்சையைப் பற்றிய உண்மையை செல்லுமிடமெல்லாம் பரப்புங்கள் என்று எந்த நம்பிக்கையில் சொல்கிறேனோ அதே நம்பிக்கைதான் கிராமப்புற சீர்திருத்தத்தை நோக்கி என்னை அழைத்துச் செல்கிறது. எல்லா மக்களுக்கும் தினமும் ஒரு கிண்ணம் அதிகச்சோறு கிடைத்து விட்டால் ஆசியாவில் பல உள்நாட்டு கலகங்கள் நிகழாமல் தவிர்த்திருக்கலாம். என்னைப் பொறுத்தவரை இவ்வுலகின் ஒரே ஒரு சர்வாதிகாரியை மாத்திரம் நான் ஏற்பேன். அது உள்ளிருந்து ஒலிக்கும் மிக சன்னமான குரல். அதுதான் என்னை இயக்குகிறது. மீதமெல்லாம் அகிம்சைதான்."

மெலிதான புன்னகையோடு தீவிரமான விஷயங்களைப் பேசியபடியே அவர்கள் அழைத்து வந்திருந்த சிறுவனை அருகே அழைத்து அமர்த்திக் கொண்டார் காந்தி.

"கிராமங்களை வறுமையிலிருந்து விடுவித்து விட்டேனானால் நான் சுயராஜ்ஜியத்தை சம்பாதித்தவனாவேன். என்னுடைய லட்சிய கிராமமானது ஒரு பரிபூரண குடியரசாக இருக்கும். அது தன் ஜீவாதாரத் தேவைகளுக்கு முடிந்தவரை அண்டை அயலாரைச் சாராமல் சுதந்திரமானதாகயிருக்கும். உணவுத் தானியங்களையும் உடைக்குத் தேவையான பருத்தியையும் அந்தந்த மக்களே பயிரிட்டுக் கொள்வார்கள். அனைவருக்கும் சுத்தமான தண்ணீர் விநியோக ஏற்பாடு அவசியம். பிள்ளைகள் ஆதாரக் கல்வியின் இறுதிவரை படிப்பதை கட்டாயமாக்கலாம். இயன்ற வரை அனைத்து காரியங்களும் கூட்டுறவு முறையில் நடைபெறும். ஒவ்வொரு வீட்டிலும் மின்சாரம் இருப்பது அவசியம். ஆடு மாடுகளின் மேய்ச்சல் தரை, பெரியோரும் சிறியோரும் பொழுதுபோக்க வேடிக்கை விளையாட்டு மைதானம் போக மிச்ச நிலம் இருந்தால் உபயோகமுள்ளவையும் பணம் தரக்கூடியவையுமான செடிகளைப் பயிரிடலாம். நாடகக் கொட்டகை, பள்ளிக்கூடம், பொது மண்டபம் இவையெல்லாம் கூட என் கனவுத்திட்டத்தில் இருக்கிறது."

"பாப்பூ... நீங்கள் நவீனங்களுக்கு எதிராகச் சிந்திப்பவர்னு சொல்றாங்க?"

"நவீன யந்திரங்களையும் கருவிகளையும் கிராமவாசிகள் செய்து கொள்ளவும் பயன்படுத்தவும் எனக்கு ஆட்சேபம் இல்லை நண்பர்களே. பிறரைச் சுரண்டும் சாதனங்களாக அவற்றை உபயோகிப்பது மட்டும்தான் கூடாது என்கிறேன்."

"இவையெல்லாம் சாத்தியப்பட்டு வந்தால் சந்தோஷம்தான் அய்யா."

"மனம் வைத்தால் எல்லாமே சாத்தியம்தான். எந்தவிதமான பிரதிபலனும் எதிர்பார்க்காது அர்ப்பணிப்பு உணர்வோடு அடுத்தவரின் நலனை மட்டுமே கருதி செயல்படும் மனோபாவத்தை வருங்கால வாரிசுகளுக்குக் கற்றுத் தந்து விட வேண்டும்."

மடியில் இருத்தி வைத்திருந்த அச்சிறுவனை எழுப்பி "உள்ளே பாட்டியம்மாட்ட போய் தாத்தா கொடுக்கச் சொன்னாங்கன்னு சொல்லி ஆரஞ்சுப் பழங்களை வாங்கிக்கோ" என்றார்.

கஸ்தூர் தனக்கென தன் கணவரிடம் நெய்து வாங்கியிருந்த புடவையை எடுத்துப் பிரித்து உதறி மடித்து வைத்துக் கொண்டிருந்தார்.

"பாட்டீ... தாத்தா ஆரஞ்சுப்பழம் வாங்கிக்கச் சொன்னாங்க."

"உள்ளே வா தர்றேன்."

சிறுவன் தயங்கி நிற்க அவனிடம் சகஜமாகப் பேச்சுக் கொடுத்துக் கொண்டே அவனுடைய பிஞ்சுக்கரத்தில் இரண்டு பழங்களை திணித்து அனுப்பி வைத்து விட்டு மீண்டும் விட்ட இடத்திலிருந்து தொடர்ந்தார் பா. புடவையை நீளமான மர இருக்கையில் விரித்து வைத்து அதன் சுருக்கங்களை விரல்களால் நீவினார். தான் இறந்தபிறகு இந்த புடவையைத்தான் கடைசியாகப் போர்த்த வேண்டும் என்று எல்லோரிடமும் சொல்லி வைக்க வேண்டும் என்று எண்ணியபடியே தன்னுடைய உடுப்புகள் அடங்கிய சின்னஞ்சிறு அடுக்கின் அடியில் அதைப் பத்திரமாக மடித்து வைத்தார். அவருக்குச் சமீபமாக இறப்புக் குறித்து அதிகமான சிந்தனைகள் வந்திருந்தது. ஒருவேளை மூலவியாதியின் அவஸ்தை கூட அப்படிச் சிந்திக்க வைத்திருக்கலாம். ஆனால் மட்டும் என்ன? வயதாகி விட்டால் வரும் எண்ணம்தானே இது... எங்கள் கடமைகளை முடித்தாகி விட்டது. ஆனால் மனுவுக்குத் திருமணம் செய்ய வேண்டும். ராமதாஸின் மகன் கனுவுக்குப் பாட்டி என்றால் உயிர். அவனை வளர்க்க வேண்டும். ஆனால் அவர் இந்த நாடு விடுதலை பெற வேண்டும் என்று பெருங்கடமை தனக்கு இருப்பதாகச் சொல்லிக் கொள்வார்.

அடுத்து வந்த முஸ்லிம் வருகையாளர்களிடம் காந்தி, "பார்லிமெண்டரிக் கூட்டுக் கமிட்டியின் பரிந்துரைக்கு எதிராக காங்கிரஸ் தரப்பு கண்டன தினம் அறிவித்த போது ஜனாப் ஜின்னா அதை எதிர்த்தது பிரிட்டிஷ் ஆட்சியாளர்களுக்கு நாம் இடம் கொடுத்தது போலாகி விடாதா?" என்றார்.

"நாங்கள் ஒரேடியாக எதிர்க்கவில்லையே பாப்பூ... கூட்டுக் கமிட்டியின் தனித்தொகுதி சம்பந்தமான பகுதியை மட்டும்

காங்கிரஸ் ஏற்பதனால் மற்ற பகுதிகளை நிராகரிக்கச் சம்மதிப்பதாக ஜனாப் ஜின்னா கூறினாரே...”

வகுப்புவாரிப் பிரதிநிதித்துவத்தை, அதில் சம்பந்தப்பட்ட வகுப்பினர் மாற்றுத்திட்டம் ஒன்றை ஒப்புக் கொள்ளும் நாள் வரை காங்கிரஸ் ஏற்றுக் கொள்வதாக வெளிப்படையாக அறிவிக்க வேண்டும். இந்த அடிப்படையில்தான் ஒரு பலமான ஐக்கிய முன்னணியை நாம் அமைக்க முடியுமென்று கருதுவதாக ஜின்னா ராஜாஜிக்குக் கடிதமொன்றை எழுதியிருந்தார்.

“ஒப்புக் கொள்கிறேன்... நமக்குள் ஒற்றுமை இருந்தால்தான் சுயராஜ்ஜியம் என்ற சொல்லே அர்த்தப்படும்.”

காங்கிரஸ் மகாசபையின் தலைவர் ராசன்பாபுவும் முஸ்லிம் லீக் தலைவர் ஜின்னாவும் டில்லியில் நடத்திய பேச்சு வார்த்தை உடன்படிக்கை ஏற்படுவதற்கான தருணம் வாய்த்தபோது இருதரப்பிலும் உள்ள பிற்போக்கு அரசியல்வாதிகளின் தலையீட்டினால் பாதியிலே முடிந்து போனது.

“அரசு இன்னும் தன்னை மாற்றிக் கொள்ளவேயில்லை. சட்ட மறுப்பெல்லாம் அடியோடு கை விட்ட பின்னரும் வங்காளத்தில் கொடிய அடக்குமுறைச் சட்டங்களை அமுல்படுத்திக் கொண்டுதானுள்ளது.”

காந்தி வேதனையோடு தலையசைத்தார். “ஆயிரங்கணக்காக வங்காள இளைஞர்கள் இந்தியச் சிறைகளிலும் அந்தமான் சிறையிலும் அடைப்பட்டு கிடக்கிறார்கள்.”

ராஜாஜி அந்தச் சமரச முயற்சியின் தோல்வியை முதல்தரமான சோகக்கதை என்று வரலாறு வர்ணிக்கும் என்றார்.

வருகையாளர் சந்திப்புகள் முடிந்து காந்தி பிரார்த்தனைக்கூடத்தில் அமர்ந்த போது மகாதேவ் மூன்று கடிதங்களை எடுத்து வந்தார். அதிலொன்று மனுபென்னின் திருமண வரன் சம்பந்தப்பட்டது. காந்தி அதைப் படித்து விட்டு “இது சம்பந்தமாக பாலியிடமும் பா விடமும் பேச வேண்டும். ஹரிலால் எந்த மனநிலையில் இருக்கிறான் என்று தெரியல..” என்றார்.

நரேன்தாஸிடமிருந்து வந்திருந்த கடிதத்தைப் பிரித்து வைத்தார் தேசாய். ஹரிலால் ராஜ்கோட்டிலிருந்து ஜூனாகத் கிளம்பி

விட்டாராம். பயணத்துக்கான பணத்தை நரேன்தாஸிடம் பெற்றுக் கொண்டாராம்.

காந்தி மூன்றாவது கடிதத்தின் முகப்பிலிருந்த கையெழுத்தைப் பார்த்ததுமே புரிந்து கொண்டார். "ஹரிகிட்டேர்ந்து வந்ததைப் பிரிக்க வேணாம்" என்றார்.

பிரார்த்தனைக்கான நேரம் நெருங்கியிருந்து. ஆட்கள் கூட தொடங்கினர். அன்று அவர் வழிபாட்டுப் பாடல்களுக்கு முன்பாக சிறு உரை நிகழ்த்த ஆர்வம் கொண்டார்.

ஒவ்வொரு பொருளையும் ஒவ்வொரு உயிரையும் ஆட்டி வைக்கும் அசைக்க முடியாத நியதி ஒன்று இருக்கிறது. அது குருட்டு நியதி அல்ல. ஏனென்றால் எந்தக் குருட்டு நியதியாலும் மனிதனை ஆட்டி வைக்க முடியாது. சகல உயிர்களையும் ஆட்டி வைக்கும் அந்த நியதியே கடவுள். கடவுள் இருக்கிறார் என்பதால்தான் பிரபஞ்சத்தில் ஒரு ஒழுங்கு நிலவுகிறது. என்னைச் சுற்றியுள்ள ஒவ்வொன்றும் மாறிக் கொண்டும் மாய்ந்து கொண்டுமிருக்கிறது. இந்த மாறுதல்களுக்குப் பின்னே உயிராற்றலைக் காண்கிறேன். அது மாறுதலற்றது. சகலத்தையும் இணைத்துப் பிடிக்கிறது, படைக்கிறது. கரைக்கிறது, மீண்டும் படைக்கிறது. சாவுக்கு நடுவே வாழ்வு பொய்க்கு நடுவே உண்மை இருளுக்கு நடுவே ஒளி இருக்கிறது. எனவே கடவுள் உயிரும் உண்மையும் அன்புமாயிருக்கிறார்.

தனக்குள் சொல்லிக் கொள்வது போல உள்ளும்புறமுமாக பேசினார். அவரது உரைக்குப் பிறகு வழிபாட்டுப் பாடல்கள் இசைக் கோர்த்துப் பாடப்பட்டன.

> என்னுயிரை ஏற்றுக்கொள், இறைவா,
> அது உனக்குப் படைக்கப்பட்ட தாகட்டும்.
> என் நொடிகளையும் நாட்களையும் ஏற்றுக்கொள்
> அவை, உன் துதியின் நீரோட்டமாகட்டும்.
> என் கரங்களை ஏற்றுக்கொள், அவை
> உன் அன்பின் உந்துதலில் இயங்கட்டும்

மனிதன் உண்மையில் அவனது ஆன்மாவின் பணிவினால் அறியப்படுகிறான் என்று அவர் தனக்குள் மீண்டும் மீண்டும் சொல்லிக் கொண்டார்.

45

‘டெய்லி நியூஸ்’ செய்தித்தாளின் அந்த வரிகளைப் படித்ததும் மகாதேவ் அதிர்ந்து போயிருந்தார்.

காந்தியின் அன்றாடக் காலைப்பணிகளில் ஒன்றான செய்தித்தாள்கள் வாசிப்பில் கிடைத்த இந்தத் தகவலை தன் குருவிடம் கூறுவதற்கு தேசாய்க்கு மிகுந்த தயக்கமிருந்தது. பாப்பு படித்த பிறகு இதை பா விடம் சொல்ல வேண்டிய பொறுப்பும் அவரிடமே வந்து சேர்ந்து விடும். அரசியல் செய்திகளை வாசித்து முடிக்கும் வரை இதனைத் தள்ளிப் போட்டது மட்டுமே தன்னால் முடிந்த செயல் என்பது புரியத் தொடங்க, வாசிக்க வேண்டிய அந்தத் திடுக்கிடும் செய்தியை எடுத்து வைத்தார்.

பாப்பு ஒருவாறு ஊகித்திருக்க வேண்டும். சர்க்காவின் சிறு அசைவு கூட செய்தியின் துல்லியத்தைக் கலைத்து விடும் என்பது போல அவரது சர்க்கா இயக்கத்தை நிறுத்தியிருந்தது. பா அந்நேரம் அங்கு வந்தது தற்செயலா... கடவுள் செயலா? அவர் உணவு பரிமாறுவதற்குத் தேவையான பாத்திரங்கள் சரியாக சுத்தம் செய்யப்பட்டுள்ளதா என்பதைக் கவனிக்க வந்திருக்க வேண்டும். தம்பதிகள் ஒருவருக்கொருவர் ஆறுதல்படுத்திக் கொண்டால் தன்னுடைய கடினமான பணி சற்று சுலபமாகி விடும் என்றெண்ணிக் கொண்டார். அதுவே அவருக்கு வாசிப்பதற்கான தெம்பையும் அளித்திருந்தது.

‘என் தந்தையார் என்னை முழுக்கவும் கை விட்டு விட்டார். நான் மிகவும் பரிதாபமான நிலையிலிருக்கிறேன். மேலும் என் மீது பரிதாபம் கொண்டு உதவ வருபவர்களிடம் எனக்கு எந்த வகையிலும் ஆதரவோ புகலிடமோ தர வேண்டாம் என்று அறிவுறுத்தியும் வருகிறார். எனக்கும் என் பிள்ளைகளுக்குமிடையே கசப்பை உருவாக்கியதோடு அவர்களின் தனிப்பட்ட விருப்பங்களை அவமதித்து தன்னுடன் ஆசிரமத்தில் தங்க வைத்துக்

கொள்கிறார். நான் என் தந்தையை நன்றாகவே அறிவேன். எனக்கு இப்படிப்பட்ட இடையூறுகளை ஏற்படுத்தி அதன் மூலம் என்னை அடிபணிய வைத்து அவரது கருத்துகளையும் கொள்கைகளையும் ஏற்றுக் கொள்ள வைப்பதே அவரது நோக்கம். நான் அவருடனான என் தந்தை மகன் உறவை அழிப்பதற்கு விரும்புகிறேன். ஆகவே நான் கிறித்துவ மதத்துக்கு மாற முடிவெடுத்து விட்டேன்.'

தேசாயின் கண்கள் அவரையுமறியாது பாப்புவை நோக்கின. மனவலியின் சிறு துளியென முகத்தில் தோன்றிய மின்னல் கோடுகள் வந்த கணமே நழுவியோடினாலும் கஸ்தூரும் அவரும் அதைக் கவனிக்கத் தவறவில்லை. கஸ்தூர் நடுங்கும் தன் விரல்களை புடவைத் தலைப்புக்குள் மறைத்துக் கொண்டார். பெண்கள் தரும் ஊக்கமே ஆண்களின் வீரம். அவர் தன்னை வெளிப்படுத்திக் கொள்ளவில்லை. இல்லத்து மகளிரின் ஊக்கச்செயல்பாடுகள் ஆண்களின் ஊட்டங்களென மாறுவதை அவர் நிறையவே கண்டிருக்கிறார். பாப்புவோ, வீரம் என்பது யாருடைய தனிப்பட்ட உடைமையும் கிடையாது. அது அனைவருக்குள்ளும் உறைந்திருப்பது. அதனை அவர்கள் அறிவதில்லை. அவ்வளவே என்பார். பா அதை அப்படியே ஏற்றுக் கொள்வதில்லை.

"தவறான சேர்க்கைத்தான் அவனை இப்படியெல்லாம் செய்யத் தூண்டுகிறது. அவன் கோபமெல்லாம் ஒப்புக்குத்தான். உங்களின் கவனத்தை ஈர்க்க வேண்டும் என்பதை தவிர இதில் வேறு நோக்கம் இருப்பதாகத் தெரியவில்லை பாப்பு."

மனைவியின் சமாதானத்துக்கு அவர் பதிலேதும் கூறவில்லை.

"இப்போது அவன் எங்குதானிருக்கிறான் மகாதேவ்?"

இது பதில் தேவைப்படும் கேள்வியல்ல என்பது தேசாய்க்கும் தெரியும்.

"நானும் இந்த வீட்டுப் பிள்ளைதான்னு நினைவுப்படுத்திக் கொள்ள அப்படியெல்லாம் நடந்து கொள்கிறானோ என்னமோ? ஆனா அவனை யாரு மறுத்தார்கள்? எங்களோடு வந்து இருந்துடுன்னு நாங்க ரெண்டுபேரும் எத்தனையோ முறை சொல்லிப் பார்த்தாச்சு.. அவன் எங்க பேச்சைக் கேட்கறதாவேயில்லை. சின்ன வயதிலிருந்த பிடிவாதம் இன்னும் மாறல..." காந்தி தன் பாட்டுக்குப் பேசிக் கொண்டு போனபோது கஸ்தூருக்கு உடல்நிலை தேறி வரும் இந்நேரத்தில் கணவர் மீண்டும் உண்ணாவிரதத்தில் அமர்ந்து

விடுவாரோ என்ற கலக்கம் ஏற்பட்டது. மகனை உடனே இங்கு வரவழைத்துப் பேச வேண்டும் என்றெண்ணிக் கொண்டார்.

தேசாய் அந்தத் தம்பதிகளை தனித்திருக்க வைத்து விட்டு செய்தித்தாள்களை அதற்கான இடத்தில் மடித்து வைத்து விட்டு எழுதி வைத்த குறிப்புகளை எடுத்துக் கொண்டு அங்கிருந்து கிளம்பினார்.

சர்க்கா மீண்டும் சுழலத் தொடங்கியது.

கஸ்தூர் துளசி இராமாயணம் பாராயணம் செய்யத் தொடங்கினார்.

ஆனால், அந்தக் குடிலுக்குள் காலை நேரத்தின் இனிய சிறகுகள் முற்றிலும் முறிந்துப் போயிருந்தன.

பொழுது மதியத்துக்குள் நுழைந்து கொண்டிருந்த வேளையில் ஹரிலால் நாகபுரியின் பேருந்து நிறுத்தத்தில் அமர்ந்திருந்தார். நரன்தாஸ் கொடுத்தனுப்பிய பணத்தை எவ்வளவு இறுக்கி இறுக்கி செலவு செய்தாலும் அது தீர்ந்து விடுகிறது. அடுத்த வேளை மதுவுக்கும் உணவுக்குமே பணமில்லாத நிலைமை. அவருடைய பிரச்சனைகள் எதுவுமே தந்தையாருக்குத் தெரியாது. தனது பொருளாதார நிலைமையைத் தெளிவுபடுத்தி அவருக்குத் தொடர்ந்து கடிதங்கள் எழுதிய போதும் அவரிடமிருந்து எந்தப் பதிலும் வரவில்லை. எத்தனை நிராகரிப்பு இது... பொருட்படுத்தக்கூட தகாதவனாகப் போய் விட்டேனா? இந்த உறவே எனக்குத் தேவையில்லை. அவருடைய அரசியலோ பொருளாதாரமோ சமூக சீர்திருத்தமோ ஏதோ ஒன்று எல்லாவற்றையும் அவரே வைத்துக் கொள்ளட்டும் இதுவெல்லாம் எனக்குத் தேவையில்லை... நான் எங்கே போனாலும் அவர்தானே அங்கெல்லாம் சூக்குமமாக வந்து நின்று தொலைகிறார். யாரும் என்னுடைய நிலையிலிருந்தும் என் இடத்திலிருந்தும் என்னைப் பார்ப்பதில்லை... நான் மட்டும் ஏன் இவர்களைப் புரிந்து கொள்ள வேண்டும்? இவரால்தான் என் வாழ்க்கை இத்தனை கடினமாகிப் போனது. இப்போது கூட நான் எந்த உதவிக் கேட்டாலும் அவர் செய்வதில்லை. அதற்கு மாறாக உபத்திரங்களை மட்டும் செய்து வருகிறார். அவரால் புறக்கணிப்பட்டவனாய் சமுதாயத்தினாலும் குடும்பத்தாராலும் ஏற்றுக் கொள்ளப்படாதவனாய் என்னை இந்த நிலைக்கு ஆளாக்கி விட்டவரைப் பற்றி நான் ஏன் சிந்திக்க வேண்டும்? குடும்ப கௌரவம், மான அவமானமெல்லாம்

அவர்களுக்கும் இருந்திருந்தால் என்னை அனாதையாக்கி நடுத்தெருவில் அலைய விட்டிருப்பார்களா?

அவர் மனம் குழம்பிக் கொண்டேயிருந்தது.

ஆனால் பா... பா வின் மனம் நிச்சயம் இதை நினைத்து வருத்தப்படும். என் பிள்ளைகளே என்னை வெறுத்தாலும் தன் பிள்ளையான என்னை பா எப்போதும் வெறுக்க மாட்டார். என்னுடைய செயல்கள் அவரைப் பாதிக்கக் கூடாது. பா பாவம். பாப்பு மோசம்... தவிரவும் இந்து சமுதாயமா என்னை வெளியேற்றியது? பாப்புவின் நடத்தை சரியில்லாமல் போனதற்கு இந்து சமயம் என்ன செய்யும்... நான் ஏன் அதிலிருந்து விலக வேண்டும்...

உறக்கம் மட்டுமே அவருக்கு விடுதலையாக இருந்தது. ஆனால் அது கூட போதையின் துணையின்றி வர மாட்டேன் என்கிறது. இதற்கெல்லாம் தேவை காசு... ஆனால் அதை எப்படி உருவாக்குவது? என்னால் என்ன செய்ய முடியும்... என்னை நம்பி யார் பணம் தருவார்கள். நான் அறிவிப்பு செய்து விட்டதால் முஸ்லிம் சமுதாயம் என்னைத் தத்து எடுத்துக் கொண்டால் கூட நல்லதுதான். என் பணத்தேவைகளை அவர்கள் நிறைவேற்றுவார்கள். இந்துவும் முஸ்லிம்களும் எதிரெதிர் தரப்பில் நிற்க ஆரம்பித்து விட்டார்கள். காந்தியின் பையனால் முஸ்லிம்களுக்கு ஆதாயம் இருக்கும். புத்தியிருந்தால் அவர்கள் என்னைத் துருப்புச்சீட்டாக மாற்றிக் கொள்ளட்டும். அவர்களுக்கும் எனக்குமான பொது எதிரி இந்த மகாத்மா... ச்சே... மகாத்மாவாம் மகாத்மா... பெற்ற பையனை தெருவில் அலைய விடுபவர் பேரு மகாத்மா...

அன்று அவர் உறங்கி எழுந்தபோது தனக்கு வேலைக் கிடைத்து விடும் என்று நம்பியிருக்கவில்லை. ஆனால் நாகபுரி நகராட்சியில் அவருக்கு வேலைக்கு ஏற்பாடு செய்வதாக இந்து மத கவுன்சிலர் ஒருவர் தகவல் அனுப்பியிருந்தார்.

தன் மகன் மதமாற்றத்துக்கான தனது முடிவை மறுபரிசீலனை செய்வதாக மீண்டும் அதே செய்தித்தாளின் வழியே அறிவித்திருந்ததை வாசித்து முடித்தபோது அந்த இந்துமத கவுன்சிலரிடமிருந்து காந்திக்கு வந்திருந்த கடிதத்தைத் தேசாய் பிரித்து வைத்தார்.

கடிதத்தை வாசித்தவர் சில விநாடிகள் கழித்து, "அவனுக்குக் கிடைத்திருக்கும் இந்த வேலை அவனது மறுபரிசீலனைக்கு விலையாக இருந்தால் அது பாவத்தின் மீது செலுத்தப்படும் கட்டணம் ஆகும்" என்றார்.

யாரும் எதுவும் பேசாமல் அமர்ந்திருந்தனர்.

"அந்த மனிதர் அவன் மீது காட்டும் அசாத்தியமான கருணையின் காரணமாகவாவது அவன் தன் வேலையில் உண்மையாகவும் நியாயமாகவும் நடந்து கொள்ள வேண்டும். இனிமேலாவது கிடைக்கும் சம்பளத்தை நல்ல வழியில் செலவழிப்பான்னு நம்புகிறேன்."

இப்போதும் யாரும் எதுவும் பேசவில்லை.

அன்று லக்னோவில் நடக்கவிருக்கும் காங்கிரஸ் மகாசபை கூட்டத்தில் தலைவரைத் தேர்ந்தெடுப்பது குறித்து காந்தியின் ஆலோசனை வேண்டி காங்கிரஸை சேர்ந்த தலைவர்கள் அவரைச் சந்திக்க வந்திருந்தனர்.

ராசன்பாபுவும் வல்லபாய்பட்டேலும் ராஜாஜியின் பெயரைப் பரிந்துரைத்தனர்.

காந்தி தனது சம்பந்தியின் முகத்தை நோக்கினார்.

"சி.ஆர்... நீங்கள் மீண்டும் அரசியலுக்குள் வந்து விட்டதற்கு நன்றி" என்றார் பட்டேல்.

ராஜாஜி தன் நெடிய உருவத்தைச் சற்றே குறுக்கிக் கொண்டு அமர்ந்திருந்தார். அவரின் முகத்தில் ஓடிய யோசனை வரிகளைப் படிக்கவியலாமல் காந்தி "நீங்க என்ன நினைக்கறீங்க சி.ஆர்" என்றார்.

ராஜாஜி தயக்கத்துடன் ஏறிட்டபோது "நீங்கள் தலைவர் பதவியை ஏற்றுக் கொண்டால் நான் அதை மகிழ்ச்சியாக வரவேற்பேன்" என்றார்.

"பாப்பூ... நான் மீண்டும் அரசியலுக்குள் நுழைந்து விட்டேன் என்றாலும் இப்போதைக்கு எந்தப் பதவியையும் வகிக்க எனக்கு விருப்பமில்லை."

“உங்களுக்கு விருப்பமில்லையென்றால் நான் வற்புறுத்த மாட்டேன்.”

பட்டேல் எதுவும் பேசவில்லை.

“நேரு?” என்றார் காந்தி.

“தாரளமாக...”

“நல்லது.”

“ஆனால் பாப்பூ..”

காந்தி நிமிர்ந்து அமர்ந்தார்.

“அவசியப்பட்டால் மாநிலங்களில் காங்கிரஸ் ஆட்சிப் பொறுப்பை ஏற்க வேண்டும். அதுதான் சரியானதாக இருக்கும். இதற்கு நேருவிடமிருந்து எதிர்ப்பு வராமல் நீங்கள்தான் பார்த்துக் கொள்ள வேண்டும்.”

கஸ்தூர் தலையை நீட்டிப் பார்த்தார். நல்லவேளையாக பேச்சு முடிவுக்கு வந்திருந்தது. “நேரு வரலையா?”

ராஜாஜி வந்ததுமே உறவின் நிமித்தம் கஸ்தூரைச் சந்தித்து விட்டு வந்திருந்தார்.

“இல்லை பா.”

“போனமுறை நேரு இங்கு வந்தபோது பா வைப் பார்த்து விடைபெற்றுக் கொள்ளல. நேரு நேர்ல வந்தா அதைக் கேட்டுடுற முடிவில இருக்காங்கன்னு நினைக்கிறேன்” காந்தி பகபகவென்று சிரித்தார்.

“அவர் முக்கிய வேலையில் இருந்தா அதுலயே ஆழ்ந்திடுவாரே.”

“அதைத்தான் நானும் சொன்னேன்.”

“அந்த யோசனையெல்லாம் உங்களோட வச்சிக்கங்க... ஆனா என்னிடம் சொல்லிட்டுப் போயிருக்கலாமில்ல?” என்றார் கஸ்தூர் ஆதங்கமாக.

46

காங்கிரஸ் மகாசபை நேருவின் தலைமையில் லக்னோவில் கூடியிருந்தது. நேரு தன் தலைமையுரையில் மாநிலங்களில் காங்கிரஸ் ஆட்சிப்பொறுப்பை ஏற்பதை நான் விரும்பவில்லை என்றார்.

பிரிட்டிஷ் அரசு அமல்படுத்தியிருந்த புதிய அரசியல் சீர்திருத்தத்தின்படி மாகாண சட்டசபைகளுக்குத் தேர்தல் அறிவிக்கப்பட்டிருந்தது. இதுவரை சொத்துவரி செலுத்துவோர் மட்டுமே வாக்கு செலுத்த முடியும் என்றிருந்த நிலை மாறி இத்தேர்தலில் இருபத்தோரு வயது நிரம்பிய எழுதப்படிக்க தெரிந்தவர்களுக்கெல்லாம் வாக்குரிமை கிடைத்திருந்தது. அதன் மூலம் தேசம் முழுவதிலும் மூன்றரை கோடி பேர் வாக்குரிமை பெற்றிருந்த நிலையில் தேர்தலையோ வெற்றிக்கு பிறகான ஆட்சியதிகாரத்தைப் புறக்கணிப்பதிலோ அர்த்தமில்லை என்பதாக ராஜாஜி உட்பட முக்கிய தலைவர்களின் கருத்தாக இருந்தது.

"சுதந்திரம் கிடைத்ததும் தேசம் சோஷலிசமயமாக்கப்படுமென்பதை முன்கூட்டியே அறிவிப்பது அவசியம். அதற்கேற்ப காங்கிரஸ்காரர்களுக்கு சோஷாலிச சித்தாந்தத்தில் இப்போது முதற்கொண்டு பயிற்சியளிக்கலாம்" என்றார் நேரு.

"முதலில் சுதந்திரம் கிடைக்கட்டும் நேரு அவர்களே... விடுதலைப் போருக்கு மத்தியில் வர்க்கப் போராட்டப் பிரச்சாரத்தில் ஈடுபடுவது காங்கிரசை பிளவுப்படுத்தி விடும்."

"ஆமாம்.. அது விடுதலைக்கான நாளை தள்ளிப் போட்டு விடும்."

எதிர்ப்புகள் வலுத்த நிலையில் மாகாண சட்டசபைகளுக்கான தேர்தல்கள் நடந்து, அவற்றின் முடிவு தெரிந்தபின் பதவி ஏற்பதா வேண்டாமா என்பது பற்றி ஆலோசித்து முடிவெடுக்க காங்கிரஸ்

காரியக்கமிட்டிக்கு அதிகாரமளிக்கும் தீர்மானம் ஒருமனதாக நிறைவேற்றப்பட்டது.

சர்தார்பட்டேல், ராஜாஜி, ராசன்பாபு உள்ளிட்ட தலைவர்களை நேரு காரியக்கமிட்டியின் உறுப்பினர்களாக நியமித்தார். அவர்களனைவரும், முதலில் சுதந்திரம்... பிறகே வர்க்கப்போராட்டம் என்ற கருத்துக் கொண்டவர்கள் என்பதால் சோஷலிஸ்ட்கள், காரியக்கமிட்டியில் தங்களுக்கே பெரும்பான்மை இடம் ஒதுக்க வேண்டும் என்ற குரலுயர்த்த அடுத்த பிரச்சனை தலைதூக்கியது.

“நான் பரிந்துரைக்கும் மூன்று நபர்களை காரியக்கமிட்டியில் இடம் பெற செய்ய முடியுமா?” என்றார் காந்தி.

“ஓ... மகிழ்ச்சியுடன்” தீராத விவாதங்கள் அவர் தலையீட்டினால் தீர்ந்து விடும் என்பதில் அனைவருக்குமே ஒத்த கருத்திருந்தது.

காந்தி பெயர்களை சொல்லத் தொடங்கினார்... “ஜெயப்பிரகாஷ், ஆசாரிய நரேந்திரதேவ், அச்சுதபட்டவர்தன்...”

அவர்கள் மூவருமே காங்கிரஸ் சோஷலிஸ்ட்டினர் அல்லவா? இந்த காந்தியைப் புரிந்து கொள்ளவே முடியவில்லை.

கூட்டத்தில் முணுமுணுப்புகள் எழும்பினாலும் அவற்றுக்கு ஓசை இருக்கவில்லை.

“ஓ... கடவுளின் குழந்தைகளே..” ஜகாரியாவின் குரலில் இருந்த கம்பீரம் தனக்குள் ஒரு வசீகர விஷயத்தை ஒளித்து வைத்திருப்பதாக கட்டியம் சொன்னது. ஜகாரியா தீவிர மதப்பற்றாளர்களின் முகமென குவிந்தவர். அது ஒரு வெள்ளிக்கிழமையின் பிரார்த்தனை நேரம். ஜும்மா மசூதியின் தூண்கள் அந்த முக்கியமான செய்தியை கூர்ந்து கவனிக்கத் தொடங்கின.

ஹரிலால் தன் மெலிந்த தேகத்தில் மஞ்சள் வண்ண அங்கியும் அதன் மீது ஜாக்கெட்டும் அணிந்திருந்தார். தலையில் அணிந்திருந்த துருக்கிஸ்தான் தொப்பியிலிருந்து சிவப்பு வண்ண குஞ்சலங்கள் தொங்கின. அவரை முன்பே அறிந்தவர்கள் கூட அவரின் மாறுவேட உடையில் அவரை அடையாளம் காண முடியாமலிருந்தது.

நாடெங்கிலும் இந்துகளுக்கும் முஸ்லிம்களுக்குமான இடை கோடு உருவாகி பலமடைந்துகொண்டு வரும் நேரத்தில்

ஜகாரியாவிடமிருந்து வரும் ஒவ்வொரு சொல்லும் முஸ்லிம் சமுதாயத்தினருக்கு முக்கியமானதாக இருந்தது.

அவர் ஓங்கியக் குரலில், "ஓ... கடவுளின் குழந்தைகளே... இதோ இங்கு நிற்பவர் ஹரிலால். முழுபெயர் ஹரிலால் மோகன்தாஸ் கரம்சந்த் காந்தி. ஆமாம்... ஆச்சரியம் கொள்ள வேண்டாம். உண்மை என்னவன்றால் காங்கிரஸை சேர்ந்தவரும் மகாத்மா என்று பலராலும் அழைக்கப்படுபவருமான மோகன்தாஸ் கரம்சந்த் காந்தியின் மூத்த மகன்தான் இவர்."

கூட்டத்தில் ஏற்பட்ட சலசலப்பை கையமர்த்தியவர், "இன்றிலிருந்து ஹரிலால் நம்முடன் பயணிக்கவிருக்கிறார்" என்றார்.

நாட்டில் புரளிகளுக்குப் பஞ்சமேயில்லை. பன்றிகள் மசூதியின் அருகில் செத்துக் கிடப்பதாகவும் யாரோ பசுக்களைக் கொன்று அதன் உடலை இந்து கோயில்களுக்கு அருகில் போட்டு விட்டது போலவும் கேள்விப்படுபவைகளுக்கு மத்தியில் இதுவும் மற்றொரு புரளியா? அல்லது இவையெல்லாம் உண்மைதானா? புரளிகளை நிச்சயப்படுத்துவதற்குள் இரு சமூகத்தாரும் ஒருவருக்கொருவர் அடித்துக் கொள்ளவும் கொலை செய்யவும் துணிந்து விடுகின்றனர். வெள்ளிக்கிழமைகளில் ஒலிக்கும் கோயில் மணிகளிலும் மசூதிக்குள்ளிருந்து எழும் நமாஸ் ஒலியினுள்ளும் திகில் கலக்கத் தொடங்கியிருந்தது. தனி மனித மனங்களில் ஆளாளுக்கு தனித்தனி விதமான கருத்துகள் தோன்றின. பாகிஸ்தான் என்ற தனிநாடு வேண்டுமென்றும், அப்படியே தனிநாடு கிடைத்தாலும் அங்கு செல்ல மாட்டோம் என்றும் சமுதாயத்தில் நல்லவிதத்திலோ கெட்ட விதத்திலோ கருத்துகள் பரவிக்கிடக்கின்றன. இந்நிலையில் பிறப்பால் இந்துவான ஒருவர் அதுவும் மிகவும் புகழ் வாய்ந்த தலைவர் ஒருவரின் மகன் தன்னிச்சையாக இஸ்லாமில் இணைகிறார் என்பதை செரித்து உள்வாங்க முடியாத கூட்டம் அதனை ஆச்சர்யக்குறிகளை இட்டு நிரப்பிக் கொண்டிருந்தது.

"தனிமையிலும் இயலாமையிலும் உழலும் அவருக்கு இஸ்லாமின் மடியில் அல்லா ஒரு இடமளிக்கப் போகிறார். இனி அவரது இன்னல்கள் அனைத்தும் முடிவுக்கு வந்து விடும்."

"அல்லாஹு அக்பர்..."

"பாகிஸ்தான் வாழ்க."

உரத்து ஒலித்த கோஷங்கள் ஜகாரியாவின் கையமர்த்தலுக்கு ஒருவழியாகக் கட்டுப்பட்டன.

"இன்றிலிருந்து அவர் அப்துல்லா காந்தி என்று அழைக்கப்படுவார்."

அலையென எழுந்த கைத்தட்டல்கள் ஓய்ந்த பிறகு, "நம் நண்பருக்கு அவருடைய குடும்பம் எவற்றையெல்லாம் மறுத்ததோ எந்தெந்த கடமைகளையெல்லாம் செய்யத் தவறியதோ அவற்றையெல்லாம் ஒன்று விடாமல் அளித்து அல்லாவின் பாதையில் நல்வழியைக் காட்டுவோம்"

"அல்லாஹூ அக்பர்..."

"பாகிஸ்தான் வாழ்க."

கோஷங்கள் அடக்குவோரின்றி ஒலித்துக் கொண்டேயிருந்தன.

அம்புஜம் உள்ளறையிலிருந்து எட்டிப்பார்த்தபோது காந்தி விருந்தினர்களை வழியனுப்பிக் கொண்டிருந்தார். அவள் தமிழ்நாட்டைச் சேர்ந்த எஸ். சீனிவாச அய்யங்காரின் மகள். ஆசிரமத்தின் அறைக்குள்ளிருந்த அவளை காந்தி கூப்பிட்டனுப்பியிருந்தாராம். எதாவது குற்றம் செய்து விட்டோமோ என்ற பதைபதைப்பில் நின்றிருந்தவளை நோக்கி காந்தி புன்னகையுடன் தலையசைத்தது அவளுக்குத் தைரியத்தை வரவழைக்க குதூகலத்தோடு அவர் முன் போய் நின்றாள். அவருடனான அவளின் சிறு வயது அனுபவங்கள் நன்றாகவே இருந்திருந்தன. அன்று பாட்னாவிலிருந்து கிளம்பும் ரயிலில் காந்தியுடன் அவளும் பயணம் செய்திருந்தாள். பயணத்தில் அவருடன் மகாதேவ்தேசாய், மீராபென், பியாரிலால், பிரபாவதி முதலியோரும் இருந்தனர். இரவு ஒன்றரை மணிக்கு அவர்கள் இறங்க வேண்டிய இடம் வந்திருந்தது. அரிசன யாத்திரையின் எதிர்ப்பாக சனாதனிகள் அந்நேரத்திலும் கருப்புக் கொடியோடு காத்திருந்தனர். அவர் வருவதைத் தெரிந்து இரண்டு மூன்று நிலையங்களுக்கு முன்பே கருப்புக் கொடிகளோடு சாதி இந்துக்கள் கூடி விட்டனராம். அவர் இங்கு இறங்குவது சரியாக இருக்காது என்று காவலர்கள் தடுத்தபோதும் அவர் கேட்கவில்லை. அந்த கும்மிருட்டில் காந்தி ஒழிக... என்ற கூக்குரலுக்கு மத்தியில் நெஞ்சுரத்தோடு இறங்கிப் போன கிழவர்தான் இப்போது தன் முன்பாக புன்னகையோடு நிற்பவர் என்பதைப் பொருத்திக் கொள்ள முடியவில்லை அவளால்.

“அம்புஜம்... இந்த சிறு மேசையை உனக்காக வரவழைத்திருக்கிறேன். இனிமேல் நீ தரையில் கவிழ்ந்து கொண்டு எழுத வேண்டாம்.”

அவளுக்குப் புரியாமல் விழித்தபோது கணவருக்காக உணவு எடுத்து வந்திருந்த கஸ்தூர், “அன்று நீ எழுதுவதற்கு மேசையின்றி தடுமாறுவதைப் பாப்பு கவனித்திருக்கிறார். அதான் இந்த ஏற்பாடாக இருக்கும்” என்றார். ஆசிரமத்தின் சிறு சிறு தேவைகளும் அவர் கண்ணில் பட்டு விடும். அங்கிருப்போரின் உடல்நிலை, சாப்பாடு ஆகியவற்றில் அதீத அக்கறை எடுத்துக் கொள்வார். அவர்களுக்கு கடிதங்கள் எழுத நேரிட்டால் இவற்றையெல்லாம் விசாரிப்பார். அல்லது இந்த விசாரணைக்காகவே கடிதங்கள் எழுதுவார் என்பதையெல்லாம் அந்தச் சிறுபெண் அறிந்திருந்தாலும் அவை அனுபவமென தனக்கே கிடைத்தபோது அவளுக்கு உள்ளம் நெகிழ்ந்துப் போனது.

காந்தி தனக்கு முன் பரிமாறப்பட்ட உப்பில்லாமல் சமைத்த கீரையைத் தொட்டுக் கொண்டு ரொட்டியைப் பிய்த்தெடுத்தார். கஸ்தூர் வடிகட்டிய ஆட்டுப்பால், தேன் இவற்றை எடுத்து வைத்து விட்டு ஆரஞ்சு பழத்தை தோலுரித்தார்.

ராமதாஸ் அந்த அறைக்கு வெளியே காத்திருந்தார். அவருடைய மூத்த சகோதரர் இனி இந்து மதத்தை சேர்ந்தவரல்ல என்ற பகிரங்க அறிவிப்பு வெளியானதிலிருந்து வீடே நிலைக்குலைந்திருந்தது. ஹரிலாலுக்கோ தன் நடத்தையினால் குடும்பத்திலும் சமூகத்திலும் ஏற்படும் பாதிப்புகள் குறித்து அறிய நேரமின்றி இருந்தது. அவரே எதிர்பார்க்காதவண்ணம் அவருடைய மது மாது புகைப்பழக்கம் பணம் என அத்தனை தேவைகளும் வரிசைக்கட்டிக் கொண்டு நிறைவேறிக் கொண்டிருந்தன. ராமதாஸ் தன் தமையனை நேரில் பார்த்து பேசுவதற்காக அவரிருக்கும் இடத்துக்கு வந்திருந்தார்.

“நீங்கள் யார்.. எதற்காக வந்திருக்கிறீர்கள்?” என்றார் அங்கிருந்த சேவகர்.

“நான் ஹரிலாலைப் பார்க்க வேண்டும்.”

சற்று யோசித்தவர் உள்ளே சென்று சற்று நேரத்தில் திரும்பி வந்தார். “நீங்கள் ஏன் அப்துல்லாவைக் காண வேண்டும்?”

“நான் ஜனாப் ஜகாரியாவையும் பார்க்க வேண்டும்.”

சற்று நேர காத்திருப்புக்குப் பிறகு ஜகாரியா வெளியே வந்தார். உடன் ஹரிலாலும் வந்திருந்தார். நீள் அங்கியும் குல்லாவும் அணிந்திருந்த தன் தமையனின் புதுக்கோலத்தை ராமதாஸ் ஆவலும் வியப்பும் கோபமும் இயலாமையுமாகப் பார்த்தார். அவர் அணிந்திருந்த புது உடுப்புகளைப் போல அவரது பாவனைகளும் புதிதாக இருந்தன. தன்னை நோக்கிய தமையனின் சிவந்த விழிகள் அவர் இரவு முழுவதும் உறங்கியிருக்க மாட்டார் என அடித்துச் சொல்லிக் கொண்டிருந்தது.

"வணக்கம். நான் ராமதாஸ். மோகன்தாஸ் காந்தியின் மகன். ஹரிலாலின் தம்பி" என்றார் ராமதாஸ்.

"நல்லது... உங்கள் தமையனைப் பார்க்க வந்திருக்கிறீர்கள் போலும்."

"ஆமாம்... அவர் உடல்நிலை... மனநிலை குறித்து நாங்கள் அறிய வேண்டும்."

"அவர் நன்றாகவே இருக்கிறார். நீங்கள் கவலைப்பட வேண்டாம். அவர் இஸ்லாமை தழுவிய பிறகு உண்மையான மார்க்கத்தைக் கண்டடையும் பாதையில் பயணிக்கவிருக்கிறார். நாங்கள் அவருடைய வாழ்க்கைக்குத் தேவையான பணமும் அவரது தனிமையைக் களைந்திட மணமும் செய்யவிருக்கிறோம்."

"என் தமையனை நல்வழிப்படுத்துவதுதான் உங்களின் உண்மையான நோக்கம் எனில், அது உண்மையிலுமே நல்லது. அதில் நீங்கள் வெற்றி பெற்றால் நானும் என் பெற்றோர்களும் மிகுந்த மகிழ்ச்சிக் கொள்வோம்."

அவர் எழுந்து உள்ளே சென்றபோது ஹரிலாலும் ராமதாஸும் தனித்து விடப்பட்டனர்.

"நீ ஏன் இப்படிச் செய்தாய் அண்ணா?"

"வேறு எதாவது பேசேன்" தன் இதயத்தில் எழுந்த புன்னகையை ஹரிலால் திறமையாக மறைத்துக் கொண்டார்.

"நம் வீட்டில் உள்ளவர்களையும் வயதான நம் பெற்றோர்களையும் நீ நினைத்துப் பார்க்கவே இல்லையா அண்ணா..?"

அந்த வயதானவர்களை இறுதியாக நாகபுரியில் சந்திக்கும்போது பணத்துக்காக அவர்களிடம் எத்தனைதூரம் கெஞ்சியிருப்பேன்?

தன் மனதில் ஓடிய வரிகளை நகர்த்தி விட்டு அவர் நிமிர்ந்து உட்கார்ந்தார்.

"ராமதாஸ்... நான் ஹரி இல்லை... அப்துல்லா.. அப்துல்லா என்றே அழைக்கப் பழகு" தனது நீண்ட அங்கியை மெத்திருக்கையின் மென்மைக்குள் பத்திரப்படுத்திக் கொண்டார்.

ராமதாஸ் அவரை நேருக்குநேர் நோக்கினார்.

"பா... உன்னை ... ..."

ஏதோ சொல்ல விழைந்த தம்பியைக் கையமர்த்தி விட்டு அங்கிருந்து எழுந்து கொண்டார் ஹரிலால். தனது அந்தஸ்தும் மரியாதையும் உயர்ந்திருப்பதை அப்பாவிடம் எடுத்துச் சொல்ல வாய்ப்பு அமையப்பெற்றது குறித்து அவர் மனம் உற்சாகத்தில் ஆழ்ந்திருந்தது. மகன் காந்டி கூட தனது வருங்கால மனைவி சரஸ்வதியுடன் அவரை காண வருவதாகச் சொல்லியிருந்தான். அவரின் எல்லா உணர்வுகளும் குதூகலம் என்ற வார்த்தைக்குள் சேகரப்பட அது அவரின் நடையில் துள்ளாட்டமாக வெளிப்பட்டது.

தமையனின் முதுகையே பார்த்தபடி நின்றிருந்தார் ராமதாஸ்.

47

என் மகனின் மதமாற்றம் என்னை மிகுந்த மன வருத்தத்தில் ஆழ்த்தி விட்டது என்பதை ஒப்புக் கொள்கிறேன். அதேசமயம் நடந்த இந்த நிகழ்வில் மதரீதியான எதையும் என்னால் காண முடியவில்லை. ஹரிலால் இந்து மதத்திலிருந்து சென்றதால் இந்து மதத்துக்குப் பாதிப்பில்லை என்றாலும் அவர் சென்று சேர்ந்த இஸ்லாம் மதத்துக்கு பெரும் பாதிப்பே. தூய்மையான மனமின்றி செய்து கொள்ளும் மதமாற்றம் மகிழ்ச்சியைத் தரப்போவதில்லை. மாறாகத் துன்பத்தையும் வருத்தத்தையுமே விளைவிக்கும். ஹரிலாலின் கடந்த கால வாழ்க்கை நெறிகளை ஆராய்ந்து பார்த்து அவரது மதமாற்றம் ஆன்மிக அடிப்படையில் நடக்கவில்லை என்று தோன்றினால், என் இஸ்லாமிய நண்பர்களே, அவரை அதிலிருந்து வெளியேற்றி விடுங்கள். அவனைப் பேராசையிலிருந்து காப்பாற்றுங்கள். ஹரிலாலும் அப்துல்லாவும் 'கடவுளின் உண்மையான பக்தன்' என்ற ஒரே பொருளைத்தான் குறிக்கின்றன. அப்படி அவரின் பெயரை மாற்றி வைப்பதால் அவர் கடவுளின் உண்மையான பக்தராகி விடுவார் என்றால் அவர் எந்தப் பெயரை ஏற்றாலும் அது என்னைப் பாதிக்கப் போவதில்லை."

ஹரிலால் மதுவின் இனிய மயக்கத்தில் ஆழ்ந்து கிடந்தாலும் தன் தந்தை பத்திரிகையில் வெளியிட்ட செய்தியை வரி விடாமல் வாசித்தார். வாசித்து முடித்ததும் மீண்டும் வாசித்தார். மீண்டும் மீண்டும் வாசித்தார். அது மதுவை விட அதிக போதையை உண்டாக்கியது.

பாப்பூ... உங்களுக்குப் புகழின் மீது அத்தனை மயக்கம் என்பதை அறிவேன். இப்போது அதில் கல்லெறிந்து விட்டேன். உங்கள் புகழ் களங்கப்படட்டும். களங்கம் நிறைந்த உங்களை மகாத்மா என்று மக்கள் கொண்டாடுவதை இனிமேலாவது விலக்கிக் கொள்ளட்டும்... நீங்கள் மகாத்மா அல்ல... மகனைத் தூக்கி எறிந்த பாவி என்பதை உலகம் உணரட்டும்...

அறைக்கதவை யாரோ தட்டினார்கள். ஜகாரியாவின் அன்பு பிடிக்குள் வந்ததிலிருந்து அவருக்குச் சுகபோக சௌகரியங்களுக்கு குறைவில்லை என்றாலும் தனிமையான பொழுதுகள் குறைந்து போயிருந்தன. நிறைய முசல்மான்கள் அவரைச் சந்திப்பதற்காக வந்து கொண்டேயிருந்தனர்.

சற்று நேரத்துக்கு முன்புதான் ஜகாரியா வந்திருந்தார். ஹரிலாலின் சௌகரியத்தையும் வசதி குறைபாடு ஏதும் இருக்கிறதா என்பதையும் விசாரித்தார். அங்கிருந்த இருக்கையை மரியாதை நிமித்தம் நகர்த்தி அவரை அமரச் சொல்லிப் பணித்தார் ஹரிலால்.

அவர் நேரிடையாகப் பேசத் தொடங்கினார். "அறிவேன் அப்துல்லா... உங்களின் பூர்வாசிர தந்தையாரின் அறிக்கையைப் படித்து விட்டுதான் வந்திருக்கிறேன். நீங்கள் எதையும் நினைத்து வருந்த வேண்டாம். மிஸ்டர்.காந்தி கூறுவது போல நீங்கள் இஸ்லாமில் இணைந்தது சாதாரண நிகழ்வல்ல. இம்மதம் உங்களை மௌல்வியாக ஏற்றுக் கொண்டுள்ளது. நீங்கள் இஸ்லாமைப் பரப்பிட இந்தியாவிலுள்ள எல்லா மசூதிகளுக்கும் செல்லவிருக்கிறீர்கள். அது எத்தனை பெரிய பாக்கியம் என்பதை போகப் போகதான் அறிந்து கொள்வீர்கள்."

ஹரிலால் ஆமோதிப்பாகத் தலையசைத்தார்.

"உங்கள் சுற்றுப்பயணத்துக்கான ஏற்பாடுகள் அனைத்தையும் உங்களின் சௌகரியத்துக்குக் குறையேற்படாதவண்ணம் செய்திருக்கிறோம்."

"நன்றி.." ஜகாரியாவை எப்படி விளிப்பது என்பது அவருக்குப் புரியவில்லை. மேலும் இந்துமத பழக்கவழக்கங்களிலிருந்து முற்றிலும் மாறுபட்டிருக்கும் இஸ்லாம் மத வழக்கங்களைப் பின்பற்றுவது கடினமாகவும் இருந்தது. கூடவே எந்நேரமும் துணை வரும் போதை வேறு. மதுவின்றி இருந்தால் உடல் தள்ளாடுகிறது. புது நண்பர்கள் அவரை தலையில் தூக்கி வைத்துக் கொண்டாடுகிறார்கள். அவர்களுக்காகவாவது உறுதியாகத் தள்ளாட்டமின்றி நிற்க வேண்டும்.

மனதில் ஓடிய எண்ணங்களை நகர்த்தி விட்டு கதவைத் திறந்தார் ஹரிலால். பணியாள்தான் வந்திருந்தார். அவருக்கான மதிய உணவை எடுத்து வந்திருக்க வேண்டும். ஹரிலாலைக் கண்டதும்

உடலை வளைத்து மரியாதை செலுத்தி விட்டு தான் ஏந்தி வந்த உணவை மேசையில் எடுத்து வைத்தார் அந்த மனிதர்.

“அய்யா... உணவைப் பரிமாறி விடலாமா?”

ஹரிலால் லேசாகத் தலையசைக்க, அந்தப் பீங்கான் தட்டில் விதவிதமான இனிப்புகளும் பிரியாணியும் நிறைக்கப்பட்டன. கூடவே மதுபாட்டில்களும் எடுத்து வந்திருந்தார். எவையெல்லாம் பணமின்மை காரணமாக அவருடன் கண்ணாமூச்சி ஆடினவோ அவையெல்லாம் இப்போது அவருக்குத் தேவைக்கு மீறி கிடைத்துக் கொண்டேயிருக்கிறது. அது போதும்... அதுவே போதும். இழந்த உற்சாகம் அவரை மீண்டும் தொற்றிக் கொள்ள, உணவின் சுவையில் தன்னைக் கரைக்கத் தொடங்கினார்.

கான்டி களைத்துக் கிடந்தான். கேரளத்துப் பெண் சரஸ்வதியின் மீது அவன் கொண்டிருந்த மையல் இன்பக்கனாக்களில் ஆழ்ந்திய நிலைகடந்து தந்தையின் மதமாற்றம் அவனை வெகுவாகப் பாதித்திருந்தது. மற்ற தந்தையர்கள் போல அவனுக்குத் தந்தை வாய்க்கவில்லை. அவர் தன் தந்தையின் தவறுகளை இன்னும் சுட்டிக்காட்டிக் கொண்டிருக்கிறாரே தவிர தான் முழுமையான, பொறுப்பான, கடமைகளை நிறைவேற்றி வைக்கும் இயல்பான தந்தையாக இருக்க வேண்டும் என்று ஏன் நினைக்கவில்லை? அவரின் வாலிபப்பருவத்து ஆசை அவரை தவறாக வழிநடத்துகிறது என்பதால் குடும்பத்தின் அத்தனை பேரையும் வருத்துப்படுத்துவது எவ்வகையில் நியாயம்? ஆனால் அவரை நேரில் காணும்போது உள்ளிருந்து கிளர்ந்தெழும் பாசத்தின் முன் தன் கோபம் எதுவும் எடுபடப்போவதில்லை என்பது அவனுக்கே உறுதியாகத் தெரியும். அப்பாவைக் காண சென்ற ராமதாஸ் சித்தப்பா முஸ்லிமாக மாறி விட்ட அவரின் நடை உடை தோரணைகளைக் கண்டு விக்கித்துப் போய் விட்டதாகச் சொன்னார். ஆனால் அதெல்லாம் வெறும் பூச்சு. அப்பாவின் அகம் எந்நேரமும் விழித்துக் கொண்டு தன்னை யாரெல்லாம் கவனிக்கிறார்... குறிப்பாகத் தாத்தா... என்பதை கணக்கெடுத்துக் கொண்டிருக்கும். பாவம் தாத்தா... ரொம்பவும் வருத்தத்தில் இருக்கிறார். ஆனால் பேரனுடைய கவலைகளைத் தீர்க்க வேண்டி, நீ கொண்டிருக்கும் அத்தனை மனஉபாதைகளையும் நீ கடவுள் மீது கொண்ட பக்தியும் அவர் மீதான பாமாலைகளும் கவசம் போல் உன்னை காத்து இந்த துர்பாக்கிய நிலையிலிருந்து உன்னை மீட்டு விடும், என்கிறார்.

அவன் அவரிடம் கரைந்தபோது, கான்டி... என் துக்கங்களை நான் தாங்கிக் கொள்ளப் பழக்கப்பட்டு விட்டேன். ஆனாலும் துயர் மிகுந்த இந்த தருணத்தில் என்னுடன் துணையிருப்பாய் என்று நினைத்தேன். ஆனால் நீயோ உடைந்து போய் விட்டாய். உன்னைத் தவிர உன் தகப்பனை கவனித்துக் கொள்ள யாராவது இருக்கிறார்களா...? என்கிறார். அவருக்காகவாவது நான் இதிலிருந்து மீண்டு என் குடும்பத்தாரையும் மீட்க வேண்டும். மனுவுக்கும் திருமணம் நிச்சயமாகி விட்டது. ராமி அக்காவின் கணவரும் மனுவின் மாப்பிள்ளையும் தன் மாமனாரைக் குறித்து என்ன நினைப்பார்கள்?

பகல் விடைபெற்று இரவு வரப்பெற்று நாட்கள் நகர்ந்துப் போனாலும் கஸ்தூரின் மனதில் மகனின் செயல் வடுவாகப் பதிந்திருந்தது. அவர் தனது உணவைக் கூட வெகுவாக குறைத்திருந்தார். யாரும் யாரையும் கவனிக்கும் நிலையில் இல்லாததுபோல மணித்துளிகள் மௌனம் பூசிக் கொண்டு நகர்ந்தன.

"நம் மகன் கெட்டுப் போய் விட்டான் பாப்பூ..." என்றார் கஸ்தூர்.

அவர் தன் மனைவியை நிமிர்ந்து நோக்கினார். உடல் எத்தனை தளர்ந்தாலும் உள்ளத்தை அதிகம் தளர விடாத மனைவி இன்று மனமுடைந்து நிற்கிறார். அவர்கள் பெற்ற மகன் உறவே வேண்டாம் என அறுத்துக் கொண்டு வேறு மதத்தில் தஞ்சம் புகுந்து விட்டான்.

"நானோ நீயோ வருத்தப்படுவதால் விளையப்போவது ஏதுமில்லை பா" தன் பேச்சைத் தானே விரும்பாதவர்போல பேசினார்.

கஸ்தூர் எதுவும் பேசாமல் கணவனுக்கு உணவு பரிமாறினார். கை விசிறியால் காற்று வீசினார்.

"அவன் இயக்கங்கள் அனைத்தும் மதுவின் மயக்கத்தில் ஆழ்ந்து கிடக்கிறது. புலன்கள் வழியே கிடைக்கும் அனுபவங்கள் கூட பொய்யாக, வெறும் மயக்கமாகத்தான் இருக்க முடியும் என்பதை அவன் என்றாவது உணர்ந்துதானே ஆக வேண்டும்?"

"அதற்குள் நம் விதி முடிந்து விடும். தீராத சுமையுடன் இவ்வுலகை நீங்க வேண்டும் என்பதுதான் நமக்கு விதிக்கப்பட்டிருக்கிறது போலும்."

காந்தி பதிலேதும் சொல்லவில்லை. சற்று நேர அமைதிக்குப் பிறகு கஸ்தூர், "பாப்பூ... அவன் திருந்தி விடுவானா?" என்றார்.

"அவனை மட்டும் குறை சொல்லி விட முடியாது. இந்திய மக்கள் தங்கள் தேவைகளையும் சுகபோகப்பொருள்களையும் பெருக்கிக் கொள்வதில் ஆர்வம் கொண்டுள்ளார்கள். இவனுக்கும் அதே பேராசை வந்து விட்டது. ரோம் நகரம் மிக உயர்ந்த மண்ணுலகச் செல்வங்களைப் பெற்றபோதும் அறத்தில் வீழ்ந்து போனது. ஒரு மனிதன் முழு உலகத்தையும் வென்றடைந்தாலும் தன் ஆத்மாவை இழந்து விட்டானானால் என்ன பயன் என்கிறார் இயேசு. நம் மகன் நல்லவன்தான். எப்போதும் எதையும் வரவேற்று ஆராயும் திறந்த மனம் அவனுக்கு வாய்த்து விட்டால் அவன் எல்லா தவறுகளிலிருந்தும் வெளி வந்து விடுவான். நீ வருந்தாதே பா..."

காகா காலேல்கர் காந்தியைச் சந்திப்பதற்காக நேற்றே மக்கன்வாடிக்கு வந்து தங்கி விட்டிருந்தார். இரண்டு மணிக்கெல்லாம் அவருக்கு விழிப்பு வந்து விட எழுந்து வெளியே வந்தபோது மரப்பலகையில் தாள்களை வைத்து காந்தி எழுதிக் கொண்டிருந்தார்.

காலேல்கர் அருகே வந்து அமர்ந்து கொண்டார்.

"அரிஜன் இதழுக்கான கட்டுரை. நாளை பதிப்பிக்க வேண்டிய அவசரம்" காந்தி நிமிர்ந்து பாராமலே பேசினார்.

பிறப்பின் காரணமாகச் சாதி வித்தியாசங்களைத் தொடர்ந்து கடைப்பிடிப்பது நெறி கெட்ட ஒழுக்கக் கேடான செயல். இத்தகைய சாதி பிரிவினைகளால் நாம் அவதியுற்று தீமைக்கு ஆளாகி விட்டோம். உயர்சாதி-கீழ்சாதி என்ற மனப்பான்மை நமது சமூக வாழ்வை இழிவுபடுத்தி விட்டது என்பதாக எழுதப்பட்டுக் கொண்டிருந்தது அந்தக் கட்டுரை.

"அதெல்லாம் சரிதான்... மணி இரண்டை தாண்டி விட்டதே? உறக்கம் வர்லையா."

"உறக்கம் வருவதில் குறையில்லை. ஆனால் எழுத்து வேலை அதிகமாகி விட்டதே?"

"அவருக்கு ஆரோக்கியத்தில் அக்கறையே இல்லை" குரல் வந்த திசையை நோக்கித் திரும்பினார் காலேல்கர். அங்கே இருள் வரைந்து கசக்கியெறிந்த வெண் ஓவியமென நின்றிருந்தார் கஸ்தூர்.

"பா... நீங்களுமா?"

"எனக்கு மட்டும் எப்படி.....?"

"நமக்கெல்லாம் வயதாகி விட்டது."

"அதை அவரிடமும் சொல்லுங்கள்."

"பாப்பூ.. நீங்க தென்னாப்பிரிக்காவிலிருந்தபோது ஆரோக்கிய வழின்னு ஒரு புத்தகம் எழுதியது நினைவிருக்கா?"

காந்தி தலையை நிமிர்த்தி ஆமோதிப்பாகப் புன்னகைத்தார்.

"அதில் உணவு, மலஜலம் கழித்தல், ஆண் பெண் உறவு எல்லாவற்றையும் எழுதிவிட்டு ஒன்றை மட்டும் விட்டு விட்டீர்கள்..." என்று இழுத்தார்.

காந்தி கேள்வியோடு நிமிர்ந்தபோது "தூக்கத்தைப் பற்றி அதில் எதையுமே எழுதவில்லை" என்றார்.

"தூக்கத்தைப் பற்றி எழுத என்ன இருக்கிறது. உறக்கம் வரும்போது உறங்க வேண்டும். அவ்வளவுதானே?"

"அதுதான் நான் சொல்ல வந்ததும். நீங்கள் உறக்கம் வரும்போது உறங்குவதேயில்லை. குறிப்பிட்ட நேரத்தில் சாப்பிடுகிறீர்கள். திட்டமிட்டு வேலை செய்கிறீர்கள். யாராவது ஒரு கிறுக்கல் கிறுக்கி அனுப்பி வைத்து விட்டால் கூட அதற்கு மாய்ந்து மாய்ந்து பதில் எழுதுகிறீர்கள். ஆனால் தூக்க விஷயத்தில் மட்டும் உங்களுக்கு நீங்கள் அநியாயம் செய்து கொள்கிறீர்கள்."

"அவருக்கு என்னைப் பற்றியெல்லாம் கவலையில்லை."

"யார் சொன்னது பா...?"

"அத்தனை அக்கறை இருந்தால் என் பேச்சைக் கேட்டு காலகாலத்தில் உறங்கப் போயிருப்பீர்கள் இல்லையா?"

"ஒப்புக் கொள்ளத்தான் வேண்டும். நான் கீதையின் வழியில் முழுமையாக நடக்கவில்லை. நானே என் உடலை கெடுத்துக் கொள்கிறேன்" என்றார் தவறு செய்த பாவனையில்.

"பாப்பூ... தயவு செய்து உங்கள் உடல்நிலையைக் கவனித்துக் கொள்ளுங்கள். நூற்று இருபத்தைந்து வயது வரை வாழ வேண்டும்

என்ற உங்கள் எண்ணத்தின் மீது என் நம்பிக்கையை வைத்து என் வாழ்வை ஓட்டிக் கொண்டிருக்கிறேன். அதைக் கெடுத்து விடாதீர்கள். என்னை அனாதையாக்கி விடாதீர்கள்" கஸ்தூர் புரண்டு படுத்தபோதுதான் இத்தனை நேரம் தான் விழிப்பு நிலையில் கனவு அல்லது கனவு நிலையில் விழிப்பு என்று ஏதோ ஒன்றுக்குள் அகப்பட்டிருப்பது புரிந்தது. ஆனால் அதில் காலேல்கர் கூட வந்தாரே... உண்மையாக நடப்பது போலதானே இருந்தது?

மனம் முழுவதும் தெளிவடையாத நிலையில் எழுந்து அமர்ந்து கொண்டார். ஆசிரமங்களின் விசாலத்துக்குள் வாழ்ந்து பழகியிருந்த அவருக்கு வீட்டின் குறுகல்கள் மூச்சை முட்டுவன போலிருந்தது. லட்சுமிதேவதாஸும் சுசீலாநய்யரும் மூலநோய் சிகிச்சைக்கு அவரை டில்லிக்கு வரவழைத்திருந்தனர். டில்லியின் வெக்கை கழுத்திலும் உடலிலும் எரிச்சலாய் படிய எழுந்து வெளியே வந்து அமர்ந்து கொண்டார். உண்மையாக நடந்த நிகழ்வுகளும் நடக்கவிருப்பவைக் குறித்த கற்பனை எழுப்பும் பயமும்தான் என்னைப் பாடாய்ப்படுத்துகிறது. பாப்பூ என்னருகில் இருந்திருந்தால் இப்படித்தானே பேசியிருப்பார்... இம்மாதிரியான நேரங்களில் நாங்களிருவரும் அருகருகில் இல்லாமல் போனது பெரிய துரதிர்ஷ்டம்தான்... எங்கள் இருவருக்குமே.

தாயைப் படுக்கையில் காணாமல் தேவதாஸ் எழுந்து வந்திருந்தார்.

"இந்த நேரத்தில் ஏம்மா வெளியே உட்கார்ந்திருக்கீங்க?" பதற்றமாகக் கேட்ட மகனை ஏறிட்ட கஸ்தூரின் விழிகளில் கண்ணீர் திரண்டிருந்தது. மகனை அருகே அமருமாறு சாடையால் கூறினார். தேவதாஸ் தாயாரை ஒட்டி அமர்ந்து கொண்டார். நோய்மையும் தனிமையும் தாயாரைப் பாடாய்ப் படுத்துகிறது என்றெண்ணிக் கொண்டார்.

மௌனமாக நீண்ட நிமிடங்களின் முடிவில் "அம்மா... உடலையும் மனதையும் தளர விடக்கூடாது. பிறகு அது நம் பிடியிலிருந்து விலகி தன் பிடிக்கு நம்மை அழைத்துக் கொண்டு விடும்."

அவர் தாயாரின் முகத்தை நிமிர்ந்து நோக்கியபோது அது நூற்றாண்டுகள் பழமையானது போலிருந்தது.

48

சுற்றுப்பயணத்துக்கான திட்ட அறிக்கையை அவர்கள் அவரிடம் அளித்தபோது ஹரிலாலுக்கு உற்சாகமாக இருந்தது. இதே தென்னிந்தியாவுக்குச் சென்ற முறை அநாதையாக, நாடோடியாக, அடுத்தவரின் தயவை எதிர்பார்த்து ஊர் பேரற்ற பித்தனாக... செய்வதறியாத நிலையில் நண்பர்களே கதியென்று சென்றதும் தயங்கியபடியே அவர்கள் இல்லத்தில் அடைக்கலம் கேட்டதும் பின்னர் அவர்களின் அன்பே உதாசீனமாக மாறியதும் வழியற்ற கதியற்ற நிலையில் மீண்டும் தந்தையிடம் அடைக்கலம் புக வந்தமையும் அவரோ தன் கொள்கைகளே பிரதானமென கருதி அறம் குறித்து வகுப்பெடுத்ததும் ஹரிலாலின் மனதில் காட்சிச்சித்திரங்களென ஓடியது.

அப்பா... அன்று உங்கள் மகனின் நிர்கதியான நிலை கூட உங்கள் மனதை உறுத்தவில்லை... உங்கள் கொள்கை... கோட்பாடு... இதுதான் உங்களுக்கு முக்கியம்... என்ன மனிதர் நீங்கள்? இப்போது நீங்கள் புதிதாகப் போட்டிருக்கும் 'அரிஜன விரும்பி' அரிதாரம்தான் சந்தி சிரிக்கிறதே.. அதை இன்னும் உங்கள் கூட்டத்தார் உங்களிடம் எடுத்துச் சொல்லவில்லையா? நீ பிராமணனும் இல்லை. உனக்கு சமஸ்கிருதமும் தெரியாது. நீ எங்களின் சடங்கு, நம்பிக்கை கலாச்சாரம் எல்லாவற்றையும் கேள்விக்குறியாக்குகிறாயா பனியா... என்று உங்கள் மீது மலத்தை வாரியிறைக்கிறார்களே... அது உங்களுக்குத் தெரியவில்லையா? நீங்கள் இப்போது சாதி இந்துகளுக்கும் எதிரி... சனாதனிகளுக்கும் எதிரி... உங்களையும் உங்களின் உளறல்களைப் பின்பற்றுபவர்களையும் சென்ஸஸ் கணக்கெடுப்பில் இந்து இல்லை என்று குறிப்பிட வேண்டும் என்கிறார்கள் அவர்கள்,.. போதுமா அப்பா... அப்படிப்பட்ட இந்து மதத்தை நீங்கள் திருத்தி ஆகப் போவதென்ன? சாதி வேறுபாடில்லாத இஸ்லாத்துக்கு நீங்களும் மாறி விடுங்களேன்.

“நான் இப்போது பனியா இல்லை. ஹரிலால் இல்லை. உங்களின் மகனும் இல்லை. நான் அல்லாவின் சேவகன். எனக்கு அல்லாவைத் தவிர வேறு கடவுளில்லை. இஸ்லாமை தவிர வேறு மதமில்லை” என்றார் வாய் விட்டு.

“இதையே நீ மேடையிலும் பேச வேண்டும் அப்துல்லா... உன்னால் முடியுமா?”

“நீங்கள் செய்து தரும் இத்தனை வசதிகளும் என் மீது காட்டும் அன்பும் அல்லாவின் கருணைால் வாய்த்தவை என்பதை முற்றிலும் உணர்ந்தவன் நான். மேடையில் மட்டுமல்ல... எங்கு வேண்டுமானாலும் பேசத் தயார்.”

ஜகாரியாவுக்கு திருப்தியாக இருந்தது. அவருடைய எண்ணமும் அதுதான். முஸ்லிம்கள் ஒருபோதும் இந்துவாக முடியாது. இந்துகள் ஒருபோதும் முஸல்மான் ஆக முடியாது. இரு மதங்களும் சேர்ந்து ஒரே நாட்டில் வாழ்வதென்பது இனி ஒருபோதும் சாத்தியமில்லாத ஒன்று. அவர் அப்துல்லாவைத் தனக்கிசைவாக மாற்றிக் கொண்டது அவருடைய சகாக்கள் பலருக்கு விருப்பமின்றி இருந்தாலும் ஜகாரியா தான் செய்வதன் பேரில் உறுதிக் கொண்டிருந்தார்.

ஹரிலால் குனிந்து தன்னைப் பார்த்துக் கொண்டார். அழுக்கும் கந்தலுமாகி விட்ட வெள்ளுடுப்புகளையும் வியர்வை நாற்றமடிக்கும் காந்திக் குல்லாவையும் துறந்தது எத்தனை வசதி? இது முன்பே தெரிந்திருந்தால் நானும் கனவான்களைப் போல இதோ... இதோ... எனக்காக இஸ்திரி மடிப்பில் காத்திருக்கும் விலையுயர்ந்த உடைகளையும் அழகான துருக்கிக் குல்லாவையும் அணிந்து எப்போதோ சமுதாயத்தில் உயர்ந்த மனிதனாக வலம் வந்திருப்பேன். சரி.. போகட்டும். அல்லாவின் கருணை இப்போதாவது வாய்த்ததே. இப்போது அவருக்கு மிகுந்தப் புகழ் கிடைத்திருக்கிறது. செல்லுமிடமெல்லாம் தகுதியான வரவேற்பும் உபசரணைகளும் நடைபெறுகின்றன. மாபெரும் பொதுக்கூட்டங்கள் அவரை நம்பி கூட்டப்படுகின்றன. அவரைக் காண்பதற்காகவே மக்கள் கூடுகிறார்கள். அவருடைய பேச்சுகளைத் செய்தித்தாள்கள் அதிக முக்கியத்துவம் கொடுத்து வெளியிடுகின்றன. மௌல்வி அப்துல்லா காந்தி வாழ்க... என திரும்புமிடமெங்கும் வாழ்க கோஷம். அப்பா... உங்களுக்கு மட்டும்தான் செல்லுமிடமெங்கும் கூட்டம் கூடுகிறதா? இன்று

மதராஸில் நடக்கும் கூட்டத்தில் என்னைக் காண்பதற்கும் என் உரையைக் கேட்பதற்கும் எவ்வளவு பெரிய கூட்டம் கூடியிருக்கிறது என்று பாருங்கள்! இப்போது நீங்களும் நானும் தராசின் சம தட்டுகள். ஆமாம் அப்பா... நீங்களும் நானும் சம பலம் பொருந்திய எதிரிகள்.

சேவாகிராமில் பரவியிருந்த மலேரியா நோய் காந்தியையும் தாக்கியதில் அவருடல் நலிந்திருந்தது. அவர் ஹரிலாலைப் பற்றி பேசும்போது கூட மிக மெல்லிய குரலிலேயே பேசினார். "அதிகப்படியான நுகர்வு என் மகனின் மூளையை மென்மையாக்கி சரி எது தவறு என்பதை உணரவியலாமல் செய்து விட்டது. ஹரிலால் ஆத்மார்த்தமாக மதம் மாறவில்லை என்று அவர்கள் அறிவார்களானால் அவரிடம் தெளிவாகச் சொல்லி மாற்றத்தை மறுக்க வேண்டும். ஒருவேளை அம்மதமாற்றத்தில் நேர்மை இருக்குமானால் சமூகத்தின் தெய்வ பக்தி மிக்க உறுப்பினராக ஹரியைப் பாதுகாக்க வேண்டும்."

"பாப்பூ... இப்போதைக்கு நீங்கள் எதையும் யோசிக்க வேண்டாம். உங்கள் உடல்நிலையின் மீது மட்டும் கவனம் செலுத்துங்கள்" என்றார் மீரா.

"சரிதான்..." சோர்வு மீதுற கண்களை மூடிக் கொண்டார். அவரைத் தொந்தரவு செய்யாமல் தனித்திருக்க வைத்து விட்டு மீதமானவர்கள் வெளியே வந்தனர். அந்தச் சிறு குடிலில் அவருடன் பியாரிலால், கான் அப்துல் கஃப்பார்கான் உட்பட நிறைய நண்பர்கள் தங்கியிருந்தனர். தாவரங்கள் அடர்ந்து காடு போன்றிருந்த அவ்விடம் சுத்தம் செய்யப்பட்டு குறைந்த செலவில் குடில்கள் அமைக்கப்பட்டுக் கொண்டிருந்தன. அலுவலகச் செயல்பாட்டுக்கென தனிக்குடில் கட்டும் திட்டமுமிருந்தது. கலைக்கப்பட்ட புதர்களுக்குள்ளிருந்து பாம்புகள் வருவதும் நடமாடுவதும் அங்கு சாதாரண நிகழ்வாகிப் போனது. மகாதேவ் தேசாய் தன் பணிகளைக் கவனிக்கத் தினமும் மக்கன்வாடியிலிருந்து பதினோரு மைல் தூரம் கால்நடையாக வந்து சென்று கொண்டிருந்தார்.

"அன்று கொட்டும் மழையில் மக்கன்வாடியிலிருந்து சேவாகிராமுக்கு நடந்து வந்ததுதான் உங்களுக்குக் காய்ச்சலை வரவழைத்து விட்டது பாப்பு..." என்றார் மீரா.

காந்தி இசைவாகக் கண்களைத் திறந்து மூடிக் கொண்டார்.

ஹரி... நீதானா அது? என் கருவில் சுமந்து மடியில் புரண்டு கரம் கோர்த்து என் வாழ்விசைக்கு சுருதி சேர்த்தவன் நீதானா? எதையுமே நம்ப முடியவில்லை. ஆனால் நம்பாமல் இருக்க முடியுமா? அப்பா மதுவுக்கு எதிராகப் போராடுகிறார். நீயோ மதுவைப் குடித்து விட்டு பொதுமக்களிடம் தகராறு செய்திருக்கிறாய். மதராஸில் உன் பிரச்சாரக்கூட்டம் முடிந்த பிறகு அளவுக்கதிகமான போதையில் தாறுமாறாக நடந்திருக்கிறாயாம். உனக்கெதிராக வழக்குத் தொடுக்கப்பட்டு அப்பாவின் நன்னடத்தையால் உன் தீய நடத்தை காப்பாற்றப்பட்டிருக்கிறது.

ஆனால் இம்முறை நான் மிகவும் புண்பட்டு விட்டேன். என் நம்பிக்கையனைத்தும் தொலைந்து விட்டது. நீ இனி திருந்தப் போவதில்லை. மாறப்போவதில்லை. எங்கள் மகனாக வாழப் போவதுமில்லை.

"அம்மா... தயவு செய்து உணர்ச்சி வயப்படாதீர்கள்... அவர் அப்படிப்பட்டவர் என்று தெரிந்த பிறகும் திரும்பத் திரும்ப அவரிடம் நற்செயல்களை எதிர்பார்ப்பது உங்க தப்பு..." தேவதாஸ் தாயாரை தேற்ற முயன்றார்.

"தேவா... அதற்காக அவனை அப்படியே விட்டுட முடியுமா என்னால்? இந்தப் பாழாப்போன பாசம் என்னையும் உங்கப்பாவையும் எப்படி அலைக்கழிக்குது பாரு. தீண்டாமைக்கு எதிரா ஊரூரா அலையறாரு உங்கப்பா. அவன் மதத்தைப் பரப்பறேன்னு உங்கப்பாவை இழிவா பேசுறான். இதை எதிர்பார்த்துதான் முஸ்லிம்கள் அவனைத் தனக்குள்ளே இழுத்திருப்பாங்க."

"சரிதான் அம்மா... இந்து முஸ்லிம் பிரச்சனையை பெருசாக்கினால்தானே தனி நாடு கோரிக்கையை வலுப்பெற வைக்க முடியும்?"

"அதுக்காக நம்ப குடும்பத்தில வந்து விளையாடணுமா தேவா?"

"அவங்களா வரல. அண்ணாதானே வாய்ப்பை ஏற்படுத்திக் கொடுத்தார். வாய்ப்பு வரும்போது யாராவது நழுவ விடுவார்களா என்ன?"

"நாங்க வாழ்க்கையின் அந்திம நேரத்தில நின்னுக்கிட்டிருக்கோம். இன்னும் அவனுக்கு உங்கப்பாவின் அருமை புரியில. அவனுடைய

நடத்தையைப் பத்தி எத்தனையோ புகார்கள் அப்பாவுக்கு வந்தாலும் அவர் அவனைத் தொடர்ந்து மன்னிச்சுக்கிட்டேதான் இருக்காரு. ஆனா அவன் மேலும் மேலும் தாங்க முடியாத துயரங்களைத் தந்துகிட்டே இருக்கான்."

தேவதாஸால் தாயாரின் வலிகளை உணர முடிந்தது.

"அப்பா கீதையை உயிர் போல நேசிக்கிறார். ஆனா அவர் பெற்ற பிள்ளை இந்து மதமே வேண்டாமென்று போய் விட்டான். ஆனா அதுக்காவது அவன் நியாயம் செய்யணுமில்லையா? அவனை அழைச்சுப் பேச வச்சவங்களையாவது மதிச்சானா? எல்லாருக்கும் அவமானம்தானே தேடித் தர்றான். அவர் எல்லா அவமரியாதைகளையும் இகழ்ச்சிகளையும் வசைகளையும் தனக்குள்ளே அடக்கி வைச்சுக்கிறார். ஆனா என்னால முடியில தேவா..."

அவர் விழிகளிலிருந்த வழிந்த கண்ணீரை முந்தானையால் துடைத்துக் கொண்டார்.

"அவரோட பொறுமைக்கு எல்லையில்லாம போகலாம். ஆனா எல்லாவற்றையும் அடக்கி அடக்கி... அய்யோ... இரத்த அழுத்தம் அதிகரிச்சு அவர் உயிருக்கு எதாவது ஆயிடுமில்லையா? இவனுக்கு ஏன் எதுவுமே புரிய மாட்டேங்குது. இவனுடைய நடத்தையால் வெளியில தலைக்காட்ட முடியல. ஆனாலும் நாங்க அவனை மன்னிச்சுக்கிட்டேதான் இருக்கோம். ஆனா கடவுள் அவனை மன்னிப்பாரா? தேவா... உங்கண்ணனை நான்தான் பெத்தேன். ஆனா இப்போ அவனை நெருங்கக்கூட பயமாயிருக்கு"

"அம்மா..." ஆற்றாமையோடு தாயாரின் கையைத் தன்னுடன் எடுத்து வைத்துக் கொண்டார் தேவதாஸ்.

"அது கூடப் பரவாயில்ல தேவா... தான் போகும் வழி தூய்மையானதுன்னு நெனச்சிக்கிட்டு தன்னைப் பின்பற்றும்படி மத்தவங்களுக்கு அறிவுரை வேற சொல்றான். தான் என்ன செய்றோம்ங்கிற சிந்தையாவது அவனுக்கிருக்கா? மதத்தைப் பத்தி பேசுவதற்கு அவனுக்கு என்ன தகுதியிருக்கு? குடித்து விட்டு மதப்பிரச்சாரம் செய்பவன் தன்னையும் அழித்துக் கொண்டு தன் ஆன்மாவையும் அழிச்சிக்கிறான். இவனோட நடத்தையால இவனோட பிள்ளைகளும் மாப்பிள்ளைகளும் கூட அவமானப்படறாங்க. ஒவ்வொரு நாளும் பத்திரிகைகளில்

இவனைப் பற்றி என்ன எழுதியிருக்காங்களோன்னு பயந்துக்கிட்டே படிக்க வேண்டியிருக்கு. அப்பாவுக்கு இருக்கும் எத்தனையோ கடமைகளோடு தகப்பனாக அவர் அவனுக்குத் தேவையானவைகளைச் செய்து கொண்டுதானிருக்கிறார். ஆனால் அவன் அதையெல்லாம் உணரவேயில்லை.

“பா... நீங்கள் இப்படித் தன் வசம் இழந்து புலம்புவதை நான் கேட்டதேயில்லை” நொந்தக்குரலில் கூறினார் தேவதாஸ்.

“ஆமா தேவா.. மனம் முழுசா ஒடைஞ்சுப்போச்சு. அவங்க ஏன் இவனைக் கூப்பிட்டாங்க. இவன் ஏன் அங்கே போனான். என்ன நடக்குது எதுவுமே எனக்குப் புரியில. டாக்டர் அன்சாரி இப்போ இருந்திருந்தா சரியான பாதையைக் காட்டியிருப்பார். அவனை மௌல்வீன்னு சொல்றாங்களாம். அது சரியானதா? ஒரு குடிகாரனை மௌல்வீன்னு அழைக்க அவங்க மதம் அனுமதிக்கிறதா? அவங்க ஏன் இப்படிப்பட்ட தகாத காரியங்களைச் செய்றாங்க? அவங்க எல்லோரும் நம்மை ஏளனப்படுத்த நினைச்சாங்கன்னா அதற்கு என்னால் எந்த பதிலும் சொல்ல முடியாது. அவங்க செய்வதெல்லாமே பகுத்தறிவுக்கு ஒவ்வாதது... அல்லாவிற்கும் பொருந்தாதது.”

“... ...”

“அவன் நம்பள ரொம்ப அசிங்கப்படுத்தி அவமானப்படுத்திட்டான் தேவா. நம்ம தரப்பையும் நாம சொல்லியாகணும்னு தோணுது. ஆனா எப்படிச் சொல்றது? இதான் எங்க நிலைமை... இதான் எங்க நிலைமைன்னு ஒவ்வொருத்தரிடமும் போய்ச் சொல்லிக்கிட்டா இருக்க முடியும்?”

“பா... நீங்க சொன்னதையெல்லாம் அப்படியே கட்டுரையாக்கி பத்திரிகையில் வெளியிடலாமா?”

“பத்திரிகையிலா...?” அவர் மனம் அதிர்ந்தது.

“நீங்க அழுது புலம்பியவையெல்லாம் வெறும் வாய் வார்த்தைகள் இல்லை பா...”

பா மகனை நிமிர்ந்துப் பார்த்தார்.

“இது குடும்பப்பிரச்சனை தேவா...” என்று இழுத்தார் அரைமனதாக.

“ஆனா அண்ணா இதை அப்படி எடுத்துக்கலயே. பத்திரிகையில வெளியாகிற விஷயத்துக்கு அது வழியாகத்தானே பதில் கொடுக்க முடியும்?”

அவமானப்பட்டு நிற்கும் தன் கணவருக்காகவாவது இதைச் செய்ய வேண்டும் என்று தோன்றினாலும் கூடவே தயக்கமும் இருந்தது. ஆனால் பத்திரிகைதானே இப்போது ஹரிலாலுக்கும் அவர்களுக்கும் தொடர்பு பாதையாக இருக்கிறது? அதற்காக... பிள்ளைகள் செய்வதை பெற்றவர்களும் செய்ய வேண்டுமா என்ன? இது குடும்பப்பிரச்சனை அல்லவா? ஆனால்... பிரச்சனை பொதுவெளிக்கு வந்த பிறகு அதெப்படி குடும்பப் பிரச்சனை ஆகும்? பொதுவெளியில் அறிய நேர்ந்த ஒன்றின் அடுத்தக்கட்ட நடவடிக்கையும் பொதுவெளியில் வருவதுதானே சரியாக இருக்க முடியும்...

மாறி மாறி வந்த மன அலைக்கழிப்புகளின் இறுதியில் மகனின் அவமதிப்பான நடவடிக்கைளின் மீதான கோபம் முந்திக்கொள்ள அவர், “பத்திரிகையில் வருவதற்கு ஏற்பாடு செய்து விடு தேவா...” என்றார்.

“நிச்சயமாக அம்மா...”

“மனம் நொந்துக்கிடக்கும் இந்த கிழவியின் குரல் யாராவது ஒருத்தர் காதுல விழுந்து அவனை நல்வழிப்படுத்தினால் கூட அதுவும் நல்லதுதானே?” சொல்லும்போதே முழுதாக உடைந்திருந்தார். “நான் என் நகையை இழந்து விட்டேன் தேவா... அதை அவர்கள் எடுத்துக் கொண்டு விட்டார்கள்.”

“மகனுக்கு ஒரு தாயின் திறந்த மடல்” என்ற தலைப்பிட்டு வெளியான கஸ்தூர்பாவின் மனக்குமுறல்கள் ஹரிலாலின் காதுகளில் விழுந்தபோது அவர் கான்பூர் நகரில் பிரச்சாரக் கூட்டத்திலிருந்தார்.

“எழுதவே தெரியாத என் தாயார் கடிதம் எழுதி அதை நாளேடுகளுக்கு அனுப்பி வைத்தாராம்... யார் இதை நம்புவது? நான் நேரில் போய்க் கேட்டு விட்டு வருகிறேன்” எரிச்சலும் கோபமுமாகப் பேசினார் ஹரிலால்.

“அப்துல்லா... உங்கள் நல்ல மனதை அறிந்து கொள்ளாமல் அவர்கள் உங்களை நோகடித்துப் பார்க்கிறார்கள்.”

“நான்தான் அவங்க வழிக்கே போகலையே... என்னை ஏன் பின் தொடரணும்.”

“காய்ச்ச மரம்தானே கல்லடிப்படும்.”

“ஏற்கனவே நிறைய அடிகள் பட்டாச்சு. போதும்... போதும்... நான் பா விடம் போய் நேரிடையாக விளக்கம் கேட்கப் போகிறேன்.”

“நீங்க அவசரப்படாதீங்க அப்துல்லா... இது உங்களுக்குள்ள நடக்கற குடும்பப்பிரச்சனை இல்லை. மதப்பிரச்சனை. அவங்க தன்னோட மதம்தான் பெருசுன்னு பொதுவெளியில் வச்சு உங்களுக்கு சவால் விடுறாங்க. நீங்க உண்மை மார்க்கத்தைக் கண்டடைஞ்சதும் அதைப் பின்பற்றுவதும் அவமானமான செயலாம். வயதான தாயை துன்புறுத்த வேண்டாமாம்... யார் யாரைத் துன்புறுத்துவது? உங்களை ஒதுக்கி வச்சவங்களை உதறி தள்ற உரிமையைக் கூட கொடுக்க மறுக்கிறாங்க. பாவம் மௌல்வீ நீங்க.. எத்தனை கஷ்டத்தை அனுபவிச்சிருப்பீங்கன்னு இப்போ புரியுது.”

தன்னைச் சுற்றி அமர்ந்திருந்தவர்களை ஒரு கணம் உற்று நோக்கினார் அவர். இவர்கள் யார்? நான் யார்? இவர்களுக்கு நான் யார்? எனக்கு இவர்கள் யார்? ஆனால் எத்தனை அன்பும் கரிசனமும் என் மீது காட்டுகிறார்கள்? என் தேவையைப் பூர்த்தி செய்கிறார்கள். இவர்களின் அன்புக்கு நான் அடிமை.

கான்பூரில் அன்று நடந்த பிரச்சாரக்கூட்டத்தில் வழக்கம்போல ஆட்களுக்குக் குறைவில்லை. அவர் பேச ஆரம்பிப்பதற்கு முன்பாக தன் தரப்பைத் தெளிவுப்படுத்தும் நோக்கோடு ஒலிபெருக்கியின் முன் நின்றார்.

“மேடையில் அமர்ந்திருக்கும் பெரியோர்களே... பெருந்திரளென வந்திருக்கும் முஸல்மான்களே... என்னைக் காண வந்திருக்கும் பொது மக்களே... என் தாயார் எழுதியதாக நாளிதழ்களில் வெளியான கடிதம் குறித்த என் விளக்கத்தை முதலில் அளித்து விடலாம் என்றிருக்கிறேன். என் பெயர் அப்துல்லா. நீங்கள் எல்லாமே அதைத்தானே அறிவீர்கள்... ஆனால் அந்தக் கடிதம் ஹரிலாலுக்கு எழுதப்பட்டுள்ளது. அதனால் நான் அதை ஒப்புக் கொள்வதாயில்லை. மேலும் எழுத தெரியாத என் அம்மாவால் இப்படிப்பட்ட ஒரு கடிதத்தை எப்படி எழுத முடியும்? வேறு யாரோ அவர் பெயரில் எழுதியிருக்கிறார்கள். ஆனாலும் நான்

சில விளக்கங்கள் சொல்லக் கடமைப்பட்டுள்ளேன. அதில் எழுதியுள்ளதுபோல தீயப்பழக்கங்கள் எனக்கு இருந்தன என்பதை நான் மறுக்கவில்லை. நான் இஸ்லாமியனாக மாற்றிக் கொள்வதற்கு முன் சில தவறான நட்புகளால் வழிநடத்தப்பட்டேன். ஆனால் இப்போது யாரிடமிருந்தும் எதையும் கற்க வேண்டிய அவசியமில்லை. என்னுடைய குறிக்கோள் எல்லாம் அல்லாவின் சேவகனாக உயிர் விட வேண்டும் என்பதுதான்."

கான்பூரில் அடுத்தடுத்து நடக்கவிருந்த கூட்டத்துக்கான உற்சாகத்தையும் உத்வேகத்தையும் கூட்டத்தில் எழுந்த எழுச்சியான ஆரவாரத்தின் மூலம் பெற்றுக் கொண்டவராகத் தொடர்ந்தார்.

"என் தகப்பனாரால் இருபது வருடங்களாக என்னை மாற்ற முடியவில்லை. அவரைப் பின்பற்றுவர்களால் மட்டும் என்னை மாற்றி விட முடியுமா என்ன? என் தாயார் நான் குடிப்பதை விட்டு விட வேண்டும் என்று கேட்கிறார். சரி... ஒப்புக் கொள்கிறேன். என் பெற்றோர் இருவரும் எப்போது இஸ்லாமை ஏற்கிறார்களோ அப்போது என் குடிப்பழக்கத்தை விட்டு விடுகிறேன்."

ஹரிலாலின் உலகு கரவொலிகளால் சூழ்ந்திருந்தது.

49

ஹரிலாலின் உலகு குழப்பங்களால் சூழ்ந்திருந்தது.

தன் தாயாரின் கடிதத்தை மீண்டும் மீண்டும் வாசித்தான். எத்தனை முறை வாசித்தாலும் அதன் உள்ளர்த்தமாக உறைந்திருப்பது ஒன்றே ஒன்றுதான்... வந்து விடு மகனே.. என்கிறாள். ஏன் நான் அவளிடம் போக வேண்டும்? கணவரும் பிள்ளைகளும் பேரப்பிள்ளைகளும் கொள்ளுப்பேரப்பிள்ளைகளும் உற்றாரும் ஊராரும் புடைசூழ வாழும் வாழ்க்கை அவளுக்கு வாய்த்திருக்கிருக்கும்போது அவளுக்கென்ன குறை? என்னிடமிருந்து எடுத்தவைகளையெல்லாம் இறைவன் அவளிடம் கொடுத்திருக்கிறான். பிறகேன்... நான் அவளிடம் இருந்து ஆகப் போவதென்ன? இல்லை... அவள் என் பா... என் தாயார்... அவளுடைய நிறை நான். அப்படித்தான் என்னிடம் சொல்லியிருக்கிறாள். இப்போது அவளுடன் நானில்லை. அதுதான் அவளுக்குக் குறை.. அவள் என்னை எப்போதுமே உதறித் தள்ளவில்லை. அவளுடைய அத்தனை அன்பையும் நான்தான் உதாசீனப்படுத்தி விட்டேன். தென்னாப்பிரிக்காவில் இருக்கும்போது எத்தனையோ முறை என் உள்ளங்கையை தன் கன்னத்தில் வைத்துக் கொண்டு உன்னிருப்பில் என் கவலைகளையெல்லாம் மறந்து விடுவேன் ஹரி... என்று உருகியவள்தான் இன்றும் எனக்காக உருகுகிறாள். அன்று நான் சிறுவன். இன்று நான் வயதானவன். ஆனால் எந்நேரத்தில் அவளுடைய பாசம் ஒன்றுதான். அம்மா... எத்தனை சொந்தங்கள் சூழ்ந்தாலும் நானில்லாதது உனக்குக் குறைதான். அதை நான் அறிவேன் அம்மா... என் மீது நீ கொண்டிருக்கும் பாசம்தான் உன்னுடைய பலவீனம். அதுதான் என் பலம். ஆம்... நீதான் என் பலம். எனக்கென்று இருப்பது நீ மட்டும்தான். நான் உன்னை இழக்க மாட்டேன். உன்னையும் இழந்து விட்டால் எனக்கு உறவில்லை.. உற்றமில்லை... வாழ்வில்லை... உயிரில்லை... அம்மா... அம்மா...

அவன் தங்கியிருந்த அறைக்கதவைத் தள்ளிக் கொண்டு இரண்டு மௌல்விகள் உள்ளே நுழைந்தனர்.

“நான் இப்போ யாரையும் சந்திக்க விரும்பல” அவர் முகத்தைக் கவிழ்த்துக் கொண்டு படுத்திருந்த நிலையிலேயே பதிலளித்தார்.

“பயணத்துக்குத் தயாராகவில்லையா அப்துல்லா?” அவர்கள் உரிமையோடு அமர்ந்து கொண்டனர்.

“இல்லை... நான் எங்கும் போகவில்லை.”

“உடல்நிலை ஏதும் சரியில்லையா?”

பணிவும் அன்புமாகப் பேசிக் கொண்டிருந்தவரின் திடீர் மாற்றம் அவர்களைத் திகைக்க வைத்தது.

“உங்களுக்கு ஏதேனும் சௌகரிய குறைச்சல் ஏற்பட்டிருக்கிறதா அப்துல்லா?”

“அய்யா... கொஞ்ச நேரம் என்னைத் தனியா இருக்க விடுறீங்களா?”

“ஆனா பயணத்துக்கான ஏற்பாடுகள் எல்லாம் முடிந்து விட்டதே.”

“நான் எங்கும் வர்ல... என்னை விடுங்க... நான் கௌம்பறேன்” அவர் விருட்டென்று வெளியே கிளம்பிச் சென்றார்.

சேவாகிராமிலிருக்கும் குடில்களில் வழக்கம்போல அதிகாலை நான்கு மணிக்கே புது தினம் ஆரம்பித்திருந்தது. ஆசிரமவாசிகள் பிரார்த்தனைக்காகக் கூடியிருந்தனர். காந்தியின் உடல்நலம் நன்கு தேறியிருந்தது. பிரார்த்தனைக்குப் பிறகு அவர் உறங்க எடுத்துக் கொண்ட சிறிது நேர இடைவெளியில் கஸ்தூர் சிற்றுண்டியைத் தயார் செய்திருந்தார். அவருடைய கடித நண்பரொருவர் நேரில் சந்திக்க வருவதாக கூறியிருந்ததையடுத்து அவருக்கும் உணவு தயாராகியிருந்தது. வேக வைத்த வேர்க்கடலைகள் அவருக்கும் பிடிக்குமாம். கஸ்தூர் இரண்டு பிடி கடலைகளைக் கூடுதலாகவே வேக வைத்து எடுத்து வைத்திருந்தார்.

காந்தி எதையும் தாங்கும் இதயம் கால்களின் வலுவினால்தான் கைக்கூடும் என்பது போல நீண்ட நேரம் நடைப்பயிற்சியிலிருந்தார். அவருக்கு மூத்த மகனின் நினைவு வந்திருக்கும் என்றெண்ணிக் கொண்டார் கஸ்தூர்.

கால்போனபோக்கில் நடந்து சென்றார் ஹரிலால். முன்னும்பின்னுமாக எழுந்த எண்ணங்கள் தலைவலியை உண்டாக்கியிருந்தன. அவர் தனக்குத் தனிமை தேவைப்படுகிறது என்றுதான் முதலில் நினைத்தார். ஆனால் அதை விட தந்தையின் அருகாமை தேவைப்படுகிறது என்பதை போல பிறகு உணர்ந்தார். அவருக்கும் தன் அருகாமை தேவைப்பட்டிருக்கும். அதனால்தான் வாய்ப்புக் கிடைக்கும் போதெல்லாம் தன்னிடம் வந்து விடுமாறு அழைக்கிறார். ஹரிலாலுக்கும் தற்காலிகமாகவாவது தந்தையிடம் செல்ல வேண்டுமென்றும் மனதில் எண்ணம் கொள்பவை பற்றியெல்லாம் அவரிடம் பகிர்ந்து கொள்ள வேண்டுமாய்த் தோன்றியது. ஆனால் அவர் அகமதாபாத் பயணம் புறப்படவிருப்பதாகச் சொன்னார்கள். ஏதோ குஜராத்தி இலக்கிய மாநாடாம். அதற்கு தலைமை தாங்குகிறாராம். என்னை வருந்தி வருந்தி அழைக்கிறவர் என் மீது அக்கறை இருக்கும்பட்சத்தில் என்னிடம் நேராக வந்திருக்கலாமே... அவருடைய வரவை எதிர்பார்த்துக் கொண்டேயிருக்கும் மனதை என்ன சொல்லித் தேற்றுவது? என்ன மகனே... என்ற அவரின் ஒற்றை வார்த்தைக்கு அவர் காலடியில் விழுந்திருப்பேன். ஆனால் அவருக்கு அவர் வேலைதான் முக்கியம். அப்பா... ஏனிப்படி பிடிவாதம் பிடிக்கிறீரகள்? கோடிக்கணக்கான மக்களுடன் பேசக் கூடிய இலக்கியத்தையும் கலையையுமே விரும்புகிறேன். உயர்ந்த மற்றும் உண்மையான கலை என்பது தூய்மையான வாழ்வுதான் என்று மேடையில் முழங்குகிறீர்கள். ஆனால் இங்கு ஒற்றை உயிர் உங்களுக்காகத் தவிப்பது உங்கள் மனதிற்கு தெரியவில்லையா. அப்பா.. நீங்கள் எப்போதும் எனக்கானவரே அல்ல. எனக்கானவரே அல்ல. யார் பெற்ற பிள்ளைகளுக்காகவோ உருகுவீர்கள்... யாராருக்கோ எதையெதையோ செய்வீர்கள்... ஆனால் உங்களின் வாரிசை தெருத்தெருவாக அலைய விடுவீர்கள்... அப்பா.... நான் உங்களை வெறுக்கிறேன். என் ஆழ்மனதிலிருந்தும் என் நுண்ணுணர்வுகளின் ஆழத்திலிருந்தும் உங்களை நான் வெறுக்கிறேன். நீங்கள் எனக்கு வேண்டாம்... வேண்டவே வேண்டாம்.

தனது சுயபச்சாதாபம் ஏந்தி கொணர்ந்த அழுகையைப் புகை விட்டு ஆற்றிக் கொண்டார் அவர். பா மும்பைக்கு வருவதாக கேள்விப்பட்டிருந்தார். அவரைப் போய் பார்க்க வேண்டும். எனக்கு அவள் போதும். அவள் மட்டுமே போதும் என் பா

மும்பைக்கு வந்து விட்டார். நான் அவரிடம் பேசிக் கொள்கிறேன். எண்ணமே மனதை ஆசுவாசப்படுத்தியது.

காந்தி நடைப்பயிற்சியை முடித்து விட்டு வருவதற்குள் அவரது நண்பர் சேவாகிராம் வந்து சேர்ந்திருந்தார். காலையுணவு உண்டு கொண்டிருப்பதைக் கூட அறியாதளவுக்குப் பேச்சு அவர்களை முக்காட்டியிருந்தது. உரையாடல் அங்குமிங்கும் தொட்டு லண்டனில் நடந்த கிறிஸ்துவர் மாநாட்டுக்குச் சென்றிருந்தது. ”டாக்டர் பிக்கெட் இந்தியாவில் கிட்டத்தட்ட நாற்பத்தைந்து லட்சம் பேர் கிறிஸ்துவ மதத்துக்கு மாறியுள்ளதாகக் கூறியிருக்கிறாரே... அது சரியான கருத்துதானா பாப்பு..?

“நிச்சயமாக இல்லை. ஆனால் இந்தக் கருத்தைக் கேள்விப்படும் வெளிநாட்டுகாரர்கள் டாக்டர் அம்பேத்கர் ஆரம்பித்துள்ள இயக்கம் காரணமாகத்தான் இத்தகைய மதமாற்றம் நிகழ்ந்ததாக முடிவுக்கட்டி விடுவார்கள்.”

“புள்ளி விபரங்கள் கூடக் கொடுத்திருக்கிறாரே..?”

“இல்லை... அவர் குறிப்பிட்டுள்ள புள்ளி விபரம் இந்தியாவில் முதன்முதலாகக் கிறிஸ்துவாலயம் தொடங்கப்பட்டதிலிருந்து இன்று வரை மதம் மாறியவர்களின் எண்ணிக்கையாக இருக்கும்.”

“ஆனால் அவர் அதிசயத்தில் ஆழ்ந்துள்ள ஜனக்கூட்டம் என்று இந்த பெரியளவு மதமாற்றத்தைக் குறிப்பிட்டிருக்கிறார் பாப்பு...”

“எனக்கு கீதையில் நம்பிக்கை இருப்பதுபோல பைபிளிலும் நம்பிக்கையுண்டு. அதற்காக இவ்வளவு அதிகமான மிகைப்படுத்தலை நான் ஒப்புக் கொண்டாக வேண்டும் என்பதில்லை நண்பரே... அவர் குறிப்பிடுகின்ற ஜனக்கூட்டத்தில் நானும் ஒருவன். மேலும் இந்தியாவில் குறுக்கும் நெடுக்குமாறு கிட்டத்தட்ட அரை டசன் தடவைகளுக்கு மேல் பிரயாணம் செய்திருக்கிறேன். நிச்சயமாக அப்படியேதும் நடக்கவில்லை. அப்படி நடந்திருந்தால் இந்தியாவிலிருக்கும் நமக்குத் தெரியாமல் போய் விடுமா என்ன? அவர் குறிப்பிட்டுள்ள புள்ளி விபரங்களை உறுதிப்படுத்த அவரால் முடியுமென்றால் அது கிறிஸ்துவ சரித்திரத்தின் மகத்தான அதிசயங்களில் ஒன்றுதான். ஆனால் அதிசயத்தை நிரூபிக்க அலங்காரப் பிரச்சாரங்கள் தேவைதானா? அதிசயங்கள் விளம்பரமின்றி தாமாகவே பறைச்சாற்றிக் கொள்ளும். உதாரணமாக திருவிதாங்கூரில் இரண்டாயிரத்துக்கும் மேற்பட்ட கோயில்கள்

தீண்டாதோருக்குத் திறக்கப்படுமென்றும் பரம வைதீகர்களான இந்துகளிடமிருந்து யாதொரு தடையுமின்றி நூற்றுக்கணக்கான தீண்டாதோர்கள் அதில் நுழைவார்களென்றும் ஒரு மாதத்திற்கு முன்பு வரை யாருமே நம்பவில்லை. அப்படியிருந்தும் அந்த அதிசயம் அங்கு நடந்தது. இதை அதிசயம் என்று கூறலாமா கூடாதா என்பது முக்கியமல்ல. அதில் நம் கண்களுக்குப் புலப்படாத கடவுளின், ஆனால் நம் கண்களுக்குப் புலப்படும் அவரது சக்தியைக் காண்கிறேன்."

மும்பையில் தன் தாயாரைச் சந்தித்த பிறகு ஹரிலாலின் மனம் சற்று தெளிவடைந்திருந்தது. அந்த இனிய நினைவுகள் உறக்கத்தைக் கூட தள்ளிப் போட்டிருந்தது. அம்மா நிறைய தளர்ந்து விட்டாள். ஆனால் என்னைக் கண்டதும் அவள் முகம் எத்தனை பரவசமடைந்தது? அவளுடைய ஜீவன் நான்தான்... நான் மட்டும்தான்...

அம்மா... நான் உங்களை மிகவும் விரும்புகிறேன். அப்பாவையும் கூட நிறைய விரும்புகிறேன். நான் உங்களை விட்டு விலகியதும் நீங்கள் இருவரும் தவித்துப் போய் விட்டதாகச் சொன்னீர்கள். இதற்கு என்ன அர்த்தம்... நினைக்க நினைக்க இனிக்கிறது அம்மா... நீ எங்களுடையவன்.. என்னுடைய மகன்... என் இரத்தம்... என் உறவு என்ற பரிதவிப்புதானே? ஆமாம் அம்மா... நான் உங்கள் மகன். இந்தத் தேசத்தை தன் கண்ணசைவால் மாற்றிக் காட்டும் வித்தை அறிந்த மாமுனிவரான என் அப்பாவைக் கூட என் அசைவுகள் பாதிக்கிறது என்பதை அறிந்து நான் பெருமைக் கொள்வதா? அல்லது அவரை இத்தனை சிறுமைப்படுத்தி விட்டேன் என்று வருத்தப்படுவதா... ஆனால் சந்தர்ப்பங்கள்தானே எனக்கு உங்களை அடையாளம் காட்டியது. அம்மாற்றத்தை விளைவித்த சூழலுக்கு நாம் நன்றிதான் கூற வேண்டும்.

அம்மா... நான் மதமாற்றத்தில் சற்று அவசரப்பட்டு விட்டேன். என் கண்களின் முன்பாகத் திரையென தொங்கிய ஆற்றாமைகள் மறைந்து விட்ட பிறகுதான் என்னால் எதையும் உணர முடிகிறது. மதம் என்று எதை நாம் குறிப்பிடுகிறோமோ அதில் மதக் கோட்பாடுகள் கொள்கைகள் இவற்றோடு அதனை கடைப்பிடிப்பவர்களின் கலாச்சாரம் சமுதாயத்தில் அவர்கள் நடந்து கொள்ளும் முறை என எல்லாமே சேர்ந்திணைந்திருக்க வேண்டும். இஸ்லாமைப் பற்றி எனக்கு ஏற்பட்ட அனுபவங்களிலிருந்து இந்து மதமே மற்றெல்லா

மதங்களிலிருந்தும் உயர்ந்ததாகத் தெரிகிறது. இந்து மத வேதத்தில் கூறப்பட்டுள்ள கொள்கைகள், ஒழுக்க நெறிகள் சமுதாயத்தின் ஒருங்கணைப்பு இவை எல்லாம் உயர்ந்ததாக அமைந்துள்ளன. இஸ்லாமின் சில தத்துவங்கள் நம் வைதிக மதத்திலிருந்து எடுக்கப்பட்டதாகவே தெரிகிறது. மேலும் என்னுடன் தொடர்பு கொண்டிருந்த பெரும்பாலான முஸ்லிம்கள் மதக் கொள்கைகள் கோட்பாடுகளிலிருந்து வெகுதூரத்தில் விலகியேயிருக்கின்றனர். அம்மா... மனம் ஒன்றும் மதம் வேறாகவும் எப்படி இருப்பது? நான் இந்து மதத்திற்கே வந்து விடுகிறேன். என்னுடைய முடிவு உங்கள் எல்லோருக்கும் மகிழ்ச்சியை உண்டு பண்ணும். நீங்களும் அப்பாவும் எனக்கு ஆசியளியுங்கள். இதை அப்பாவிடம் தனிப்பட்ட முறையில் தெரியப்படுத்த வேண்டும் போல் உள்ளது. ஆனால் அவர் உடனே யாரையும் குற்றம் சொல்லக் கூடாது. ஏமாற்றக்கூடாது. நீ மதமாறுவதாக முசல்மான்களை ஏமாற்றியிருக்கிறாய்.. அதற்கு இது பரிகாரம்.. அது தண்டனை... இது பிசகு.. அது நல்லது.. இது கெட்டது.. கீதை சொல்கிறது... பைபிள் சொல்கிறது... குரான் ஓதுகிறது என்று படாதபாடு படுத்தி விடுவார். அவர் மாதிரியே எல்லோராலும் சிந்தனை செய்ய முடியுமா? நான் என்னுள்ளிருந்துதான் சிந்திக்க முடியும்... அவர் மாதிரி சிந்திப்பதற்கு அவரே இருக்கும்போது நானெதற்கு கொசுறு.. அவர் எப்போதுமே அப்படித்தான். அவரை இழுத்துக் கட்டிக் கொண்டு என்னால் நடக்க முடியாது.

மளமளவென்று முறுக்கிக் கொண்ட மனதை கட்டியிழுத்து அடக்கினார் ஹரிலால்.

அம்மா... உங்கள் ஆசிர்வாதம்தான் என்னை வழிநடத்துகிறது. நான் குழம்பும்போதெல்லாம் நீங்கள் சூக்குமமாகவாவது வந்து வழிகாட்டி விடுகிறீர்கள். மும்பையில் ஆரிய சமாஜத்தின் உறுப்பினர்கள் என்னைத் தொடர்பு கொண்டார்கள். சில சாங்கியங்களை செய்து முடித்து விட்டால் மீண்டும் இந்துவாகி விடலாமாம். நான் மாறி விட்டேன். உங்களுடன் இணைந்து விட்டேன். அவர்கள் என் பெயரைக் கூட மாற்றி விட்டார்கள். மறு மதமாற்றம் செய்து கொள்பவர்களுக்கான பார்திய சிரத்தானந்த் சுதி சபாவிற்குச் சமய பரப்பூழியராக என்னை நியமித்திருக்கிறார்கள். எல்லாம் உங்கள் ஆசிர்வாதம்தான் அம்மா... இதை நான் பொதுவெளியில் அறிவித்து விடுகிறேன். இனிமேல் நான் இந்து. என் பெயர் ஹரிலால்.

50

மாநிலச் சட்டமன்றங்களுக்கான பொதுத்தேர்தல் முடிந்ததும் காங்கிரஸ் காரியக்கமிட்டி வார்தாவில் கூடி வாக்களித்தோருக்கு நன்றி கூறும் தீர்மானத்தை நிறைவேற்றியது. காங்கிரஸுக்குப் பெரும்பான்மை கிடைத்த மாநிலங்களில் பதவி ஏற்பதா, மறுப்பதா என்ற நிலையில் அகில இந்திய காங்கிரஸ் கமிட்டிக் கூட்டம் எதிர் வரும் மார்ச் மாதத்தில் நடத்துவதாக உத்தேசிக்கப்பட்டது.

ஹரிலால் சோம்பலாகக் கண் விழித்தார். அவர் வாழ்க்கையில் மாற்றங்கள் எப்படி வேண்டுமானாலும் நடக்கிறது. நாடோடியாகத் திரிந்த அவரை முஸ்லிம்கள் அழைத்து வந்து கிரீடம் கொடுத்தார்கள். சிம்மாசனம் கொடுத்தார்கள். ஆனால் கடைசி வரையிலும் ஆள வேண்டிய நாட்டையே காட்டவில்லை. அவரும் அரச உடுப்புகளோடு கிரீடம் சூடி சிம்மாசனத்தில் அமர்ந்து வெட்ட வெளியை வெறித்துக் கொண்டிருந்தார். மணம் செய்விப்பதாக கூறியதும் பணம் தருவதாகக் கூறியதும் அவர்களுக்கே மறந்திருக்கலாம். ஆனால் அவரால் மறக்க முடியவில்லை. அப்பாவைப் பழிவாங்க என்னை உபயோகப்படுத்திக் கொண்டார்கள். அவ்வளவுதான் அவர்கள் கோரிக்கை. ஆனால் அவர் அங்கிருந்த வரை அவர்களுக்கு நியாயமாகத்தான் நடந்து கொண்டார்.

அப்பா கூட அவர்களுக்கு எந்த விதத்திலும் குறைந்தவரில்லை. என்னை அவர்கள் இயக்கியது போல அம்மாவை அவர் பின்னிருந்து இயக்குகிறார். பழங்காலத்து கதையொன்று அவருக்கு நினைவு வந்தது. கோட்டையின் வலுவான கதவுகளைப் பெயர்த்திட அந்நாட்களில் யானைகளைப் பயன்படுத்துவார்களாம். அந்த யானைகளுக்கு அரணாக ஒட்டகத்தை நிறுத்துவார்களாம். எதிரிகளின் தாக்குதலில் முதலில் ஒட்டகம்தான் தாக்கப்பட்டு கொல்லப்படுகிறது. என் விஷயத்தில் அதுதான் நடந்தது. அம்மா விஷயத்திலும் அதுதான் நடக்கிறது. அப்பா அவரை தன் சொல் கேட்டு ஆடும் பொம்மையாக்கி

வைத்திருக்கிறார். அவர் காட்டுவதையே அவள் பார்க்கிறாள். அம்மாவிற்கான தனித்துவத்தை அவர் மதிக்கவேயில்லை. என் விஷயத்தில் என்னை யாரும் அங்ஙனம் பயன்படுத்திக் கொள்ள அனுமதிக்க மாட்டேன். அது அப்பாவாக இருந்தாலும் சரி... ஐக்காரியாக இருந்தாலும் சரி... ஆனால் நான் தூக்கியெறிந்ததை போல அம்மாவால் செய்ய முடியுமா? அன்று அத்தனை தூரம் என்னிடம் பேசியவள் கணவனிடம் சென்று தஞ்சமடைந்ததும் ஒரு கடிதம் கூட எழுதவில்லை.

ஆட்கொண்ட எண்ணங்கள் மனச்சோர்வை ஏற்படுத்த படுக்கையிலிருந்து எழுந்திரிக்க விருப்பமில்லாதவராகக் கண்களை மூடிக் கொண்டார்.

மாகாண சட்டசபைகளுக்கும் மத்திய சட்டசபைக்கும் பிரிட்டனின் 1935 ஆம் ஆண்டின் இந்திய அரசியல் சட்டத்தின்படி நடைபெற்ற தேர்தல்களில் இந்தியாவின் பதினொரு மாகாணங்களுள் ஆறில் காங்கிரஸ் பெரு வெற்றிப் பெற்றது. தேர்தல் வெற்றிக்குப் பிறகு கூடிய காங்கிரஸ் மகாசபை கூட்டத்தில் தலைவரான நேரு ஆட்சிப் பொறுப்பை காங்கிரஸ் ஏற்கக் கூடாது என்பதில் உறுதியாக நிற்க, காங்கிரஸ் சோஷலிஸ்ட் கட்சியைச் சார்ந்தவர்களும் காங்கிரஸ் திரும்பவும் விடுதலைப் போரில் மட்டுமே கவனம் செலுத்த வேண்டும் என்பதில் தீவிரம் காட்டினர்.

விவாதங்கள் முடிவை எட்ட முடியாமல் தொடர்ந்தன.

“இந்திய அரசியல் சட்டம் கவர்னருக்கு அளித்துள்ள விசேஷ அதிகாரம் நம்மைச் சுதந்திரமாக ஆட்சியை நடத்த விடாது.”

“ஆட்சிப் பொறுப்பை ஏற்றதும் செய்து முடிப்பதற்கான வேலைகள் இருக்கின்றன. தீண்டாமை ஒழிப்பு, பூரண மதுவிலக்கு, தேசியக்கல்வி, சமூக பொருளாதார சீர்திருத்தங்கள் போன்ற ஆக்கப் பணிகளை நிறைவேற்ற வேண்டிய தேவையிருக்கிறது. இந்த விசேஷ அதிகாரம் இவற்றிலெல்லாம் கவனம் செலுத்த விடாது” என்றார் காந்தி.

”புதிய அரசியல் சட்டத்தை உடைக்க வேண்டும்.”

“அரசியல் சட்டத்தை உடைப்பதும் அதைப் பயன்படுத்தி ஆக்க வழிப்பணிகளில் ஈடுபடுவதும் ஒன்றோடொன்று முரண்பட்ட செயல்கள் அல்லவா?”

விவாதங்கள் கடுமையானபோது காந்தியின் ஆலோசனைப்படி ஆளுநருக்கு அளிக்கப்பட்டிருக்கும் விசேஷ அதிகாரத்தை அவர் உபயோகிக்க மாட்டார் என்று பிரிட்டிஷ் அரசு உறுதி கூற வேண்டும் என்ற நிபந்தனையோடு ஆட்சிப்பொறுப்பை ஏற்பதென்ற தீர்மானம் நிறைவேறியது.

"இத்தீர்மானத்திற்குப் பிரிட்டிஷாரின் ஒத்துழைப்பு கிடைக்கப்பெற்று ஆட்சி அமைக்கப்பட்டால் ஒவ்வொரு காங்கிரஸ்காரரும் தான் ஏற்றுக் கொள்ளவிருக்கும் அதிகாரத்தையும் பதவியையும் பொறுப்பையும் பற்றி ஆழ்ந்து சிந்திக்க வேண்டும். இதற்கு முன்பு மந்திரிகள் கவர்னரின் அதிகாரத்துக்குட்பட்டவர்களாக இருந்தனர். இப்போது அவர்கள் காங்கிரஸின் அதிகாரத்திற்கு உட்பட்டவர்கள். அவர்களுக்குப் பதவி கிடைத்திருப்பதே காங்கிரஸால்தான். காங்கிரஸின் அதிகாரத்தைப் பரிமளிக்கச் செய்வதற்கு அதாவது மக்களின் சக்தியை அதிகாரத்திலுள்ளவர்கள் அறியச் செய்வதற்கு இது ஒரு சாதனம். கவர்னர்களுக்குப் பிடிக்கிறதோ இல்லையோ புதிய அரசியல் சட்டத்திற்குட்பட்டு மந்திரிகள் தங்கள் விருப்பப்படி செயலாற்றலாம். தேசிய வளர்ச்சியை சாத்தியமாக்குகிற வழிகளில் உழைக்க காங்கிரஸ் மந்திரிகளுக்குப் போதிய அதிகாரம் கிடைக்கும். மக்கள் அகிம்சையில் நம்பிக்கை வைத்து நடக்கும் வரையில் இந்த அதிகாரம் நம்முடைய மந்திரிகளிடம் நீடிக்கலாம்" என்றார் காந்தி.

காங்கிரஸின் தீர்மானமும் நிலைப்பாடும் சட்ட நிபுணர்களுக்குக் கேலிக்கூத்தாக இருந்தது. ஆளுநரின் விசேஷ உரிமையான ரத்து அதிகாரத்தை உபயோகிப்பதில்லை என உறுதி தருவது அரசியல் சட்டப்படி சாத்தியமே இல்லை என்றும் இப்படிப்பட்ட உறுதிமொழியைக் கோருவதானது, காங்கிரஸ் தலைவர்களுக்கு அரசியல் சட்ட ஞானம் இல்லையென்பதைத்தான் காட்டுகிறது என்றும் அவர்கள் கருத்து வெளியிட்டனர்.

"உறுதிமொழி தருவது அரசியல் சட்டத்திற்கு விரோதமானது என்பது சரியான வாதம் என்றால் புதிய அரசியல் சட்டம் மிகவும் மோசமானது என்பதை விளக்க இது ஒன்றே போதுமான சான்று" என்றார் காந்தி.

"பிரிட்டிஷாருக்கு மனமிருப்பின் இச்சிக்கலைத் தீர்ப்பதற்கு மார்க்கமும் உண்டு" என்றார், சென்னை மாகாண சட்டசபை காங்கிரஸ் கட்சி தலைவராகப் பொறுப்பிலிருந்த ராஜாஜி.

“சென்னைல உங்கப்பாவை எதிர்த்து ஜஸ்டிஸ் கட்சி களமாடிட்டிருக்கு. அவர்கள் காங்கிரஸ் கட்சியின் நேர்மையான பிடிவாதத்தைத் தங்களுக்கு சாதகமாகப் பயன்படுத்திக்க நினைக்கிறாங்க..” என்றார் தேவதாஸ் தன் மனைவியிடம். அப்போது அவர்கள் டில்லியில் இருந்தனர். தாரா, ராஜ்மோகன், ராமச்சந்திரன் என்ற மூன்று பிள்ளைகள் அவர்களுக்கிருந்தனர். அரசியல் பரபரப்பில் பிள்ளைகளைக் காண்பதற்காகக் கூட தாத்தாவான ராஜாஜியால் வர முடியாத நிலையிருந்தது.

“ஜஸ்டிஸ் கட்சிக்கு மக்கள் ஆதரவில்லை. ஆனாலும் பினாமி ஆட்சியாவது அமைச்சு நாடாளுணும்னு நினைக்கிறாங்க. வாக்காளர்களுக்கு நியாயம் செய்யாத அரசியலமைப்பு எப்படி சரியானதாக இருக்க முடியும்” என்றாள் லட்சுமி.

“பிரிட்டிஷ் ஆட்சியை அடிவருடிக்கிட்டு இருக்கோம் என்பதை காண்பிக்க ஜஸ்டிஸ் கட்சிக்கு இது ஒரு வாய்ப்பு இல்லையா” மெலிதாகச் சிரித்தார் தேவதாஸ்.

“முடிந்தவரை ரத்து அதிகாரத்தை உபயோகிக்க மாட்டோம் என்று ‘கணவான்கள் உடன்படிக்கை’ செய்து கொள்ளலாம் என்று அப்பா சொல்வதுதான் சரின்னு தோணுது” என்றார் லட்சுமி.

“ஜஸ்டிஸ் கட்சி முடிந்தவரை முண்டிப்பார்க்கும்னு நெனைக்கிறேன்.. உங்கப்பா ஆட்சிப்பொறுப்பை ஏற்க வேண்டி வந்தால் வருணாசிரம ஆட்சின்னு அடுத்த புரளியைக் கிளப்பி விடுவாங்க.”

லட்சமி அதை ஆமோதிப்பதைப் போல தலையசைத்தாள். தர்ப்பைப்புல்லை கையிலேந்தி குளத்தங்கரையில் குந்த வேண்டிய பார்ப்பனரால் ஆட்சியை நடத்த முடியுமா? என்று கேலியாகப் பேசிக் கொள்வதாகத் தந்தையார் சொல்லிக் கொண்டிருந்தது அவளுக்கு நினைவுக்கு வந்தது.

ஆசிரமம் அன்றாடங்களில் மூழ்கியிருந்தது. காந்தியும் தன் பங்குக்கு பாத்திரங்களைத் துலக்கும் பணியில் ஈடுபட குமரப்பாவும் அவருடன் இணைந்து கொண்டார். புதிதாக வளர்க்கப்பட்டு வரும் அரசமரத்திற்கு நீர் ஊற்றி விட்டுத் திரும்பிய கஸ்தூரின் கண்களில் கணவர் அகப்பட்டுக் கொள்ள, “ஓ... எல்லாவற்றையும் உங்க தலையிலயே சுமந்துக்க விரும்புறீங்க அப்படித்தானே?” என்றார் கோபமாக.

"தலையிலா… அதில் எந்தச் சுமையும் இல்லையே…" தலையை இடமும் வலமுமாக ஆட்டியபடி சிரித்தார் காந்தி. அவரின் நகைச்சுவையை ரசிக்க விரும்பாதவராக, "உங்க ரெண்டு பேருக்கும் நிறைய வேலை இருக்கில்ல… அதைப் போய் பார்க்கலாமில்லையா?" என்றார்.

காந்தியின் வாயிலிருந்து வந்த சிரிப்பு அவரை மேலும் எரிச்சலூட்டியது.

"சொல்லிட்டேயிருக்கேன்… நீங்க தொடர்ந்து துலக்கிட்டேயிருக்கீங்க" கஸ்தூர் கணவரின் கையிலிருந்த பாத்திரத்தைப் பிடுங்கிக் கொண்டார்.

"குமரப்பா… நீங்க உண்மையிலுமே அதிர்ஷ்டசாலி."

கணவன் மனைவி விவகாரத்தில் தலையிடக் கூடாத நாகரிகத்துக்குக் கட்டுப்பட்டவர் போல காரியத்திலே கண்ணாகக் காட்டிக் கொண்டவரை காந்தி "குமரப்பா… உங்களைப் போல காதில் விழாதவனாக நான் இருக்க முடியாது" என்று பலமாகக் கூற சொல்லுங்க, என்பது போல நிமிர்ந்துப் பார்த்தார் குமரப்பா.

"உங்களை ஆள்வதற்குத்தான் மனைவி இல்லையே?" என்று சிரித்தார்.

குமரப்பாவின் எதிர் வினை இப்போதும் அப்படியாகவே இருந்தது.

"எனக்கு வேறு வழியில்லையப்பா. நான் பா வுக்கு கீழ்ப்படிந்துதான் ஆக வேண்டும்" அவர் கை கால்களை சுத்தம் செய்துகொண்டு நகர்ந்த பிறகு கஸ்தூர் மீதி பாத்திரங்களைத் துலக்கத் தொடங்கினார்.

51

கான்டி பல்கலைக்கழக நுழைவுத் தேர்வில் வெற்றி பெற்றதையடுத்து மேற்படிப்புக்காக மைசூர் செல்லும் திட்டத்திலிருந்தான். அதற்கு முன்பாக அவன் தந்தை ஹரிலாலை சந்திக்க விரும்பினான். தன்னுடன் வருங்கால மனைவி சரஸ்வதியையும் உடன் அழைத்துக் கொண்டான்.

“அந்தப் பொண்ணு பேரு சரஸ்வதியாம். பேரே நல்லாயிருக்கில்லையா? கல்விக்கடவுளின் பெயர்” என்றார் கஸ்தூர். அக்கடவுள் கான்டிக்காவது வழிகாட்டட்டும்.

“ஓ... அதுதான் பெயரைப் பற்றிக் குறிப்பிட்டாயா?” என்றார் காந்தி.

அவர்கள் இருவரின் உள்ளத்தில் அக்காலத்தில் ஹரிலால் தன் படிப்புக் குறித்துப் போராடிய நினைவுகள் மூடிய அறையின் புகையெனப் பரவி மூச்சை அடைத்தது. காந்தி நீண்ட மூச்சுகள் விட்டு அதைக் கடக்க முயன்றார். “நடப்பதெல்லாம் நம் கையிலா இருக்கு” என்றார் கஸ்தூர் எங்கோ பார்த்தபடி.

நிமிடங்கள் மௌனத்தில் மூழ்கி எழுந்தபோது கஸ்தூர் “படிக்க வைக்கப் பணம்?” என்றார். வார்த்தைகள் நிதானமாக வந்தன.

“ஆமா... தேவைப்படும்.”

இதென்ன ரெண்டும்கெட்டான் பதில்?

“தோராயமாக எவ்வளவு ஆகலாம்.”

“மாசம் எழுபத்தைஞ்சு ரூபாயிலிருந்து நூறு ரூபாய் வரைக்கும் செலவாகலாம்னு நினைக்கிறேன்.”

வேறு யாரிடமும் உதவிப்பெறுவதை அவர் விரும்ப மாட்டார். பொது நிதியிலிருந்து எடுக்கவும் அனுமதிக்க மாட்டார். அய்யோ..

காண்டியின் படிப்பும் பாழாகி விடுமோ... கஸ்தூருக்குப் படபடப்பு நீங்கவில்லை.

“என்ன செய்றது?” வெகு இயல்பாக இருப்பது போலக் காட்டிக் கொண்டார்.

“மணிலாலிடம், ராமா தேவாவிடமும் கேட்கலாம்னு தோணுது. படிப்பு முடியறவரைக்கும் ஆளுக்கு முப்பத்து மூன்று ரூபா கொடுக்கச் சொல்லணும்.”

சரிதான்.. நூறு ரூபாயை மூன்றாகப் பிரிக்கிறார். நல்ல யோசனைதான். உற்சாகமாக நிமிர்ந்து உட்கார்ந்தார்.

காந்தியின் தோள்கள் பாசத்தில் தளர்ந்திருந்தன. “அவனைப் பூ போல வச்சிக்கணும். படிப்பு விஷயத்திலோ மற்றதிலோ அவனுக்கு அதிருப்தி வரக் கூடாது. அதேசமயம் அவங்க சித்தப்பாக்கள் கொடுக்கற ஒவ்வொரு காசிலும் அவனுக்குப் பொறுப்பிருக்கணும். அவனே... ...”

அவர் சொல்லிக் கொண்டிருக்கும்போதே கஸ்தூர் இடைப்புகுந்து “அவன் படிக்கட்டும்” என்றார் அழுத்தமாக.

வங்காள மாகாணம் காங்கிரஸ் அல்லாத பிரஜா கட்சியின் ஆட்சியின் கீழிருந்த நிலையில் அங்கு பெரும்பாலான அரசியல் கைதிகள் சிறை மீளாதிருந்தனர். அந்தமான் சிறையிலும் பல வங்காள கைதிகள் அடைக்கப்பட்டிருந்தனர். அவர்களைப் பிரிட்டிஷ் அரசு பயங்கரப் புரட்சியாளர்கள் என்று கட்டம் கட்டி சாதாரண அரசியல் கைதிகளைப் போல நடத்த மறுத்தது. அவர்களின் விடுதலைக்காக கோரிக்கை வைக்கும்பொருட்டு வங்க மாகாணத்தின் ஆளுநரையும் அமைச்சர்களையும் சந்திப்பதற்காக காந்தி கல்கத்தாவில் தங்கியிருந்த அந்த ஒரு மாதக்காலத்தில் இரத்த அழுத்தம் உயர்ந்து அவரது உடல்நிலை பாதிக்கப்பட்டது.

ஹரிலாலுக்குத் தான் இப்போது முன்னெடுக்க வேண்டிய பணி எதுவென்றே புரியாமல் குழம்பியது. அப்துல்லாவாக இருந்த நாட்கள் விருந்தினர் சந்திப்பு, சுற்றுப்பயணம், மேடைப்பேச்சுகள் என பரபரப்பாக இருந்தது. செய்வன எல்லாம் செய்தியாகின. மலினத் தேவைகள் நிறைவேறின. ஆனால் எல்லாமே போலியானவை. அங்கஹீனப்பட்ட பந்தயக்குதிரையைப் போல இப்போது அவரை தூக்கியெறிந்து விட்டார்கள். அவரது தந்தைக்கு

எதிராக நிறுத்த அவர்களுக்குத் தேவைப்பட்ட பிம்பம் மட்டுமே அவர். ஆனாலும் அவருடைய நாட்கள் அப்போது திருப்தியாகவே நகர்ந்தன. மறுமதமாற்றம் செய்து இந்து மதத்துக்கு மாறிய பிறகு அவருக்கென்று எந்த வேலையும் இல்லை. ஆரியசமாஜம் தனது நீண்ட கரங்களால் அவரை தன்னுள் இழுத்துப் போட்டுக் கொண்டு எதுவும் செய்யாமல் நகர்ந்து விட்டது. எல்லோரும் அவரை உபயோகப்படுத்திக் கொள்கிறார்கள். அவர் மீது யாருக்கும் உண்மையான அக்கறையில்லை. மீண்டும் அவருக்கு நாடோடி வாழ்வே வாய்த்து விட்டது. வசிப்பதற்கு இடமில்லை. செய்வதற்குப் பணியில்லை. அன்பு காட்ட குடும்பமில்லை. செலவு செய்யப் பணமில்லை. திடீரென்று கிடைத்த புகழ் ஓட்டைக்கலனில் தங்கும் நீரென வழிந்து விட்டது. இப்போது அவருக்கென்று எந்தக் குறிக்கோளுமில்லை. ராமியும் மனுவும் திருமணமாகி சென்று விட்டனர். ஒரு தந்தையாக அவர்களின் திருமணத்தில் கூட அவரால் கலந்து கொள்ள முடியவில்லை. கான்டியும் திருமணம் செய்யப் போகிறானாம். அவனுக்கு அவர் எதுவுமே செய்யவில்லை. எந்த முகத்தோடு திருமணத்துக்குப் போவது? அந்தப் பெண்ணை அவரால் ஏறிட்டுப் பார்க்கவும் முடியவில்லை. அவர் தன் கையிலிருக்கும் பணத்தை எண்ணிப் பார்த்தார். இதை எதற்கென்று செலவழிப்பது? உணவுக்கா... மதுவுக்கா...

காந்திக்கு இரத்த அழுத்தம் தொடர்ந்து அதிகரித்துக் கொண்டேயிருந்தது. கல்கத்தாவின் டிசம்பர் மாதக் குளிர் வேறு தாங்கவியலாததாக இருந்தது. அவர் அங்கிருந்து சேவாக்ராம் திரும்புவதாக வந்த தகவலையடுத்து ஆசிரமம் பரபரப்பில் ஆழ்ந்திருந்தது. தனி மனித உடமைகளாக ஒவ்வொருக்கும் இரண்டு கதராடைகள், தட்டு, கிண்ணம், வாளி, ராட்டை, படிக்க சில புத்தகங்கள், சாமான்யப் படுக்கை என்று மட்டுமே இருந்தாலும் ஆசிரமம் நாடி வருவோரின் எண்ணிக்கை அதிகரித்துக் கொண்டே போனதால் குடில்கள் போதாமையாக இருந்தன. காந்தி தங்கியிருந்தக் குடிலுமே இப்போது ஆட்களால் நிரம்பி விட்டன. மருத்துவர்களோ அவருக்குத் தனிமையும் ஓய்வும் தேவை என்றனர். அவருக்கு வெகுகாலமாகத் திறந்தவெளியில் படுத்துறங்கும் பழக்கமிருந்தது. இனிமேல் அது சரிப்பட்டு வராதாம். குளிரும் பணிச்சுமையும் அவர் உடல்நிலையைச் சீர்கெடுத்து விடும் என்றார்கள். ஒருமனதாக மீராவின் குடிலை

அவருக்கேற்றாற் போல சிறு மாற்றங்கள் செய்து தங்க வைக்கலாம் என முடிவானது.

"இது மீராவுக்காக வடிவமைக்கப்பட்ட குடில். இங்கிருந்துதான் நூற்கவும் பஞ்சு சிக்கெடுப்பு குறித்தும் கிராம மக்களுக்கு அவள் கற்பித்துக் கொண்டிருக்கிறாள். இதை நான் எப்படிப் பயன்படுத்திக் கொள்ள முடியும்?" என்றார் காந்தி. குரலில் கோபமிருந்தது.

"உங்களின் உடல்நிலையை முன்னிட்டு..." முடிக்க விடவில்லை அவர்.

"இருக்கட்டும்... என்னிடம் கலந்தாலோசிக்காமல் ஏன் இந்தக் குடிலில் மாற்றம் செய்தீர்கள்? நான் வழக்கமாக உறங்குமிடத்திலேயே உறங்கியிருப்பேனே?"

அவர்கள் காந்தியின் கோபத்தை எதிர்கொள்ள முடியாமல் நின்றபோது அங்கு வந்த கஸ்தூர் "அவருக்கு என் குடிலை ஏற்பாடு செஞ்சுடுங்க" என்றார்.

"பா... அது உங்களையும் சிரமப்படுத்துமே?" என்றனர் தயக்கத்துடன்.

காந்தி இந்த ஏற்பாட்டுக்கு அரைமனதுடன் சம்மதம் தெரிவிக்க, மனைவியின் குடில் கணவருக்கேற்ப மாற்றப்பட்டது. அதைக் கண்ணுற்றவர், "பாவம் பா... அவளுக்கு ஒருபோதும் தனியறை என்பதே அமைந்ததில்லை. வயதான காலத்தில் அவருக்குக் கொஞ்சம் தனிமையும் வசதியும் அமைந்திருக்க வேண்டும் என்பதற்காகவே இந்தக் குடிலை ஏற்பாடு செய்தேன். இதைக் கட்டும்போது நானே முன்னின்று மேற்பார்வை செய்திருக்கிறேன். இப்போது அதை நானே ஆக்கிரமித்துக் கொள்ளும்படி நேர்ந்து விட்டது. அவர் எனக்காக எல்லாவற்றையும் விட்டுக் கொடுத்துக் கொண்டேயிருக்கிறார்" என்றார்.

"கணவன் ஒன்று சொல்லி மனைவி மற்றொன்றைச் சொல்லத் தொடங்கினால் வாழ்க்கையே குழம்பிப் போய் விடும் அல்லவா?" என்று சிரித்தார் கஸ்தூர். அவர் தனக்கும் பேரன் கனுவும் முற்றத்தில் படுக்கைக்கு ஏற்பாடு செய்து கொண்டார்.

ஹரிலாலின் மனம் அலைக்கழிந்து கொண்டேயிருந்தது. அவர் அதன் போக்கில் சென்றபோது அது தாயாரைத் தேடுவதை அவரால் அறிந்து கொள்ள முடிந்தது. ஆனால் எப்படிச்

சந்திப்பது? தந்தை உடல்நலமின்றி இருப்பதால் அவரை கவனிக்கத்தான் அம்மாவுக்கு நேரம் சரியாக இருக்கும். மேலும் இச்சமயத்தில் அந்த மனிதரைப் பார்ப்பதற்காக ஆசிரமத்திற்கு ஆட்கள் வந்து கொண்டேயிருப்பார்கள். அவர்களின் பார்வை அவரின் மீதும் கிண்டலாக விழும். யாருக்கெதிரிலும் அவர் கேலிப்பொருளாக இருக்க விரும்பவில்லை. ஆனால் அம்மாவுக்கு இந்த மகனின் ஏக்கம் புரியாமலா இருக்கும்? தன்னைக் குறித்தோ என்னை விசாரித்தோ ஒரே ஒரு வரியாவது அவள் கடிதம் எழுதி அனுப்பியிருக்கலாம். ஆனால் அதற்கான சுதந்திரத்தைக் கூட அந்த மனிதர்தானே வழங்க வேண்டும்? நான் எங்கேடு கெட்டுப் போனால் என்ன? கணவரின் எதிர்ப்பார்ப்பை பூர்த்தி செய்தால் போதாதா? வயதானக் காலத்தில் அதுகள் இரண்டும் என்னை ஏன் இத்தனை பாடுபடுத்துகிறதுகள்? எண்ணங்கள் தொந்தரவு செய்ய அப்படியே படுக்கையில் சரிந்தார்.

நேரம் நீர்க்கையில் கோபம் கனிந்து பாசமெனத் ததும்பியது. அம்மா... பத்திரிகையில் என்னைத் திட்டியாவது ஒரு கடிதம் எழுதுங்களேன் அம்மா... ஏனம்மா எழுதவில்லை? உங்கள் கணவர் உங்கள் மகன் மீது பாசம் காட்டுவதற்கு இன்னும் அனுமதி வழங்கவில்லையா? அவர் காட்டும் காட்சிகளை மட்டும்தான் நீங்கள் காண்பீர்களா? உங்களை நினைத்து ஏங்கும் மகனைக் கூட அவர்தான் கைகாட்ட வேண்டுமா? நீதானே அம்மா எங்கள் இருவருக்கும் மூலம். அவருக்கு என்னையும் எனக்கு அவரையும் அறிமுகப்படுத்தியவள் நீதானே அம்மா. இப்போது உன் ஸ்தானத்தை அவருக்கு அளித்து விட்டாயா... அம்மா... நீங்கள் இப்போது எங்கேயிருக்கிறீர்கள்?

இரத்த அழுத்தம் குறையாத நிலையில் கடலோரப் பகுதிக்குச் சென்று ஓய்வெடுக்குமாறு மருத்துவர்கள் கூறிய ஆலோசனையின்பேரில் காந்தி ஜுஹு கடற்கரை அருகே தங்கி ஓய்வெடுத்தபோது அவருடன் கஸ்தூரும் பயணம் கிளம்பினார்.

52

காங்கிரஸ் ஆறு மாநிலங்களில் ஆட்சிப் பொறுப்பை ஏற்றுக் கொண்டுள்ள சூழலில் ஆண்டுதோறும் ஜனவரி இருபத்தியாறில் எடுக்கும் சுதந்திரப் பிரதிக்ஞையில் சில திருத்தங்கள் மேற்கொள்ளப்பட்டன. அதன்படி, பிரிட்டிஷ் அரசாங்கமானது இந்தியர்களுக்கு அடிப்படையான உரிமைகளை மறுப்பதோடு மக்களைச் சுரண்டி அவர்களைப் பொருளாதாரத் துறையிலும் அரசியல், பண்பாட்டு ஆன்மிகத் துறையிலும் பாழ்படுத்தி விட்டது. இதனால் பிரிட்டிஷாரின் உறவிலிருந்து இந்தியா விடுபட்டுப் பூரண சுதந்திம் பெற வேண்டுமென்று விரும்புகிறோம். இதன் வழி பலாத்காரமல்ல. அகிம்சை, தர்மம், உண்மை என்கிற வழிகளில் போரை இடைவிடாது நடத்திப் பூரண சுதந்திரம் பெற்றே தீருவோம் என்பதாக மேற்கொள்ளப்பட்ட பிரதிக்ஞையை அடுத்து பிப்ரவரி மாதத்தில் குஜராத்திலுள்ள ஹரிபுரா கிராமத்தில் காங்கிரஸ் மகாசபை கூடியது.

நாடெங்கிலுமிருந்து தொண்டர்கள் அலையலையாகத் திரண்டு வரக்கூடும் என அனுமானித்து மாநாட்டுக்கான ஏற்பாடுகள் செய்யப்பட்டன. மாநாட்டு வருகையாளர்களுக்கென ஐம்பத்தோரு வாயில்கள் அமைக்கப்பட்டிருந்தன. பிரமாண்டமான சமையலறையும் பிரதான பந்தலும் கண்காட்சி ஏற்பாடுகளும் பால் தேவைக்கென ஆயிரங்கணக்கான பசுக்களும் ஏற்பாடு செய்யப்பட்டிருந்தன. ஏழாயிரம் தொண்டர்களும் நாலாயிரம் வேலையாட்களும் பணிபுரிந்த அம்மாநாட்டின் செய்திகளை ஏந்திக் கொள்ள உலகெங்கிலுமிருந்து பத்திரிகை நிருபர்களும் புகைப்படக் கலைஞர்களும் வந்திருந்தனர். நுழைவாயில்களுக்கு காங்கிரஸ் தலைவர்களின் பெயர்கள் வைக்கப்பட்டிருந்தன. காந்தியின் பெயர் கொண்ட வாயில் எல்லா வாயில்களை விடவும் பெரியதாக அமைந்திருந்தது. அவரது குடிசை தனியாக அமைதியான இடத்தில் ஒதுக்கமாக இருந்தது. எதிர்பார்த்ததுபோலவே

இரண்டரை லட்சத்துக்கும் அதிகமானோர் கலந்து கொள்ள, அம்மாநாட்டில் காங்கிரஸ் மகாசைபயின் தலைமைப்பதவிக்கு சுபாஷ்சந்திரபோஸ் ஒருமனதாகத் தேர்ந்தெடுக்கப்பட்டார்.

ஹரிலாலின் கால்கள் இலக்கின்றி அலைந்து கொண்டிருந்தன. அப்பா.. ஊரெங்கும் உங்களைப் பற்றித்தான் பேச்சு. இந்தியாவின் எல்லா மூலைகளிலிருந்தும் ஹரிபுராவை நோக்கி மக்கள் கூட்டம் கூட்டமாகப் படையெடுக்கிறார்கள். இது உங்களுக்காகச் சேர்ந்த கூட்டம். இதன் மையம் நீங்கள்தான். எல்லாவற்றுக்கும் நீங்கள்தானே அப்பா மையம். அப்பா... உங்களிடமிருந்து ஒதுங்கி விட்ட பிறகும் நான் ஏன் இதையெல்லாம் கவனித்துக் கொண்டே இருக்கிறேன். என் எண்ணங்கள் ஏன் உங்களைச் சுற்றியே வட்டமிடுகிறது? அப்பா... நான் உங்களையே நினைத்துக் கொண்டிருப்பதைப் போல நீங்கள் என்றாவது என்னை நினைத்திருக்கிறார்களா, எனக்கென நேரத்தை ஒதுக்கியிருக்கிறீர்களா?

நீ என் மகன் என்பதாலேயே என்னை எதிர்த்துக் கொண்டே இருக்கிறாயே?

இதுவா உங்கள் பதில்? நான் எத்தனை அதிமுக்கியமான கேள்வியை எழுப்பியிருக்கிறேன். அப்போதுகூட என் மீதுதான் குற்றம் சுமத்துவீர்களா?

நான் குற்றம் சுமத்தவில்லை ஹரி. மகன்களால் தந்தையைப் பின்பற்ற முடியும்... அல்லது எதிர்க்க முடியும். நீ என்னை எதிர்க்கிறாய்.

நான் ஏனப்பா உங்களைப் பின்பற்ற வேண்டும்? அதற்குத்தான் மூன்று அடிவருடிகளை வைத்திருக்கிறீர்களே?

ஹரி... நீ உன் சிந்தனைகளை மாற்றிக் கொள். அவர்கள் என் அடிவருடிகள் அல்ல. உன் தம்பிகள்... என் மகன்கள். நான் காட்டும் பாதையில் நடக்க விரும்புபவர்கள்.

அதை அவர்கள் சொல்லட்டும்.

அவர் மௌனமானார்.

அதை அவர்களே சொல்லட்டும். மற்றவர்களுக்காக நீங்கள் சிந்திக்கவோ பேசவோ செய்வது சரியில்லை அப்பா...”

வாய் விட்டு பினாத்தியபோதுதான் ஹரிலாலுக்கு தான் கண்டது கனவென உணர முடிந்தது. யாரிடமோ நீர் கேட்டு வாங்கி முகத்தைக் கழுவிக் கொண்ட போது கனவும் நிஜமும் தனித்தனியாக நின்றன. ஆனால் நிஜத்தில் எல்லாமே ஒன்றுதானே... முகத்தைக் கழுவி விழிப்புண்டாக்கி கனவைக் கலைத்து விடலாம். ஆனால் எதனைக் கழுவி என் எண்ணங்களைப் போக்குவேன்? அம்மா... அவர்தான் எல்லாமே. இந்த உலகில் அவரைப் புரிந்து கொள்ளவும் ஆறுதல் சொல்லவும் அரவணைக்கவும் அன்பு செலுத்தவும் இருக்கும் ஒரே ஆறுதல் அம்மா...

அவருக்கு உடனே தன் தாயாரைப் பார்க்க வேண்டுமாய் தோன்றியது. நேரமாக ஆக அந்த எண்ணம் வலுப்பெற்றுக் கொண்டே வந்தது. நாட்கள் கடந்தபோது உணவு பிடிக்கவில்லை. வாய் முழுவதும் புண்களாக இருந்தன. வயிறு கூட வெந்து விடுமா என்ன? எதையாவது புளிப்பாக சாப்பிட வேண்டும் போலிருந்தது. புளிப்புச் சுவையைத்தான் நாவால் கொஞ்சமாவது உணர முடிகிறது. கையிலிருக்கும் பணத்தை எண்ணிப் பார்த்தார். அனிச்சையாக அவர் மனம் மதுவுக்கான தொகையை ஒதுக்கிக் கொண்டது. மீதமிருக்கும் பணத்தில் இரண்டு ஆரஞ்சுப் பழங்கள் வாங்கிக் கொள்ளத் திட்டமிட்டார். புகைப்பதற்கான பணம்? சட்டை பையிலும் உடைமைகள் அடங்கிய துணிப்பையிலும் தேடிப் பார்த்தார். எதிலும் அவரால் ஓரணா கூடக் கண்டுப்பிடிக்க முடியவில்லை. தலையை வலிப்பது போலிருந்தது. தனிமை பைத்தியம் பிடிக்க வைத்து விடும். தலையைக் கையால் ஏந்திக் கொள்ள வேண்டுமாய்த் தோன்றியது. சிகரெட் வாங்கி பற்ற வைத்துக் கொண்ட போது எழுந்த தற்காலிக சுகத்தை ஆழ்ந்து அனுபவித்தார்.

பிரிட்டிஷ் இந்திய மாகாணங்களில் நிலவும் பொறுப்பாட்சி முறை இந்திய சமஸ்தானங்களில் இல்லாத நிலையில் சமஸ்தானங்களின் மன்னர்கள் சர்வாதிகாரிகளாகச் செயல்பட்டு வந்தனர். வைஸ்ராயால் நியமிக்கப்பட்ட திவான் அல்லது ரெசிடென்ட் என்கிற உயரதிகாரிகளிடம் மண்டியிடும் மன்னர்கள் தங்களது சமஸ்தான மக்களை அடிமைகளைப் போல நடத்தினர். பிரிட்டிஷ் இந்தியாவில் ஆறு மாநிலங்களில் காங்கிரஸ் ஆட்சி நடைபெற்று வந்த நிலையில் தென்னிந்திய சமஸ்தானங்களில் மக்கள் பொறுப்பாட்சி கோரி கிளர்ச்சி நடத்தினர். முழு இந்தியாவும் ஒரே நேரத்தில் விடுதலை பெற வேண்டும் என்பது காங்கிரஸ்

மகாசபையின் விருப்பமாக இருந்தாலும் பிரிட்டிஷ் இந்தியாவில் தான் நடத்தி வந்த போராட்டத்தை சமஸ்தான இந்தியாவுக்கு விஸ்தரிப்பதை காங்கிரஸ் விரும்பவில்லை. அது விடுதலைப் போரை பலவீனப்படுத்தி விடும் என்று கருதியது.

காங்கிரஸ் மகாசபை மார்ச்சு மூன்றாம் வாரத்தில் திரிபுரியில் கூடுவதாக இருந்தது. இம்முறையும் தானே தலைவராகத் தேர்ந்தெடுக்கப்பட வேண்டும் என்ற சுபாஷ்சந்திரபோஸின் விருப்பத்தில் காந்திக்கு முரண்பட்ட கருத்திருந்தது. காங்கிரஸ் ஆட்சிப் பொறுப்பேற்றதிலிருந்து முஸ்லிம்களின் மீது இந்துக்கள் ஆதிக்கம் செலுத்தி வருவதாக முஸ்லிம் லீக் செய்து வரும் பிரச்சாரம் சமுதாயத்தின் அடித்தளத்திலுள்ள சாதாரண முஸ்லிம்களிடையே இந்துக்களுக்கெதிரான உணர்ச்சியைத் தூண்டி விட்டுக் கொண்டிருந்தது. இச்சூழலில் முஸ்லிமான அபுல்கலாம் ஆசாத் காங்கிரஸ் தலைவராகத் தேர்ந்தெடுக்கப்படுவதே சரியானதாக இருக்கும் என்றார் காந்தி. காந்தியின் விருப்பத்திற்கு படேல், நேரு, ராஜேந்திரபிரசாத், ராஜாஜி ஆகியோரும் ஆதரவு தெரிவித்திருந்தனர்.

ஆனால் சுபாஷ் தன் நிலையிலிருந்து வழுவாதிருந்தார். ஜவஹர்லால் நேரு அடுத்தடுத்து இரண்டு முறை தலைமைப் பொறுப்பில் இருந்ததைச் சுட்டிக் காட்டி அது போன்று தனக்கும் வாய்ப்பளிக்க வேண்டுமென வாதாடினார்.

தலைமைப் பொறுப்பை ஒரு பதவியாகக் கருதி கடுமையான போட்டியை உருவாக்கி காங்கிரஸைப் பிளவுப்படுத்த வேண்டாம் என்றார் நேரு.

சுபாஷின் கருத்து வேறொன்றாக இருந்தது. இரண்டாம் உலகப்போர் எந்த நேரத்திலும் துவங்கி விடும். போரில் பிரிட்டன் சிக்கிக் கொள்ளும் தருணம் பார்த்து இந்தியாவில் சத்தியாகிரக போர் தொடங்க வேண்டுமென்றும் உலகப்போரில் பிரிட்டிஷ் அணிக்கு எதிரணியில் உள்ள ஜெர்மனி, இத்தாலி, ஜப்பான் நாடுகளின் உதவியைப் பெற வேண்டும் என்றும் இச்சூழலில் தான் தலைவராக இருப்பதே சரியானதாக இருக்கும் என்றும் கருதினார்.

என் எதிரிக்கு எதிரி என்னுடைய நண்பன் என்ற சிந்தனை காங்கிரஸ் ஏற்றுக் கொண்டுள்ள சத்தியாகிரக நெறிக்கு முற்றிலும் விரோதமானது என்று காந்தி அறிக்கை விடுத்தார். மேலும்

சென்றாண்டு தானும் சுபாஷும் ஜின்னாவைச் சந்தித்தபோது, அவர், காங்கிரஸ் இந்துக்களுக்கானது என்பதை வலியுறுத்தியதோடு வந்தேமாதர கீதம் பாடுவதை விட்டு விட வேண்டும் என்றும் பசுவதை செய்தவதில் தலையிடக்கூடாது மற்றும் வகுப்புத் தீர்ப்பை காங்கிரஸ் எதிர்க்கக் கூடாது என்றும் நிபந்தனைகளை முன் வைக்க, பேச்சு வார்த்தை தோல்வியில் முடிந்ததை நினைவுக் கூர்ந்தார். வகுப்புக்கலவரங்கள் நடைபெற்று வரும் இக்காலக்கட்டத்தில் காங்கிரஸின் தலைமைப் பொறுப்பை முஸ்லிம் தலைவரொருவர் வகிப்பதே சரியானது என்றார்.

சுபாஷ் இதனை ஒப்புக் கொள்ளாத நிலையில் மவுலானா ஆசாத் இந்தப் போட்டியிலிருந்து விலகி விட காந்தியும் மற்றவர்களும் கேட்டுக் கொண்டதற்கிணங்க ஆந்திரத் தலைவர் டாக்டர் பட்டாபி சீதாராமய்யா தலைவர் பதவிக்குப் போட்டியிட்டார். ஆனால் வட மாநிலங்களில் பெரிதாக செல்வாக்கு ஏதும் இராத அவர் இறுதியில் தோல்வியைத் தழுவ, சுபாஷ் மீண்டும் தலைவரானார்.

"பட்டாபியின் தோல்வி என் தோல்வி... நான் வலியுறுத்தும் அகிம்சை நெறியிலும் என் தலைமையிலும் நம்பிக்கையுள்ள காங்கிரஸ்காரர்கள் காங்கிரசில் தாங்கள் வகிக்கும் நிர்வாகப் பதவிகளைத் துறந்து வெளியேற வேண்டும்" என்றார் காந்தி. இதனையடுத்து மத்தியஸ்தர் என்ற வகையில் நேருவைத் தவிர படேல், மௌலானா ஆசாத், ராஜேந்திரபிரசாத் உள்ளிட்ட பெருந்தலைவர்கள் காங்கிரஸ் காரியக் கமிட்டியிலிருந்து விலகிக் கொள்வதாக அறிவித்தனர்.

முன்னதாக ஹரிபுராவில் கூடிய காங்கிரஸ் மகாசபை கூட்டத்தில் காங்கிரஸ், இந்தியாவின் இதர பாகங்களுக்கு வேண்டிய அரசியல், சமூகப் பொருளாதார சுதந்திரம் இந்திய சமஸ்தானங்களுக்கும் தேவையென்றும் இந்திய சமஸ்தானங்களும் மாநிலங்களும் பிரிக்க முடியாதவை என்றும் கருதுவதால், இந்தியா அடிமையாக இருக்கும்போது உள்ளது போலவே விடுதலை பெறும்போதும் எவ்விதப் பிரிவினையுமின்றி ஏகமாக இருக்க வேண்டியது அவசியமாகையால் காங்கிரசின் குறிக்கோளாகிய பூரண சுயராஜ்யம் பிரிட்டிஷ் இந்தியாவுக்கு மட்டுமின்றி சமஸ்தானங்களையும் சேர்த்து இந்தியா முழுவதற்குமேயாகும், என்ற கருத்தை வெளியிட்டிருந்தது. சமஸ்தானங்கள் பொறுப்பாட்சி

கோரி வரும் நிலையில் கத்தியவாட் சமஸ்தானங்களுள் ஒன்றான ராஜ்கோட்டில் அரசியல் சீர்திருத்தம் வேண்டி மக்களிடம் கோரிக்கைகள் எழுந்தன. ராஜ்கோட் தாகூர்கள் முதலில் சில அரசியல் உரிமைகளை வழங்குவதாக அறிவித்து விட்டுப் பிறகு தம் வாக்குறுதியிலிருந்து பின் வாங்கி விட அதற்கு எதிர்ப்பு தெரிவித்து சமஸ்தான மக்கள் சத்தியாகிரகப் போராட்டத்தில் இறங்கினர். கஸ்தூர் இப்போராட்டத்தில் கலந்துகொள்ள மிருதுளா சாராபாயுடன் ராஜ்கோட்டுக்குக் கிளம்பினார். சமஸ்தானம், மக்களின் கோரிக்கைக்குச் செவிசாய்க்காததோடு பிரிட்டிஷாரின் ஆதரவுடன் அடக்குமுறையைக் கையாளத் தொடங்கியது. சத்தியாகிரகிகளைக் கைது செய்து சிறையிலடைத்தது. கஸ்தூரும் கைது செய்யப்பட்டு அடிப்படை வசதிகள் ஏதுமற்ற குக்கிராமத்தில் தடுப்புக்காவலில் வைக்கப்பட்டார். சமாதான தூதராக ராஜ்கோட் சென்ற காந்தி சத்தியாகிரகிகளைச் சிறையில் சந்தித்தபோது கஸ்தூரரையும் சந்தித்தார். சிறையில் கஸ்தூர் மிக பலவீனமாகவும் சோர்வாகவும் இருந்தார்.

காந்தி அங்கேயே தங்கி நிறைவேற்றப்பட வேண்டிய வாக்குறுதிகள் சம்பந்தமாக தர்பார் வீரவாலவுடன் பேச்சுவார்த்தை நடத்தினார். அது தோல்வியில் முடியவே, தாம் கூறும் நிபந்தனைகளையும் தாகூர் முன்னரே கொடுத்த வாக்குறுதிகளையும் நிறைவேற்ற கோரி சமஸ்தானதிபதி தாகூர் சாகேப்புக்குக் கடிதம் எழுதினார். சத்தியாகிரகிகளின் கோரிக்கையில் உள்ள நியாயத்தைப் புரிந்துகொள்ளுமாறு கேட்டுக் கொண்டார். தான் திரிபுராவில் நடக்கவிருக்கும் காங்கிரஸ் மகாசபை கூட்டத்திற்குச் செல்ல வேண்டுமென்றும் அதே சமயம் இங்கிருக்கும் பிரச்சனை தீருவதற்கு முன் தான் இங்கிருந்து கிளம்ப விரும்பவில்லை என்றும் கடிதத்தில் குறிப்பிட்டிருந்தார். அக்கடிதத்திற்கு திருப்திகரமான பதில் வராத நிலையில் அவர் உண்ணாநோன்பு கடைப்பிடிக்கப் போவதாக அறிவித்தார்.

“அவர் உண்ணாவிரதம் இருக்கப் போவதாகத் திட்டமிட்டிருக்கிறார் என்பதை நீ முன்னரே என்னிடம் சொல்லியிருக்கலாம் சுசீலா” கஸ்தூர் சிறையில் தன்னைக் காண வந்த சுசீலா நய்யரிடம் வருத்தப்பட்டுக் கொண்டார். அவர் தனிமைச்சிறையில் இருட்டறையில் அடைக்கப்பட்டிருந்ததை எதிர்த்து சத்தியாகிரகிகள் போராட்டம் நடத்திய பிறகு அறை மாற்றம் செய்யப்பட்டிருந்ததில் உடல் சற்று தேறியிருந்தது. கஸ்தூருக்குத்

துணையாக மணிபென் பட்டேலும் மிருதுளா சாராபாயும் அதே அறையில் அடைக்கப்பட்டிருந்தனர்.

“இல்லை பா.. அதைப் பற்றிய செய்தி யாருக்குமே தெரியாது. அவர் இன்று காலைதான் கடிதம் வழியாக இந்த முடிவைத் தெரிவித்திருந்தார். விவாததுக்கு இடம் வைக்கவேயில்லை.”

கஸ்தூர் சிறிது நேரம் அமைதியாக இருந்தார். கண்களை மூடித் திறந்து தன்னை ஆசுவாசப்படுத்திக் கொண்டார்.

“அப்படியானால் எனக்கும் உணவு வேண்டாம். அவர் உண்ணாவிரதத்தை முடிக்கும் வரையில் நானும் ஒரு பொழுது மட்டும் சாப்பிட்டுக் கொள்கிறேன். அதுவும் சமைத்தப் பண்டங்கள் எதுவும் வேண்டாம். பாலும் பழங்களும் மட்டும் போதும்.”

மறுநாள் காந்தி, தன் மனைவிக்கு எழுதிய கடிதத்தில், நீ எதற்கும் கவலைப்பட வேணடாம். கடவுளின் சித்தத்தை மேற்கொள்ள அவர் எனக்கு ஒரு வாய்ப்பை அளித்ததில் நீ மகிழ்ச்சியடைய வேண்டும். நான் உண்ணாவிரதம் இருக்கப் போவதை நானே அறியாதபோது அதை உன்னிடமோ மற்றவரிடமோ எப்படிக் கலந்தாலோசிக்க முடியும்? கடவுள் அழைப்பு விடுத்தார். அதற்குக் கீழ்ப்படிவதைத் தவிர நான் வேறு என்ன செய்ய முடியும். இறுதி சம்மன் வரும்போது உங்களிடமோ அல்லது யாரிடமோ ஆலோசித்து ஏதேனும் நிறுத்த முடியுமா என்ன? என்று குறிப்பிட்டிருந்தார்.

அப்பா... உங்கள் நாடகத்தை மறுபடியும் தொடங்கி விட்டீர்களா? பாவம்.. அம்மா சிறை வைக்கப்பட்டிருக்கிறார். நீங்கள் நினைத்ததெல்லாம் நடக்கிறது. உங்கள் புகழும் பெயரும் கூடுகிறது. ஆனால் நீங்கள் ஒன்று மறந்து விட்டீர்கள் அப்பா.. தென்னாப்பிரிக்காவில் இருந்த சமயத்தில் என் மனைவியையும் சின்னஞ்சிறு குழந்தை ராமியையும் விட்டு விட்டு எத்தனை முறை சிறைக்குச் சென்றிருக்கிறேன்? அதுவும் கடின உழைப்புடன் கூடிய தண்டனை... அப்போது என் மனைவி கர்ப்பிணியாக இருந்தாள். ஆனால் நான் எதையுமே பொருட்படுத்தவில்லை. நீங்கள் சொல்வதே வாக்கு. நீங்கள் காட்டுவதே பாதை என்று வாழ்ந்தேன். ஊரே என்னை இளைய காந்தி என்று தலையில் தூக்கி வைத்துக் கொண்டாடியது. ஆனால் நீங்கள் பதிலாகத் துரோகத்தைத்

தவிர என்ன செய்தீர்கள்? நான் கேட்ட படிப்பு என்ற இனிப்பை என் கண்ணெதிரே இன்னொருவருக்கு வழங்கினீர்கள். அவர் அந்த இனிப்பை உண்ணும்போது நான் எத்தனை ஏங்கிப் போனேன் தெரியுமா? எங்களுடைய அத்தனை நியாயமான கோரிக்கைக்கும் உங்களிடம் அநியாயமான பதில் ஒன்றிருக்கும். உங்களின் விசித்திர சுபாவத்தால் உங்களைச் சுற்றிக் கூடியிருக்கும் கூட்டம் நீங்கள் என்ன சொன்னாலும் ஆமோதிக்கும். உங்களால் அவர்கள் கெட்டுப் போனார்களா? அவர்களால் நீங்கள் கெட்டுப் போனீர்களோ தெரியாது… ஒட்டு மொத்தமாக நம் குடும்பத்தைத் தெருவுக்கு இழுத்து வந்தது நீங்கள்தான். இன்று வாழ்க்கையின் இறுதிக்காலத்தில் கூட உங்களைத் திருமணம் செய்து கொண்ட பாவத்துக்காக அம்மாவை நிம்மதி இழக்க வைக்கிறீர்கள். செய்யுங்கள் அப்பா… எல்லாவற்றுக்கும் கிருஷ்ணரைப் போல ஒரு கீதை எழுதுவீர்களே… இப்போது என்ன கதைகட்ட போகிறீர்கள்?

தெருவில் விழுந்து கிடந்த ஹரிலாலை யாரோ இழுத்து வந்து போட்டிருந்தார்கள். அவருக்குக் கடிதம் வந்திருப்பதாக யாரோ கொண்டு வந்து கையில் திணித்து விட்டுப் போனார்கள். அவர் போதை தெளிந்த நிலையில் எழுந்து உட்கார்ந்து கொண்டார். தன்னுணர்வின்றி கசக்கிப் போட்ட அக்கடிதத்தை விரல்களால் நீவி விரித்தார். அவரையுமறியாமல் அவருள் படபடப்பு வந்து அமர்ந்து கொண்டது. ஒருவேளை அந்த மனிதரிடமிருந்து கடிதம் வந்திருக்குமா? நினைத்ததுமே உடலெங்கும் ஒரு இனிய சிலிர்ப்பு ஓடி மறைந்தது. கடிதம் எழுதியது தந்தையல்ல என்று ஏமாற்றம் கொண்டாலும் கடிதத்தின் செய்தி அவரை ஏமாற்றவில்லை. கான்டிலால் வருகிற மே மாதத்தில் சரஸ்வதியைத் திருமணம் செய்ய இருக்கிறானாம். நல்லது மகனே… நல்லது என்று முணுமுணுத்துக் கொண்டார்.

காந்தியின் எழுபது வயது தேகம் முற்றிலும் தளர்ந்திருந்தது. வாந்தியும் குமட்டலும் அவரை இம்சைக்குள்ளாக்கின. அவர் அசதியில் கண்களை மூடிக் கிடந்தார். வார்தாவிலிருந்து கிளம்பி வரும்போது உண்ணாவிரதம் இருக்க வேண்டும் என்ற திட்டமெல்லாம் அவருக்கில்லை. தன் ஆன்மாவின் தீவிர வேதனைகளிலிருந்து இந்த எண்ணம் எழுந்ததாக அவர் நினைத்துக் கொண்டார். உண்ணாவிரதம் இருக்க வேண்டும் என்ற தீர்மானிப்பதற்கு முன்னிரவில் அவரது மனம் திக்குமுக்காடியது. முந்தைய தினங்களை அவர் ஆழ்ந்த பிரார்த்தனையில் கழித்தார்.

கண் விழித்தபோது அருகில் கஸ்தூர் நின்றிருந்தார். அவர் உதடுகள் மெல்லப் பிரிந்தன.

“பா..”

“ஆமா... நான்தான்.”

“எப்படி வந்தாய்?”

சிறையிலிருக்கும் மனைவி தன் முன் நிற்பது அவருக்கும் ஆச்சரியமாக இருந்த்து.

“விருப்பமிருந்தால் உங்களை வந்து சந்திக்கலாம் என்று அரசிடமிருந்து செய்தி வந்தது. அதான் புறப்பட்டு வந்தேன்.”

அயர்ந்து கிடந்த கணவரை நோக்கினார். இவர் அருகிலேயே இருந்து பணிவிடை செய்ய வேண்டும். என் அருகாமை இவருக்குத் தெம்பு உண்டாக்கி விடும். அன்று சிறையில் சோர்ந்து கிடந்த என்னை இவரது வருகைதானே உசுப்பி நிமிர்த்தியது... அதேபோல இவரும் என்னைக் கண்டதும் மனச்சோர்வு நீங்கி புத்துணர்வுக் கொள்வார். உணவற்ற உடல் சோர்ந்திருந்தாலும் உத்வேகம் கொள்ளும் மனம் அதைத் தாங்கிப் பிடித்துக் கொள்ளும். கணவரருகில் அமர்ந்து கொண்டபோது கஸ்தூருக்குப் பொழுது கடந்ததே தெரியவில்லை.

காந்தி பலவீனமாக கண்களைத் திறந்து “இன்னும் கிளம்பலையா பா...” என்றார்.

ஆனால் கஸ்தூரரை சிறையிலிருந்து அழைத்து வந்த வாகனம் எப்போதோ கிளம்பிச் சென்றிருந்தது.

“ஒருவேளை அவர்கள் உன்னை விடுதலை செய்ய நினைத்திருக்கலாம்.”

இரவு மணி பத்தை நெருங்கிக் கொண்டிருந்தது. ஒருவேளை விடுதலை செய்து விட்டார்களோ? எதுவும் விளங்கவில்லை கஸ்தூருக்கு.

“அப்படி உன்னை விடுதலை செய்வதாக இருந்தால் உன்னுடன் பங்கெடுத்துக் கொண்ட மனுவையும் மிருதுளாவையும் சேர்த்தல்லவா விடுதலை செய்ய வேண்டும்?”

"ஆமா" கஸ்தூருக்குச் சோர்விலும் உறக்கத்திலும் கண்கள் இருட்டிக் கொண்டு வந்தது.

"அவர்களை விடுதலை செய்யாதபட்சத்தில் நீ உன்னை அடைத்திருந்த இடத்துக்கே திரும்பிச் சென்று விடு பா."

"ஆனால் பாப்பு... முகாமுக்குச் செல்லும் பாதை அடைக்கப் பட்டிருக்கிறது. தனியார் வாகனங்கள் சிறப்பு அனுமதியில்லாமல் அங்கு செல்ல முடியாது" என்றார்கள் உடனிருந்தவர்கள்.

"இல்லை... பா கிளம்பட்டும். அதுதான் சரி" என்றவர் மனைவியை நோக்கி, "அவர்கள் ஒருவேளை உன் வாகனத்தை நிறுத்தினால் நீ அங்கேயே உன் சத்தியாகிரகத்தைத் தொடங்கு. திரும்புவதற்கு மறுத்து விடு. தேவைப்பட்டால் இரவு முழுதும் சாலையோரமாகவே தங்கி விடு" என்றார். இத்தனை வார்த்தைகளைச் சேர்ந்தாற்போல் உச்சரித்ததே அதிகம் என்பதுபோல கண்களை மூடிக் கொண்டார்.

கஸ்தூர் கனமாகிப்போன தன் இதயத்தை இறுகப்பற்றிக் கொண்டார். எடுத்து வைக்கும் ஒவ்வொரு அடியும் தனது மனவலிமையிலிருந்தே நிகழ்ந்தாக வேண்டும் என்றெண்ணிக் கொண்டார்.

53

தமது விருப்பத்துக்கு மாறாக, காங்கிரஸ் தலைவராக சுபாஷ் தேர்ந்தெடுக்கப்பட்டதால் காந்தி காங்கிரஸிலிருந்து விலகிக் கொண்டார். அவரைத் தொடர்ந்து காங்கிரஸ் காரியக் கமிட்டி உறுப்பினர்கள் பதினைந்து பேரில் பனிரெண்டு பேர் ராஜினாமா செய்திருந்தனர். திரிபுரியில் கூடிய மகாசபை கூட்டத்துக்கு பிறகு பல வாரங்கள் கடந்தும் காங்கிரஸ் கமிட்டி புதிதாக அமைக்கப்படவில்லை. காந்தியும் சுபாஷும் தத்தம் நிலையில் உறுதிக் காட்டியதால் சமரசம் செய்து வைக்க முயன்ற நேருவின் முயற்சி சாத்தியப்படாமல் போனது. மாநிலந்தோறும் காங்கிரஸ்காரர்கள் இரு வேறு அணிகளாகப் பிரிந்திருந்தனர். சுபாஷ் தலைவர் பொறுப்பிலிருந்தபடியே 'பார்வர்ட் பிளாக்' என்ற பெயரில் புதிய கட்சியொன்றை தொடங்கினார்.

ஹரிலால் தனக்குக் கிடைத்த தகவலை மீண்டுமொரு முறை உறுதி செய்து கொண்டார். இது சரியான தகவல்தானாம். ஜபல்பூர் மெயிலில் அவரது தாயார் வார்தா திரும்பிக் கொண்டிருக்கிறார். அந்த வண்டி கட்னி ரயில் நிலையத்தில் ஓரிரு நிமிடங்களாவது நின்று செல்லும். அங்கு வைத்து பா வை சந்தித்தால் என்ன? எண்ணமே உத்வேகத்தைத் தந்தது. இப்போது கிளம்பினால் நேரம் சரியாக இருக்கும். ஆனால் என் உயிருக்குயிரான தாயாரை வெறுங்கையாகவா சந்திப்பது? ஆனால்... என்ன வாங்கிச் செல்வது? பிச்சைக்காரனான என்னிடம் என்ன இருக்கிறது? கையிலிருக்கும் காசுகளை எண்ணிப் பார்த்தார். ஆரஞ்சுப் பழம் அவளுக்கு பிடித்தமானது. ஆனால் காசு கொடுத்து வாங்குமளவுக்கு அவரிடம் பணவசதி இல்லை. ஆரஞ்சுப் பழக்கடையை ஏக்கமாக பார்த்தவர் பிறகு சற்று தயங்கி அருகில் சென்று இரண்டு ஆரஞ்சுப்பழங்கள் தருவீர்களா? என்றார். கடைக்காரர் அவரை ஏற இறங்கப் பார்த்து விட்டு அடுத்த வியாபாரத்தைக் கவனிக்கப் போனார்.

பழச்சந்தைக்கு அப்பால் உயர்ந்து நின்ற மணிக்கூண்டு இன்னும் சற்று நேரத்தில் ஜபல்பூர் ரயில் வந்து விடும் என்பதை அறிவுறுத்த, அவசரம் தொற்றிக் கொண்டது அவருக்கு. "கடைக்காரரே... தயவு செய்து இரண்டு ஆரஞ்சுப் பழங்கள் தர முடியுமா? எனக்கு பணம் வரும்போது முதல் வேளையாக உங்கள் கடனை அடைத்து விடுகிறேன்" மீண்டும் இறைஞ்சினார்.

அந்தக் கடைக்காரர் அந்த ஏழை மனிதனை உற்றுப்பார்த்தார். உடல் சுருங்கி பல் போன இந்தக் கிழவரால் என்ன சம்பாதித்து விட முடியும்? பாவம்... அந்த நரைத்த தலை மனிதரின் மீது கடைக்காரருக்கு இரக்கம் எழ "எடுத்துக்கோங்க பெரியவரே..." என்றார்.

அலகாபாத்திலிருந்து வார்தா செல்லும் ஜபல்பூர் ரயிலின் மூன்றாம் வகுப்புப் பெட்டியில் காந்தி பயணம் செய்து கொண்டிருந்தார். கஸ்தூரும் மகாதேவ் தேசாயும் அவருடனிருந்தனர். ரயில் நிற்குமிடங்களிலெல்லாம் காந்தியைத் தேடி கூட்டம் குவிந்து கொண்டேயிருந்தது. அவரைப் பார்க்க வேண்டும். அவர் ரயிலிலிருந்து இறங்கி தங்களுடன் பேச வேண்டும். அவர் குரலைக் கேட்க வேண்டும். அவரிருக்கும் ரயிலையாவது சற்று நேரம் தங்களுடைய ஊரில் நிறுத்தி வைத்திருக்க வேண்டும் என்று பலவிதமான எண்ணப்பாடுகளுடன் கூட்டம் அலைமோதியது. அவர்களின் திரண்ட குரலென எழுந்த "மகாத்மா காந்திக்கு ஜே..." என்ற கோஷத்துக்கு ரயில் சற்று தாமதப்பட வேண்டியிருந்தது. அவர் களைப்பு மேலிட இருக்கையில் சரிந்து லேசாகக் கண்களை மூடி திறப்பதற்குள் அடுத்த நிறுத்தம் சமீபித்து விடுவதை குரல்கள் அடையாளம் காட்டி விடும். ரயில் கட்னி நிலையம் வந்து சேர்ந்திருந்தது.

வழக்கமான குரல்கள்... "மகாத்மா காந்தி வாழ்க... காந்தி மகான் வாழ்க... மகாத்மா காந்திக்கு ஜே.. பாரத மாதாவுக்கு ஜே..."

காந்தி எழுந்து கதவுக்கருகே வந்தார். தொடர்ந்த பயணமும் தொண்டர்களின் கூட்டமும் உறக்கமின்மையும் அவரது நடையைத் தளரச் செய்திருந்தன.

"மாதா கஸ்தூரி பாகி ஜய்..." கூட்டத்துக்குள்ளிருந்து குரலெழுப்பிக் கொண்டே செருப்பணியாத கால்களுடன் நபர் ஒருவர் முன்னேறி வந்தார். அரைக்கால் உடையும் அரைக்கை சட்டையும்

அணிந்திருந்தார். குழி விழுந்தக் கண்களும் கலைந்த தலையுமாக நின்றிருந்த அவரை அடையாளம் காண்பதே சிரமமாக இருந்தது.

அந்த மனிதர் கஸ்தூரின் சன்னலருகே வந்து நின்றபோது உள்ளிருந்து எழுந்த தாய்மையின் நெகிழ்ச்சியும் மகனின் கோலம் கண்ட தளர்ச்சியுமாக கண்களில் நீர் கோர்க்க கஸ்தூரின் உதடுகள் தன்னையுமறியாது உச்சரித்தன.

"ஹரி... என் மகனே."

"அம்மா... நல்லா இருக்கீங்களா. இதோ.. இந்தப் பழத்தை உங்களுக்காகக் கொண்டு வந்தேன்" அவர் தன் தோளில் தொங்கிய சிறிய பையிலிருந்து ஆரஞ்சுப் பழத்தை எடுத்து நீட்டினார்.

"ஹரி... மகனே..." வார்த்தைகள் அதைத் தாண்டி எழவில்லை.

"உங்களுக்காகத்தான் கொண்டு வந்தேன் அம்மா... எடுத்துக்கோங்க."

"எனக்கேதும் கொண்டு வரவில்லையா மகனே..." காந்தியின் கண்கள் சற்றே கலங்கியிருந்தன.

"கிடையாது. உங்களுக்கு நான் எதுவும் கொண்டு வரவில்லை. உங்களிடம் ஒன்றே ஒன்று சொல்லிக் கொள்கிறேன். அம்மாவின் புண்ணியத்தால்தான் நீங்கள் இத்தனை பெரிய இடத்திற்கு வர முடிந்தது. அதை மறக்க வேண்டாம்."

"நான் அறிவேன் அதை... இப்போதே நீ எங்களுடன் வந்து விடு ஹரி" இறைஞ்சுவது போலிருந்தது காந்தியின் குரல்.

அழைப்பதும் வந்த பிறகு உதாசீனப்படுத்துவதும் தன் வழிப்படுத்த முயல்வதும்... என்ன மனிதர் இவர்... நொடிக்கும் குறைவான நேரத்தில் ஓடிய எண்ணங்களைக் கோணற்சிரிப்பால் வெளிப்படுத்தியவர் "இல்லை... நான் எங்கும் வரவில்லை. அம்மாவைப் பார்ப்பதற்காகத்தான் வந்தேன்" என்றார். முகம் வெற்றுப் பாவனையில் இருந்தது.

கஸ்தூரின் மனம் கனிந்த பழமென இளகிக் கிடந்தது. யாரோ ஒரு வழிப்போக்கனைப் போல ஏழைக் கிழவனைப் போல பிச்சைக்காரனைப் போல பழத்தை நீட்டிக் கொண்டு நிற்பவன் என் கருவில் உருவானவன். என் உயிரானவன்... மகனே... என் மகனே... பொங்கிய உள்ளத்தை மகனின் குரல் கலைத்தது.

"அம்மா இந்தப் பழத்தை உங்களுக்காகத்தான் எடுத்து வந்தேன்."

கஸ்தூர் அதனை இரு கரங்களையும் நீட்டி பிரசாதமென பெற்றுக் கொண்டாள்... "ஹரி... இதனை எங்கிருந்து கொண்டு வந்தாய்."

"அம்மா... அதைப் பற்றி ஏன் கவலைப்படுகிறீர்கள். மிக்க அன்புடன் கொண்டு வந்திருக்கிறேன்."

கஸ்தூர் மகனின் எண்ணெய் காணாத வாரப்படாத தலையில் தன் நடுங்கும் கரத்தை வைத்தார்.

"அம்மா... நான் இதைப் பிச்சை எடுத்து வந்தேன்."

கஸ்தூரின் உதடுகள் அழுகையில் துடித்தன.

"அம்மா... இதை உங்களுக்காகவே எடுத்து வந்தேன். நீங்கள்தான் இதை சாப்பிட வேண்டும்" என்று சொல்லிக் கொண்டே வந்தவர் திடீரென தலையை உயர்த்தி "நீங்க சாப்பிடாவிட்டால் என்னிடமே திருப்பிக் கொடுத்து விடுங்கள்" என்றார்.

"இல்லையப்பா... நானே சாப்பிடுகிறேன்."

கஸ்தூர் மகனின் கோலத்தை உற்றுப் பார்த்தார். என் மகன் வாழ்க்கையில் எத்தனை விதமான சறுக்கல்களையும் துயரங்களையும் சந்தித்து விட்டான்! இனிமேலாவது இவனை நல்லபடியாக வைத்திருக்க வேண்டும். "மகனே... நீ எங்களுடன் வந்து விடேன்" இறைஞ்சினார்.

"அது சரிப்பட்டு வராது அம்மா..."

ரயில் நகரத் தொடங்கியது. காந்தியின் கண்கள் கூட்டத்தாரை விட்டு எப்போதோ விலகி மகன் மீது படிந்திருந்தது. வாழ்த்துக் கோஷங்கள் அவர் காதில் விழவில்லை. ரயில் தனது சக்கரத்தை லேசாக சுழற்ற ஆரம்பித்தபோது ஹரிலாலும் கூடவே நடந்தார். மெல்ல ஓடி வந்தார். "அம்மா... பழத்தைச் சாப்பிட மறந்து விடாதீர்கள்" ரயில் வேகமெடுத்தது. வாழ்த்துக் கோஷங்கள் மறையத் தொடங்கின. ரயிலில் வேகத்தில் மகன் பின் தங்கி விட கஸ்தூரின் உள்ளம் கதறத் தொடங்கியது. "அய்யோ... அவன் பசியோடு இருந்திருப்பான். சாப்பிட எதாவது வேண்டுமா என்று கூட கேட்கல நான்..."

வண்டியின் இரைச்சலையும் மீறி ஒலித்த மகனின் குரலைக் கேட்டபோது அவருக்கு உயிர் ஒரு கணம் விடைபெற்று மீண்டது.

"மாதா கஸ்தூரி பாகி ஜய்..."

காங்கிரஸ் ஆட்சிப் பொறுப்பிலிருந்த மாநிலங்களில் வலுவான எதிர்க்கட்சி இல்லாத நிலையில் பிளவுப்பட்ட காங்கிரஸாரே அந்த நிலைப்பாட்டை எடுத்து விடுமளவுக்கு இருதரப்பிலும் ஆதரவாளர்கள் பெருகியிருந்தனர். இதனை முடிவுக்குக் கொண்டு வரும் பொருட்டு பம்பாய் நகரில் காங்கிரஸ் கமிட்டிக் கூட்டப்பட்டது. அதில், காங்கிரஸ் அமைச்சரவைகள் எத்தனையோ இனனல்களுக்கிடையே காங்கிரஸ் கொள்கைகளின் வழி மக்களுக்குச் சேவை செய்து வருகின்றன. மந்திரி சபையிடமோ தனிப்பட்ட மந்திரியிடமோ குறை காண நேரிட்டால் அதனை அகில இந்திய காங்கிரஸ் கமிட்டியில் எடுத்துக் கூறி பரிகாரம் காண காங்கிரஸ்காரர்களுக்கு உரிமையுண்டு. அதற்கு மாறாக காங்கிரஸ் கமிட்டிகளோ தனிப்பட்ட காங்கிரஸ்காரர்களோ மந்திரி சபைக்கும் மந்திரிகளுக்கும் எதிராக வெளிப்படையாக பிரசாரம் செய்வது காங்கிரஸ் கட்டுப்பாட்டை மீறிய குற்றமாகும். இனி காங்கிரஸ் கட்டுப்பாட்டை மீறும் காங்கிரஸ் கமிட்டிகள் மீதும் காங்கிரஸ்காரர்கள் மீதும் கடுமையான நடவடிக்கை எடுக்கப்படும், என்பதாகத் தீர்மானம் நிறைவேற்றப்பட்டது.

சுபாஷ் இந்தத் தீர்மானத்தைக் கடுமையாக எதிர்த்தார். தீர்மானங்களுக்கெதிராக கண்டனநாள் கொண்டாடுமாறு தன் ஆதரவாளர்களுக்கு அறிக்கை விடுத்தார். அதனையடுத்து உடனடியாகக் கூட்டப்பட்ட காங்கிரஸ் காரியக்கமிட்டிக் கூட்டத்தில் கண்டன நாள் கொண்டாடியதற்கு விளக்கம் தருமாறு சுபாஷ் சந்திரபோஸ் கேட்டுக் கொள்ளப்பட்டார்.

"அது எனக்குள்ள உரிமை"

சுபாஷின் இந்தப் பதிலை காரியக்கமிட்டி ஏற்கவில்லை. காங்கிரஸில் நிர்வாகப்பதவி ஏதுவும் வகிக்க அவர் உரிமையற்றவர் என்றும் வங்க மாகாண காங்கிரஸ் தலைவர் பதவியிலிருந்து அவரை நீக்குவதாகவும் காங்கிரஸ் கமிட்டி தீர்மானம் நிறைவேற்றியது. அதன் பிறகு கல்கத்தாவில் கூடிய காங்கிரஸ் கமிட்டியின் முதல் நாள் கூட்டத்தில் சுபாஷ் சந்திரபோஸ் காங்கிரஸ் தலைவர் பதவியிலிருந்து தாமாகவே விலகிக் கொள்வதாக அறிவித்தார்.

54

ஹரிலால் வானத்தைப் பார்த்தவாறே திறந்த வெளியில் படுத்திருந்தார். அன்று கட்னி ரயில் நிலையத்தில் தாயார் தன்னைக் கண்டதும் அடைந்த திகைப்பும் தவிப்பும் பரிதவிப்பும் பாசமும் தழுதழுப்பும் இளக்கமும் இன்னமும் ஹரிலாலின் மனதை விட்டு நீங்கவில்லை. பழத்தைப் பெற்றுக் கொண்டபோது அவரது முகமும் பழமென கனிந்திருந்தது. ஆனால் பாவம்... நான் அம்மாவைத் தர்மசங்கடமான நிலைக்குத் தள்ளி விட்டேன். என்னைக் கண்டதும் அவளுக்கு என்ன செய்வதென்றே புரிந்திருக்காது... சுற்றிலும் அந்த மனிதரைப் பார்க்கக் கூடியிருக்கும் கூட்டம். என்னை யாரிடமும் விட்டுக் கொடுக்க விரும்ப மாட்டார். ஊரார் மத்தியில் எதற்கு இந்த நாடகம் என்று எண்ணியிருப்பார். இதற்கு நடுவே என் மீதான பாசம். பாவம்... அவரைப் பரிதவிக்க வைத்து விட்டேன். ஆனால் அந்நிலையிலும் மறக்காமல் என்னைத் தன்னுடன் வருமாறு அழைத்தார். நானெப்படி அவருடன் செல்வது? அந்த மனிதர் கூட என்னை தன்னுடன் வருமாறு அழைத்தார். ஒரு பேச்சுக்கு அவர்களுடன் அப்படியே கிளம்பி போயிருந்தால் என்ன ஆகியிருக்கும்? பயணச்சீட்டு இல்லாமல் நீ இதில் ஏற முடியாது. உனக்காக ரயில் நிற்காது. பயணச்சீட்டை உன் சொந்தப்பணத்தில்தான் வாங்க வேண்டும். பொதுப்பணத்தை உனக்காகச் செலவழிக்க முடியாது... பெரிய ரயில்களெல்லாம் கட்னியில் நிற்காது. இந்த நிலையத்தில் ஏறினால் அதற்கு அபராதம் கட்ட வேண்டும் என்றெல்லாம் வியாக்கியானம் பேசுவார். நல்லவேளை... உடனே அவரை நிராகரித்து விட்டேன். தனக்கு ஏதும் எடுத்து வரவில்லையா என்று அவரது கண்கள் இறைஞ்சுவதை நான் பார்த்தேன். ஆமாம்... நான் நன்றாகப் பார்த்தேன். முதுமையில் தளர்ந்து தள்ளாடிய அவ்வுடலில் ஓடிய என் மீதான பாசத்தை அந்தக் கண்களில் பார்த்தேன். நான் ஏன் அவருக்கு வாங்கித் தர வேண்டும்? எனக்கு இத்தனை துரோகமிழைத்த அந்த மனிதருக்கு நான் எதை

வாங்கித் தர வேண்டும்? ஏன் வாங்கித் தர வேண்டும்? அவரால் நிராகரிக்கப்பட்ட பின் அவர் யார் எனக்கு? நானும் அவரை நிராகரிக்கிறேன்.. நிராகரிக்கிறேன்... நிராகரிக்கிறேன்.... உணர்ச்சி மேலீட்டில் புரண்டு படுத்தபோது கீழிருந்த கல் குத்த எழுந்து அமர்ந்து கொண்டார். பிறகு வாய் விட்டு சொல்லிக் கொண்டார்.

"அவரை நான் நிராகரிக்கிறேன்."

ஜெர்மனியையும் கிழக்கு பிரஷ்யாவையும் இணைத்து போலந்து வழியாக இராணுவ சாலை அமைக்கும் உரிமையை வழங்குமாறு போலந்து நாட்டை ஜெர்மனியின் ஹிட்லர் நிர்ப்பந்தித்தார். மேலும் டான்சிக் துறைமுகத்தைத் தன்னிடம் ஒப்படைக்கவும் வலியுறுத்தினார். இதை போலந்து மறுக்கவே 1939ஆம் ஆண்டின் செப்டம்பர் மாதத்தின் தொடக்க நாளன்று ஹிட்லரின் ஜெர்மனி படைகள் போலந்தின் மீது தாக்குதல் தொடுத்தன. போலந்து தாக்கப்பட்டால் உதவிக்கு வருவதாகக் கூறியிருந்த பிரிட்டனும் ஃபிரான்சும் ஜெர்மனிக்கு எதிராக செப்டம்பர் மூன்றாம் தேதியன்று போர் பிரகடனம் செய்தன. இப்போரில் இந்தியாவும் கலந்து கொள்வதாக வைஸ்ராய் லின்லித்கோ இந்தியர்கள் யாரையும் கலந்தாலோசிக்காமல் தாமாகவே அறிக்கை வெளியிட்டார். பிரிட்டன் அரசும் இலங்கை, பர்மா, மலேசியா, சிங்கப்பூர் உள்ளிட்ட பிரிட்டிஷ் ஆளுகைக்குக் கட்டுப்பட்ட நாடுகள் அனைத்தும் போரில் ஈடுபடுவதாக அறிவித்தது.

வைஸ்ராய் வெளியிட்ட அறிக்கை தொடர்பாக அவரைச் சந்தித்து விட்டு திரும்பியிருந்தார் காந்தி. அதனையடுத்து வார்தாவில் கூடிய காங்கிரஸ் செயற்குழு கூட்டத்தில் ஆளுக்கொரு கருத்திருந்தது. பிரிட்டனுக்கு நிபந்தனையற்ற முறையில் இந்தியா ஆதரவு தர வேண்டும் என்றார் காந்தி. கிடைத்த நேரத்தைப் பயன்படுத்திக் கொண்டு பிரிட்டனுடன் பேரம் பேசி சுதந்திர லட்சியத்துக்கு வெற்றி தேட வேண்டும் என்றார் நேரு. இறுதியாகப் பிரிட்டன் தனது சாம்ராஜ்யங்கள், காலனிகள், அடிமைப்பட்ட நாடுகள், சுரண்டல், சலுகை எல்லாம் இன்றுள்ளபடியே இருக்க வேண்டும் என்ற உள்நோக்குடன் போரை நடத்தினால் அதில் பங்கு பெற இந்தியா விரும்பவில்லை என்றும் மாறாக, ஜனநாயகத் தத்துவத்துக்காக ஜனநாயக முறையில் உலகத்து நாடுகள் இயங்க அடிப்படை அமைத்துத் தரும் வகையில் இந்தப் போர் நடக்கிறதென்றால் அதில் இந்தியா ஈடுபடும் என்றும் உலகளவில்

இந்தியா தன் விருப்பம் போல் செயலாற்ற வேண்டும். அதற்கு விரைவில் முழு அளவில் சுதந்திரம் கிடைக்க வேண்டும். இவற்றையெல்லாம் பிரிட்டிஷ் அரசு எப்படிச் செயல்படுத்தப் போகிறது என்பதும் தெளிவாக்கப்பட்டால் இந்தப் போரில் தனது நிலை எதுவென்பதை காங்கிரஸ் காரியக்கமிட்டி தெளிவுப்படுத்தும் என்று முடிவெடுக்கப்பட்டது.

ஹரிலால் இலக்கின்றி அலைவதும் ஆரிய சமாஜ சபைகளில் தங்கிக் கொள்வதும் காந்தியின் மகன் என்ற ரீதியில் கிடைக்கும் பணத்தை மதுவுக்குச் செலவிட்டுமாக நாட்களைக் கழித்தாலும் உலக நடப்பும் காங்கிரஸ் காரிய கமிட்டியின் நடவடிக்கைகளும் அவர் காதுகளில் விழுந்துக் கொண்டுதானிருந்தது. அகிம்சை அடிப்படையில் பிரிட்டனுடன் எவ்விதப் பேரமும் பேசாமல் ஆதரவு அளிக்க வேண்டுமாம். அவர் தகப்பனார் எதற்கெடுத்தாலும் ஒன்றுக்கும் உதவாத அகிம்சையைத் தூக்கி வந்து விடுகிறார். காரியக்கமிட்டி கூட்டத்தில் அவரை தவிர அவருடைய ஆலோசனையை யாருமே ஏற்கவில்லை. அப்பா... தனிமை என்றால் என்னவென்று இப்போதாவது உணர்கிறீர்களா? தென்னாப்பிரிக்காவில் எல்லோரும் ஓரணியில் திரண்டது போல இங்கும் உங்கள் பின்னால் வருவார்கள் என்று எதிர்பார்த்தீர்கள்தானே? காற்று எல்லா நேரமும் ஒரே திசையில் வீசாது அப்பா... இந்துமகாசபை, லிபரல் கட்சி, ஜஸ்டிஸ் கட்சி, காங்கிரஸ் அல்லாத கட்சிகளின் அரசுகளும் பிரிட்டிஷ் பக்கம் நிற்பதாகச் சொல்கின்றன. சோஷலிஸ்டுகளும் சுபாஷும் என்றுமே உங்கள் பக்கம் நிற்கப் போவதில்லை. முஸ்லிம் லீக் எதிலும் சேராமல் நிற்கிறது. அவர்கள் காங்கிரஸை இந்திய மக்கள் அனைவருக்குமான தேசிய இயக்கமாகப் பார்க்கவில்லை. இந்திய முஸ்லிம்களின் ஒரே பிரதிநிதி இயக்கம் முஸ்லிம் லீக்தான் என்று பிரிட்டனை ஒப்புக் கொள்ள வைப்பதுதான் ஜின்னாவின் திட்டம் என்கிறார்கள். இவர்களையெல்லாம் எப்படித் திரட்டுவீர்கள்? உங்கள் செல்வாக்கால் சுபாஷை தலைவர் பதவியை விட்டு விலக வைத்தீர்கள். ஆனால் அவர் வங்காள மாகாண காங்கிரஸ் கமிட்டியைக் கூட்டி சத்தியாகிரகப் போர் தொடங்க ஆயத்தமாகி விட்டார். கம்யூனிஸ்டுகள் இது ஏகாதிபத்திய யுத்தம் என்று யுத்த எதிர்ப்புப் பிரச்சாரத்தில் ஈடுபடுகின்றனர். இவர்களை எப்படி ஒன்று திரட்டப் போகிறீர்கள்?

உங்களால் முடியாது. அதனால்தான் அகிம்சைத் தத்துவம் தோற்று விட்டது போல் தோன்றுவதாகச் சொல்கிறீர்கள். யுத்தத்தைத் தவிர்க்க அகிம்சைக்குச் சக்தி இல்லை.. ஆனால் கடவுளோ அகிம்சையோ சக்தியற்றுப் போய் விடவில்லை என்றெல்லாம் ஏதேதோ உளறுகிறீர்கள். உங்களின் கருத்தை யாரும் ஆதரவில்லையென்றாலும் நீங்கள் அவர்களை விட்டு விடுவீர்களா என்ன? ஒவ்வொரு காங்கிரஸ்காரரும் காங்கிரஸின் தீர்மானங்களுக்கு உண்மையானவர்களாக நடந்து கொள்ள வேண்டும் என்று அறிவுரையெல்லாம் வழங்குகிறீர்கள்.

ஆனால் உங்கள் உளறல்களையெல்லாம் யார் கேட்டுக் கொண்டிருக்கிறார்கள்? அங்கே ஜெர்மனியின் படைகள் வெற்றி மேல் வெற்றி கண்டுக் கொண்டிருக்கிறது. வைஸ்ராய் பீதி கொண்டு விட்டார். நிபந்தனையில்லாத ஆதரவு வேண்டும் என்கிறார். எங்கே நீங்கள் உங்கள் திருவாயைத் திறந்து அப்படியே ஆகட்டும் என்று அருள்வாக்கு நல்கி விடுவீர்களோ என்று நினைத்தேன். நல்லவேளையாக எதையும் உளறி வைக்கவில்லை. இருந்தாலும் மறைமுகமாக உங்கள் அஸ்திரத்தைப் பயன்படுத்த வைத்து விட்டீர்கள். வைஸ்ராயின் அறிக்கையில் அடக்குமுறை தத்துவமும் ஏகாதிபத்திய வெறியும்தான் நிறைந்திருக்கின்றன என்றும் இந்த நிலையில் அரசாங்கத்துடன் ஒத்துழைப்பது காங்கிரஸ் முடிக்க விரும்பும் சாம்ராஜ்யக் கொள்கைக்கு ஆதரவு தருவது போலாகி விடும் என்பதாலும் உடனடியாக மாகாணங்களில் காங்கிரஸ் அமைச்சரவைகளை ராஜினாமா செய்ய வேண்டுமாம்.

எல்லாம் சரிதான்... காங்கிரஸ் பதவி விலகியதை விடுதலை நாளாக கொண்டாட வேண்டும் என்கிறதே முஸ்லிம் லீக்? முஸ்லிம்கள் பெருவாரியாக வாழ்கின்ற வடகிழக்கு வடமேற்கு பிரதேசங்களை தனி நாடாகப் பிரிவினை செய்ய வேண்டும் என்கிறாரே அந்த ஜின்னா. அகிம்சை காலாவதியாகி விட்டதா... அல்லது அவர்களிடம் எடுபடவில்லையா?

அப்பா... நீங்கள் யாரையெல்லாம் கொண்டாடுகிறீர்களோ அவர்களெல்லாம் உங்களைத் தூக்கியெறிந்து விடுவார்கள். நீங்கள் தூக்கியெறிந்தவர்கள் உங்கள் பின்னால் அடிமையென சுற்றியலைவார்கள். அதுதானப்பா நடப்பு... முஸ்லிம் லீக் உங்களைத் தூக்கி எறிகிறது. ஜின்னா உங்களை ஒதுக்கித் தள்ளி விட்டார். நீங்கள் கீதையைக் கட்டிப்பிடித்துக் கொண்டதால் அவர்

காங்கிரஸை இந்துக்கள் கட்சி என்று உதாசீனப்படுத்துகிறார். நீங்கள் என்னை உதாசீனப்படுத்துவதுபோல... ஆனால் என்னால் உங்களை அப்படிச் செய்ய முடியாது அப்பா... ஏனென்றே தெரியவில்லை. என்னால் உங்களை உதற முடியவில்லை. இன்னும் உங்களையே சுற்றிக் கொண்டிருக்கிறேன். ஆனால் உங்களுக்கு ஹரிலால் என்று ஒரு மகன் இருப்பதாவது நினைவில் இருக்கிறதா அப்பா? ஜனாப் ஜின்னா தன் சகோதர இந்தியர்களுக்கு எதிராகப் போர் தொடுத்து விட்டதைக் கண்டு என் மனம் வேதனைப்படுகிறது என்கிறீர்கள். ஹரியையும் ஜின்னாவையும் என்னால் சமாதானப்படுத்தவே முடியவில்லை என்று யாரிடமோ சொன்னீர்களாம். இருக்கட்டும். அந்த வார்த்தை அப்படியே இருக்கட்டும். அதுதான் என்னை உங்களின் நினைவுகளில் அப்படியே வைத்திருக்கும்.

55

போர் தொடங்கியிருந்த ஒன்பது மாதங்களில் ஜெர்மன் படைகள் போலந்து, ஹாலந்து, நார்வே, டென்மார்க், லக்சம்பர்க், செக்கோஸ்லோவேகியா ஆகிய நாடுகளை ஆக்கிரமித்திருந்தன. இறுதியில் ஃப்ரெஞ்சு படைகளும் ஜெர்மனியிடம் சரணடைந்து விட்டன. பிரிட்டன் படைகள் டன்கர்க் என்னும் இடத்தில் ஆயுதங்களைக் கீழே போட்டு விட்டு லண்டனுக்கு ஓடி விட்டன. போர்க்களத்தில் ஜெர்மனி வெற்றி மேல் வெற்றி பெற்றுக் கொண்டே போக இனி ஹிட்லரை வீழ்த்த முடியாது என்று உலகம் நம்பத் தொடங்கியிருந்தது. ஹிட்லரிசம் என்பது மிகவும் நுட்பமான விஞ்ஞான முறையில் செயல்படும் பலாத்கார அடிப்படை சக்தி. பரஸ்பரம் அர்த்தமில்லாமல் லட்சக்கணக்கான மக்களைப் பலி கொடுத்து விட்டு காப்பாற்றப்படுகிற சுதந்தரம் உண்மையான சுதந்திரம் ஆகாது என்றார் காந்தி. பிரிட்டிஷ் படைகளின் புறமுதுகோட்டம் பிரிட்டனில் சேம்பர்லேன் தலைமையிலான ஆட்சியைக் கவிழ்த்து சர்ச்சில் தலைமையில் புதிய ஆட்சியைத் தோற்றுவித்தது.

ஹரிலால் உடலை ஒருபுறமாகச் சரித்துப் படுத்திருந்தார். அவர் மனம் நீண்டநாளுக்குப் பிறகு உவகையில் ஆழ்ந்திருந்தது. காண்டிக்கு மகன் பிறந்திருக்கிறானாம். அவனைப் பார்க்க வேண்டும். கான்டியை அள்ளிக் கொண்டதுபோல அவன் மகவையும் அள்ளிக் கொள்ள வேண்டும். நெஞ்சோடு அணைத்துக் கொள்ள வேண்டும். கான்டி தன் மகனுக்குத் தம்பியின் நினைவாகச் சான்டி என்று பெயர் வைத்திருக்கிறானாம். எத்தனை சந்தோஷமான செய்தி. சஞ்சு இந்நேரம் இருந்திருந்தால் எத்தனை மகிழ்ந்திருப்பாள்? அவள் தென்னாப்பிரிக்காவிலிருந்து வரும்போது கான்டியை வயிற்றில் சுமந்து கொண்டிருந்தாள். நாள் எத்தனை சீக்கிரமாக ஓடி விட்டது... அவன் வளர்ந்து இன்று அவனுகொரு மகன் பிறந்து விட்டான். அவள் இருந்திருந்தால் எனக்கும்

அடைந்து கொள்ள ஒரு வீடும் மகிழ்வதற்கு ஒரு குடும்பமும் இருந்திருக்கும். புது வாரிசு பிறந்ததை நான் தாத்தாவாகவும் அவள் பாட்டியாகவும் எத்தனை மகிழ்வோடு வரவேற்றிருப்போம்? அவளில்லாமல் நான் நாடோடியாகத் திரிந்து கொண்டிருக்கிறேன். எனக்கென்று முகவரியே இல்லை அம்மா... எல்லாவற்றையும் அந்த மனிதர் அழித்து விட்டார்.

மீண்டும் வார்தாவில் கூடிய காங்கிரஸ் காரியக்கமிட்டி காந்தியின் அகிம்சை கோட்பாட்டை விடுதலைப்போருக்கான ஒரு சாதனமாக மட்டுமே ஏற்றுக் கொண்டிருப்பதாகவும், அகிம்சையானது அந்நிய படையெடுப்புகளிலிருந்து சுதந்திர இந்தியாவைக் காப்பாற்றப் பயன்படாது என்றும் அறிவித்தது. அகிம்சையில் அழுத்தமாக ஊன்றிக் கொண்டிருக்கும் காந்தியின் தலைமையின் கீழ் இருந்துகொண்டு யுத்த முயற்சிகளில் பிரிட்டனுக்கு நேரடியாக உதவி புரிவது சாத்தியமில்லை என்ற புதிய சிந்தனையும் காங்கிரஸாருக்குத் தோன்றியது. காந்தியின் தலைமையைத் துறந்தாவது யுத்தத்தில் பிரிட்டனுக்கு உதவி புரிய காங்கிரஸ் முன் வர வேண்டும் என்றார் ராஜாஜி. உள்நாட்டுக் குழப்பத்திற்கு எதிராகவோ அயல்நாட்டு எதிரியை விரட்டவோ ராணுவம் பயன்படக் கூடாது என்கிற காந்தியின் கொள்கையைக் காரியக் கமிட்டி ஏற்கவில்லை.

“பாப்புஜி.. முழு மனதுடன் ஆன்மாவுடனும் உங்களுடைய வாதத்தை எங்களால் ஏற்றுக் கொள்ள முடியவில்லை. உங்களை சங்கடத்தில் சிக்க வைக்கவும் எங்களுக்கு விருப்பமில்லை. உங்களுடன் உறவு கொண்டிருக்க வேண்டும் என்பதற்காக உங்களிடமும் உங்கள் கொள்கையிலும் நம்பிக்கையிருப்பதாகச் சொல்வது எல்லோரையும் ஏமாற்றுவது போலாகும்” என்றனர்.

காரியக்கமிட்டியில் விவாதங்கள் தொடர்ந்தன.

ராஜாஜி நம்மை முதுகில் குத்தி விட்டார் என்றார் ஜெயப்பிரகாஷ் நாராயணன்.

இறுதியில், பூரண சுதந்திரத்தை சாத்தியமாக்குவதற்கு உடனடியாக மத்தியில் அனைத்துக் கட்சிகளையும் கொண்ட தேசிய அமைச்சரவை அமைக்க வேண்டும். மத்திய சட்டசபையில் உள்ள தேர்ந்தெடுக்கப்பட்ட அங்கத்தினர்களையும் மாகாணங்களில் அதிகாரப் பொறுப்பு ஏற்றவர்களையும் கொண்டதாக அந்த

அமைச்சரவை இருக்க வேண்டும். போருக்குப் பின் வயது வந்த வாக்காளர்களால் தேர்ந்தெடுக்கப்பட்ட அரசியல் நிர்ணய மன்றத்தின் மூலம் இந்திய மக்கள் தங்கள் அரசியலைத் தாங்களே தயாரித்துக் கொள்ள உரிமையளிக்க வேண்டுமென்றும் காங்கிரஸ் நிபந்தனைகள் விதித்தது. இந்த நிபந்தனைகளை ஏற்றுக் கொண்டால் ராணுவம், தற்காப்பு முதலிய அவசியமான விஷயங்களில் பிரிட்டிஷ் சர்க்காருடன் முழுமனதோடு காங்கிரஸ் ஒத்துழைக்கும் என்று சமரசத் திட்டம் வெளியானது.

இத்தீர்மானம் ஒத்த மனதாக எடுக்கப்படவில்லை. இது காங்கிரசுக்குச் சாவு மணி அடித்து விட்டது. வல்லபாயும் ராஜாஜியும் காந்திஜிக்கு எதிராகச் செல்லத் துணிந்து விட்டனர் என்று கமிட்டியில் எதிர்ப்புக் குரல்கள் எழுந்தன.

“என் பரிசோதனைகளைச் செய்து கொண்டு போக எனக்குச் சுதந்திரம் வேண்டும். ஆகவே என்னை விட்டு விடுங்கள். நான் உங்களிடமிருந்து விலகிக் கொள்ளுகிறேன். உங்கள் திட்டத்துடனோ கொள்கையுடனோ சம்பந்தப்பட்டிருக்க நான் விரும்பவில்லை. நானில்லாமலே காங்கிரஸை நடத்திக் கொள்ளுங்கள்” என்றார் காந்தி.

கான் அப்துல் கஃபார்கானும் ராஜன்பாபுவும் காரியக் கமிட்டியிலிருந்து விலகிக் கொள்வதாக அறிவித்தனர்.

“காந்திக்கு அவர் வழியில் செல்ல உரிமை இருக்கிறது. காங்கிரஸ் செல்கிற வழிக்கான பொறுப்பு இனி அவருக்கில்லை. இந்திய சுதந்திரப் போராட்டம் வழக்கம் போல அகிம்சை முறையில் நடைபெறும். காந்திஜி தன்னுடைய ஆலோசனைகளை தொடர்ந்து காங்கிரஸுக்கு அளித்து வருவார்” என்றார் காங்கிரஸ் மகாசபை தலைவரான மௌலான அபுல்கலாம் ஆசாத். அவர் இத்தீர்மானத்துக்கு முஸ்லிம் லீகின் இசைவைப் பெற ஜின்னாவுக்கு அவசர தந்தி அனுப்பினார். அதில் மத்தியில் அமையும் தேசிய அமைச்சரவையில் எல்லா கட்சியினரும் இருக்கலாம் என்பதாகத்தான் காங்கிரஸின் டில்லி தீர்மானம் கூறுவதாகவும் இரு தேசங்களாக இந்தியாவைத் துண்டாடுவதை ஏற்காத எந்த திட்டத்தையும் முஸ்லிம் லீக் நிராகரிக்கிறதா என்ன? என்பதாகவும் கேள்வி எழுப்பியிருந்தார். ஜின்னாவோ, அயல்நாடுகளை ஏமாற்றுவதற்காக முஸ்லிமாகிய உங்களை காங்கிரஸ் காட்சிப் பொருளாக வைத்திருக்கிறது. அது ஒரு

இந்து நிறுவனம். உங்களுக்கு சுய மரியாதை இருக்குமானால் காங்கிரஸிலிருந்து வெளியேறி விடுங்கள் என்று ஆசாதை கேட்டுக் கொண்டார்.

“காரியக்கமிட்டி எனக்கு விடுதலை அளித்து விட்டது. அது எனக்கு ஒருபுறம் மகிழ்ச்சியைத் தருகிறது. அதேசமயம் என்னுடைய நண்பர்களை என் வழிக்குத் திருப்ப என் வார்த்தைகளுக்கு சக்தியற்று போனது எனக்குத் துயரத்தைத் தருகிறது. தனியாக நிற்க பயமாகவும் இருக்கிறது. அகிம்சையில் தனக்கு நம்பிக்கையில்லையென்று காரியக்கமிட்டி தீர்மானித்தது சரியே. நம்பிக்கையில்லாமல் நம்பிக்கையிருப்பது போல நடந்து கொள்வதுதான் ஆபத்தானது” என்றார் காந்தி.

ஹரிலாலுக்கு கான்டியின் மகனை சான்டியைப் பார்க்க வேண்டுமாய்த் தோன்றியது. அவன் பேரனல்ல. மகன்... மகன் சான்டிதான் மறுபிறப்பாக அண்ணனுக்கு மகனாகப் பிறந்திருக்கிறான். உடலெங்கும் மின்னலென பாய்ந்தோடிய சிலிர்ப்பை அவர் கண்களை மூடி அனுபவித்தார். அந்தப் பெயரை உச்சரித்தார்... சான்டி... சான்டி.. பின்னர் விளிப்பது போல நீட்டித்தார்... சாண்டீ... சான்டீ... சாண்டீ... ரஷீக்.. ரஷீக்... ரஷீக்... சிறுவர்களாக என் மார்பிலேறி விளையாடியவர்கள். வறுமையிலும் பற்றாக்குறையிலும் வாழ்ந்த போதும் இரண்டு பெண் மகவுகளும் மூன்று ஆண் மகவுகளுமாக எத்தனை திருப்தியான வாழ்வு அது! யாரோ சாபமிட்டது போல எல்லாமும் கனவென கலைந்தோடிப் போய் விட்டன. சான்டியை அவன் தாயே தன்னோடு அழைத்துச் சென்று விட்டாள். ரஷீக் துடிப்பான இளைஞனாக வளர்ந்து கை நழுவிப் போய் விட்டான். பெற்றவர்களுக்குப் பிள்ளைகள்தான் பலம். நம்பிக்கை... என் நம்பிக்கைகளை ஒவ்வொன்றாக தொலைத்து விட்டேன். காண்டீ... காண்டீ... எனக்கென்று ஒரே மகனாக நீ மட்டுமே இப்போது இருக்கிறாய். உன் தாயார் என் மீது எந்தளவுக்கு அன்பு வைத்திருந்தாளோ அதேயளவு நம்பிக்கையும் வைத்திருந்தாள். அதனால்தான் உங்களைக் குறித்து என்னிடம் எதையும் சொல்லாமலேயே இறந்து போய் விட்டாள். ஆனால் பிள்ளைகளை நன்றாகப் பார்த்துக் கொள்வதாக நான் அவளுக்குத் தினந்தோறும் உறுதியளித்துக் கொண்டேதானிருக்கிறேன். ஆனால் அதை நானே நித்தமும் மீறிக் கொண்டேயும் இருக்கிறேன். இப்போது என் பூவொன்று தன் சின்னஞ்சிறு மொட்டை மெத்தென அவிழ்த்திருக்கிறது. மகிழ்ச்சி... மகிழ்ச்சி... மகிழ்ச்சி...

காங்கிரஸின் சமரசத் திட்டம் வெளியாகி மூன்று வாரக்காலம் நகர்ந்த பிறகும் பிரிட்டிஷ் அரசு மௌனம் காத்த நிலையில் புனாவில் காரியக்கமிட்டி கூடியது. அதில் காங்கிரஸின் இத்திட்டத்தை எதிர்த்து அறுபத்துமூன்று வாக்குகளும் ஆதரித்து தொண்ணூற்று ஒன்று வாக்குகளும் பெறப்பட்ட நிலையில் அது தீர்மானமாக நிறைவேறியது.

"காங்கிரஸுக்கும் காந்திஜிக்குமிடையே உள்ள உறவு அறுந்து விட்டது என்று மக்கள் நினைத்து விடக்கூடாது. இருபது ஆண்டுகளாக இயங்கி வரும் காங்கிரஸ் அவருடைய சொந்த படைப்புதான். அந்த உறவை எதுவும் முறித்து விட முடியாது. இது எனக்குமே அதிர்ச்சி என்றாலும் நாட்டின் நலன் கருதி இந்த மாறுதலை வரவேற்கிறேன்" என்றார் நேரு.

சுபாஷ் சந்திரபோஸை அரசு பாதுகாப்புச் சட்டத்தின் படி கைது செய்து விசாரணையின்றி சிறையிலடைத்தது.

56

காங்கிரஸ் மகாசபையின் சமரச அறிவிப்புக்குப் பிறகு வெளியான வைஸ்ராயின் அறிக்கை அரசியல் சட்டத்தை மாற்றியமைக்கக் கூடிய எந்த விதமான புதிய சட்டத்தையும் இயற்றுவதற்கு வாய்ப்பில்லை என்றும் சிறுபான்மையினர், சமஸ்தானாதிபதிகள் ஆகியோரின் இசைவைப் பெறாமல் எதிர்காலத்தில் எந்தவிதமான அரசியல் சீர்திருத்தமும் அமல்படுத்தப்படாது என்றும் திட்டவட்டமாகக் கூறியது.

இதையடுத்து வார்தாவில் கூடிய காங்கிரஸ் கமிட்டி வைஸ்ராயின் பிரேரணையை நிராகரித்து தீர்மானம் நிறைவேற்றியது. பிரிட்டிஷ் அரசு இந்தியாவை வாளாலேயே ஆட்சி செய்ய விரும்புகிறது. வைஸ்ராயின் இந்தப் பிரேரணை தேசத்தின் பூரண சுதந்திரம் குறித்து காங்கிரஸ் கோரிய உறுதிமொழியை வழங்காததோடு போருக்குப் பின் என்ன செய்யப்படும் என்பதையும் தெளிவுப்படுத்த தவறிவிட்டது. அத்துடன் நிர்வாகக் கவுன்சில் விரிவாக்கப்படும் என்ற பிரிட்டிஷாரின் நிலைப்பாடு காங்கிரஸின் தேசிய அமைச்சரவை கோரிக்கையை நிராகரிக்கும் முடிவைக் கூறி விட்டது என்றும் தனது நிராகரிப்பு தீர்மானத்துக்கான காரணத்தை அறிக்கையாக வெளியிட்டது.

ஜின்னாவோ இனி எதிர்காலத்தில் முஸ்லிம் லீகின் இசைவைப் பெறாமல் பிரிட்டிஷ் அரசு இந்தியாவுக்கு எந்தவொரு சீர்திருத்தத்தையும் வழங்காது என்பது உறுதியாகி விட்டது என்று வைஸ்ராயிக்கு நன்றி தெரிவித்தார்.

“அவர்கள் உங்களை நிராகரித்து விட்டார்கள் பாப்பு.”

“நீங்கள் உருவாக்கிய ஒன்றை உங்களிடமிருந்தே பறித்து விட்டார்கள் அவர்கள்.”

"இனி காங்கிரஸின் நிலைப்பாடுதான் என்ன? ஆயுதத்தால் வெற்றிக் கிட்டாது என்று நீங்கள் மக்கள் மனதில் இதுவரை பதித்த உணர்வுகளை இவர்கள் அழித்து விடுவார்களே பாப்பு."

"இல்லை... அது அப்படி ஆகாது. சுதந்திரத்திற்கான போராட்டத்தில் அவர்கள் அகிம்சையை மறுக்கவில்லையே."

"இல்லை பாப்பு... போராட்டத்திற்குப் போராட்டம் அதன் அடிப்படையை மாற்றிக் கொள்வதா கொள்கை என்பது? அகிம்சைக்கு ஆதரவாகத் திரண்டு நிற்கும் இந்த மனிதத்திரளுக்கு இதனை போதிக்கத்தான் முடியுமா?"

"அகிம்சையைப் பற்றி நான் மிதமிஞ்சி குருட்டு யோசனையில் இருப்பதாக ராஜாஜி நினைத்துவிட்டார். என் பார்வை பஞ்சடைந்திருக்கிறது என்று அவர் நினைக்கிறார். அவருடைய பார்வைதான் பஞ்சடைந்திருக்கிறது என்று பாதி விளையாட்டாக நானும் சொல்லி விட்டேன்" பகபகவென்று சிரித்தார் காந்தி.

"இத்தீர்மானத்தை நீங்கள் நினைத்திருந்தால் தடுத்திருக்க முடியும் பாப்பு."

"ஆனால் தனி மனித சுதந்திரத்தில் நான் நம்பிக்கை வைத்திருக்கிறேனே" அவர் சிரித்தபோது கண்கள் உள்ளொடுங்கி முகம் களையானதாகத் தோன்றியது.

அவர்கள் பிரார்த்தனை மையத்தை அடைந்திருந்தார்கள். அணியணியாய் ஆசிரமவாசிகள் வந்து அமரத் தொடங்கியதுமே அவ்விடம் புனித ஸ்தலம் போலாகி விட அதன் மீது மங்கிய மாலைப் பொழுதின் மெல்லொளி மெருகேற்றாத தங்கமென படரத் தொடங்கியது. அதனை பிரார்த்தனை மேடையில் கண்ணாடிப் பேழைக்குள் வைக்கப்பட்டிருந்த அகல் தன்னொளிக் கொண்டு கண்ணிமைக்காமல் பார்த்துக் கொண்டிருந்தது. அதன் நாயகனென காந்தி அமர்ந்திருந்தார். வழிபாட்டுப் பாடல்கள் ஒலிக்கத் தொடங்கின. இருள் ஒளியை வென்றுக் கொண்டிருந்தது. அவ்வொளி அவரை கோட்டோவியமாய்க் காட்டியது. அவர் வலுவான மெல்லியக் கால்களை ஒன்றின் மீது ஒன்றடுக்கி அமர்ந்திருந்தார். தான் உணர்ந்தவைகளை அவர் உரையென ஆற்றியபோது ஈரசந்தி வேளை முடிந்து பொழுது இரவுக்குள் நுழைந்தது.

எல்லோரையும் விட யார் மிகுந்த தரும நெறியுடன் நடந்து கொள்கிறாரோ அவரிடம் விசேஷமான தெய்வீக ஒளி இருக்கிறது. இந்து சமயத்தில் கிருஷ்ணர் குற்றம் குறைவற்ற பூரண அவதாரராக திகழ்கிறார். அவதாரத்தில் உள்ள இந்நம்பிக்கையே மனிதனின் மகோன்னதமான ஆன்மிக லட்சியத்திற்கு உதாரணமாகத் திகழ்கிறது. மனிதன் கடவுளுடன் ஐக்கியபாவத்தை அடையும் வரையில் அவனுக்கு ஆன்மசாந்தி ஏற்படுவதில்லை. இந்த நிலையை அடைவதற்கான முயற்சியே எல்லாவற்றையும் விட உயர்ந்தது. தன்னைத் தானே உணர்ந்து கொள்ளல் என்பதும் அதுதான். நாம் செய்யும் நற்பணிகளின் பலன்களைத் துறந்து விடுதல் என்பது இணையற்ற செயலாகும்.

கூட்டம் அவரையே பார்த்துக் கொண்டிருந்தது.

கஸ்தூரும் அவரையே பார்த்துக் கொண்டிருந்தார்.

இரவு பிரார்த்தனையை முடித்து விட்டு வந்து படுத்தபோதே கஸ்தூருக்கு உடல் காந்துவது போலிருந்தது. அதோடு இருமலும் உடல் வலியும் சேர்ந்து கொண்டு இரவு முழுவதும் அவரை உறங்க விடவில்லை. இருப்பினும் அவர் வழக்கம்போல நான்கு மணிக்கு எழுந்து பிரார்த்தனையில் அமர்ந்து கொண்டார். பிரார்த்தனைக்கு பிறகு கணவர் சிறிது நேரம் உறங்கி ஓய்வெடுத்துக் கொள்ள, அவர் காலையுணவுக்கான தயாரிப்புகளில் ஈடுபட்டார். தயாரான உணவைக் கணவரின் குடிலுக்கு எடுத்துச் சென்று பரிமாறினார். உணவுத் தட்டையும் பாத்திரங்களையும் கழுவி அதற்கான இடத்தில் கவிழ்த்து வைத்தார். கணவர் பயன்படுத்தும் பாத்திரங்களைச் சுத்தம் செய்யும்போதும் அவருக்கான படுக்கையையும் விரிக்கும்போதும் முடிந்தவரை தானே நேரிடையாக ஈடுபடுவதுதான் அவருக்குத் திருப்தியளிக்கும். மதிய உணவுக்கான காய்கறிகளை நறுக்க ஆயத்தமானபோது அவருக்கு இடைவிடாத இருமல் ஏற்பட்டது. குடலைப் பிடுங்கிக் கொண்டு வருவதுபோல அடிவயிற்றிலிருந்து புகைச்சலுடன் கிளம்பிய இருமலுக்கு படுத்தவாறே ஈடுகொடுக்க முடியாமல் எழுந்து அமர்ந்தபோதுதான் தான் இன்னும் படுக்கையில் இருப்பதையும் மனம் அதன் போக்கில் வேலைகளில் ஈடுபட்டிருப்பதையும் கஸ்தூரால் உணர முடிந்தது.

அவர் மனதைக் கூட்டி உடலைத் திரட்டி எழுந்து அமர்ந்து கொண்டார். பொழுது நன்றாக விடிந்திருந்தது. வழக்கமாக

இந்நேரத்தில் குளித்து விட்டு துளசி இராமாயணமோ கீதையோ பாராயணம் செய்யத் தொடங்கியிருப்பார். அரசியல் நிகழ்வுகளும் கணவரின் நிலையும் மருமகள் லட்சுமியின் தகப்பனார் உட்பட கணவருக்கு எதிராகத் திரும்பும் காங்கிரஸ்காரர்களும் கணவரின் உயிர்மூச்சான இலட்சியங்களின் மீதெழும் காலாவதி விமர்சனங்களும் அனுமதியின்றியே அவர் காதுகளில் விழுந்துக் கொண்டுதானிருந்தது.

கடவுளே... அவரைத் தனிமைப்படுத்தி விடாதே... அதுதான் உன் விருப்பம் என்றால் அதைத் தாங்குவதற்கான வீரியத்தையும் பலத்தையும் அவருக்குக் கொடு இறைவா...

வாய் விட்டு இறைஞ்சியது இருமலை வரவழைக்க, சத்தம் கேட்டு அருகில் வந்த ஆசிரமப் பெண் அவரருகே அமர்ந்து நெஞ்சை ஒத்தடம் கொடுப்பது போல நீவினாள். அவளைக் கைத்தாங்கலாக்கிக் கொண்டு காலைக்கடன்களைக் கழிக்க எழுந்து கொண்டார் கஸ்தூர். அவர் திரும்புவதற்குள் துளசி இலைகளைப் போட்டு காய்ச்சிய சூடான பால் தயாராக இருந்தது. பாலின் சூடும் துளசிச்சாறும் தொண்டைக்கு இதமானதாக இருந்தது. வெளியே அவரது கணவரைத் தேடி ஆட்கள் வரத் தொடங்கியிருந்தனர். அதுவே நிம்மதியாக இருந்தது. வர வர கணவர் ஆரோக்கியமாக இருக்கிறார் என்பதே பெரிய சந்தோஷமாக மாறி விட்டதை உணர்ந்தபடியே சர்க்காவின் அருகே போய் அமர்ந்து கொண்டார்.

“பா... மிகவும் அசந்து போயிருக்கிறீங்க. இன்னைக்கு நூற்காமலிருந்தால்தான் என்ன? என்றார் பியாரிலால்.

“பாப்புவின் படிப்பு, எழுத்து, அரசியல் இது எதிலும் என்னால் பங்கெடுத்துக் கொள்ள முடியில. இப்படியாவது என்னாலானதை அவருக்குச் செய்யலேன்னா எப்படி?”

அங்கு வந்த காந்தி, “சரிதான். நூற்பதன் மூலம் சுயராஜ்ஜியம் கிடைக்கும்னு சொன்னதை நினைத்துக் கொண்டாயோ?”

ஆமோதிப்பதைப் போல கணவரை ஏறிட்டார். உடல்நிலை அவரை படுத்திக் கொண்டிருந்தது.

“பேசாமல் சுசீலாவை வர சொல்லட்டுமா?” என்றார் காந்தி.

“ஆனா அவள்தான் வைத்திய மேற்படிப்பு படிக்கப் போயிட்டாளே?” என்றார் ஆற்றாமையுடன். அவருக்குமே சுசீலா உடனிருந்தால் தேவலாம் என்றுதானிருந்தது.

“சரி... கவலைப்படாதே. உன் பேரன் மருத்துவராகி வந்ததும் கையோடு அழைச்சிட்டு வந்து வைச்சுக்கோ...” கான்டி மருத்துவராவதில் பாட்டிக்குப் பெருத்த மகிழ்ச்சி. கான்டியைக் குறித்த எண்ணம் தானாகவே ஹரிலாலின் நினைவை அவர்களிடம் அழைத்து வந்தது. அதை இருவருமே உணர்ந்து பேச்சை வளர்த்த விரும்பாதவர்களாக மௌனம் காத்துக் கொண்டனர்.

ஹரிலால் சோத்பூரிலிருக்கும் காதி பிரதிஸ்தானில் தனக்காக ஒதுக்கப்பட்டிருந்த அறையில் தங்கியிருந்தார். அங்கு முக்கியப் பணியிலிருக்கும் சதிஷ்பாபு காதி பிரதிஸ்தானில் தங்குவதற்கு அறையும் கைச்செலவுக்கென சிறுதொகையும் அளித்துக் கொண்டிருந்தார். அவருள்ளம் கான்டியின் வாரிசை குறித்து எண்ணம் கொண்டிருந்தது. குழந்தைக்குப் பரிசுப்பொருள் எதையாவது வாங்க வேண்டும். அதற்குத் தனக்கு கிடைக்கும் பணத்தில் கொஞ்சம் சேமிக்க வேண்டும். அவர் குழந்தையை கற்பனையில் வரைந்து பார்த்தார். அவன் கான்டியைப் போலிருப்பானோ? அல்லது சஞ்சுவைப் போன்றிருப்பானா? என்னைப் போல... வேண்டாம். என்னைப் போல இனி யாரும் பிறக்க வேண்டாம். குழந்தை சரஸ்வதியைப் போலிருக்கட்டும். பாவம்... அந்தப் பெண். அன்று என்னைக் காண வந்தபோது அவளிடம் நான் முகம் கொடுத்துக் கூடப் பேசவில்லை. குழந்தை அவளைப் போலவே இருக்கட்டும்.

நான் யாரை போன்றிருக்கிறேன். அம்மாவைப் போன்றா...? அப்படி இதுவரை யாரும் சொன்னதில்லை. என்னுடைய உடலசைவுகள் அப்படியே அப்பாவை ஒத்திருப்பதாக நிறைய பேர் சொல்லியிருக்கிறார்கள். ஆம்.. அவரைப் போல தான் நானும். நாங்கள் இருவரும் பிடிவாதம் கொண்டவர்கள். அவரிடம் நான் வர வேண்டும் என்பது அவர் பிடிவாதம். ஆனால் என்னிடம் அவர் வர வேண்டும் என்று நான் சொல்லவில்லை. என் பாதை தவறானது. அதில் யாருமே வர வேண்டாம். ஒரு தகப்பனாக அவருடன் நல்லுறவில் இருக்க வேண்டும் என்று ஏங்குவது கூட தவறா? நினைவுகள் பொங்கித் ததும்ப அவர் அதை அடக்கும்

எண்ணத்தோடு எழுந்தார். பணம் எதுவும் கையிலிருப்பில்லை. சதிஷ்பாபுவிடம் கேட்க வேண்டும்.

பம்பாயில் கூடிய அகில இந்திய காங்கிரஸ் கமிட்டி மீண்டும் காந்தியின் தலைமையை வேண்டி நின்றது. அதன் தீர்மானம், இனி சகித்துக் கொள்ளவே முடியாது என்ற சூழலைப் பிரிட்டிஷ் அரசு உருவாக்கி விட்டது. இந்தியாவுக்கு உள்ள சுதந்திர உரிமையை மறுக்கும் எந்த ஏற்பாட்டுக்கும் காங்கிரஸ் சம்மதிக்காது. இந்தியர்களைக் கேவலப்படுத்தி அடிமைகளாக்கி வைக்கும் எந்த முயற்சிக்கும் காங்கிரஸ் ஆதரவு தர முடியாது. விடுதலைப் போரில் அகிம்சை வழியை மட்டுமே பயன்படுத்துவது என்று காங்கிரஸானது காந்தியின் தலைமையில் தீர்மானிக்கிறது. இனி நடக்க வேண்டியவற்றுக்குத் தலைமை தாங்கி நடத்தி தர வேண்டுமாறு காந்தியைக் கேட்டுக் கொண்டது.

கஸ்தூருக்கு அடிக்கடி உடல் நலமின்றி போவதாக வரும் தகவல்கள் ஹரிலாலுக்கு மனதை வருத்துவதாக இருந்தது. அவரைப் பார்த்து வர ஆவல் எழுந்தாலும் பயணத்திற்கான உடல் நிலையும் பொருளாதார நிலையும் ஒத்து வராதிருந்தது. மதுவின் போதை ஒன்றே அனைத்தையும் மறக்கச் செய்யும் மாமருந்து எனபதாக மாறி விட்ட நிலையில் இப்போதெல்லாம் அவருக்கு மருந்தே உணவாகியும் போகிறது. இன்று அதற்கும் வழியில்லாத நிலை. பைத்தியம் பிடித்து விடும் போலிருந்தது. முதலில் தனிமையைக் கொல்ல வேண்டும். எப்படி? எப்படி? கான்டி பம்பாயிலிருந்தாலாவது அவனை நினைத்த போதெல்லாம் பார்த்து விட்டு வரலாம். அவனோ மைசூருக்குச் சென்று படிப்பதாக சொல்லி விட்டான். மைசூரில் என்ன இருக்கிறது, இசையைத் தவிர? பம்பாயில் படித்திருந்தால் அவனுக்கு இன்னும் கூடுதல் தெளிவும் அனுபவமும் கிடைத்திருக்கும். இதை அவனிடமும் கூறியிருந்தார். ஆனால் எதையும் வற்புறுத்தலாகச் சொல்லவில்லை. ஒருவேளை வற்புறுத்திக் கூறியிருந்தால் அவன் பம்பாயைத் தேர்ந்தெடுத்திருக்கவும் கூடும். அவரும் அதிக அலைச்சலும் பணச்செலவுமின்றி மகனை அவ்வப்போது பார்த்துக் கொண்டிருக்கலாம். ஆனால் தன் வாழ்க்கையில் ஆசைப்பட்டது எதுதான் நடந்திருக்கிறது என்றெண்ணியபோது உதட்டோரம் விரக்தியான சிரிப்பு வந்தமர்ந்தது.

காந்தி மீண்டும் காங்கிரஸுக்கு வழிகாட்டும் பொறுப்பை ஏற்றுக் கொண்டதும் யுத்த எதிர்ப்புப் பிரச்சாரம் செய்யும் பொருட்டு தனிநபர்களை சத்தியாகிரகத்தில் ஈடுபடுத்த விழைந்தார். நாடெங்கிலுமிருந்த காங்கிரஸ் கமிட்டிகள் சத்தியாகிரக கமிட்டிகளாக மாற்றப்பட்டன. மாகாண பிரதமர்களாகவும் அமைச்சர்களாகப் பதவி வகித்தவர்களும் மத்திய மாகாண சட்டசபைகளின் அங்கத்தினர்களும் சத்தியாகிரகத்தில் ஈடுபட்டு சிறை புக வேண்டும் என்று அவர் கேட்டுக் கொண்டார். சத்தியாகிரகிகள் தாமாக முன் வந்தாலும் காந்தி தன்னுடைய அகிம்சையிலும் ஆக்கப்பணிகளிலும் நம்பிக்கைக் கொண்டோரை மட்டுமே போராட்டத்தில் ஈடுபட அனுமதித்தார். தனி நபர் சத்தியாகிரகத்தில் வினோபா, நேரு, ராஜாஜி, மௌலானா ஆசாத் உள்ளிட்ட இரண்டாயிரத்துக்கும் அதிகமானோர் கைது செய்யப்பட்டிருந்தனர். சுபாஷின் உடல்நிலை மோசமடைந்ததால் அரசு அவரைச் சிறையிலிருந்து விடுவித்து வீட்டுக்காவலில் வைத்தது.

உணவுக்கூடம் கிட்டத்தட்ட திறந்த வெளியாக இருப்பதால் அங்கு ஈக்களுக்குப் பஞ்சமிருக்கவில்லை. சாப்பிடுவதைத் தவிர வேறேதும் வேலையில்லாதது போல காந்தி மிக மெதுவாக ரொட்டியை காய்கறிக்கூட்டில் தொட்டு நான்காக மடித்து வாயிலிட்டுக் கொண்டார். கணவருக்கு உணவு பரிமாறி விட்டு அமர்ந்திருந்த கஸ்தூர் கையிலிருந்த விசிறியால் சுற்றிலும் மொய்த்த ஈக்களை வீசி ஓட்டினார். கணவரின் மனம் எதிலோ ஆழ்ந்திருப்பதை அவரால் உணர முடிந்தது.

“பாப்பு... சொல்லுங்க” என்றார்.

மனைவியின் இசைவுக்காகக் காத்திருந்தவர் போல பேசினார், “என்னுடைய எல்லா மகன்களும் என்னைக் குற்றம் சுமத்துக்கிறார்கள் இல்லையா பா?”

“யார்தான் யார் மீதுதான் குற்றம் சுமத்தவில்லை... மனிதர்களால் எல்லோரையும் திருப்திப்படுத்தவியலாது.”

“எல்லோரையும் பத்தி நா பேசல.”

கஸ்தூருக்குப் புரிந்தாலும் அதை வெளிக்காட்டிக் கொள்ளாமல் “அவர்கள் உங்களை உணர்ந்து கொண்டு விட்டார்கள்” என்றார் வெறுமனாக.

"ஆமா... எனது மூத்தமகனைத் தவிர மற்றவர்கள் என்னை மன்னித்து விட்டார்கள்... மன்னித்தும் விடுவார்கள்" அவர் இதைச் சொன்னபோது கஸ்தூர் கணவரின் கண்களையே பார்த்தார். அவை தன்னளவில் சுருங்கியிருந்தன. முகத்தின் தசைகள் வலியை அனுபவிப்பவன போல் இழுபட்டு நின்றன.

"பா.. என்னுடைய பரிசோதனைகளின் விளைவு அவன்."

கஸ்தூர் எதையும் பேசவில்லை.

சிறிது நேரம் நிலவிய மௌனத்துக்குப் பிறகு அவர் "அவனுக்கு கடவுள்தான் நல்வழியைக் காட்ட வேண்டும். காட்டுவார். அவன் நிச்சயம் திருந்திடுவான். ஆயிரங்கணக்கான நூற்றுக்கணக்கான ஏமாற்றங்கள் அழிக்க முடியாத நம்பிக்கையைத் தரும் என்று எங்கோ எப்போதோ படித்ததை இப்போது எனக்குள்ளாகவே சொல்லிக் கொள்கிறேன் பா..." என்றார்.

அவர் சாப்பாட்டை முடித்துக் கொண்டு எழுந்தபோது கஸ்தூர் தயாராக வைத்திருந்த நீர்க் குவளையை அவரிடம் நீட்டினார்.

"அவன் சதிஷ்பாபுவிடம் அடிக்கடி பணம் கேட்டுத் தொல்லை செய்கிறானாம்."

"ஓ... கடிதம் வந்திருந்ததா?" என்றார் இறுகியக் குரலில்.

"ஆமா... அவனுக்குப் பணம் கொடுக்க வேண்டாம். எல்லாத்தையும் அவன் குடிச்சே அழிச்சிடுவான்னு பதில் எழுதி அனுப்பிட்டேன்."

காந்தி வயிற்றில் போட்டுக் கொள்ளும் களிமண் பற்றுக்கான களிமண்ணை ஒரு சட்டியில் ஏந்தியபடி அங்கு வந்த மீரா அவரிடம் பார்வையால் அனுமதி வேண்ட, அவர் ஆமோதிப்பாகத் தலையசைத்தார்.

அவர் பற்றுப் போட ஏதுவாகப் படுத்துக் கொண்டார். அருகிலிருந்த மனைவியிடம் "இது என்னை வருங்காலத்தோடு ஒட்ட வைக்கிறது" என்றார்.

கஸ்தூர் புரியாமல் பார்க்க "இனி என் வருங்காலம் அதுதானே?" என்றார்.

"நான் உங்களுக்கு முன்பே போய் சேர்ந்து விடுவேன்."

“முன்னோ பின்னோ அனைவரும் ஒருநாள் போய்ச் சேர வேண்டியதுதானே?”

சிறிது நேர மௌனத்துக்குப் பிறகு “பா... நான் என்னுடைய அகிம்சை பரிசோதனையில் ஜெயிப்பேனா இல்லையான்னு யோசிச்சது இல்ல. ஆனா என்னுடைய கடமைகளை தொய்வில்லாமல் முடிச்சிருக்கேன்ங்கிற திருப்தி எனக்கிருக்கு. நான் பலன்களை எதிர்பார்க்கல.”

“சரிதான்” என்றார் கஸ்தூர். தனது குடிலுக்குச் செல்வதாகக் கணவரிடம் சொல்லி விட்டு அங்கிருந்து கிளம்பினார்.

தனிநபர் சத்தியாகிரகம் தொடங்கி ஒரு வருடம் கடந்த நிலையில் கைது செய்யப்பட்டவர்கள் விடுதலையாகத் தொடங்கியிருந்தனர். இயக்கத்தை முடித்து விட வேண்டும் என்று சிலர் அபிப்பிராயப்பட்டபோது காந்தி, இயக்கத்தின் வேகமும் நடையும் போக்கும் எனக்குத் திருப்தி தருவனவாக இருக்கின்றன. அகிம்சை வழியில் அது தானாகவே வேகம் பெறும். கடவுளின் குணங்களில் அகிம்சையும் ஒன்று. அவர் விரும்புகிறபோது அது பூரணத்துவம் பெறும் அதிசயம் நிகழும் என்றார்.

நாடு உலகப்போரை நோக்கிய கவனத்திலும் தனிநபர் சத்தியாகிரகம் போன்ற உள்நாட்டு விவகாரத்திலும் கவனத்தைத் திருப்பியிருக்க, போஸ் மாறுவேடம் பூண்டு மகிழுந்து மூலமும் புகைவண்டி மூலமும் கால்நடையாகவும் பயணித்து பிஷாவர் வழியாக காபூல் சென்று அங்கிருந்து இத்தாலி கடவுச்சீட்டின் மூலம் ரஷ்யா சென்று அங்கிருந்து ஜெர்மனியின் தலைநகரான பெர்லினுக்குப் பறந்து சென்றார்.

57

பேரன் சான்டி மண்டியிட ஆரம்பித்திருக்கிறானாம். இந்தச் சேதி காதில் விழுந்ததிலிருந்து ஹரிலாலுக்கு மூத்தவள் ராமியைப் பார்க்க வேண்டும் என்ற எண்ணம் தோன்றிக் கொண்டேயிருந்தது. குழந்தையாக அவர் கைகளில் நெகிழ்ந்து தவழ்ந்து மண்டியிட்டு முதன்முதலாகத் தனது மழலை மொழியால் அவரை அப்பா... என அழைத்தவள். இன்று தன்னை விட்டு எங்கோ பிரிந்து சென்று கொப்பும் குலையுமாக வாழ்கிறாள். மனிதன் தன் வாழ்வில் துணையை மட்டும் இழக்கக் கூடாது... இழக்கவே கூடாது. ஆனால் அதுதான் எனக்கு வாய்த்திருக்கிறது. அனைத்து துரதிருஷ்டங்களையும் சுமப்பதற்கென்றே என் விதி எழுதப்பட்டிருக்கிறது. மகளை நேரில் சென்று பார்க்கும் முன் கடிதமாவது எழுதி விட வேண்டுமென நெஞ்சம் துடித்தது.

சொல்ல தோன்றியவைகளையெல்லாம் கடிதமாக எழுதி முடித்த பிறகு பேனா முனை ராமியின் முகவரிக்காகக் காத்து நின்றது. முகவரி... அது... அது நினைவிலிருந்து அழிந்திருந்தது. எப்போதும் இப்படி நிகழ்ந்ததேயில்லை. வேறு எதிலாவது எழுதி வைத்திருக்கிறேனா..? அவசரமாகத் தன் பையைக் கொட்டிக் கவிழ்த்தார். இரண்டொரு உடுப்புகளைத் தவிர கிழிந்த உள்ளாடைகள் மட்டுமே இருப்பென காட்டியது அது. எப்படி மறந்து போனேன்? யோசிக்க யோசிக்க நினைவுகள் உள்ளே நழுவிக் கொண்டேயிருந்தது. எழுதிய கடிதத்தை எடுத்து வைத்துக் கொண்டபோது அது ராமியைப் பார்ப்பது போலவே இருந்தது. கண்களில் முட்டிய கண்ணீரைத் துடைத்துக் கொண்டு கடிதத்தை நெஞ்சோடு அணைத்துக் கொண்டார். அப்படியே உறங்கிப் போனார். விழித்தெழுந்தபோது டில்லிக்குப் பயணம் கிளம்பும் முடிவும் அவருள் எழுந்திருந்தது. அது கனவில் எடுத்த முடிவா... அல்லது எண்ணங்களின் கனம் இழுத்துச் செல்கிறதா.. ஏதோ ஒன்று. இப்போது அவருடைய தாயார் சிகிச்சைக்காக டில்லிக்குத்

தம்பி தேவதாஸின் வீட்டுக்குச் சென்றிருக்கிறார். அவரைப் பார்த்து விட்டு வர வேண்டும். உள்ளம் ஒருமித்துக் குவிய அவர் அதனை நோக்கி நகரலானார்.

காந்தி தனக்குத் தெரிந்த வைத்திய முறைகளையெல்லாம் பரிசோதித்திருந்தார். கஸ்தூரின் உடல்நிலை எதற்கும் மசிவதாக இல்லை. மருத்துவத்துக்கான ஆராய்ச்சிக் கட்டுரைகளை சமர்ப்பிக்கும் பொருட்டு டில்லியில் தங்கியிருந்த சுசீலாநய்யரின் வைத்தியத்திலும் பாதுகாப்பிலும் அவருக்கு நம்பிக்கை இருந்தது. மனைவியை டில்லிக்கு அனுப்ப விழைந்தார். மகாதேவ் தேசாய் கஸ்தூரை வார்தா நிலையத்தில் ரயிலேற்றி விட தேவதாஸ் தன் தாயாரை டில்லி ரயில் நிலையத்தில் அழைத்துக் கொண்டார். வந்திறங்கும்போதே கடும் காய்ச்சலிருந்தது அவருக்கு. அவர் உடலைப் பரிசோதனைக்கு உட்படுத்தியபோது நுரையீரலில் நிமோனியா கிருமிகள் பரவுவதைக் கண்டறிய முடிந்தது. கஸ்தூரின் உடல்நிலையை விளக்கியும் அவருக்குத் தொடர் சிகிச்சை தேவைப்படுவதையும் குறித்து சுசீலா காந்திக்கு கடிதம் மூலம் தெரிவித்திருந்தாள்.

தேவதாஸின் ஆறு வயதான மகன் ராஜ்மோகன் தன் தாயார் செய்வது போல தானும் தனது பிஞ்சுக் கரத்தால் பாட்டியின் கால்களைப் பிடித்து விட்டான். எப்போதும் தன்னைப் பாசமாக மடியில் தூக்கி வைத்துக் கொள்ளும் பாட்டி இப்படி கண்களை மூடிக் கொண்டு கிடப்பது நான்கு வயது சிறுவனான ராமச்சந்திரனுக்கு உவப்பானதாக இல்லை. அம்மா அவரை அக்கா தாராவின் துணையோடு எழுப்பி உட்கார வைப்பதும் உடலைத் துடைத்து விடுவதும் மருந்துகள் கொடுப்பதுமாக இருந்தபோது அவன் பாட்டியையே கண் கொட்டாது பார்த்தான்.

சுசீலாவின் தொடர் மருத்துவக் கவனிப்பு கஸ்தூரை மெல்ல மீட்டெடுத்துக் கொண்டிருந்தது. அவரால் இப்போது கஞ்சியும் ரொட்டியும் சிறிதளவாவது எடுத்துக் கொள்ள முடிந்தது. உடலில் லேசாகத் தெம்பு ஏற்பட அவர் தாமாகவே எழுந்து அமர்ந்துக் கொண்டார். தயங்கி நின்ற பேரனைக் கையசைத்து அருகே அழைத்தார். காத்திருந்தவன் போல மடியில் அமரப் போன இளவலைத் தாரா தடுத்தாள். “பாட்டிக்கு உன்னை மடியில் வச்சுக்க முடியாதில்ல… பக்கத்தில உட்கார்ந்துக்கோ.”

“உங்களுக்கு என்னாச்சு பாட்டீ… ஏன் படுத்திட்டு இருந்தீங்க?”

“இல்லையே... நான் இப்போ எழுந்திரிச்சிட்டேன் பாரு...” கஸ்தூர் தன் பற்களற்ற வாயால் சிரித்தபோது அது கொள்ளை அழகாகத் தெரிய அவன் அருகே வந்து அவரின் சுருக்கம் விழுந்த கைகளை தொட்டுப் பார்த்தான். அவர் தன் பலவீனமான கையால் அவன் இடுப்பை வளைத்து அணைத்துக் கொண்டார்.

“பாட்டீ... எழுந்திரிங்க...” ராமச்சந்திரன் செல்லமாகச் சிணுங்கிக் கொண்டே அவரது தலையணையை உருவி இழுக்க அதிலிருந்து தாள் கற்றையொன்று பொத்தென்று விழுந்து தாள்களாக சிதறின. சிதறியவற்றைச் சேகரித்தபோது லட்சுமியின் அதரங்களில் புன்னகை மின்னியது. அது அவளது மாமனார் தனது மனைவியின் உடல்நலனை விசாரித்து தொடர்ந்து அனுப்பிக் கொண்டேயிருந்த தந்திகளும் கடிதங்களும் அடங்கிய பேப்பர் கத்தை. மாமியார் எதையோ தலையணைக்கடியிலிருந்து எடுத்தெடுத்துப் பார்ப்பதை லட்சுமியும் கவனித்திருக்கிறாள்.

“பா... நீங்கள் துளசி ராமாயணத்தில் பதிபக்தி காண்டத்தைப் படித்துக் கொண்டேயிருந்தீர்கள் அல்லவா? அதுதான் உங்களைக் காப்பாற்றியிருக்கிறது” என்றாள் லட்சுமி, விளையாட்டும் நிஜமுமாக.

வெட்கமாகச் சிரித்தார் கஸ்தூர். “போனமுறை காய்ச்சல் வந்து கிடந்தப்போ அவர் என்னைப் பார்க்காமலே நடைப்பயிற்சிக்கு கிளம்பிட்டார். அதை அவரிடம் சொல்லி வருத்தப்பட்டேன்... அதான்...” தயங்கித் தயங்கி இழுத்தாற்போல சொன்னார்.

“ஆனா நீங்க அதை பாராயணமில்ல செய்திருக்கீங்க...” என்று சிரித்தாள் லட்சுமி.

ஹரிலால் வந்திருக்கிறாராம். யாரோ சொன்னார்கள். சேதியைக் கேட்டதுமே கஸ்தூர் வலிமை பெற்றவர் போல எழுந்து கொண்டார். சட்டென்று எழுந்து அமர்ந்து விட்ட பாட்டியைக் குழந்தைகள் அந்நியப்பார்வை பார்த்தன. தேவதாஸ் தன் அண்ணனை வரவேற்று அமர வைக்க லட்சுமி அவருக்கு வணக்கம் தெரித்தாள்.

“ராஜ்மோகன்... இங்கே வாயேன்” அருகே அழைத்தார் ஹரிலால்.

“அவர் உன் பெரியப்பா...” தாராவை அழைத்து வந்து அறிமுகப் படுத்தினார் தேவதாஸ். ஆளே அடையாளம் தெரியாதளவுக்கு தோற்றப்பொலிவை இழந்திருந்தார் ஹரிலால்.

இரண்டே நாட்களில் குழந்தைகள் மூவரும் பெரியப்பாவுடன் ஒட்டிக் கொண்டன. அவர் கூட தன் தாயாரிடம் சிறு குழந்தையைப் போல அளவளாவிக் கொண்டேயிருந்தார். பிள்ளைகளை தூக்கி மடியில் வைத்துக் கொண்டு கொஞ்சினார். ஆனால் தம்பியுடன் பேசும்போது சற்று தயக்கம் காட்டினார். காந்தியின் படிப்புக்கு உதவி செய்வதற்கு நன்றி சொன்னார். லட்சுமிக்கு தன் மூத்த கொழுந்தனாரைக் குறித்துக் கேள்விப்பட்ட விஷயங்கள் எல்லாம் பொய்யோ என தோன்றியது. வயதிற்குத் தகுந்த முதிர்வும் கனிந்த அன்பும் எதையும் விரைந்து புரிந்து கொள்ளும் ஆற்றலும் பெற்றவர் ஏன் தகப்பனார் விஷயத்தில் மட்டும் மாறுபட்டு நிற்கிறார்?

அன்று அவர் கிளம்புவதாகச் சொன்னபோது அவள், நீங்க இங்கேயே இருந்துடுங்களேன், என்றாள். கஸ்தூர் மகனைப் கெஞ்சலாக பார்த்தார். இருவருக்குமான ஒரே பதிலாக “இல்லைம்மா... கிளம்பணும்” என்றார் ஹரிலால். தன் பையை எடுத்து தோளில் மாட்டிக் கொண்டு தெருவில் இறங்கி நடந்தவரைக் காணும்போது பரிதாபமாக இருந்தது லட்சுமிக்கு. சற்று தொலைவு சென்றதற்கு பிறகு அங்கிருந்தே பிள்ளைகளை நோக்கிக் கையாட்டினார். பிறகு அவர் திரும்பிப் பார்க்கவில்லை.

ஜூன் மாத மத்தியில் உலகமே எதிர்பாராத வகையில் சோவியத் ருஷ்யா மீது ஹிட்லரின் ஜெர்மனி படையெடுத்தது. அதுவரை நிடுநிலையிலிருந்து வந்த ருஷ்யா ஜெர்மனிக்கெதிராக போரில் இறங்க, அதனுடன் பிரிட்டனும் அமெரிக்காவும் இணைந்து கொண்டன. கம்யூனிச நாடுகளும் முதலாளித்துவ நாடுகளும் நேச நாடுகள் ஆயின. சீனா இவர்களோடு உறவுக் கொள்ளத் தொடங்கியதும் அனைத்துலகிலும் உள்ள கம்யூனிஸ்ட் கட்சிகள் இப்போது போரைப் பற்றிய தங்கள் கருத்தை மாற்றிக் கொண்டன.

அன்று யுத்தத்தை எதிர்த்து நேரு உரையாற்றிய பெருங்கூட்டத்தில் மக்கள் திரளுக்கு நடுவே சிறு தீவு போல கம்யூனிஸ்ட் கும்பல் நின்று இடையூறு செய்து கொண்டிருந்தது. “இது மக்கள் யுத்தம்” என்று ஒரே குரலாகக் கோஷமிட்டது.

“இது மக்கள் யுத்தமா என்று நீங்கள் மக்களிடமே கேட்டுப் பாருங்கள்” மேடையிலிருந்தபடியே கர்ஜித்தார் நேரு.

வாயடைத்து நின்ற கூட்டத்திடம், "காந்தி நம் கூனலை நிமிர்த்தி விட்டார். எங்கள் முதுகெலும்பை வலுப்படுத்தி விட்டார். நிமிர்ந்த முதுகின் மேல் எவரும் அமர்ந்து சவாரி செய்ய முடியாது" என்று சவால் விட்டார்.

உலகளவில் போர்க்களம் விரிவடைந்திருந்த நிலையில் வைஸ்ராய் லின்லித்தோ பத்து மாதங்களுக்கு முன்னர் தான் விடுத்த அறிக்கையின்படி நிர்வாகச் சபையில் ஐரோப்பியர் மூவர் மற்றும் இந்திய ராணுவத்தின் தலைமை தளபதி இவர்களோடு புதிதாக இந்தியர்கள் எண்மரைச் சேர்த்து சபையை விரிவுப்படுத்தினார். அரசியல் கைதிகள் அனைவரையும் ஏககாலத்தில் விடுவிக்க அவரிட்ட உத்தரவு காங்கிரஸின் தனிநபர் சத்தியாகிரகத்தை கேலிக்கூத்தாக்குவது போலிருந்தது. தனக்கு விதிக்கப்பட்டிருந்த ஓராண்டு சிறைத்தண்டனை முடிந்து விடுதலையான ராஜாஜி சத்தியாகிரக இயக்கம் பூரணமாகத் தோற்று விட்டது. அதை நிறுத்தி விட்டு அகிம்சையின் எல்லைகளை உணர்ந்து செயல்பட வேண்டும். காங்கிரஸ் தன் நிலையைத் திரும்பவும் தெளிவுபடுத்தி அதை மக்கள் முன் வைக்க வேண்டும் என்றார். ராஜாஜியின் கருத்துக்குக் காங்கிரஸில் ஆதரிப்போர் யாரும் இல்லை என்றாலும் விடுதலையான பலருக்கும் மீண்டும் சிறை செல்வதில் நாட்டம் ஏற்படவில்லை.

போர் கடுமையாகிக் கொண்டிருந்தது. ஜப்பான் அமெரிக்காவின் வலிமை மிக்க கடற்படைத் தளங்களில் ஒன்றான "பெர்ல்" துறைமுகத்தின் மீது குண்டு வீசி இரண்டு கப்பல்களை மூழ்கடித்தது. அதுவரை போரில் ஈடுபட்டிருந்த நாடுகளுக்கு ஆயுதங்கள் வழங்குவதோடு நின்றிருந்த அமெரிக்காவும் போரில் இறங்கி விட, ஐரோப்பா அளவிலிருந்த போரானது உலக பெரும் போராக மாறியது. ஆசிய நாடான ஜப்பானின் வெற்றி, போரை இந்தியாவுக்கருகே கொண்டு வந்திருந்தது.

58

ஹரிலால் அறையின் மேற்கூரையைப் பார்த்தபடியே படுத்திருந்தார். சுத்தமற்ற சுகாதாரமற்ற அந்த அறை எலிகளின் சொர்க்க வாழ்க்கைக்கான கதவுகளை அகலத் திறந்து வைத்திருந்தது. அதற்கு பகலென்றும் இரவென்றும் ஏதுமில்லை. எந்நேரமும் சுதந்திரமாக நடமாடியது. அதற்கான உணவுப் பொருட்கள் இல்லாத நிலையில் அவரது பைக்குள் புகுந்து குஞ்சுகளை இட்டிருந்தது. அவர் பையைத் திறந்தபோது வெடுக்கென்று ஓடிய தாய் எலி பிள்ளைப் பெற்ற பசியில் அவருடைய உடைகளைக் கூட மென்று வைத்திருந்தது. எழுந்து விரட்டுவதற்குத் திராணியற்றவராகப் படுத்திருந்தார் அவர். அவர் செய்ய நினைத்த எல்லா வியாபாரங்களும் தோல்வியில் முடிய காந்தியின் மகன் என்ற ஒன்றே இன்று வரை பசியை ஆற்றிக் கொண்டிருக்கிறது. அம்மாவும் அப்பாவும் நீடூடி வாழட்டும். வாழ வழியற்ற இந்த ஏழை மகனால் பிரார்த்தனைகளைத் தவிர வேறெதை வழங்க முடியும்? ஒருக்களித்துப் படுத்த போது கண்களிலிருந்த வழிந்த நீர் தலையணையில் விழ அவர் அதைத் துடைத்துக் கொண்டு எழுந்து உட்கார்ந்து கொண்டார். சுயபச்சாதாபம் கொள்வதை அவர் விரும்புவதில்லை.

“அகிம்சைக்கு ஒரு எல்லை காண வேண்டும்” என்றார் ராஜாஜி. ராஜாஜியின் கருத்துக்கு ஆதரவு இருந்தது.

“போர் நெருங்கிக் கொண்டிருக்கும் இத்தருணத்தில் நம்மிடையே ஒற்றுமையில்லாமல் போய் விடக் கூடாது” காங்கிரஸ் தலைமை ராஜாஜிக்கு வலியுறுத்தியது.

“கொள்கை மாறுபாடு அத்தனை பெரிய குற்றமல்ல. சட்டசபை பகிஷ்காரம் காங்கிரஸின் கொள்கையாக இருந்தபோது அதை எதிர்த்து தேசபந்துவும் மோதிலால்நேரும் இங்கிருந்து கொண்டே சுயராஜ்யக் கட்சியை நடத்தவில்லையா? காங்கிரஸின்

அதிகாரபூர்வ யுத்தக் கொள்கையை எதிர்த்து சுபாஷ் ஃபார்வர்ட் பிளாக் கட்சியை உருவாக்கவில்லையா? ஜெயப்பிரகாஷ் தன் கூட்டாளிகளோடு சேர்ந்து காங்கிரஸ் சோஷலிஸ்ட் கட்சி தொடங்கியதைக் குற்றம் என்பீர்களா?"

"பெருந்தலைவர்கள் விதண்டாவாதம் பேசுவது சரியல்ல சி.ஆர்."

"இது விதண்டாவாதம் அல்ல. எனது கொள்கை. இதைச் சொல்வதற்கு எனக்கு உரிமையும் இருக்கிறது. இது மக்களுக்கான போர் என்று கோஷம் போட்டுக் கொண்டு பிரிட்டிஷாருக்கு ஆதரவாகச் செயல்படும் கம்யூனிஸ்டுகளை நீங்கள் காங்கிரஸிலிருந்து வெளியேற்றி விட்டீர்களா என்ன?"

காந்தி தான் கட்சியிலிருந்து வெளியேறி விடுவதாகத் தலைமைக்குக் கடிதம் எழுதினார். அகிம்சையில் நம்பிக்கை வைக்காத காங்கிரஸுக்கு தலைமை வகிக்க தன்னால் இயலாது என்றார்.

இந்திய விடுதலைப் போரில் அகிம்சை உறுதியாக கடைப்பிடிக்கப் படுமென்றும் சுதந்திர இந்தியாவிலும் இயன்ற வரையில் அகிம்சை கொள்கை பின்பற்றப்படும் என்றும் அகிம்சை விஷயத்தில் ஒரு வரம்பு வகுத்துக் கொண்ட காங்கிரஸின் நிலைக்குக் காந்தியடிகள் பொறுப்பேற்க வேண்டியதில்லை என்றும் தன் நிலையைத் தெளிவுபடுத்தி காங்கிரஸ் தலைமை அவருக்கு விடுதலையளித்தது.

உலகப்போர் தீவிரமடைந்து கொண்டே வந்தது. சீனாவைச் சிறிது சிறிதாக ஆக்கிரமித்துக் கொண்டிருந்த ஜப்பானிடம் சிங்கப்பூரும் பர்மாவும் தோற்று வீழ்ந்தன. அங்கிருந்த பிரிட்டிஷ் படைகள் தன் காலனி நாடுகளை ஜப்பானிடம் காட்டி கொடுத்து விட்டு தமது நாட்டுக்குத் தப்பியோடின. ஐரோப்பாவிலும் ஜெர்மனி பல நாடுகளைக் கைப்பற்றிக் கொண்டே ருஷ்யாவின் பெரும் பகுதிக்கு முன்னேயிருந்தது. பிரிட்டனின் நிலைமை நாளுக்கு நாள் மோசமாகிக் கொண்டே வந்தது. லண்டன் நகரின் மீது ஜெர்மன் விமானங்கள் குண்டுமாரி பொழிந்தன. பிரிட்டன், அமெரிக்கா, ருஷ்யா போன்ற நேச நாடுகள் ஜப்பான், ஜெர்மனி, இத்தாலி ஆகிய அச்சு நாடுகளை வெல்வது அரிது என்று உலகம் நினைக்கத் தொடங்கியிருந்தது.

ஹரிலால் வந்ததும் சென்றதும் கனவு போலிருந்தது கஸ்தூருக்கு. எங்கோ விழுந்து எலும்பு முறிவோடு வந்த மகனுக்கு வேண்டிய மருத்துவ உதவிகளை அவர் கணவர் ஏற்பாடு செய்திருந்தார்.

தாயார் அன்பை உணவில் குழைத்துப் பரிமாறியபோது மனம் தடுமாறினாலும் ஹரிலாலின் இயல்பான குணம் அவரை அங்கிருக்க விடவில்லை.

"இங்கேயே தங்கி விடுவதாக உறுதி அளித்திருந்தாயே ஹரி..."

மகன் மெதுவாகக் குணமடைந்திருந்தால் கூட தேவலாம் போலிருந்தது அவருக்கு.

"அவன் இங்கு தங்கி விடுவான் என்று நம்பிக்கை வைக்காதே பா.."

"இல்லை பாப்பு... அவன் இந்த முறை நம்மை ஏமாற்ற மாட்டான். இங்கேயே தங்கிடறேன்னு உறுதிக் கொடுத்திருக்கிறான்" என்றார் விட்டுக் கொடுக்காமல்.

"இவையெல்லாமே பணத்துக்காகப் பேசிய பேச்சு. அவனை இன்னுமா நீ நம்பிக் கொண்டிருக்கிறாய்?" அப்போது அவர்கள் நடைப்பயிற்சியிலிருந்தனர். அன்றைய நடையை அவர்கள் தங்களிருவருக்கு மட்டுமே சொந்தமாக்கிக் கொண்டிருந்தனர்.

"அவன் நம்மை விட்டு எப்போதோ போய் விட்டான் பா..." என்றபோது காந்தியின் நடை சற்றுத் தள்ளாடியது.

"அப்படியே கொஞ்ச நேரம் உட்கார்ந்துக்குவோம்" என்றார் கஸ்தூர்.

"உன் உள்ளம் எதையெல்லாமோ எண்ணுவது புரிகிறது பா. ஆனால் செயல்களுக்கான விழைவும் முனைப்பும் மட்டுமே நம்முடையவையாக இருக்கணும். விளைவுகள் பற்றி யோசிப்பது சரியானதல்ல."

காயோ... பழமோ அதன் வித்து நாம்தானே... உள்ளத்தில் ஓடிய வார்த்தைகளுக்கு ஒலிக் கொடுக்காமல் அமர்ந்திருந்தார். கணவர் கூறிய வார்த்தைகள் அவருள்ளத்தில் தாய்மை என்ற இடத்தைக் கடந்து ஊடுருவிய போது அவ்வுண்மை ஏற்படுத்திய உறுத்தல் அவரை மௌனம் காக்க வைத்தது.

இந்தியாவில் போரச்சம் சூழத் தொடங்கியிருந்தது. நாடு முழுவதிலிருந்தும் அயல் நாடுகளிலிருந்தும் காந்தியின் கருத்தை அறிவதற்கும் அடுத்த கட்ட நடவடிக்கையாக எதை தீர்மானிக்கவிருக்கிறார்கள் என அறிந்து கொள்ளும் பொருட்டும் வார்தாவுக்கு ஆட்கள் வந்து கொண்டேயிருந்தனர். எந்த

நவீனங்களையும் வசதிகளையும் உள்வாங்கிக் கொள்ளாத வார்தா ஆசிரமம் வெயிலின் அணைப்பிற்குள் அனலாக வெந்து கிடந்தது.

"பாப்பு நீங்கள் காங்கிரஸில் யாராகத்தான் இருக்கிறீர்கள்?"

"பாப்பு... எங்களுக்குக் காந்தி வேறு... காங்கிரஸ் வேறல்ல. நீங்க அதிலேர்ந்து விலகுவது சரியானதா இல்லைங்க அய்யா."

அவர் புன்னகைத்தார். "நான் காங்கிரஸிலிருந்து முற்றிலும் விலகிடலயே. இப்போதும் காங்கிரஸின் ஊழியன்தான். இந்தியாவுக்குச் சுயராஜ்யம் தருவதாகப் பிரிட்டிஷ் அரசு அறிவித்து விட்டால் போரில் அதனுடன் ஒத்துழைக்கத் தயார் என்று காரியக் கமிட்டி அறிவித்து விட்டது. எனது நிலை அதுவல்ல. நான் உண்மை அகிம்சை என்ற என்னுடைய இரண்டு கொள்கைகளுக்கேற்ப எப்போதும் காங்கிரஸுக்குத் தொண்டு செய்பவனாகவே இருப்பேன்."

அவர்கள் அதை ஏற்றுக் கொண்டவர்களாகத் தெரியவில்லை.

"கட்சியே வேணாம் பாப்பு... நீங்க என்ன சொன்னாலும் நாங்க கேட்போம். சத்தியாகிரகம் செய்யணுமா? சிறைக்குப் போகணுமா? என்ன பண்ணனும் சொல்லுங்க.. நமக்குத் தேவை சுயராஜ்ஜியம். அதற்குத் தேவை உங்க தலைமை" அவர்கள் உணர்ச்சி வயப்பட்டவர்களாக இருந்தனர்.

காந்தி அவர்களை மெல்ல உணவுக்கூடத்துக்கு அழைத்து வந்தார். தட்டிகளால் அமைக்கப்பட்ட அந்த எளிய உணவுக்கூடத்தில் அவர்கள் நுழைந்தபோது வரிசையாக வைக்கோல் தடுக்குகள் போடப்பட்டு அதன் முன்பாகப் பித்தளைத் தட்டுகள் வைக்கப்பட்டிருந்தன. அங்கிருந்த பெரிய சட்டுவங்களில் வேக வைத்த பசலைக்கீரையும், ரொட்டிகளும் அதற்குத் தொடுகறியாக வேக வைத்தக் காய்கறிகளும் உருளைக்கிழங்கும் பிரார்த்தனைக்கு பிறகு பரிமாறப்படக் காத்திருந்தன.

"பாப்பு... ஜப்பானியப் படைகள் இந்தியாவில் நுழைந்து விட்டால் இந்தியர்களின் கதி என்னாகும்?" சாப்பாடு முடியும்வரை காத்திருக்கத் தொண்டர்களுக்குப் பொறுமையில்லை.

"பிரிட்டனின் வழக்கமே அடிமைப்பட்ட நாடுகளை ஆக்கிரமிக்க வந்த நாட்டிடம் காட்டிக் கொடுப்பதுதானே?" என்றார் மற்றொருவர்.

காந்தி தன்னருகே இருந்த சட்டுவத்திலிருந்து வேக வைத்த வெங்காயங்களையும் மாம்பழத்துண்டுகளையும் எடுத்து அவர்களின் தட்டில் பரிமாறினார். பேச்சு காதில் விழுந்ததற்கு ஆமோதிப்பாகத் தலையை அசைத்துக் கொண்டார்.

"பாப்பு... வெளியில் வேறு விதமாகவும் பேசிக் கொள்கிறார்கள்" என்றபோது காந்தி அவர்களை நிமிர்ந்து பார்த்தார்.

"பிரிட்டிஷாரை விரட்ட நமக்குப் போதிய பலம் இல்லாதபட்சத்தில் ஜப்பானியப் படைகள் இந்தியாவிற்குள் நுழைந்து பிரிட்டிஷாரை துரத்தி விட வேண்டும் என்று ஒரு தரப்பார் எண்ணுகின்றனர்."

"ஆமாம் பாப்பு... எனக்கும் அது சரியானதாகத்தான் தோன்றுகிறது. எப்படியாவது அவர்கள் இந்தியாவை விட்டு வெளியேறினால் போதும்."

"இரண்டுக்கும் என்ன வேறுபாடு இருக்கிறது நண்பரே... பிரிட்டிஷாருக்குப் பதிலாக ஜப்பானியர்கள். எஜமானர்கள் மட்டுமே மாறுவார்கள். ஜப்பானியப் படையெடுப்புக்குப் பிறகு பிரிட்டிஷார் வெளியேறுவதை விட இப்போதே வெளியேறி விடுவதே நல்லது" என்றார் காந்தி.

அதற்குள் அவர் உண்டு முடித்திருந்தார். உண்பதற்காகப் போட்டுக் கொண்ட செயற்கைப் பல் வரிசையைக் கழற்றி எடுத்தார். கஸ்தூர் எடுத்து வந்த கண்ணாடிக் குப்பியிலிருந்த நீரால் கைகளையும் செயற்கைப் பற்களையும் சுத்தப்படுத்திக் கொண்டு துவாலையில் துடைத்துக் கொண்டார். அவர்கள் உணவுக்கூடத்திலிருந்து வெளியே வந்தனர்.

"பாப்பு... இந்த ஆசிரமம் பணக்காரர்களின் ஆதரவில்தான் நடக்கிறதாம். காங்கிரஸ் கட்சியே பெரும்பெரும் வர்த்தகர்களின் கையில் இருக்கிறது என்று பேசிக் கொள்கிறார்கள்."

"எல்லாமே உண்மைதானே" அவர் தன் குடிலை நோக்கி நடந்தார். மதிய வெயில் எல்லோரையும் வறுத்துக் கொண்டிருந்தது.

"அப்படியானால் அற நோக்கில் அவர்களுக்குக் காங்கிரஸ் கடமைப்பட்டு விடுகிறதல்லவா?"

"இல்லை... அவர்களின் எண்ணங்கள் எங்களை இதுவரை பாதித்ததில்லை. என்னுடைய நோக்கத்திலும் தூய்மையிலும் நான் உறுதியான நம்பிக்கைக் கொண்டிருக்கிறேன்."

குடிலை வந்தடைவதற்குள் வியர்த்துப் போன விருந்தினர்கள் அங்கிருந்த நீரை குவளை குவளையாகக் குடித்துக் கொண்டேயிருந்தனர்.

"இங்கு எதற்குமே பஞ்சமில்லை. வேண்டிய மட்டும் குடிங்க" என்றார் காந்தி.

59

பிரிட்டன் ஆக்கிரமித்திருந்த ஆசிய நாடுகளை ஜப்பான் வென்று முன்னேறிக் கொண்டிருந்தது. ஜப்பானை முறியடிக்க இந்திய மக்களின் சக்தியனைத்தையும் திரட்டுவதற்குப் பிரிட்டிஷ் அரசுக்கும் இந்திய காங்கிரஸுக்குமிடையே உடன்படிக்கை கண்டாக வேண்டுமென்பதில் அமெரிக்கா, ரஷ்யா மற்றும் சீனாவும் தீவிரமாக இருந்தன. அவை கொடுத்த நிர்ப்பந்தத்தின்பேரில் பிரிட்டிஷ் பிரதமர் சர்ச்சில் தம் அமைச்சரவையில் அங்கம் வகித்த சர் ஸ்டாப்போர்ட் கிரிப்ஸ் என்பவரைப் பிரிட்டன் சார்பில் இந்தியாவுக்கு அனுப்பி வைத்தார்.

ஜப்பானின் தாக்குதலிலிருந்து தாயகத்தைக் காப்பாற்றிக் கொள்ள இந்திய மக்கள் தங்கள் சக்தியனைத்தையும் திரட்ட வேண்டும் என்றார் காந்தி.

பிரிட்டன் கிரிப்ஸிடம் அனுப்பிய தூதில், யுத்தத்துக்குப் பிறகு முற்றிலும் இந்தியரே அடங்கிய சபை உருவாக்கப்படுமென்றும் அச்சபை இந்தியாவுக்கான அரசியல் திட்டத்தைத் தயாரிக்கும் என்றும் அந்தச் சபைக்குப் பிரிட்டிஷ் இந்தியா தன் பிரதிநிதிகளைத் தேர்ந்தெடுத்து அனுப்புமென்றும் மூன்றில் ஒரு பகுதி அங்கத்தினர்களைச் சுதேச மன்னர்கள் நியமிப்பார்கள் என்றும் சேதி அனுப்பப்பட்டிருந்தது.

கிரிப்ஸுக்கும் காந்திக்கும் நடந்த இரண்டேகால் மணி நேர சந்திப்பின் முடிவில் “மிஸ்டர் கிரிப்ஸ்... நீங்கள் இந்தியாவுக்கு அளிக்க முன் வந்தது இதுதான் என்றால் நீங்கள் ஏன் இங்கே வந்தீர்கள் என்றுதான் கேட்பேன். இந்தியாவுக்கு நீங்கள் வகுத்துள்ள முழுத்திட்டமும் இதுவே என்றால், அடுத்த விமானத்திலேயே நீங்கள் புறப்பட்டு விடுங்கள் என்று உங்களுக்கு யோசனை கூடச் சொல்வேன்” என்றார்.

கிரிப்ஸ் தனித்தனியாகத் தலைவர்களைச் சந்தித்தபோதிலும் முஸ்லிம் லீக், சீக்கியர், இந்து மகாசபை, ஒடுக்கப்பட்டோர், மிதவாதிகள் என்ற எத்தரப்பின் அங்கீகாரத்தையும் அவரால் பெறவியலவில்லை.

காங்கிரஸ் புதிய சிந்தனையுடன் செயல்பட்டு பிரிட்டிஷாருக்கு மனமாற்றத்தை ஏற்படுத்தி மத்தியிலும் மாகாணங்களிலும் ஆட்சிப் பொறுப்பை ஏற்க வழி செய்யவில்லையானால் இந்தியாவை ஜப்பான் விழுங்கி விடுவது உறுதி. கொள்கையளவில் பாகிஸ்தான் சிந்தனையை ஏற்றுக் கொள்வதனால் உடனடியாக இந்தியாவின் மற்றப் பகுதிகளுக்குச் சுதந்திரம் கிடைக்கவும் காங்கிரஸும் முஸ்லிம் லீகும் சமரசம் செய்து கொள்ளவும் முடியும் என்ற தனது கருத்தை ராஜாஜி சென்னை மாகாண சட்டமன்ற காங்கிரஸ் கட்சிக் கூட்டத்தில் தீர்மானமாக நிறைவேற்றியதோடு அலகாபாத்தில் நடக்கவிருக்கும் காங்கிரஸ் மாநாடுக்கு அத்தீர்மானத்தைப் பரிந்துரைக்கவும் செய்தார். அடிமைத்தனம் நீடிப்பதை விட தேசத்தைத் துண்டாடுவது குறைவான கெடுதல்தான் என்று அபிப்பிராயப்படுவதாகச் சொன்ன ராஜாஜியின் கருத்து வடநாட்டில் பெருத்த அதிர்ச்சியை ஏற்படுத்தியது.

"இங்கு வெயில் மிகவும் அதிகம் ஃபிஷர். செருப்பையும் தொப்பியையும் கழற்றி விடாதீர்கள். வெப்பம் உங்களை வறுத்துத் தள்ளி விடும்" என்றார் காந்தி. லூயி ஃபிஷர் என்ற அந்த அமெரிக்கப் பத்திரிகையாளர் தனது பணியின் நிமித்தம் காந்தியின் விருந்தினராக வார்தா ஆசிரமத்தில் தங்கியிருந்தார்.

"அடுத்த தடவை இந்தியாவுக்கு வரும்போது சேவாகிராமில் குளிர்சாதன வசதி செய்து வைத்து விடுங்கள். அது இயலவில்லையெனில் நீங்கள் வைஸ்ராயின் மாளிகைக்குச் சென்று விடுங்கள் மிஸ்டர் காந்தி" அந்த அமெரிக்கரின் செவ்வுடல் வெயிலில் கன்றிப் போயிருந்தது.

"அப்படியே செய்கிறேன்" காந்தியின் முகத்தில் குறும்புக் கொப்பளித்தது.

ஃபிஷர் தான் வார்தாவில் தங்கியிருந்த ஒரு வார காலம் மொத்தத்தையும் நேர விரயமின்றி காந்தியுடனேயே செலவழித்து விட வேண்டுமென்று ஆர்வம் கொண்டவர் போலிருந்தார். அவருக்குக் காந்தியின் ஆளுமையின் மீது அலாதியான

ஆச்சரியமிருந்தது. மிருதுவான தோலும் அழகான உடலும் அதிசயத்தக்க திறன் கொண்ட அகன்ற மார்பும் நீண்ட கால்களும் கச்சிதமாக நகம் வெட்டப்பட்ட விரல்கள் கொண்டவருமான அழகராக காந்தியின் புறத்தோற்றம் ஃபிஷருள் பதிவாகியிருந்தது. முழங்கால் வரையிலான வேட்டியும் கால்களில் பழைய செருப்பும் அணிந்திருந்தவரின் நடைக்கு இளைஞர்கள் கூட போட்டியிட முடியாது. அவரது கண்களைத் தவிர மற்ற உறுப்புகள் அத்தனை அழகானவை அல்ல என்றாலும் எல்லாமும் சேர்ந்த அவர் முகம் அழகாகவே இருக்கிறது. ஏனென்றால் அதில் ஒளி இருக்கிறது என்றெண்ணிக் கொண்டார் லூயிஃபிஷர்.

அன்று மதியம் இரண்டிலிருந்து மூன்று வரை காந்தியுடனான நேர்காணலுக்கென ஃபிஷருக்கு நேரம் ஒதுக்கப்பட்டிருப்பதாக பியாரிலாலிடமிருந்து தகவல் வந்தபோது ஃபிஷர் நீர்த்தொட்டியிலிருந்தார். வெப்பம் தாளாமல் நாளொன்றுக்கு மூன்றுமுறையாவது குளிக்க வேண்டியிருந்தது ஃபிஷருக்கு. இயற்கை இப்படிக் கூட அனல் கக்குமா என்றெழுந்த ஆச்சர்யத்தை விட யாரையும் எதிரி என்று கருதாத காந்திக்கு இங்கு நிறைய எதிரிகள் இருப்பது அதிக ஆச்சர்யத்தை உண்டு பண்ணியது. ஜின்னா அவரை எதிர்ப்பதில் குறியாக இருக்கிறார். முஸ்லிம்களை அவருக்கு எதிராகத் திரட்டுகிறார். இந்துமத சனாதனிகள் அவர் இந்து மதத்தை சீர்குலைக்கிறார் என்று சாபமிடுகின்றனர். இந்துமதத்தில் உள்ள குறைபாடுகளையெல்லாம் களைந்து தீண்டாதோர்களை இந்துமதத்துக்குள் தொடர்ந்து இருத்தி வைக்க வேண்டும் என்ற காந்தியின் நிலைப்பாட்டை அம்பேத்கர் தீவிரமாக மறுக்கிறார். தீண்டாதோர் என கருதப்படும் தங்களைப் பாதுகாக்கத் தனிச்சமூக அமைப்பு வேண்டும் என்ற தனது கொள்கையை அனுமதிக்காத காந்தியை தன் இனத்துக்கு எதிரானவராகக் காட்டுவதில் அவர் முனைப்போடிருக்கிறார். காந்தி தனது உள்ளத்தின் இருட்டு மூலைகளையெல்லாம் தனக்குத் திறந்து காட்டியிருக்கிறார் என்றும் மகாத்மா என்ற பதத்துக்கு அவர் முற்றிலும் தகுதியற்றவர் என்றும் பரப்புரை செய்து வருகிறார்.

ஃபிஷருக்கு எண்ணியெண்ணி ஆச்சரியப்பட நிறையவே காரணிகள் இருந்தன. இவரால் மட்டும் எப்படி அரசர்கள், பணக்கார தொழிலதிபர்கள், ஏழை குடியானவர்களென மாறுபட்ட தனிப்பட்டவர்களிடையிலும் தொடர்பை ஏற்படுத்திக் கொள்ள முடிகிறது? அதனால்தான் இவரைப் பற்றி

காலமில்லாத காலத்தில் மரங்களெல்லாம் பூத்தன. பாம்பு அவரை வணங்கியது என்றெல்லாம் கதைகள் ஜோடிக்கப்படுகின்றன. ஒருவேளை அவையெல்லாம் உண்மைதானோ? எது எப்படியோ இந்தியா அவருக்கு மிகவும் கடமைப்பட்டிருக்கிறது. அவர் இல்லையென்றால் அரசியல் கருத்துக்களில் இவ்வளவு விரைவில் புரட்சியோ மாற்றமோ ஏற்பட்டிருக்காது. காந்தி இதையெல்லாம் பொருட்படுத்துவாரா அல்லது அப்படியே கடந்து விடுவாரா? அவருக்குக் கோபம் வரும் என்றாலும் அதைக் கூட நிதானமாக கையாள்கிறார். தன் மனோவேகத்துக்கு மற்றவர்களும் வர வேண்டும் என்ற எதிர்பார்ப்பு அவருக்குண்டு.

பேட்டியின்போது காந்தி கூறிய கருத்துக்களை ஃபிஷரின் இடது மூளை பதிந்து கொண்டாலும் வலது மூளை அவரை உள்ளும்புறமும் அளவீடு செய்து பிரமித்துக் கொண்டிருந்தது. அவரை பொறுத்தவரை தனி வாழ்க்கையும் பொது வாழ்க்கையும் ஒன்றுதான். பேட்டியின் முடிவில் கூட அதையே அவர் வலியுறுத்தினார்.

"தனிமனிதனின் வளர்ச்சியும் சமூக வளர்ச்சியும் ஒன்றோடொன்று இணைந்துதான் வளர வேண்டும் மிஸ்டர். ஃபிஷர்.. சரி... இன்றைக்கு இது போதும். உங்களுக்குக் கொடுக்கப்பட்ட நேரம் முடிந்திருக்கும் என்று நினைக்கிறேன்" என்றார்.

லூயி ஃபிஷர் தட்டச்சு இயந்திரத்தின் முன் அமர்ந்தபோது நேரம் மூன்று மணி எட்டு நிமிடங்கள் என்றது. காந்தியின் குடிலிலிருந்து அவர் தங்கியிருந்த விருந்தினர் குடிலுக்கு நடந்து வர எடுத்துக் கொண்ட எட்டு நிமிடங்களைக் கழித்தபோது காந்தியின் பேட்டி முடிந்த நேரம் சரியாக மூன்று மணியாக இருந்ததை ஆச்சரியமாக உணர்ந்தார். இந்த தனி மனிதர் இன்னும் எத்தனையெத்தனை அதிசயங்களை உள்ளடக்கியவரோ தெரியவில்லை... எடுத்து வந்த குறிப்புகளை இரு கைகளின் விரல்களும் அனிச்சையாக தட்டச்சு செய்யத் தொடங்கியிருந்தாலும் அவர் மனம் இன்னும் காந்தியிடமிருந்து மீளவில்லை. தட்டச்சுப் பணிகளை முடித்து விட்டு மீண்டும் காந்தியின் குடிலுக்குச் சென்றபோது அவர் மல்லாந்துப் படுத்து கண்கள் மூடிக் கொண்டிருந்தார். வயிற்றில் களிமண் பற்று போடப்பட்டிருந்தது. உள்ளே செல்லலாமா வேண்டாமா என்று கால்கள் பின்னலிட நின்றிருந்தவரைக் காந்தியின் குரல் வரவேற்றது.

"வாங்க மிஸ்டர் ஃபிஷர்."

“ஓ... நன்றி...” தனது காலடியோசை காந்திக்குப் பரிட்சயமாகி விட்டது குறித்து ஃபிஷருக்குப் பெருமிதமாக இருந்தது. உள்ளே சென்று அமர்ந்து கொண்டார். களிமண் பற்று தன் எதிர்காலத்தை நினைக்க வைக்கிறது என்று நேற்று காந்தி தன் மனைவியிடம் சொல்லிக் கொண்டிருந்தபோது ஃபிஷரும் அங்கிருந்தார்.

“நேற்று பா விடம் பேசிக் கொண்டிருந்ததை நினைத்துக் கொண்டீர்களா?”

“நீங்கள் மிக்க இளமையாக இருக்கிறீர்கள். மண்ணோடு மண்ணாவது பற்றி நினைக்க மாட்டீர்கள் என்று நினைத்தேன்” என்றார் பிஷர் வியப்பை வெளிக்காட்டாதவராக.

“நீங்கள், நான் நாம் எல்லோருமே முன்னோ பின்னோ ஒருநாள் அப்படியாக வேண்டியதுதானே?

ராஜாஜியின் கொள்கை மாறுபாட்டால் அலகாபாத் காரியக் கமிட்டிக் கூட்டத்தில் விவாதம் அனல் பறந்தது. அதேசமயம் கமிட்டி உறுப்பினர்கள் கூட்டத்தில் காந்தி கலந்து கொள்ளாதது பெரும் வெற்றிடத்தை ஏற்படுத்தியதாக உணர்ந்தனர். ராஜாஜி தன் கருத்தை முன் வைத்தபோது அதை நேருவோ பட்டேலோ மௌலானா ஆசாத்தோ யாருமே ஏற்கவில்லை. எந்த ஒரு தனி மாகாணத்திற்கோ இனத்துக்கோ சாதிக்கோ சுதந்திர இந்தியாவிலிருந்து பிரிந்து தனி ஐக்கியம் ஏற்படுத்திக் கொள்ள உரிமை உண்டு என்று சொல்கிற எந்த சுதந்திரத்தையும் இந்தியா ஏற்காது. நாட்டைத் துண்டாடும் எந்தச் சக்திக்கும் காங்கிரஸ் அனுமதி தராது. மக்களின் நன்மைக்காகவும் இந்திய தேசிய ஒருமைப்பாடு பாதிக்கப்படாமலிருக்கவும் காங்கிரஸ் பாடுபடும் என்பதாகத் தீர்மானம் நிறைவேற்றியது.

ராஜாஜியைப் பத்திரிகையாளர்கள் சூழ்ந்துக் கொண்டனர்.

“எனது வழிக்கு காங்கிரஸ் திரும்பாவிடில் சென்னை மாகாணம் இந்தியாவிலிருந்து பிரிந்து விடும்” என்றார் ராஜாஜி.

கேள்வி கேட்டவர் ராஜாஜியின் வார்த்தைகள் தன் காதில் சரியாகத்தான் விழுந்ததா என்று நிச்சயப்படுத்தவியலாதிருந்தார்.

வெயிலும் வேலைகளும் சற்று தணிந்திருந்தது. நாராயண் தேசாயும் துர்க்காபென்னும் கொட்டையெடுத்து பதப்படுத்தப்பட்ட

பஞ்சுகளை மூட்டைகளாக்கிக் கொண்டிருந்தனர். மகாதேவ் சர்க்காவின் முன்னமர்ந்து நூற்றுக் கொண்டிருந்தார்.

"அந்த அமெரிக்காக்காரர் ஊருக்குக் கிளம்பறதுக்கு முன்னால் நம்ப குடிலுக்கு வருவதாகச் சொல்லியிருக்கார்" என்றார் மனைவியிடம்.

"ம்.. வரட்டும் தாராளமாக."

"அப்பா... அவருக்குக் காலையுணவு கொடுக்கப் போகும்போது அவர் இந்த வெயில் உங்களையெல்லாம் உருக்கலையா சின்னப்பையான்னு கேட்டார். அவங்க ஊர்ல இப்படி வெயில் அடிக்காதா?" இடைப்புகுந்தான் நாராயண்.

"அதான் செக்கச்செவேல்னு இருக்காரே?" என்றாள் துர்க்காபென். முன்னறையில் நிழலாட, உட்கார்ந்தவாறே எட்டிப்பார்த்தவர் "அவர்தான் வந்திருக்கார்" என்றாள் குரலைத்தழைத்து.

"வாங்க.. வாங்க..." என்றார் தேசாய். துர்க்காபென் அவரை வரவேற்று விட்டு தண்ணீர் எடுத்து வர உள்ளே சென்றாள். பொழுது மங்கிக் கொண்டு வந்தது. நாராயண் விளக்கைத் தூண்டி விட்டு அவர்களருகே வைத்தான்.

"இப்படியான ஆசிரம வாழ்க்கை உங்களுக்கு பழகிப் போயிடுச்சு. அதனால் கஷ்டம் தெரியில இல்லையா?" என்றார் ஃபிஷர்.

"கஷ்டம்னு நினைக்கல. இப்படியானதை விரும்பிதானே இங்கே வந்தோம்" என்றார் தேசாய் புன்னகையோடு.

"இங்கு நிறைய காந்திகள் இருக்கீங்க... ஆனா மூலாதார காந்திக்கு மக்கள் மீதுள்ள பிடிப்புக்கு மூலாதாரம் எது என்று யோசித்து யோசித்துப் பார்த்தேன்."

"ஓ... முடிவைக் கண்டடைந்து விட்டீர்களா?"

"ஓவியனுக்கு வரைவதில் ஆர்வம். சிற்பிக்குச் செதுக்குவதில் ஆர்வம். காந்திஜிக்கு மக்கள் மீது ஆர்வம். அதில்தான் அவரின் வேட்கை குவிந்துள்ளது."

"சரியாகத்தான் கணித்துள்ளீர்கள் ஃபிஷர்."

"இல்லை.. இன்னும் சரியாகக் கணிக்க வேண்டும். அவரின் இந்த வேட்கைக்கு அடி வேர் எதுவாக இருக்கும்?"

“மனிதனின் இயல்புகளை உயர்த்தி மாற்றி விடுவதில் அவர் பேரார்வம் கொண்டுள்ளார்.”

”ஆண் பெண் காமத்தையுமா?”

“காமம், குரோதம், மோகம் எல்லாவற்றையும்தான். அவர் தம்மைத் தாமே பரிபூரணமாக அடக்கிக் கொண்டிருக்கிறார். இது அபரிதமான ஆற்றலை அவருக்குக் கொடுத்திருக்கிறது.”

“ஆம்.. ஆர்வமானவர் ஆனால் அடக்கமானவர். தீவிரம் மிகுந்தவர் என்றாலும் மென்மையானவர். அவர் கொள்ளும் உறுதியில் நயம் இருக்கிறது. ஆத்திரப்பட்டாலும் பொறுமைக் காக்கிறார். தன்னுடைய ஆத்மார்த்த அரசியல் தோழர்களையும் ஏன் முழு உலகத்தையுமே தன்னந்தனியே எதிர்த்து நிற்கும் ஆற்றல் அவருக்குண்டு.”

“சரியாகத்தான் கணித்திருக்கிறீர்கள்.”

“இன்னவெல்லாம் பெற வேண்டும் என்பதல்ல அவர் நோக்கம். தாம் இன்னவாறு உருவாக வேண்டும் என்பதை லட்சியமாகக் கொண்டிருக்கிறார். எதற்கும் அஞ்சாததால்தான் அவரால் சத்திய வாழ்வு வாழ முடிகிறது. தனி மனித அறம், பொதுப்பணி இரண்டும் ஒன்றாக இணைந்த உருவம் அவர்.”

அவர் தன் முன்னிருந்த குவளை நீரை மடமடவென்று சரித்துக் கொண்டார்.

“எத்தனை நீர் அருந்தினாலும் தாகம் தீருவதேயில்லை. அத்தனை வறட்சி”

நாராயண்தேசாய் மற்றொரு குவளையில் நீரெடுத்து வந்தபோது அதை ஆர்வமோடு வாங்கிக் கொண்ட ஃபிஷர் “இன்றிரவு நான் உண்ணப் போவதில்லை. தண்ணீரே வயிற்றை அடைத்துக் கொண்டது” என்றார்.

“இங்கிருக்கும் உணவு உங்களுக்குப் பிடிக்கவில்லையாமே?” வம்புக்கிழுத்தார் தேசாய்.

“ஆமாம்... உங்கள் காந்திக்கு அகிம்சையெல்லாம் மற்றவற்றில்தான். உணவு விஷயத்தில் ருசியைக் கொன்றல்லவா விடுகிறார்.”

கலகலவென்று சிரித்தான் நாராயண் தேசாய். அவனோடு மற்றவர்களும் சேர்ந்து கொண்டனர்.

60

பிரிட்டிஷ் தன் நிலைப்பாட்டை மாற்றிக் கொள்ள சிறிதும் தயாரில்லை என்பது கிரிப்ஸின் தூது தெளிவாகக் காட்டியிருந்தது. இந்தியா சம்பந்தமாக மற்றொரு முயற்சி செய்து பார்க்கும்படி வின்ஸ்டன் சர்ச்சிலை ரூஸ்வெல்ட் வற்புறுத்துவார் என்பது நேருவின் எதிர்பார்ப்பாக இருந்தது. ஆனால் எதுவுமே நடக்காத நிலையில் நேரு உட்பட இந்திய மக்கள் நம்பிக்கையிழந்திருந்தனர். ஜப்பான் ஆக்கிரமிப்பால் ஆயிரக்கணக்கான அகதிகள் இந்தியாவை நோக்கி வரத் தொடங்கினர். கொழும்பு நகரில் ஜப்பானின் போர் விமானங்கள் குண்டுகள் வீசின. அவை சென்னை நகரை கதிகலங்க வைத்தது. தவிர இந்தியாவிலும் சில இடங்களில் விமானம் மூலம் குண்டு வீசப்பட்டது. எந்த நிமிஷத்திலும் ஜப்பானியப் படைகள் அரக்கான் வழியாக வட இந்தியாவிலும் இலங்கை வழியாகத் தென்னிந்தியாவிலும் புகுந்து விடும் என்ற அச்சம் காந்தி உட்பட தலைவர்களுக்கு ஏற்பட்டது. எந்நிலையிலும் இந்தியாவைப் பிரிட்டன் பாதுகாக்கப் போவதில்லை என்பது உறுதியாகப் புரிந்தாலும் இந்தியர்களுக்குச் செயல்களில் இறங்கும் அதிகாரம் இல்லாமலிருந்தது.

ஆசிரமம் அரசியல் பரபரப்புகளால் நிறைந்திருந்தது. காரியக்கமிட்டி போராட்டத்திற்கான எந்தவித செயல் திட்டத்தையும் உறுதிப்படுத்தாத நிலையில் பீகாரிலிருந்து ராஜேந்திர பிரசாத் வந்திருந்தார். நாட்கள் கழிந்து ஆகஸ்ட் மாதத்தை நெருங்கிக் கொண்டிருக்கும் நிலையில் வெயிலின் தாக்கம் சற்றுக் குறைந்திருந்தது

“முதலில் காங்கிரஸ் கமிட்டிப் போராட்டம் குறித்து ஒரு முடிவுக்கு வரட்டும் பிரசாத்.”

“காத்திருப்புக்கு நேரமில்லை பாப்பு. நாடு இப்போது அவசர நிலையிலிருக்கிறதே?”

"அரசாங்கத்தின் நிலைப்பாடு பற்றியும் ஒன்றும் தெரியில. கமிட்டியிலும் கருத்து வேறுபாடுகள் நிலவுது. இவையெல்லாம் ஒன்று கூடி வராத நிலையில் என் மூளைக்கு எந்த செயல்திட்டத்தையும் வகுக்கத் தெரியவில்லையே."

"சம்பாரணில் நீங்கள் எங்களை வழிநடத்தியது ஞாபகத்துக்கு வருது பாப்பு."

காந்தி மென்மையாகச் சிரித்தார்.

"ஆனால் ஜின்னா தனது வழியைத் தனிமைப்படுத்திக்கிட்டே போறார். முஸ்லிம்கள் தனி நாட்டைச் சேர்ந்தவர்கள். அவர்களுக்கும் இந்தியாவுக்கும் சம்பந்தம் கிடையாது. முஸ்லிம்கள் பெருவாரியாக இருக்கும் மாநிலங்களைத் தனித்தியங்கும் மாநிலங்களாக அறிவிக்க வேண்டும் என்று முஸ்லிம் லீக் தீர்மானம் நிறைவேற்றியிருக்கு. இது எதுவுமே சரியானதாகத் தோணல"

"பிரிவினைவாதத்துக்கு பிரிட்டிஷாரின் மறைமுக ஆதரவு இருக்கு. ஜனாப் ஜின்னா காங்கிரஸ் முன்னெடுக்கும் போராட்டங்களுக்கு நேர் எதிரான நிலைப்பாட்டை எடுப்பவராக இருப்பதால் காங்கிரஸ் மிக கவனமாக இயங்க வேண்டியிருக்கு இல்லையா?"

"அகிம்சாபூர்வமான நாசவேலைகளில் தந்தி, தொலைபேசி கம்பிகளை வெட்டுவது. ரயில் தண்டவாளங்களைப் பெயர்ப்பது என்பதெல்லாம் அடங்குமா?" கேள்வி கேட்டவரை நிமிர்ந்து பார்த்தார் காந்தி.

"பாப்பு... இது என் கேள்வி மட்டுமல்ல. போராட்டம் பற்றி நீங்கள் அறிவிப்பு வெளியிட்டு விட்டால் இவையெல்லாம் மக்கள் மனதில் சந்தேகங்களாக முளைக்கும். அதனால்தான் கேட்டேன்."

"அகிம்சையாவதும் இம்சையாவதும் எந்த நோக்கத்துடன் அந்த வேலையைச் செய்கிறோம் என்பதிலும் அது எவ்விதமாக செய்யப்படுகிறது, அதனால் என்ன விளைவுகள் ஏற்படுகின்றன என்பதையும் பொறுத்தது. மரவேலைகளுக்காக மரத்தை வெட்டுவதும் போராட்டத்துக்காக மரத்தை வெட்டிப் போடுவதும் ஒன்றா? அகிம்சை புரட்சி என்பது கூட அதிகாரத்தைக் கைப்பற்றும் திட்டமல்ல. இரு நாட்டுக்கும் உள்ள உறவுகளை மாறுதல் அடையச் செய்வதே அதன் நோக்கம். அந்த மாறுதல்

ஏற்பட்டு விட்டால் அதன் பலனாக அதிகாரம் தானாகவே மாறி விடும்” என்றார் காந்தி.

காங்கிரஸ் தலைவர் மௌலானா ஆசாத் நாட்டு மக்களுக்கு விடுத்த அறிக்கையில், இந்தியா யுத்தத்தில் பங்கு கொண்டிருப்பது அதன் சுயேச்சையான முடிவல்ல. தனது போக்கை தானே நிர்ணயித்துக் கொள்ளும் அதிகாரம் அதற்கு இருந்திருப்பின் யுத்தத்தில் ஈடுபடாமல் இருந்திருக்கும். இந்திய மக்களிடையே பிரிட்டன் மீது வெறுப்பும் வெற்றிகளைக் குவித்து வரும் ஜப்பானிய படைகளின் மீது திருப்தியும் வளர்ந்து வருகிறது. இந்த நிலையை நீடிக்க விட்டால் மக்கள் செயலற்று ஜப்பானின் ஆக்கிரமிப்பை ஏற்றுக் கொண்டு விடுவார்கள். ஏகாதிபத்திய எதிர்ப்புப் போரை தொடங்க வேண்டிய தருணம் வந்து விட்டது. தொடங்கவிருக்கும் போருக்குத் தலைமை தாங்கும் பொறுப்பை மோகன்தாஸ் காந்திக்கு அளிப்பதாகக் காரியக்கமிட்டி தீர்மானித்துள்ளதாகவும் இது பற்றி ஆலோசித்து முடிவெடுக்க ஆகஸ்ட் எட்டாம் தேதியன்று பம்பாயில் அகில இந்திய காங்கிரஸ் கமிட்டி கூடுமென்றும் தெரிவித்திருந்தார்.

கஸ்தூர் சற்று உடல்நலம் தேறியிருந்தார். தேவதாஸும் லட்சுமியும் அவரை நன்றாகக் கவனித்துக் கொண்டதைப் போல பேரப்பிள்ளைகளும் அவர் மீது பாசமாகவே இருந்தனர். சுசீலா கூட நல்லப்பெண்தான். பகட்டுக்காக இல்லாமல் உள்ளார்ந்த அன்புடன் கவனித்துக் கொள்கிறாள். கஸ்தூருக்கு தன் உடல்நிலைக் குறித்து நம்பிக்கை ஏற்பட அவர் மகனிடம் வார்தாவுக்குப் புறப்படுவதாகக் கூறியிருந்தார். டெல்லியின் தட்பவெப்பமும் கணவரை அருகிலிருந்து கவனிக்க முடியாத நிலையும் அவரை அவசரப்படுத்தியிருந்தது.

“தென்னிந்தியப் பெண்ணாக இருந்தாலும் நீயும் எங்களைப் போலவே ரொட்டிகளை மெல்லீசா வார்க்கிறாய் லட்சுமி” என்றார் கஸ்தூர்.

கீற்றாகப் புன்னகைத்த இதழோடு மேலும் ஒரு ரொட்டியை மாமியாரின் தட்டில் எடுத்து வைத்தாள் லட்சுமி. பொக்கையான வாயில் உணவை மென்று உண்ண முடிவதில்லை அவரால்.

“அப்பா எங்களைப் படிக்க வச்சிருக்கலாம் அம்மா...” என்றார் தேவதாஸ், குழந்தைகளின் தட்டில் தொடுகறியை வைத்தவாறு.

கஸ்தூர் எதுவும் பேசவில்லை. மகன்கள் எல்லோருக்கும் அது குறித்து குறையிருக்கிறது. அது எப்போதாவது அசந்தர்ப்பமாக வெளியாகி விடுகிறது. சிறுவயதில் மகன்களின் கல்விக்காக மட்டுமல்ல நல்ல துணிமணிகளுக்காகவும் கூட அவர் கணவரிடம் போராடியிருக்கிறார். தென்னாப்பிரிக்காவில் இருந்த சமயத்தில் மிலி போலக்கிடம் மகன்களுக்காகச் சிபாரிசு செய்ய சொல்லிக் கேட்டிருக்கிறார். ஆனால் அவரின் பிடிவாதத்துக்கு முன் எந்த வாதம் எடுபடும்?

தேவதாஸ் தன் மனைவியிடம் திரும்பி "இங்கிருக்கும் கல்வி அமைப்புகள் வழியாக எதையும் கத்துக்க முடியாதுன்னு அப்பா நினைச்சிட்டார். அதனால் அவர் எங்களைப் பள்ளிக்கூடத்துக்கே அனுப்பல. தென்னாப்பிரிக்காவில் எங்க குடியிருப்புக்கு வர்ற அப்பாவின் நண்பர்கள் புத்தகங்களை படிச்சுக் காட்டுவாங்க. கணக்கு சொல்லித் தருவாங்க. ஆனா அதுவும் தொடர்ச்சியாக இருக்காது. திடீர்ன்னு அவங்க ஜெயிலுக்குப் போயிடுவாங்க. ஒரு தடவை அம்மாவும் ஜெயிலுக்குப் போயிட்டாங்க. அப்போது நாங்கள் நிறைய கஷ்டப்பட்டோம்."

"அப்றம்... உங்களையெல்லாம் யார் பார்த்துக்கிட்டா அப்பா?" என்றாள் தாரா.

"தாத்தா தான்... உங்க தாத்தாதான் எங்க எல்லோரையும் பார்த்துக்கிட்டாங்க" என்றார் தேவதாஸ்.

பம்பாயில் கூடவிருக்கும் அனைத்திந்திய காங்கிரஸ் கமிட்டி கூட்டத்தில் கலந்துக் கொள்ள நாடெங்கிலுமிருந்து மக்கள் கூட்டம் அலையலையாக வரத் தொடங்கியிருந்தது. போர் எந்நேரமும் மூளலாம் என்ற சூழலில் இதுவே சுதந்திரத்துக்கான கடைசி யுத்தம் என்பதோடு காந்தியிடம் ஒப்படைக்கப்பட்டிருக்கும் சுதந்திரப் போராட்டப் கடுமையான தியாகங்களுக்கு உள்ளாக வேண்டியிருக்கும் என்பதையும் மீண்டும் ஊர் திரும்பும் வாய்ப்பு கூட ஏற்படாமல் போய் விடக் கூடும் என்பதையும் அவர்கள் எதிர்பார்த்தே வந்திருந்தனர். பரபரப்பாகவும் உற்சாகமாகவும் கூடிய கூட்டத்தில் திரும்பிய பக்கமெங்கும் மகாத்மா காந்திக்கு ஜே... என்ற கோஷங்கள் ஒலித்தன.

இந்தியாவிலிருந்து வெளியேறு என்று பிரிட்டனுக்கு ஆணையிடும் வகையில் வார்தாவில் நிறைவேறிய தீர்மானம் கூட்டத்தில் முன்

வைக்கப்பட, அந்தத் தீர்மானத்தின் மீது காந்தி இந்தியிலும் பின்னர் ஆங்கிலத்தில் உரையாற்றினார். அவருடைய பேச்சில் ஆர்வமும் நிதானமிருந்தது. மக்களிடம் சுதந்திரத்திற்கான வேட்கை இருந்தது.

இதுவே சுதந்திரத்தின் இறுதிப்போர். சென்ற நான்கு வருடங்களாக பொறுத்துப் பார்த்தாயிற்று. ஆங்கிலேய சர்க்கார் நம் பொறுமையை உணர்ந்ததாகத் தெரியவில்லை. பொறுமை நமது பலவீனத்தின் அறிகுறியாகி விடக்கூடாது. சில சமயங்களில் காரியத்தை மேற்கொள்ளாமல் பொறுத்திருப்பது கூட பலவீனமாகி விடும். பிறகு அதுவே மரணத்தின் மார்க்கமாகி விடும். நமது தற்கால நிலைமை அத்தகைய சந்தர்ப்பங்களில் ஒன்று. முதலில் சமாதானத்தின் மூலம் சுதந்திரத்தை நிலைநாட்ட முயற்சி செய்வேன். ஆங்கிலேய சர்க்கார் உடனடியாக இங்கிருந்து வெளியேற வேண்டும். இல்லாவிடில் காங்கிரஸ் அகிம்சை முறையில் தன் முழுபலத்தையும் கொண்டு போர் தொடங்கி விடும். இவ்விஷயத்தில் தலைவர் என்றும் தொண்டர் என்றும் பாகுபாடில்லை. எல்லோரும் அவரவர் பொறுப்பை உணர்ந்து சுதந்திரப் போராட்டத்தில் ஈடுபட வேண்டும். இதுவே நமது இறுதிப்போர். இப்போது பூரண முயற்சி செய்து சுதந்திரம் பெறாவிட்டால் நம் கதி அதோகதிதான். நாடு விடுதலை அடையும் வரை நாம் அமைதியடையக் கூடாது. இந்தியாவின் விடுதலை கனவை நனவாக்குவோம். அல்லது அதில் மடிந்துப் போவோம். ஆகவே இதையே தருணம் எனக் கொண்டு பூரண முயற்சி செய்வோம். இல்லையெனில் செத்து மடிவோம்.

அக்கூட்டத்தில் அவர் பேச்சைத் தவிர்த்து வேறு ஒலிகளில்லை.

நான் கற்பனை செய்து வைத்திருக்கும் ஜனநாயகத்தில், அதாவது அகிம்சை வழியில் நிறுவப்படும் ஜனநாயகத்தில் எல்லோருக்கும் சம அளவிலான சுதந்திரம் இருக்கும். எல்லோருமே அவரவருக்கு எஜமானர்களாக இருப்பர். அது போன்றதொரு ஜனநாயகத்துக்கான போராட்டத்தில் கலந்து கொள்ளத்தான் இன்று உங்களுக்கு அழைப்பு விடுக்கிறேன். இதை நீங்கள் உணர்ந்து கொண்டீர்கள் என்றால் இந்து முஸ்லிம் வேறுபாட்டை விடுத்து சுதந்திரத்திற்கான பொதுவான போராட்டத்தில் ஈடுபட்டிருக்கும் இந்தியர்களாக மட்டுமே உங்களை எண்ணிக் கொள்வீர்கள். காங்கிரஸ்காரர்கள் ஒவ்வொருவரும் தங்களைப்

போர்வீரர்களாகக் கருதி காங்கிரஸின் ஆணைகளைப் பின்பற்ற வேண்டும். உண்மையான போராட்டம் இந்தக் கணத்திலேயே தொடங்கி விடவில்லை. நீங்கள் சில அதிகாரங்களை என் கையில் ஒப்படைத்திருக்கிறீர்கள். அவ்வளவுதான்"

அவரது வார்த்தைகளில் ஆவேசமும் அமைதியும் இருந்தன. மரண தைரியத்துடன் இந்தியர்கள் தங்கள் பிறப்புரிமைக்கான போராட்டத்தைத் தொடக்கி வைப்பதன் உறுதியும் திறனும் வெளிப்பட்டன. மக்கள் அதனை அப்படியாகவே ஏந்திக் கொள்ள கூட்டம் மட்டுமே முடிந்திருந்தது. இயக்கம் தொடங்கியிருந்தது.

தன்னைச் சூழ்ந்து கொண்டவர்களிடம், "முதல் வேலையாக வைஸ்ராயிடம் காங்கிரஸின் கோரிக்கையை எடுத்துச் சொல்வேன். இதற்கு இரண்டு மூன்று வாரமாகலாம். நாம் எதை நினைக்கிறோமோ அதுவாகவே ஆகி விடுவோம். இந்தத் தருணத்திலிருந்து நாம் விடுதலை பெற்றவர்களாக எண்ணிக் கொள்வோம். விடுதலைப் பெற்றவர்கள் எப்படி செயல்படுவார்களோ அப்படியே செயல்படுவோம்" காந்தி தனது செயல்திட்டத்தைத் தெளிவுபடுத்தினார்.

பிரார்த்தனைக்குப் பிறகு இரவு உறங்கச் செல்லும்போது நேரம் நள்ளிரவைத் தொட்டிருந்தது. காந்தி படுக்கச் சென்ற பிறகே கஸ்தூரும் சுசீலாவும் தங்களுக்கான உறக்க அறைக்குச் சென்றனர்.

61

“பாப்புஜி இறுதிக்கட்ட போராட்டத்துக்கான முதலடியை எடுத்து வைத்து விட்டார். வைஸ்ராயுடனான சந்திப்பு வெற்றியடையாமல் போனால் போராட்டம் தொடங்கி விடும்.”

“வைஸ்ராய் காந்தியின் வேண்டுகோளை ஒப்புக் கொண்டே ஆக வேண்டும்.”

“ஆம்.. அவர்கள் நிலை அப்படி. அடி ஒவ்வொன்றும் இடி போன்று விழுகிறதல்லவா பிரிட்டனுக்கு.”

“இனி நாடு பிடிக்கும் ஆசை பிரிட்டனுக்கு எழவே கூடாது.”

“இரணடாம் உலக யுத்தத்தில் வாங்கிக் கொண்டிருக்கும் அடிகள் கூட அதற்குப் புத்தி புகட்டவில்லை. இந்தியா பிரிட்டனுக்குச் சரியான பாடம் கற்பித்து விடும்.”

“ஆம்... என்றும் மறக்காத பாடம்.”

ஊகங்களும் கருத்துகளும் விழிப்புணர்வும் தேசபக்தியும் சூறாவளியென மனங்களில் ஊடுருவி விடுதலை வேள்விக்கு ஆகுதிகளாயின. கிளர்ந்தெழுந்த உணர்வுகளை விரயம் செய்யாமல் வீரியம் சேர்க்க வேண்டிய தத்தமது பொறுப்பை அனைவருமே உணர்ந்திருந்தனர். மோகன்தாஸ்காந்தி மறுநாள் நடக்கவிருக்கும் தேசிய கொடி வணக்க விழாவிலும் ஊழியர் கூட்டத்திலும் கலந்து கொள்ளவிருந்தார். அதற்கான ஏற்பாடுகள் முழு வீச்சில் தயாராகிக் கொண்டிருந்தது.

நேரம் நள்ளிரவைக் கடந்திருந்தபோதிலும் அருகிலிருந்த மகாதேவ்விடமிருந்து அசைவுகள் வருவதை உணர்ந்தவராக காந்தி, “மகாதேவ்.. இன்னும் உறங்கவில்லையா?” என்றார்.

“பாப்பு... உங்களை இன்றிரவே கைது செய்து விடுவார்களாம். பேசிக் கொள்கிறார்கள்” என்றார் அவசரமாக. அவர் இன்னும் உறங்கவே தொடங்கவில்லை.

“ம்ஹூம்... இன்றைய தினத்தில் அரசாங்கத்துடன் நட்புணர்வோடு இருக்கும் என்னைக் கைது செய்யும் அளவுக்கு மேலிடத்தில் இருப்பவர்கள் முட்டாள்தனமாக நடந்து கொள்ள மாட்டார்கள்.”

“இல்லை பாப்பு... உங்களைக் கைது செய்வதற்கான ஆணை மாநாட்டு உரைக்கு முன்பே பிறப்பித்து விட்டார்களாம். தொலைபேசி இணைப்புகள் எதுவும் இயங்கவில்லை. தலைவர்களைக் கைது செய்யும் முன்பாக அரசாங்கத்தரப்பில் செய்யும் முன்னெச்சரிக்கை நடவடிக்கையல்லவா இது” ஏதோ உணர்ந்தவராகப் பேசினார் தேசாய்.

கஸ்தூர் தன்னருகே படுத்திருந்த சுசீலாவைத் திரும்பிப் பார்க்க அதை புலன்களால் உணர்ந்தவளாக “பா... நீங்களும் உறங்கலையா?” என்றாள் சுசீலா.

“இல்ல... உறக்கம் வர்ல.”

“தேவதாஸ்அண்ணாவோட பிள்ளைங்க ரொம்ப பாசமா பழகுறாங்க பா. எங்கூட நல்லா ஒட்டிக்கிட்டாங்க” பேச்சுக் கொடுத்தாள் சுசீலா.

கஸ்தூருக்கு முகமெல்லாம் சிரித்தது. “மூணும்மூணுதான். பாட்டீ... பாட்டீன்னு உசிரை விடும்ங்க” என்றார்.

“ஆமா பா... இனிமே நான் டில்லிக்குப் போகும்போது நேரே அங்கேதான் போகலாம்னு இருக்கேன்.”

“அதுசரி... நீ ஏன் டில்லியிலேர்ந்து படிப்பைக் கெடுத்துக்கிட்டு இப்போ ஓடி வந்தே?”

“எனக்கும் பியாரிலால் அண்ணாவுக்கும் நீங்களும் பாப்புவும்தானே எல்லாம். இங்கு அடுத்தடுத்து முக்கியமான நிகழ்வுகள் நடக்கும்போது நான் எப்படி அங்கே இருப்பேன்?”

கஸ்தூர் ஆமோதிப்பாய் தலையசைத்துக் கொண்டபோதே உறக்கம் அவரைத் தழுவிக் கொண்டது.

“பாப்பு.. அவர்கள் வந்து விட்டார்கள்” என்றார் மகாதேவ்தேசாய்.

“ம்ம்..” என்றபடியே எழுந்து அமர்ந்தார் காந்தி. அதற்குள் காவலர்கள் உள்ளே நுழைந்திருந்தனர்.

“எவ்வளவு நேரத்திற்குள் தயாராக வேண்டும் நான்?”

“அரைமணிக்குள்.”

அவர்கள் சிறுகுழுவாகப் பிரார்த்தனைக்காக அமர்ந்தனர்.

ஹரினே பஜதா ஹஜீ கோயினீ லாஜ்
ஜதா நதீ ஜாணி ரே...

காந்தி கண்களைத் திறந்தபோது அவருடன் மகாதேவ்தேசாய், மீராபென் ஆகியோரைக் கைது செய்வதற்கான காவல்துறை ஆணை அவருக்குக் காட்டப்பட்டது. விருப்பப்பட்டால் பியாரிலாலும் கஸ்தூரும் காந்திக்குத் துணையாக உடன் வரலாம் என்றனர் அதிகாரிகள்.

காந்தி மனைவியை அருகே அழைத்தார். “நான் இல்லாமல் உன்னால் இருக்க முடியாதென்றால் நீ வரலாம். ஆனால் நீயும் பியாரிலாலும் இங்கிருந்து என்னுடைய வேலைகளைத் தொடர வேண்டுமென்பதே என் விருப்பம்.”

கஸ்தூர் அதனை ஏற்றுக் கொண்டார்.

அவர்கள் புறப்பட்டனர்.

காந்தி கைது செய்யப்பட்ட சேதி மின்னல் வேகத்தில் பரவியதில் அவர் தங்கியிருந்த பிர்லா மாளிகையைச் சுற்றி மக்கள் கூட தொடங்கினர். காரியக்கமிட்டி உறுப்பினர்கள் அனைவரும் கைது செய்யப்பட்டு விட்டனராம். ஆனால் அவர்கள் எங்கு வைக்கப்பட்டிருக்கார்கள் என்பது ரகசியமாக வைக்கப்பட்டிருந்தது. விமானம் மூலம் கடத்தப்பட்டார்கள் என்றும் அந்தமான் சிறைக்குச் கொண்டு செல்லப்பட்டார்கள் என்றும் தென்னாப்பிரிக்காவில் ரகசியமாக வைக்கப்பட போகிறார்கள் என்பதாகவும் வதந்திகள் உலாவின. பம்பாய் நகரெங்கும் கொந்தளித்துப் போனது. மக்கள் ஆக்ரோஷம் கொண்டனர். பல இடங்களில் தந்திக் கம்பிகளும் தொலைபேசி இணைப்புக் கம்பிகளும் வெட்டப்பட்டன. போலீஸ் படைகள் முழு வீச்சில் முடுக்கி விடப்பட்டன.

காந்தி கைதானதைத் தொடர்ந்து தொண்டர் கூட்டம் கஸ்தூரை தொடர்ந்து சந்தித்த வண்ணமிருந்தனர். உடல்நலமின்மையோடு

ஓய்வின்மையும் சேர்ந்து கொள்ள களைத்துப் படுத்திருந்தவரை சுசீலா எழுப்பி அமர வைத்து உணவுக் கொடுத்தார்.

"பா... பம்பாய் நகர் முழுவதும் கலவரமாகக் கிடக்கிறது. இன்று மாலை சிவாஜி பூங்காவில் பாப்புஜி பேசுவதாக இருந்த கூட்டம் அவரில்லாமல் எப்படி நடக்கப் போகிறதோ தெரியல."

"அவருக்குப் பதிலா நான் பேசுறேன்."

சுசீலா கஸ்தூரரை ஆச்சர்யமாக ஏறிட்டாள். உடலுளைச்சலும் மனவுளைச்சலும் அவரை நிச்சயம் அமைதியின்மைக்குத் தள்ளியிருக்கும். ஆனால் அதைப் பொருட்படுத்தாத மனவுரத்தோடு எழுந்து அமர்ந்துகொண்டவரிடம், "பா நீங்க ரொம்ப பலவீனமாக இருக்கீங்க. காய்ச்சல் வேற அடிக்குது. இந்த நிலையில் உங்களைக் கைது செய்து விட்டால்?"

"அதையும் எதிர்பார்த்துதானே இருக்கிறேன். நேற்று நடைபெற்ற மாநாட்டில் அவர் தன்னுடைய இதயத்தை திறந்து காட்டி விட்டார். அதை விட கூடுதலாக நான் என்ன பேசி விட முடியும்? அவருடைய அறிவுரைகளின்படி நடப்பதே நமக்கு முன்னிருக்கும் கடமை. இந்திய மகளிர் அனைவரும் தம்மை நிரூபிக்க வேண்டிய தருணம் இது. சாதி மத வேறுபாடுகளைத் துறந்து இந்த போராட்டத்தில் அனைவரும் கலந்து கொள்ள வேண்டும். உண்மையும் அகிம்சையும் நம்முடைய கவசங்களாக இருக்க வேண்டும். இதை நான் கூட்டத்தில் எடுத்துச் சொல்ல வேண்டும்."

தங்கு தடையின்றி கொட்டிய அவரது வார்த்தைகளை வாய்மூடாது கேட்டவள் கஸ்தூருக்கு துணையாக தானும் கலந்து கொள்வதாக முடிவு செய்து கொண்டாள்.

காலை ஆறு மணியளவில் அழைத்துச் செல்லப்பட்ட காந்தியும் தேசாயும் மீராபென்னும் பூனாவில் ஆகாகான் மாளிகை சிறைமுகாமில் அடைக்கப்பட்டிருப்பதாகத் தகவலொன்று உலாவியது.

நேரம் மாலை ஐந்தை நெருங்கிக் கொண்டிருந்தது. கஸ்தூரும் சுசீலாவும் கூட்டத்தில் கலந்து கொள்வதற்காக வாகனத்தில் ஏற தயாராயினர்.

"இந்த வயதில் ஓய்வு எடுப்பதை வீட்டுவிட்டு இவையெல்லாம் ஏனம்மா உங்களுக்கு? கூட்டத்துக்கெல்லாம் தயவு செய்து

செல்லாதீர்கள்” என்றார் அங்கிருந்த காவல் அதிகாரியொருவர் கனிவும் கிசுகிசுப்புமாக. கஸ்தூர் அவரிடம் மையமாகத் தலையசைத்து விட்டு வெளியே வந்தார். நாடே கலவரமாகி விட்டதா? காவலர்கள் நிரம்பி வழிந்தனர். மக்கள் ஆங்காங்கே கூடி நின்றனர். பியாரிலாலும் குர்ஷெத்தும் வேறொரு பாதையில் சிவாஜி பூங்காவுக்கு வந்து விடுவதாக ஏற்பாடு ஆகியிருப்பதாக முன்னரே சொல்லியிருந்தாள் சுசீலா. ஆனால் செல்லும் வழியில் பியாரிலால் கைதாகி விட்டதாகப் பேசிக் கொண்டனர். குர்ஷெத் மட்டும் தப்பித்து பொதுக்கூட்டம் நடைபெறுமிடத்துக்குச் சென்று விட்டாராம். கஸ்தூரும் சுசீலாவும் வாகனத்தில் ஏற முயன்றபோது காவல்துறை அவர்களைக் கைது செய்வதாகக் கூறியது. மக்கள் கூட முயன்றபோது காவல்துறை அதிகாரிகள் அவர்களை அணுகவிடாது பார்த்துக் கொண்டனர். பொதுக்கூட்டத்தையும் நடக்கவிடாது செய்தனர். போராட்டத்துக்கான செயல்திட்டங்கள் ஏதும் வகுக்கப்படாத நிலையில் காங்கிரஸ் காரிய கமிட்டி உறுப்பினர்களும் நாடெங்கிலும் உள்ள முக்கியத் தலைவர்களும் கைது செய்யப்பட்டனர். முன்னணி தலைவர்கள் யாருமின்றி போயினும் போராட்டம் தன்னெழுச்சியாக வடிவுக் கொள்ளத் தொடங்கியது.

கஸ்தூரும் சுசீலாநய்யரும் பம்பாய் ஆர்தர் சாலை சிறையிலிருந்து ஆகாகான் சிறைக்கு மாற்றப்படுவதற்காக ரயில் நிலையம் அழைத்து வரப்பட்டிருந்தனர். ரயில் நிலையத்தில் தங்களின் சொந்த பயணங்களுக்காகப் பிரயாணிகள் அங்குமிங்கும் அலைந்து கொண்டிருந்தது கஸ்தூருக்கு ஆதங்கமாக இருந்தது. “சுசீலா.. எதுவுமே நிகழவில்லை என்பது போல இங்கே உலகம் இயங்கிக் கொண்டிருக்கிறதே. சுயராஜ்ஜியப் போரில் பாப்புவால் எப்படி வெற்றி பெற முடியும்?”

“பா... பாப்புஜிக்குக் கடவுள் துணை புரிவார். எல்லாம் நல்லபடியாக நடக்கும்” சமாதானமாகச் சொன்னாள் சுசீலா. ஏற்கனவே காய்ச்சலும் வயிற்றுப்போக்கும் அவருடலை பலவீனப்படுத்தி விட்டது. வயோதிகம் வேறு. நல்லவேளையாக அரசு அவர்களை ஆகாகான் சிறைக்கு மாற்றம் செய்திருக்கிறது. கணவருடன் இருப்பதே பா வுக்குப் பெரிய மருந்துதான் என்றெண்ணிக் கொண்டாள் சுசீலா.

இந்தியாவுக்கான பிரிட்டன் மந்திரி ஆமெரி, ஆகஸ்ட் தீர்மானம் நிறைவேற்றப்படுவதற்கு முன்பிருந்தே காங்கிரஸ் வட்டாரத்தை

சார்ந்த சோசலிஸ்ட்டுகள் இந்த நாசவேலைகள் குறித்து திட்டம் வகுத்திருந்தனர் என்று குற்றம் சாட்டினார்.

“நீங்கள் சொல்வது உண்மையானால் அந்த வேலைத்திட்டத்தை நாங்கள் காங்கிரஸ் தொண்டர்களுக்கோ மக்களுக்கோ எடுத்து சொல்வதற்கும் பயிற்சியளிக்கவும் கூட எங்களுக்கு நீங்கள் அவகாசம் தராமல் எல்லா தலைவர்களையம் கைது செய்து விட்டீர்களே?” என்றனர் சோசலிஸ்ட்டுகள்.

ஆமெரி தனக்குத் தெரிய வந்ததாகச் சொல்லப்பட்ட நாச வேலைத்திட்டங்கள் வானொலியிலும் பத்திரிகையிலும் காந்தியையும் காங்கிரஸையும் எதிர்மறையாக நிறுத்தி விளம்பரப்படுத்தப்பட அது காங்கிரஸ் வகுத்த வேலைத்திட்டமென தொண்டர்கள் சிலரால் தவறாகக் கருதிக் கொள்ளப்பட்டது.

மக்கள் வீதிக்கு வந்திருந்தனர். ரயில் தண்டவாளங்கள் பெயர்க்கப்பட்டன. ரயில்வே நிலையங்களுக்குத் தீ வைக்கப்பட்டது. காவல் நிலையங்களும் அரசாங்க கஜானாக்களும் தாக்கப்பட்டன. ஆங்கிலேயர்கள் தங்கள் பெண்டு பிள்ளைகளைப் பத்திரப்படுத்தினர். நாடெங்கும் கொடிய அடக்குமுறை கையாளப்பட்டது. போலீசாரும் ராணுவமும் வீடு புகுந்து ஆட்களை அடித்து நொறுக்கினர். நிஜ வழக்குகளோடு பொய் வழக்குகளும் போடப்பட்டன. நீதிபதிகள் நாற்பது ஐம்பது ஆண்டுகால சிறைத்தண்டனைகளை சர்வசாதாரணமாக வழங்கினர். சிறைகள் நிரம்பி வழிந்தன. கொலைக்குற்றவாளிகள் விடுவிக்கப்பட்டு அங்கெல்லாம் அரசியல் கைதிகள் அடைக்கப்பட்டனர். சிறை சித்ரவதைகளும் கொலைகளும் கொள்ளைகளும் சாதாரணமான நிகழ்வுகளாக மாறியிருந்தன. காங்கிரஸ்காரர்கள் நடத்தி வந்த நாளிதழ்கள், வார மாத இதழ்கள் நிறுத்தப்பட்டன. காந்தியின் அரிஜன் வார இதழும் நேருவின் நேஷனல் ஹெரால்டு நாளேடும் நிறுத்தப்பட்டன. ஒட்டுமொத்த கிளர்ச்சிக்கும் காந்தியும் காங்கிரஸும்தான் காரணமென்று நாடெங்கிலும் பிரச்சாரம் செய்யப்பட்டது.

திரு. காந்தி நீண்டகாலமாகக் கொள்கையளவில் வற்புறுத்தி வந்த அகிம்சையைக் காங்கிரஸ் கைவிட்டு விட்டது. இப்போது அது பகிரங்கப் புரட்சி இயக்கமாக வேலை செய்து வருகிறது. புரட்சியை ஒடுக்க அதிகளவில் இந்தியாவிற்குப் படைகள் அனுப்பி வைக்கப்படும் என்றார் பிரிட்டிஷ் பிரதமர் வின்ஸ்டன்ட் சர்ச்சில்.

62

நாடு முழுவதும் நடக்கும் புரட்சிக்கும் நாசவேலைகளுக்கும் தன்னை காரணமாக்கிய சர்க்காரின் குற்றச்சாட்டை காந்தி ஒப்புக் கொள்ளவில்லை என்றாலும் காரியக்கமிட்டி உறுப்பினர்களைச் சந்திக்க அனுமதியளித்தால் தம்மால் நிலைமையில் மாறுதல் ஏற்படுத்த முடியலாம் என்ற காந்தியின் யோசனையை வைஸ்ராய் ஏற்றுக்கொள்ள மறுத்து விட்டார். ஆகஸ்ட் தீர்மானத்துக்கு முன்பிருந்த நிலையை நாட்டில் ஏற்படுத்துமாறு தமது சொந்தப் பொறுப்பிலும் நட்பு முறையிலும் கேட்டுக் கொள்வதாக வைஸ்ராய்க்கு காந்தி கடிதம் எழுத, ஆகஸ்ட் தீர்மானத்தை காங்கிரஸ் திரும்ப பெறாத வரையில் நாட்டில் எந்த மாற்றத்தையும் செய்ய முடியாது என்று வைஸ்ராய் லின்லித்தோ கண்டிப்புக் காட்டினார்.

கஸ்தூர் எங்கேயோ வெறித்தபடி படுத்திருந்தார். எல்லாமே கணநொடியில் முடிந்து விட்டது. மகாதேவ் தேசாய் எங்களுக்கு மகனைப் போன்றவன். அவருக்குச் சிறந்த காரியதரிசி. அவருடைய கொள்கைகளின் மீது தீவிரமான நம்பிக்கை வைத்திருந்தவன். எங்களுக்காக எங்களுடன் சிறைக்கு வந்தவன் எங்களை தனித்திருக்க வைத்து விட்டு எங்கோ மறைந்து போய் விட்டான். அவரால் கூட இந்தப் பிரிவைத் தாங்கிக் கொள்ள இயலவில்லை. தடுமாறிக் கொண்டிருக்கிறார் என்றாலும் அதைப் பெரிதாக வெளிப்படுத்திக் கொள்ளவில்லை. எங்கிருந்தோ வந்த நெஞ்சுவலி அவனை எடுத்துக் கொண்டு போய்விட்டது. கடவுளே... ஆசிரமத்திலிருக்கும் அவனுடைய மனைவிக்கும் மகனுக்கும் நான் எதை ஆறுதலென சொல்லுவேன்? எந்த முகத்தோடு அவர்களைச் சந்திப்பேன்? கடவுளே... இனியொரு முறை நான் அவர்களைச் சந்திக்காமலிருக்கும்படி செய்து விடு. கடவுளே...

அவர் கண்களிலிருந்து வழிந்த நீர் தளர்ந்து இறங்கி படுக்கையை நனைத்தது.

மனைவியைக் காண்பதற்காக அங்கு வந்த காந்தியிடம், "ஒரு பிராமணனின் இத்தகைய மரணம் தீமையின் அடையாளம்" என்றார்.

"ஆம்... இந்த அரசாங்கத்துக்கு."

வினாடி நேர மௌனத்துக்கு பிறகு "ஹரி எப்படியிருக்கிறானோ தெரியவில்லை" என்றார்.

"மதுவின் போதையில் ஆழ்ந்து கிடப்பதை விட அவனுக்கு வேறேதும் வேலை உண்டா என்ன?"

"பாவம் அவன். நான் இறந்துவிட்டால் அவனுக்கென்று யார் இருக்கிறார்கள் சொல்லுங்கள்?"

காந்தி பதிலேதும் கூறவில்லை.

"சொல்லுங்க பாப்பு... அவனுக்கென்று யாரும் இல்லைதானே?" எதையோ எதிர்பார்த்தவர் போலிருந்தது அவர் முகபாவனை.

காந்தி மனைவியின் அருகில் அமர்ந்து கொண்டார். "அவனுக்கு மனைவியை தவிர எல்லோருமே இருக்கிறோம் பா. ஆனால் அவர்களெல்லாம் அவன் விரும்புவது போல இருக்க வேண்டும் என்று நினைக்கிறான்."

"எல்லோருமே அவரவர் விருப்பத்தைத்தானே அடுத்தவர் மீது திணிக்கிறீர்கள். தனிமனித சுபாவத்தால் அதனை ஏற்க முடிகிறதா இல்லையா என்று உங்களுக்கெல்லாம் பார்க்கத் தெரிந்தால் இப்படியெல்லாம் பிரச்சனை வந்திருக்குமா? என் இறுதிகாலம் எப்படிச் செல்லப் போகிறதுன்னு தெரியில."

எதுவும் கூறாது சிந்தனையில் ஆழ்ந்தவர் போல் அமர்ந்திருந்த கணவரை மேலும் தொந்தரவு செய்ய விரும்பாமல் அமைதிக் காத்தார் கஸ்தூர். இப்போதெல்லாம் அவர் அடிக்கடி இப்படி எதிலோ ஆழ்ந்து விடுவதை அவரும் கவனித்துக் கொண்டுதானிருக்கிறார். மீரா கூட பாப்புவின் தனிமைக்குத் தோதாக ஆகாகான் சிறை வளாகத்திற்குள்ளிருக்கும் மாமரத்தின் கீழ் அவருக்காகக் குடிசையை உருவாக்கித் தர வேண்டுமென்று அரசாங்கத்திடம் கோரிக்கை வைக்கலாம் என்று கூறியிருந்தாள். ஆனால் அந்த ஆலோசனை கஸ்தூருக்கு ஏற்பாக இல்லை.

அவருக்கான தனிமையை எங்கு வேண்டுமானாலும் அவரால் உருவாக்கிக் கொள்ள முடியும்.

அவரும் அதை ஆமோதித்தார். "ஆமாம் மீரா. நான் விரும்பும் தனிமை வழக்கமானதை விட வேறுபட்டது. ஆனால் பா விடமிருந்து நான் பிரிந்திருக்க விரும்பவில்லை. என் அறையிலேயே தங்கிக் கொள்கிறேன்" என்றார்.

இருவருக்குமே வயதாகி விட்டது. ஒருவரையொருவர் சாடிக் கொள்வதை விட சார்ந்து நிற்பது நல்லது. ஆசிரமத்தில் கஸ்தூருக்கு நிறைய தோழிகள் இருந்தனர். மகன்கள் பேரப்பிள்ளைகள் என எந்நேரமும் அவரை உறவுகள் சூழ்ந்திருக்கும். இங்கு கணவரைத் தவிர சுசீலா, சரோஜினி, மீரா, மனு, பட்டேல் என்று அவரது வட்டம் குறுகி விட்டது. சொந்த மகனைப் போல உடனிருந்த மகாதேவ் தேசாய் மொத்தமாக விட்டு விட்டுப் போய் விட்டார். எப்போதும் தொல்லைத் தரும் உடல்நலம் வேறு அவர் மன அமைதியை சுத்தமாகக் குலைத்துப் போட்டிருந்தது. அவராலும் இப்போதெல்லாம் மனைவியின் தனிமையைப் புரிந்துகொள்ள முடிகிறது. அதனால்தான் மனைவிக்கென நேரம் செலவிடத் தொடங்குகிறார். புதிய விஷயங்களைக் கற்றுத் தருகிறார். நேற்று கணவர் சொல்லிக் கொடுத்த பாடத்தைக் கஸ்தூர் பேரன் கனுவின் பாடப்புத்தகத்தில் படங்களாகப் பார்த்திருக்கிறார். இன்றும் சிலவற்றை கற்றுத் தருவதாகச் சொல்லியிருந்தார்.

"பஞ்சாபில் ஓடக்கூடிய ஆறுகளின் பெயர்களை எழுதி தர்றேன்னு சொன்னீங்களே" வரிசையாகத் தோன்றிய எண்ணங்களை நகர்த்தி விட்டு கணவனை ஆற்றுப்படுத்தும்தொனியில் கேட்டார் கஸ்தூர்.

"ம்ம்.. தர்றேன். நீ நாளைக்கு அதையெல்லாம் மறக்காமல் என்கிட்டே சொல்லணும்" என்றவர் "நேற்று மாகாணங்களின் தலைநகரங்கள் பெயரெல்லாம் சொல்லிக் கொடுத்தனே... படிச்சாச்சா?"

"ம்ம்..."

"சரி... கல்கத்தாவின் தலைநகரம்..?"

"ம்.. லாகூர்."

"பா..." அதட்டுவது போல செல்லமாகக் குரலை இழுத்தார் காந்தி.

"ஆமா.. எனக்கு உடல்நிலை சரியில்லாததால் எதையும் ஞாபகம் வச்சிக்க முடியில பாப்பு."

"சரி விடு அது ஒன்னும் தவறில்லை."

மனைவியை அழைத்துக் கொண்டு நடைப்பயிற்சிக்குக் கிளம்பினர்.

"அந்த மந்திரி... அவர் பேரென்ன ஆமெரி.. அவர் மட்டும் என் எதிரில் வந்தால் எங்கள் பாப்புஜி மீது உங்களால் எப்படிப் பொய்ப்பழியைச் சுமத்த முடிந்தது? இத்தனை வருடங்களாக அகிம்சையைத் தூக்கிப் பிடித்துக் கொண்டிருப்பவரைப் போய் நாசவேலைக்குக் காரணமாகி விட்டார் என்று எப்படிச் சொல்ல முடிந்தது உங்களால்? ஒருவரின் ஆன்மாவைக் காயப்படுத்த மற்றவர்க்கு என்ன உரிமையிருக்கிறது என்று நேருக்கு நேர் கேட்டு விடுவேன்."

"நம் தரப்பை அவருக்குப் புரிய வைக்கத்தான் தொடர்ந்து கடிதங்கள் எழுதிக் கொண்டே இருக்கிறேனே பா."

"வல்லமையுள்ள சர்க்காரோடு சச்சரவு செய்யாதீர்கள் என்று சொன்னேனே கேட்டீர்களா? அதனால்தான் நாமெல்லாருமே இப்போது துன்பப்படுகிறோம். சர்க்கார் தன் எல்லையற்ற வலிமையால் மக்களை நசுக்குகிறது"

கணவர் ஏதோ சொல்ல வந்தபோது 'பேச வேண்டாம்' என்பது போல வலதுக்கரத்தை உயர்த்திக் காட்டினார். "மக்களின் மீது எத்தனை சுமை. எவ்வளவு காலத்துக்கு மக்கள் இதைத் தாங்குவார்கள்?"

"இப்போ என்ன செய்யணும்னு நினைக்கிறே பா? நாம் சர்க்காரிடம் மன்னிப்புக் கேட்கணும்னு சொல்கிறாயா?"

"நான் ஏன் மன்னிப்புக் கேட்கணும்" வெடித்தார்.

"அப்படியானால் நான் மன்னிப்புக் கேட்க வேண்டும் என்கிறாயா? அதுதான் உன் விருப்பம் என்றால் அப்படியே செய்கிறேன்."

கஸ்தூருக்குக் கோபம் தலைக்கேறியது. "மன்னிப்பெல்லாம் கேட்க வேண்டாம். உங்களால் அப்படிச் செய்ய முடியுமா என்ன? சின்னப்பொண்ணுங்க எல்லாம் சிறையில் கிடக்கிறார்கள் என்று சொல்லுங்க. நீங்கள் செய்தவற்றின் விளைவுகளைத் தொகுத்துப் பார்ப்பதைத் தவிர இப்போது செய்வதற்கு ஒன்றுமில்லை.

உங்களோடு சேர்ந்து நாங்களும் துன்பப்படுகிறோம். மகாதேவ் போய் விட்டான். அடுத்து நான்தான்.”

மனைவியின் பலவீனமான உடல்நிலையும் மனநிலையும் அவரது சமநிலையைக் குலைப்பதை உணர்ந்தவராக அவரை கைத்தாங்கலாக அழைத்துச் சென்று மரத்தடியில் அமர வைத்து தானும் அமர்ந்து கொண்டார்.

கஸ்தூர் விட்ட இடத்திலிருந்து தொடர்வது போல பேசினார். “நீங்கள் ஏன் அவர்களை இந்தியாவை விட்டுப் போகச் சொல்லுகிறீர்கள்? நம் நாடுதான் விசாலமாக இருக்கிறதே.. அவர்களுக்கு இஷ்டமிருந்தால் இங்கேயே தங்கி வாழட்டுமே. அவர்களுடன் என்ன பிரச்சனை உங்களுக்கு?”

“நானும் அதைத்தான் சொல்கிறேன். சகோதரர்களாக அவர்கள் இங்கிருப்பதில் எனக்கென்ன பிரச்சனை? ஆனால் ஆட்சிப் புரிகிறவர்கள் என்ற முறையில் அவர்கள் போய் விடதான் வேண்டும். நம்மை ஆள்பவராக இருப்பதை விட்டுவிட்டால் நமக்கு அவர்களிடம் ஒரு சச்சரவும் இல்லை.”

மூத்தவர்கள் தனியே அமர்ந்திருப்பதைக் கண்டு சுசீலா அருகே வந்தாள். மூச்சு வாங்கிக் கொண்டிருந்த கஸ்தூரின் அருகே வந்து கையைப் பற்றிக் கொண்டு அவரை நிதானப்படுத்த முயன்றாள்.

கஸ்தூர் படபடப்பாக “அய்யோ... நான் என்னதான் செய்வது சுசீலா. இவ்வளவு வலிமையான அரசாங்கத்தை எதிர்த்து நிற்க இவர் ஏன் முடிவெடுத்தார்?” என்றார்.

“பா... அவர் மானுட உதவியை நம்பி இல்லை. அவர் கடவுளையே நம்பியிருக்கிறார். அவரே இவரை வழிநடத்துகிறார்.”

”ஆனால் கடவுள் கூட இப்போது எதிராகத்தானே இருக்கிறார். இல்லேன்னா மகாதேவ்தேசாயை ஏன் பிரித்து எடுத்துக் கொண்டு போகணும். வயது முதிர்ந்தவள் நானிருக்க அவன் ஏன் சாக வேண்டும்.”

“விடுதலையின் பீடத்தில் மகாதேவின் மரணம் ஒரு தூய்மையான தியாகம். அது இந்திய சுதந்திரநாளை நெருங்கி வர செய்யும்” என்றார் காந்தி.

கஸ்தூர் அதைக் கேளாதவராக “இந்த பிரிட்டிஷ்காரர்கள் பெரிய தந்திரக்காரர்கள். பாப்பு அவரை சகோதரர்களாக நினைத்து இங்கேயே தங்கிக் கொள்ளச் சொல்கிறார். ஆனால் அவர்கள் நம்மை ஆள மட்டுமே நினைக்கிறார்கள். அதனால்தான் நம்மை சிறையில் வைத்து விட்டார்கள்” என்றார்.

“பா... நீங்கள் எதை நினைத்தும் வருந்த வேண்டாம். தெய்வாதீனமாக நாம் பாப்புஜியுடம் தங்கியிருக்கிறோம். அதுவே பெரிய விஷயம். நீங்கள் எதைப் பற்றியும் நினைக்காமல் உங்கள் உடல்நிலையை மட்டுமே கவனித்துக் கொள்ள வேண்டும்.”

கஸ்தூர் சிறிது நேரம் அமைதியாக இருந்து விட்டு “ஆமா சுசீலா. எனக்கு அடிக்கடி நெஞ்சு வலி வருகிறது. மனம் ஒரு நிலையாகவே இல்லை.”

“சரிதான் பா... நீங்க இனிமே ராட்டை சுற்ற வேண்டாம். அது நெஞ்சுவலியைக் கூடுதலாக்கும்.”

“ம்ஹூம்.. அது இல்லாமல் என்னைச் சும்மா இருக்கச் சொல்றியா?”

சுசீலா பதிலேதும் சொல்லாமல் வெறுமனே அவர் கையை இறுகப் பற்றிக் கொண்டாள்.

“ஹரிலால் இப்போ எங்கே இருக்கிறானாம்?”

சுசீலாவுக்கு அது குறித்து எதுவும் தெரியவில்லை என்றாலும் “வந்துடுவாரு பா...” என்றார்.

“தேவதாஸ் வீட்ல பார்த்தது... அதுக்குப் பிறகு பார்க்கவேயில்லை. அவனும் இப்படித்தான் என் கையைப் பிடிச்சிட்டு உட்கார்ந்திருந்தான். ஆனா அதுல வலுவே இல்லை. எல்லாத்தையுமே போதை சாப்பிடுடுச்சு.”

அழுகிறாரா... பொழுது சரிந்திருந்ததால் சரிவரத் தெரியவில்லை.

“சங்கரன் கோயிலில் விளக்கேற்றி வைச்சுட்டியா?”

சுசீலா ஒரு நிமிடம் நிதானத்து அவர் மகாதேவ்தேசாயின் சமாதியைத்தான் குறிப்பிடுகிறார் என்பது புரிய “ஏத்தியாச்சு பா” என்றாள்.

காந்தியும் வைஸ்ராயும் தொடர்ந்து கடிதங்கள் எழுதிக் கொண்ட போதிலும் சமரசம் எதுவும் எட்டப்படவில்லை. இருவரும் ஒருவருக்கொருவர் குற்றம் சாட்டிக் கொண்டனர். தன்னிலை விளக்கங்கள் இருதரப்பிலும் ஏற்றுக் கொள்ளாதபட்சத்தில் கடவுளிடமும் அரசாங்கத்திடமும் நீதி கிடைக்க வேண்டி இருபத்தோரு நாட்கள் உண்ணாவிரதம் இருக்கப் போவதாக காந்தி முடிவெடுத்தார்.

"பா... பாப்புஜி உண்ணாவிரதம் இருக்கப்போகிறாராம்" என்றார் சரோஜினி நாயுடு.

"இந்த வயதில்..." என்று இழுத்தார் மீரா.

"ஆமா.. சென்ற முறையே அவரின் உடல்நிலைக் குறித்து மருத்துவர்கள் எச்சரித்திருந்தனர்."

கஸ்தூர் கண்களை இறுக மூடி பிரார்த்திப்பவர் போல அமர்ந்து கொண்டார்.

"கவலைப்படாதீங்க பா. ஆண்டவனின் உத்தரவு வராமல் அவர் எதையும் தொடங்க மாட்டார். உண்ணாவிரதம் இருக்கும்படி கடவுள் நிச்சயம் சொல்லப் போவதில்லை" என்றார் சரோஜினி.

"அது எனக்கும் தெரியும். கடவுளின் ஆணை கிடைத்து விட்டது என மனத்தைத் தயார்ப்படுத்திக் கொண்டு உண்ணாவிரதத்தில் இறங்கி விட்டால்..?"

காந்தி தனது உண்ணாவிரதம் குறித்து வைஸ்ராய்க்குக் கடிதம் எழுதினார். இம்முறை சாகும் வரையில் தான் உண்ணாவிரதம் இருக்க விரும்பவில்லை. ஒருவேளை பிழைக்க முடியாது போய்விட்டாலும் குற்றம் என்னிடமில்லை என்ற பூரண நம்பிக்கையுடனேயே கடவுளின் நீதிமன்றத்துக்குச் செல்வேன். சர்வ வல்லமையுள்ள ஒரு வல்லரசின் பிரதிநிதி நீங்கள். தன் நாட்டுக்கும் அதன் மூலம் மனித குலத்துக்கும் தொண்டாற்ற எண்ணும் தாழ்மையான மனிதன் நான். நம் இருவருக்குமிடையே உள்ள நியாயம் பற்றி பிற்கால சந்ததி தீர்ப்புக் கூறட்டும்.

"அவருக்குக் கடவுளின் ஆணை கிடைத்து விட்டது போலும்" என்றார் சுசீலா அலுப்புடன். மருத்துவர் என்ற வகையில் காந்தியின் உண்ணாவிரத முடிவு அவளுக்கும் பயத்தை அளித்தது.

"அரசாங்கம் பரப்பி வரும் பொய்களையும் போலிக்கருத்துகளையும் இன்னும் எத்தனை நாட்கள்தான் அவர் கேட்டுக் கொண்டிருப்பார்? உண்ணாவிரதத்தைத் தவிர அரசாங்கத்திடம் எதிர்ப்பைக் காட்ட வேறு எந்த வழி இருக்கிறது?" என்றார் கஸ்தூர்.

சட்டமறுப்பு இயக்கத்தைத் தொடங்கும் அதிகாரத்தைக் காங்கிரஸ் காந்திக்கு வழங்கியிருந்தாலும் அதைத் தொடங்குமுன்பே கைதாகி இன்று வரை சிறையிலிருக்கிறார். தாம் கட்டளையிடும் வரை சட்டமறுப்புத் தொடங்காது என்று அறிவித்துமிருந்தார். அப்படியே தொடங்கியிருந்தாலும் அவருடைய சட்ட மறுப்பில் வன்முறை இருக்காது. அவர் சிறைப்படாமல் இருந்தாலாவது மக்களை நாச வேலைகளைச் செய்யாது தடுத்திருக்க முடியும். அரசு அவரைக் கைது செய்ததும் இந்தியாவுக்கு ஆட்சி அதிகாரத்தை விட்டுத் தரும் எண்ணமே அதற்கில்லை என்று காங்கிரஸ் தொண்டர்களிடையே பரவியிருந்த அபிப்பிராயமும் அவரது உண்ணாவிரதத்தால் மேலும் வலுப்பெற்றிருந்தது.

இதுவரை அச்சு நாடுகளுக்குச் சாதகமாக இருந்த போர் நிலவரம் இப்போது நேரெதிராக மாறியிருந்தது. ஐரோப்பாவின் கிழக்கு முனையில் அச்சு நாடுகளின் முன்னேற்றம் ருஷ்யப் படைகளால் தடுத்து நிறுத்தப்பட்டது. வடக்கு ஆப்பிரிக்காவிலும் அச்சுப்படைகள் முறியடிக்கப்பட்டு பின்வாங்கின. பசுபிக் பெருங்கடல் பகுதியில் அமெரிக்கப்படைகள் நேச நாட்டுப்படைகள் இழந்த பகுதிகளை ஒன்றன் பின் ஒன்றாகக் கைப்பற்றத் தொடங்கின. நேச நாடுகள் இத்தாலி மீது படையெடுத்து அதனைச் சரணடைய வைத்தன.

வைஸ்ராய் ஹார்டிஞ்ச் கொலை முயற்சி வழக்கில் தேடப்பட்டு வந்த குற்றவாளியான வங்கத்தைச் சேர்ந்த ராஷ்பிகாரிபோஸ் ஜப்பான், ஜெர்மனி போன்ற அச்சு நாடுகளின் உதவியோடு இந்தியாவின் மீது படையெடுக்கும் நோக்கோடு கிழக்காசிய நாடுகளில் வாழும் ஆர்வமுள்ள இளைஞர்களைத் திரட்டி இந்திய தேசிய ராணுவம் ஒன்றை நிறுவினார். பெர்லினிருந்த சுபாஷ்சந்திரபோஸ் ஜப்பானால் கைப்பற்றப்பட்டிருந்த சிங்கப்பூருக்கு வந்து ராஷ்பிகாரி போஸுடன் இணைந்து கொண்டார். விடுதலைப் போரின் இரண்டாவது முனைக்கான தளபதி பொறுப்பை சுபாஷ் ஏற்றுக் கொண்டார். சிங்கப்பூரில் இடைக்கால இந்திய சர்க்கார் என்ற பெயரில் புதிய அரசு சுபாஷை பிரதமராகக் கொண்டு அமைக்கப்பட்டது. அதை ஜப்பான்

அரசும் ஜப்பானின் செல்வாக்கின் கீழிருந்த சீனப்பிரதேசத்து அரசும் அங்கீகரித்தது. இந்திய இடைக்கால அரசின் அலுவலகம் சிங்கப்பூரிலிருந்து பர்மாவின் தலைநகரான ரங்கூனுக்கு மாற்றப்பட்டது. பர்மாவிலிருந்து அரகான் மலை வழியாக இந்தியாவின் மீது இந்திய தேசிய ராணுவம் படையெடுப்பதற்கான ஏற்பாடுகளில் சுபாஷ் சந்திரபோஸ் ஈடுபட்டார்.

காந்தி உண்ணாவிரதம் தொடங்கியதும் கஸ்தூரும் மற்றெல்லா உணவையும் மறுத்து விட்டு பாலும் பழமும் மட்டுமே எடுத்துக் கொண்டார். உண்ணாவிரதத்தின் மூன்றாம் நாள் காந்திக்கு குமட்டலும் வாந்தியும் ஏற்பட்டது. கஸ்தூர் கணவரருகிலேயே அமர்ந்திருந்தார். இந்த வயதில் இரத்த அழுத்த உடம்பு எதுவரை தாக்குப் பிடிக்கும் என்று தெரியவில்லை என்றனர் மருத்துவர்கள். சிறுநீரகம் செயல்பாடுகளை நிறுத்த தளைப்பட்டது. ரத்தம் தடித்த நிலைக்கு வரத் தொடங்கியிருந்தது. கஸ்தூர் எலுமிச்சைச் சாறு கலந்த நீரை அருந்தும்படி கணவரைக் கேட்டுக் கொண்டார்.

“தண்ணீரை அருந்தவே முடியாது என்ற நிலை வந்தாலொழிய பழச்சாறு எதையும் அருந்த மாட்டேன்” அவர் உடலசைப்பில் தெரிவித்தார்.

கஸ்தூர் முற்றத்திலிருந்த துளசிச் செடியின் முன்னால் கண்களை மூடி அமர்ந்து கொண்டார்.

மருத்துவர்கள் அவர் உடல்நிலையைப் பற்றி தெளிவுப்படுத்தியபோது “அவர் தனக்குச் சரியென தோன்றியதை மட்டும்தான் செய்வார். வாக்குவாதங்களில் ஈடுபட்டு அவருடைய சக்தியை ஏன் வீணடிக்க வேண்டும்?” என்றார் கஸ்தூர்.

63

“ஹரி எங்கேயிருக்கான் பாப்பு..?” தற்காலிகச் சிறை முகாமாக மாறியிருக்கும் ஆகாகான் சிறையில் தனக்கு ஒதுக்கப்பட்டிருந்த அறையில் கஸ்தூர் படுத்திருந்தார். காந்தி நடைப்பயிற்சி முடித்து விட்டு மனைவியின் அருகே வந்து அமர்ந்து கொண்டார். அவர் ஒருவழியாக உண்ணாவிரத நோன்பை வெற்றிக்கரமாக முடித்துக் கொண்டபோது நாடே நிம்மதியடைந்திருந்தது.

கஸ்தூர் தலையைக் கணவரை நோக்கி திருப்பி வைத்துக் கொண்டார். அதற்கே அவர் பெரும் பிரத்தனப்பட வேண்டியிருந்தது. வயிற்றுப்போக்கு, காய்ச்சல், இதயவலி என்று பல்நோவுகள் அவரை வாட்டிக் கொண்டிருந்தது. இம்முறை தாம் பிழைக்க மாட்டோம் என்பதைக் கஸ்தூர் நம்பத் தொடங்கியிருந்தார். அன்று தன்னை பார்க்க வந்திருந்த வார்தா ஆசிரமத்துத் தோழிகளிடம் இதுதான் நம் கடைசி சந்திப்பாக இருக்கும்... என்றார். அவர்கள் கலங்கியபோது, அதுதானே உண்மை.. என்றார். ஹரிலாலின் மீதான கவலை வேறு அவரைப் பெரிதும் அழுத்திக் கொண்டிருந்தது.

“பாப்பு...” சிரமப்பட்டு படுக்கையில் சரிந்தாற்போல் அமர்ந்திருந்த மனைவியை தன் தோள் மீது சரித்துக் கொண்டார் காந்தி. மனைவியின் மனதில் அழுத்திக் கொண்டிருக்கும் கவலையை உணர்ந்தவராக, “உன் மகனுக்கு இந்நேரம் தகவல் போய் சேர்ந்திருக்கும். நிச்சயம் பார்க்க வருவான். நீ கவலைப்பட்டுக் கொண்டே இருக்காதே” என்றார்.

“உங்களுக்கு நினைவிருக்கா? அவனை அன்று கட்னி ரயில் நிலையத்தில் பார்த்தோமே. தலையும் துணியும் ஆளும்... அய்யோ கடவுளே... பிச்சைக்காரரைப் போலவே இருந்தானே. பாப்பூ... எனக்கிருந்த மனநிலையில் அவனைச் சாப்படியான்னு கூட கேட்கல. பட்டினியும் பசியுமா தெருவில் அலைந்து திரியவா நான்

அவனைப் பெற்றேன்?” கண்களில் உகுத்த நீரை சுருக்கம் நிறைந்த கன்னங்கள் தேக்கியதுபோக மீதத்தை வழிய விட்டன.

காந்தி நனைந்து போயிருந்த தலையணையை மாற்றி வேறு ஒன்றை தலைக்கு முட்டுக்கொடுத்தார்.

சரோஜினியும் மீராவும் உள்ளே வந்தனர். சுசீலா தரையிலமர்ந்து கஸ்தூரின் மருத்துவக் குறிப்புகளை எழுதிக் கொண்டிருந்தாள்.

“அவனுக்கு உடம்பு வீணாப்போயிடுச்சாம். இனிமே அவனால எந்த வேலையும் செய்ய முடியாதாம். நானும் அவங்கப்பாவும் இன்னும் பத்துப் பதினைஞ்சு வருடத்துக்கு நல்லாயிருக்கணும்னு கடிதம் எழுதியிருக்கான் பாரேன்” ஹரிலாலின் கடிதம் கையிலிருப்பதாக நினைத்துக் கொண்டார் கஸ்தூர். உடல்நிலை மோசமடைந்திலிருந்து தன்னருகே யார் வந்தாலும் புலம்பிக் கொண்டேயிருந்தார்.

“சரோஜினி... பெத்த பிள்ளையை இழந்து விடுவதை விட கொடுமை எதாவது இருக்கா..?”

“இப்போ என்னாச்சு பா... அவர் நல்லாதானே இருக்காரு” என்றாள் மீரா.

“அப்டீன்னா ஏன் என்னைப் பார்க்க வர்லே?”

தேவதாஸும் ராமதாஸும் தனி அனுமதியின்பேரில் தாயாரை அடிக்கடி வந்து பார்த்துக் கவனித்துக் கொண்டனர்.

“ராமா... எனக்காக எவ்ளோ தூரம் பிரயாணம் செய்து வந்திருக்கே... ரயில் டிக்கெட்டுக்கெல்லாம் ரொம்ப செலவாகுமே?”

“பா... நீங்க ஏன் இப்படிக் கவலைப்படுறீங்க? இதுக்கு செலவு செய்யாம வேறெதுக்கு செய்யப் போறோம்.”

“அப்டீன்னா ஹரிலால் எங்கேயிருக்கான்னு தேடிப் பார்த்து சொல்லுப்பா.”

ராமதாஸ் நாடெங்கிலும் உள்ள ஆர்யசமாஜத்தின் கிளைகளுக்கு அவசரத் தகவலனுப்பினார்.

ஹரிலாலுக்கு யாரோ சொன்னார்கள். எங்கிருந்தோ சேதி வந்திருந்தது. செய்தித்தாள்களில் கூட வெளியிட்டிருந்தார்கள். பா

வுக்கு உடல் நிலை சரியில்லையாம். பா... பா... மனம் அடைத்துக் கொண்டது போல பாரமாக இருந்தது. அது கண்ணீராக உருண்டு வந்திருந்தால் கூட அதன் கனம் குறைந்திருக்கும். ஆனால் கண்கள் வீம்புக் காட்டின. அவர் அழுகைக்காக உதடுகளைக் கோணிக் கொண்டார். ச்சே... இதென்ன? பெற்றவள் மரணப்படுக்கையில் கிடக்கும்போது நான் அழுகைக்கு ஒத்திகைப் பார்த்துக் கொண்டிருக்கிறேன். அப்படியானால் அவர் மீது எனக்கு அன்பில்லையா? அவர் மட்டும்தானே எனக்கென்று இருப்பவர்? அவரையும் தொலைத்து விடுவது எத்தனை வலியான விஷயம். ஆனால்.. ஆனால்... நானென்ன செய்வது? அவருக்கு வைத்தியம் செய்து கவனிப்பதற்கு என்னிடம் பணமா இருக்கிறது? அய்யோ... அவள் என் அம்மா. அவளுக்கு நான்தான் எல்லாமே.. மாறி மாறி எழுந்த உணர்வுகள் ஒருவழியாக நிலைக்குள் அடங்கியது. சாய்ந்து கொண்ட தோளும் தன்னை சாய்த்துக் கொள்ளும் தோளுமான ஒரே ஆறுதலும் விடைபெறப் போகிறது என்ற நினைவு தந்த அழுத்தத்தில் மனம் இறுகிக் கிடப்பதை உணர்ந்தவராக அவர் பூனாவிற்குப் பயணம் புறப்பட்டார்.

பிழைப்பது சிரமம்தான் என்றனர் மருத்துவர்கள். இதயநோயுடன் நிமோனியாவும் சேர்ந்து கொண்டதாம். பெனிசிலீன் மருந்து வேண்டுமானால் செலுத்திப் பார்க்கலாம் என்றனர். அது காந்திக்கு உவப்பானதாக இல்லை. இரத்தத்தில் யூரியாவின் அளவு பெருகிக் கொண்டே போனது. சோடியத்தின் வேறுபாட்டால் தன்னிலை மறப்பதும் நினைப்பதுமாகத் தவித்துக் கொண்டிருந்தார் கஸ்தூர்.

சுதந்திர இந்திய சேனை, அரகான் பிரதேசத்தில் ஆங்கில ஏகாதிபத்தியத்தை எதிர்த்து சுதந்திரப் போரை தொடங்க ஆயத்தமானது. இந்திய தேசிய ராணுவத்திற்கு உதவி புரிய ஜப்பான் ராணுவமும் தயார் நிலையிலிருந்தது. பிரிட்டிஷ் தரப்பில் திரண்டு வந்த, பிறப்பால் இந்தியரான ராணுவத்தினர் தொடக்கத்தில் இந்திய தேசிய ராணுவத்தை எதிர்த்தாலும் பிறகு தங்கள் நாட்டுக்காகப் போரிடும் தங்கள் நாட்டவருடன் போரிட தயங்கினர். அவர்களை விலக்கி விட்ட பிரிட்டிஷ் அரசாங்கம் அமெரிக்கர்கள் அனுப்பி வைத்த நீக்ரோ ராணுவத்தினரை போராட்டக் களத்தில் இறக்கினர். தளபதி சுபாஷ் சந்திரபோஸ் தனது ராணுவத்தினர் மத்தியிலிருந்து கொண்டு அவர்களை உற்சாகப்படுத்தியும் தேவைப்படும் கட்டளைகளைப் பிறப்பித்துக் கொண்டுமிருந்தார்.

வாசலில் நிழலாடுவது யார்... ஹரியா... இதே மாதிரி நாலைந்து முறைகள் அவர் கண்களே அவரை ஏமாற்றியிருக்கின்றன. ஆனால் இம்முறை அவன்தானோ? எண்ணெய் இல்லாத தலையும் பூஞ்சையான தோற்றமும்... அசப்பில் தகப்பனாரைப் போலவே... அவன்தான்.. அவனேதான். எழுந்து உட்கார முயன்றார்.

இந்திய தேசிய ராணுவத் துருப்புகள் முதன்முதலாக இந்திய எல்லையோரத்திலிருக்கும் மௌடாக் என்னும் பிரதேசத்தில் காலடி எடுத்து வைத்த போது போர்வீரர்கள் முற்றிலும் உணர்ச்சி வயப்பட்ட நிலையிருந்தனர். அழுகையோடு சிரித்தனர். சிரிப்போடு அழுதனர். இது எங்களது மண்... எங்கள் தாய்நாடு... எங்களுக்கே சொந்தம். யாருக்கும் ஒருபோதும் விட்டுத் தர மாட்டோம். தாய் மண்ணில் விழுந்து புரண்டனர். விம்மலாகவும் பொறுமலாகவும் எழுந்த மனதின் அழுத்தம் தாங்காது ஒருவரையொருவர் கட்டித் தழுவிக் கொண்டனர். குனிந்து தாய் மண்ணை வணங்கினர். முத்தமிட்டனர். தழுவிக் கொண்டனர். ஜெய் ஹிந்த்.. பாரத மாதாவுக்கு ஜே... காந்திஜிக்கு ஜே.. நேருஜிக்கு ஜே... என்று மகிழ்ச்சிக் கூச்சல் எழும்பினர்.

ஹரிக்கு நடப்பதெல்லாம் கனவு போலவே இருந்தது. அவருடைய தந்தையாரும் தாயாரும் அமர்ந்திருக்கின்றனர். ஆம். அமர்ந்திருக்கின்றனர். கண்களை விரித்துப் பார்த்தான். சரிதான். அவர்கள்தான். தாயார் படுத்திருக்கிறார். உடல் நலமில்லை என்றார்கள். அதற்காகத்தான் அவனை வரவழைத்திருக்கிறார்கள். ஆமாம்... அதற்காகத்தான் வந்திருக்கிறான்.

"ஹரி..." கஸ்தூரின் மனப்பெருக்கிற்கு உடல் ஒத்துழைக்கவில்லை. பெரிதாக எழ வந்த கேவல் அப்படியே அடங்கிப் போனது. காந்தி கால்களை மடித்துக் கொண்டு தரையில் அமர்ந்திருந்தார்.

ஹரிலால் தாயரருகே நகர்ந்து வந்தார்.

"ஹரி... என்னை விட்டுட்டுப் போயிடாதே... என்னால முடியில. இனி நான் பிழைக்கப் போறதில்லை. நீ போயிடாதே... என்னை விட்டுட்டுப் போயிடாதே."

ஹரிலாலுக்குப் புரிந்திருந்தது.

"பா..." ஆன்மாவின் உள்ளிருந்து அழைப்பது போல அழைத்தார்.

"ஹரி..."

“சொல்லுங்க பா...” வார்த்தைகள் தெளிவின்றி குழறியது.

“தேவா ராமா போல நீயும் அவ்வப்போது வந்து என்னைப் பார்த்துட்டுப் போப்பா. உன்னைப் பார்க்காமல் என்னால இருக்க முடியாது ஹரி.”

“பா... எனக்கு இன்னைக்கு மட்டும்தான் அனுமதி கொடுத்திருக்காங்க” உடல் மெலிதாக நடுங்கிக் கொண்டிருந்தது. சுவரில் தன்னை முட்டுக் கொடுத்தது போல நின்று கொண்டார்.

“தேவா தினமும் வருகிறானே? உனக்கு மட்டும் ஏன் அனுமதி இல்லை?”

ஹரி தாயாரையே பார்த்துக் கொண்டு நின்றார்.

“அந்தச் சிறையதிகாரி வரட்டும். நானே கேட்கிறேன். வசதியான மகனை உள்ளே அனுமதிப்பது மாதிரி இந்த ஏழை மகனையும் அனுமதிக்க வேண்டியதுதானேன்னு கேட்கிறேன்.”

“பா... பொறுமையாக இரு. நான் ஹரிலாலுக்கு அனுமதி கிடைக்க ஏற்பாடு செய்றேன்” என்றார் காந்தி.

அது ஓரளவு நிம்மதியைக் கொடுத்தாலும் இடைவிடாத இருமல் பேச்சை தடைப்படுத்தியது. மனைவியின் வாயில் வழிந்த நீரைத் துடைத்து விட்டார் காந்தி. கஸ்தூர் அசதி மேலிட கண்களை மூடி உடலை ஒருக்களித்துக் கொண்டார்.

ஹரிலால் அங்கிருந்து வெளியேறினார்.

“ஹரி... சாப்டியா..?” கஸ்தூரின் உடல் தன்னிலைக்கு வந்தபோது பத்து நிமிடங்கள் கடந்திருந்தன.

“அவன் கிளம்பி விட்டான்” என்றார் காந்தி. படுக்கையிலிருந்து எழுந்து கொள்ள எத்தனித்தவருக்குக் கைக்கொடுத்து உட்கார வைத்தார்.

“சன்ச்சல் எங்கிட்டே ஒப்படைச்சுட்டுப் போன பிள்ளைகளை வளர்த்து எல்லோருக்கும் கல்யாணமும் முடிச்சு வச்சாச்சு. ஹரியோட கடமையெல்லாம் முடிஞ்சு போயிடுச்சு. அவன் தன்னை நல்லபடியா பார்த்துக்கிட்டா போதும். நீங்க நெய்து கொடுத்த அந்தப் புடவையை நான் செத்ததுக்கப்பறம் என் மேல போர்த்தி விடணும். ஆசிரமத்திலேர்ந்து எடுத்துட்டு வர

சொல்லியிருக்கேன்." கோர்வையாக இல்லாமல் இழுத்து இழுத்துப் பேசினார்.

கணவனின் தோளருகே தலையை நகர்த்தி வைத்துக் கொண்டார்.

"ஹரி எங்கே பாப்பு?" என்றார் மீண்டும்.

"அவன் கிளம்பிட்டான் பா" மனைவியைத் தன் தோளில் சரிய வைத்துக் கொண்டபோது அவருடலின் கொதிப்பு தனக்கும் தொற்றிக் கொண்டது போலிருந்தது. கஸ்தூர் இருமும்போது முகத்தோடு ஒட்டியிருக்க வேண்டாம் என்ற மருத்துவர்களின் அறிவுரையை அவர் பெரிதுப்படுத்திக் கொள்ளவில்லை.

"நாளைக்கு வருவானா?"

அடுத்த அறையிலிருந்து கனு, தேவதாஸ், பியாரிலால் என அடுத்தடுத்து ஒவ்வொருவராகத் துதிப்பாடல்களைப் பாடிக் கொண்டிருந்தனர்.

வாஸாம்ஸி ஜீரணானி யதா விஹாய
நவானி க்ருஹணாதி நரோ பராணி
த்தா சரீராணி விஹாய ஜீர்ணான்
யன்யானி ஸம்யாதி நவானி தேஹீ

மெல்லியதாகக் காதில் விழுந்த கீதையின் சுலோகங்களை கண்களை மூடி அனுபவித்தவர் "நாளைக்கு வருவானா?" என்றார்.

"ம்.. வர சொல்லியிருக்கேன்."

"தேவதாஸ்?"

"பக்கத்து அறையில் இருக்கான். ராமா நாளைக்கு வருவான்."

"மணிலால் நல்லாயிருக்கட்டும்" என்றவர் "எனக்குக் கொஞ்சம் விளக்கெண்ணெய் கொடுங்க" என்றார்.

"பா.. நீங்க ரொம்ப பலவீனமா இருக்கீங்க. இப்போ இருக்கிற நிலையில் பேதியை உங்களால சமாளிக்க முடியாது" என்றார் டாக்டர் கில்டர்.

"எப்படியோ நான் உடனே சாகப் போகிறவள்தானே?" கண்களை மூடிக் கொண்டார். உதடுகள் ஸ்ரீராம் பஜோ சுக்மே துக்மே.. என்று முணுமுணுத்தது. ஏதோ நினைத்துக் கொண்டவர் போல

கண்களை விழித்து தேவதாஸை அருகில் வர சொன்னார். "தேவா... இனி நம் குடும்பத்தை நீதான் பார்த்துக் கொள்ள வேண்டும். உன் அப்பா ஒரு துறவி. அவருக்கு இந்த உலகத்தைப் பற்றி சிந்திக்க வேண்டியிருக்கிறது. ஹரியைப் பற்றி உனக்கு எல்லாமே தெரியும். இனி எல்லாம் உன் பொறுப்புதான். எல்லாமே உன் பொறுப்புதான்" மகனின் கையை இறுகப்பற்றிக் கொண்டார்.

"நீ எனக்காக நிறைய செய்து விட்டாய் தேவா..."

"பா..." என்றார் தேவா நெகிழ்ந்தவராக. கண்கள் கலங்கியிருந்தன.

"இந்தக் குடும்பத்துக்கும்தான். ஹரியைப் பார்த்துக்கோ."

சுசீலா அருகில் வந்து பா ஓய்வு எடுக்கட்டும் என்பது போல கண்ணசைவில் தெரிவிக்க, தேவதாஸ் "நீங்க எதைப் பற்றியும் கவலைப்படாதீங்க பா. நீங்களே எழுந்து வந்து எல்லாத்தையும் பார்த்துக்குவீங்க" என்றார். தனது பேச்சுக்கும் மனதிற்கும் சம்பந்தமில்லாத தொனியை அவரால் மறைக்க முடியவில்லை. தாயாரின் நாட்கள் எண்ணப்படும் உண்மையை ஏந்த முடியாமல் ஏந்திக் கொண்டு அடுத்த அறைக்குச் சென்றார்.

கஸ்தூரின் நிலைமை மேலும் மேலும் மோசமாகிக் கொண்டே போனது. சிறையதிகாரி அவரைப் பார்வையிட வந்தபோது "எனக்காக என் மகன் ஹரிலாலை உள்ளே அனுமதியுங்களேன்" என்றார் இறைஞ்சுவது போல.

"அம்மா உங்கள் மகனை யாரும் தடை செய்யவில்லை. அவர் நேற்று மதியம் உறங்கி விட்டாராம். அதனால்தான் வர முடியவில்லை என்று தொலைபேசியில் சொன்னார்."

அங்கிருந்த அனைவரும் ஒருவரையொருவர் அர்த்தப்பார்வைகளைப் பார்த்துக் கொண்டனர். ஹரிலால் அன்றைக்குப் பகலில் வந்தபோது கால்கள் நிற்கமாட்டாமல் தள்ளாடின. கண்கள் சிவந்திருந்தன. தோளில் மாட்டிய சிறு பையை ஆதரவாகப் பற்றிக் கொண்டு கதவில் சாய்ந்தவாறு நின்றார்.

"பா... பா... பா..." அவர் வாய் பிதற்றிக் கொண்டிருந்தது. தன் தோள் பையில் எப்போதும் வைத்திருக்கும் 'கீதையின் ரகசியம்' என்ற பாலகங்காதர திலகரின் புத்தகத்தை எடுத்துப் பார்த்துக் கொண்டார்.

"இப்போ எப்படி இருக்கீங்க பா?" வாயிலிருந்து மதுவின் நாற்றம் வீசியது.

மகனைக் காணும் ஆவலில் கண்களைத் திறந்தவர் அவரின் தோற்றத்தையும் நிலையையும் கண்டு "நீ குடித்திருக்கிறாய். நீ குடித்திருக்கிறாய் ஹரி.. நான் இந்த நிலையில் இருக்கும்போது கூட உன்னால் அதை விட முடியவில்லையா... அய்யோ.." தலையிலடித்துக் கொண்டு அழுதார்.

"பா... நான் குடிக்கவில்லை" அவரது பற்கள் அழுக்கேறியிருந்தன. வார்த்தைகள் கோர்த்துக் கொள்ள இயலாமல் தடுமாறின.

"ஏன் பொய் பேசுகிறாய் ஹரி.. இதையெல்லாம் பார்ப்பதற்கு நாங்கள் என்ன பாவம் செய்தோம். ராமா.. ராமா... போகிற நாளில் என்னை ஏன் இப்படித் துன்பப்படுத்துறே... ராமா... ராமா..." தலையிலடித்துக் கொண்டார்.

காந்தியும் தேவதாஸும் கஸ்தூரின் கைகளைப் பிடித்துக் கொண்டனர். ஹரிலால் இவையேதும் அறியாதவராகச் சுவரில் சாய்ந்து கண்களை மூடி அமர்ந்திருந்தார். அவரைக் கைத்தாங்கலாகப் பற்றிக்கொண்டு வெளியே அழைத்துச் சென்றனர்.

கஸ்தூர் புலம்பி அழுதார்.

காந்தி செய்வதறியாது நின்றிருந்தார்.

64

ஐரோப்பாவில் ஜெர்மானியப் படைகளும் கிழக்காசியாவில் ஜப்பானியப் படைகளும் வீழ்ச்சிக் காணத் தொடங்கியிருந்தன. மூன்று திங்களுக்குள் நூற்றைம்பது சதுர மைல் இந்தியப் பிரதேசத்தை இந்திய தேசிய ராணுவத்தனர் கைப்பற்றியிருந்தாலும் நான்காயிரம் போர் வீரர்களைப் பலி கொடுத்திருந்தனர். அதே சமயம் உலக அளவில் பிரிட்டன் தன் மோசமான நிலையிலிருந்து மீண்டு கொண்டிருந்தது. ஆயினும் சுபாஷ்சந்திரபோஸ் நம்பிக்கை தளராமல் போர்க்களத்திலிருந்தபடியே இந்திய மக்களுக்கு அறிக்கை விடுத்தார்.

இந்தியாவின் சகோதரச் சகோதரிகளே! கொடுங்கோலர்களான பிரிட்டிஷாருக்காக இனி போராட மாட்டோம் என்று பிரிட்டிஷ் ராணுவத்தைச் சேர்ந்த நம் சகோதரர்கள் மறுத்து விட வேண்டும். பிரிட்டிஷாரிடம் வேலை செய்யும் பல்வேறு இலாகாவைச் சேர்ந்தவர்களும் பிரிட்டிஷாருடன் ஒத்துழைக்க மறுத்து இந்தப் புனிதப்போரில் எங்களுக்கு உதவி புரியுமாறு கேட்டுக் கொள்கிறேன். இந்திய சகோதர சகோதரிகளே.. உங்களுடைய வெகு காலத்திய சுதந்திர ஆர்வத்தை நிறைவேற்றிக் கொள்ள இதுதான் பொன் போன்ற தருணமாகும். இச்சந்தர்ப்பத்தை நழுவ விடாமல் உங்களுடைய கடமைகளைச் செய்வீர்களாயின் வெகு விரைவில் நமக்குச் சுதந்திரம் கிடைத்து விடும். தாய் நாட்டின் மிக நெருக்கடியான கட்டத்தில் ஒவ்வொரு ஆடவரும் ஒவ்வொரு பெண்மணியும் தங்கள் தங்களுடைய கடமைகளைச் செய்வார்கள் என்று இந்தியா எதிர்பார்க்கிறது. ஜெய் ஹிந்த்..

காந்தி தோட்டத்தில் அமர்ந்திருந்தார். அவரும் கஸ்தூரும் இணையாக நடந்த புல்வெளிகள் தனிமையின் வெறுமையில் சலசலத்தன.

வேதனையோடு வாழ்ந்தலிலிருந்து மரணம் அவளுக்கு விடுதலையளித்திருக்கிறது. இது அவளுக்கு நல்லது என்று

எண்ணித்தான் அவளுடைய மரணத்தை வரவேற்றேன். ஆயினும் நான் எண்ணியதை விட இது எனக்கு எவ்வளவு பெரிய நஷ்டம் என்று இப்போதுதான் உணர்கிறேன். அவள் இறுதி வரை எனக்காகவே வாழ்ந்தவள். என்னுடன் சேர்ந்திருப்பதற்காகவே அசாதாரணமானதொரு வாழ்க்கைக்குத் தன்னைப் பழக்கப்படுத்திக் கொண்டவள். ஆனால் பிள்ளை பாசத்தை மட்டும் அவளால் முற்றிலும் வெல்ல முடியவில்லை. அதுவும் மூத்தமகன் ஹரிலால் மீது அவள் தனியானதொரு அபிப்பிராயம் கொண்டிருந்தாள்.

கஸ்தூர் எரியூட்டப்பட்ட இடத்திற்குச் செல்ல வேண்டுமாய் தோன்றியது அவருக்கு. மகனைப் போன்றும் காரியதரிசியாகவும் அகவுணர்வை அறிந்தவனாகவும் இருந்த மகாதேவ் கூட அங்குதானிருக்கிறான். இருவருமே ஆகாகான் மாளிகை சிறைமுகாமில் என்னைத் தனித்திருக்கச் செய்து விட்டனர். இங்கு வந்த ஒருசில நாட்களில் மகாதேவ் சென்று விட்டான். இப்போது பா வும் அவனுடன் சேர்ந்து கொண்டாள். தன் பெருவிருப்பத்துக்குரிய மூத்தமகனைக் கூட எனக்காகப் பகைத்துக் கொண்டாள். அவனுடைய மதமாற்றத்தின்போது பகிரங்க கடிதம் எழுதி அவனைக் கண்டித்தாள். ஆனாலும் அவனை அவளால் முழுவதும் துறக்க முடியவில்லை. ஒருவேளை இறுதியில் மகனை காண மனம் துடித்திருக்குமோ? அதனால்தான் தன்னைக் கடைசியாகக் காண வந்த தமையன் மாதவதாஸிடம் எதுவும் பேசவில்லையோ? இருக்காது. அப்படியெல்லாம் அவளால் பகைமை பாராட்ட முடியாது. அவளுக்குப் பேசவியலாத நிலை அப்போது. ஆனால் கண்கள் கசிந்து கொண்டுதானே இருந்தது. அதேசமயம் ஹரிலால் தனது வணிக முயற்சிக்கு அவரைப் பெரிதும் நம்பியிருந்ததெல்லாம் அவளும் அறிந்ததுதானே? இன்று சொத்துகளையெல்லாம் இழந்து நிற்கும் அவர் அன்று பெரிய செல்வந்தராக இருந்தார். மாதவதாஸ் கிளம்பிய பிறகும் அவளால் நீண்ட நேரம் உணர்ச்சிக் கொந்தளிப்பிலிருந்து வெளியே வர இயலவில்லை. “என் அண்ணனுக்குத் தங்கையின் கணவனாக நீங்களும், தங்கையாக நானும் முடிந்தவரை செய்திருக்கிறோம். இனி அவருக்கு எதுவும் செய்யத் தேவையில்லை” என்றாள் என்னிடம். ஒருவேளை வியாபார விஷயத்தில் அவர் ஹரிலாலை நடத்திய விதம் சாகும் வரை அவள் மனதில் காயமாகவே படிந்திருக்க வேண்டும்.

காந்தி தோட்டத்தில் தனித்திருப்பதை அனுமதிக்க விரும்பாதவர்களாக மீராவும் சுசீலாவும் அவரருகே வந்து அமர்ந்து

கொண்டனர். கஸ்தூரின் மரணத்துக்கு இரங்கல் தெரிவித்துப் புதிதாக நியமிக்கப்பட்ட வைஸ்ராய் வேவலிடமிருந்து வந்த செய்தியை அவர்கள் தம்மோடு எடுத்து வந்திருந்தனர். பல வருட காலமாய் சேர்ந்த வாழ்ந்த துணையை இழந்தது எத்தனை பெரிய நஷ்டம் என்பதைத் தானும் தன் மனைவியும் உணர்வதாக வைஸ்ராய் அதில் உருக்கமாக எழுதியிருந்தார்.

“உண்மைதான். பா இல்லாமல் எப்படி வாழ்க்கை நடத்த முடியும் என்றே எனக்குப் புரியவில்லை. மகாதேவை இழந்தபோது அவளிருக்கும் தெம்பில்தான் அதைக் கடந்து விட முயன்றேன். ஆனால் இன்று எல்லாவற்றையும் இழந்ததுபோல சூனியம் உண்டாகி விட்டது. அதை நிறைக்கவே முடியாது. நாங்கள் அறுபது வருடக்காலம் சேர்ந்து வாழ்ந்திருக்கிறோம். ஒருவேளை அவளுக்குப் பெனிசிலின் மருந்து கொடுத்திருந்தால் பிழைத்திருப்பாளோ?”

அவர்கள் பதிலேதும் கூறவில்லை. வாய் விட்டுப் புலம்பட்டும். அது அவருடைய வேதனையைத் தணிக்கும்.

“ஆனால் இந்த மரணம் அவள் விரும்பியதுதான். அவள் விருப்பத்தின்படி என் மடி மீதே இறந்து போனாள். இதை விடச் சிறப்பு வேறென்ன இருக்க முடியும்? அவள் விருப்பம் நிறைவேறியதில் எனக்கு அளவற்ற ஆனந்தம்.”

அவர் மீராவையும் சுசீலாவையும் நிமிர்ந்து பார்த்துப் புன்னகைக்க முயன்றார்.

“உண்மையிலுமே பா வுக்கு மரணம் விடுதலையைக் கொடுத்திருக்கிறது.”

மீரா காந்தியின் கையை ஆறுதலாகப் பிடித்துக் கொண்டார். அவரது எண்ணவோட்டத்தைக் கலைக்க விரும்பாதவை போல மரங்களும் அமைதிகாத்தன.

அவள் மரணத்தருவாயில் கூட என்னைக் குறித்தும் குடும்பத்தைக் குறித்தும் கவலைப்பட்டாள். நான் அவளை நினைத்து துயரப்படக்கூடாதாம். அவள் இறப்பைப் புத்துணர்ச்சி கொள்ளும் தருணமாக நினைக்க வேண்டுமாம்.

கால்களை ஒன்றின் மீது ஒன்று அடுக்கி வலது கையைத் தரையில் ஊன்றி அதனருகே மோவாயை வைத்து தலையைக் கவிழ்த்திருந்தார்.

மௌனம் அவர்களைத் திரையிட்டிருந்தது.

மேற்கு ஐரோப்பாவை மீட்கும்பொருட்டு நேச நாட்டுப் படைகள் கடல் வழியாகப் பயணம் தொடங்கியிருந்தன. கிழக்கில் ருஷ்யப் படைகளாலும் மேற்கில் பிரிட்டிஷ் மற்றும் அமெரிக்க ஃபிரெஞ்ச் படைகளாலும் ஜெர்மனி ஒருசேர தாக்கப்பட்டது. அமெரிக்காவுக்கும் ஜப்பானுக்குமிடையே போர் கடுமையாகி விட்ட சூழலில் இந்திய தேசிய ராணுவப் படையினருக்கு உதவிய போர் விமானங்களை ஜப்பான் திரும்பப் பெற்றுக் கொண்டதோடு தனது ராணுவத்தையும் திரும்ப அழைத்துக் கொண்டது. ரங்கூனைப் பிரிட்டிஷ் படைகள் கைப்பற்றியிருந்தன. பர்மாவிலிருந்து ஜப்பானியப் படைகள் அடியோடு பின்வாங்கிச் சென்று விட்டதால் பிரிட்டிஷார் அங்கிருந்த இந்திய தேசிய ராணுவத்தினரைக் கைது செய்து நிராயுதபாணிகளாக்கினர்.

ஜின்னா பம்பாய் கடற்கரையிலிருக்கும் தனது ஆடம்பரமான சலவைக்கல் மாளிகையின் முன்னறையில் அமர்ந்து பேசிக் கொண்டிருந்தார். ஆறடிக்கும் மேலிருக்கும் அவரது அசர வைக்கும் உயரம் உடலைச் சற்றே கூன வைத்திருந்தது. தலை முடியை வழித்து பின்னோக்கி வாரியிருந்தார். ஒட்டி வறண்ட சவரம் செய்யப்பட்ட முகம் அவர் குரலைப் போலவே தீவிரமான தொனியிலிருந்தது.

"முன்பு சுய ஆட்சி சங்கத்தில் நாங்களெல்லாம் இருந்தபோது நேருவும் காந்தியும் என் தலைமையில் வேலை செய்திருக்கிறார்கள். காங்கிரஸ் இயக்கத்தில் நான் தீவிரமாக உழைத்திருக்கிறேன். முஸ்லிம் லீக் அமைந்தபோது அது இந்திய சுதந்திரத்துக்கு முதல் படி என்று காங்கிரஸைப் பாராட்டும்படி வற்புறுத்தினேன். காங்கிரஸூம் முஸ்லிம்லீகும் ஒரே சமயத்தில் பம்பாயில் கூடும்படி 1915 லேயே தூண்டினேன். அப்படிக் கூடுவது இந்து முஸ்லிம் ஒற்றுமையை உருவாக்கும் என்று நினைத்தேன். ஆனால் இந்த ஒற்றுமை அபாயகரமானது என்று பிரிட்டிஷார் கண்டு கொண்டார்கள். 1920ல் காந்தி வருவதற்கு முன்வரை இதுதான் நிலை. அதன்பிறகு இந்து முஸ்லிம் உறவு சீரழிய ஆரம்பித்தது. காந்தி இதையே விரும்பினார் என்பதை வட்டமேசை மாநாட்டில் நான் உணர்ந்து கொண்டேன்."

காந்தி இதைத் தீவிரமாக மறுத்தார். அப்போது அவர் தனது சீர்கேடடைந்த உடல்நிலையின் காரணமாக விடுதலை செய்யப்பட்டிருந்தார். "காங்கிரஸூம் முஸ்லிம் லீக்கும் ஒரு ஒப்பந்தத்துக்கு வந்து விட்டால் பிரிட்டன் இந்தியாவுக்குச் சுதந்திரத்தை வழங்கித்தானாக வேண்டும்" என்றார்.

அவர்களுக்கிடையே பேச்சு வார்த்தை நடத்த ஏற்பாடானது.

ஹரிலால் எங்கோ வெறித்தபடி அமர்ந்திருந்தார். இப்போதெல்லாம் அவர் சுயநினைவில் இருக்கவே விரும்புவதில்லை. கடைசியாகத் தன் தாயாரைச் சந்தித்தபோது அவர் தலையிலடித்துக் கொண்டு அழுதது காட்சிப் படிமமாக ஓடி கொண்டேயிருந்தது. அவர் அதை மதுவை ஊற்றி அகற்ற முயன்றார். ஆனால் போதையும் அவரெண்ணிய அளவுக்குக் கைக்கொடுக்கவில்லை. ஒருவேளை இடமாற்றம் மனமாற்றத்தைக் கொண்டு வரலாமோ? கான்டியின் வீட்டுக்குச் சென்றால் குழந்தை சான்டியின் மழலையும் விளையாட்டும் சூழலை மாற்றி விடலாம். ஆமாம்.. அதுதான் சரியாக இருக்க முடியும். நீண்ட நாட்களுக்குப் பிறகு மனம் ஆசுவாசப்பட்டதில் நன்றாக உறங்க முடிந்தது அவரால்.

ஜின்னாவுக்கும் அவர் ஆதரவாளர்களுக்கும் வேறு கணக்கிருந்தது. பத்துக்கோடி முஸ்லிம்கள் வசிக்கும் இந்தியாவில் இந்துக்களோ முப்பது கோடியாக உள்ளனர். முஸ்லிம் லீகுக்கு அரசியலில் பெரும்பான்மை ஆதரவு கிடைக்க வாய்ப்பில்லை என்ற இந்நிலையில் வடமேற்கு எல்லைப்புறம், பஞ்சாப், சிந்து, காஷ்மீர், பலூசிஸ்தானம், வங்காளம் போன்ற முஸ்லிம்கள் பெரும்பான்மையினர் வசிக்கும் மாகாணங்களை ஒன்றிணைத்து பாகிஸ்தானை அமைத்து விடலாம் என்ற எண்ணமிருந்தது.

“சரியாகத்தான் நினைக்கிறீர்கள். நமக்கென்று உருவாகும் நாட்டில் ஆறு கோடி முஸ்லிம்கள் பத்திரமாக இருப்பார்கள். இந்துக்கள் தலையீடே இருக்காது.”

“ஆனால் இந்துக்கள் பெரும்பான்மையாக உள்ள மீதி மாகாணங்களிலும் நாலு கோடி முஸ்லிம்கள் சிதறிக் கிடக்கின்றனரே?”

“பாகிஸ்தானை அடைய வேண்டுமானால் எல்லா மாகாணங்களிலும் முஸ்லிம்களின் சமய உணர்ச்சியைத் தூண்டி விட வேண்டும்.”

“ஆனால் இது நமக்கே பாதகமாக முடிந்து விட்டால்?”

ஜின்னா அதற்கும் எதற்கும் துணிந்திருந்தார்.

“முஸ்லிம் லீக் நிர்வாகக் கமிட்டியின் முன்பு என்னைப் பேச அனுமதியுங்கள். என் திட்டத்தை அது நிராகரித்தால் லீக்கின் பகிரங்கமான மகாசபை முன் நான் பேசுகிறேன்” என்றார் காந்தி.

"இது மிகவும் அசாதாரணமானது. இதற்கு முன் ஒருபோதும் இல்லாத புது வழக்கம். சர்வதேசச் சட்டத்தின் எந்தக் கோட்பாட்டைக் கொண்டு பார்த்தாலும் நாங்கள் ஒரு தேசிய இனம்தான். பண்பாடு, நாகரிகம், மொழி, இலக்கியம், கலை, சிற்பம், பெயர்கள், மதிப்பிடும் இயல்பு, தராதர அறிவு, நீதி முறைச் சட்டங்கள், ஒழுக்க நியமங்கள், பழக்கவழக்கம், பஞ்சாங்கம், சரித்திரம், ஐதிகம், இயற்கை தகுதி, லட்சிய ஆசைகள் இந்த அனைத்தும் அலாதியாகப் பெற்றுள்ள தேசிய இனம் நாங்கள்" ஜின்னா தங்களது தரப்பைப் பிடிவாதமாக நிறுவ முற்பட்டார்.

"மதம் மாறி தாய் இனத்தை விட்டுப் பிரிந்த ஒரு பிரிவு மக்களும் அவர்களுடைய சந்ததியாரும் தாங்கள் அலாதியான ஒரு தேசிய இனம் என்று இந்த மாதிரி உரிமை கொண்டாடியதை உலக சரித்திரத்தில் காண முடியாது."

"அதை நீங்கள் சொல்ல வேண்டாம் காந்தி" என்றார் ஜின்னா தீவிரமாக. உணர்வுகளற்ற அவர் முகம் வழக்கத்தை விடவும் நீண்டிருந்தது.

"வேண்டுமானால் முஸ்லிம்கள் பெருவாரியாக வசிக்கும் மாகாணங்களில் மக்களின் விருப்பத்தைக் கேட்டறியலாம். பிரிவதற்குச் சாதகமான ஓட்டுகள் அதிகமாக இருப்பின் இந்தியா சுதந்திரமடைந்ததும் எவ்வளவு சீக்கிரம் முடியுமோ அவ்வளவு சீக்கிரத்தில் இவற்றையெல்லாம் சேர்த்துத் தனி ராஜ்ஜியமாகச் செய்து விடுவோம். சுதந்திரத்திற்குப் பின் அயல் நாட்டு விவகாரம், தற்காப்பு, போக்குவரத்து, சுங்கத்தீர்வை, வர்த்தகம் போன்ற விஷயங்களில் ஒரு முடிவை எடுத்துக் கொள்வோமே அன்பு சகோதரரே."

"முடியாது... பிரிட்டிஷார் கிளம்பும் முன்பே அதையெல்லாம் செய்து விட வேண்டும் மிஸ்டர்.காந்தி" என்றார் ஜின்னா.

இந்து முஸ்லிம் சமரசப் பேச்சுவார்த்தை தோல்வியடைந்திருந்தது.

இந்திய தேசிய ராணுவத்தின் இணையற்ற தளபதியாகக் கருதப்பட்ட சுபாஷ் சந்திரபோஸ் ஜப்பானியப் போர் விமானம் ஒன்றின் மூலம் பாங்காக்கிலிருந்து வெளியேறி, பார்மோஸாவிலுள்ள தாய்போ நகரையடைந்தார். அங்கிருந்து அவர் ஆகாயமார்க்கமாகக் கிளம்பியபோது அவர் பயணித்த விமானம் விபத்துக்குள்ளாகி விட்டதால் அவர் சம்பவ இடத்திலேயே பலியாகி விட்டார் என ஜப்பான் அறிவித்தது.

65

சரஸ்வதி சிற்றுண்டி செய்து விட்டு மகனை அழைத்தாள்.

“சான்டீ... சான்டீ கண்ணே...”

பதில் வரவில்லை.

“சாண்டீ... எங்கேதான் போயிட்டே... அப்பா வர்ற நேரமாச்சு பாரு.. இப்போ உடனே அம்மா முன்னாடி வருவியாம். அம்மா கொடுக்கறதை சமர்த்தாச் சாப்பிடுவியாம்” மகனைக் கொஞ்சலாக அழைத்தாள். அவளுக்குத் தெரியும் தன் மகன் எங்கெங்கெல்லாம் ஒளிந்து கொண்டு தன்னிடம் விளையாடுவான் என்று.

“அய்யோ... இந்த சான்டிப்பையனை எங்கேயுமே காணோமே?“ விளையாட்டாகப் பேசிக் கொண்டே கதவிடுக்கில் மறைந்து கொண்டிருந்த நான்கு வயது மகனை இழுத்து அணைத்துக் கொண்டாள். சூடான பிட்டும் வாழைப்பழமும் அவனுக்காகக் காத்திருந்தது. வெளியே கதவு திறக்கும் ஒலி கேட்டதும் “அப்பா வந்துட்டாரு பாரு” என்றபடி கணவனை எதிர்கொண்டழைக்க சென்றாள்.

துள்ளலாகச் சென்றவள் தன் கணவருடன் வேறொருவர் வந்திருப்பதை அறிந்ததும் நிதானித்து நடந்தாள். யாரோ ஒரு ஏழைக் கிழவர். நூல் நூற்பிலும் பிரார்த்தனைக் கூட்டம் நடத்துவதுமாக காந்தியச் செயல்பாடுகளில் ஆர்வம் கொண்டுள்ள தன் கணவரைப் பார்க்க வந்திருக்கும் யாரோ ஒரு காந்தியராக இருக்க வேண்டும். ஆனால் அழுக்கேறிய உடைகளும் துணிப்பையுமாக இருந்தவரிடம் அவள் கணவன் நீண்டநாள் பழகியவர் போல பேசுகிறார். அவரை உள்ளே அழைப்பதா வேண்டாமா என்று சரஸ்வதி குழப்பமாக நின்றாள்.

ஹரிலால் பெரிதாகச் சிரித்து, “என்னைத் தெரியலியா சரஸ்வதி. நான் உன் கணவனின் அப்பா” என்றார்.

அவரது உடையும் கோலமும் அதிர வைத்தாலும் அதை வெளிக்காட்டிக் கொள்ளாமல் "வாங்கப்பா" என்றவாறு குனிந்து அவர் பாதம் தொட்டு வணங்கினாள் சரஸ்வதி.

"அப்பா... உள்ளே வாங்க" காான்டி அவரை அழைத்து வந்தான்.

அவர் குளித்ததும் மாற்றுடை அளித்தான். அவருக்கென்று அறையொன்றை ஒதுக்கிக் கொடுத்தான். கேரளப் பெண்ணான சரஸ்வதி தனக்குத் தெரிந்தவரையிலான குஜராத்தி உணவைச் சமைத்திருந்தாள். இருப்பினும் அவருக்குப் பரிமாறவோ அவரிடம் சகஜமாகப் பேசவோ தயக்கமிருந்தது அவளுக்கு. மகன் சாப்பிட அழைத்ததும் புன்னகையோடு வந்தமர்ந்தார் ஹரிலால். கான்டி அவருக்குப் பரிமாற தகப்பனும் மகனும் சேர்ந்து உண்டனர். அதுவரை சமையலறையைத் துடைத்து சுத்தப்படுத்திக் கொண்டிருந்த சரஸ்வதி மகனுக்கு ஊட்டி விட்டுவிட்டு தானும் உண்டாள். அவள் பாத்திரங்களைச் சுத்தப்படுத்திக் கொண்டிருக்கும்போது ஹரிலால் அவளிடம் வந்து "நல்லாயிருந்துச்சும்மா சாப்பாடு. திருப்தியா சாப்டேன்" என்றார்.

"ம்.. ம்.. சரிங்க.. சரிங்க..." பயமும் தடுமாற்றமுமாகப் பேசினாள்.

"சரஸ்வதி.. நானும் உனக்குத் தகப்பன்தான். பயப்படாதே" என்றார்.

"சரிங்க மாமா" என்றாள் மிரட்சியோடு.

போர் மேலும் தீவிரப்பட்டிருந்தது. பன்முனையிலிருந்தும் தன் மீது ஏவப்பட்ட தாக்குதலைத் சமாளிக்க இயலாது ஜெர்மன் படைகள் தவித்தன. இறுதியில் உலகப் பெரும்போரைத் தொடங்கி வைத்த அந்நாடு பிரிட்டனை உள்ளடக்கிய நேச நாடுகளிடம் வேறு வழியின்றி சரணடைந்தது. அதோடு ஐரோப்பாவில் போர் முடிவுக்கு வந்திருந்தது.

நாட்கள் செல்லச் செல்லத் தன்னிடம் அன்பாகவும் மரியாதையுடனும் தகப்பனையொத்த பாசத்துடனும் நடந்து கொள்ளும் மாமனாரிடம் சரஸ்வதிக்குப் பிடிமானம் வரத் தொடங்கியிருந்தது.

"என் மனைவி கூட நன்றாகச் சமைப்பாள். என்னையும் பிள்ளைகளையும் எப்படியெல்லாம் கவனித்துக் கொள்வாள் தெரியுமா?"

அவள் மாமனாரை நிமிர்ந்து நோக்கினாள். தன்னெதிரே நின்று பேசிக் கொண்டிருப்பது தன் மாமனாரா... அல்லது பாப்புவா? பேசுமொழி, பளிச்சென்ற சிரிப்பு, நகைச்சுவை என எல்லாமே பாப்புவைப் போலதான். இவரைப் பற்றியா ஏதேதோ சொல்கின்றனர்? இங்கு வந்ததிலிருந்து ஒருநாள் கூட இவர் மதுவின் பக்கம் போகவேயில்லையே...

“மாமா... நீங்க அத்தையை ரொம்பவும் நேசிக்கிறீங்கதானே?” அவளும் அவருடன் இயல்பாகப் பழகத் தொடங்கியிருந்தாள்.

“பின்னே? அத்தனை அன்பான அழகான அறிவான பெண்ணை நேசிக்காமல் இருக்க முடியுமா?”

“அப்பா... நீங்க அம்மாவை இன்னும் மறக்கலை” என்றான் கான்டி.

“முடியலப்பா...” சான்டி ஓடி வந்தபோது அவனை அப்படியே அள்ளித் தூக்கி மடியில் வைத்துக் கொண்டார்.

“என் மகன் சான்டியும் இவனைப் போலவே துறுதுறுப்பு” என்றார் மருமகளிடம்.

“ஆமாப்பா... எனக்கும் நல்லா நினைவிருக்கு” என்றான் கான்டி.

அன்று மதிய உணவுக்கு பிறகு சற்று உறக்கம் கொண்டு எழுந்த ஹரிலால் தன் மகன் சீக்கிரமாக வீடு திரும்பியதை அறிந்து லேசாக மகிழ்ந்தவராக அவனருகில் போய் அமர்ந்து கொண்டார்.

“மெட்ரிகுலேஷன் தேர்வெழுத உன் தாத்தாவிடம் எப்படிச் சம்மதம் வாங்கினே கான்டீ”

கான்டி நூற்பதற்குத் தேவையான பஞ்சுகளைக் கடைந்து பதப்படுத்திக் கொண்டிருந்தான். “தாத்தா எங்கே சம்மதித்தார்? நான் படித்தே தீருவேன் என்று பிடிவாதமாக நின்று விட்டேன். மகாதேவ் மாமாவும் பாட்டியும்தான்..”

மகன் முடிக்கும் முன்பாக “ஆமா... உங்க பாட்டிக்கு நம்ப எல்லோரின் மேலும் ரொம்ப அன்பு. அதுவும் என் மேல் இன்னமும் அதிகம்” என்றார் ஹரிலால்.

“ஆமாம்ப்பா... படிப்பின் காரணமா என் மூத்த மகன் பட்டபாடு போதும்னு தாத்தாட்டே பாட்டி சண்டை போட்டாங்க. தேவா சித்தப்பாக்கிட்டே உதவி கேட்டாங்க”

சற்று நேர கனத்த மௌனத்துக்குப் பிறகு “நாற்பது வருடங்களுக்கு முன்பு நான் ஏங்கி நின்றேன் காண்டீ. இன்று நீ அதைச் சாதித்து விட்டாய்” என்றார்.

சான்டி உரிமையாக மடியிலேறி அமர்ந்து கொள்ள அவரது கை பேரனை இடுப்போடு வளைத்து மடியில் இறுத்திக் கொண்டது.

அன்று பாப்புவிடமிருந்து வந்திருந்த கடிதத்தைப் பிரித்து வாசித்தபோது சரஸ்வதிக்குப் பெருமை பிடிபடவில்லை. கடிதத்தை கணவரிடம் காட்டியபோது கண்கள் பிரகாசமாக ஜொலித்தன. கணவருடன் சேர்ந்து அக்கடிதத்தை மீண்டும் வாசித்தாள்.

என் மகனை என்னால் வெற்றிக் கொள்ளவே முடியவில்லை. அது உங்களிருவருக்கும் வாய்த்திருக்கிறது. அவன் தன் தீயப்பழக்கத்திலிருந்து விடுபட்டு விட்டால் அவனுடைய மற்ற சகோதரர்களை விட சிறந்தவன் என்று நீங்களிருவரும் கணித்தது சரிதான். அதைக் காண்பதற்குத்தானே நாம் ஆவலாக காத்திருக்கிறோம். அவனை அங்கிருந்து செல்ல அனுமதிக்காதீர்கள். இயற்கையிலே அவன் பிடிவாதக்காரன். அங்கிருந்து வெளியேறி விட்டால் மீண்டும் பழைய பழக்கங்களுக்கே சென்று விடுவான். உங்களிருவரின் அன்பும் குழந்தை சான்டியின் கள்ளமில்லாத பாசமும் அவனை தீயப்பழக்கங்களிலிருந்து மீட்டெடுத்து விடும் என்று நம்புகிறேன்.

“பாப்பு நம் மேல எத்தனை நம்பிக்கை வச்சிருக்காரு பாருங்க” என்றாள் கண்கள் விரிய.

காண்டி ஆமோதிப்பாக மனைவியைத் தோளோடு அணைத்துக் கொண்டான்.

“அவர் போதையிலிருந்து மீண்டுடுவாருன்னு பாப்பு வச்சிருந்த நம்பிக்கைதான் மாமாவை மீட்டுக் கொண்டு வந்திருக்கு”

“நல்லது நடந்தால் சரி...” என்றவன் “அவர் திருந்தி விட்டதை பார்க்கறதுக்குப் பாட்டிக்குத்தான் கொடுத்தே வைக்கல” என்றபடியே கல்லூரிக்குச் சென்று வந்த அலுப்புத் தீர நீராடுவதற்காக குளியலறைக்குச் சென்றான்.

அவள் அந்தக் கடிதத்தைத் தன் வீட்டுக்கு விருந்தினராக வந்த தந்தையிடம் காட்டினாள்.

மகளின் முகத்தில் மின்னிய மகிழ்ச்சி அவருக்கும் தொற்றிக் கொண்டது. “உண்மைதான் மகளே... என் சம்பந்தி மிகவும் நல்லவர். புத்திசாலியானவர். நீ உன் அன்பால் அவரை இங்கேயே கட்டிப் போட்டு விடு.”

“நிச்சயமாக அப்பா.”

“அதுதான் இறந்து போன அவருடைய தாயாருக்குச் செய்யும் மரியாதை.”

“ஆமா அப்பா.. தன்னுடைய அம்மாவைப் பத்திப் பேசும்போது மாமாவின் கண்களை நீங்க பார்த்திருக்கீங்களா... அப்படியே பாசத்தில் கனிந்து போயிருக்கும். அவங்களோட மரணத்தைச் சகிச்சிக்க முடியாமத்தான் மாமா இங்கே வந்திருக்காரு.”

“ஆமா... நீ அவரை நல்லா பார்த்துக்கோ. இங்கேயே தங்கிக்கச் சொல்லி பாப்பு அவருக்கும் கடிதம் எழுதியிருக்காராம். சம்பந்தி சொன்னார்” என்றார்.

இந்திய தலைவர்களின் மாநாட்டை சிம்லாவில் உள்ள தனது மாளிகையில் வைஸ்ராய் வேவல் கூட்டியிருந்தார். அம்மாநாட்டுக்கு காங்கிரஸ், முஸ்லிம் லீக் மட்டுமின்றி தாழ்த்தப்பட்ட வகுப்பினர், சீக்கியர் உட்பட சிறுபான்மையரின் பிரதிநிதிகள் அனைவரும் அழைக்கப்பட்டிருந்தனர். நிர்வாகக் கமிட்டியொன்று அமைக்கப்படவிருப்பதாக வைஸ்ராய் அறிவித்தபோது முஸ்லிம் லீக்கின் பிரதிநிதியாகக் கலந்துக் கொண்ட ஜின்னா, அக்கமிட்டியில் பங்கு பெறும் முஸ்லிம் அங்கத்தினர்கள் முஸ்லிம் லீக் கட்சியின் உறுப்பினர்களாக இருக்க வேண்டும் என்றும் மௌலான ஆசாத், ஆஸப் அலி போன்ற தேசிய முஸ்லிம் தலைவர்கள் அதில் இடம் பெறக் கூடாது என்றும் வலியுறுத்தினார். இதுகுறித்து ஒருமித்த முடிவு எட்டப்படாமல் போனதில் சிம்லா மாநாடு தோல்வியைத் தழுவியது.

அன்று கான்டி கல்லூரிக்குக் கிளம்பி விட்ட பிறகு ஹரிலால் மருமகளை அருகே அழைத்தார்.

“சான்டீ எங்கேம்மா?”

“அவன் தூங்கிட்டான் மாமா.”

“உன்னுடைய வேலைகளெல்லாம் முடிஞ்சாச்சா?”

“ம்.. ஆகிட்டே இருக்கு” என்றவள் மாமனாரின் இந்தப் புதிரான நடவடிக்கை வியப்பளிக்க “என்ன வேணும் மாமா?” என்றாள்.

“பேனாவும் பேப்பரும் எடுத்துக்கிட்டு வாம்மா...”

அதை அவள் அவரிடம் நீட்டியபோது, “நீயே எழுது” என்றார்.

சரஸ்வதி அவரைக் கேள்விக்குறியோடு நோக்கியபோது அவர் எங்கோ பார்த்தபடி சொல்லத் தொடங்கினார். “என் தந்தையைக் குறித்த என் குறறச்சாட்டுகள்...”

சரஸ்வதிக்கு ஒரு கணம் பேனா நின்று விட்டது. இது எத்தனை பெரிய விஷயம்?

“ம்.. எழுது சரஸ்வதி. அடிமனதிலிருந்து வருபவை அவை. நாளை இவையெல்லாம் பெரு மதிப்புப் பெறும். என் தந்தையைப் பற்றி என்னுடைய குறைகள் ஒன்றும் புதிதல்லவே.”

“சொல்லுங்க மாமா” இதயம் படபடப்பாக அடித்துக் கொண்டதை அவள் வெளிக் காட்டிக் கொள்ளவில்லை.

அவர் எதுவும் கூறாதிருந்தார். சவரம் செய்யாமலிருந்த தாடையை லேசாகத் தடவிக் கொண்டார். கண்கள் அங்குமிங்குமாக அலைபாய்ந்தன. பிறகு நாற்காலியிலிருந்து எழுந்து கொண்டார். “சரி விடும்மா. இனிமே இந்தக் குற்றச்சாட்டுக்குப் பயனுமில்ல.. அர்த்தமுமில்லை. எல்லாம் முடிஞ்சுப் போச்சு.”

அவர் எதுவும் நடைபெறாதவர் போல இயல்பாக வெளியே கிளம்பிச் சென்று விட்டபோதும் நடந்தவைகள் குறித்து எழுந்த வியப்பு அவளுக்கு அடங்கவில்லை. என்ன இது..? மாமனிதர்... மகாத்மா... என்றெல்லாம் பாப்புவை உலகம் போற்றுகிறது. ஆனால் அவர் பெற்ற மகனோ தந்தையிடம் தன்னிறைவின்றி அலைந்து கொண்டிருக்கிறார். அதேசமயம் அவர் மீது விருப்பமும் மரியாதையும் கொண்டிருக்கிறார். பாப்புவும் மகனைக் குறித்து அக்கறை கொண்டிருக்கிறார். இருவருக்கும் இருக்கும் உறவின் நிலைதான் என்ன? எதை எழுதத் சொல்லியிருப்பார்? பிறகேன் எழுத வேண்டாம் என்று கூறி விட்டார்? எழுதுவது எதுவாக இருந்தாலும் எந்த நம்பிக்கையில் சிறு பெண்ணான என்னை அதற்காகத் தேர்ந்தெடுத்தார்? பின்.. ஏன் பாதியில் நிறுத்தி விட்டுப் போய் விட்டார்? கலவையாக எழுந்த எண்ணங்களோடு அவள் வாசலுக்கு வந்தபோது அவர் அந்தத் தெருவைக் கடந்து சென்று விட்டிருந்தார்.

66

நேசநாடுகளிடம் ஜெர்மன் சரணடைந்ததன் மூலம் ஐரோப்பாவில் போர் முடிவுக்கு வந்திருந்தாலும் ஆசியாவில் முன்பை விடவும் மூர்க்கத்தனமாக ஜப்பான் போரைத் தொடர்ந்து நடத்திக் கொண்டிருந்தது. அமெரிக்கா முறியடிக்க முடியாத அந்நாட்டின் வல்லமையை நேரடிப் போரில் வெல்வதை விட அணு ஆயுதத்தின் மூலம் அழிக்கும் அபாயகரமான முடிவெடுத்து ஜப்பானிலுள்ள ஹிரோஷிமா என்ற பெருநகரின் மீதும் அதனையடுத்து நாகசாகி என்ற நகரின் மீதும் அணுகுண்டை வீசியது. திடீர் தாக்குதலில் விக்கித்துப் போன ஜப்பான் வேறு வழியின்றி பணிந்து போனது.

உலகப் பெரும்போர் முடிவுக்கு வந்திருந்தது.

“சரஸ்வதி.. உன் வீட்டுக்காரனுக்குக் காய்கறிகளில் மசாலா சேர்த்து செய்தால் விரும்பிச் சாப்பிடுவான். வேணுமானால் உனக்குச் சமையலுக்கு நான் உதவி செய்யட்டுமா” என்றார் ஹரிலால்.

நேற்று காலையில் உணவு உண்ண அழைத்தபோது வருகிறேன்... என்று சொல்லி விட்டுச் சென்றவர் இன்றுதான் வீடு திரும்பியிருக்கிறார். ஆனால் எதுவும் நடைபெறாததுபோல இயல்பாகப் பேசுகிறார். திடீரென்று எங்கோ செல்வதும் எப்போது வேண்டுமானாலும் வருவதும் கலகலப்பாக உரையாடுவதும் தனக்குள்ளே ஒடுங்குவதும் வேளாவேளைக்கு உண்பதும் சில சமயங்களில் உணவை மறுத்து விடுவதுமாகத் தன்னுடைய இயல்பு மாறுபாடுகளை அவர் உணர்ந்திருப்பாரா என்று எழுந்த எண்ணத்தை சரஸ்வதி வெளிக்காட்டிக் கொள்ளவில்லை.

“இல்லை மாமா... நானே பாத்துக்கிறேன்” என்றாள்.

மீண்டும் புகைக்கும் பழக்கத்தைத் தொடங்கி விட்டதைப் போல குடிப்பழக்கத்தையும் தொடங்கி விடுவாரோ என்ற பயமும்

அவளுக்கிருந்தது. அதுவும் நேரம் கழித்து வரும் நாட்களில் சற்று தள்ளியே இருந்து கொள்வாள். இந்தப் பழக்கத்தை மட்டும் இவர் நிறுத்தி விடுவாரானால் அது பெரிய சாதனை என்கிறார் பாப்பு.

"வேலை ரொம்ப அதிகமாகி விட்டது அல்லவா?" என்றார் கரிசனத்துடன்.

தான் அவரிடம் சரியாகப் பேசாதது அவருக்கு உறுத்தலாக இருந்திருக்க வேண்டும். எத்தனை அன்பாக இருக்கிறார்? சான்டி மீதும் கான்டி மீதும் அத்தனை அன்பு வைத்திருக்கிறார். அவர் வந்ததிலிருந்து குழந்தையைப் பார்த்துக் கொள்ளும் பொறுப்பு கூட அவளுக்குப் குறைந்திருந்தது. ஆனால் அந்த ஒரு பழக்கம் இவரை அடியோடு மாற்றி விடுகிறது. இத்தனை அன்பானவர் அப்படிப் கூட மாறி விட முடியுமா என்ன?

உலகப்போர் முடிவடைந்திருந்த நிலையில் வைஸ்ராய் இந்தியாவில் விரைவில் பொதுத் தேர்தல் நடத்தப்படும் என்றும் அதனையடுத்து மத்தியில் முக்கிய இந்திய அரசியல் கட்சிகளின் ஆதரவு பெற்ற புதிய நிர்வாக சபை அமைக்கப்படும் என்றும் லண்டனிலிருந்து தான் கொண்டு வந்த செய்தியை வானொலி வாயிலாக அறிவித்தார்.

அரசின் இப்புதிய திட்டம் தெளிவின்றி உள்ளது. இது மனநிறைவைத் தரவில்லை என்றாலும் இந்தியாவிடம் நல்லெண்ணம் கொண்ட தொழிற்கட்சி பிரிட்டனில் ஆட்சி புரிவதால் நல்லதே நடக்கும் என்ற நம்பிக்கையுடன் நடக்கவிருக்கும் மத்திய மாகாண சட்டசபைகளுக்கான தேர்தல்களில் கலந்து கொள்வதாகக் காங்கிரஸ் ஒப்புதல் அளித்தது.

"மாமா வந்துட்டாங்களா பாருங்க... அவர் வந்து சாப்பிட்டாருன்னா எல்லாதையும் எடுத்து வச்சிடுவேன்" உள்ளறையிலிருந்து குரல் கொடுத்தாள் சரஸ்வதி. சாப்பாட்டு வேளை முடிந்து விட்டால் சான்டியை உறங்க வைக்க ஏதுவாக இருக்கும். இல்லையென்றால் மகன் கணவரைப் படிக்க விடாமல் தொந்தரவு செய்வான்.

"இன்னும் வரலே" அங்கிருந்தே குரல் கொடுத்தான் கான்டி. அவனுக்குப் படிக்க வேண்டிய பாடங்கள் காத்திருந்தன. பாத்திரங்களைத் துலக்கிய கைகளைத் துணியால் துடைத்துக் கொண்டு கணவனருகே வந்தமர்ந்து கொண்டாள் சரஸ்வதி.

சான்டி காத்திருந்ததுபோல தாயின் மடியில் தலை வைத்து படுத்துக் கொண்டான்.

“இன்னைக்கு மாமா மைசூர் முன்னாள் திவானைப் பார்க்க போறேன்னு சொல்லிட்டுப் போனார்.”

“திவானா..? அவரை எதுக்குப் பார்க்கப் போனார்?” ஏதோ பொறித்தட்டியவனாய் பதற்றத்துடன் கேட்டான். இந்தப் பழக்கங்களையெல்லாம் விட்டுவிட்டு நல்லப்பிள்ளையாய் இருந்தவர் மாறி விட்டாரோ?

“வரும்போது ஏதோ பணமெல்லாம் இருந்துச்சு கையிலே. அதை அப்படியே எங்கிட்ட கொடுத்துப் பத்திரமா வச்சுக்கோன்னு சொன்னார். ஆயிரம் ரூபாய் இருந்தது அதில்.”

“அய்யோ... அதையெல்லாம் நீ ஏன் வாங்கினே?”

“நான் வேண்டாம்னுதான் சொன்னேன். அவர் கேட்கல. முகத்துக்குப் போடற க்ரீமெல்லாம் வாங்கிக்கோன்னு சொன்னாரு” அவள் தயங்கியவாறு சொன்னபோது கான்டிக்குக் கோபம் வந்தது.

“அதைத் தொடறதுக்கு நமக்கு என்ன உரிமை இருக்கு. அவர் மாற மாட்டாரு.. மாறவே போறதில்ல. இன்னைக்கு ராத்திரி அவர் குடிச்சிட்டு வரப் போறாரு பார்த்துக்க..” என்று கத்தினான்.

பொதுத் தேர்தலில் போட்டியிட எல்லா கட்சிகளும் இணக்கம் தெரிவித்திருந்தன. அகில இந்திய காங்கிரஸ் கமிட்டி இதற்கு ஒப்புக் கொண்டாலும் தேர்தலிலும் தேர்தல் பணிகளிலும் ஈடுபட வேண்டிய முக்கியத் தலைவர்களும் ஆயிரக்கணக்கான தொண்டர்களும் நாடெங்கிலும் சிறையிலிருந்தனர். ஆகஸ்ட் கிளர்ச்சியின்போது இந்திய தேசிய காங்கிரஸின் நிதியை அரசு பறிமுதல் செய்திருந்ததால் காங்கிரஸுக்குப் பணப்பஞ்சமும் இருந்தது. சிறைப்பட்ட காங்கிரஸ்காரர்களை விடுவித்து காங்கிரஸ் உள்ளிட்ட தேசிய ஸ்தாபனங்கள் மீதுள்ள தடைகளை அகற்றுமாறு காங்கிரஸ் மகாசபைத் தலைவர் மௌலானா அபுல்கலாம் ஆசாத் அரசுக்குக் கோரிக்கை விடுத்தார்.

மகன் நினைத்தது போலவே தகப்பனார் மதுவருந்தியிருந்தார். சரஸ்வதி இன்றுதான் அவரைப் போதையேறிய நிலையில் முதன்முதலாகக் காண்கிறாள். அவளுக்கு அண்மையானவர்கள் யாருக்கும் இல்லாத பழக்கம் இது. அவள் மாமனாரைப் பற்றி

ஊரே சொன்னது இன்று உறுதியாகி விட்டது. இவருடன் எப்படி ஒரே வீட்டில் இருப்பது? கணவன் இல்லாத நேரத்தில் குழந்தையையும் அவளையும் அடித்து விடுவாரோ...? பயத்தில் அவளுடல் நடுங்கியது.

ஹரிலால் யாரிடமும் எதுவும் பேசும் நிலையில்லை. வேகமாகத் தன்னறைக்குச் சென்றார். அவர் கையிலிருந்த பையில் மதுபாட்டில்கள் இருந்தன. அவர் அதனை வெகு ஜாக்கிரதையாக சுவரோரமாகச் சாத்தி வைத்து விட்டு கட்டிலில் மல்லாந்து படுத்து வலது கையை நெற்றிக்குக் குறுக்காக வைத்துக் கொண்டார். அவர் இமைகள் மூடியிருந்தன.

புயலைப் போல அவரறைக்குள் நுழைந்த கான்டி "அப்பா... என்னதிது? மறுபடியும் ஆரம்பித்து விட்டீர்களா?" சத்தமாகக் கேட்டான்.

"ஏன் இப்படிக் கத்தறே... உனக்கு நான் என்ன குறை வைத்தேன்? என் தகப்பனைப் போல உன்னைத் தெருத்தெருவாக அலையவா வைத்தேன்?" அவரும் பதிலுக்குக் கத்தினார்.

"அப்பா... அதுவா இப்போ பிரச்சனை? ஏன் பழைய கதையை கிண்டி எடுக்குறீங்க? குழந்தை இருக்கற வீட்ல நீங்க இப்படி நடந்துக்கறது சரியா?"

"நீ இப்பவே உன் குழந்தைக்கு ஆதரவா பேசற பாரு. அதுதான் தகப்பனோட பாசம். நான் உனக்கு ஆதரவா இருக்கேன். உன்னைக் கண் மருத்துவம் படிக்க வைக்கிறேன். ஆனால் எனக்கு வாய்த்த தகப்பன்..." அவர் பேசிக் கொண்டே கட்டிலிலிருந்து இறங்கினார். ஆனால் மது அவரைக் கீழே வீழ்த்தியது. அவர் எழுந்து கொள்ள முயன்று மீண்டும் விழுந்தார். விழுந்தவாகில் வாந்தி எடுக்கத் தொடங்கினார்.

சரஸ்வதி இதனைக் காணச்சகிக்காது மகனை இழுத்துக் கொண்டு தனது அறைக்கு ஓடி கதவைச் சாத்தி தாழிட்டுக்கொண்டாள். கதவுக்கு வெளியே ஏதேதோ பேச்சுக்குரல்கள். வாதங்கள். நீரால் சுத்தப்படுத்தும் ஓசை என கேட்டுக் கொண்டிருந்தபோதிலும் அவள் எழுந்து வெளியே வரவில்லை. சான்டி உறங்கியிருந்தான்.

நீண்டநேரம் கழித்து கான்டி அறைக்கு வந்து படுத்தபோது அவள் விழித்திருந்தாலும் எதையும் கேட்கவில்லை. அவனும் எதையும் சொல்லும் நிலையில் இல்லை.

67

"சரஸ்வதி..." கணவனைக் கல்லூரிக்கு அனுப்பி விட்டு உள்ளே வந்தவளைச் சத்தமாக அழைத்தார் ஹரிலால்.

அவள் பதிலொன்றும் பேசாமல் என்ன வேண்டும் என்பதுபோல மாமனாரைப் பார்த்தாள். முடிந்தவரை அவரிடமிருந்து தள்ளியே நின்றிருந்தாள். சான்டியை இடுப்பில் ஏற்றி வைத்துக் கொண்டாள். அவர் அடிக்கப் பாய்ந்தால் உடனே அறைக்குள் ஓடி ஒளிந்து கொள்ள ஏதுவாக அறைவாசலுக்கு நகர்ந்து கொண்டாள்.

"நான் நேத்து பணம் கொடுத்தேனே. அதிலேர்ந்து ஒரு நூறுரூபாயை எடுத்துக் கொடுக்க முடியுமா?" பணிவாகவே கேட்டார். போதை தெளிந்திருந்தது.

அப்பாடா... என்றிருந்தது அவளுக்கு. இப்போதைக்கு அவர் அங்கிருந்து சென்று விட்டால் போதும். நிச்சயம் இவர் ஒவ்வொரு நூறு ரூபாயாகக் கேட்டுக் கொண்டிருக்கத்தான் போகிறார். பேசாமல் எல்லாவற்றையும் கொடுத்து விடலாம் என்ற முடிவோடு விறுவிறுவென்று உள்ளே சென்று அவர் கொடுத்த மொத்தப்பணத்தையும் கொடுத்து விட்டு அறைக்குச் சென்று கதவை மூடிக் கொண்டாள்.

"தாத்தாவுக்கு உடம்பு சரியில்லையாம்மா?" என்றான் சான்டி.

"ஆமா..." அவசரமாகச் சொன்னாள்.

"சரஸ்வதி... சரஸ்வதி..." அவர்தான். திறந்து விடுவாரோ... அவள் கதவின் மீது சாய்ந்து நின்றுக் கொண்டாள். சரஸ்வதி... அவர் குரல் துல்லியமாகக் கேட்டது. கரகரப்பாக இருந்தது. அழுகிறாரோ. சரஸ்வதி... கதவைத் திறம்மா... ஆம்.. அழுகிறார்தான். குரல் உடைந்து தழுதழுத்தது. இத்தனை பெரியவரை அதுவும் கணவனை பெற்ற தகப்பனாரை இப்படி அவமதிப்பது முறை தானா? ச்சே... எத்தனை மடத்தனம் இது.. மனஉறுத்தலோடு கதவைத் திறந்து

கொண்டு வெளியே வந்தாள். அவள் கணித்தது சரிதான். அவர் கண்கள் கசிந்திருந்தன.

“மாமா…” அதிக சத்தமின்றி உதட்டோடு உச்சரித்துக் கொண்டாள்.

“மகளே… உன்னையும் உன் கணவனையும் நான் காயப்படுத்தி விட்டேன். என்னை மன்னித்து விடு” தலையைக் குனிந்திருந்தார்.

சரஸ்வதி குற்றவுணர்வில் அழத் தொடங்கி விட்டாள். “என் மகளே… ஏன் அழுகிறாய். நீ அழக்கூடாது. தவறு செய்தவன் நான்தானே?”

அவள் எதுவும் பேசவில்லை.

“நான் வெளியே போய் விட்டு சீக்கிரம் வந்து விடுகிறேன்.”

மௌனமாகத் தலையசைத்தாள். அவர் வெளியேறிய பிறகுதான் அவர் உணவு உண்டிருக்கவில்லை என்பது நினைவுக்கு வந்தது. அய்யோ… பாப்புவுக்கு நான் என்ன பதில் சொல்வேன்? பெரியவரை அவமானப்படுத்துவதை நான் எங்கிருந்து கற்றுக் கொண்டேன்? ஏனிப்படியெல்லாம் நடந்து கொள்கிறேன். பாப்பு எத்தனை பெரிய மனிதர். உலகம் போற்றும் உத்தமசீலர். அவருடைய மகனைக் கிள்ளுக்கீரை போல நடத்துவது தகுமா? முறையா..? கட்டிலில் உறங்கிய மகனை அணைத்துக் கொண்டாள். அதுவே பெரிய ஆறுதல் போலிருந்தது. நேரம் நழுவி அந்திக்கு வந்தபோதுதான் அவளுக்கு விழிப்பு வந்தது. அதுவும் கான்டி கதவைத் தட்டிய பிறகுதான் அவளால் எழுந்து கொள்ள முடிந்தது.

“நேற்று இரவு முழுக்க நீ உறங்கல… அப்படித்தானே?” என்றான் கான்டி.

“அய்யோ இத்தனை நேரமா தூங்கி விட்டேன்? மாமா வந்தாச்சா? சான்டிக்குக் கூட இன்னும் சாப்பாடு கொடுக்கலியே.. அவனும் என் கூடவே உறங்கிப் போயிட்டான். பாவம் பசியோடு இருப்பான். மாமா இன்னும் வரலியா? கேள்விகள் பெருகி நின்றன.

“ஏன்… எங்கே போனாரு அவரு?”

இன்றும் அவர் மதுவருந்தி விட்டுத்தான் வந்திருந்தார். ஆனால் நேற்றைய தினம் போல உளறலோ வாந்தியோ இன்றி சற்று நிதானமாகவே இருந்தார். கான்டி அவரருகே போய் அமர்ந்தான்.

“அப்பா… சாப்பிடலாம் வாங்க.”

அவர் வேண்டாம் என்பது போல தலையசைத்தார். கண்கள் மூடியிருந்தன. குடித்துக் குடித்துக் கன்னம் சோம்பிக் கிடந்தது. கண்ணுக்கடியில் சதை பருத்துத் தொங்கியது. கூடு போன்ற உடம்பு மூச்சை வாங்கி வெளியே விட்டு ஏறி ஏறி இறங்கியது. இவர் என்னுடைய தகப்பன்தானா? அந்த காந்தியின் மகன்தானா? எங்கெங்கோ இருந்தாலும் எங்களையெல்லாம் அன்பால் அணைத்துக் கொண்ட பாட்டியின் கருவில் உதிர்த்தவர்தானா இவர்?

ஹரிலால் நெற்றியில் பதித்திருந்த மகனின் கையை விலக்கி, “என்னாச்சு கான்டீ?” என்றார்.

“ஒன்னும் ஆகல அப்பா... நாங்க உங்க மேல வச்சிருக்கற நம்பிக்கைக்கு எதுவும் ஆகிடாம பாத்துக்கோங்க” வார்த்தைகளை நிதானமாகக் கோர்த்தான். “நாங்க உங்களை இந்த வீட்டோட தலைவரா நினைக்கிறோம். சரஸ்வதியும் சான்டியும் உங்க மேல நிறைய அன்பு வச்சிருக்காங்க. தாத்தா நீங்க இங்கே இருப்பதுதான் நல்லதுன்னு சொல்றார். ஆனா நீங்க எதையுமே சட்டைபண்ணாமல் யார் பேச்சையும் கேட்காமல் உங்க பழைய பழக்கத்தை ஆரம்பிச்சிட்டீங்க.”

அவர் எழுந்து அமர்ந்து கொண்டார்.

“நம்ம வீட்டுக்குப் பிரார்த்தனைக் கூட்டத்துக்கு வர்றவங்க உங்களைப் பற்றியும் தாத்தாவை பற்றியும் என்ன நினைப்பாங்க?

தலையைக் கவிழ்ந்து மௌனமாக அமர்ந்திருந்தார்.

“அப்பா.. நீங்க இனிமே வெளியே போக வேண்டாம். நானே உங்களுக்கு வேண்டியதை வாங்கித் தர்றேன். நீங்க உங்க அறைக்குள்ளேயே இருந்தால் போதும்” அவன் அவருடைய அறைக்கதவை ஒருக்களித்து சாத்தி விட்டு வெளியே வந்தான்.

நாடெங்கிலும் தேர்தலில் போட்டியிடுவதற்கு ஏதுவாக அரசாங்கம் காங்கிரஸ் கைதிகள் பலரை விடுதலை செய்தது. தவிர, ஜப்பானியரோடு சேர்ந்து கொண்ட குற்றத்துக்காக ஆயுள் தண்டனை பெற்ற இந்திய தேசிய ராணுவத்தைச் சேர்ந்த மூன்று அதிகாரிகளையும் சர்க்கார் விடுதலை செய்திருந்தது.

தனது மருத்துவப் பாடங்களைப் படித்து முடித்து விட்டு நிமிர்ந்தபோது கான்டிக்குத் தகப்பன் வீட்டிலில்லாதது தெரிய வந்தது. அவரை அவர் போக்கில் விட்டிருக்கணுமோ?”

குற்றவுணர்வு முன்னெழ மனைவியிடம் "நான் என்ன பண்ணட்டும் சரஸ்... அவர் ஏன் இப்படி நடந்துக்கிறாரு? தன்னால் எல்லோரும் கஷ்டப்படறாங்கன்னு ஏன் புரிஞ்சுக்க மாட்டேங்கிறார்? தன்னோட அப்பா சரியில்லேன்னு நினைச்சுக்கிட்டு இவர் எல்லோருடைய வாழ்க்கையையும் சரியில்லாம பண்ணிக்கிட்டு இருக்கார் பாரேன். அவருக்கு மட்டுமில்ல... எங்களுக்கும்தான் அப்பா சரியில்லை" என்றான் படபடவென்று.

"நீங்க சொல்றதை என்னாலே அப்படியே ஒப்புக் கொள்ள முடியாது" என்றாள் சரஸ்வதி.

"அவர் நல்லவரா இருக்கலாம். ஆனா அப்படி நடந்துக்கலையே சரஸ்."

"சரி... ஏதோ ஒன்னு. நீங்க கவலைப்பட வேண்டாம். நிச்சயம் அவர் திரும்பி வந்துடுவார். சான்டியை விட்டுட்டு அவரால் இருக்க முடியாது பாருங்களேன்."

நடந்து முடிந்த மத்திய மாகாண சட்டசபை தேர்தல்களில் காங்கிரஸும் முஸ்லிம் லீகுமே இரு தனி பெரும் கட்சிகளாக நிலைப்பெற்றிருந்தன. மேலும் அதற்கு அடுத்த நிலையில் கூட இன்னொரு கட்சி இல்லையென்பதும் புலனாகியது. சென்னை, பம்பாய், மத்தியபிரதேசம், உத்திரபிரதேசம், ஒரிசா, அஸ்ஸாம், பீகார் ஆகிய ஏழு மாகாணங்களில் காங்கிரஸ் மிக பெரும்பாலான இடங்களைக் கைப்பற்றி ஆட்சியமைத்தது. சிந்து, வடமேற்கு எல்லைப்புறம், வங்காளம், பஞ்சாப் ஆகியவற்றில் காங்கிரஸுக்குப் பெரும்பான்மை கிடைக்கவில்லை என்றாலும் முஸ்லிம்களின் செல்வாக்குக்குட்பட்ட, பாகிஸ்தான் பிரதேசங்கள் என வருணிக்கப்பட்ட இவ்விடங்களில் கூட முஸ்லிம் லீகுக்கு பெரும்பான்மை கிடைக்கவில்லை. ஆனால் ஐரோப்பிய உறுப்பினர்களின் ஆதரவோடும் வெள்ளையரான கவர்னரின் துணையோடும் வங்காளத்தில் எச்.எஸ்.சுஹ்ரவர்தியின் தலைமையில் முஸ்லிம்லீக் ஆட்சிக்கு வந்தது. சிந்து, பஞ்சாப் பகுதிகளிலும் முஸ்லிம்லீக் அல்லாத வெள்ளையர்கள் உள்ளிட்ட வேறு சில உறுப்பினர்களின் ஆதரவைப் பெற்று முஸ்லிம்லீக் தலைமையில் அமைச்சரவைகள் ஏற்பட்டன. முஸ்லிம்லீகின் இந்த ஆட்சி அதிகாரப்பொறுப்பு அதன் பாகிஸ்தான் கோரிக்கைக்கு ஆதரவைப் பெருக்கித் தந்தது. காங்கிரஸ் போன்ற வேறு அமைப்புகளிலிருந்த முஸ்லிம் அரசியல்வாதிகள் லீக் கட்சிக்குத் தாவத் தொடங்கினர்.

சரஸ்வதியின் எண்ணத்தைப்போலவே ஹரிலால் இரண்டு நாட்களுக்குப் பிறகு வீடு திரும்பியிருந்தார். குடித்திருப்பாரோ... சந்தேகம் விலகவில்லை அவளுக்கு. டோங்காவில் வந்திறங்கிய மாமனாரைச் சற்று தயக்கத்துடனேயே வரவேற்றாள். சான்டி தாத்தாவை அடையாளம் தெரியாததுபோல மலங்க மலங்க விழித்தான். அவர் சட்டை அணிந்திருக்கவில்லை. பனியனும் வேட்டியும் மட்டுமே அணிந்திருந்தார். அவையும் எங்கோ உருண்டு புரண்டு எழுந்து வந்தவைபோல அழுக்கேறிக் கிடந்தன. அவர் கையிலிருந்த பையில் பழங்களும் காய்கறிகளும் இருந்தன. அதை மருமகளின் அருகே வைத்து விட்டு மன்னிப்புக் கேட்கும் தொனியில் கைகளைக் கட்டிக் கொண்டு நின்றார். அவர் குடித்திருக்கவில்லை என்பது புரிய அவரை நேருக்கு நேர் பார்த்தாள் சரஸ்வதி. அவர் கண்கள் கலங்கியிருந்தன. அவளுக்கும் அழுகை வந்தது. அவர் மனம் எதையெதையோ எண்ணி கலங்குவது புரிந்தாலும் சின்னஞ்சிறியவளான தான் அவரிடம் எதைச் சொல்லி விட முடியும் என்றிருந்தது அவளுக்கு.

“இதில் காய்களும் பழங்களும் இருக்கும்மா. கான்டிக்கு நல்லா சமைச்சுப் போடு. அவனுக்கு ரொம்பப் பிடிக்கும்” என்றவர் சட்டென்று அவளருகே வந்து தலையில் கை வைத்து, “மகளே... நான் மிகவும் கெட்டவன். உங்கள் அன்புக்கும் தன்னலமற்ற உன்னுடைய சேவைக்கும் நான் தகுதியுடையவனே அல்ல. என் மகன் என்னைத் தன்னுடன் வைத்து கடைசி வரை பார்த்துக் கொள்வான் என்று தெரியும். ஆனால் என்னால் இந்தக் கெட்டப் பழங்கங்களை விட முடியவில்லை. நான் என்ன செய்யட்டும்? என்னால் உங்க எல்லோருக்குமே சிரமம்தான்.”

சரஸ்வதி வாய் விட்டு அழத் தொடங்கினாள்.

அவர் தனது இரு கைகளையும் மருமகளின் தலையில் வைத்து ஆசிர்வதித்தவராக, “மகளே... எனக்கு நீ வேறு... மனு வேறல்ல. என்னை மன்னித்து விடம்மா... உன் கணவனிடமும் என்னை மன்னிக்குமாறு சொல்லு...”

அவர் அங்கிருந்து புறப்பட்டுச் சென்றார். சரஸ்வதி செய்வதறியாது அப்படியே சரிந்து அமர்ந்தாள். பிறகு வாய் விட்டுச் சொன்னாள், “கடவுளே... நீதான் அவருக்கு நல்வழி காட்ட வேண்டும்.”

68

காண்டி அன்றைய பிரார்த்தனை நேரத்திற்குப் பிறகு நீண்ட நேரம் நூற்றுக் கொண்டிருந்தான். வழக்கமாக மகன் உறங்கியப்பிறகு பாடப்புத்தகங்களை எடுத்து வைத்துக் கொண்டு உட்காருபவன் சமீப காலமாக நூற்பதில் அதிக கவனம் செலுத்துகிறான். கொட்டையெடுக்கப்பட்டு பதப்பட்ட பருத்தி உடனுக்குடன் நூலாகிக் கொண்டிருந்தது. அது தந்தையைப் பற்றிய எண்ணங்களால் ஏற்பட்டிருக்கும் மன அவஸ்தை என்பதை சரஸ்வதியால் உணர முடிந்தது.

"தூங்கலியா நீங்க?" கணவனை நெருங்கி வந்து கேட்டாள்.

"வந்துடுறேன்" எங்கோ பார்த்துக் கொண்டு சொன்னான்.

பேச்சை வளர்த்தும் நோக்கோடு அருகே வந்தமர்ந்து கொண்டாள்.

"அப்பாவைப் பற்றி எதாவது தகவல் வந்ததா?"

பேச விருப்பமற்றவன் போல தலையை இடவலமாக அசைத்தான்.

"இங்கேயே இருந்திருக்கலாம் அவர்."

"ம்ம்..."

"பாப்புவுக்கும் அதுதான் ஆசை..." பேசிப் பேசி கணவனை வெளியே கொண்டு வந்து விட முயன்றாள்.

"ம்ம்..."

"நல்லவேளை... இதையெல்லாம் பார்க்க பா இல்லை."

"அவர் எதைப் பார்க்கவில்லை? மகன் பிச்சைக்காரனைப் போல தெருவில் அலைந்ததும் காசுக்காக கை நீட்டியதும் விடுதிகளுக்குச் சென்றதும் பாட்டிக்குத் தெரியாமலா இருந்தது?"

"அவர் ஒன்னும் பிச்சையெடுக்கலையே? நண்பர்களிடம்தானே கேட்டார்?"

"அதுக்குன்னு பார்க்கறவங்களிடமெல்லாம் கை நீட்டறதா? அவரை நினைச்சு நினைச்சே பாட்டி போய் சேர்ந்துட்டாங்க."

"பாவம் பா."

"பாவம்தான். தாத்தாவையும் எங்களையும் எத்தனை நல்லா பார்த்துக்கிட்டாங்க தெரியுமா? அவங்க இருக்கறதாலதான் எங்களுக்கு ஆசிரமத்துக்குப் போகறதுக்கு ஒரு பிடிப்பே ஏற்பட்டது. அவங்கதான் எங்க எல்லோரையும் இணைக்கற நூலா இருந்தாங்க. இல்லேன்னா நாங்க தனித் தனித்தாள்களா இதோ.. இதோ.... இதோ... இந்த பஞ்சுப் போல.. பஞ்சுப் போல... திசைக்கொண்ணா பறந்துப் போயிருப்போம்" பஞ்சை கையால் வேகவேகமாக களைந்து களைந்து போட்டான். மனத்தடுமாற்றத்தை அவனால் கட்டுப்படுத்த முடியவில்லை.

ராமியும் அவளது கணவர் குன்வர்ஜியும் தம்பி கான்டியைப் பார்க்க மைசூருக்கு வந்தபோது அவர்களின் பேச்சும் கவலையும் தகப்பனைப் பற்றியதாகவே இருந்தது.

"தாத்தா அப்பாவை இங்கிருந்து அனுப்பிடாதேன்னு கடிதம் மேல் கடிதமாக எழுதுறார். ஆனா அப்பாவை நிறுத்தி வைக்க எனக்குச் சாத்தியப்படலை அக்கா" தலையைக் கவிழ்த்து கைகளிரண்டையும் முன்புறம் கோர்த்தபடி அமர்ந்திருந்தான் கான்டி.

"கான்டீ... அவர் குழந்தையல்ல, பிடிச்சு வைக்கறதுக்கு" என்றார் குன்வர்ஜி.

"ஆனா அவர் சரியான மனநிலையில் இல்லையே" என்றாள் ராமி கணவனிடம்.

"எங்கெங்கே சுத்தி அலையுறாரோ தெரியில. குழந்தை போல அவரோட சிரிப்பு என் கண்ணுக்குள்ளேயே நிக்குது அண்ணி" என்றாள் சரஸ்வதி.

"அரவிந்தர் ஆசிரமத்தில் சேருவதற்கு அவர் முயற்சி செஞ்சதா கேள்விப்பட்டேன்."

"ஆனா அவரால் மது இல்லாம இருக்க முடியாதே?"

“ஆமாக்கா... இங்கே நூற்பதற்கும் பிரார்த்தனைக்கும் ஆட்கள் வந்துகிட்டே இருப்பாங்க. அவங்க மத்தியில் இவர் போதையில் ஏதையாவது உளறி வைப்பார். வாந்தி எடுத்துக் கொண்டும் கத்திக் கொண்டுமாக... அய்யோ... அவரை வைச்சு பராமரிக்கறதும் நடக்காத காரியம்தான்.”

“தான் அடுத்தவர்களைக் கஷ்டப்படுத்துகிறோம்னு அவருக்கு நல்லாவே தெரியுது. அதனால்தான் எங்கேயும் தங்காம சுத்திக்கிட்டு இருக்காரு.”

“அவர் மட்டும் சரியானவரா இருந்திருந்தா எங்களுக்கு ஒரு நல்ல தகப்பன் கிடைச்சிருப்பாரு.”

கணவன் பழைய நினைப்பில் ஆழ்ந்திருப்பது தெரிந்தாலும் நேரம் கடந்து கொண்டேயிருப்பதை உணர்ந்து சரஸ்வதி கணவனை உண்ண அழைத்தாள்.

“ஊருக்குச் சென்று மனுவைப் பார்த்துட்டு வரலாமா சரஸ்?”

“உங்க படிப்பு...?”

“அதுவும் சரிதான்” ராட்டையின் சக்கரத்தை மெதுவாக நிறுத்திய போதும் நூல் பட்டென்று அறுந்துப் போனது. அவன் அதையே பார்த்துக் கொண்டிருந்தான்.

இந்திய தேசிய இராணுவத்தின் சேவையால் கவரப்பட்ட இளைய சமுதாயத்தினரிடம் புரட்சி மனப்பான்மை ஏற்படத் தொடங்கியிருந்தது. அவர்கள் மேற்கொண்ட போர் நடவடிக்கைகளுக்கும் தேசபக்தியின் மீதான பலாத்கார அணுகுமுறைக்கும் மிகுந்த வரவேற்பிருந்தது. விடுதலை செய்யப்பட்ட இந்திய தேசிய ராணுவத் தலைவர்களான ஷாநவாஸ்கான், பி.கே.சேகல், தில்லான் ஆகியோர் நாடு முழுவதும் சுற்றுப்பயணம் மேற்கொண்டது வேறு இளைஞர்களை அவர்களை நோக்கி ஈர்த்தது. பிரிட்டன் உடனடியாக இந்தியாவை விட்டு வெளியேற வேண்டும். ஆனால் அதற்கான வழி அகிம்சை அல்ல என்ற கருத்து மேலோங்கியது. அதன் விளைவாக இந்தியாவுக்குக் கொண்டு வரப்பட்ட இந்திய தேசிய ராணுவக்கைதிகளை உடனடியாக விடுதலை செய்யக் கோரி நாடெங்கிலும் ஆர்ப்பாட்டங்கள் நடைபெற்றன.

“பிரிட்டிஷ் ஆதிக்கம் இந்தியாவில் இனியும் நீடித்திருக்குமானால் வன்முறைப் புரட்சியில் நம்பிக்கைக் கொண்ட தேசபக்தர்களின் கைகளுக்கு நாடு சென்று விடும்” என்றார் காந்தி.

“ஆனால் இது காலாவதியான கருத்து.”

இந்திய தேசிய ராணுவக்கைதிகளின் மீதான அரசின் பழி வாங்கும் நடவடிக்கைகளை எதிர்த்து கல்கத்தாவில் தொடங்கிய கிளர்ச்சி நாடு முழுவதும் பரவியது. பம்பாயில் கடற்படையில் பணியாற்றும் இந்தியர்கள் தங்களுடைய கோரிக்கைகளை நிறைவேற்றக் கோரி வேலை நிறுத்தத்தில் ஈடுபட்டதை எதிர்த்து பிரிட்டிஷ் அரசு ராணுவத்தை ஏவியது. வெள்ளையர் ராணுவத்தினருக்கும் இந்திய கடற்படையினருக்கும் துப்பாக்கிச் சண்டை நிகழ்ந்தது. இக்கிளர்ச்சி விமானப்படையிலிருக்கும் இந்தியரிடையேயும் பரவியது. கடைகள் சூறையாடப்பட்டன. நாடெங்கிலும் கல்லெறி சம்பவங்களும் தீ வைப்பு சம்பவங்களும் நிகழ்ந்தன. அடக்குதலுக்கு அஞ்சாது மீள மீள எழும் கோஷங்களும் ஆர்ப்பாட்டங்களும் கூட்டங்களும் ஆங்கிலேயர்களைப் பீதியடைய வைத்தன.

நாம் சுதந்திரம் அடையும் நிலையிலிருக்கிறோம். இந்த நேரத்தில் கட்டுப்பாடு குன்றுவதும் கலகம் புரிவதும் சரியானதல்ல. அமைதி, தளராத கட்டுப்பாடு, ஒத்துழைப்பு, நல்லெண்ணம் இவையே நம்மிடம் ஏற்பட வேண்டும். உண்மையான ஆட்சிப் பொறுப்பு நமக்கு வரவிருக்கும் இந்நேரத்தில் பெருந்தன்மையோடும் அடக்கத்தோடும் நடந்து கொள்ள வேண்டும் என்ற காந்தியின் கூவல்களும் கருத்துகளும் வதமழிந்து கொண்டிருந்தன.

பிரிட்டனில் ஆட்சிப் பொறுப்பிலிருந்த தொழிற்கட்சி, இனியும் இந்தியாவில் ஆட்சியை நீடித்தால் ருஷ்யாவையும் சீனாவையும் போன்று அதன் அண்மை நாடான இந்தியாவிலும் தேசியத்தை ஊடுருவி இடதுசாரிகளான கம்யூனிஸ்டுகள் வளர்ச்சி பெறுவது தவிர்க்கவியலாததாகி விடும் என்று கருதியது. காங்கிரஸோ “பிரிட்டிஷாரே வெளியேறு” என்கிறது. முஸ்லிம் லீக்கின் பலமான தலைவர் ஜின்னாவோ “பாகிஸ்தானைப் பிரித்து விட்டு வெளியேறு” என்கிறார். உலகப் பெரும்போரின் விளைவாக நாட்டில் நிலவி வரும் பஞ்சமும் சேர்ந்துகொண்டதால் மலினமாகி வரும் மனித இயல்புகளுக்கு மத்தியில் இந்தியாவில் தனது பழைய நிலையை நீட்டிக்க முடியாது என்ற முடிவுக்கு வந்திருந்தது பிரிட்டன்.

69

இந்திய விடுதலைக்கான ஷரத்துகளைப் பேசி முடிக்க இந்தியாவுக்கு வந்த பிரிட்டிஷ் தூதுக்குழு இந்தியத் தலைவர்களுடன் நடத்திய பல கட்ட பேச்சு வார்த்தைகளிலும் வெற்றிக்காண முடியாத நிலையில் பிரிட்டன் தனது திட்டமொன்றை வெளியிட்டது. அதன்படி உருவாக்கப்படவிருக்கும் இந்திய யூனியனின் கட்டமைப்புக்குள் பிரிட்டிஷ் இந்தியாவும் சமஸ்தானங்களும் அடங்கும் என்றும் அயல் நாட்டுறவு, பாதுகாப்பு, போக்குவரத்து ஆகிய முத்துறைகளும் யூனியனின் பொறுப்புக்குள் அடங்கும் என்றும் அது தனக்குத் தேவைப்படும் பண வசதிக்காக நிதி திரட்டும் அதிகாரம் பெற்றிருக்கும் என்றும் வகுக்கப்பட்டிருந்தது. மாநிலங்கள் என்பவை இம்மூன்று பொறுப்புகள் தவிர மீதமான அதிகாரங்களைக் கொண்டவையாக இருக்க வேண்டும். போலவே இந்திய யூனியனிடம் விட்டுக் கொடுத்தவை தவிர மற்ற எல்லா விஷயங்களிலும் சமஸ்தானங்கள் பூரண அதிகாரங்கள் பெற்றவையாக இருக்க வேண்டும். புதிய அரசியலமைப்பை வகுத்துத் தருவதற்காக இந்தியாவிலுள்ள எல்லா வகுப்பினருக்கும் பிரதிநிதித்துவம் வாய்ந்த ஒரு அரசியல் நிர்ணய அமைப்பை நிர்மாணிக்க வேண்டும் எனவும் தூதுக்குழு தன் திட்டத்தை வெளியிட்டது.

மேலும் அது மாநிலங்களை ஏ,பி,சி என மூன்று பிரிவுகளாக பிரித்து சென்னை, பம்பாய், மத்தியபிரதேசம் பீகார், உத்திரபிரதேசம், ஒரிசா ஆகிய ஆறு மாகாணங்கள் அடங்கிய ஏ பிரிவு இந்து அரசாகவும் பஞ்சாப், வடமேற்கு எல்லைப்புறம் சிந்து ஆகிய மூன்று மாகாணங்களைக் கொண்ட பி பிரிவு முஸ்லிம் அரசாக இயங்கும் என்றும் சி பிரிவில் அஸ்ஸாம், வங்காளம் ஆகிய இரண்டு மாகாணங்களும் இடம் பெறும் என்றும் அது இந்து - முஸ்லிம்கள் சற்றேறக்குறைய சமநிலையில் உள்ள அரசாகவும் அமையும் என்றது. இந்திய மக்கள் தொகையில் பத்து லட்சத்துக்கு ஒருவர்

என்ற வகையில் அரசியல் நிர்ணய மன்றத்தின் உறுப்பினர்களின் எண்ணிக்கை 385 ஆகவும் பிரிட்டன் அரசு நிர்ணயித்தது.

காந்தி இதை ஆட்சேபித்தார். "முன்பு ஒளி கண்ட இடத்தில் இப்போது இருளையே காண்கிறேன். இருள் இன்னும் விலகாததோடு மேலும் அதிகமாகியிருக்கிறது. இது பாகிஸ்தான் பிரிவினைக்குச் செல்லும் வழி."

காங்கிரஸ் காரியக்கமிட்டியின் கருத்தோ வேறொன்றாக இருந்தது. அது இந்தியாவின் வருங்கால அரசியல் அமைப்புப் பற்றிய ஷரத்துகளை அங்கீகரிக்க எண்ணம் கொண்டிருந்தது. அதேசமயம் இடைக்கால சர்க்காரில் பங்கு கொள்ளாமல் ஒதுங்கி நிற்க வேண்டும் என்றும் கருதியது.

"நீங்கள் இருளிலே வழி தடவிக் கொண்டிருக்கிறீர்களே அதையோ உங்கள் உள்ளுணர்வு என்று சொல்கிறீர்களே அதையோ காரியக் கமிட்டியில் வற்புறுத்தியிருக்கலாம் அல்லவா?"

காந்தி தன் மீது விழுந்த கேள்விக்கணையை உற்று நோக்கினார்.

"வற்புறுத்தியிருந்தால் தூது கோஷ்டியின் அரசியல் நிர்ணயசபை திட்டம் நிராகரிக்கப்பட்டிருக்கும் அல்லவா?"

"என்னைப் போலவே அவர்களுக்கும் உள்ளுணர்வு ஏற்பட்டாலொழிய என்னுடையப் உள்ளுணர்வை பின்பற்ற வேண்டாம் என்கிறேன் நான்."

"பாப்பு... தூது கோஷ்டியின் திட்டத்தை நாங்கள் ஒப்புக் கொள்ளக் கூடாது என்று ஏன் தீவிரமாகச் சொல்ல மறுக்கிறீர்கள்?" என்றார் ராஜேந்திரபிரசாத்.

"என் உள்ளுணர்வுக்கு நியாயம் காட்ட என் அறிவினால் முடியவில்லை. என் உள்ளுணர்வை என் அறிவு எதிர்த்து நிற்கிறது. என் அறிவு ஆதரிக்காதபோது என் உணர்வை நானே பின்பற்றுவதில்லை. எனவே உங்கள் அறிவுக்குத் தோன்றுவதுபோல நீங்கள் நடந்து கொள்ளுங்கள்."

தூதுக்குழுவின் திட்டம் முழு நிறைவு தரவில்லையென்றாலும் கடும் விவாதத்துக்குப் பிறகு காங்கிரஸ் காரியக்கமிட்டி அரசியல் நிர்ணயச்சபையை அங்கீகரிக்க தீர்மானித்தது. முஸ்லிம் லீகும் அரசியல் நிர்ணய மன்றத்திற்கு ஒத்துழைப்பதாகக்

கூறியது. முக்கியமான மூன்று அதிகாரங்களைத் தவிர்த்து மீத அதிகாரங்கள் சமஸ்தானங்களுக்கு வழங்கப்படும் என்ற பிரிட்டிஷாரின் அறிவிப்பினால் சமஸ்தானங்களும் இந்த ஏற்பாட்டுக்கு சம்மதித்தன.

அனைத்துக் கட்சிகளின் சம்மதத்திற்குப் பின் மத்தியில் பதினான்கு பேர் கொண்ட இடைக்கால அமைச்சரவை நிறுவ ஏற்பாடானது. ஜின்னா அதில் முஸ்லிம்களுக்காக ஒதுக்கப்பட்ட ஐந்து இடங்களில் முஸ்லிம் லீக் தருகிற முஸ்லிம்களைத்தான் நியமிக்க வேண்டும் என்றார். காங்கிரஸ் இதற்கு உடன்படவில்லை. காங்கிரஸின் இக்கருத்தை வைசிராயும் ஆதரிக்க, ஜின்னா கோபம் கொண்டு அரசியல் நிர்ணய மன்றத்தைப் பகிஷ்கரிப்பதாக லீக் கவுன்சிலைக் கூட்டி தீர்மானம் நிறைவேற்றினார். முஸ்லிம்களுக்கு தங்களின் பண்பாடு, சமயம், பொருளாதாரம், மற்றும் தங்களின் சமுதாய நலன்கள் மீது ஆதிக்கம் இருக்க வேண்டியது அவசியம் என்று கருதுகிறேன். ஆகவே பஞ்சாப், வங்காளம், அஸ்ஸாம் ஆகிய மூன்று மாகாணங்களும் முழுமையாகப் பாகிஸ்தானுக்கென்று ஒதுக்கப்பட வேண்டும் என்றார் ஒரு முடிவோடு.

ஆனால் அவர் கோரும் பாகிஸ்தானில் வடமேற்கு எல்லைப் பிரதேசத்திலும் வடகிழக்கு எல்லைப் பிரதேசத்திலும முஸ்லீம்கள் அல்லாத சிறுபான்மையினர் வசிக்கின்றனர். அதே சமயம் கோரப்படும் பாகிஸ்தானுக்கு வெளியே இந்தியாவின் சிறுபான்மையினராக இரண்டு கோடி முஸ்லிம்கள் வசிக்கிறார்கள். இந்நிலையில் பாகிஸ்தானை அமைப்பதானால் பஞ்சாப், வங்காளம் இரண்டையும் கூறு போடத்தான் வேண்டும். ஆனால் இது அந்த மாகாணங்களின் மக்களுடைய விருப்பத்துக்கு மாறானது. அம்மக்களுக்கென்று பொதுவான மொழி, நீண்ட சரித்திரம், ஐதீகம் என எல்லாமே இருக்கிறது. மேலும் பஞ்சாபை பிரிவினை செய்வதானால் சீக்கிய மக்களைப் பிரிவினை செய்வது அவசியம். அப்படியானால் சீக்கியருள் பெரும்பகுதியினர் பாகிஸ்தான் இந்தியா எல்லையின் இரண்டு பக்கங்களிலும் மிஞ்சியிருப்பார்கள். நிலவியல் அமைப்பின் படியும் பஞ்சாபும் வங்காளமும் ஒன்றுக்கொன்று எழுநூறு மைல்களுக்கப்பால் பிரிந்திருக்கின்றன. இந்நிலையில் பாகிஸ்தான் தனது இரண்டு பகுதிகளுக்குமான பரிமாற்றத்துக்கு இந்தியாவையே சார்ந்திருக்க வேண்டும். இந்தக் காரணங்களால் பிரிட்டிஷ் சர்க்காருக்கு

நாங்கள் பிரிவினை ஆலோசனையைக் கூற இயலாதவர்களாக இருக்கிறோம் என்றது தூதுக்குழு.

"காங்கிரஸை திருப்திப்படுத்தவே தூதுக்குழு வந்திருக்கிறது" என்றார் ஜின்னா கடுங்கோபமாக. இந்திய யூனியனுக்குச் சட்டசபைகள் இருக்கக் கூடாது என்றும் சம எண்ணிக்கையில் முஸ்லிம்களையும் இந்துக்களையும் கொண்ட நிர்வாக சபை மட்டும் இருக்க வேண்டும் என்றும் கருத்து தெரிவித்தார். தேசிய சட்டசபை ஒன்று யூனியனுக்குத் தேவைப்படும்பட்சத்தில் அது பாகிஸ்தான், இந்துஸ்தான் இரண்டிலுமிருந்து சம எண்ணிக்கையில் அங்கத்தினர்களைப் பெற்றிருக்க வேண்டும் என்றும் அவர் கூறிய யோசனைக்கு வரவேற்பின்றிப் போனது.

முஸ்லிம் மக்கள் இந்துக்களின் ஆதிக்கத்துக்கு என்றென்றும் தாங்கள் ஆட்பட்டிருக்க வேண்டுமோ என்று கவலைப்படுகிறார்கள். காகிதத்தில் பாதுகாப்பு அளிப்பதன் மூலம் இக்கவலையைத் தீர்க்க முடியாது என்று ஆயாசப்பட்டார் வைஸ்ராய்.

"அப்பாவைத் தேடி பார்த்தியா அண்ணா" என்றாள் மனு. அவள் தமையன் கான்டியின் வீட்டுக்கு வந்திருந்தாள். ஹரிலால் தன் மருமகளைக் கண்ணீர் மல்க ஆசிர்வதித்து விட்டுக் கிளம்பிய பிறகு கண்டுபிடிக்கவியலாதவராக மாறிப்போயிருந்தார்.

"நம்மைப் பொறுத்தவரை அவர் தொலைந்து போனவர். அதனால் தேட வேண்டியிருக்கிறது. ஆனால் அவருக்கு நாம் இருக்குமிடம் தெரியுமல்லவா? வந்திருக்க வேண்டியதுதானே?" என்றான் கான்டி எரிச்சலுடன்.

"அவரை அன்பாகத்தான் கவனித்துக் கொண்டோம்... ஆனா.." சரஸ்வதியின் குற்றவுணர்வை மனு புரிந்து கொண்டாள்.

"அண்ணீ... இதுல நம்ப தவறு எதுவுமில்ல. எங்க பாட்டியிடமே அவர் இப்படித்தான் நடந்துக்கிட்டாரு."

"தன்னோட அம்மா இறந்து போனதும் எல்லாமே விட்டுப் போயிடுச்சுன்னு நினைக்கிறாரோ என்னமோ."

"இல்லை அண்ணா... அவர் அப்படிப்பட்டவர் கிடையாது. நம்ப மேலெல்லாம் ரொம்பவே பாசம் வச்சிருக்காரு."

“மனு… வெற்றுப்பாசம் என்னத்துக்காகும்? தன்னைப் பெத்தவரை குறை சொல்றது… தான் பெத்தப்பிள்ளைங்களை நடுத்தெருவில விடறது இதெல்லாம்தான் பாசமா? பாட்டியும் பெரியம்மாவும் இல்லாமல்போனா நம்ப நிலைமை என்னாகியிருக்கும்?”

“அவருக்கு யாரும் பொறுப்பா இருக்கறது எப்படீன்னு கத்துக் கொடுக்கல” என்றார் குன்வர்ஜி.

“தாத்தா கல்யாணமே பண்ணியிருக்கக் கூடாது” என்றாள் ராமி.

“இப்போ அவர் எங்கேயிருக்கார் அக்கா?”

காந்தி டில்லியில் தாழ்த்தப்பட்டோர் குடியிருப்பில் தங்கியிருந்தார். நடைப்பயிற்சிக்குப் பிறகான காலையுணவு முடிந்ததும் விருந்தினர்களைச் சந்திப்பதாக ஏற்பாடு. அது வழக்கமானது என்றாலும் அன்று அமெரிக்கப் பத்திரிகையாளர் லூயிஃபிஷரின் நேர்காணலுக்கும் நேரம் ஒதுக்கப்பட்டிருந்தது. பேட்டிக்காக அமர்ந்ததும் காந்தி ஃபிஷரின் தோளை சிநேகமாக தொட்டு “வதக்கிய வெங்காயங்களை எடுத்து வர சொல்லட்டுமா” என்று சிரித்தார். நான்கு வருடங்களுக்கு முன்பாக ஃபிஷர் இங்கு வந்திருந்தபோது ஆசிரமத்தின் உப்புச்சப்பற்ற உணவைப் பச்சை வெங்காயம்தான் சற்று காப்பாற்றி வருகிறது என்று சொன்னதை காந்தி இன்றும் நினைவில் வைத்திருந்தது ஆச்சர்யமாக இருந்தது ஃபிஷருக்கு.

“எதையுமே மறக்கவில்லை நீங்கள். மகிழ்ச்சியாக இருக்கிறது மிஸ்டர்.காந்தி” என்றார். தட்டச்சுப்பொறியை ஓரமாக வைத்திருந்தார்.

“ம்ம்..” காந்தி புன்னகைத்தபோது அதனுடன் கண்களும் சேர்ந்துக் கொண்டன.

“உங்கள் நகைச்சுவையும்தான்.”

“அது இல்லையென்றால் நான் என்றோ தற்கொலை செய்து கொண்டிருப்பேன்” மேற்கொண்டு பேசுவதற்கு ஏதுவாக மெத்தையின் மீது தன்னைச் சரியாக அமர்த்திக் கொண்டார்

ஃபிஷரின் கண்கள் காந்தியை ஆராய்ந்தன. எத்தனை குச்சியான மனிதர் இவர். நூற்றிருபத்தைந்து வருடங்கள் வாழ வேண்டும் என்று ஆசைப்படுகிறார். நூற்றிருபத்தைந்து வருடத்தில் அவரின்

எலும்புகளை மூடியிருக்கும் சதைகள் மேலும் சுருங்கி விடுமோ? சிரிக்கும்போது கண்ணோரம் விழும் கோடுகள் அதிகரித்து விடலாம். குச்சி போன்ற கால்கள் மேலும் சுள்ளியாகி விட்டால்? அய்யோ... இவரிடம் எதைக் கேட்டாலும் எல்லாவற்றுக்கும் ஒரு விளக்கம் வைத்திருப்பார். சுள்ளியாகி விட்டால் என்ன... நடை இன்னும் வேகப்பட்டு விடுமே என்று கூடச் சொல்லக் கூடியவர்தான். ஆனால் காங்கிரஸில் இவரது செல்வாக்கு குறைத்து விட்டதோ?

"இந்திய அரசியலில் அடுத்தக் கட்டம் என்னவாக இருக்கும் பாப்பு?" அப்படி அழைப்பது ஃபிஷருக்குப் பிடித்திருந்தது. தன் முன் வைக்கப்பட்ட கேள்வியைக் காந்தி கூர்ந்து கவனித்தார். கண்கள் சுருங்கியிருந்தன. வெடிச்சிரிப்பின்போது அவை மேலும் சுருங்கி விடும்.

கேள்வியை உள்வாங்கிய நேரம் கூட ஆகவில்லை பதில் சொல்வதற்கு. "சர்க்கார் ஒன்றை அமைக்கும்படி காங்கிரஸைப் பிரிட்டிஷ்காரர்கள் கேட்டுக் கொள்ள வேண்டும். அப்போது சிறுபான்மை வகுப்புகளெல்லாம் தாமாகவே ஒத்துழைக்கும்."

"அதில் ஜின்னாவுக்கு இடம் இருக்குமா?"

"கட்டாயமாக. அதில் ஜின்னா மிக உயர்ந்த பதவி ஒன்றை வகிப்பார்."

"ஆனால் அவர் இந்துக்களின் விரோதியாகிக் கொண்டு வருகிறாரே?"

"எனக்கு யாருமே திருத்தி விட முடியாதவர்களாகத் தோன்றவில்லை. யார் மீதும் துவேஷம் கொள்வதை என் சொந்த மதக்கோட்பாடும் அனுமதிப்பதில்லை."

"ஆகா... தூய்மையானவரின் தூயச் சொற்கள்."

"இல்லை... அப்படி எந்தத் தகுதியையும் நான் பெற்றிருக்கவில்லை. நான் பெற்றிருக்கும் முழு அனுபவத்தையும் வைத்து திடமாக சொல்லுவேன். வாழ்க்கையின் மிக உன்னதக்கலை தூய்மையே. நல்ல சாதகம் செய்து வைத்திருக்கும் குரலைக் கொண்டவர் யாராலும் சங்கீதம் பாட முடியும். ஆனால் அதனை தூய வாழ்க்கையின் சுருதியோடு இணைத்துப் பாடும் ஆற்றல்

அபூர்வமாகவே அமையும். அதற்குதான் நான் முயன்று கொண்டிருக்கிறேன்."

"ஆனால் அந்தப் பாதை மிகவும் கடினமானதல்லவா?"

"எனக்குச் சத்தியத்திடம் ஆழ்ந்த பக்தி இருக்கிறது. அதனால் நான் போகும் பாதை எனக்குக் கடினமாகத் தோன்றவில்லை. கணத்துக்குக் கணம் சத்தியத்தின், கடவுளின் அழைப்புக்குப் பணிய நான் தயாராக இருக்க வேண்டும். எனக்கிருக்கும் சிரத்தையெல்லாம் அதுதான்."

அவர் சர்க்காவின் முன் அமர்ந்தார்.

"நூல் நூற்பதை விட்டு விட்டீர்கள் என்றல்லவா நினைத்தேன்?"

"அதையெப்படி விட முடியும்? இந்தியாவில் நாற்பது கோடி இந்தியர்கள் இருக்கிறோம். அதில் பத்துக் கோடிப் பேர் குழந்தைகளும் நூற்க முடியாதவர்களும் என்று வைத்துக் கொண்டாலும் மீதி முப்பது கோடிப் பேரும் தினம் ஒரு மணி நேரம் நூற்றால் கூட போதும். எங்களுக்குச் சுயராஜ்ஜியம் வந்து விடும்."

"எப்படி அய்யா... நூல் நூற்பதன் மூலம் சுயராஜ்ஜியம் கிடைக்கும்? அதன் பொருளாதாரப் பலனாலா ஆன்மிக பலனாலா?"

"இரண்டாலும்தான். ஒரு ஹிட்லர் உத்தரவு போட்டு விட்டார் என்பதற்காக மட்டுமல்லாமல் நாட்டு மக்கள் அத்தனை பேரும் ஒரே லட்சியத்தால் தூண்டப்பெற்றார்களே.. அப்படி முப்பது கோடி பேரும் தினம் ஒரு காரியத்தைச் செய்வார்களானால் சுயேச்சையை அடையப் போதிய ஒற்றுமை எங்களுக்குள் ஏற்பட்டு விடும்."

"என்னுடன் பேசும்போது நூற்பதை நிறுத்தி விட்டீர்களே. சுயராஜ்ஜியம் வருவது இதனால் தாமதப்படுமே" தான் கேட்டது நகைச்சுவையா அல்லவா என்று ஃபிஷரால் கணிக்க முடியவில்லை.

"ஆமாம்... ஆறு கஜ தூரம் சுயராஜ்ஜியத்தை நீங்க தள்ளிப் போட்டு விட்டீர்கள்" காந்தியின் பதில் நிச்சயம் நகைச்சுவையானதல்ல என்று ஃபிஷரால் உணர முடிந்தது.

70

மத்தியில் இடைக்கால அரசை நிறுவுவதற்குக் காங்கிரஸுக்கு வைஸ்ராய் அழைப்பு விடுத்ததையடுத்து வார்தாவில் கூடிய காங்கிரஸ் கமிட்டி அதற்கான அதிகாரத்தை நேருவுக்கு அளித்தது. அதனை ஏற்றுக் கொண்ட நேரு வைஸ்ராயிடம் ஆட்சி அதிகாரத்தில் பங்கேற்கவிருக்கும் அமைச்சரவைக்கான பெயர்ப்பட்டியலைச் சமர்ப்பித்தார். அதில் சாதி இந்துகள் ஐவரும் தாழ்த்தப்பட்டவர் ஒருவரும் பார்ஸியிலும் கிறித்துவரிலும் சீக்கியரிலும் தலா ஒவ்வொருவருமாக மூவரும் முஸ்லிம் லீக் அங்கத்தினரல்லாத இரண்டு முஸ்லிம் நபர்களும் இடம் பெற்றிருந்தனர்.

சேதி அறிந்த ஜின்னா, வைஸ்ராயின் நடவடிக்கைகளால் முஸ்லிம் சமுதாயம் முழுவதும் புறக்கணிக்கப்பட்டு அவமானப்படுத்தப்பட்டு விட்டது என்று கடுங்கோபமாக அறிக்கை விடுத்தார்.

இடைக்கால ஆட்சியில் முஸ்லிம்களுக்குரிய இடங்களை அது விரும்பும்போது பெறலாம் என்ற உறுதியை வைஸ்ராய் வேவல் ஜின்னாவுக்குக் கடிதம் மூலம் தெரியப்படுத்தினார். காங்கிரஸும் முஸ்லிம் லீகும் கலந்த கூட்டாட்சியை நிறுவ தங்கள் ஒத்துழைப்பை நாடுகிறேன் என்று நேருவும் ஜின்னாவுக்குக் கடிதம் எழுதினார். ஆனால் இந்த சமாதானங்கள் எதுவும் ஜின்னாவின் கோபத்தைக் குறைக்கவில்லை.

நேருவின் தலைமையில் சாதி இந்துக்களின் ஆட்சி ஏற்பட்டு விட்டது. அதனை பகிஷ்கரிக்கும் வகையில் ஆகஸ்ட் 16ஆம் தேதியை நாடெங்கிலுமுள்ள முஸ்லிம்கள் நேரடி நடவடிக்கை நாளாக கொண்டாட வேண்டும் என்று லீக் பொதுக்கவுன்சில் தீர்மானித்தது. பிரிட்டிஷ் திட்டம் பற்றியும் அரசியல் நிர்ணய மன்றம் பற்றியும் இடைக்கால ஆட்சி பற்றியும் முஸ்லிம் லீகின் நிலையை இஸ்லாம் மக்களுக்கு விளக்குதற்காகவே நேரடி

நடவடிக்கை நாள் கொண்டாடப்படவிருக்கிறது என்று ஜின்னா மழுப்பினாலும் திரைமறைவு சதித் திட்டங்கள் செயல்வடிவம் பெறத் தயாராகின.

“இந்தியாவின் எந்த இடத்தில் வசித்து வந்தாலும் எந்த வர்க்கம் அல்லது மதப்பிரிவைச் சார்ந்தவர்களாக இருந்தாலும் ஒவ்வொருவரும் இந்தியக் குடிமகன்தான் என்பதை உணர வேண்டும். மக்கள் மத்தியில் பிரிவினை ஏற்படுவதை நான் வெறுக்கிறேன்” என்றார் காந்தி.

நேருவின் ஆட்சியை ஸ்தம்பிக்க வைப்பதே நேரடி நடவடிக்கை நாளின் நோக்கம் என லீக் முன்னணித் தலைவர்களின் ஒருவரான கஸ்னாபர் அலிகான் பொதுக்கூட்டமொன்றில் ஆவேசப்பட்டிருந்தார். அதற்கான வாய்ப்பை சுஹ்ரவர்த்தி தலைமையிலான வங்காள அரசு ஆகஸ்ட் பதினாறை விடுமுறை நாளாக அறிவித்தது முதல் தேசவிரோத சக்திகளுக்கு வழி விட்டது வரையிலான சலுகைகளை வழங்க, வன்முறை அரங்கேறத் தொடங்கியது.

கல்கத்தாவில் இந்துக்களின் வீடுகளும் கடைகளும் சூறையாடப்பட்டன. ஏராளமானோர் கொல்லப்பட்டனர். பெண்கள் கடத்தப்பட்டு பலாத்காரமும் கட்டாய மதமாற்றமும் செய்யப்பட்டனர். அதையடுத்து இந்து மகாசபை இயக்கம் உள்ளிட்ட இந்துத்துவ அமைப்புகளும் வன்முறை வெறியாட்டத்தில் ஈடுபட்டன. கல்கத்தாவில் கொல்லப்பட்ட முஸ்லிம்களுக்கான பழி வாங்கும் நடவடிக்கையாக வங்கத்தின் நவகாளி பகுதியில் இந்துக்கள் மீது தாக்குதல் நடந்தது. கல்கத்தா நகரே சுடுகாடாக மாறிப்போனது.

கலவரங்களும் கலகங்களும் கனன்றுக் கொண்டிருந்த நிலையில் பிரதமராக நேருவும் அவரது சக அமைச்சர்களும் வைஸ்ராய் மாளிகையில் பதவி பிரமாணத்தோடு ஆட்சிப் பொறுப்பேற்றுக் கொண்டது முஸ்லிம்களை மேலும் உசுப்பியது. அவர்கள் வீடுகளிலும் வணிக இடங்களிலும் கறுப்புக் கொடிகள் ஏற்றி அந்நாளைத் துக்க நாளாகக் கொண்டாடினர். கலவரம் தலையெடுத்து விறுவிறுப்பாகப் பரவத் தொடங்கியது. அதனை ஜின்னா உட்பட லீக் கட்சியினரின் பேச்சுகள் மேலும் தூண்டிக் கொண்டிருந்தன. “இந்தியாவின் விவகாரங்களை ருஷ்யர்கள் பார்த்துக் கொண்டிருக்கிறார்கள். வெறும் வேடிக்கையாக

அல்ல. வெகு சிரத்தையாக. அவர்கள் இந்தியாவிலிருந்து வெகு தொலைவில் இல்லை என்றார் ஜின்னா. பஞ்சாப் நிலப்பிரபுவும் முஸ்லிம் லீக்கின் தலைவருள் ஒருவருமான ஃபிரேஸ்கான்நூன் சண்டையிடுவதுதான் நமக்கு உள்ள வழி என்றால் ருஷ்யாவின் உதவியை நாம் எதிர்நோக்க வேண்டும் என்றார். இந்த வார்த்தைகளிலுள்ள உள்ளர்த்தங்களை முஸ்லிம்கள் மிகச்சரியாக உணர்ந்து கொண்டனர்.

நாம் இன்னும் உள்நாட்டுக் கலகத்தில் சிக்கவில்லை. ஆனால் அதை நெருங்கிக் கொண்டிருக்கிறோம் என்ற காந்தியின் தீர்க்கதரிசனச் சொற்களைக் கடந்து கலகம் பஞ்சாப், வங்காளம், பீகார் பகுதிகளை நிலைக்கலங்க செய்து கொண்டிருந்தது.

நாட்டின் நிலவரத்தைக் கண்டு கலவரமடைந்த வைஸ்ராய் வேவல் முஸ்லிம் லீக்கை புதிய சர்க்காரில் சேருமாறு வற்புறுத்தினார். ஜின்னா, லீகுக்கு ஒதுக்கப்பட்ட ஐந்து இடங்களில் லியாகத் அலிகான் உட்பட நான்கு பேரை முஸ்லிம் சமூகத்திலும் ஐந்தாமானவராகத் தாழ்த்தப்பட்ட வகுப்பினரான யோகேந்திரநாத் மண்டல் என்பவரையும் இடைக்கால அரசுக்கு அனுப்பி வைத்தார். லீக் அமைச்சர்கள் அரசியல் சட்டப்படி பிரதமர் நேருவிடம் விசுவாசத்துடன் நடந்து கொள்வதாகப் பிரமாணம் எடுத்துக் கொண்டாலும் அவர்கள் பிரதமரின் தலைமையின் கீழ் செயல்பட மாட்டார்கள் என்றும் அமைச்சரவைக்குரிய கூட்டுப் பொறுப்பைக் கடைப்பிடிக்க மாட்டார்கள் என்றும் தங்களில் ஒருவரை தலைவராக ஏற்று அந்தத் தலைவரின் கீழ் தனி அணியாகச் செயல்படுவார்கள் என்றும் லியாகத் அலிகான் லீக்கின் ஆட்சி அரசியல் நிலைப்பாட்டைத் தெளிவாக்கினார். மட்டுமின்றி பம்பாயில் கூடிய லீக் கவுன்சிலில் அரசியல் நிர்ணய சபையைப் பகிஷ்கரிப்பதாகச் செய்யப்பட்ட தீர்மானத்தைத் திரும்ப பெற முடியாது என்றும் ஜின்னா உறுதியாகத் தெரிவித்து விட்டார்.

இடைக்கால மந்திரி சபை மதத்தால் பிளவுற்றுப் போனது.

"சித்தப்பா.. இப்போது என்னதான் செய்வது?" என்றான் கான்டி. ராமியின் கணவர் குன்வர்ஜியும் கான்டியும் டில்லியிலிருக்கும் தேவதாஸின் இல்லத்திலிருந்தனர். கான்டி தந்தையைத் தன் பராமரிப்பில் வைத்துக் கொள்ள வேண்டும் என்பதில் முனைப்பாக இருந்தான். அது தன் கடமையென்றும் உறுதியாக நம்பினான்.

ஆனால் அவரோ தான் பத்திரப்படுத்தி வைத்திருந்த தன் மனைவியின் புகைப்படத்தை மருமகளிடம் சேர்ப்பித்து விட்டு எங்கோ சென்று விட்டார். ஹைதராபாத்தில் இருக்கிறார் என்கிறார்கள். பம்பாயில் இருக்கிறார் என்று சேதி வருகிறது. பாண்டிச்சேரி அரவிந்தர் ஆசிரமத்துக்குச் செல்லவிருக்கிறார் என்று தகவல் வந்தது. ஆனால் எதுவும் நிச்சயமில்லை. எப்போதும் போல எங்கோ அலைந்து திரிந்து விட்டு மீண்டும் வீட்டுப் பக்கம் வந்து விடுவார் என்று மனதை ஆற்றிக் கொள்ளவும் முடியவில்லை. எல்லாவற்றையும் பா பார்த்துக் கொள்வார் என்ற நம்பிக்கையின் வேர்கள், தாய் மரம் சாய்ந்து விட்ட பிறகு மண்ணைப் பற்றிக் கொள்ளும் நோக்கோடு சுமைகளென அனைவரின் தோள்களிலும் படரத் தொடங்கியிருந்தது.

தன் முகத்தையே பார்த்துக் கொண்டிருந்த தன் அண்ணன் மகனின் முகத்தைக் கூர்ந்து நோக்கினார் தேவதாஸ். “நீ கேட்டு விட்டாய். நான் கேட்கவில்லை. அவ்வளவுதான் வித்தியாசம் காான்டி” என்றார்.

“மாமாவுக்கு யாரும் பொறுப்பைத் தெரிவிச்சு வளர்க்கல” என்றார் குன்வர்ஜி.

“மாப்பிள்ளை... அவரை நீங்கள் இளம் வயதில் பார்த்திருக்க வேண்டும். தென்னாப்பிரிக்காவில் நாங்கள் இருந்தபோது அவருக்கு வீட்டுப் பொறுப்போடு நாட்டுப் பொறுப்பும் இருந்தது. நாட்டுக்காக எத்தனை முறை சிறைக்குப் போயிருக்கிறார் தெரியுமா? அதுவும் கடின உழைப்புடன் கூடிய சிறைத் தண்டனை. ஒரு முறை கூட அவர் சோர்ந்து போனதில்லை. சிறைவாசமும் அங்கிருந்த கடினமான பணிகளும் தன்னைச் சிறிதும் சிதைக்க அனுமதிக்காத உறுதியான மனம் அவருக்கிருந்தது. சிறைச்சாலைக்கு எத்தனை அழகானவராகச் செல்வாரோ அதே அழகோடு திரும்பி வருவார்.”

“மாமா அத்தனை அழகானவரா?”

“பின்னே? நல்ல ஆளுமையான தோற்றம் அவருக்கு. அழகான பல்வரிசை. நடு வகிடு எடுத்து முன் நெற்றியில் விழும் முடியை அழகாகக் கோதிக் கொள்வார். எங்க எல்லோரையும் விட அவர்தான் அழகு. புத்திசாலியும் கூட.”

“அப்றம் ஏன் சித்தப்பா இப்படி மாறிட்டாரு.”

வினாடி நேர மௌனத்துக்குப் பிறகு "விதியை நம்மால் மாற்ற முடியுமா?" என்றார் பலவீனமானக் குரலில்.

சொன்னதற்குப் பிறகு சற்று மௌனம் காத்து விட்டு "எங்கண்ணனால் அதையெல்லாம் எடுத்து வீசி விட முடியும். அதற்கான உறுதி அவரிடம் இருக்கு. ஆனா அவர் அதுக்கெல்லாம் தயாராக இல்லை. அவருடைய மொத்த கவனத்தையும் அப்பா மேலேயே வச்சிருக்கார். தென்னாப்பிரிக்காவில் ஃபீனிக்ஸ் ஆசிரமத்தில் இருக்கும்போது ஆசிரமத்திலிருந்து கிளம்பி ரயில் நிலையம் போகறவரைக்கும் அவர் படிப்புக்காக அப்பா கூட கலகம் பண்ணிக்கிட்டே வர்றதை நான் பார்த்திருக்கேன். அப்பாவோட பரிசோதனைகளை அவரால ஏத்துக்க முடியில. மேல்படிப்பு படிக்கணும்னு ரொம்ப ஆசைப்பட்டாரு."

"தாத்தா படிக்க வைக்கலேன்னா என்ன? இப்போ நான் படிக்கலையா? அப்படி அப்பாவும் கிளம்பியிருக்க வேண்டியதுதானே?"

"அவரு அப்பா பிள்ளை. அவரால அப்பாவை மீறி எதுவும் செய்ய முடியாது. ஆனா அவரை உசுப்பி அவரோட கவனத்தைக் கவருவதற்காக ஏதேதோ செய்வார்."

"தாத்தா அப்பா மேல் இன்னும் கொஞ்சம் அன்பா இருந்திருக்கலாம்."

"எங்க நாலு பேரையுமே அப்பா ஒரேமாதிரியாகத்தான் நடத்தினார். ஆனா உங்கப்பாவாலே எதையும் தாக்குப் பிடிக்க முடியில. அவருக்குத் தன் அப்பா மேலே வெறுப்பு வரும். ஆனா வெறுக்க மாட்டார். அதேசமயம் அன்பையும் காட்ட மாட்டார்."

"தாத்தாவும் அப்படித்தானே."

"எதையும் உள்ளே வச்சிக்கறதால யாருக்கு என்ன லாபம்?"

"உள்ளே வச்சிக்கிட்டாருன்னு சொல்ல மாட்டேன். உங்கப்பா எங்கப்பாவுக்குத் திறந்த கடிதம் ஒன்னு எழுதினார். அதில் மனசில் உள்ளதையெல்லாம் கொட்டியிருந்தார். அதைப் பொதுத்தளத்தில் பிரசுரிக்கப் போறேன்னு சொன்னார். ஆனா அப்படிச் செய்ய அவருக்கு மனசு வர்ல. நண்பர்களுக்கு அனுப்பி வச்சாரு. யாராவது தங்களுக்கிடையே மத்தியஸ்தம் பண்ணி சேர்த்து வைக்க மாட்டாங்களான்னு அவருக்கு ஆசை. ஆனா நாளாக ஆக எங்கண்ணன் கிட்டே யாராலயும் நெருங்க முடியில. அவருக்கு

புத்திமதி சொன்னாலோ திருத்த முயன்றாலோ உன்னோட வேலையப் பாருன்னு சொல்லிடுவாரு."

"அது இப்போ தானே? ஆரம்பக்காலத்திலயே அவரைத் திருத்தியிருக்கலாம்."

"கான்டீ... யாரும் உங்கப்பாவை அப்படியே விட்டுடுல. உங்க பாட்டி எவ்வளவோ முயற்சி செஞ்சுப் பார்த்தாங்க. பாப்பு இன்னமும் கூட சின்னப்பிள்ளைக்குச் சொல்றமாதிரி உங்கப்பாவுக்குப் புத்திமதி சொல்லிட்டுத்தான் இருக்காரு."

"அப்டீன்னா எல்லா தப்பும் அப்பாதான் செய்தாரா? அவருக்கு அவர் விரும்பிய வாழ்க்கையை அமைச்சுத் தர வேண்டியது தாத்தாவோட கடமையில்லையா?"

"ஆனா உங்க பாப்பு அவர் கொள்கைக்கு மாறாக எதுவும் செய்ய மாட்டாருன்னு உனக்குத் தெரியுமில்லயா?" பதில் கேள்விக் கேட்டார்.

அதையடுத்து நிலவிய மௌனம் அதிகம் கனத்திருந்தது. அதை உடைக்க வேண்டிய கட்டாயத்திலிருந்தவர்போல தேவதாஸ் பேச்சை முன்னெடுத்தார்.

"அண்ணனுக்குத் தான் பாரிஸ்டர் படிக்கப் போகாததை விட தன்னோட அப்பா அந்த வாய்ப்பை இன்னொருத்தருக்கு கொடுத்துட்டாருங்கற கோபமும் அப்பா மேலிருக்கிற உரிமையும்தான் பெருசா ஆட்டி வச்சிருக்கணும்னு நினைக்கிறேன். அவர் படிக்க விரும்பிய வரைக்கும் சரிதான். ஆனா உண்மையிலுமே படிப்பு மேல அதீத ஆர்வமும் வெறியும் அவருக்கு இருந்ததுன்னா அதற்குப் பிறகு எழுதின மெட்ரிகுலேஷன் தேர்வுகளில் வெற்றி பெற்று இருக்கணுமே. எத்தனையோ முறை எழுதியும் அவரால தோல்வியைதானே சந்திக்க முடிஞ்சுது."

"அப்பாவோ மகனோ யாராவது விட்டுக் கொடுத்துப் போயிருக்கணும்."

"ஆனா அவரவர் இயல்பில் அப்படித்தானே இருக்க முடியும்?"

"இப்போ பேசி ஆகப்போறது ஒன்னுமில்லை கான்டீ... உங்கப்பா அதுக்குப் பிறகு கிடைச்ச எல்லா வாய்ப்புகளையுமே தோல்வியாக்கிட்டார்."

“ஆமா... தாத்தாவோட மகன் என்பது அவர் மீது ஏற்றி வைக்கப்பட்ட சுமை.”

“இல்லை... அதை அவர் விரும்பியிருப்பாருன்னுதான் நினைக்கிறேன். அதை நிலைநிறுத்திக்கத்தானே வாழ்க்கைப்பூரா போராட்டம் பண்ணிட்டிருக்காரு. அவர் நல்லவர்தான் கான்டீ. அப்பாவைத் தவிர யார் மேலேயும் அவருக்குக் குறை இருந்ததில்லை. ஆனா அவர் பழகிக்கொண்ட கெட்டப் பழக்கங்கள்தான் அவரைத் தவறாக அழைச்சுட்டுப் போவுது.”

“அம்மா உயிரோட இருந்திருக்கணும்.”

“ஆமா.. ஆனா அவங்க உயிரோடு இருக்கும்போதே இந்தப் பழக்கமெல்லாம் அப்பாவுக்கு இருந்துச்சு கான்டீ..”

“இருக்கலாம்... குறைந்தபட்சம் இதுமாதிரி நாடோடியாக அலையாமலாவது இருந்திருப்பாருல்ல. இப்போ அவரை எங்கேனு தேடிப் போவேன் சித்தப்பா” என்றான்.

தேவதாஸ் மெல்ல சிரித்தார். “எங்கப்பாவை விட உங்கப்பாதான் அதிகம் பயணம் பண்ணியிருப்பார். ஆனா எங்கப்பாவுக்கு வாய்ச்சது மரியாதையான பயணம். பாப்பு... பாப்பு... மகாத்மா... மகாத்மான்னு ஊரே கொண்டாடுது. எங்கண்ணாவோ பஞ்சைபராரியா சோற்றுக்கும் துணிக்கும் கூட வழியில்லாம... சட்.. இந்த நாடோடி வாழ்க்கையை ஏத்துக்கறதுக்கும் ஒரு துணிச்சல் வேணுமில்லையா?” சற்று நெகிழ்ந்தவராகப் பேசினார்.

அதன் பிறகு யாரும் எதுவும் பேசத் தோன்றாமல் அமர்ந்திருந்தனர்.

71

கிழக்கு வங்காளத்திலிருக்கும் நவகாளி, டிப்ரா பகுதிகளில் போராட்டம் தீவிரப்பட்டிருந்தது. அங்கு வசிக்கும் பெரும்பான்மையினரான முஸ்லிம்கள் மனித நேயத்தை முற்றிலும் தொலைத்திருந்தனர். இந்து ஆண்களைக் கொன்று பெண்களை மானபங்கம் செய்து குழந்தைகளை அனாதைகளாக்கினர். உயிருக்கு அஞ்சி அண்டிக் கிடந்த வீடுகளையும் சரணடைந்த கோவில்களையும் தீயிட்டுக் கொளுத்தினர். மரணபீதியில் எதிர்க்கும் திறனற்றுக் கிடந்தவர்களை விட்டில்பூச்சிகளைப் போல நசுக்கியெறிந்தனர்.

இந்து முஸ்லிம் ஒற்றுமைக்காகப் பாடுபட்டுக் கொண்டிருக்கும் தன் உழைப்பனைத்தும் வீணாகிக் கொண்டிருப்பது காந்தியின் செவிகளில் விழுந்து கொண்டேயிருந்தது. அன்று பிரார்த்தனைக்காக மைதானத்தில் அமைக்கப்பட்டிருந்த மேடையில் காந்தி அமர்ந்திருக்க ஆண்களும் பெண்களுமாக ஒட்டுமொத்தக் கண்களும் அவரையே மையங்கொண்டிருந்தன. இசைக்கருவிகளின் பின்னணியில் இறைக்குத் துதிகள் சுருதி கோர்த்துக் கொண்டிருந்தன.

ரகுபதி ராகவ ராஜாராம் !
பதீத பாவன சீதாராம் !

சீதாராம் ஜெய சீதாராம் !
பஜ து ப்யாரே சீதாராம் !

ஈஸ்வர அல்லா தேரே நாம் !
சப்கோ சன்மதி தே பகவான் !

ரகுபதி ராகவ ராஜா ராம் !
பதீத பாவன சீதாராம் !

சப்கோ சன்மதி தே பகவான்! என்ற வரிகளை அவர் மனம் அழுத்தமாக உச்சரித்துக் கொண்டது. புனித குர்ஆனின் செய்யுள் வரிகளும் பகவத் கீதையிலிருந்து சில சுலோகங்களும் பாடப்பட்டன. பார்சி மொழியின் புனித நூலான ஜெனட் அவஸ்தாவிலிருந்து சில வரிகள் பாடப்பட்ட பிறகு காந்தி உரையாற்றத் தயாரானார்.

அவர் அப்போது மிகவும் பலவீனப்பட்டவர் போலிருந்தார். கூட்டத்தாரிடம் பேச விழைந்த போது குரல் மிக மெல்லியதாக எதையோ உரத்தக்குரலில் முணுமுணுப்பது போலிருந்தது. உடல் தொய்வாக இருந்தது. அவர் குரலை உயர்த்தவேயில்லை. ஆனால் அது ஊடுருவிச் செல்லும் சக்தி வாய்ந்த குரலாக இருந்தது. முன் கூட்டித் தயாரித்துக் கொள்ளாத உரையை உள்ளத்தின் தொனியிலிருந்து பேசத் தொடங்கினார்.

"இந்தியா மிக நெருக்கடியான நிலையிலிருக்கிறது. அமைதியையும் பொறுமையையும் நாம் கை விடக் கூடாது. சத்தியத்தைத் தியாகம் செய்து விட்டு இந்தியா விடுதலை பெறுவதை விட அது அழிந்து போவதைத்தான் நான் விரும்புகிறேன். கஷ்டத்தை அனுபவிப்பதற்கு எல்லை உண்டு. அதை அடைந்து விட்ட பிறகும் நீட்டித்துக் கொண்டே போவது புத்திசாலித்தனமாகாது. மானபங்கத்துக்கு ஆளான பெண்களின் அழுக்குரல் கட்டாய அவசரக்கடமையாக என்னை நவகாளிக்கு அழைக்கிறது. கலவரத்தின் கடைசித் தணலும் அவிந்து மறைகிறவரையில் நான் அங்கிருந்து வெளியேறப் போவதில்லை. ஒரு வருடமோ அதற்கு மேலோ நான் அங்கே தங்கியிருக்க நேரலாம். என் சாவும் அங்கேயே நிகழலாம். ஆனால் தோல்வியை ஒப்புக் கொள்ள மாட்டேன். மக்கள் என்னிடம் நம்பிக்கை வைத்திருக்கிறார்கள். நான் உதவுவேன் என்று எதிர்பார்க்கிறார்கள். அந்த நம்பிக்கையும் ஆவலும் நியாயமே. என்னால் ஒன்றும் செய்ய முடியாவிட்டால் நான் செத்து சவமாய் கண் மூடுவதே மேல்."

"நான் நம்பிக்கை தளரவில்லை" அவர் கண்களை மூடிக் கொண்டார். பிரம்மபுத்திராவின் படுகையில் அமைந்த சதுப்பான பகுதியான நவகாளிக்குப் பயணம் கிளம்ப அவர் மனம் முடிவு செய்து கொண்டது.

"ஆனால் காங்கிரஸுக்கு இந்து முத்திரை விழுந்திருக்கிறது. இந்த முத்திரையோடு முஸ்லிம்களை அது எப்படிக் கவர முடியும்?

முஸ்லிம்களுக்கும் இந்துக்களுக்கும் இடையே உள்ள தொடர்பு முன்னை விடக் குறைந்து விட்டது. இந்தியாவுக்குச் சுதந்திரம் கிடைப்பதை விட இந்து ஆட்சியையே நீங்கள் விரும்புவதாகச் சொல்கிறாரே ஜின்னா."

"அவர் தவறாகச் சொல்கிறார். நான் ஒரு முஸ்லிம், நான் ஒரு இந்து, நான் ஒரு பௌத்தன், நான் ஒரு கிறித்துவன், நான் ஒரு யூதன், நான் ஒரு பார்ஸி. இந்து ஆட்சியை நான் விரும்புவதாகச் சொன்னது அவர் என்னை அறியாததால்தான். அற்ப விஷயங்களைப் பெரிதுபடுத்தி வாதம் செய்யும் வக்கீல்களைப் போல அவர் பேசுகிறார். ஆவேசம் கொண்டவர்கள்தான் இந்த மாதிரியெல்லாம் குற்றம் சாட்டுவார்கள். ஆனால் என் ஒத்துழையாமை அன்பிலிருந்து பிறந்தது" என்றார் காந்தி.

கல்கத்தாவிலும் மீண்டும் கலவரம் மூண்டிருந்தது. அவர் வங்காள மாகாணத்தின் பிரதம மந்திரி சுஹ்ரவர்த்தியுடன் இணைந்து பாழடைந்து கிடந்த வீதிகளைப் பார்வையிட்டார். குப்பையும் செத்தையும் இரண்டடி உயரத்துக்கு தெருக்களை மூடியிருந்தன. கடைகள் அடித்து நொறுக்கப்பட்டு அலங்கோலமாகக் கிடந்தன. இரு சமூகத்தாரிடமும் பரஸ்பரம் வெறுப்பும் துவேஷமும் வளர்ந்திருந்தது. இந்துக்களுக்கு அவர் அன்பு உபதேசம் செய்தபோது அவர்கள், எங்களுக்குச் சமாதான வார்த்தைகளை கூறும் நீங்கள் கிழக்கு வங்காளத்துக்குச் சென்று அங்கு முஸ்லிம்களிடம் அடி வாங்கும் இந்துக்களைக் காப்பாற்ற முடியுமா? என்றனர். அவர் அதில் வெளிப்பட்ட இளக்காரத்தைக் கண்டு கொள்ளாதவராக "நிச்சயம் செய்கிறேன். செய் அல்லது செத்துப் போக வேண்டும் என்ற கொள்கையை அங்கேதான் சோதனை செய்யப் போகிறேன்" என்றார்.

நவகாளியில் இந்துப் பெண்களைத் தூக்கிச் சென்று வலுக்கட்டாயமாக இஸ்லாத்துக்கு மதமாற்றம் செய்கின்றனராம். கடத்திச் சென்றும் கற்பழிக்கப்பட்டும் கொல்லப்பட்ட பெண்களைத் தவிர்த்து மீத குடும்ப உறுப்பினர்களைத் தீயிட்டுக் கொளுத்துகிறார்களாம். விவசாய நிலங்கள் அழிக்கப்பட்டும் வீடுகள் சூறையாடப்பட்டுமாக மனிதத்தன்மை முற்றிலும் மறைந்து போனதாம்.

“பரவி வரும் தீக்கு நடுவே பற்றற்ற மனநிலையைப் பாதுகாப்பது மகா கடினமாக இருக்கிறது. சமயப்பகைமை கிராமங்களில் புகுந்து விட்டால் தேசம் நாசமாக வேண்டியதுதான்.”

“மதவெறிப் பிடித்த மனிதர்களிடம் மனித நேயத்தை எதிர்ப்பார்க்க முடியாது பாப்பு.”

“நான் எப்படி இருக்க வேணடும் என்று விரும்புகிறேனோ அவ்வாறே நான் இருந்து விட்டால் நான் யாருடனும் விவாதிக்க வேண்டிய அவசியம் இருக்காது. என் சொல் நேராக அவர்கள் உள்ளத்தில் பதிந்து விடும். நாம் வேறு எதுவும் சொல்ல வேண்டியதில்லை.”

“வீட்டுக்கூரையின் மீது ஏறிக்கொண்டு நவகாளியில் இந்துக்கள் வெட்டிச் சாய்க்கப்படுகிறார்கள். அவர்களைக் காப்பாற்ற வேண்டும் என்று கூவும் தைரியசாலிகள் இங்கு நிறையப் பேருண்டு. ஆனால் நம்மிடத்தில் ஒரே ஒரு காந்தி மட்டுமே இருக்கிறார். அவர் தன் படைகளோடு நவகாளிக்குப் புறப்பட்டு விட்டார்.”

“அய்யோ... ஒரு மனிதர் எத்தனை வேலைகள் பார்ப்பது? அவரை வெட்டிச் சாய்த்து விட்டால்?”

உங்கள் உயிருக்கு எந்த உத்தரவாதமும் இல்லை என்ற நண்பர்களின் பதைபதைக்கும் வேண்டுகோளை நிராகரிக்கும் மனதை தன் கொள்கைகளிலிருந்து பெற்றுக் கொண்டவரைப் போல அவர் எட்டாத தொலை நிலம் நோக்கிப் பயணிக்கத் தொடங்கினார்.

“நவகாளியில் மதவெறிப்பிடித்த மனிதர்களிடம் என்னவென்று எடுத்து வைப்பீர்கள் பாப்பு...”

“வயதில் நான் கிழவனாக இருப்பதாலும் என் ஊண் கரைந்து போய் விட்டதாலும் என் அக வளர்ச்சி நின்று விட்டது என்று நான் உணரவில்லை. லட்சியங்களை அடைந்து விடுவது எப்போதும் நம்மிடமிருந்து தூரத்தில் போய்க் கொண்டேயிருக்கிறது. முயற்சியில்தான் திருப்தி இருக்கிறதே தவிர அதை அடைவதில் அல்ல. முழு முயற்சியே முழு வெற்றி. விரும்பும் பலனை அடைவதற்கு என்னளவில் உறுதி இருந்தால் போதும். செயல்படுத்தி விடுவேன். அதேசமயம் எனக்குள்ள குறைபாடுகளையும் நான் உணர்ந்தேயிருக்கிறேன்” அவர் கண்கள் வேதனையில் சுருங்கின.

"மகாத்மா... நீங்கள் மிகவும் நல்லவர்" விம்மலாக ஒலித்த குரல்களுக்கு அவர் நிதானமாகப் பதிலளித்தார்.

"நல்லவனாக இருப்பதில் மட்டும் அத்தனை பயனில்லை. அதனுடன் அறிவும் சேர்ந்திருக்க வேண்டும். ஆன்மிக தீரத்துடனும் ஒழுக்கத்துடனும் கூடிய நன்மை தீமைகளைப் பகுத்தறியும் தன்மை இருக்க வேண்டும். எப்போது பேசுவது, எப்போது மௌனிப்பது, எப்போது செயலை செய்வது, எப்போது சும்மா இருந்து விடுவது என்பதையும் அறிந்திருக்க வேண்டும்."

பயணத்தின் போது அவர் கேள்விப்பட்டுக் கொண்டே வந்த செய்திகள் எவையும் நல்லவையாகவே இல்லை.

மாகாண சட்டசபைகளிலிருந்து அரசியல் நிர்ணய மன்றத்திற்கு உறுப்பினர்களைத் தேர்ந்தெடுக்கும் பணி நிறைவு பெற்றிருந்தது. ராஜேந்திர பிரசாத் கூட்டத்தின் தலைவராக ஒரு மனதுடன் தேர்ந்தெடுக்கப்பட்டிருந்தார். அக்கூட்டத்தில், இந்திய யூனியனின் அரசானது அயல் நாட்டுறவு, பாதுகாப்பு, போக்குவரத்து தவிர்த்து மீத அதிகாரங்களோடு கூடிய பூரண சுயாட்சியுடைய மாநிலங்களைக் கொண்டதாக இருக்கும் என்ற கொள்கை பிரகடனத்தின் மீது நேரு உரையாற்றினார்.

"இந்திய சரித்திரத்திலேயே முதன்முதலாக மாநிலங்கள் சுதந்திர அந்தஸ்தைப் பெறுகின்றன. சுதந்திர மாநிலங்களை அங்கங்களாகக் கொண்ட பூரண சுதந்திரக் குடியரசு இந்தியாவில் தோன்றப் போகிறது என்று உலகோர் அனைவருக்கும் கேட்கும்படி உரத்துச் சொல்கிறேன் உறுதியோடு சொல்கிறேன்.. உள்ள எழுச்சியோடு சொல்கிறேன்" அவருள்ளம் நெகிழ்ந்திருந்தது.

அமையவிருக்கும் சுதந்திர இந்திய யூனியனில் மாநிலங்கள் மொழிவாரியாக அமைந்திருக்க வேண்டுமென்றும் அப்படி அமைப்பதற்கான வழிவகைகளைத் தயாரிக்கும் ஒரு குழுவைத் தேர்ந்தெடுக்க வேண்டுமென்றும் அரசியல் நிர்ணய மன்றத்தின் முன்பு பிரேரணை விவாதத்துக்கு வந்தபோது அதனை இப்போதைக்குக் கைவிட்டுவிடுவது நல்லது என்று முடிவு செய்யப்பட்டது.

நவகாளி ஜில்லாவில் பாதிக்கப்பட்ட மக்கள் காந்தி என்ற சக்தி வாய்ந்த மனிதர் இடைக்கால சர்க்காரின் உதவியோடு போர்ப் படைகளையும் காவல் படைகளையும் அதிகப்படுத்தி

பிரச்சனையைத் தீர்த்து வைப்பார் என்று எண்ணிக் கொண்டிருந்தனர். அது அவரது வரவு நோக்கி அவர்களின் கவனத்தையும் எதிர்ப்பார்ப்பையும் அதிகப்படுத்தியிருந்தது. ஆனால் அவரோ அங்கு சென்று சேர்ந்ததுமே ஏற்கனவே அங்கிருந்த காவல்படையினரைப் போகச் சொல்லி விடலாம் என்றார். தன்னுடன் அழைத்து வந்த உதவியாளர்களை சேவையின் பொருட்டு ஆளுக்கொருபுறமாக அனுப்பி வைத்தார். அவருடன் வந்திருந்த இளம்பெண்களின் பாதுகாப்பு குறித்து மற்றவர்கள் அஞ்சியபோது, லட்சக்கணக்காக இந்துப் பெண்களைத் தைரியமாக இருக்கும்படி சொல்லி விட்டு என் பேத்திகள் மட்டும் பாதுகாப்பாக இருக்கட்டும் என்று நினைப்பது சரியல்ல என்றார். கிராமந்தோறும் வீதிதோறும் வீடுதோறும் சென்று ஆறுதல் கூறியும் கூட்டங்கள் நடத்தியும் போதனை செய்தார். அவரது குரல் அமைதியாகவும் சக்தி வாய்ந்ததாகவும் இருந்தது.

இடைக்கால சர்க்காரில் முஸ்லிம் லீக்கின் நிலைப்பாடு பிரதமர் நேருவுக்குப் பெருத்த சங்கடத்தை அளித்தது. இடைக்கால அரசிலிருந்து லீகர்கள் ராஜினாமா செய்ய வேண்டும் என்று லீகர்கள் அல்லாத அமைச்சர்கள் கூட்டத்தில் முடிவு செய்யப்பட்டு வைஸ்ராய்க்கு அனுப்பப்பட்டது. வைஸ்ராய் அதை ஜின்னாவுக்கு அனுப்பி வைத்து கருத்துக் கோரியபோது, "இடைக்கால அரசிலிருந்து லீகர்களை வெளியேற்றினால் ஆகஸ்ட் பதினாறன்று நேரடி நடவடிக்கை நாளில் கல்கத்தாவில் நடந்தது நாடெங்கும் நடக்கும்" என்றார்.

ஜின்னாவின் முடிவை வைஸ்ராய் பிரதமர் நேருவுக்கு அனுப்பி வைத்ததோடு தம்மால் லீகர்களைக் கட்டாயப்படுத்த முடியாது என்று கூறி விட்டார்.

"அப்படியாயின் காங்கிரஸ் அமைச்சர்கள் பதவி துறப்பார்கள்" என்றனர் பிரதமர் நேருவும், படேலும்.

முஸ்லிம் லீக்கோ காங்கிரஸ் தலைவர்களோ யார் பதவியைத் துறந்தாலும் உள்நாட்டுக் கலவரம் தோன்றக்கூடும் என்று தாம் அஞ்சுவதாக வைஸ்ராய் பிரிட்டனுக்குத் தகவல் அனுப்பினார். இதையடுத்து நேரு, ஜின்னா, நிதி மந்திரி லியாகத் அலிகான், பாதுகாப்பு அமைச்சர் பலதேவ்சிங் ஆகியோரை லண்டனுக்கு அனுப்பி வைக்குமாறு வேவலுக்கு ஆணை அனுப்பியது பிரிட்டிஷ் அரசு.

காந்தி தனது தவத்தை மேலும் கடுமையாக்கிக் கொண்டார். கலவரங்களும் கண்ணீரும் பெருகியபோது அவரும் அவருடன் வந்த தொண்டர்களும் அமைதியைப் பரப்ப முயன்றுக் கொண்டிருந்தனர். சதுப்பான பாதைகளும் களிமண் வரப்புகளும் பயண வேகத்தை மட்டுப்படுத்தினாலும் மனோவேகம் அதை வென்றுக் கொண்டே வந்தது. தென்னை, மா, கமுகு மரங்கள் அடர்ந்த சதுப்புகள் சூரியக்கதிர்களை அனுமதிக்காது அரண் அமைத்திருந்தன. குறுக்கும் நெடுக்குமாகக் கடக்கும் வாய்க்கால்களைக் கடந்து செல்ல அமைக்கப்பட்டிருக்கும் பாலத்தை ஒரே மூச்சில் தாண்ட வேண்டியிருந்தது. அதற்காக அவர் ஓய்வு நேரங்களில் நீளம் தாண்டி பயிற்சி எடுத்துக் கொண்டார்.

நவகாளியில் காந்தி நடத்திய கூட்டங்களுக்குச் சாதாரணர்கள் வர விரும்பினாலும் அரசியல் முஸ்லிம்களுக்கும் சமய முஸ்லிம்களுக்கும் அது பிடிக்காமல் போனது. முஸ்லிம்களின் மத விசுவாசத்தைக் காந்தி கெடுக்கிறார் என்று அவர்கள் கூக்குரலிட்டனர். தலைவர்களின் அச்சுறுத்தல்கள் காரணமாக கூட்டத்துக்கு வருகை தரும் முஸ்லிம்களின் எண்ணிக்கை குறையத் தொடங்கியது. அவர் செல்லும் வழிகளிலெல்லாம் எதிர்ப்பு பதாகைகள் அவரை வரவேற்றன. 'காந்தியே... இங்கிருந்து திரும்பி போய் விடுங்கள். திரும்ப திரும்ப உங்களுக்கு எச்சரிக்கை செய்தாயிற்று. உங்கள் மாய்மாலமெல்லாம் இங்கு பலிக்காது. பாகிஸ்தானை ஒப்புக் கொள்ளுங்கள்...' என்றெல்லாம் எழுதிய காகித அட்டைகளை முஸ்லிம் இளைஞர்கள் மரங்களில் தொங்க விட்டிருந்தனர். கூட்டங்களில் வம்பு செய்தனர். அவரது சுற்றுப்பயண விபரங்கள் முன்னரே அறிவிக்கப்படுவதால் அவர் போகும் வழிகளில் ஆணிகளையும் கண்ணாடித்துண்டுகளையும் பதித்து வைத்தனர்.

"பாப்பு... தயவுசெய்து செருப்பணிந்துக் கொள்ளுங்கள்" என்றார் அவருடன் வந்திருந்த வங்கப் பேராசிரியர் நிர்மல்தாஸ். அவரது கதாநாயகன் அன்பு மதத்தையும் அகிம்சா தர்மத்தையும் பரப்பும் ஒரு யக்ஞத்தை கைக்கொண்டிருக்கிறார். ஒரு யோகிக்கு மட்டுமே இவையெல்லாம் சாத்தியப்படும். எத்தனை கம்பளிகளை மேலே போட்டுக் கொண்டாலும் தீராதக் குளிர்ப்பிரதேசத்தில் ஒற்றை அரையாடையும் மூப்புமாக இந்த மனிதரால் எப்படி இருக்க முடிகிறது?

அவர் மெத்தையாக விரிக்கப்பட்ட கம்பளிகளில் படுத்துக் கொண்டு வேறொரு கம்பளியால் இண்டு இடுக்கு விடாமல் போர்த்தியிருந்தார். ஆனால் நிலத்தின் சதுப்பும் தோப்புக்கு நடுவில் அவர் தங்கியிருந்த சலவைத் தொழிலாளியின் குடிசை வீடும் குளிரை அள்ளி வந்து அவரின் முதிய தேகத்தில் சேர்ப்பித்து அவரை நடுங்க வைத்துக் கொண்டிருந்தது.

"ஆண்டவன் என்னைப் பாதுகாத்தால் எவர் என்னை அழிக்க முடியும்?"

"கண்ணாடித் துண்டுகள் உங்கள் பாதங்களை பதம் பார்த்து விட்டன பாப்பு... அவர்களின் செயல்களை மன்னிக்கவே முடியாது."

"மன்னிப்பது பலமுள்ளவர்களின் குணம். உண்மையான ஆழமான அன்பின் மூலம்தான் வெறுப்பையும் மனிதாபிமானமற்ற போக்குகளையும் வென்றெடுக்க முடியும்" அவர் கம்பளிக்குள்ளிருந்து பதில் சொன்னார். புண்கள் நிறைந்த கால்களை ஒத்தடம் கொடுப்பதற்காகக் கம்பளிக்கு வெளியே நீட்டி வைத்திருந்தார்.

நடந்து செல்கையில் வலி தெரியாமலிருக்க மனு அவ்வப்போது தாகூரின் கவிதைகளை மெட்டுப் போட்டு பாடிக் கொண்டே வருவாள். அவருக்கு மனைவியின் ஞாபகம் வந்தது. இந்நேரம் பா இருந்திருந்தால் அவளும் அவரோடு கிளம்பியிருப்பாள். அவளுக்குத் தாகூரின் கவிதைகளை மனுவின் குரலில் கேட்கப் பிடிக்கும். உடலுக்கு ஒத்து வராது என்றாலும் ஈரநைப்பான சதுப்புநிலம் பிடிக்கும். மூத்தவன் ஹரியைப் பிடிக்கும். பாவம்.. அவள் இறுதி நாளில் அவனைக் குறித்து திருப்தியுறாத மனநிலையோடு சென்று விட்டாள். இப்படியெல்லாம் நடப்பதை ஹரிலாலுமே விரும்பியிருக்க மாட்டான். ஆனால் நடந்து விட்டது. இப்போது அவன் எங்கிருக்கிறானோ... எப்படியிருக்கிறானோ... கான்டியும் சரஸ்வதியும் அவனை நன்றாகப் பார்த்துக் கொண்டார்கள். அவர்களுடன் இருப்பது அவனை சுயக்கட்டுப்பாட்டில் வைத்திருக்கும். ஆனால் அவன் யாருடைய பேச்சுக்குத்தான் கட்டுப்படுவான்? என் பாசத்தை அவன் உணரவேயில்லை. நவகாளியின் இந்தப் புனிதப்பயணத்தில் அவனும் கலந்து கொண்டிருக்கலாம். இது அவனைத் தூய்மைப்படுத்தி விடும். ஆமாம்... அதுதான் சரி. இது குறித்து மகனுக்குக் கடிதம் எழுத

வேண்டும் என்ற எண்ணமே நிம்மதியை ஏற்படுத்த அதே மனநிலையோடு உறங்கத் தொடங்கினார்.

அன்று மழையிருட்டின் காரணமாக அந்திப்பொழுது வெகு சீக்கிரமே வந்திருந்தது. திட்டமிட்ட நேரத்துக்கு முன்னதாகவே அன்றைய வேலைகள் முடிந்து போனதால் சேகரிக்கப்பட்ட நேரத்தை உபயோகித்துக் கொள்ளும் எண்ணத்தோடு காந்தி படிக்க வேண்டிய கடிதக்கற்றைகளை எடுத்துக் கொண்டு அங்கிருந்த பெரிய கல்லொன்றில் அமர்ந்து கொண்டார். இருள் சூழ தொடங்கியிருந்த வெளியில் காற்றுக்கு ஈடுகொடுத்து நின்றிருந்தது அந்த சிறு விளக்கு. ஹரிலாலை நவகாளிக்கு வரவழைக்க வேண்டுமென்று நேற்றிரவு உதித்த யோசனையைச் செயலாக்கும் பொருட்டு அதனை மகனுக்குக் கடிதமாக எழுதினார். அவருக்கு அவனை பார்க்க வேண்டும் போலிருந்தது. இனி அவன் தன்னுடனே தங்கி விட்டால் தேவலாம் போலிருந்தது. ஆனால் அதற்கு அவன் ஒப்புக் கொள்ள வேண்டுமே? அவனை எப்படி சமாதானப்படுத்துவது? பா இருந்திருந்தால் நன்றாக இருந்திருக்கும். ஆனால் தாயாரின் பேச்சைக் கூட அவன் உதாசீனப்படுத்தி விடுகிறான். அவர் ஆயாசத்தோடு கடிதக்கற்றைகளை எடுத்து வைத்தார்.

தன்னருகே விழுந்த நிழலை அவர் நிமிர்ந்து நோக்கியபோது அது இளைஞன் என்றாகியது. மண்டிக் கிடந்த புதர்களுக்குள்ளிருந்து புறப்பட்டவன்போல திடுப்பென தன்னெதிரே வந்து நின்ற அவனை அவர் மேலோடு கீழ்ப் பார்வையிட்டார். அவன் இளமையானவனாக இருந்தான். துறுதுறுப்பான கண்கள் அவனுக்கு. ஆனால் அதில் அலைக்கழிப்பிருந்தது. தாடையில் தொடுத்துக் கொண்டிருந்த தாடி அவனை முசல்மானாக அடையாளம் காட்டியது. இந்துக்களுக்கும் முஸ்லிம்களுக்குமான பகை உள்ளத்திலிருந்து கிளர்பவை அல்ல. அது கூட்டு சமுதாயத்தின் நெறிப்பிறழ்வு. உணர்ச்சி வேகக் கொந்தளிப்பு. அதன் வேர்களில் மருந்திட்டு விட்டாலே அவற்றைக் குணப்படுத்தி விட முடியும் என்ற மாறாத நம்பிக்கை அவருக்கிருந்தது.

அவர் அவனை தன்னருகே அமருமாறு கூறினார். காத்திருந்தவனைப் போல விரைந்து வந்தவனை அள்ளியணைக்க கைகளை உயர்த்தியவரின் விழிகள் ஆச்சரியத்தில் பிதுங்கின.

இவன்... இவன் என்ன செய்கிறான்?

அவனது நெரித்த கரங்களுக்குள் அவரது கழுத்து சிக்கிக் கொண்டிருந்தது. பேசவியலாத நிலையில் திக்கலோடு வார்த்தைகள் வந்து விழுந்தன... அல்.. லா.. ஹு.. அக்.. பர்.. இ.. இ.. றைவ.. ன்ன்ன்.. மிக... பெரி... யவ.. ன்ன்..

அவன் தீக்குள் பாய்ந்தவனைப் போல நெரித்தக் கைகளைச் சட்டென்று விலக்கிக் கொண்டான். சரேலென உடலை சரித்து அவரது பாதங்களில் விழுந்து தொட்டு வணங்கினான்.

"என்னை மன்னித்து விடுங்கள்... நான் பாவம் செய்யவிருந்தேன்... அய்யோ..."

அவருடைய தொண்டை பேசவியலாதிருந்தது.

"அய்யா... நான் பெரும் குற்றமிழைத்து விட்டேன்."

அவன் அவர் கையைப் பிடித்து கொண்டான். "இதற்குப் பரிகாரமாக உங்களுடனிருந்து உங்களைப் பாதுகாக்கத் தயாராக உள்ளேன். என்னை நம்புங்கள். நான் என்ன செய்ய வேண்டும் பாப்புஜி?" குற்றங்கள் அந்த நொடியில் முடிவாவதுபோல உணர்தலுக்கும் நொடிக்குக் குறைவான தருணங்களே போதுமானது என்பது போல அவன் குரல் நெகிழ்ந்திருந்தது.

அவர் தன்னிலை மீண்டிருந்தார். "இளைஞனே... உன்னை நிச்சயம் நம்புகிறேன். ஆனால் கலவரம் முடியாத சூழலில் நீ என்னை என்ன செய்ய முயன்றாய் என்பதை வெளியே சொல்லி விடாதே. மீண்டும் இந்து முஸ்லிம் கலவரம் வெடித்து விடும்."

கிழக்கு வங்காளத்தில் நடந்த கொடுமைகளுக்குப் பீகார் பதிலடி கொடுத்துக் கொண்டிருந்தது. இந்துக்கள் மூன்று கோடியே பத்து லட்சம் பேர் வசித்த வந்த நிலையில் அங்கு வாழ்ந்த ஐம்பது லட்சம் முஸ்லிம்கள் சிறுபான்மையினராயினர். நவகாளியின் செய்திகள் பெரும்பான்மை சமூகத்தினரை பேராத்திரம் கொள்ள வைத்தது. அங்கு ஆட்சியிலிருந்த காங்கிரஸாரின் பிரசங்கங்களும் பத்திரிகைகளின் பரபரப்பூட்டும் தலைப்புச் செய்திகளும் இந்துக்களின் வெறியை மேலும் தூண்டின. ரத்தத்துக்கு ரத்தமே தீர்வு என தீர்ப்பெழுதியதில் ஆயிரக்கணக்கான தலைகள் மண்ணில் விழுந்தன. அதில் மிகப் பெரும்பாலானவை முஸ்லிம் தலைகள்.

அன்று மாலை நடக்கவிருக்கும் பிரார்த்தனையில் பங்கு பெற்று ஒற்றுமைக்கான உறுதிமொழி ஏற்குமாறு இந்துக்களையும் முஸ்லிம்களையும் காந்தி வீடு வீடாகச் சென்று அழைத்தும் யாரும் வருவதாக இல்லை. பிரார்த்தனை நேரம் நெருங்கியிருந்தது. அவர் அருகிலிருந்த வாய்க்காலின் சிலுசிலுப்பில் விளையாடிக் கொண்டிருந்த சிறுவர்களைக் கை காட்டி அழைத்தார். கைத்தடி ஊன்றி நின்ற கிழவரையும் அவருடன் நின்ற சிறுகூட்டத்தையும் பார்த்துத் தயங்கி நின்ற சிறுவர்களின் அருகே சென்றார். அவர் அவர்களை நெருங்கியபோது அவர்கள் அவரிடமிருந்து விலகிக் கொண்டனர்.

"சின்னஞ்சிறு குழந்தைகளே.. உங்கள் பெற்றோர்களுக்குப் பரஸ்பரம் பயம் என்பதைப் புரிந்து கொள்கிறேன். குழந்தைகளான உங்களுக்கு என்ன பயம்? நீங்கள் எல்லோரும் கடவுளின் குழந்தைகள். வாங்க... வாங்க... தாத்தாவோடு விளையாட வர்றீங்களா?"

தங்களை நெருங்கி பேசுபவரிடம் எந்தச் சிநேகபாவனைகளும் காட்டாது அச்சிறுவர்கள் அவரை வினோதமாகப் பார்த்தனர். அவர் தான் கையோடு எடுத்து வந்திருந்த பந்தை அவர்களை நோக்கி வீசியெறிந்தார். ஆனால் அது கவனிப்போரின்றி பறவையற்ற கூடு போல சொத்தென விழுந்து அங்கேயே கிடந்தது. அவர் பந்தை நோக்கிப் பளபளத்த ஆர்வமான கண்கள் இரண்டை கண்டு கொண்டிருந்தார். நிர்மல்போஸ் பந்தை எடுத்து வந்து கொடுக்க காந்தி அதை அந்தக் கண்களுக்குரிய முஸ்லிம் சிறுவனை நோக்கி வீசினார். அவன் காலருகே வந்து விழுந்த பந்தை பொறுக்கியெடுத்து அவரை நோக்கி வீசினான். அது தாறுமாறாக எங்கோ போய் விழுந்தது. மீண்டும் அவர் அவனை நோக்கி மென்மையாக வீசினார். அவன் திரும்ப வீசியபோது அவனுடன் நாலைந்து சிறுவர்கள் கூடிக் கொண்டனர். அவர்களில் இந்து சிறுவனும் ஒருவன். பந்து அங்குமிங்குமாக மாறி சிறுவர்களிடமும் காந்தியின் கூட்டத்தாருடன் அலைக்கழிந்தபோது கரைந்தோடிய அரைமணி நேரத்தில் சிறுவர்கள் ஒன்றாகியிருந்தனர்.

கான்டிக்கு மருத்துவத் தேர்வுகள் ஆரம்பித்திருந்தமையால், தனது தந்தையார் இருக்குமிடத்தை அறிந்து கொண்டாலும் அவரை அழைத்து வரவியலாத நேர நெருக்கடி அவனுக்கிருந்தது.

“அழைத்தால் மட்டும் வந்து விடவா போகிறார்?” என்றான் சரஸ்வதியிடம்.

சற்று நேரம் கணவனையே பார்த்தவள், “சான்டியின் பாசத்துக்கு நிச்சயம் அவர் மயங்கி விடுவார். உங்க தேர்வுகளை முடிச்சிட்டு வாங்க. நாம மூணுபேரும் அவரைப் பார்த்துட்டு வருவோம்” என்றாள்.

அவன் பதிலேதும் கூறாது கண்களைப் பாடப்புத்தகத்தின் மீது செலுத்தினான். மனதையும் அதில் செலுத்துவதற்குப் பிடிவாதமாக முயன்றான்.

பீகாரின் செய்திகள் வங்கத்திலும் வங்கத்தின் அழுகுரல்கள் பீகாரிலும் இறக்கைகளைக் கட்டிக் கொண்டு பறக்க, இரு சமூக மக்களும் ஒருவரையொருவர் பார்க்கவே பயந்தனர். பஞ்சாபிலும் காஷ்மீரிலும் அது பரவத் தலைப்பட்டது.

“இந்நேரம் காந்தி இங்கு இருந்திருக்க வேண்டும்” அடித்து நொறுக்கப்பட்ட பீகாரின் தெருக்களிலிருந்து குரல்கள் ஒலித்தன.

“அவர் நவகாளியில் புத்தரையும் ஏசுவையும் போலப் பெயர் வாங்குவதற்கு முயற்சி செய்து கொண்டிருக்கிறார்” அந்த இந்துவின் குரலில் ஏளனம் இருந்தது.

இந்தப் பிரார்த்தனையைப் புரிய நீங்கள் ஏன் இவ்வளவு தூரம் வரவேண்டும் காந்தி அவர்களே?” என்றார் நவகாளி ஜில்லாவிலிருக்கும் அந்த முஸ்லிம் பெரியவர்.

“கிராம மக்களுக்கு என்னால் இயன்ற மட்டும் உறுதிக்கூற விரும்புகிறேன். எனக்கு எந்த விதமான துர்எண்ணமும் கிடையாது என்பதை என்னை நம்பாத மக்களுக்கு நடுவே வாழ்ந்தும் இயங்கியும்தானே என்னால் மெய்ப்பிக்க முடியும்?”

அன்றிரவு அவர் தங்கியிருந்த வீட்டை முஸ்லிம் கலகக்காரர்கள் தாக்கியதில் கண்ணாடிக் கதவுகள் சேதமடைந்தன. மேசை நாற்காலிகளின் கைகால்கள் துண்டுதுண்டாகின. பதற்றத்தோடு அவரைக் காண வந்தவர்களிடம், “வங்காள மக்கள் சாதுவானவர்கள். அதனால்தான் என்னைக் கொல்லாமல் பொருட்களை மட்டும் சேதப்படுத்தி விட்டுச் சென்று விட்டனர். ஆனால் அவற்றில் ஒன்று கூட எனக்குச் சொந்தமில்லை என்பது அவர்களுக்குத் தெரியாது” என்றார்.

"நீங்கள் மகாத்மா."

"இல்லை... அப்படி நினைத்துக் கொண்டால் என்னைப் புரிந்து கொள்ள முடியாது. நானும் உங்களைப் போன்று சாதாரண மனிதன்தான். கடவுள் எனக்கு வலிமையை அளிக்கும்வரை மக்களுக்குத் தொண்டுபுரிய விரும்புகிறேன்."

"நீங்கள் எங்கள் மீது அதிகமான நம்பிக்கை வைக்கிறீர்கள்."

"எனது மூத்த மகன் ஹரிலால் அவனுடைய மோசமான நடத்தை விட்டு விடப் போவதாகப் பலமுறை கூறியிருக்கிறான். ஆனால் ஒருமுறை கூட அந்த உறுதிமொழிகளைக் காப்பாற்றியதில்லை. இருந்தாலும் அவன் மீண்டும் வந்து என்னைச் சந்தித்து திருந்தி விடுவதாக வாக்களித்தால் நான் அவன் மீது எப்படிக் கோபப்பட முடியும்? எப்படி நம்பிக்கை வைக்காமல் இருக்க முடியும்? அவன் தனது உறுதிமொழியைக் காப்பாற்ற வேண்டும் என்று தூண்டுவேன். அவ்வாறு செய்தால்தான் அவன் திருந்துவதற்கான வாய்ப்பு ஏற்படும்."

"ஆனால் நாளுக்குநாள் வகுப்புக் கலவரம் அதிகரித்து வருகிறதே பாப்பு."

"மகத்தான செயல்களைச் செய்ய முயலும் எவருக்கும் எல்லையற்ற பொறுமை தேவைப்படுகிறது. வகுப்புவாத பைத்தியக்காரத்தனம் மறக்கப்படும் நாளைக் காண்பதற்காக நான் வாழ விரும்புகிறேன்."

72

லண்டன் சென்ற இந்தியத் தலைவர்களுடன் பிரிட்டிஷ் பிரதமர் ஆட்லியும் இந்தியாவுக்கான மந்திரி பெதிக் லாரன்ஸுும் நடத்திய பேச்சு வார்த்தையில் காங்கிரஸுக்கும் முஸ்லிம் லீகுக்கும் கருத்தொற்றுமை ஏற்படவில்லை. பிரிட்டிஷாரின் திட்டத்திலுள்ள ஏ பி சி பிரிவு முறையைத் திட்டத்திலிருந்து அகற்றுவதோ அந்தப் பிரிவுகளோடு இணைக்கப்பட்டுள்ள மாகாணங்களிலே எந்த ஒன்றையும் அதற்குரிய பிரிவில் இணையாமல் ஒதுங்கி நிற்க அனுமதிப்பதோ திட்டத்தையே கை விடுவது போன்றது என்றது லீக் கட்சி. ஏ பி சி பிரிவுகளில் சேராதிருக்க எந்த ஒரு மாகாணத்திற்கும் உரிமை உண்டு என்பதும் அந்த முப்பிரிவுகளை மாகாணங்கள் மீது திணிக்க முடியாது என்பதும் இப்படிச் சொல்வது திட்டத்தை ஏற்றுக் கொண்டதிலிருந்து காங்கிரஸ் விலகுவதாகாது என்பதும் காங்கிரஸின் நிலைப்பாடாக இருந்தது.

அதையடுத்து ஆளும் தொழிற்கட்சியைச் சேர்ந்த பிரதமர் ஆட்லி பிரிட்டிஷ் காமன்ஸ் சபையில் அறிக்கையொன்றைத் தாக்கல் செய்தார். இந்தியாவிலுள்ள இரு பெரும் கட்சிகளிடையே ஒற்றுமை ஏற்படுத்த முடியாமல் போய்விட்டதாலும் அதற்காக எடுக்கப்பட்ட பல முயற்சிகளும் தோல்வியடைந்து விட்டமையாலும் இந்தியாவில் அபாயகரமான சூழ்நிலை உருவாகியிருப்பதைப் பிரிட்டிஷ் அரசு உணருகிறது. பிரிட்டிஷ் திட்டப்படி அரசியல் நிர்ணய மன்றம் தயாரிக்கும் அரசியலை அங்கீகரிக்கும் சட்டத்தைப் பிரிட்டிஷ் பார்லிமெண்டில் நிறைவேற்றித் தருவதாக நாங்கள் ஒப்புக் கொண்டிருக்கிறோம். ஆனால் அப்படிப்பட்ட ஒரு அரசியலை அரசியல் நிர்ணய மன்றத்தார் ஒருமனப்பட்டு நிறைவேற்றி அனுப்பக்கூடிய நிலை அங்கிருக்கவில்லை. அதனால் 1948 ஜுன் மாதத்திற்கு முன்னர் இந்தியரிடம் அதிகாரத்தை ஒப்புவித்து விடுவதென்று எனது அரசு முடிவு செய்திருக்கிறது. இந்த நிலையில் மத்திய அரசை யாரிடம் ஒப்படைப்பது

என்பது பற்றி இனிதான் முடிவு செய்ய வேண்டியிருக்கிறது. இப்போதுள்ள மாகாண அரசுகளிடமே ஒப்படைத்து விடுவதா அல்லது வேறு ஏதேனும் நல்லமுறை இருக்கிறதா என பிரிட்டிஷ் அரசு ஆலோசித்துப் பார்க்கும். இதற்கிடையில் வைசிராய் வேவல் திரும்ப அழைத்துக் கொள்ளப்படுகிறார். அவருக்கு பதிலாக மவுண்ட் பேட்டன் நியமிக்கப்படுகிறார். அவருடைய முழு வேலையுமே இந்தியர்களிடம் நல்ல முறையில் ஆட்சிப் பொறுப்பை ஒப்படைத்து விட்டுத் திரும்புவதுதான்.

தொழிற்கட்சியின் இம்முடிவுக்கு எதிர்க்கட்சியான கன்சர்வேடிவ் கமிட்டி கடும் எதிர்ப்புத் தெரிவித்தது.

"இந்தியாவிலுள்ள பிரிட்டிஷ் அதிகாரிகள் மூலம் எனக்குக் கிடைத்த தகவல்களின்படி இன்னும் பத்து அல்லது பதினைந்து ஆண்டுகளுக்கு மேல் அந்நாட்டில் பிரிட்டிஷ் ஆட்சி நீடிக்க முடியாது என்பது உறுதியாகிறது. அங்கிருந்து அவமானப்பட்டு ஓடி வரும் நிலை ஏற்படுவதை விட இப்போதே நாமே அதிகாரத்தை இந்தியரிடம் ஒப்படைத்து விட்டு வெளியேறி விடுவதே பிரிட்டனுக்குப் பெருமை தேடுவதாகும்" ஆட்லியின் பேச்சு உணர்ச்சிவயப்பட்டிருந்தாலும் அழுத்தம் திருத்தமாக இருந்தது.

மார்ச் முதல் வாரத்தில் கூடிய காங்கிரஸ் காரியக்கமிட்டி ஆட்லீயின் புதிய அறிக்கையை அதிகாரப்பூர்வமாக அங்கீகரித்த சமயத்தில் காந்தி நவகாளியிலிருந்து பீகாருக்குப் புறப்பட்டிருந்தார்.

"அகிம்சா நெறியைப் பின்பற்றி கால் நூற்றாண்டாக வேலை செய்து வந்த காங்கிரஸ் மகாசபை, மாகாணத் தேர்தலுக்குப் பிறகு கிடைத்த பதவி மயக்கத்தில் சேவா உணர்ச்சியும் கட்டுப்பாடும் மறைந்து பொருளுக்காகவும் அதிகாரத்திற்காகவும் தவறான காரியங்கள் செய்து வருகிறது. காங்கிரஸ் பின்பற்றி வந்த உன்னதமான லட்சியங்கள் எத்தனை சீக்கிரமாக மறைந்து கொண்டிருக்கிறது பாருங்கள். அகிம்சையைக் காங்கிரஸார்கள் மனதார கைக்கொள்ளவேவில்லை. மக்கள் பணிக்காக அமைக்கப்பட்ட ஒரு அமைப்புக்கு நேர்ந்த சோகமயமான வீழ்ச்சி இது" என்றார் காந்தி.

"இனிமேல் காங்கிரஸுக்கு நீங்கள் தேவைப்பட மாட்டீர்கள் பாப்பு."

காந்தி அந்த நண்பரை நிமிர்ந்து நோக்கினார். "ஆமாம்.. அவர்கள் விரும்பிய அதிகாரத்தைத்தான் பிரிட்டிஷார் அவர்களிடம் கொடுத்து விட்டார்களே. இனிமேல் அவர்கள் பிரிட்டன் கிளம்ப வேண்டியதுதானே மிச்சம்."

"அதைத் தவிர பிரிட்டிஷ்காரார்களுக்கு வேறு வழியும் இல்லை."

"பழம் நழுவிப் பாலில் விழுவதுப் போல... கனி காம்பிலிருந்து தானாக கழன்று விழுவதுபோல இனி இயல்பாக நடந்து விடும்"

"நாடே பிரிந்து விடும் போலிருக்கிறதே பாப்பு."

பியாரிலால் மாம்பழச்சாறை காந்தியிடம் அளித்தபோது அது அவரது ஆடையில் லேசாகச் சிந்தியது. அவர் விரலிலிருந்த மீச்சிறுநடுக்கத்தைப் பியாரிலாலும் கவனித்தார்.

"தொடர் பயணமும் நாட்டில் நிலவும் சூழலும் உங்களை மிகவும் வருத்துகிறது பாப்பு... கொஞ்சம் ஓய்வெடுத்துக் கொள்ளுங்கள். மனம் நிதானப்படும்"

"ஆஹா... நீங்க எந்த ஓய்வை சொல்றீங்க? நேற்று ஒருவர் என்னை இமயமலை குகைக்குப் போய் ஓய்வெடுத்துக்சொன்னார். மக்கள் மத்தியில் வாழப் பிறந்த நான் ஏன் அங்கு செல்ல வேண்டும்? நான் கடவுளை அறியும் ஆர்வம் கொண்டவன்தான். அதற்காக அவரை தனிமையில் காணலாம் என்பதை நம்ப மாட்டேன். இங்கிருந்தே கடவுளை அறியும் சிந்தனைகளை என்னால் செய்ய முடியும்" தன் உடையில் விழுந்த மாம்பழச்சாற்றை விரலால் நெருடி நீக்கியபடியே பேசினார்.

பீஹாரிலிருந்து வரும் செய்திகள் அவரைக் கவலையுற வைத்தது.

"பீஹார் இந்துக்களுக்குப் பித்து பிடித்து விட்டது. அவர்கள் மனிதர்கள் என்பதையே மறந்து விட்டார்கள். அவர்கள் நடந்து விட்ட பிழைகளுக்கு மனமார வருந்தி கொள்ளையடித்தவற்றைத் திரும்பக் கொடுத்து விட வேண்டும். கள்ளத்தனமாய் கடத்திய முஸ்லிம் பெண்களைத் திரும்பச் சேர்ப்பித்து விட வேண்டும். சூறையாடிய சொத்துகளுக்கு நட்ட ஈடு அளிக்க வேண்டும்" காந்தியின் முகம் தீவிர பாவனையிலிருந்தது.

வரும்போதே அவர் கடும் எதிர்ப்பைச் சந்திக்க வேண்டியிருந்தது. காந்தியே... நீ இந்து சமயத்துள்ளிருக்கும் ஐந்தாம்படை முஸ்லிம்.

நீ ஒரு கேடுகெட்ட இந்து. அய்யா முகம்மது காந்தி அவர்களே. கிருஷ்ணர் போனது போல நீங்களும் காட்டுக்குப் போய் விடுங்கள்.

"காங்கிரஸ் இந்துக்களுக்கானது என்று முஸ்லிம்களின் கூற்றை பீஹார் நிரூபித்து விட்டது. காங்கிரஸின் அந்தஸ்து உயர்வதற்கு அதிகளவில் தன் பங்கை செலுத்தியிருக்கும் பீஹார் இன்று தனது தீச்செயல் மூலம் அத்தனையும் குழித் தோண்டி புதைத்து விட்டது. தன்னுடைய உரிமையை எந்த வகையில் உபயோகப்படுத்திக் கொள்வது என்பதில் மனிதனுக்குச் சுதந்திரம் இருக்கிறது. அந்த வகையில் தனது விதியைத் தானே உண்டாக்கிக் கொள்கிறான். ஆனால் அவற்றின் பலன்களை அவனால் கட்டுப்படுத்த முடியாது. இந்தச் செயல்களுக்குப் பிராயச்சித்தமாக நான் மிக குறைந்தளவு உணவே உண்ணப்போகிறேன். வழி தவறிய பீஹார் மக்கள் திருந்தி புதுவாழ்வை மேற்கொள்ளாவிட்டால் இதுவே சாகும் வரை ஏற்கும் உண்ணாவிரதமாக மாறி விடும்."

"போய் விடு காந்தியே... உனது அகிம்சையில் எங்களுக்கு நம்பிக்கையில்லை. நீ மேற்கோள் காட்டும் பகவத்கீதை அகிம்சையைப் போதிக்கவில்லை. நீ இந்துவே அல்ல" பீகாரிய இந்துக்கள் கட்டுப்பாடு இழந்திருந்தனர். பஞ்சாபிலும் வகுப்புக் கலவரம் துவங்கி விட்டதாம்.

"கட்டுப்பாட்டுடன் செயல்பட முடியாதவர்கள் இறுதியில் உபயோகமற்றவர்களாக மாறி விடுகிறார்கள். சகோதர இந்துக்களின் பிழைக்கு நான் முட்டுக் கொடுத்து ஆதரித்தால் நான் இந்து என்ற உரிமையையே இழந்து விடுவேன். சமுதாயம் முழுவதும் ஒரே சமயத்தைச் சேர்ந்ததாக இருந்தால் கூட அரசாங்கம் சமயத்தைக் கடைப்பிடிப்பதாக இருக்கக்கூடாது. சமயத்தில் அரசாங்கம் தலையிடுவது ஒருபோதும் நல்லதல்ல."

"நீங்கள் செத்து ஒழிந்து விடுங்களேன் காந்தி."

புதிய வைஸ்ராயாகப் பொறுப்பேற்றுக் கொண்ட மவுண்ட்பேட்டன், பிரிட்டன் வெளியேற வகுத்திருந்த உத்தேச காலமான 1948 ஜூன் வரை நிச்சயம் தாக்குப்பிடிக்க முடியாது என்றார். நேரடி நடவடிக்கை நாளுக்குப் பிறகு நவகாளியில் இந்துக்களை முஸ்லிம்கள் கொன்றார்கள். பழிக்குப்பழியாக பீஹாரில் முஸ்லிம்களை இந்துக்கள் அழிக்கிறார்கள். ராவல்பிண்டியில் சீக்கியரை முஸ்லிம்கள் படுகொலை செய்கின்றனர். வடமேற்கு

எல்லைப்புற மாகாணத்திலும் கலகம் கிளம்பி விட்டது. படுகொலை என்ற கடிகாரப் பெண்டுலம் ஊசலாடியபடியே விரிந்து செல்கிறது. பாகிஸ்தானைப் பிரித்தாக வேண்டும் என்கிறார் ஜின்னா. இந்தியாவைப் பிரிக்காமலிருப்பதே நல்லது என்றாலும் உள்நாட்டு கலகம் வராமல் தடுக்க இந்தியப் பிரிவினையை ஒப்புக் கொண்டுள்ளது காங்கிரஸ். ஆனால் இந்தியாவை எப்படிப் பிரிப்பது? முஸ்லிம்கள் குறைவான பகுதி பாகிஸ்தானுக்குப் போய் சேர்வதை காங்கிரஸ் மறுக்கிறது. அப்படியானால் பஞ்சாப், வங்காளம் என்ற இந்த இரண்டு பெரிய மாகாணங்களையும் பிரிவினை செய்துதான் தீர வேண்டும் என்றார் மவுண்ட் பேட்டன்.

அந்தப் பிரார்த்தனைக் கூட்டத்தின் முடிவில் கூட்டத்திலிருந்து குரல்கள் எழுந்தன.

“பாப்பு... நீங்க சொல்லுங்க. பிரிவினை பற்றி உங்கள் கருத்து என்ன?”

“உங்கள் தலைவர்கள் சொல்வதை ஆதரியுங்கள்.”

“பாப்பு...நாங்கள் கேட்டது உங்கள் கருத்தைப் பற்றி.”

“அதுதான் சொல்கிறேனே... தீர்மானத்தை ஆதரியுங்கள் என்று. உங்கள் தலைவர்களை ஆதரியுங்கள் என்று.”

“சமீபமாக நீங்கள் மிகவும் சோர்வூட்டும் உரைகளை நிகழ்த்துகிறீர்கள்.”

“நான் உண்மையில் உணராத ஒரு மகிழ்ச்சியை என்னால் பாசாங்காக வெளிப்படுத்த முடியாது.”

“சரிதான். சுதந்திரத்துக்காகப் பாகிஸ்தான் என்ற பெரிய விலையைக் கொடுக்க வேண்டியிருக்கிறது. கடைசியில் வகுப்புவாதத்திடம் தேசியம் சரணடைந்து விட்டது. நீங்கள் காங்கிரஸாருக்குக் கூட இப்போது தேவையில்லாத பாரமாகப் போய் விட்டீர்கள்.”

“பாகிஸ்தானை காங்கிரஸ் ஒப்புக் கொண்டு விட்டது. பஞ்சாப், வங்காளம் இரண்டையுமே பிரிவினை செய்ய வேண்டும் என்று அது கோருகிறது. ஆனால் இந்தியாவை எந்தவிதமாகப் பிரிப்பதையும் என்றும் போலவே இன்றும் நான் எதிர்க்கிறேன். ஆயினும் என்ன செய்ய முடியும்? இத்தகைய ஒரு திட்டத்தில்

எனக்குச் சம்பந்தமில்லை என்று சொல்லி ஒதுங்கியிருப்பது ஒன்றுதான் நான் செய்யக்கூடியது. இந்தப் பிரிவினையை ஒப்புக் கொள் என்று கடவுளைத் தவிர வேறு யாரும் என்னை கட்டாயப்படுத்த முடியாது. நான் வேண்டுவது சகோதரத்துவம் நாடும் அமைதிச்சூழலையே. அதற்கு விலை என் உயிரென்றால் அதுவும் சம்மதமே. செய் அல்லது செத்து வீழுங்கள் என்பதே இனி எனக்கான உபதேசம்."

"கடவுளின் அனுகிரமம் இல்லாமல் ஒரு இலைக்கூட மரத்திலிருந்து விழாது என்பீர்களே அடிக்கடி. இதுவும் கடவுளின் அனுகிரகம்தானா அண்ணலே?"

அவர் கண்கள் ஒளி மங்கி ஜீவன் இழந்திருந்தன.

"நீங்கள் உங்கள் போராட்டங்களைத் தொடங்கலாம் அல்லவா?"

"யாருக்கு எதிராகப் போராடுவது? என்ன நோக்கத்துக்காகப் போராடுவது?"

தேசம் பிளக்கப்படும் என்ற செய்தி வெளியானதையடுத்து டில்லியிலும் பஞ்சாபிலும் வகுப்புக்கலவரங்கள் தோன்றியிருந்தன. பிரிவினையை விரும்பாத பஞ்சாபி இந்துக்கள், பஞ்சாப் பஞ்சாபியருக்கே என்றும் வங்காள இந்துக்கள், வங்காளம் வங்காளியருக்கே என்றும் மொழிவழி மாகாண ரீதியில் பிரிவினைக் கோஷங்களை எழுப்பினர்.

மாகாணங்களுக்கும் சுதந்திரம் வழங்கி விட்டு சுதேச சமஸ்தானங்கள் விரும்பினால் அவையனைத்தும் கலந்த ஒரு மத்திய அரசை நிர்மானித்துக் கொள்ள அனுமதித்து விட்டு பிரிட்டிஷார் உடனடியாக வெளியேறி விடுவதுதான் நல்லது என்ற வைஸ்ராயின் யோசனையைப் பிரிட்டனும் ஏற்றுக் கொண்டபோது அதனைப் பிரதமர் நேரு கடுமையாக எதிர்த்தார். இந்நிலையில் லண்டன் சென்று பிரதமர் ஆட்லியுடன் ஆலோசனை செய்து விட்டு திரும்பிய வைஸ்ராய் மவுண்ட்பேட்டன் 1947 ஆகஸ்ட் 15ஆம் நாளன்று அதிகாரம் மாற்றப்படும் என்று பிரிட்டிஷ் அரசு முடிவு செய்திருப்பதாக அறிவித்தார்.

வங்காளத்தை கிழக்கு மேற்காகப் பிரித்து கிழக்கைப் பாகிஸ்தானுக்கும் இந்துக்கள் மிகுதியாக வாழும் மேற்குப் பகுதியை இந்தியாவிலும் சேர்க்க முடிவெடுக்கப்பட்டது. பஞ்சாப் மாநிலமும்

கிழக்கு மேற்காகப் பிரிக்கப்பட்டு கிழக்கை இந்தியாவோடும் மேற்கை பாகிஸ்தானோடும் சேர்க்க வழிவகுக்கப்பட்டது. முழு சிந்து மாநிலம் முழு வடமேற்கு எல்லைப்புற மாகாணம், பலுச்சிஸ்தான் இவற்றோடு அஸ்ஸாமில் முஸ்லிம்கள் மிகுதியாக வாழும் சில்ஹட் ஜில்லாவோடு சேர்ந்த பகுதிகள் பாகிஸ்தானுக்கு என்றானது. இந்திய சமஸ்தானங்கள் விரும்பினால் பூகோள அடிப்படையில் பாகிஸ்தானுடனோ அல்லது இந்தியாவுடனோ எதிர்காலத்தில் சேர்ந்துக் கொள்ளலாம் என்றும் பிரிட்டன் அதிகாரப்பூர்வமாக அறிவித்தது.

“இந்த நாட்டை விட்டு வெளியேறுவதன் மூலம் பிரிட்டிஷ்காரர்கள் நமக்குச் சலுகை எதையும் அளிக்கவில்லை. உருவாகியுள்ள சூழ்நிலைகள் அவர்களின் வெளியேற்றத்தைத் தவிர்க்க முடியாததாக ஆக்கி விட்டன” என்றார் காந்தி.

73

நாடு தனது நீண்டநாள் கனவான தேசிய சுதந்திரத்தை அடையவிருந்த நேரத்தோடு அது இரண்டாகத் துண்டாடப்படும் நேரமும் நெருங்கிக் கொண்டிருந்தது. விடுதலைக்கென குறிக்கப்பட்ட நாளான ஆகஸ்ட் மாதத்தின் பதினைந்தாம் நாள் நெருங்க நெருங்க நிமிடத்துக்கு நிமிடம் பரபரப்பு அதிகரித்துக் கொண்டிருந்தது. நவகாளி, பீகார், வங்காளம் என வன்முறைகள் பரவிக் கொண்டிருந்தன. காந்தி பேரழிவையும் பெருந்துயரையும் சந்தித்துக் கொண்டிருந்த மக்களிடையே தங்கிக் கொள்ள விருப்பம் கொண்டிருந்தார்.

'நீங்கள் இந்திய தேசத்தின் தந்தை. இந்தியா சுதந்திரம் பெறும் தினத்தன்று டில்லிக்கு வந்து எங்களை ஆசீர்வதிக்க வேண்டும்'" நேருவும் பட்டேலும் தங்கள் விருப்பத்தைக் கடிதமாக்கி தூதுவர் ஒருவரிடம் கொடுத்தனுப்பியிருந்தனர்.

"நண்பரே.. வங்காளம் எரிந்து கொண்டிருக்கிறது. இந்துக்களும் முஸ்லிம்களும் ஒருவரையொருவர் கொன்று குவித்துக் கொண்டிருக்கின்றனர். இருண்ட கல்கத்தாவில் ஒலிக்கும் அவர்களின் அழுகுரல்களை மறந்து நான் எங்ஙனம் ஒளியில் மிளிரும் டில்லிக்கு வர முடியும்? என் உயிரைக் கொடுத்தாவது இங்கு அமைதியையும் இணக்கத்தையும் ஏற்படுத்தியாக வேண்டும்" காந்தி தூதுவருக்கு உணவு பரிமாறிக் கொண்டே பேசினார்.

"பாப்புஜி... நீங்கள் விளைவித்த மரத்தின் கனியை உண்டுப்பார்க்கும் ஆசையே எழவில்லையா உங்களுக்கு?"

காந்தி அந்த நண்பரைச் சில வினாடிகள் உற்று நோக்கி விட்டு, "ஆகஸ்ட் பதினைந்தாம் தேதிக்கு முன்னர் நான் பீகாருக்கும் நவகாளிக்கும் செல்ல வேண்டும். என்னை எங்கேயும் கட்டிப் போட்டு விடாதீர்கள்" என்றார்.

காந்தியின் கனத்த வார்த்தைகளைச் சுமக்கவியலாது சுமந்து கொண்டு அந்த தூதுவர் வெளியே வந்தபோது காந்தி அவரை வழியனுப்பும் பொருட்டு உடன் வந்தார். அவர்கள் மரத்தினடிக்கு வந்தபோது அந்த மரத்திலிருந்து காம்பை விடுத்த இலையொன்று கீழே விழுந்தது.

காந்தி கீழே குனிந்து அந்த இலையை எடுத்தார்.

“தங்கள் வரவுக்காக ஆவலோடு காத்திருக்கும் அவர்களுக்கு நான் எந்த பதிலைக் கூறுவேன் பாப்புஜி?”

“அவர்களை வருந்த வேண்டாம் என்று சொல்லுங்கள்.. அதுபோதும். என் நிலைமையை அவர்கள் புரிந்து கொள்வார்கள்” என்றவர் தன் கையிலிருந்த இலையை அவரிடம் நீட்டி “அவர்களுக்குக் கொடுத்தனுப்ப என்னிடம் அதிகாரமோ செல்வமோ ஏதுமில்லை. இந்த உலர்ந்த இலையை எனது சுதந்திர தினப் பரிசாகக் கொடுத்து விடுங்கள்” என்றார்.

“பாப்பு..” வார்த்தைகளின் வலி அந்த அன்பரின் கண்களில் கண்ணீராக வழிந்தது. அதைத் துடைத்தபோது இலையிலும் ஒட்டிக் கொண்டது.

“இறைவன் எத்தனை மகத்தானவன் பாருங்கள். என் நண்பர்களுக்கு நான் உலர்ந்த இலையைக் கொடுத்தனுப்புவதில் அவருக்கு விருப்பமில்லை என்பதால் அதைக் கண்ணீரால் ஈரமாக்கி விட்டார்” என்று சிரித்தார்.

காந்தியின் கனிந்த மொழியும் சிரிப்பும் அவருக்கும் தொற்றிக் கொண்டது.

“பாருங்கள்.. இந்த இலை இப்போது சிரிப்பால் மிளிர்கிறது. இதை அவர்களிடம் என் பரிசாகக் கொண்டு சேருங்கள்.”

“பாப்பு..” என்றார் நெகிழ்வாக. “நேருஜியும் பட்டேல்ஜியும் நீங்கள் அருகில் இல்லாமல் தவித்துப் போவார்கள்.”

“புரிகிறது. ஆனால் நாம் அடையவிருக்கும் சுதந்திரத்தில் இந்தியா பாகிஸ்தான் மோதலுக்கான விதைகள் அடங்கியிருக்கின்றன. இதனை என்னால் எங்ஙனம் ஒளியேற்றிக் கொண்டாடவியலும்?”

அந்த அன்பரை வழியனுப்பி விட்டு குடிலுக்குத் திரும்பியவர் ஓய்வு எடுக்கும் நோக்கோடு படுக்கையில் சாய்ந்தார். கண்களுக்கு உறக்கம் வந்திருந்தாலும் மனம் முழு விழிப்பிலிருந்தது.

இப்போது அவர் தளர்ந்திருந்தார். அவரருகில் குடும்ப உறுப்பினர்கள் எவருமில்லை. அவர் முதன்முறையாக தென்னாப்பிரிக்காவிலிருந்து திரும்பியபோது சின்னஞ்சிறுவனாக அவரைப் புத்தம்புதிதாய்ப் பார்த்த ஹரிலாலோ, இனிமேல் என்னை விட்டுட்டு எங்கேயும் போக வேணாம் என்ற தொனியில் கூட்டுக் குடும்ப வாழ்வின் இறுக்கத்திலிருந்த மனைவியோ இப்போது அவரருகில் இல்லை. கஸ்தூர் உயிருடனும் இல்லை. ஹரிலால் சக்கரத்தைப் போல சுற்றியலைந்தாலும் அவரையே மையமென கொள்பவன். கஸ்தூரைப் போல தனித்துவமானவன். ஆனால் கஸ்தூர் இயல்பாகக் கணவருடன் ஒட்டிக் கொண்டதைப் போல அவனால் தகப்பனுடன் அன்னியோன்யப்பட முடியவில்லை. தாயாரைப் போன்று அவனால் தகப்பனாரின் அசாதாரணங்களை சாதாரணங்களாக்கிக் கொள்ள இயலவில்லை. தன்னைச் சார்ந்தவர்களை சரியாக நடத்துவதில்லை என்ற தன் மீதான புகாரை காந்தியும் உணர்ந்தேயிருந்தார்.

அவர் ஒட்டியிருந்த வயிற்றிலிருந்து தளர்ந்து இறங்கிக் கிடந்த அரையாடையை மேலேற்றிக் கொண்டார்.

கஸ்தூருக்கு எனது பரிசோதனைகளையும் நடவடிக்கைகளையும் குறித்து வருத்தம் இருந்திருக்கலாம். ஆனால் பின்னாட்களில் அதுவே பழகிப் போயிருக்கும். பதிமூன்று வயதிலிருந்தே என்னோடு ஒட்டிக் கொண்டு வந்தவளுக்கு நான் எண்ணிக் கொண்டிருந்த இந்தியா எப்படியிருக்கும் என்று தெரிந்திருக்கும்.

பரம ஏழைகளாக இருப்பவர்கள் இதனை தமது நாடு என்று என்றைக்கு நினைக்க முடிகிறதோ எதனுடைய உருவாக்கங்களில் அவர்களது குரல் ஓங்கியிருக்கிறதோ எந்த ஒரு இந்தியாவில் உயர் வகுப்பினர் தாழ்த்தப்பட்டவர் என மக்களுக்குள் வேறுபாடு இன்றி எல்லா வகுப்பினரும் நல்லிணக்கத்துடன் வாழ்வார்களோ அத்தகைய இந்தியாவில் தீண்டாமை இருக்காது. குடி மற்றும் போதை பொருட்கள் இருக்காது. பெண்கள் சம உரிமை கொண்டிருப்பர். மற்றப் பகுதிகளுடன் நல்லுறவு கொண்டிருப்போம் என்பதால் சிறு அளவிலான ராணுவம் போதும். மௌனம் காக்கும் பல இலட்சம் மக்களின் நலன்களுக்கு

முரண்படாதவை அனைத்தும் முழுமையாக மதிக்கப்படும் என்று நான் கனவுக்கண்டதை அவளும் அறிந்திருப்பாள். ஆனால் விரைவில் சுதந்திரம் பெறவிருக்கும் இந்தியா இன்றிருக்கும் நிலையைக் குறித்து அவள் கனவாவது கண்டிருப்பாளா?

சுதந்திரத்துக்கு முந்தைய சில தினங்களில் அவர் ஜம்முவிலிருந்து பஞ்சாபுக்கு பின் அங்கிருந்து வா வுக்கு, வா விலிருந்து ராவல்பிண்டி, ராவல்பிண்டியிலிருந்து லாகூருக்கு என தொடர் பயணித்திலிருந்தார். நூற்று பனிரெண்டு பவுண்ட் எடையுள்ள அவரது மெலிந்த தேகம் பயணத்துக்கு ஒத்துழைத்தாலும் ஓய்வின்மையும் மனச்சோர்வும் உடலை களைக்க வைத்திருந்தது. அவர் சென்ற இடங்களிலெல்லாம் வகுப்புவாத வன்முறைக்கு ஆளான மக்கள் உடைந்த கப்பலின் சுக்குநூறான பகுதிகளைப் போல சிதறிக் கிடந்தனர். ஒருவருக்கொருவர் வெறுப்புணர்வை வீசிக் கொண்டனர். இதுநாள்வரை அவர்கள் வாழ்ந்து வந்த அமைதியான வாழ்க்கை பறிக்கப்பட்டு எதுவுமற்ற ஓட்டாண்டிகளாக ஆக்கப்பட்டு நடுத்தெருவுக்கு வந்திருந்தனர். இறந்தவர்கள் கொடூரமான இறப்பைச் சந்தித்திருந்தாலும் உயிரோடிருப்பவர்களை விடக் கொடுத்து வைத்தவர்களாக இருந்தனர்.

பா... இந்த நாட்டில் தற்போது நடந்து கொண்டிருக்கும் படுகொலைகளைக் கண்டு வேதனைப்படாதவன் வெட்கப்படாதவன் ஒன்று கடவுளாக இருக்க வேண்டும் அல்லது கடின இதயம் கொண்டவனாக இருக்க வேண்டும். நான் இரண்டு வகையையும் சேர்ந்தவனல்ல. விடுதலைப் போராட்டத்தின் போது எவையெல்லாம் அகிம்சை வழி என்று என்று நம்பி வந்தேனோ அவையெல்லாம் தூய்மையான அகிம்சை வழியல்ல. அதுவே இன்றைய வன்முறைக்கான காரணம். அதனை நான் தற்போது உணர்ந்து விட்டேன். ஆனால் இது காலம் கடந்த ஞானம். இருந்தபோதிலும் இந்த உலகத்தில் அமைதி நிலவ வேண்டுமெனில் அகிம்சையைத் தவிர வேறு மார்க்கமில்லை என்ற கருத்தில் உறுதியாகவே இருக்கிறேன்.

“நீங்கள் ஒரு நடைமுறை சார்ந்த லட்சியவாதியாக உங்களைக் கருதிக் கொள்கிறீர்கள். உங்கள் குறிக்கோளும் நீங்கள் அடைய விரும்பும் இலக்கும் தேசாபிமானிகள் நியாயமாக எண்ணுவதுதான். ஆனால் அதற்கு நீங்கள் கையாளும் முறை புதுமையானது,

விந்தையானது. உங்கள் நடவடிக்கைகள் யாரோ செய்த கொடுமைகளுக்காக யாரிடமோ போராடுவது போன்ற எண்ணத்தை ஏற்படுத்துகிறது. இன்றைய தினம் நடைப்பெற்றுக் கொண்டிருப்பது மனிதாபிமானமற்ற நிகழ்வு. அந்தத் தீயவர்களுக்கு எதிராக உங்கள் நடைமுறை அகிம்சை வழி எவ்வாறு செயல்படப் போகிறது?” பிரார்த்தனை உரையின்போது தன் மீது வந்து விழுந்த கேள்வியை அவர் துரிதமாக எதிர்கொண்டார்.

“நற்பலன்கள் கிட்டும் என்ற நம்பிக்கையுணர்வுடன்தான் எனது லட்சியத்தை எப்போதும் செயல்படுத்தி வர முயற்சிக்கிறேன். எல்லா நேரங்களிலும் நான் வெற்றி பெறாமல் இருக்கலாம். ஆனால் வன்முறை என்பது எக்காலத்திலும் தீயச்செயல்தான்.”

பா... கவி தாகூர் ஒருமுறை என்னிடம், விடியற்காலை சூரியனின் சிவந்த ஒளிக்கதிரைக் கண்டு உங்கள் நெஞ்சம் மகிழாதா என்றார். பறவைகள் பாடும்போது உங்கள் உள்ளம் நெகிழவில்லையா, ரோஜா மலர்கள் இதழ் விரிப்பது உங்களுக்குப் புத்துணர்வு அளிக்கவில்லையா.. உங்களுக்கு ரசனையேயில்லையா என்றெல்லாம் கேட்டார். ஆனால் இவற்றையெல்லாம் விட என் மனம் பட்டினியால் வாடும் பல இலட்சக்கணக்கான மக்களின் கன்னத்தில் ரோசாப்பூ போன்ற செந்நிறத்தை எப்போது காண்பேன் என்பதிலும் வேதனையால் அவர்கள் விடும் பெருமூச்சுக்குப் பதிலாக அவர்களின் ஆன்மாவிலிருந்து எழும் பறவைகளில் பாடல்களைப் போன்ற மெல்லிசையை எப்போது கேட்பேன் என்பதிலும் அதிகாலை சூரியன் சாதாரண மனிதனின் மனதையும் பிரகாசிக்கச் செய்யும் நாள் வருமா என்பதிலும்தான் அதிகமாக ஈடுபடுகிறது. அதை நீயும் அறிவாயல்லவா?

உங்கள் மீது விழும் கண்டனங்களை நீங்கள் அறிவீர்களா பாப்பு?

பா... நான் அவற்றை அறிவேன் என்றாலும் வருந்துவதில்லை. கடவுளிடம் உடனுறையும் பேற்றை பெற வேண்டுமானால் புகழுரைகளையோ கண்டனங்களையோ பொருட்படுத்தக்கூடாது அல்லவா?

உங்களுக்கு அச்சமென்பதே ஏற்படாதா என்று கேட்கிறார் அந்த நண்பர்.

பா... எனக்குப் பணத்திலோ சொத்திலோ பற்றில்லை என்பதால் அச்சப்படுவதற்கும் ஏதுமில்லை. அச்சத்தால் நாணயம் குன்றுகிறது.

அச்சமில்லாமல் இருப்பதே உண்மை, கடவுள், அன்பு இந்த மூன்றுக்கும் திறவுகோல் அதுவே நற்குணங்களின் அரசன் என்று எண்ணியிருந்தேன். ஆனால் இன்று என்னையுமறியாமல் என் மனதை அச்சம் சூழ்கிறது. 1904ல் வைஸ்ராய் கர்சன் வங்காளத்தைத் துண்டாட முயன்றபோது கடுமையானதொரு தேச பக்தப்போராட்டம் அங்கே வெடித்துக் கிளம்பியதில் வங்கம் இணைந்தது. ஆனால் இந்தியா விடுதலை பெறவிருக்கும் இன்றைய நிலையில் முஸ்லிம், இந்து பிரதேசங்களைக் கொண்ட இரண்டு தனிநாடுகளாக இந்தியாவைப் பிரிக்கும்போது உண்மையான தேசபக்தி உணர்வைக் கேலிக்குரியதாக்கி வரும் சக்திகள் பேயாட்டம் ஆடும் நிலை ஏற்பட்டுள்ளது. நமது அனைத்து உறுப்புகளும் ஓர் உடலை சேர்ந்தவை என்பதை போல அனைத்து மதங்களும் ஒன்றுதான் என்பதைப் புரிந்து கொள்ளாமல் மத துவேஷத்தினால் மக்கள் மனிதாபிமானமற்று வெறி பிடித்தவர்களாக மாறி விட்டனர். இதுவரை நீடித்து நிலைக்க வேண்டியவை என்று கருதப்பட்ட உயர்வான கண்ணோட்டங்கள் இனி அழிக்கப்பட்டு விடுமோ என்று அச்சம் வருகிறது எனக்கு.

நாலாபக்கமும் வன்முறை வெறியாட்டம் போடும் இத்தருணத்தில் யாருமற்ற தனியனான, ஏழை முதியவனான நான் செய்யக்கூடியது என்ன? என் உயிரைத் தவிர தருவதற்கு இனி என்ன இருக்க முடியும்? உண்ணாவிரதத்தைக் கூட நான் இறக்க வேண்டும் என்ற முடிவோடு துவங்கியதில்லை. என் மனச்சுத்தியை மேம்படுத்தவும் பிறர் தம் தவறுகளைத் திருத்திக் கொள்ளவுமே அகிம்சையின் ஆயுதமாகப் பயன்படுத்தினேன். வெறுப்புணர்வு மண்டிக் கிடக்கும் இன்றைய என் மக்களைப் பார்க்கையில், இவ்வளவு காலமாக நான் உயர்த்திப் பிடித்த கொள்கைகள் மண்ணில் வீழ்ந்து மட்குவதை உணர்கிறேன். இவ்வளவு வன்மமும் குரூரமும் உள்ளுக்குள்ளேயே இத்தனை நாள் பதுங்கிக் கிடந்ததா... நேரம் வாய்த்தவுடன் அது மனிதகுல சாபமாக வெளிவந்து விட்டதா..

பா.. இந்துக்களும் முஸ்லிம்களும் மனதளவில் பிரிந்து இப்போது நாடளவிலும் பிரியவிருக்கிறோம். பிரிட்டிஷ் ஆட்சி முடிவு பெறுவதன் பெயர்தான் சுயராஜ்ஜியமா? சபர்மதி இப்போது எங்கோ வெகு தொலைவிற்குப் போய் விட்டது. கொந்தளிப்பும் கலவரமுமான நவகாளி அருகாமைக்கு வந்து விட்டது. பா... பிரிக்க முடியாத முழுமையான நமது புராதன தேசத்தின் குடிமகன் நான். இந்தியாவிலும் பாகிஸ்தானிலும் இருக்கும் ஒவ்வொருவரும்

இதே போன்ற உணர்வுடன் இருந்தால் தேசப்பிரிவினை என்பது விரும்பத்தகாத ஒன்றாக இருக்காது. இந்தியாவின் குடிமகன் என்ற முறையில்தான் ஜின்னா பாகிஸ்தானிய மக்களுக்கு பணிபுரிவதற்காகச் சென்றுள்ளார். என்னைப் பொறுத்தவரை பாகிஸ்தான் இந்தியா இரண்டுமே எனக்குத் தாயகங்கள்தான்.

பா... நேற்று எனக்கு ஒரு கடிதம் வந்தது. கிட்டதட்ட நீ பேசுவதைப் போலவும் உணர்வதைப் போலவுமேயிருந்தது அது. அதை எழுதிய அன்பர், காந்தியாகிய நான் உயிருடன் புதைக்கப்படுகிறேன் என்றும் காந்தி என்பதன் பொருளே எனது லட்சியங்களைத்தான் குறிக்கிறது என்றும் நாம் இன்றிருக்கும் இடத்துக்கு அந்த லட்சியங்கள்தாம் நம்மை அழைத்து வந்திருக்கின்றன என்றும் இவ்வளவு உயரத்துக்கு ஏறுவதற்குக் காரணமாக இருந்த ஏணியை நாம் உதைத்துத் தள்ளுகிறோம். இதை அவரது மிகப்பெரிய சீடர்களே செய்து வருகின்றனர் என்றும் ஆதங்கப்பட்டிருந்தார்.

பா... யார் எனது மிகப் பெரிய சீடர்? யார் எனது மிகச்சிறிய சீடர்? ஒரு புறத்தில் நானே எனது சீடனாக இருக்கிறேன். மறுபுறத்தில் அனைத்து இந்தியர்களும் இருக்கிறார்கள். எனது செயல்பாடுகளில் நம்பிக்குள்ளவர்கள்தான் எனது சீடர்கள். இந்தியாவின் கோடிக்கணக்கான கிராமவாசிகளுக்கு என் லட்சியங்களில் நம்பிக்கையிருக்கிறது என்று நினைக்கிறேன். அதேசமயம் அந்த நண்பரின் குற்றச்சாட்டுகளும் உண்மையானதுதான். பா... நான் குறைபாடற்றவன் என என்றுமே நினைத்ததில்லை. ஆனால் தோல்விகளைக் கண்டு வருந்தமாட்டேன். ஏனென்றால் அது என்னைத் திருத்திக் கொள்ள அமையும் சந்தர்ப்பம். எத்தகைய மயக்கங்களுடனும் நான் மரணமடைய விரும்பவில்லை. நிச்சயமாக விரும்பவில்லை. பா... இதை நீயும் அறிவாயல்லவா?

74

காந்தி கல்கத்தாவின் சோடேபூர் ஆசிரமத்தில் தங்கியிருந்தார்.

தன் மனதில் அடுக்கடுக்காகக் கிளம்பிய எண்ணங்களை அவர் கவனித்துக் கொண்டிருந்தார்.

அன்பும் வெறுப்பும் எங்கிருந்து தொடங்குகிறது? மூளையிலா... இதயத்திலா? அல்லது தனிநபர்களுக்கு வெளியே இருக்கும் சக்தி அல்லது சூழ்நிலைகளில் அதன் பிறப்பிடம் உள்ளதா? ஆண்கள் பெண்கள் குழந்தைகளை உள்ளடக்கிய சமூகம் என்று நாம் அழைக்கும் அந்தக் கூட்டத்திலிருந்தா? அல்லது பழக்கவழக்கம், வரலாறு, அமைப்பு முறை, மதம், வர்த்தகம், அரசாங்கம் மற்றும் பிறவற்றிலிருந்தா? உண்மையை உணர்ந்து கொள்வது என்பது அனைத்து மனித உயிர்களும் ஒன்றுதான் என்று புரிந்து கொள்வதே. நாடு மதவெறியின் பிடியில் சிக்கித் தவிக்கிறது. சமூகம் மனிதர்களுக்குப் பணியாற்றுவதற்கு உருவாக்கப்பட்ட அமைப்பு. ஆனால் அது தன்னை உருவாக்கியவனையே அழிக்கக் கூடிய தன்மையைப் பெற்றுக் கொண்டு விட்டது. தன் உறுப்பினர்களால் திட்டமிட்டுச் செய்ய முடியாததைச் சமூகம் நிர்ப்பந்தத்தின் மூலம் செய்ய வைத்து விடும். அப்போது சேவகனாக செயல்பட வேண்டிய சமூகம் தன்னை உருவாக்கிய எஜமானனை விட பலமானதாக ஆகி விடும். சுயமாகச் செயல்படாத நிலையில் நேர்மை, நியாயம் ஆகியவற்றைக் கடைப்பிடிக்க முடியாமல் தடம் புரண்டுப் போய் தனது சிறந்த உறுப்பினர்களைக் கூட அது வெறிபிடித்த மனிதக்கூட்டமாக மாற்றி விடுகிறது. உண்மையான ஆழமான அன்பின் மூலம்தான் வெறுப்பையும் மனிதாபிமானமற்ற போக்குகளையும் வென்றெடுக்க முடியும். தனித்து இயங்க முயற்சிக்கும் எந்தப் பண்பாடும் உயிர்ப்புடன் நீடிக்க முடியாது.

பா... நான் சுதந்திரம் பெறும் நாளன்று நவகாளியில் இருக்க வேண்டுமெனத் திட்டமிட்டிருந்தேன். ஆனால் தனிப்பட்ட மனிதரின் உள இயல்பையும் கூட்டமாகச் செயல்படும்போது அவர்களின் மனப்போக்கையும் கணிக்கக் கூடிய புரிதலுணர்வு எனக்குள்ளது என்கிறார்கள். ஆகவே நவகாளிப் பயணத்தை இரண்டு நாட்கள் ஒத்தி வைக்குமாறு கேட்கிறார்கள்.

“என்னை நவகாளிக்குச் செல்ல விடாமல் தடுப்பதற்காகவே கராச்சி பயணத்திலிருந்து அவசரஅவசரமாகத் திரும்பி வந்தீர்களா சுஹ்ரவர்த்தி சாஹேப்?”

தன்னை உட்பொருளோடு வினவிய காந்தியை நேருக்குநேர் நோக்குவதைத் தவிர்த்தார் வங்காள மாகாணத்தின் பிரதம மந்திரியான சஹீத் சுஹ்ரவர்த்தி. முஸ்லிம் லீகின் திட்டமிட்ட நடவடிக்கைகளால்தான் நவகாளியில் பேரழிவு ஏற்பட்டிருந்தது. பாகிஸ்தானில் சேரவிருக்கும் வங்காளப் பகுதிகளில் தீ வைப்பது, இந்துக்களைக் கொல்வது போன்ற செயல்கள் மூலம் எரிமலைச்சூழலை ஏற்படுத்துவதும் பொறுக்க மாட்டாத சூழலில் இந்துக்கள் வீடு வாசல்களை விட்டு வெளியேறி விடுவார்களானானால் பாகிஸ்தானுக்கு ஒதுக்கப்பட்ட இடங்கள் முஸ்லிம்கள் மட்டும் வாழக் கூடிய தூய்மையான இடமாக மாறி விடும் என்ற முஸ்லிம் லீகின் நோக்கத்துக்கு அதிகாரத்தின் கதவுகளைத் திறந்து விட்டவர் அவர்.

“எரிஉலை போல கொதித்துக் கொண்டிருக்கும் கல்கத்தாவில் நம்பிக்கையின்மையையும் வெறுப்பையும் குறைத்து அதன் தீச்சுவாலைகள் வெளியே பரவாமல் தடுக்க வேண்டுமென்றால் நான் இங்கே இருப்பது அவசியம் என்கிறீர்கள். ஒப்புக் கொள்கிறேன். அதேபோல முஸ்லிமான சஹீத் சுஹ்ரவர்த்தி இந்துவான என்னுடன் ஒரே வீட்டில் தங்கியிருப்பதும் அவசியமே. கல்கத்தாவில் மிகவும் பாதிக்கப்பட்ட ஒரு கலவரப்பகுதியின் மையமான இடத்தில் என்னோடு ஒரே கூரையின் கீழ் எத்தகைய போலீஸ் பாதுகாப்போ பிற பாதுகாப்பு ஏற்பாடுகளோ இன்றி தாங்களும் தங்கியிருக்க வேண்டும். நவகாளியில் மீண்டும் எந்த விதமான அசம்பாவிதமும் நேராமல் இருப்பதை உறுதி செய்ய வேண்டும்.”

பா... எனது நிபந்தனைகளை சுஹ்ரவர்த்தி சாஹேப் ஏற்றுக் கொண்டு விட்டார். நான் கடவுளின் கரங்களில் எனது உயிரை

ஒப்படைத்து விட்டேன். ஆனால் சமூகமும் அரசாங்கமும் அவற்றுக்கே உரிய அதிகாரங்கள் மற்றும் வலிமையுடன் செய்ய முடியாததை ஒரு தனி நபர் செய்வதற்கு முயற்சிக்க முடியுமா? ஒருவேளை எல்லாம் வல்ல இறைவனின் கரங்களில் உள்ள ஒரு கருவியாக என்னை அவர் இயக்குகிறாரா? அப்படியானால் அது அவ்வாறே இருக்கட்டும்.

ஆனால் சஹீத் சாஹேப் நம்புவதற்குரிய மனிதரில்லையே.. என்கின்றனர் நண்பர்கள். ஆனால் இதை விடவும் மோசமாக என்னைச் சித்தரிக்கிறார்கள். நான் முஸ்லிம்களின் பரம எதிரி என்றும் மனிதகுல வரலாற்றிலேயே மிகவும் போலித்தனமான நபர் என்றும் என்னைக் குறித்தும் விமர்சனங்கள் இருக்கின்றனவே... என்று அவர்களிடம் கூறி விட்டேன். பா... மக்கள் தாங்கள் நினைப்பதை அப்படியேயும் பிறரால் கட்டாயப்படுத்தப்பட்ட அடிப்படையிலும் தங்கள் கருத்துகளாகக் கூறுகிறார்கள். ஒரு அவுன்ஸ் அளவுக்கு நாம் நினைப்பதைச் செயல்படுத்திக் காட்டி விட்டால் கிடைக்கும் பலன் டன் கணக்கில் பேசுவதற்கும் எழுதுவதற்கும் சமமானது இல்லையா?

காந்தியும் சுஹ்ரவர்த்தியும் இணைந்து தங்குவதற்காகத் தேர்ந்தெடுக்கப்பட்ட ஹைதாரி மாளிகை கல்கத்தாவில் பெலியகட்டாவின் மத்தியப்பகுதியிலிருந்தது. பாழடைந்த நிலையிலிருந்த அந்தக் கட்டடத்துக்குச் சுதந்திரத்திற்கு இரண்டு நாட்களுக்கு முன்பிருந்த மாலை நேரத்தில் காந்தி வந்து சேர்ந்தபோது அவரை வரவேற்க ஆத்திரமே உருவானக் கூட்டம் காத்திருந்தது. அவர்கள் இந்து மதத்தைச் சேர்ந்தவர்கள்.

"நீங்கள் ஏன் இங்கு வந்திருக்கிறீர்கள். நாங்கள் கஷ்டத்திலிருந்தபோது வராத நீங்கள் எங்களுக்கு எதிராக முஸ்லிம்கள் புகார் கொடுக்கும் இந்த சமயத்தில் வந்திருக்கிறீர்கள். இந்துக்கள் தாங்கள் வாழுமிடங்களிலிருந்து தப்பி உயிர் நடுக்கத்துடன் வெளியேறும் இடங்களுக்குச் சென்று நீங்கள் இந்த அமைதியைப் பரப்பியிருக்கலாமே? ஏன் செல்லவில்லை காந்தியே... இங்கே நீங்கள் தேவையில்லை. திரும்பிச் செல்லுங்கள்."

வெறித்தனமாக எதிர்த்தக் கூட்டத்தை அவர் அமைதியுடன் எதிர்கொண்டார்.

"நேரடி நடவடிக்கை நாளின் போது நீங்கள் எங்கே இருந்தீர்கள் கிழவனாரே? முஸ்லிம்கள் எங்களைத் திட்டமிட்டு அழித்தொழித்த போது உங்களைக் காணவில்லையே?"

அவர் மிகுந்த கனிவுடனும் அமைதியுடனும் பேசினார். "முஸ்லிம்கள் நடந்து கொண்ட விதம் மிக மிகத் தவறானது. அதற்காகப் பழிவாங்கும் நோக்கத்துடன் பதிலடி கொடுப்பதால் என்ன பயன் ஏற்படப் போகிறது? மிருகத்தனமான நடைமுறைக்கு அதே வகையில் பதிலடி கொடுப்பவர்கள் தங்களைத் தாங்களே அவமானப்படுத்திக் கொள்வதோடு தாங்கள் பின்பற்றும் மதத்தையும் அவமதிக்கிறார்கள் என்றுதானே அர்த்தம்?"

"துரோகி காந்தியே... இந்து மதத்தைப் பற்றி பேச உனக்கு என்ன அருகதை இருக்கிறது?"

கூட்டம் வெறியோடிருந்தது.

அவர் அவர்களை நோக்கி முன்னேறி வந்தார்.

"நான் என்னை உங்கள் பாதுகாப்பில் விட்டு விடப் போகிறேன். அவ்வளவுதான். நீங்கள் எனக்கு எதிராகத் திரும்பலாம். என்ன வேண்டுமானாலும் செய்து கொள்ளலாம். நான் என் வாழ்க்கைப் பயணத்தின் இறுதிக் கட்டத்தை அநேகமாக எட்டி விட்டேன். இன்னும் நீண்ட தூரம் செல்ல வேண்டியதில்லை. ஆனால் ஒன்றை குறிப்பிட விரும்புகிறேன். பைத்தியக்காரத்தனத்துக்கு நீங்கள் இடம் கொடுக்கப் போகிறீர்கள் என்றால் அதை உயிரோடு பார்க்கும் சாட்சியாக நான் இங்கு இருக்கப் போவதில்லை. நவகாளியில் இருந்த முஸ்லிம்களிடமும் இதே எச்சரிக்கையைத்தான் நான் அளித்தேன். நான் கூறியதற்கு அவர்கள் மதிப்பளித்தார்கள். எனவே நீங்களும் அவ்வாறு செய்ய வேண்டும் என்று கேட்பதற்கு எனக்கு உரிமை உண்டு."

சுதந்திரத்துக்கு முந்தைய நாளிரவு நடந்த கூட்டத்திலும் அவருக்குத் தீவிர எதிர்ப்பிருந்தது. அப்போது அவருடன் அங்கு தங்கியிருந்த பிரதமர் சுஹ்ரவர்த்தியும் அந்தக் கூட்டத்தில் கலந்து கொண்டிருந்தார்.

"அஹிம்சையைப் பற்றிய உங்கள் உபதேசங்கள் எங்களுக்கு தேவையில்லை. நீங்கள் இங்கிருந்து சென்று விடுங்கள். முஸ்லிம்கள் இங்கு வாழ்வதற்கு நாங்கள் அனுமதிக்க மாட்டோம்."

அவர் அமைதி குலையாமல் பேசினார். "அப்படியானால் உங்களுக்கு எனது பணிகள் தேவையில்லை என்று அர்த்தம். என்னுடைய பணிக்கு நீங்கள் ஒத்துழைத்தால் நீங்கள் விரட்டியடிக்கப்பட்ட உங்கள் இடங்களுக்கே மீண்டும் போய் வாழ முடியும். பெலியகட்டாவில் சுஹ்ரவர்த்தி சாஹேபுடன் தொடங்கியுள்ள இயக்கம் ஒரு ஆரம்பம்தான். இங்குள்ள இந்துக்கள், முஸ்லிம் அகதிகளைத் திரும்ப வருமாறு அழைப்பு விடுப்பதில் நான் வெற்றியடைந்து விட்டால் வேறு ஒரு முஸ்லிம் பகுதிக்குச் சென்று அங்கு மனமாற்றத்தை ஏற்படுத்துவதற்கும் அமைதி திரும்புவதற்கும் ஏற்பாடு செய்வோம். காயத்தை ஆற்றும் பணி தொடரும். பாதிக்கப்பட்ட அனைத்துப் பகுதிகளிலும் ஒவ்வொரு சமூகப்பிரிவினரும் தங்கள் அண்டை வீட்டுக்காரர்களாக இருந்த பிற சமூகத்தினரைத் தங்கள் இல்லங்களுக்குத் திரும்ப அழைத்து அமைதியான முறையில் இணக்கமாக வாழும் சூழ்நிலையை ஏற்படுத்தும்வரை என் பணிகள் தொடரும்."

கூட்டம் அருகில் அமர்ந்திருந்த சுஹ்ரவர்த்தியின் மீது கேள்விக்குறிகள் நிறைந்த பார்வையைச் செலுத்தியது. அவற்றை அவர் உணர்ந்திருந்தாலும் மிக கவனமாக உடலையோ வாயையோ அசைக்காதிருந்தார். கூட்டத்தாரிடம் கோபம் எழுந்தபோதிலும் அதை வெளிக்காட்டாமல் சிரமப்பட்டு பொறுமைக் காத்தனர். கட்டுப்படுத்த இயலாதவர்கள் தங்கள் முஷ்டியை உள்ளங்கைகளில் குத்திக் கொண்டனர். சிலர் உடைந்துக் கிடந்த தரையின் மீது ஒழுங்கின்றி விரிக்கப்பட்டிருந்த முரட்டுப்பாயை நோக்கி தங்கள் பார்வையை செலுத்தினர். காந்தி பார்வையைக் கூட்டத்தின் மீது படர வீட்டபோது சிலர் அவரின் கோரிக்கைக்கு வேண்டாவெறுப்போடு தலையசைத்து ஒப்புதல் தெரிவித்தனர்.

சுஹ்ரவர்த்தி ஓய்வு தேவைப்படுவதாகக் கூறி விட்டு அறைக்குள் நுழைந்து கொண்டார்.

"அந்நிய நுகத்தடியிலிருந்து நாளைய தினம் நாடு விடுதலை பெறுகிறது. அது ஒரு மகத்தான தினம். ஆனால் அந்நாளிலிருந்து இந்தியா பாகிஸ்தான் ஆகிய இரண்டு தேசங்களும் பெரும் பொறுப்புகளைச் சுமக்க வேண்டியிருக்கும். நாம் ஒவ்வொருவரும் இந்த நாளை பிரார்த்தனையிலும் உண்ணாநோன்பிலும் கழிக்க வேண்டும். நம்மால் முடிந்தவரை கைராட்டையில் நூல் நூற்போம். நான் நாடு விடுதலை பெறும் நாளில் நவகாளியில் இருக்க

வேண்டுமென்று விரும்பினேன். ஆனால் கடவுளின் சித்தம் நான் இங்கிருக்க வேண்டுமாய் இருக்கிறது. சுஹ்ரவர்த்தி சாஹேப்பை நம்ப வேண்டாம் என்று என்னிடம் சொன்னதுபோல, என்னுடன் எந்த ஏற்பாட்டையும் செய்து கொள்ள வேண்டாம் என்று அவரையும் யாராரோ வற்புறுத்தியிருக்கிறார்கள். ஆனால் நாங்கள் இருவருமே எவற்றையும் எவரையும் பொருட்படுத்தாமல் இதோ இங்கே இணைந்து தங்கியிருக்கிறோம். ஒருவர் சொல்வதை நம்பாமலிருப்பதற்கு நியாயமான காரணங்கள் நம்மிடம் இருந்தாலன்றி அவர் சொல்வதை நம்புவதுதான் இந்த உலகில் வாழ்ந்து கொண்டு போவதற்குச் சாத்தியமான கண்ணியமான வழி என்பதில் எங்களிருவருக்குமே நம்பிக்கை இருக்கிறது."

"சுஹ்ரவர்த்தி... வெளியே வாங்க..." ஒலிக்கத் தொடங்கிய ஒருமைக் குரல் பன்மைப் பட்டு போக, அதன் பலத்தில் பலவீனமற்றுப் போய் வேறு வழியின்றி சுஹ்ரவர்த்தி வெளியே வந்தார்.

கூட்டம் சலனத்தோடும் சலனமின்றியும் அவரைப் பார்த்தது.

அச்சத்தின் காரணமாக அவருடல் உள்ளூர நடுங்கியது. மாளிகைக்குள் அதிகாரத் தோரணையில் அமர்ந்து எந்த மக்களின் மானத்தையும் உயிரையும் தூசென மதித்து கெடு ஆணைகளைப் பிறப்பித்தாரோ அதே மக்களை நிராயுதபாணியாகச் சந்திக்கும் தருணம் இது. வேறு யாருக்கும் இதுபோல வாய்த்திருக்குமா... அவரது எண்ணங்களே அவரை சுயபச்சாதாபத்துக்குள் இறுத்தின.

"நேரடி நடவடிக்கை நாளையொட்டி நடைபெற்ற கொலைகளுக்கு நான் பொறுப்பேற்றுக் கொள்கிறேன்" என்றபோது பிரதமர் சுஹ்ரவர்த்தியின் குரல் தழைந்திருந்தது.

"நடந்த நிகழ்வுகளில் நான் ஆற்றிய பங்குக்கு ஆழ்ந்த வருத்தத்தைத் தெரிவித்துக் கொள்கிறேன்" தலைதாழ்த்தி வணங்கினார்.

கூட்டத்தினர் மத்தியில் திடீரென்று அமைதி நிலவியது.

"இது ஒரு திருப்புமுனை. சூழ்நிலையைத் தூய்மைப்படுத்துவதற்கான பணி தொடங்கி விட்டதை நான் உணர்கிறேன்" என்றார் காந்தி.

75

அன்றைய தினம் இரண்டாம் உலகப்போரில் ஜப்பானியர்கள் நேசநாடுகளிடம் சரணடைந்த இரண்டாவது ஆண்டு நினைவுநாளுக்கு முந்தைய நாளான ஆகஸ்ட் பதினான்காம் நாள். பிரிட்டிஷ் இந்திய அரசாங்கத்தின் முன்னாள் சட்ட ஆலோசனை மன்றத்தின் உயர்ந்த விதானம் கொண்ட அவ்வரங்கு விழாவுக்கான அலங்கரிப்பில் சிறப்பாக ஒளியூட்டப்பட்டிருந்தது. பிரிட்டிஷ் வைஸ்ராய்களின் படங்கள் இருந்த சட்டகங்களிலெல்லாம் இந்திய தேசியக்கொடிகள் இடம் பெற்றிருந்தன. இந்தியப் பிரதிநிதிகள் அடங்கிய அரசியலமைப்புச் சபையின் விசேஷக்கூட்டத்திற்கு முன்னதாக இரவு பதினோரு மணிக்கு வந்தேமாதரம் பாடலுடன், சுதந்திரப்போரில் உயிர்த் தியாகம் செய்தவர்களுக்கு இரண்டு நிமிடங்கள் அஞ்சலி செலுத்திய பிறகு விழா தொடங்கியிருந்தது. பாடலுக்கும் கொடி வழங்கலுக்குமிடையே நடந்த சொற்பொழிவுகளின் இறுதியில் சுதந்திர இந்தியாவின் முதல் பிரதமர் ஜவஹர்லால் நேரு உணர்ச்சிப்பூர்வமாக உரையாற்றத் தொடங்கினார்.

“நள்ளிரவைக் குறிக்கும் மணியடிக்கும்போது, உலகம் உறங்கும்போது, இந்தியா வாழ்வுக்கும் விடுதலைக்குமாக விழித்து உயிர்த்தெழும். இது வரலாற்றில் அபூர்வமாக மட்டுமே வரும் நேரம். இது பழமையிலிருந்து புதுமைக்கு அடியெடுத்து வைக்கும் நேரம், ஒரு யுகம் முடிந்த நேரம், நீண்டகாலமாக ஒடுக்கி வைக்கப்பட்டிருந்த தேசத்தின் ஆன்மா வாயைத் திறக்க, வாய் திறக்கும் வாய்ப்பைக் கண்ட நேரம்.”

உள்ளரங்கில் இவை நேருவால் பேசப்பட்டுக் கொண்டிருந்தபோது வெளியே மக்கள் கட்டுக்கடங்காத உற்சாகத்திலிருந்தனர். நாடாளுமன்றக்கட்டடத்தின் கதவுகளில் அவர்கள் காவலை மீறி முற்றுகையிட, அந்தக் கனமான கதவுகள் வேறு வழியின்றி இழுத்து மூடப்பட்டன. நேரம் நகர்ந்து ஆகஸ்ட் மாதத்தின்

பதினைந்தாம் தேதிக்குள் நுழைந்திருந்தது. அது 1947 ஆம் வருடம். இந்தியாவைச் சேர்ந்த மாகாணங்களிலும் டில்லியிலும் லட்சக்கணக்கான பொதுமக்கள் இந்தியாவின் சுதந்திரக்கொடியை ஏற்றி வணக்கம் செய்தனர். கிராமங்களிலும் நகரங்களிலும் வீடுகளும் பொதுவிடங்களும் கொடிகளாலும் தோரணங்களாலும் மின்சார விளக்குகளாலும் அலங்காரம் செய்யப்பட்டிருந்தன. சுதந்திரத்தின் உற்சாகம் நாடெங்கும் வெள்ளமெனப் பெருகிய அதே நேரத்தில் ஒன்றுபட்ட இந்தியா தனித்தனியான இரு சுதந்திர நாடுகளாகப் பிரிந்திருந்தது.

புதுடில்லியின் ரெய்சினா ஹில் பகுதியில் அமைந்திருந்த அரசியலமைப்புச் சட்ட அவையில் அதன் தலைவரான பாபு ராஜேந்திர பிரசாத் தொடக்கவுரை ஆற்றினார்.

"இந்திய நாட்டின் வரலாற்றில் அது எதிர் கொண்ட பல்வேறு சோதனைக் காலங்களிலும் அதனை உயிரோட்டத்துடன் வைத்திருப்பது அதன் அழியாத கலாச்சார உணர்வேயாகும். அத்தகைய கலாச்சார உணர்வின் பிரதிநிதியாகத் திகழ்பவர் மகாத்மா காந்திஜி. விரக்தி என்ற சதுப்பு நிலத்தில் அழுந்திக் கிடந்த நம்மை வெளியே இழுத்து வந்தவர் அவரே. நீதிக்கான போராட்டத்தில் நிமிர்ந்து நின்று ஈடுபடுவதற்கான உத்வேகத்தை ஊட்டியவர் அவரே. சுதந்திரம் நமது பிறப்புரிமை என்ற உரிமைக் குரல் எழுப்புவதற்குக் காரணமானவர் அவரே. சத்தியம், அகிம்சை என்ற எதிர்த்து நிற்க முடியாத ஆயுதங்களை, என்றும் கை கொடுத்த ஆயுதங்களை நமது கரங்களில் அளித்தவர் அவரே. சுயராஜ்யம் என்ற விலைமதிப்பில்லாத பரிசை வேறு ஆயுதங்களையோ படைத் தளவாடங்களையோ பயன்படுத்தாமல் பெறுவதற்கு வழிவகுத்தவர் அவரே. விடுதலைப் போராட்ட காலத்தின் வரலாறு எழுதப்படும்போது கோடிக்கணக்கான மக்கள் கூட்டத்தைக் கொண்ட ஒரு விரிந்து பரந்த தேசத்தின் சுதந்திரத்தை இந்த முறையில் அடைய முடியுமா என்பது நம்ப முடியாத ஒன்றாக அமையும். அந்த நம்பிக்கைக்குரியவர்கள் நாம் என்பதை இந்த உலகுக்கு நிரூபிப்போம்."

"மகாத்மா காந்திக்கு ஜே.... மகாத்மா காந்திக்கு ஜே..." ஓங்கி ஒலித்தக் குரல்களில் விடுதலை பெற்றதன் உற்சாகமும் தன்னிறைவின் பெருமிதமும் நன்றியுணர்வின் உன்னதமும் இணைந்திருந்தது.

கல்கத்தாவில் விடுதலை பெற்ற தேசமாக இந்தியா விழித்தெழக் கூடிய நள்ளிரவுக்காக நகரத்தின் பிரதான வீதிகளில் மக்கள் கூட்டங்கூட்டமாகக் காத்திருந்தனர். எங்கும் மகிழ்ச்சி ஆரவாரம் நிரம்பி வழிந்தது. அவர்கள் சந்தோசத்துடன் பால் இனிப்புகளும் பரிமாறிக் கொண்டனர். பெலியகட்டாவில் பிரார்த்தனைக் கூட்டம் முடிந்த சில மணி நேரங்களில் சுதந்திரத்தைக் கொண்டாடும் விதமாக இந்துக்களும் முஸ்லிம்களும் பிற சமூகத்தாரும் கூட்டாக கலந்து கொண்ட ஊர்வலங்கள் அமைதியான முறையில் அணிவகுத்துச் சென்றன.

பா.. கல்கத்தாவின் வீதிகள் எத்தனை கொண்டாட்டத்தில் உள்ளன பாரேன்... இந்துகளும் முஸ்லிம்களும் பகைமை மறந்திருக்கின்றனர் என்பதை என்னால் நம்ப முடியவில்லை. எனக்கு இதில் முழு திருப்தி ஏற்படவில்லை. ஆனால் இங்கிருப்பவர்கள் இந்த மாற்றத்துக்கு நான்தான் காரணம் என்று கூறுகிறார்கள். எனக்கு ஆச்சரியமாக இருக்கிறது. நான் இங்கே இல்லாமலிருந்தாலும் ஒருவேளை தற்போதுள்ளது போன்ற நிலைதான் ஏற்பட்டிருக்குமோ? குழப்பமாக இருக்கிறது...

காந்தி கலவரமேற்பட வாய்ப்புள்ள பகுதிகளுக்குச் சுற்றுப்பயணம் செய்து அங்கிருக்கும் இந்து முஸ்லிம் பிரதிநிதிகளைச் சந்தித்தார். அவ்வப்பகுதி மக்கள் சந்தித்து வரும் பிரச்சனைகள் பற்றியும் அங்கெல்லாம் பீதி ஏற்படுத்துவதற்குக் காரணமான நபர்கள் அல்லது காரணமானவை எவை என்பதைப் பற்றியும் முழுமையாக தெரிந்து கொள்ள விரும்பினார். அமைதி மற்றும் நட்புணர்வு ரீதியான ஒத்துழைப்பில் தங்களுக்கு உள்ள மனப்பூர்வமான ஈடுபாட்டை அனைவருக்கும் தெரிவிக்கும் வகையில் இந்தியக் கொடியையும் முஸ்லிம் லீக் கொடியையும் தாங்கள் வசிக்கும் பகுதிகளில் அருகருகே பறக்க விடுமாறு அவர் மக்களைக் கேட்டுக் கொண்டார்.

பா... என் மனம் கருதியது சரிதான். பாரக்பூரிலும் காஞ்சரப்பாராவிலும் நிலைமை கட்டுக்கடங்காமல் போய் விட்டதாம். அங்கு போலீசார் நடத்திய துப்பாக்கிச்சூட்டில் உயிரிழப்புகளும் ஏற்பட்டனவாம். பா.. இதுதானா அமைதி... இந்தகைய அமைதிக்காகத்தான் என்னைச் சாதனை படைத்த வீரர் என்று போற்றிப் புகழ்ந்தார்கள்? இந்தச் சூழலில் என்னுடைய இடம் தலைநகரில் இல்லை. மாறாக மரணம் வரை போராடும்

494

கந்தலாடை உடுத்திய இந்தப் போர்ப்படையோடுதான். இசை, வண்ணம், புகழ், பொன் எல்லாம் அவர்களுடையதாகட்டும். கை நிறைய சாம்பல் என்னுடையதாகட்டும். குளிரிலும் மழையிலும் நின்று காயங்களையும் புண்களையும் ஆற்றுபவனாக நானிருந்து கொள்கிறேன்.

பா.. இன்று என்னைச் சந்திக்க வந்த மாணவர் குழுவிடம் பேசியபோது அவர்கள் தாங்களாகக் கலவரத்தில் ஈடுபடவில்லை என்றும் தங்களுக்கு எதிராக நிகழ்ந்த கலவரங்களின்போது தற்காப்புக்காகவே தாங்கள் செயல்பட்டதாகவும் சொல்கிறார்கள். ஆனால் எதிர்வன்முறையால்தானே வன்முறை செழித்து வளர்கிறது. பொதுவாக மனித சமூகம் இதுவரை வன்முறையை நியாயப்படுத்தியே வந்திருக்கிறது. தற்காப்புக்காகத் தவிர்க்க முடியாதபடி வன்முறையில் இறங்கியதாகச் சொல்லிக் கொள்கிறது. ஆக்கிரமிப்பாளர் வன்முறையை ஏவும்போது அதற்கு எதிராக ஏவப்படும் கூடுதல் வன்முறையின் மூலம் தற்காப்பாளர்கள் எதிரியின் வன்முறையைத் தோற்கடிக்க முடியும் என்று கருதிக் கொள்கிறார்கள். இதனால் ஆயுத தளவாடங்களைச் சேகரித்து வைத்துக் கொள்வதற்கான மூடத்தனமான போட்டி உலகம் முழுவதும் நடை பெற்று வருகிறது. பா... கொல்வதற்கான வாள்களை தயாரிக்கப் பயன்படும் எஃகு என்றைக்கு ஒரு உற்பத்திப் பொருளான உழவனின் ஏர்முனையை மட்டுமே தயாரிக்கப் பயன்படும்? உலகின் மிகச்சிறந்த ஆசான்கள் சரியான பாதையை உபதேசிப்பதோடு அவ்வழியில் நடந்தும் காட்டியுள்ளனரே... ஏன் உலகம் நிலை தடுமாறுகிறது?

“ஒருவன் நம்மைத் தாக்கும்போது நாம் பதிலடி கொடுக்காமல் இறந்து விடுகிறோம் என்றால் நாம் சும்மா இருந்ததைத் தற்காப்பு என்று அழைக்க முடியுமா? ஏசுவை சிலுவையில் அறைந்து விட்டனர். அவர் இறந்து விட்டார். ரோமானிய கவர்னர் பான்டியஸ் பைலேட்தானே வெற்றி பெற்றார்?”

“இல்லை. உண்மையில் வெற்றி பெற்றது ஏசுதான். இதை வரலாறு பெரிய அளவில் நிரூபித்துள்ளது.”

“ஆனால் ஏசு இறந்து விட்டாரே?”

“இப்படிப்பட்ட வெற்றியை நிகழ்த்தும்போது ஒரு மனித உடல் கரைந்து காணாமல் போய் விட்டால்தான் என்ன? இயேசு என்பவர்

என்னைப் பொறுத்தவரை உலகின் தலைசிறந்த ஆசான்களில் ஒருவர். உண்மையின் பாதை கோழைகளுக்கானதல்ல. அது வீரர்களுக்கானது. எதிர்ப்பின்மையை ஏசு கடைப்பிடித்ததால்தான் அனைத்து மனித சமூகத்திற்கும் பயனளிக்கக் கூடிய சிறந்த சக்திகள் அவரிடம் வெளிப்பட்டன. உண்மையான அகிம்சா வழியிலான தற்காப்புக் கலையின் மூலம் மனிதன் தன் வாழ்க்கையை இழப்பதற்குப் பதிலாக மீண்டும் பெறுகிறான். சில தனி நபர்களின் வரலாறுகள் அவர்கள் இத்தகைய கலையில் தேர்ச்சி பெற்றிருந்ததற்கு நல்ல உதாரணங்களாக அமைந்துள்ளன. ஆனால் மக்கள் சமூகம் இந்தக் கலையைச் செயல்படுத்தும் திறனை இன்னும் பெறவில்லை போலத் தோன்றுகிறது. இந்தியாவில் நமது மக்கள் பங்கு பெற்ற சத்தியாகிரக போராட்ட முறை குறைபாடுகள் கொண்ட சோதனை முயற்சி என்ற நிலையிலிருந்து நிறைவு பெற்ற தற்காப்பு முறை என்ற நிலையை நோக்கி பயணித்துக் கொண்டிருந்தது என்பேன். அதனால்தான் இந்து முஸ்லிம் மோதல்களின்போது அது தோற்றுப் போயிருக்கலாம்."

அன்று தன்னைச் சந்தித்த வந்த முஸ்லிம் தலைவர்களிடம் காந்தி, "இந்தியாவோ பாகிஸ்தானோ வேறு எந்த நாடோ பெரும்பான்மையினரும் சிறுபான்மையினரும் மோதிக் கொள்ளும் நிலை ஏற்பட்டால், பெரும்பான்மையினர் மிக மிக பொறுப்புணர்வுடன் நடந்து கொண்டால்தான் மோதல்களுக்கு தீர்வுக் கிடைக்கும்" என்றார்.

"ஆனால் இந்துக்கள் வன்முறையைக் கட்டவிழ்த்து விடும் நோக்கத்துடன் ஆயுதங்களைத் திரட்டி வருகிறார்களே பாப்பு."

வெண்ணிற உறையணிந்த தலையணை அவரது உடலசைவில் சற்று சரிய அதனை அவர் நிமிர்த்தி வைத்துக் கொண்டார். தன்னெதிரே பணிவும் புகார்த்தன்மையுமான மனநிலையுடன் வாட்டசாட்டமாக அமர்ந்திருந்த முஸ்லிம் தலைவர்களை நிமிர்ந்து நோக்கினார்.

"நல்லது. நீங்கள் தெரிவித்த குற்றச்சாட்டை நிரூபிக்கும் வகையிலான ஆதாரங்களை உங்களால் அளிக்க முடிந்தால் அது உதவிகரமாக இருக்கும். மேலும் முஸ்லிம்கள்வசமும் ஏராளமான ஆயுதங்கள் இருக்கின்றன என்று எனக்குப் புகார்கள் வந்து கொண்டேயிருக்கின்றன. உங்களுடைய முஸ்லிம் சகோதரர்கள் தங்களிடமுள்ள ஆயுதங்களைத் திரட்டி என்னிடம் அளிக்கட்டும்.

அதன் பிறகு அரசாங்கம் முஸ்லிம்களுக்குப் பாதுகாப்பு அளிக்க தவறுமானால் அவர்கள் யாரும் இறப்பதற்கு முன்னால் நான் மரணத்தை எதிர்கொள்வேன்."

அவர் நிதானமாகவே பேசினார்.

"கராச்சியில் குருத்துவாராவுக்குச் சென்று கொண்டிருந்த சீக்கிய அகதிகள் மீது கற்கள் வீசப்பட்டிருக்கின்றன. ரத்தன்தலாவிலிருக்கும் கோயில் கலவரக் கும்பலால் தாக்கப்பட்டிருக்கிறது. தீ பரவுவதைப் போல நகரம் முழுக்க கலவரம் பரவி விட்டது. இரண்டாயிரத்துக்கும் மேற்பட்ட கடைகளும் வீடுகளும் சூறையாடப்பட்டு அலங்கோலப்படுத்தப்பட்டன என்று செய்திகள் வந்து கொண்டேயிருக்கின்றன. நான் சிந்து மாகாணத்துக்குச் செல்ல விரும்புகிறேன். ஆனால் எந்த முகத்துடன் அங்கு செல்ல முடியும்? பிற இடங்களில் தீயை அணைப்பதற்கு முன்னால் ஒருவர் தன் வீட்டில் பற்றியெறியும் தீயை அணைக்க வேண்டாமா?"

அவரது துயரம் தோய்ந்த வார்த்தைகளுக்கெதிராக அவர்கள் எதையும் பேசவில்லையென்றாலும் சிறுசிறு முணுமுணுப்புகளோடு கலைந்து சென்றனர்.

அவர் தனக்கு வந்திருந்த தபால் கட்டுகளை எடுத்து வைத்துக் கொண்டு உட்கார்ந்தார். பேத்திகள் இலாவிடமிருந்தும் சீதாவிடமிருந்தும் வந்த கடிதத்தை முதலில் பிரித்து வாசிக்கத் தொடங்கினார். அக்கடிதத்தில் சீதா தனது குழந்தைக்குப் பெயர் சூட்டுவதைக் குறித்து வேடிக்கையும் நிஜமுமாக எழுதியிருந்தாள்.

பாப்பு... இப்போதெல்லாம் குழந்தைகளுக்குப் பெயர் சூட்டுவதற்காக நாவல்களையும் சமஸ்கிருத நாடகங்களையும் ஆராயும் போக்கு காணப்படுகிறது. இது பற்றியெல்லாம் எனக்குத் தெரியாது. பெயரில் என்ன இருக்கிறது? அது மட்டுமல்ல. தன் பெயருக்கேற்ற குணமுடையவர்களாக எவரும் எப்போதும் இருப்பதில்லை. கவிஞர் ஒருவர் கூறுவதைப் போல ஒரு பச்சிளம் குழந்தைக்கு ஹரி என்று பெயர் சூட்டினார்களாம். ஆனால் அது சிறு குழந்தையாக இருக்கும்போதே மரித்து விட்டதாம்.

"ஹரிலால்... ஹரி... ஹரி... ஹரி..." அவர் மனதுக்குள் மெதுவாக உச்சரித்துக் கொண்டார்.

கனத்துப் போன மனம் கடித வாசிப்பில் ஈடுபாடற்றுப் போக அவர் மீதமிருந்த கடிதங்களை உதவியாளரிடம் அளித்து விட்டு அங்கிருந்து எழுந்து சர்க்காவின் முன் அமர்ந்து கொண்டார். சர்க்காவின் நூலை போல அவருடைய இதயமும் தாளத்திலிருந்து விலகுவதை அவரால் உணர முடிந்தது.

அவர் யாருக்கோ எப்போதோ சொன்ன வார்த்தைகள் அவருக்குள் நினைவுகளென ஓடத் தொடங்கின.

"குழப்பத்திலிருக்கும்போதும் உன்னைப் பற்றிய எண்ணங்கள் உன் உள்ளத்தை நிறைக்கும்போதும் நீ அறிந்தவர்களில் மிகுந்த ஏழ்மையில் இருக்கும் மிக எளியவனின் முகத்தை நினைத்துப் பார். அடுத்து நீ என்ன செய்யவேண்டும் என்று நினைத்திருக்கிறாயோ அது அவனுக்குப் பயன்படுமா என்று உன்னையே கேட்டுக் கொள். அதனால் அவனுக்கு நன்மை ஏதேனும் ஏற்படுமா? தனது வாழ்க்கையையும் விதியையும் தீர்மானித்துக் கொள்ளும் உரிமையை அவனுக்கு அது பெற்றுத் தருமா? என்றெல்லாம் கேள்விகள் எழுப்பிக் கொள்ளும்போது அதில் நம் குழப்பங்களும் தன்னுணர்வும் கரைந்தே போகும்."

அவர் தலையணையைச் சரித்து உடலைக் குறுக்கி அதில் சாய்ந்து கொண்டார். சொற்கள் தெறித்து விடக் கூடாது என்பதைப் போல பற்களற்ற அவரது உதடுகள் இறுக மூடிக் கிடந்தன. கவிழ்ந்திருந்த இமைகளுக்குள் உறக்கமற்ற விழிகள் நடமாடிக் கொண்டிருந்தன.

பா... நான் அடிக்கடி கைவிடப்பட்டிருக்கிறேன். பலர் என்னை ஏமாற்றியிருக்கிறார்கள். நண்பர்கள் அநேகரிடம் குறைபாடுகள் இருப்பதைக் கண்டிருக்கிறேன். ஆனால் நான் அவர்களுடன் பழகியதற்காக எப்போதும் வருத்தப்பட்டதேயில்லை. ஏனெனில் எப்படி ஒத்துழைக்க வேண்டும் என்பது எனக்குத் தெரிவதைப் போலவே எப்படி ஒத்துழையாமை செய்வது என்பதும் எனக்குத் தெரியும். என் இருப்பு பலரை தொந்தரவுக்குள்ளாக்குவதை நான் அறிவேன். ஒரே ஒருவரைக் கூட எதிரியாக்கிக் கொள்ள இயலாத என்னை யாரோ ஒருவர் எதிரியாகக் கருதி என் உயிரைப் பறிக்கலாம். எதுவும் நடக்கலாம். பா.. இந்தப் பூமியில் நான் நூற்றிருபத்தைந்து வருடங்கள் வாழ வேண்டும் என்று அடிக்கடி கூறி வந்தேன். ஆனால் அதற்கு நீயிருக்க வேண்டும் என்பதை அப்போது நான் உணரவில்லை.

அவர் கண்களை மூடிக் கொண்டார்.

மரணம் என்பது உறக்கத்தைப் போன்றது. மறதியைப் போன்றது. அது மிகவும் இனிமையானதொரு உறக்கம். உடல் மீண்டும் எழுந்திருக்க வேண்டியதில்லை. நினைவுகள் என்னும் பெருஞ்சுமை இனி அதற்கில்லை. அதன் பிறகு சந்திப்புகள் எதுவும் தேவையில்லை. தனிப்பட்ட உயிர்கள் என்ற தனிப்பட்ட துளிகள் கரைந்து அவற்றுக்குச் சொந்தமான மகத்தான கடலின் கம்பீரத்தைப் பகிர்ந்து கொள்கின்றன. பா... அதில் உன் ஒரு துளியும் அடக்கமல்லவா?

76

ஹரிலால் தேம்பி அழுதார். அப்போது அவர் வெட்ட வெளியிலிருந்தார். அவரது கால்கள் நிற்கவியலாது தள்ளாடின. உடல் எலும்புகளற்ற சதைக்குவியலென சரிந்து விழுந்தது. கேள்விப்பட்ட நொடியில் மின்னலெனத் தாக்கிய அதிர்வலைகள் நேரம் கழிந்தபோதும் சற்றும் குறையாமலிருந்தது. அவரது அறிவு, சத்தமிட்டு அழுவதன் மூலம் உணர்வின் தீவிரத்தைக் குறைக்கும் முயற்சியிலிருந்தது.

"அப்பா..." மேலுதட்டையும் கீழுதட்டையும் எச்சில் பாலமாக இணைக்க வெடித்துச் சிதறிய வார்த்தைகள் ஒருங்கமையாது சிதறலென வெளிப்பட்டன. அடிவயிற்றிலிருந்து எழும்பியதால் குரல் ஆழமாக இருந்தது.

அவரது தந்தை கொல்லப்பட்டு விட்டாராம். பிரார்த்தனைக்காகச் சென்ற அவரை யாரோ ஒருவர் நெஞ்சில் சுட்டு வீழ்த்தி விட்டாராம். உடலில் மூன்று குண்டுகள் பாய்ந்து அக்கணமே இறந்து விட்டாராம்.

ஜனவரி மாதத்து சூரியன் தனது உறுத்தாத காலை நேர ஒளியால் வெளியை நிறைத்துக் கொண்டிருந்தபொழுதில் அவர் வந்திருந்தார். ஹரி அழுகையை நிறுத்தி விட்டு வந்தவரை உற்றுப் பார்த்தார். யாரோ அவரைப் போலவே நின்றிருந்தார். அவர்தான்.. அவரேதான்... கையில் தடியூன்றி நிற்பவர் அவரது தகப்பனாரேதான். ஹரிலால் சட்டென்று அங்கிருந்து நகர முயன்றார்.

"மகனே ஹரி... ஏன் அழுகிறாய்?" அவரது தனிமையைக் கெடுப்பதற்காகவே அந்தக் கிழவனார் வந்திருக்க வேண்டும். அதுவும் இப்போதிருக்கும் மனநிலையில் அவர் யாரையும் சந்திக்க விரும்பவில்லை. எழுந்து அமர்ந்தபோது உடல் பிடிமானமற்று

வழுக்கியது. இருப்பினும் விடாப்பபடியாக தரையில் கையை ஊன்றி எழுந்து கொண்டார்.

“ஏன் ஓடுகிறாய் ஹரிலால்?” அவர் கழியைத் தட்டிக் கொண்டு அருகே வந்திருந்தார். நல்லவேளையாகப் பக்கத்துக்கு ஒன்றாகப் பேத்திகளை அழைத்து வந்திருக்கவில்லை.

“நான் ஒன்றும் ஓடவில்லை” ரோஷம் மேலிட பதில் சொன்னவர் அங்கிருந்த மூடிய கடையொன்றின் பக்கவாட்டுச் சுவரில் சாய்ந்து அமர்ந்து கொண்டார். வழிந்திருந்த கண்ணீரை இளஞ்சூரியன் உறிஞ்சிக்கொண்டு அதனைத் தடமாக மாற்றியிருந்தது.

“ஏன் அழுகிறாய் என்று கேட்டேனே” விடாக்கண்டராக இருந்தார் காந்தி. பிடிவாதம். அதுதானே அவர் குணம். எரிச்சலோடு தலையை நிமிர்த்தி தந்தையை ஏறிட்டார். ஒடிந்து விழுவது போன்ற பழுப்பு நிறத் தேகத்தில் அரையாடையைத் தவிர வேறெதும் இல்லை. அயர்ச்சியான கண்கள் கண்ணாடிக்குள்ளிருந்து எட்டிப் பார்த்தன. நீண்ட நாட்களுக்குப் பிறகு அவரை நேருக்கு நேர் பார்க்கும் வாய்ப்பு. அதுவும் தனிமையில். ஹரி இந்த நல்ல வாய்ப்பை இழக்கத் தயாரில்லை என்பவராக பேசும் நோக்கோடு வாகாக அமர்ந்து கொண்டார்.

“யார் அழுதது?” முடிந்தவரை குரலில் இறுமாப்பை வரவழைத்துக் கொண்டார். அல்லது இயல்பாகவே அப்படி வெளிப்பட்டதா என்று அவரால் பிரித்தறிய முடியவில்லை.

“நீ தான்” வந்தவரது சிரிப்பில் ஜீவனிருந்தது.

“புரியாதது மாதிரி பேசாதீர்கள் அப்பா... வாழ்க்கை முழுவதும் நான் தேடிக் கொண்டிருந்த விடையை நீங்கள் உங்களுடன் எடுத்துச் சென்று விட்டீர்கள். இது கூடவா தெரியல உங்களுக்கு?“ மாட்டிக் கொண்டு அவமானப்படும் தொனியை மறைப்பவர்போல படபடவென்று பேசினார் ஹரிலால்.

“என்னை நீ பொருட்படுத்தாதே ஹரி. இது எனக்கான விதி. அதை நான் அனுபவித்துக் கழித்து விட்டேன்.”

“அப்போதும் நீங்கள் என்னை நினைக்கவில்லை அல்லவா?” சீறலாக வந்தது பதில்.

“ஹரி.. நான் ராமனின் சேவகன். உண்மை மற்றும் அகிம்சையின் வலிமையை உலகுக்கு உணர்த்தக்கூடிய ஒரு மரணத்தை அவர் எனக்கு அருள்வாரானால் நான் வாழ்க்கையின் இலட்சியத்தில் வெற்றிப் பெற்றவனாவேன் என்று நினைத்தேன்.”

“அதுதான் நீங்கள் நினைத்ததெல்லாம் நடந்து விட்டதே.”

“நன்றி ஹரி... நான் உண்மையையும் அகிம்சையையும் மனப்பூர்வமான முறையில் பின்தொடர்ந்திருந்தால் கடவுளைச் சாட்சியாகக் கொண்டு செயல்பட்டிருப்பது உண்மையானால் அத்தகைய மரணத்தைக் கடவுள் எனக்கு அளிக்க வேண்டும் என்று நினைத்தேன். யாராவது ஒருவன் என்னைக் கொல்வானானால் அந்தக் கொலையாளியின் மீது எத்தகைய கோபமும் எனக்கு ஏற்படக் கூடாது. ராமநாமத்தை உச்சரித்தப்படியே நான் மரணமடைய வேண்டும் என்று விரும்பினேன்.”

“அதைத்தான் சாதித்துக் கொண்டீர்களே.. ஏன் திரும்பத் திரும்ப அதையே பேசுகிறீர்கள்?” வெறுப்பில் முகத்தைத் திருப்பிக் கொண்டார்.

“நீ என் மீது கோபமாக இருக்கிறாய்...”

“அது இப்போதுதான் தெரிந்ததா?”

“ம்ம்.. தெரியும்... நான் உனக்குக் கல்வியை மறுத்து விட்டேன் என்று நீ கோபம் கொண்டதிலிருந்து எல்லாமும் தெரியும். ஆனால் நான் பேசுவதைக் கேட்பதற்கு உனக்குத்தான் பொறுமையில்லாமல் போய் விட்டது.”

ஹரிலால் அவரையே உற்றுப் பார்த்தப்படி இருந்தார்.

“உன்னுடைய கல்வி என்பது போட்டிகளிலோ தேர்வுகளிலோ இடம் பெறுவதில் இருப்பதாக நான் நினைக்கவில்லை ஹரி. மனதளவில் நீ எத்தனை தூரம் முன்னேறியிருக்கிறாய் என்பதை மதிப்பெண்கள் நிர்ணயிக்காது.”

“ஆனால் நீங்கள் பரிசோதனை செய்யும் வாழ்க்கைக்கு ஒரு வக்கீல் தேவைப்பட்டதே அப்பா... அந்த நோக்கிலாவது நான் விரும்பிய கல்வியை அளித்திருக்கலாமே?”

“தென்னாப்பிரிக்காவில் இருந்த நாட்களில் உனக்குப் போராட்டத்தின் மீது அதீத ஈடுபாடு இருந்ததே ஹரி...

என்னை நினைத்து பெருமைப்படுவதாகவும் என் பாதையைப் பின்பற்றுவதாகவும் அங்கு நடைபெறும் கூட்டங்களில் நீ பேசுவதாக எனக்குத் தகவல் வந்ததே ஹரி... அப்போது என் நெஞ்சமே பெருமிதத்தில் எப்படி விம்மிப் போனது தெரியுமா..?"

"இளைய காந்தி... இளைய காந்தி... இளைய காந்தி..." காதில் விழுந்த கோஷங்கள் தென்னாப்பிரிக்காவில் ஒலித்தவை போலிருந்தன ஹரிலாலுக்கு. ஆனால் இது இந்தியா. இந்தியாவில் அவரை யாருக்கும் தெரியாது. யாரும் எதுவும் விளிக்கவுமில்லை. ஒலியை உற்றுக் கேட்டபோது அது மகான் காந்தி... மகான் காந்தி... மகான் காந்தி... என்று காதுகளில் விழுந்தது. மோகன்தாஸ் காந்தியின் மறைவுக்கு நாடே கண்ணீர் வடிக்கிறது போலும்.

"ஹரி... கடைதிறக்கும் நேரமாகி விட்டது. வா... கடைக்காரர்களுக்குத் தொல்லையின்றி வேறு இடத்திற்குப் போய் பேசுவோம்" என்றார் அவர்.

"இல்லை... இன்னைக்கு கடை திறக்க மாட்டார்கள். மகாத்மா காந்தியை யாரோ சுட்டுத் தள்ளிட்டாங்களாம். அதுக்காக நாடே துக்கம் கொண்டாடிக்கிட்டு இருக்கு."

அவர் தன் கைத்தடியைக் கீழே வைத்து விட்டு மகனருகே வந்து அமர்ந்து கொண்டார்.

"அப்பா... உங்களை நான் தீவிரமாகக் கருத்தில் கொள்ள வேண்டும் என்று எதிர்பார்த்தீர்கள் அல்லவா?"

"நான் உன்னைத் துறந்து விட நினைத்தேன்."

"ஆனால் துறக்கவில்லை என்பதை அறிவேன்."

"... ... ..."

"அப்பா... உங்கள் மொழி வேறு. என் மொழி வேறு. என் மொழியைப் புரிஞ்சுக்கோங்கன்னு உங்களை நான் வற்புறுத்தல. ஆனா நீங்க அப்படி நடந்துக்கலையே."

"உன் பாதை தவறானதே ஹரி."

"அதை நீங்கள் சொல்ற விதத்தில் சொல்லியிருக்காலாமே அப்பா... உங்களுடைய உயர் இலட்சியவாதத்தைத் தாங்கிக் கொள்ளும் அறிவுத்திறனும் ஆன்மிகத் திறனும் எனக்கில்லையே."

“அதேபோல குடும்ப விஷயங்களை அத்தனை தூரம் புரிந்து கொள்ளும் திறன் எனக்கில்லாமல் போயிருக்கலாம் அல்லவா?”

“உங்களைத் தேடி வந்த மக்கள் வெறும் அரசியல் காரணங்களுக்கு மட்டும்தான் வந்தார்களா அப்பா? குடும்பப்பிரச்சனைகளுக்காக வந்தவர்களுக்கு நீங்க தீர்வு சொல்லலையா? நேரம் ஒதுக்கலையா? ஆனா நீங்க என்னையும் என் பிரச்சனைகளையும் கண்டுக்கவும் இல்லை. நேரமும் ஒதுக்கல...”

“உன்னைக் கவனிக்கவேயில்லைன்னு சொல்றியா ஹரி... உன் அம்மாவுக்குத் தெரியும் எல்லா உண்மையும்...”

“அப்பா... அம்மாவை இதிலெல்லாம் இழுக்காதீங்க. உலகம் பூரா உங்களைப் புகழணும்னு நினைச்சீங்க. சாதிச்சுட்டீங்க. அதனால்தான் பிரிட்டிஷ்காரரைக் கூட உங்களால பகைவர்னு சொல்ல முடியில. ஆனா அவங்கள்ளாம் நினைக்கற அளவுக்கு நீங்க அத்தனை நேர்மையானவர் இல்லை. என்னிடம் எத்தனையோ குறைபாடு இருப்பதாகச் சொன்னீங்க. அது உண்மையாகவும் இருக்கலாம். ஆனால் அப்பா... என்னிடம் போலித்தனம் இல்லை. நீங்கள் எந்தெந்த தீமைகளை எதிர்த்துப் போராடுனீங்களோ அவைகளோடு சமரசம் செஞ்சுக்கறதுதான் உங்க குணம். உங்கள் சோதனைக்கான விளைவுதான் என்னுடைய சீரழிவு. அதன் விலை நாங்களென்றால் அதன் விழைவு மட்டும் உங்களுக்கானதோ? நீங்க ஒரு போலி மகாத்மா.”

“மகாத்மா என்கிற பட்டத்தை நானும் விரும்பல.”

“விரும்பலைன்னு நீங்க சொன்னா நான் நம்பணுமா? எல்லாமே பொய். நீங்க பிரம்மச்சாரி என்று உங்களை அறிவித்துக் கொண்டீர்கள். என் திருமணம் மறுமணம் எதிலும் உங்களுக்கு விருப்பமில்லை. தம்பிகள் திருமணம் கூட அம்மா இருந்ததால்தான் நடந்துச்சு. ஆனால் உங்களுடைய பிரம்மசர்யத்தை நிரூபிக்க உங்களுக்குப் பாலியல் பரிசோதனைகள் தேவைப்பட்டன. அதற்காக நீங்கள் பயன்படுத்திக் கொண்டவர்கள் தங்கள் வாழ்க்கையையே விலையாகக் கொடுக்க வேண்டியிருக்கலாம் என்பது நீங்கள் அறியாததா என்ன?”

“நான் ஒழுக்கவிதிகளை நிலையாகக் கடைப்பிடிக்க முயன்றேன். ஆனால் அதில் வெற்றி பெற்று விட்டேன் என்று சொல்ல

மாட்டேன். நாம் செய்யும் வேலையின் அளவை விட அதன் தரமே கடவுளைத் திருப்தியடையச் செய்யும்."

"அப்பா... இது கூட போலித்தனமானதுதான். காந்தியம் என்பது உங்களைக் காட்டிலும் பிரமாண்டமாக விரியும் வாழ்க்கை நோக்கு. அறமற்ற அனைத்தையும் விமர்சனத்துக்குள்ளாக்கும் சமூகம் நோக்கிய தொடர் தேடலின் ஒரு பகுதி. இதற்கு நீங்கள் தகுதியானவரா? நீங்கள் காந்தியத்தைப் பின்பற்றுபவராக நான் கருதவில்லை. நவீனங்களையும் நுகர்வு கலாசாரத்தையும் வரையறையற்ற கேளிக்கை வாழ்வையும் எதிர்ப்பதாகச் சொன்னாலும் நீங்கள் எல்லாவற்றையும் சமரசம் செய்து கொள்ளவில்லையா?"

"நீ கூறுவது உண்மைதான். நான் ரயிலில் பயணிக்காதவன் அல்ல. ஆனால் என்னுடைய இலட்சியத்துக்கும் எனக்குமுள்ள இடைவெளியை நான் வெளிப்படையாகக் காட்டிக் கொள்கிறேன். என் இலட்சியப்பாதையில் நான் எதிர்கொள்ளும் தோல்விகளையும் பலவீனங்களையும் உலகறிய வெளிப்படுத்திக் கொள்கிறேன்."

"ஆஹா..." ஹரிலாலின் வாய் ஏளனமாக வளைந்தது.

அவர் அதைப் பொருட்படுத்தாதவராக, "போலித்தனங்களிலிருந்து என்னை காப்பாற்றிக் கொள்வதோடு தோல்வியால் ஏற்படும் அவமானத்தைக் கருதியாவது இலட்சியத்தை அடைய தொடர்ந்து முயற்சிப்பேன் அல்லவா? நான் வாழ்ந்த வாழ்க்கை எனது சிந்தனைகளைக் கொண்டு சேர்க்கும் வாகனம் என்று நினைக்கிறேன். என் வாழ்க்கையே என் செய்தி" என்றார்.

"பிழையான செய்தி. நீங்கள் விரும்பிய வாழ்க்கையை நான் வாழவில்லை.. அதுதானே உங்கள் குற்றச்சாட்டு. அப்பா... உங்களைச் சுற்றியிருப்பவர்களும் உங்களை ஏமாற்றிக் கொண்டுதானிருந்தார்கள். என்ன ஒன்று... அவர்கள் என்னைப் போல எதையும் பகிரங்கப்படுத்தவில்லை. அது மட்டுமே வித்தியாசம். பொதுவாழ்விலும் தனி வாழ்விலும் உங்களுடைய சீடர்கள் செய்து கொண்ட சமரசங்களை நீங்கள் கண்டுக் கொள்ளவேயில்லை. நான் உங்கள் எதிர் அறங்களைத் தழுவியவன் என்பதுதான் உங்கள் குற்றச்சாட்டா? அல்லது உங்களின் தோல்வியடைந்த சுயத்தை என்னால் உருவகிக்க முடிந்ததுதான் உங்களை என்னிடமிருந்து நழுவ வைக்கிறதா?"

எங்கோ தொலைவில் அழுகுரல்கள் கேட்டன. அவர்கள் சில வினாடிகள் பேச்சை நிறுத்தி விட்டு அதைக் கவனித்தனர். ஏதோ ஊர்வலம் போலிருக்கிறது. பாப்பு... மகாத்மா... என்றெல்லாம் தெளிவற்ற அழுகுரல்கள்.

"அப்பா... நானுமே உங்களின் கண்முன்னே இறந்துக் கிடக்கத்தான் ஆசைப்பட்டேன். ஆனால் அந்த ஆசை கூட நிறைவேறவில்லை எனக்கு."

"மகாத்மா வாழ்க.... மகாத்மா காந்தியின் புகழ் ஓங்குக..." ஊர்வலத்தில் குரல்கள் உணர்வுவயப்பட்டிருந்தன.

"அப்பா... உங்களுக்குத் தெரியுமா... 'மகாத்மா' என்பது நிறைந்த மனிதருக்கான பதமே அல்ல. மனிதன் தவறுகளும் சரிகளுமானவன். நீங்கள் தவறு என கருதி உங்களுள் ஒடுக்கியவைகளை நான் பேருரு கொள்ளச் செய்தேன். காமம், குடி, மோசடித்தனம் என உங்களின் குறைப்பட்ட பகுதியை நிரப்பி உங்களை நிறை மனிதனாக மாற்றி விட்டேன் அப்பா..."

"அவர் தனது இறுதி நாட்களில் நிம்மதியிழந்திருந்தார். இப்போது அவரை யாரோ இந்து ஒருவன் கொன்று விட்டானாம்" யாருக்கோ யாரோ தகவல் சொல்லிக் கொண்டிருந்தனர்.

"அவருடைய கொள்கையே அவருக்கு விரோதியாகி விட்டது. ஒரு தரப்பினரின் மோசமான நடவடிக்கைகள் மற்றொரு தரப்பின் எதிர் நடவடிக்கைகளை எந்த விதத்திலும் நியாயப்படுத்தாது என்றார். முஸ்லிம்லீக் கட்சியை மதப்பிரிவினைவாத சக்தி என்று சொல்லும் காங்கிரசும் அதே செயலில் தானே ஈடுபடுகிறது என்ற அவரது தெளிவான சிந்தனையே அவரை இந்துகளுக்கு விரோதியாக்கி விட்டது."

"கடவுளே... அவர் கையே அவர் கண்ணைக் குத்தி விட்டதா?"

கும்பல் நகர்ந்து முன்னேறியது. ஹரிலால் தான் தந்தையின் முகத்தையே பார்த்துக் கொண்டிருந்ததை உணர்ந்தவராகப் பார்வையை வேறுபுறம் திருப்பிக் கொண்டு வேண்டாவெறுப்பாக பேசினார்.

"நீங்கள் கடைசிக்காலத்தில் நிம்மதியிழந்துட்டீங்களாம்... அவங்களாம் பேசிட்டுப் போனதைக் கேட்டீங்களா அப்பா."

காந்தி கண்களை மூடிக் கொண்டார்.

"அப்பா... நான் வாழ்க்கை பூராவும் நிம்மதியிழந்து போனேன். உங்கள் ராமர் கொடுப்பது போலக் கொடுத்து விட்டு எல்லாத்தையும் என்கிட்டேர்ந்து பறிச்சுக்கிட்டார். தனிமைதான் எனக்குன்னு எழுதி வச்சிட்டார்."

"இந்த உலகம் ரொம்பப் பெரியது மகனே."

"அதை உங்களைத் துதிபாடும் கூட்டத்திடம் போய்ச் சொல்லுங்க. நீங்க ஆண்டு அனுபவித்து துறந்தவற்றை என்னை அனுபவிக்கும் முன்பே துறக்கச் சொன்னீர்கள் அப்பா. சிறைக்குப் போ என்றீர்கள். சமூக சேவை செய் என்றீர்கள். சமுதாய நலனுக்காக எல்லாவற்றையும் விட்டு விடு என்றீர்கள். ஆனால் இதிலெல்லாம் என் விருப்பத்தை நீங்க கேட்கவே இல்லை."

"தென்னாப்பிரிக்காவில் நீ இதையெல்லாம் விரும்பினாயே ஹரி... விரும்பித்தானே சத்தியாகிரகியாகச் சிறைக்குச் சென்றாய்..."

"ஆனால் நான் படிக்கவும் விரும்பினேனே அப்பா... அதை நிறைவேற்றினீர்களா? சிலர் சொல்கிறார்கள்... உங்களுக்கு மத்திம வயதாகும்போது நான் விடலைப்பருவத்தில் இருந்ததால்தான் நமக்குள் சிக்கலாம். இதெல்லாம் சாதாரண மனிதனுக்குத்தான்... மகாத்மாவுக்கு அல்ல. மகாத்மாவாக இருப்பதற்கு நீங்கள் செய்த மகத்தான தியாகம் என்னைப் பலி கொண்டதுதான் என்பேன் நான்."

"அறிவின் ஒளிக்கதிர் தற்பெருமையில் உதிக்காது. நீ என்னை விட்டு விலகியிருக்காலாமே ஹரி?"

"என்னால் செய்ய இயலாதவற்றின் மீது நான் வீண் முயற்சிகளைத் திணிப்பதேயில்லை அப்பா. கடைசி வரை உங்களுக்காக ஏங்கி நின்றேன். எந்த மகனாவது இத்தனை மகத்தானவனாக இருந்திருக்கிறானா?"

"ஹரி... யாரோ அழுகிறார்கள்" அவர் பேசும்போது ஒலியைக் குறைத்து கிசுகிசுப்பாக்கிக் கொண்டதால் பற்களற்ற இடைவெளிக்குள்ளிருந்து காற்று மட்டுமே கசிந்தது.

"மகாத்மா... எங்களை விட்டு விட்டுப் போய் விட்டீர்களே. இனி இந்த நாட்டை வழி நடத்த யாரிருக்கிறார்கள்?" உணர்ச்சி

வேகத்தில் கத்தியக் குரலொன்று மற்றெல்லா அழுகுரல்களையும் முந்திக் கொண்டது.

“வேலையற்றவர்கள் எதையோ கத்துகிறார்கள்... அதை விடுங்கள்... அப்பா... நம் குடும்பம் அதன் தலைவரை இழந்திருக்கிறது. அதன் தலைமகன் நான் எங்கோ கிடக்கிறேன். தம்பிகள் ஆளுக்கொரு பக்கம். மணிலாலால் வரவே முடியாதுன்னு நினைக்கிறேன். இதுக்கெல்லாம் யாருப்பா காரணம்?”

“ஹரி... உன் மடியில் தலை வைத்தபடியே நான் இறந்து போகணும்னு நினைச்சிருக்கேன்.”

ஹரிலால் பலத்தைக் கூட்டிக் கொண்டு சிரித்தார்.

“அப்பா... நீங்க செய்து வச்ச வேலைக்கு இப்படியெல்லாம் கூட தோணுமா உங்களுக்கு? நியாயப்படி உங்களின் ஈமச்சடங்குகளை நான் தான் செய்ய வேண்டும். ஆனால்.. ஆனால்... என்னால் எப்படி எதிர்ப்பட முடியும்? இந்நேரம் அம்மா இருந்திருக்க வேண்டும்.”

“இல்லை... அவள் போனதுதான் சரி.”

“அம்மாவைக் கூட கடைசியில் என்னை வெறுக்க வைத்து விட்டீர்கள் அப்பா” உதடுகள் வேதனையில் வளைந்தன.

“இல்லை ஹரி... இறுதிவரை அவள் உன் மீது பிரியமாகவே இருந்தாள். நீதான் அவளை நிம்மதியாகச் சாக விடாமல் செய்து விட்டாய். அவளை நீ கடைசியாகப் பார்த்தபோது நடந்தவைகளை மறந்து விட்டாயா?”

“நிச்சயமா மறக்கல. மறக்கவும் விரும்பல. அப்பா... உங்களை ஆதரவா சாய்ச்சுக்கவும் ஆறுதல் மொழிபேசவும் உங்களுக்கு நிறைய பேர் இருக்காங்க.. ஆனால் எனக்கிருப்பது அம்மா ஒருத்திதான். இருக்கும் அந்த ஒரே ஆதரவையும் எனக்காகத் துடிக்கும் ஒரே ஆத்மாவையும் நான் இழக்கப் போகிறேன் என்ற என் மன அழுத்தத்தை மது தானே மறக்கச் செய்தது? அதை விட்டு விட்டு நான் எப்படி வர முடியும்?”

“உன் விதண்டாவாதப் பேச்சுதான் அவளைக் காயப்படுத்தியது மகனே.”

"உங்களால்தான் அம்மா கடைசியில் என்னை நம்பாம போயிட்டாங்க. குடும்பத்தைப் பார்த்துக்கோன்னு தேவாகிட்டே தானே சொல்லிட்டுப் போனாங்க?"

அதன் பொருள் அவருக்கே விளங்கட்டும் என்பது போல காந்தி அமைதிக் காத்தார்.

மகாத்மா... உங்களைக் கொன்ற கயவன் யார்? எதற்காக இந்தக் காரியத்தைச் செய்தான்? இந்திய அரசாங்கம் உங்களைக் காப்பாற்றத் தவறி விட்டது... காரியம் ஆனதும் காங்கிரஸ் கைக்கழுவி விட்டது. மக்கள் மறந்து போனார்கள்...

அந்த உரையாடல்களைக் கேட்டு லேசாகச் சிரித்தார் ஹரிலால். "அப்பா... நியாயப்படி பிரிட்டிஷ்காரங்கதான் உங்களைக் கொன்னுருக்கணும். ஆனா நீங்க யாருக்காக இத்தனை கஷ்டப்பட்டீங்களோ அவங்கதான் உங்க நெஞ்சுக்குக் குறி வச்சிட்டாங்க."

"நீயும் அப்படி செய்யணும்னு நினைச்சியா ஹரி?"

"இல்லை அப்பா..."

காந்தி மகனை நிமிர்ந்து நோக்கினார்.

"ஏன்னா நீங்க என்னோட அப்பா."

எல்லாம் முடிஞ்சுப் போச்சு. எல்லாமே முடிஞ்சு போச்சு... பாப்பு... பாப்பு... பெண்கள் கூட்டம் தலையலடித்துக் கொண்டு அழுதது.

அவர் சற்றே நெகிழ்ந்திருந்தார்.

"இப்போ கூட எதுவும் முடிஞ்சு போகலை ஹரி... நீ உன்னை மாத்திக்கோ... உன்னை திருத்திக்க இன்னும் சந்தர்ப்பம் இருக்கு."

"அப்பா... திருந்துவது என்றால் என்ன அப்பா? உங்கள் வழிக்கு வர வைப்பதா?"

அவர் சாய்த்து வைத்திருந்த கைத்தடியைத் கையால் துழாவி எடுத்தார்.

"அப்பா... இப்போ கூட நீங்க என் வார்த்தைகளைக் கேட்க தயாரில்லை. அப்படித்தானே?"

"மகன்கள் தந்தையின் மனதை நோகடிப்பது இயல்பானதுதான் ஹரி."

"நீங்க உண்மையைப் பேசுவதாகச் சொன்னால் உங்களை ஹரிச்சந்திரன் என்கிறார்கள். நான் உண்மையைப் பேசினால் உங்களை நோகடிக்கும் செயல் என்கிறீர்கள்."

அவர் எதையோ பேச வாயெடுத்தபோது "அப்பா... நீங்க எதுவும் பேச வேணாம். எனக்குக் கூட எல்லாமே முடிஞ்சு போச்சு."

"அதைக் கடவுள் ராமர்தான் முடிவு செய்வார்."

"அப்பா... இன்னும் என்ன ராமர்... லட்சுமணர் என்று சொல்லிக் கொண்டேயிருக்கீங்க. போர் முடிந்து விட்டது. சமர்க்களத்தில் என்னுடன் நேருக்குநேர் நின்ற என் எதிரி வெட்டப்பட்டு வீழ்ந்து கிடக்கிறார். ஆனால் வெட்டியது நானில்லை. இது எப்பேர்ப்பட்ட தோல்வி என்பதை அறிவீர்களா நீங்கள்?"

"நீ எழுந்து ஓடு மகனே... இன்னும் எதுவும் முடியவில்லை" அவரும் எழுந்து கொள்ளத் தயாரானார்.

ஹரிலால் தந்தையை நிதானமான வார்த்தைகளால் நிறுத்தினார்.

"அப்பா... நீங்கள் போய் விட்டீர்கள். ஆனா உங்களால் இந்த பூமிக்கு வந்த என்னைக் கடைசி வரைக்கும் எதிரியாகவே நிக்க வச்சிட்டீங்க.. அப்பா... நீங்கள் இறந்து விட்டீர்கள். நான் வாழும் விசையை இழந்து விட்டேன். விசையற்ற படகு இனி பயணிக்காது. அப்பா... இதுவும் பயணிப்பதற்காகத் தயாரிக்கப்பட்ட படகுதான். ஆனால் படகு முழுக்க சல்லடைக்கண்களைப் போன்ற துளைகள். அதில் எப்படிப் பயணிப்பது? முன்பும் அதில் ஓட்டைகள் இருந்தன. ஆனால் அதனை விசையைக் கொண்டு அடைத்து முன்னகர்த்தினேன். மூழ்கினாலும் கூட வெளியே வந்து விடும். அது எப்போதும் 'மிதந்து' கொண்டேயிருப்பதை நான் பார்த்தேன்... நீ பார்த்தாய் என்று யாராரோ சொல்வார்கள் என்பார் அம்மா. சரி ஓட்டைகளை அடைத்து விட்டு சரக்குகளையாவது ஏற்றி அனுப்பி வைப்போம் என்று முயற்சி செய்யலாம்தான். ஆனால் அதற்கு அப்படகின் மீது உரிமையாளருக்கு நம்பிக்கை வர வேண்டுமில்லையா? இனி அது காற்றின் திசையில் அசைந்து அசைந்து தள்ளாடி தள்ளாடி மூழ்கி விடும். ஆம் அப்பா... இந்தப் படகுக்கு இனி விசையில்லை. விசையேயில்லை."

மகன் பேசி முடித்தபோது தந்தையின் கை தனது கைத்தடியைத் தேடி வெற்றிடத்தைத் துழாவிக் கொண்டிருந்தது.

* * *